ಛಂದ ಪುಸ್ತಕ

ಓದಿ ಓದಿ ಮರುಳಾಗಿ!

ಐದು ಪೈಸೆ ವರದಕ್ಷಿಣೆ

ಸುಲಲಿತ ಪ್ರಬಂಧಗಳು

ವಸುಧೇಂದ್ರ

Aidu Paise VaradakshiNe
-Collection of Essays in Kannada
by Vasudhendra,
Published by Chanda Pustaka,
I-004, Mantri Paradise,
Bannerughatta Road, Bangalore-560 076
ISBN: 978-81-949262-3-8

ಮೊದಲ ಮುದ್ರಣ: 2016
ಮರುಮುದ್ರಣಗಳು: 2016, 2016, 2017, 2018, 2020, 2025

ಮುಖಪುಟ ವಿನ್ಯಾಸ: ಸೌಮ್ಯ ಕಲ್ಯಾಣಕರ್
ಒಳಚಿತ್ರಗಳು: ದತ್ತಾತ್ರಿ ಎಂ ಎನ್
ಕರಡು ತಿದ್ದುವಿಕೆ: ಜ್ಯೋತಿ ಮಹಾದೇವ್
ಪುಟಗಳು: 244 ಬೆಲೆ: ₹ 280
ಕಾಗದ: ಎನ್‌ಎಸ್ ಮ್ಯಾಪ್ಲಿತೊ 70 ಜಿಎಸ್‌ಎಂ, 1/8 ಡೆಮಿ

ಪ್ರತಿಗಳಿಗಾಗಿ ಸಂಪರ್ಕಿಸಿ:

ಛಂದ ಪುಸ್ತಕ
ಐ-004, ಮಂತ್ರಿ ಪ್ಯಾರಡೈಸ್
ಬನ್ನೇರುಘಟ್ಟ ರಸ್ತೆ
ಬೆಂಗಳೂರು-560 076
ಸೆಲ್: 98444 22782
me@vasudhendra.com

ಮುದ್ರಣ:

ವಸುಧೇಂದ್ರ

1996ರಿಂದ ಕನ್ನಡದಲ್ಲಿ ಸಾಹಿತ್ಯ ರಚಿಸುತ್ತಿರುವ ಇವರು, ಮೂಲತಃ ಬಳ್ಳಾರಿ ಜಿಲ್ಲೆಯ ಸಂಡೂರಿನವರು. NITK ಸೂರತ್ಕಲ್‌ನಿಂದ BE ಮತ್ತು IISc ಬೆಂಗಳೂರಿನಿಂದ ME ಪದವಿಯನ್ನು ಪಡೆದಿದ್ದಾರೆ. 20 ವರ್ಷಗಳ ಕಾಲ ಸಾಫ್ಟ್‌ವೇರ್ ಪ್ರಪಂಚದಲ್ಲಿ ಕೆಲಸ ಮಾಡಿ, ಈಗ ತಮ್ಮ ಸಮಯವನ್ನು ಪ್ರವಾಸ, ಓದು ಮತ್ತು ಬರೆಹಗಳಲ್ಲಿ ವಿನಿಯೋಗಿಸುತ್ತಾರೆ. ತಾವು "ಗೇ" ಎಂದು ಹೆಮ್ಮೆಯಿಂದ ಹೇಳಿಕೊಂಡ ಕನ್ನಡದ ಮೊಟ್ಟ ಮೊದಲ ಸಾಹಿತಿ ಇವರಾಗಿದ್ದಾರೆ.

ಕತೆ ಮತ್ತು ಪ್ರಬಂಧ ಕ್ಷೇತ್ರದಲ್ಲಿ ಪುಸ್ತಕಗಳನ್ನು ರಚಿಸಿರುವ ಇವರ ಪುಸ್ತಕಗಳು ಹಲವಾರು ಮರು ಮುದ್ರಣಗಳನ್ನು ಕಂಡಿವೆ. 'ನಮ್ಮಮ್ಮ ಅಂದ್ರೆ ನಂಗಿಷ್ಟ' ಎನ್ನುವ ಈ ಕೃತಿಯು 20 ಕ್ಕೂ ಹೆಚ್ಚು ಮುದ್ರಣಗಳನ್ನು ಕಂಡಿದೆ. 'ಮೋಹನಸ್ವಾಮಿ' ಎಂಬ ಕಥಾಸಂಕಲನ 'ಗೇ' ಜೀವನದ ನೋವು ನಲಿವನ್ನು ಚಿತ್ರಿಸುವದರಿಂದ, ಸಾಕಷ್ಟು ಚರ್ಚೆಗೆ ಒಳಗಾಗಿದೆ. ಈ ಕೃತಿಯು ಇಂಗ್ಲಿಷ್, ಸ್ಪಾನಿಷ್, ಮಲಯಾಳಂ, ತೆಲುಗು, ಮರಾಠಿ, ಹಿಂದಿ ಮತ್ತು ತಮಿಳು ಭಾಷೆಯಲ್ಲಿ ಪ್ರಕಟವಾಗಿದೆ. ಇವರ ಕಾದಂಬರಿ 'ತೇಜೋ ತುಂಗಭದ್ರಾ' ವಿಜಯನಗರ ಸಾಮ್ರಾಜ್ಯದ ಇತಿಹಾಸದ ಅಧ್ಯಯನದಿಂದ ರಚನೆಗೊಂಡಿದ್ದು, ಸಾಕಷ್ಟು ಚರ್ಚೆ ಮತ್ತು ಮೆಚ್ಚುಗೆಯನ್ನು ಗಳಿಸಿದೆ.

ಕರ್ನಾಟಕ ಸಾಹಿತ್ಯ ಅಕಾಡೆಮಿಯ "ಸಾಹಿತ್ಯಶ್ರೀ" ಪ್ರಶಸ್ತಿಯೂ ಸೇರಿದಂತೆ ಹಲವಾರು ಪ್ರಶಸ್ತಿಗಳು ಮತ್ತು ಬಹುಮಾನಗಳು ಅವರ ಪುಸ್ತಕಗಳಿಗೆ ದಕ್ಕಿವೆ. 'ಛಂದ ಪುಸ್ತಕ' ಎಂಬ ಪ್ರಕಾಶನ ಸಂಸ್ಥೆಯನ್ನು ಪ್ರಾರಂಭಿಸಿ, ಅದರ ಮೂಲಕ ನಾಡಿನ ಹಲವಾರು ಹೊಸ ಕನ್ನಡ ಬರಹಗಾರರ ಪುಸ್ತಕಗಳನ್ನು ಪ್ರಕಟಿಸಿದ್ದಾರೆ. ಆ ಪುಸ್ತಕಗಳ ಜೊತೆಗೆ, ತಮ್ಮ ಪುಸ್ತಕಗಳ ಮುದ್ರಣ ಮತ್ತು ಮಾರಾಟವನ್ನು ಸ್ವತಃ ನೋಡಿಕೊಳ್ಳುತ್ತಾರೆ.

ಚಾರಣದಲ್ಲಿ ಆಸಕ್ತಿಯಿರುವ ಇವರು ತಾಂಜಾನಿಯಾ ದೇಶದಲ್ಲಿರುವ ಕಿಲಿಮಂಜಾರೋ ಪರ್ವತವನ್ನೂ ಮತ್ತು ಹಿಮಾಲಯದ ಹಲವು ಪರ್ವತಗಳನ್ನೂ ಹತ್ತಿದ್ದಾರೆ. ಕೈಲಾಶ-ಮಾನಸಸರೋವರದ ಚಾರಣವನ್ನೂ ಮಾಡಿದ್ದಾರೆ. ಅಂತಾರಾಷ್ಟ್ರೀಯ ಸಿನಿಮಾ, ಮಹಾಭಾರತದ ಓದು, ಶಾಸ್ತ್ರೀಯ ಸಂಗೀತವನ್ನು ಕೇಳುವುದು ಅವರ ಇತರ ಹವ್ಯಾಸಗಳಾಗಿವೆ.

me@vasudhendra.com | 98444 22782

ಅರ್ಪಣೆ

ನೇಹಾ ಶೆಣೈ
ಜ್ಯೋತಿ ಶೆಣೈ
ಗೋಪಾಲಕೃಷ್ಣ ಶೆಣೈ
ವಿಜಯಕ್ಕ ಶೆಣೈ

ಮೊದಲನೆಯ ಪೈಸೆ

ಎರಡನೆಯ ಪೈಸೆ

ಮೂರನೆಯ ಪೈಸೆ

ನಾಲ್ಕನೆಯ ಪೈಸೆ

ಐದನೆಯ ಪೈಸೆ

ಮೊದಲನೆಯ ಪೈಸೆ

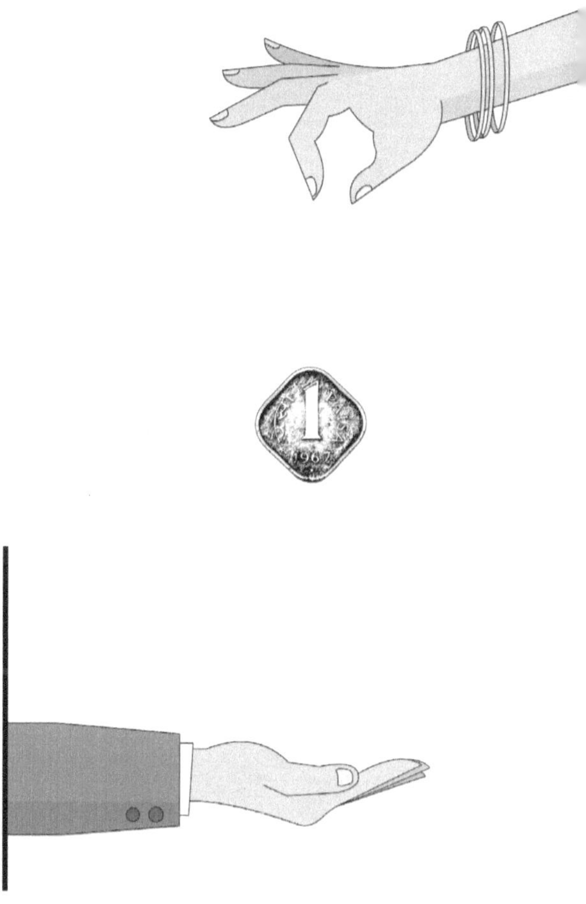

ಚುಕ್ಕಿ ಬಾಳೆಹಣ್ಣು

ಚುಕ್ಕಿ ಬಾಳೆಹಣ್ಣು ಎಂದರೆ ಮಾಮೂಲೀ ಪಚ್ಚಬಾಳೆ ಹಣ್ಣೇ! ಸ್ವಲ್ಪ ಹೆಚ್ಚು ಕಳೆತ ಮೇಲೆ ಅದರ ಹಳದಿ ಸಿಪ್ಪೆಯ ಮೇಲೆ ಕಪ್ಪು ಚುಕ್ಕೆಗಳು ಮೂಡುತ್ತವೆ. ಅದನ್ನೇ ನಮ್ಮೂರ ಕಡೆಗೆ 'ಚುಕ್ಕಿ ಬಾಳೆಹಣ್ಣು' ಎಂದು ಕರೆಯುತ್ತೇವೆ. ಬಿಸಿಲಿನ ಬಳ್ಳಾರಿಯಲ್ಲಿ ಬಾಳೆಹಣ್ಣಿಗೆ ಬೇಗನೆ ಚುಕ್ಕೆಗಳು ಮೂಡುತ್ತವೆ. ಈ ಹಣ್ಣುಗಳು ನಮ್ಮೂರಿನ ಮಾರುಕಟ್ಟೆಯಲ್ಲಿ ಸಿಗುತ್ತಿರಲಿಲ್ಲ. ಬಳ್ಳಾರಿ ಅಥವಾ ಹೊಸಪೇಟೆಯಲ್ಲಿ ಮಾತ್ರ ಮಾರಾಟವಾಗುತ್ತಿದ್ದವು. ಅದೂ ಸಂಜೆಯ ಹೊತ್ತಿನಲ್ಲಿ ಹೆಚ್ಚಾಗಿ ಮಾರಾಟಕ್ಕೆ ಬರುತ್ತಿದ್ದವು.

ನಮ್ಮ ಮನೆಯಲ್ಲಿ ಚುಕ್ಕಿ ಬಾಳೆಹಣ್ಣಿಗೆ ವಿಶೇಷ ಸ್ಥಾನವಿತ್ತು. ಅಪ್ಪ-ಅಮ್ಮ ಯಾರೇ ಬಳ್ಳಾರಿಗೆ ಹೋಗಲಿ, ತಪ್ಪದೆ ಒಂದೆರಡು ಡಜನ್ ಚುಕ್ಕಿ ಬಾಳೆಹಣ್ಣು ತರುತ್ತಿದ್ದರು. ಅವನ್ನು ತರುವುದು ಅಂತಹ ಸುಲಭದ ಕೆಲಸವೇನೂ ಆಗಿರಲಿಲ್ಲ. ರಾತ್ರಿ ಊರಿಗೆ ಹಿಂತಿರುಗಲು ಇರುತ್ತಿದ್ದುದು ಒಂದೆರಡು ಬಸ್ಸು ಮಾತ್ರ. ಮಂತ್ರಾಲಯ-ಕೂಡ್ಲಿಗೆ ಬಸ್ಸು, ತಪ್ಪಿದರೆ ಕೊಪ್ಪಳ-ಬೆಂಗಳೂರು ಬಸ್ಸು. ದೂರದ ಊರಿನ ಬಸ್ಸುಗಳಾದ್ದರಿಂದ ಸೀಟು ಕಾದಿರಿಸಿದವರಿಗೆ ಮಾತ್ರ ಪ್ರಾಧಾನ್ಯ. ಬರೀ ಐವತ್ತು ಕಿಲೋಮೀಟರ್ ದೂರದಲ್ಲಿರುವ ನಮ್ಮೂರ ಜನರಿಗೆ ನಿಲ್ಲಲು ಜಾಗ ಸಿಕ್ಕರೆ ಅದೇ ಪುಣ್ಯ. ಖಾಸಗಿ ಬಸ್ಸುಗಳಂತೂ ಇರಲೇ ಇಲ್ಲ. ಬಳ್ಳಾರಿಯು ನಮ್ಮ ಜಿಲ್ಲಾ ಕೇಂದ್ರವಾದ್ದರಿಂದ ಊರಿನ ನೂರಾರು ಜನರು ಪ್ರತಿನಿತ್ಯ ಹೋಗಿ ಬರುವುದು

ಇದ್ದೇ ಇರುತ್ತಿತ್ತು. ಹೇಗೋ ಕಷ್ಟಪಟ್ಟು ಸಂಭಾಳಿಸಿಕೊಂಡು, ಒಬ್ಬರಿಗೊಬ್ಬರು ಅನುಸರಿಸಿಕೊಂಡು ಊರಿಗೆ ಬಂದು ಸೇರುತ್ತಿದ್ದರು. ಅಂತಹ ಕಿಕ್ಕಿರಿದ ಬಸ್ಸಿನಲ್ಲಿ ಆ ಬಾಳೆಹಣ್ಣುಗಳು ಅಪ್ಪಚ್ಚಿಯಾಗದಂತೆ ತರುತ್ತಿದ್ದುದೇ ದೊಡ್ಡ ಸಾಧನೆಯಾಗಿತ್ತು. ಹೆಚ್ಚು ಕಡಿಮೆ ಬಳ್ಳಾರಿಗೆ ಹೋದ ಪ್ರತಿಯೊಬ್ಬರೂ ಒಂದು ಚಿಪ್ಪು ಬಾಳೆಹಣ್ಣು ತಪ್ಪದೆ ಖರೀದಿಸಿ ತರುತ್ತಿದ್ದರು.

ಸಾಮಾನ್ಯವಾಗಿ ಈ ಬಸ್ಸುಗಳು ತಡವಾಗಿಯೇ ನಮ್ಮೂರು ಸೇರುತ್ತಿದ್ದವು. ಕುಲಗೆಟ್ಟು ಹೋದ ರಸ್ತೆ, ಕಿಕ್ಕಿರಿದು ತುಂಬಿದ ಪ್ರಯಾಣಿಕರು, ಲಡಕಾಸಿ ಬಸ್ಸುಗಳು – ಪಾಪ ಚಾಲಕರಾದರೂ ಏನು ಮಾಡಿಯಾರು? ನಾನು ಮತ್ತು ಅಕ್ಕ ಮನೆಯಲ್ಲಿ ಅಪ್ಪ-ಅಮ್ಮನ ಬರವಿಗಾಗಿ ಎದುರು ನೋಡಿ ನೋಡಿ ನಿದ್ದೆ ಹೋಗುತ್ತಿದ್ದೆವು. ಏನಾದರೂ ನಮಗಾಗಿ ತಂದೇ ತರುತ್ತಾರೆಂದೂ, ಏನಿಲ್ಲವೆಂದರೂ ಕೊನೆಯ ಪಕ್ಷ ಚುಕ್ಕಿ ಬಾಳೆಹಣ್ಣಾದರೂ ಸಿಗುತ್ತದೆಂದು ನಮ್ಮ ಖಚಿತ ನಂಬಿಕೆಯಾಗಿತ್ತು. ನಿದ್ದೆ ಮಾಡಿದ್ದರೆ ಎಬ್ಬಿಸಬೇಕೆಂದೂ, ಬೆಳಿಗ್ಗೆಯ ತನಕ ಕಾಯಿಸಬಾರದೆಂದೂ ಮುಂಚೆಯೇ ಚಿತಾವಣೆ ಕೊಟ್ಟಿರುತ್ತಿದ್ದೆವು. ಆದ್ದರಿಂದ ಅವರು “ಹುಡುಗ್ರಾ, ಚುಕ್ಕಿ ಬಾಳೇಹಣ್ಣು ತಂದೀವಿ ಏಳ್ರಿ” ಎಂದು ಎಬ್ಬಿಸುತ್ತಿದ್ದರು. “ಚುಕ್ಕಿ ಬಾಳೇಹಣ್ಣು” ಎನ್ನುವ ಪದವೇ ಸಾಕಿತ್ತು. ನಾವು ಚಕ್ಕನೆ ಎದ್ದು ಕುಳಿತು ಕೈಚಾಚುತ್ತಿದ್ದೆವು. ಹೊಟ್ಟೆಯಲ್ಲಿ ನಮಗೆ ಯಾವತ್ತೂ ಜಾಗವಿರುತ್ತಿತ್ತು. ಜೊಲ್ಲು ಸುರಿಯುವ ಬಾಯಲ್ಲೇ ಹಣ್ಣು ತಿಂದು ಮಲಗುತ್ತಿದ್ದೆವು.

“ಚುಕ್ಕಿ ಬಾಳೆಹಣ್ಣು ದೇವರಿಗೆ ತುಂಬಾ ಪ್ರೀತಿ” ಎಂದು ಅಮ್ಮ ಹೇಳುತ್ತಿದ್ದಳು. ಆದ್ದರಿಂದ ಮರುದಿನ ರಾಯರಮಠಕ್ಕೋ, ಊರ ಹೊರಗಿನ ಹನುಮಪ್ಪನಿಗೋ ತಪ್ಪದೆ ಹೋಗುತ್ತಿತ್ತು. ಅಕ್ಕ-ಪಕ್ಕದವರೂ ಚುಕ್ಕಿ ಬಾಳೆಹಣ್ಣು ಒಂದೆರಡಾದರೂ ಕೊಡುತ್ತಾರೆಂದು ಕಾದಿರುತ್ತಿದ್ದರು. ಜೊತೆಯಲ್ಲಿ ನಮ್ಮ ಮನೆಯ ದೊಡ್ಡ ಬಚ್ಚಲು ಮನೆಯನ್ನೇ ತನ್ನ ನಿವಾಸ ಮಾಡಿಕೊಂಡಿದ್ದ ಕಾಶವ್ವ ಎನ್ನುವ ಅನಾಥ ಮಡಿಹೆಂಗಸು ಹಕ್ಕಿನಿಂದ ತನ್ನ ಪಾಲನ್ನು ಕೇಳಿ ಪಡೆದುಕೊಳ್ಳುತ್ತಿದ್ದಳು. “ಈ ಸಲ ಮೂರು ಚುಕ್ಕಿ ಬಾಳೆಹಣ್ಣು ಕೊಟ್ಟುಬಿಡವ್ವಾ. ಒಂದು ಪಂಚಾಮೃತಕ್ಕೆ, ಇನ್ನೆರಡು ನನ್ನ ರಾತ್ರಿ ಉಪಹಾರಕ್ಕೆ” ಎಂದು ಅಮ್ಮನಿಗೆ ಆಜ್ಞಾಪಿಸಿ, ಅನಂತರ ಮೇಲು ಶಿಫಾರಸ್ಸಿಗಾಗಿ “ನೀನೂ ಒಂದು ಮಾತು ಹೆಂಡ್ತೀಗೆ ಹೇಳಿಬಿಡಪ್ಪಾ” ಎಂದು ತನ್ನ ದೂರದ ಸಂಬಂಧಿ ಅಪ್ಪನಿಗೆ ಗೋಗರೆಯುತ್ತಿದ್ದಳು. ಬಾಲ್ಯವಿಧವೆಯಾದ ಈಕೆ ರಾತ್ರಿ ಊಟ ಮಾಡಿದ್ದು ನೆನಪೇ ಇರಲಿಲ್ಲ. ಬಳ್ಳಾರಿಗೆ ಹೋಗುವ, ಚುಕ್ಕಿ ಬಾಳೆಹಣ್ಣು ಕೊಳ್ಳುವ ಆರ್ಥಿಕತೆಯೂ ಆಕೆಯದಲ್ಲ. ಇವೆಲ್ಲವೂ ಅಲ್ಲದೆ, ಬಸ್ಸಿನಲ್ಲಿ ಒಂದೆರಡು ಹಣ್ಣು ಅಪ್ಪಚ್ಚಿಯಾಗಿದ್ದರೆ, ಹಿತ್ತಲಿನ ಬೇವಿನ ಮರದ ಕೋತಿಗಳಿಗೆ ಅವು ಸಮರ್ಪಣೆಯಾಗುತ್ತಿದ್ದವು.

ಹಸುಗೂಸುಗಳು ನಿರಂತರವಾಗಿ ಹಠ ಮಾಡಿದರೆ, ಚುಕ್ಕಿ ಬಾಳೆಹಣ್ಣಿನ ಚೂರನ್ನು ನುಣುಪಾಗಿ ನಾದಿ, ಅದರ ನಾಲಿಗೆಗೆ ಸವರಿದರೆ ಅವು ಸುಮ್ಮನಾಗುತ್ತಿದ್ದವು. ಆದ್ದರಿಂದ ಬಾಣಂತಿ ಮನೆಯವರು ಆಗಾಗ "ನಿಮ್ಮ ಮನೆಯಲ್ಲಿ ಚುಕ್ಕಿ ಬಾಳೆಹಣ್ಣು ಅದೇನ್ರಿ? ಯಾಕೋ ಕೂಸು ಒಂದೇ ಸವನೆ ರಚ್ಚೆ ಹಿಡಿದು ಬಿಟ್ಟಿದೆ" ಅಂತ ಗೋಗರೆಯುತ್ತಿದ್ದರು. ಇದ್ದರೆ ಕೊಡುತ್ತಿದ್ದರು. ಇಲ್ಲದಿದ್ದರೆ "ರುಕ್ಮಿಣಮ್ಮ ಮನೆಯಾಗೆ ಹೋಗಿ ಕೇಳ್ರಿ, ಮಗಳ ಮದುವಿ ಜವಳಿ ಖರೀದಿಗೆ ಹೋಗಿದ್ರು" ಎಂದು ಸಲಹೆ ಕೊಡುತ್ತಿದ್ದರು.

ಚುಕ್ಕಿ ಬಾಳೆಹಣ್ಣಿನ ಸಿಪ್ಪೆಗೂ ಬೆಲೆಯಿತ್ತು. ಹೆಬ್ಬೆರಳಿನ ಉಗುರಿನಿಂದ ಸಿಪ್ಪೆಯ ಒಳಭಾಗವನ್ನು ಗೆಬರಿ ಗೆಬರಿ, ಎಳೆಎಳೆಯಾಗಿ ಬರುವ ನಾರಿನಂತಹ ವಸ್ತುವನ್ನು ತಿಂದರೆ ಮರುದಿನ ಶೌಚ ಸಲೀಸಾಗಿ ಆಗುತ್ತದೆಂದು ಎಲ್ಲರಿಗೂ ಗೊತ್ತಿತ್ತು. ಬ್ರಹ್ಮಾಂಡ ಖಾರದ ಅಡುಗೆಯನ್ನು ಚಪ್ಪರಿಸಿ ಉಣ್ಣುವ, ಸುಲಭವಾಗಿ ಕುಡಿಯುವ ನೀರು ಸಿಗದ ಊರಾದ್ದರಿಂದ ಪ್ರತಿಮನೆಯಲ್ಲೂ ಒಬ್ಬರಿಗಾದರೂ ಶೌಚದ ಸಮಸ್ಯೆ ಇದ್ದೇ ಇರುತ್ತಿತ್ತು. ಆದ್ದರಿಂದ ಸಿಪ್ಪೆಯ ಒಳಪದರದ ಲೋಳೆಗಳಿಗೆ ಬೇಡಿಕೆ ಇರುತ್ತಿತ್ತು. ಮಕ್ಕಳಾದ ನಾವು ಮಾತ್ರ ಅದರ ತಂಟೆಗೆ ಹೋಗುತ್ತಿರಲಿಲ್ಲ. ನಂತರ ಈ ಖಾಲಿ ಸಿಪ್ಪೆಗಳೆಲ್ಲಾ ಕಲಾಯಿ ಮಾಡಿದ ಹಿತ್ತಾಳಿ ಪಾತ್ರೆಯನ್ನು ಸೇರುತ್ತಿದ್ದವು. ದೂರದಲ್ಲಿ ಹಿತ್ತಲಿನಲ್ಲಿ ಇಟ್ಟಿರುತ್ತಿದ್ದೆವು. ಯಾಕೆಂದರೆ ಈ ಸಿಪ್ಪೆಗಳಿಗೆ ನೊಣಗಳು ಗವ್ವೆಂದು ಮುತ್ತುತ್ತಿದ್ದವು. ಅವಕ್ಕೂ ಹಣ್ಣು ಇಷ್ಟವೇ!

ನಮ್ಮ ಮನೆಯಲ್ಲಿ ಹಸುವನ್ನು ಸಾಕಿರಲಿಲ್ಲ. ಆದರೆ ಪ್ರತಿದಿನ ಬೆಳಿಗ್ಗೆ ಕಂದು ಬಣ್ಣದ, ಅಲ್ಲಲ್ಲಿ ಬಿಳಿಯ ಮಚ್ಚೆಗಳನ್ನು ಹೊಂದಿರುವ ಸೊಗಸಾದ ಹಸುವೊಂದು ನಮ್ಮ ತಲಬಾಗಿಲಿಗೆ ಬಂದು ನಿಲ್ಲುತ್ತಿತ್ತು. ಸಾಮಾನ್ಯವಾಗಿ ಒಂದು ಹಿಡಿ ಅಕ್ಕಿ, ಒಂದು ಚೂರು ಬೆಲ್ಲ, ಹತ್ತಿಕಾಳು, ತರಕಾರಿ ಮತ್ತು ಸೊಪ್ಪಿನ ಶೇಷವನ್ನು ಆ ಪಾತ್ರೆಯಲ್ಲಿ ಹಾಕಿರುತ್ತಿದ್ದೆವು. ಮನೆಯಲ್ಲಿ ನಾವು ಎದ್ದು ಬಾಗಿಲು ತೆರೆಯುವ ತನಕ ಆ ಮೂಕಪ್ರಾಣಿ ಕಾಯುತ್ತಾ ನಿಂತಿರುತ್ತಿತ್ತು. ಯಾರಾದರೊಬ್ಬರು ಅದರ ಹಣೆಗೆ ಕುಂಕುಮವಿಕ್ಕಿ, ಗೋಗ್ರಾಸದ ಪಾತ್ರೆಯನ್ನು ಇಟ್ಟರೆ, ಒಂದು ಚೂರೂ ಉಳಿಸದೆ ತಿಂದು ಹೋಗುತ್ತಿತ್ತು. ಆ ಹಸುವಿಗೆ ಚುಕ್ಕಿ ಬಾಳೆಹಣ್ಣೆಂದರೆ ಪರಮಪ್ರೀತಿ. ಸಿಪ್ಪೆಗಳನ್ನು ಹಾಕಿ ಹಿತ್ತಲಿನ ಮೂಲೆಯಲ್ಲಿ ಗೋಗ್ರಾಸದ ಪಾತ್ರೆ ಇಟ್ಟಿರುತ್ತಿದ್ದರೂ, ಅದು ಹೇಗೆ ಅದಕ್ಕೆ ವಾಸನೆ ಸೋಕುತ್ತಿತ್ತೋ ದೇವರೇ ಬಲ್ಲ! ಆ ದಿನ ನಾವು ಏಳುವ ತನಕ ಕಾಯುವ ತಾಳ್ಮೆ ಅದಕ್ಕೆ ಇರುತ್ತಲೇ ಇರಲಿಲ್ಲ. "ಅಂಬಾ, ಅಂಬಾ" ಎಂದು ಕೂಗುತ್ತಾ, ತನ್ನ ಕೊಂಬುಗಳಿಂದ ಬಾಗಿಲು ಚಿಲಕಕ್ಕೆ ಬಡಿದು, ಜೀವವೇ ಹೋಗುವಂತೆ ಸದ್ದು ಮಾಡುತ್ತಿತ್ತು. ಆ ದಿನ ಮಾತ್ರ ನಾವು ಮಕ್ಕಳು ಗೋಗ್ರಾಸದ ಬಟ್ಟಲನ್ನು ಒಯ್ಯುವ ಸಾಹಸ ಮಾಡುತ್ತಿರಲಿಲ್ಲ. ಅದರ ಆರ್ಭಟವನ್ನು ಎದುರಿಸುವ ಶಕ್ತಿ ನಮಗಿರುತ್ತಿರಲಿಲ್ಲ. ಅಪ್ಪ ಅಥವಾ ಅಮ್ಮನೇ

ಹೋಗಿ ಕೊಡುತ್ತಿದ್ದರು. ಆ ದಿನ ಅದರ ನೊಸಲಿಗೆ ಮೊದಲು ಕುಂಕುಮ ಹಚ್ಚುವ ಅವಕಾಶವಿರುತ್ತಲೇ ಇರಲಿಲ್ಲ. ಅದು ಬಟ್ಟಲಿಗೆ ಬಾಯಿ ಹಾಕಿದ ನಂತರವೇ ಕುಂಕುಮ ಹಚ್ಚಬಹುದಾಗಿತ್ತು. ಅದಕ್ಕೆ ಒಂದು ಸುತ್ತು ಪ್ರದಕ್ಷಿಣೆ ಹಾಕುವ ಅಮ್ಮ "ಬಾಳೆಹಣ್ಣು ಎಂದರೆ ಬಾಯಿಬಾಯಿ ಬಿಡ್ತಾಳೆ ಹುಚ್ಚುಮುಂಡೆ" ಎಂದು ಪ್ರೀತಿಯಿಂದ ಅದರ ಹೊಟ್ಟೆಗೆ ಒಂದು ಪ್ರೀತಿಯ ಏಟನ್ನು ಹಾಕುತ್ತಿದ್ದಳು.

ಇಂಗ್ಲಾಂಡಿನಲ್ಲಿ ನನಗೆ ಚುಕ್ಕೆ ಬಾಳೆಹಣ್ಣು ಸಿಗುತ್ತಿರಲಿಲ್ಲ. ಎಷ್ಟೇ ಸೂಪರ್ ಮಾರ್ಕೆಟ್ ಸುತ್ತಿದರೂ ಹಳದಿ ಬಣ್ಣದ ಅಥವ ಹಸಿರು ಮಿಶ್ರಿತ ಹಳದಿ ಬಣ್ಣದ ಬಾಳೆಹಣ್ಣುಗಳನ್ನು ಇಟ್ಟಿರುತ್ತಿದ್ದರು. ಈ ಚುಕ್ಕಿ ಬಾಳೆಹಣ್ಣಿಗೆ ಇಂಗ್ಲೀಷಿನಲ್ಲಿ ಏನನ್ನಬೇಕೋ ನನಗೆ ತಿಳಿಯದು. "ಡಾಟೆಡ್ ಬನಾನಾ" ಎಂದು ನೇರ ತರ್ಜುಮೆ ಮಾಡಿದರೆ ನಗೆಗೀಡಾಗುತ್ತೇನೆಂದು ಸುಮ್ಮನಿರುತ್ತಿದ್ದೆ. ಆ ದೇಶದಲ್ಲಿ ಬಿಸಿಲು ಕಡಿಮೆ. ಮನೆಯಲ್ಲಿಯೂ ತಂಪು ವಾತಾವರಣ. ಹಣ್ಣನ್ನು ತಂದಿಟ್ಟರೆ ಕಪ್ಪಾಗುತ್ತಿದ್ದವೇ ಹೊರತು, ಚುಕ್ಕಿ ಮೂಡುತ್ತಿರಲಿಲ್ಲ.

ಒಮ್ಮೆ ಅಪರೂಪಕ್ಕೆ ಶೆಲ್ಫಿನ ಮೂಲೆಯಲ್ಲಿ, ಯಾರಿಗೂ ಕಾಣದ ಸಂದಿಯಲ್ಲಿ, ನಾಲ್ಕು ಚುಕ್ಕಿ ಬಾಳೆಹಣ್ಣುಗಳು ಕಂಡವು. ತಕ್ಷಣವೇ ನಿಧಿ ಸಿಕ್ಕಂತೆ ಖುಷಿಯಾಗಿ ಅದನ್ನೆತ್ತಿಕೊಂಡು ಕೌಂಟರ್ ಕಡೆಗೆ ನಡೆದೆ. ಕೌಂಟರ್ ಹುಡುಗಿ ಚುಕ್ಕಿ ಬಾಳೆಹಣ್ಣು ನೋಡಿದ್ದೇ "ಸಾರ್, ಇದು ಹಾಳಾಗಿದೆ. ಆಗಲೇ ಚುಕ್ಕೆಗಳು ಬಂದಿವೆ ನೋಡಿ. ಬೇರೆ ಬಾಳೆಹಣ್ಣು ತರಿಸಿಕೊಡುವೆ" ಎಂದು ಬೆಲ್ ಬಾರಿಸಿದಳು. ನಾನು ನಕ್ಕು "ಬೇಡ ಬೇಡ, ನನಗೆ ಇದೇ ಬೇಕು" ಎಂದು ಹೇಳಿದೆ. ಆಕೆ ಖಡಾಖಂಡಿತವಾಗಿ ನಿರಾಕರಿಸಿಬಿಟ್ಟಳು. "ಕ್ಷಮಿಸಿ ಸಾರ್. ಇದು ನಾವು ಮಾರಾಟ ಮಾಡುವ ಬಾಳೆಹಣ್ಣಿಗಿಂತಲೂ ಕಡಿಮೆ ಗುಣಮಟ್ಟದ್ದು. ಖಂಡಿತಾ ಮಾರಾಟ ಮಾಡಲಾಗುವದಿಲ್ಲ" ಎಂದಳು. "ಹಾಗಿದ್ದರೆ ಪುಕ್ಕಟೆಯಾಗಿ ಕೊಡು" ಎಂದು ಗೋಗರೆದೆ. ಅದಕ್ಕೂ ಆಕೆ ಒಪ್ಪಲಿಲ್ಲ. "ತಿಂದು ನಿಮಗೇನಾದರೂ ಆದರೆ, ಅದರ ಜವಾಬ್ದಾರಿ ನಮ್ಮ ಸೂಪರ್‌ಮಾರ್ಕೆಟ್ ಮೇಲೆ ಬರುತ್ತದೆ. ಆದ್ದರಿಂದ ಕೊಡಲಾಗುವದಿಲ್ಲ" ಎಂದು ತನ್ನ ಅಸಹಾಯಕತೆ ತಿಳಿಸಿದಳು. ನನ್ನ ಕುತೂಹಲ ತಣಿಯಲಿಲ್ಲ. "ಹಾಗಿದ್ದರೆ ಇದನ್ನೇನು ಮಾಡ್ತೀಯಾ?" ಎಂದು ಕೇಳಿದೆ. "ಡಸ್ಟ್‌ಬಿನ್‌ಗೆ ಹಾಕಿ, ನಾಳೆ ಡಿಸ್‌ಪೋಜ್ ಮಾಡಿಸುತ್ತೇನೆ" ಎಂದಳು. ಮತ್ತೆ ಮಾತನಾಡುವ ಧೈರ್ಯವಿಲ್ಲದೆ ಹೊರಗೆ ಹೆಜ್ಜೆ ಹಾಕಿದೆ. ಬೆಲ್‌ಬಾರಿಸಿದ್ದಳಲ್ಲಾ, ಯಾರೋ ಸಹಾಯಕನೊಬ್ಬ ಅವಳ ಬಳಿ ಬಂದ. ಅವನಿಗೆ ಏನೇನೋ ವಿವರಿಸಿ, ಹಣ್ಣನ್ನು ಕೊಟ್ಟಿದ್ದು ನನಗೆ ಗಾಜಿನ ದೊಡ್ಡ ಕಿಟಕಿಯಿಂದ ಕಾಣಿಸಿತು.

02ನೇ ಏಪ್ರಿಲ್2016

ಐದು ಪೈಸೆ ವರದಕ್ಷಿಣೆ

ಚಿಕ್ಕಂದಿನ ಘಟನೆಯೊಂದು ನೆನಪಾಗುತ್ತಿದೆ. ನಮ್ಮ ಮನೆಗೆ ಇಬ್ಬರು ಪುಟ್ಟ ಹುಡುಗರು ದೂರದ ಊರಿಂದ ರಜೆಗಾಗಿ ಬಂದಿದ್ದರು. ಅಪ್ಪನ ದೂರದ ಸಂಬಂಧದ ಈ ಹುಡುಗರ ಮನೆಯ ಪರಿಸ್ಥಿತಿ ಅಷ್ಟೊಂದು ಸುಭಿಕ್ಷವಾಗಿಯೇನೂ ಇರಲಿಲ್ಲ. ದೊಡ್ಡವನ ಹೆಸರು ಪ್ರಾಣೇಶ, ಸುಮಾರು ಹತ್ತು ವರ್ಷ ವಯಸ್ಸು. ಅವನ ತಂಗಿ ಸುಧಾ, ಅವಳಿಗೆ ಏಳು ವರ್ಷ. ನನ್ನ ಅಕ್ಕ ಮತ್ತು ನಾನೂ ಸರಿಸುಮಾರು ಅದೇ ವಯಸ್ಸಿನವರಾದ್ದರಿಂದ ನಮ್ಮ ಜೊತೆ ಆಡಿಕೊಂಡು ರಜೆ ಕಳೆಯುತ್ತಾರೆಂದು ಅಪ್ಪನೇ ಹೇಳಿ ಆ ಹುಡುಗರನ್ನು ಕರೆಸಿದ್ದರು. ಇಬ್ಬರೂ ಹುಡುಗರು ಬಹು ಸೂಟಿಯಾಗಿದ್ದರು. ನಮ್ಮ ಊರಿನಲ್ಲಿ ನೀರಿನ ಸಮಸ್ಯೆಯಿತ್ತು. ಅವರ ಊರಿನಲ್ಲಿಯೂ ಅಂತಹದೇ ಸಮಸ್ಯೆಯೆಂದೂ, ತಮ್ಮಿಬ್ಬರಿಗೂ ನೀರು ತರಲು ಬರುತ್ತದೆಂದು ಹೇಳಿ ಪುಟ್ಟ ಬಿಂದಿಗೆ ಹಿಡಿದು ನಮ್ಮೊಡನೆ ನಲ್ಲಿ ನೀರಿಗೆ ಬರುತ್ತಿದ್ದರು. ಚಿಕ್ಕವಳಾದ ಸುಧಾ ಅಮ್ಮನ ಪಕ್ಕ ಕುಳಿತು ಮೆಂತೆ ಸೊಪ್ಪನ್ನು ಬಿಡಿಸಿ ಕೊಡುತ್ತಿದ್ದಳು. ಯಾವುದಕ್ಕೂ ಹಟ ಮಾಡುತ್ತಿರಲಿಲ್ಲ. ಅವರ ಅಪ್ಪ-ಅಮ್ಮರನ್ನು ನೆನೆದು ದುಃಖಿಸುತ್ತಿರಲಿಲ್ಲ. ಕಾಲಲ್ಲಿ ಗೆಜ್ಜೆ ಹಾಕಿಕೊಂಡು, ಕೆಂಪು ಪರಕಾರ ಹಳದಿ ಚೋಳಿಯನ್ನು ಹಾಕಿಕೊಂಡು ಪುಟುಪುಟು ಓಡಾಡುವ ಸುಧಾ; ಬೆಳಿಗ್ಗೆ ಸ್ನಾನ

ಮಾಡಿದ ತಕ್ಷಣ ಸಣ್ಣಂಗೋಸ್ತ್ರವನ್ನೇ ಕಚ್ಚೆ ಹಾಕಿ ಉಟ್ಟು, ಗೋಪಿಚಂದನವನ್ನು ಢಾಳಾಗಿ ಹಚ್ಚಿಕೊಂಡು ಪಡಸಾಲೆಯಲ್ಲಿ ಕುಳಿತು ಸಂಧ್ಯಾವಂದನೆ ಮಾಡುತ್ತಿದ್ದ ಪ್ರಾಣೇಶರ ಚಿತ್ರ ಈಗಲೂ ನನ್ನ ಕಣ್ಣ ಮುಂದೆ ಬರುತ್ತದೆ.

ಅದು ಅಕ್ಟೋಬರ್ ತಿಂಗಳ ಕಾಲ. ನಮ್ಮೂರಿನ ಸುತ್ತ ಮುತ್ತಲೆಲ್ಲಾ ಹಚ್ಚ ಹಸಿರಾಗಿರುವ ಹೊತ್ತು. ಸಾಮಾನ್ಯವಾಗಿ ಈ ಹೊತ್ತಿನಲ್ಲಿ ಓಣಿಯ ಹಿರಿಕಿರಿಯ ಹುಡುಗರೆಲ್ಲರೂ ಸೇರಿ ಗಂಡಿ ನರಸಿಂಹಸ್ವಾಮಿ ದೇವಸ್ಥಾನಕ್ಕೆ ಹೋಗಿ ಬರುವುದು ವಾಡಿಕೆ. ಅದು ಊರಿಂದ ಸುಮಾರು ನಾಲ್ಕು ಮೈಲಿ ದೂರದಲ್ಲಿದೆ. ಅದೇ ಹೊತ್ತಿನಲ್ಲಿ ನಮ್ಮ ಸೋದರಮಾವನೂ ಊರಿಗೆ ಬಂದಿದ್ದ. ಆತ ನಮ್ಮ ಇಡೀ ಮಕ್ಕಳ ಸೈನ್ಯವನ್ನು ದೇವಸ್ಥಾನಕ್ಕೆ ಕರೆದುಕೊಂಡು ಹೋದ. ಮನೆಯಿಂದಲೇ ಬಿಸಿಬೇಳೆ ಬಾತು ಮತ್ತು ಮೊಸರನ್ನವನ್ನು ಕಟ್ಟಿಕೊಂಡು ಹೋಗಿದ್ದೆವು. ಹಳ್ಳದ ದಂಡೆಯ ಮೇಲೆ ಕುಳಿತು, ಹೊಟ್ಟೆ ತುಂಬಾ ತಿಂದು, ನೀರಿನ ಒರತೆಗಳನ್ನು ತೋಡಿ ದಾಹವನ್ನು ಇಂಗಿಸಿಕೊಂಡು, ಕೋತಿಗಳ ಜೊತೆಗೆ ಆಟವಾಡಿ ಬಹು ಸಂತೋಷದಿಂದ ಮನೆಯ ಕಡೆ ಹೊರಟೆವು.

ಊರನ್ನು ಪ್ರವೇಶಿಸುವ ದಾರಿಯಲ್ಲಿ ಹೊಸದಾಗಿ ಹೋಟೆಲೊಂದು ಬಂದಿತ್ತು. ಮಾವ ಎಲ್ಲರನ್ನೂ ಹೋಟೆಲಿಗೆ ಕರೆದುಕೊಂಡು ಹೋದ. ನಮಗೆ ಯಾರಿಗೂ ನಮ್ಮ ಊರಿನ ಹೋಟೆಲಿಗೆ ಹೋಗಿ ಅಭ್ಯಾಸ ಇರಲಿಲ್ಲ. ಬಳ್ಳಾರಿ–ಹೊಸಪೇಟೆಗೆ ಹೋದಾಗ ಮಾತ್ರ ಅಪ್ಪ ಒಮ್ಮೊಮ್ಮೆ ಮಸಾಲೆ ದೋಸೆ ಕೊಡಿಸುತ್ತಿದ್ದ. ಆದ್ದರಿಂದ ಊರಲ್ಲಿನ ಈ ಹೋಟೇಲಿಗೆ ಹೋದಾಗ ಯಾರಾದರೂ ಪರಿಚಯದವರು ನೋಡಿದರೆ ಗತಿಯೇನು ಎಂಬ ಭಯವಿತ್ತು. ಆದರೆ ನಗರದ ಬದುಕನ್ನು ಕಂಡ ಸೋದರಮಾವ ಎಲ್ಲರಿಗೂ ಧೈರ್ಯವನ್ನು ಕೊಟ್ಟು ಒಳಗೆ ಕರೆದುಕೊಂಡು ಹೋದ. ಎಲ್ಲರಿಗೂ ಕಾಫಿಯನ್ನು ಕೊಡಿಸಿದ. ನಮಗೆಲ್ಲಾ ಒಂಥರಾ ಖುಷಿ.

ಆದರೆ ಕತ್ತಲಾಗುವದರೊಳಗೆ ಮನೆಗೆ ವಾಪಾಸು ಬಂದು ಬಿಡಬೇಕೆಂದು ಅಮ್ಮ ತಾಕೀತು ಮಾಡಿ ಕಳುಹಿಸಿದ್ದಳು. ಆದ್ದರಿಂದ ಮಾವ ಎಲ್ಲರಿಗೂ ಅವಸರ ಮಾಡಿ ಎಬ್ಬಿಸಿಕೊಂಡು ಮನೆಗೆ ಕರೆದುಕೊಂಡು ಹೋದ. ಸ್ವಲ್ಪ ದೂರ ಹೋಗಿದ್ದೆವೋ ಇಲ್ಲವೋ, ಸುಧಾ ಅತ್ಯಂತ ಕಳವಳದಿಂದ "ಪ್ರಾಣಣ್ಣಾ... ಪ್ರಾಣಣ್ಣಾ..." ಎಂದು ಅವಳಣ್ಣನನ್ನು ಮಾತನಾಡಿಸಿದಳು. "ಏನೇ?" ಎಂದು ಹಿರಿಯನಾದ ಅವನು ಅಸಡ್ಡೆಯಿಂದಲೇ ಕೇಳಿದ. "ಮತ್ತೆ... ಮತ್ತೆ... ಕಾಫಿ ಭಾಳ ಬಿಸಿ ಇತ್ತು. ನಂಗೆ ಪೂರ್ತಿ ಕುಡೀಲಿಕ್ಕೆ ಆಗಲಿಲ್ಲ. ಅರ್ಧ ಕುಡಿದು ಹಂಗೇ ಬಿಟ್ಟು ಬಂದು ಬಿಟ್ಟೆ..." ಎಂದು ಗಾಭರಿಯಾಗಿ ಹೇಳಿದಳು. ಆ ಮಾತಿಗೆ ಪುಟ್ಟ ಪ್ರಾಣೇಶ ಬಹಳ ಕಂಗಾಲಾದ. "ಅಯ್ಯೋ ರಂಡೆ, ಅಮ್ಮಗೆ ಗೊತ್ತಾದ್ರೆ ಬೈತಾಳೆ..." ಎಂದಿದ್ದೇ ಓಡಿ ಹೋಟೇಲಿಗೆ

ಹೋಗಿ, ತನ್ನ ತಂಗಿ ಉಳಿಸಿದ್ದ ಅರ್ಧ ಕಪ್ಪು ಕಾಫಿಯನ್ನು ಗಟಗಟನೆ ಕುಡಿದು, ಮತ್ತೆ ಓಡಿ ಬಂದು ನಮ್ಮ ಜೊತೆ ಸೇರಿಕೊಂಡ. ತನ್ನ ತಂಗಿಗೆ "ಹೆದರ್ಕೋಬೇಡ. ನಾನು ಕುಡಿದು ಬಂದೆ. ಅಮ್ಮ ಬೈಯಲ್ಲ" ಎಂದು ಸಮಾಧಾನ ಮಾಡಿದ.

ಈಗ ಈ ಘಟನೆಯನ್ನು ನೆನೆಸಿಕೊಂಡರೆ ಸಾಕಷ್ಟು ನಗು ಬರುತ್ತದೆ. ಆದರೆ ಆ ಬಾಲ್ಯದಲ್ಲಿ ಏನಾದರೂ ಆಹಾರವನ್ನು ಚೆಲ್ಲಿದರೆ ಅಪ್ಪ-ಅಮ್ಮ ಬೈಯುತ್ತಾರೆಂಬ ವಿಚಿತ್ರ ಹೆದರಿಕೆ ನಮ್ಮಲ್ಲಿ ಇರುತ್ತಿತ್ತು. ಅದಕ್ಕೆ ಧರ್ಮದ ಹೆಣಿಗೆಯನ್ನೂ ಹಾಕಿ ಹಿರಿಯರು ನಮ್ಮನ್ನು ಏನೂ ಚೆಲ್ಲದಂತೆ ನೋಡಿಕೊಳ್ಳುತ್ತಿದ್ದರು. ಉದಾಹರಣೆಗೆ ರಾತ್ರಿಯ ಹೊತ್ತು ಏನಾದರೂ ತಟ್ಟೆಯಲ್ಲಿ ತಿನ್ನದೆ ಬಿಟ್ಟರೆ ಆ ಮನೆಯಿಂದ ಲಕ್ಷ್ಮೀದೇವಿ ಹೊರಟು ಹೋಗುತ್ತಾಳೆ ಎಂಬ ವಿಶೇಷ ಭಯ ಎಲ್ಲರಲ್ಲೂ ಇರುತ್ತಿತ್ತು. ಹೆಚ್ಚು ಕಡಿಮೆ ಎಲ್ಲ ಬಂಧು ಬಳಗದ್ದೂ ಬಡತನದ ಬದುಕೇ ಆದರೂ ಲಕ್ಷ್ಮೀದೇವಿಯ ಭಯ ಮಾತ್ರ ಯಾರಿಗೂ ಕಡಿಮೆ ಇರಲಿಲ್ಲ. ಹಿರಿಯರೂ ಅದನ್ನು ಪ್ರಾಮಾಣಿಕವಾಗಿ ನಂಬುತ್ತಿದ್ದರು. ಕೆಲವೊಮ್ಮೆ ಸೌತೆಕಾಯಿ ಪಲ್ಯೆಯೋ, ಹೀರೇಕಾಯಿ ಪಲ್ಯೆಯೋ ಮಾಡಿದಾಗ ಅಮ್ಮಗೆ ಗೊತ್ತಿಲ್ಲದಂತೆ ಕಹಿಯಾದ ಕಾಯಿ ಸೇರಿಕೊಂಡು ಬಿಟ್ಟಿರುತ್ತಿತ್ತು. ಅಪ್ಪ ಮಾತ್ರ ಅದನ್ನೂ ಚೆಲ್ಲದೆ ಉಣ್ಣುತ್ತಿದ್ದುದು ಈಗ ನೆನೆಸಿಕೊಂಡರೆ ವಿಶೇಷವೆನ್ನಿಸುತ್ತದೆ. ಆತ ಅದೆಷ್ಟು ಸ್ವಚ್ಛವಾಗಿ ಊಟ ಮಾಡುತ್ತಿದ್ದನೆಂದರೆ, ಅನಂತರ ಆತನ ತಟ್ಟೆಯಲ್ಲಿಯೇ ಅಮ್ಮ ಊಟ ಮಾಡುತ್ತಿದ್ದುದು ಎಂದಿಗೂ ನಮಗೆ ಅಸಹ್ಯವೆನ್ನಿಸುತ್ತಿರಲಿಲ್ಲ.

ಹಬ್ಬದ ದಿನ ಸಾಕಷ್ಟು ವೈವಿಧ್ಯದ ಅಡುಗೆಯಿರುತ್ತದಲ್ಲವೆ? ಆ ದಿನ ಮಕ್ಕಳು ಆಸೆಯಿಂದ ಹೆಚ್ಚು ಹಾಕಿಸಿಕೊಂಡು, ಅನಂತರ ತಿನ್ನಲಾಗದೆ ಚೆಲ್ಲುವುದು ಜಾಸ್ತಿ. ಅದನ್ನು ತಪ್ಪಿಸುವದಕ್ಕೆ ಅಪ್ಪ ಒಂದು ಉಪಾಯವನ್ನು ಕಂಡುಕೊಂಡಿದ್ದ. "ಬಾಳೆ ಎಲೆಯಲ್ಲಿ ಏನೂ ಚೆಲ್ಲದಂತೆ ಯಾರು ಉಣ್ತಾರೋ ಅವರಿಗೆ ಐದು ಪೈಸೆ ಕೊಡ್ತೀನಿ" ಎಂದು ಊಟಕ್ಕೆ ಕೂಡುವದಕ್ಕೆ ಮುಂಚೆಯೇ ಘೋಷಿಸುತ್ತಿದ್ದ. ಆ ಐದು ಪೈಸೆ ನಮಗೆ ಬಹುದೊಡ್ಡ ಮೊತ್ತವಾಗಿ ಕಾಣುತ್ತಿತ್ತು. ನಮಗೆ ಎಷ್ಟು ಬೇಕೋ ಅಷ್ಟು ಮಾತ್ರ ಹಾಕಿಸಿಕೊಂಡು ಒಂಚೂರೂ ಚೆಲ್ಲದೆ, ಎಲೆ ತುದಿಯ ಉಪ್ಪನ್ನೂ ಕೊನೆಗೆ ಕೈಗೆ ಹಚ್ಚಿಕೊಂಡು ಸ್ವಚ್ಛ ಮಾಡಿಕೊಳ್ಳುವ ಅಭ್ಯಾಸ ಮಾಡಿಕೊಂಡಿದ್ದೆವು. ಊಟ ಎಲ್ಲ ಮುಗಿದ ಮೇಲೆ, ಎಂಜಲು ಗೋಮೆ ಮಾಡುವ ಅಮ್ಮ, ನಾವು ಹುಡುಗರು ಎಲೆಯ ಕೆಳಗೆ ಏನೂ ಬಚ್ಚಿಟ್ಟಿಲ್ಲ ಎಂಬುದನ್ನು ಖಾತ್ರಿ ಪಡಿಸಿದ ಮೇಲೆ, ಹೇಳಿದ ಮಾತಿಗೆ ತಕ್ಕಂತೆ ಅಪ್ಪ ಐದು ಪೈಸೆ ಕೊಡುತ್ತಿದ್ದ. ದೊಡ್ಡ ಮೊತ್ತದ ಹಣವನ್ನು ಸಂಪಾದನೆ ಮಾಡಿದ ಖುಷಿ ನಮ್ಮಲ್ಲಿರುತ್ತಿತ್ತು. ಅದರಿಂದ ಏನು ಕೊಳ್ಳಬೇಕೆಂದು ಬಹಳ ದೊಡ್ಡ ತರ್ಕವನ್ನು ಮಾಡುತ್ತಿದ್ದೆವು. ಅಪ್ಪನ ಈ ಉದಾರತನಕ್ಕೆ ಅಮ್ಮ

ಯಾವತ್ತೂ ಗೊಣಗಾಡುತ್ತಿದ್ದಳು. "ಈಗಿನಿಂದಲೇ ಹುಡುಗರಿಗೆ ದುಡ್ಡಿನ ರುಚಿ ತೋರಿಸಿದ್ರೆ ಗತಿ ಏನು?" ಎಂದು ಅಪ್ಪನನ್ನು ಜರೆಯುತ್ತಿದ್ದಳು.

ಅಪ್ಪ ಸಾಮಾನ್ಯವಾಗಿ ಕಾಡುಪ್ರಾಣಿಗಳ ಉದಾಹರಣೆಯನ್ನು ಕೊಡುತ್ತಿದ್ದ. "ಯಾವುದಾದ್ರೂ ಕಾಡು ಪ್ರಾಣಿಗೆ ಬೊಜ್ಜು ಇರೋದು ನೋಡೀರಾ?" ಎಂದು ಪ್ರಶ್ನಿಸುತ್ತಿದ್ದ. ಬೊಜ್ಜಿನ ಸಮಸ್ಯೆ ಏನಿದ್ದರೂ ಮನುಷ್ಯರಿಗೆ ಅಥವಾ ಮನುಷ್ಯರು ಸಾಕಿದ ಪ್ರಾಣಿಗಳಿಗೆ ಮಾತ್ರ ಎಂದು ಖಚಿತವಾಗಿ ಹೇಳುತ್ತಿದ್ದ. ಹೊಟ್ಟೆ ತುಂಬಿದ ಹುಲಿಯ ಮುಂದೆ ಸುಳಿದಾಡಿದ್ರೂ ಅದು ನಮ್ಮನ್ನ ಮುಟ್ಟಲ್ಲ ಗೊತ್ತಾ? ಒಂದು ಜಿಂಕೆ ಹಿಡಿದ್ರೆ ಮೂರು ದಿನ ಅದರ ಮೇಲೇ ಜೀವನ ಮಾಡುತ್ತೆ. ವರ್ಷಕ್ಕೆ ಆಗುವಷ್ಟು ಅಕ್ಕಿ, ಬೇಳೆ, ಜೋಳಗಳನ್ನ ಶೇಖರಿಸಿ ಇಡೋದು ಮನುಷ್ಯರು ಮಾತ್ರ ಅಂತ ಹೇಳುತ್ತಿದ್ದ. ಕಾಡು ಪ್ರಾಣಿಗಳಿಗೆ ಇರೋ ತಿಳುವಳಿಕೆ ಕೂಡಾ ಮನುಷ್ಯರಿಗೆ ಇಲ್ಲ ಅಂದ್ರೆ ಹೇಗೆ? ಎಂದು ವಾದಿಸುತ್ತಿದ್ದ.

ಅಪ್ಪ ಕೊಡುತ್ತಿದ್ದ ಆ ಐದು ಪೈಸೆ ಈಗಲೂ ನನ್ನನ್ನು ಹಲವಾರು ಸಂದರ್ಭಗಳಲ್ಲಿ ಕಾಡುತ್ತಲೇ ಇರುತ್ತದೆ. ಅಗತ್ಯಕ್ಕಿಂತಲೂ ಹೆಚ್ಚಿನದನ್ನು ಬದುಕಿನಲ್ಲಿ ಪಡೆಯಲು ಪ್ರಯತ್ನಿಸಿದಾಗಲೆಲ್ಲಾ ಅಪ್ಪನ ಆ ಐದು ಪೈಸೆ ಕಳೆದುಕೊಂಡ ಭಾವ ನನ್ನಲ್ಲಿ ಸದ್ದಿಲ್ಲದೆ ಮೂಡಿ ತಲ್ಲಣವನ್ನು ಉಂಟು ಮಾಡುತ್ತದೆ. ಹಾಕಿಕೊಳ್ಳಲು ಸಾಕಷ್ಟು ಬಟ್ಟೆಗಳಿರುವಾಗ, ಕಾರಣವಿಲ್ಲದೆ ಮತ್ತೆ ಹೊಸ ಬಟ್ಟೆಗಳನ್ನು ಕೊಳ್ಳಲು ಹೋದಾಗ ಈ ಐದು ಪೈಸೆ ನನ್ನ ಕಣ್ಣ ಮುಂದೆ ಬರುತ್ತದೆ. ಚೆನ್ನಾಗಿಯೇ ಇರುವ ಟಿವಿಯನ್ನು ಒಳ್ಳೆಯ ಎಕ್ಸಚೇಂಜ್ ಆಫರ್ ಇದೆ ಎಂದು ಬದಲಾಯಿಸಿ ಹೊಸ ಟಿವಿ ತರುವಾಗ ಈ ಐದು ಪೈಸೆ ಕಳೆದುಕೊಂಡಂತೆ ಒಂದೆರಡು ಕ್ಷಣ ಅಧೀರನಾಗುತ್ತೇನೆ. ಯಾವುದೋ ಊರಿಗೆ ಹೋಗಿ ವಾಪಾಸು ಬಂದು, ತಂದ ಲಗೇಜನ್ನು ಖಾಲಿ ಮಾಡುವಾಗ, ಅಷ್ಟು ದೂರ ಒಯ್ದರೂ ಬಳಸದೆಯೇ ಹಾಗೇ ವಾಪಾಸು ತಂದ ವಸ್ತುಗಳು ಮತ್ತದೇ ಐದು ಪೈಸೆಯನ್ನು ಕಣ್ಣ ಮುಂದೆ ಆಡಿಸುತ್ತವೆ. ಅಪ್ಪನ ಆ ಐದು ಪೈಸೆಯ ಮಹತ್ವವನ್ನು ಅರಿತರೆ, ಇಡೀ ಸಮಾಜವೇ ಬದಲಾಗುವ ಸಾಧ್ಯತೆ ಇದೆ ಎನ್ನುವ ನಂಬಿಕೆ ನನಗಿದೆ. ಒಟ್ಟಾರೆ ಈ ಐದು ಪೈಸೆ ನನ್ನೆಲ್ಲಾ ಹೊಟ್ಟೆಬಾಕತನಕ್ಕೆ ಕಡಿವಾಣ ಹಾಕುವಷ್ಟು ಶಕ್ತಿಯುತವಾಗಿದೆ.

ಇಂತಹ ಅಪ್ಪನೂ ಒಂದಿಷ್ಟು ಅನ್ನ ಚೆಲ್ಲುವಂತಹ ಒಂದು ತಮಾಷೆಯ ಪ್ರಸಂಗವೂ ನಮ್ಮ ಮನೆಯಲ್ಲಿ ನಡೆದದ್ದು ನನಗೆ ನೆನಪಾಗುತ್ತಿದೆ. ನಾಯಿ, ಬೆಕ್ಕು ಇತ್ಯಾದಿ ಸಾಕುಪ್ರಾಣಿಗಳಲ್ಲಿ ಅಮ್ಮನಿಗೆ ಅಂತಹ ಮಮಕಾರವೇನೂ ಇರಲಿಲ್ಲ. ವಿಪರೀತ ಮಡಿ-ಮೈಲಿಗೆ ಮಾಡುವ ಮಾಧ್ವ ಕುಟುಂಬವಾದ್ದರಿಂದ ಅಲ್ಲಿ ಸಾಕುಪ್ರಾಣಿಯ ಮೇಲಿನ ಪ್ರೀತಿ ಕಡಿಮೆಯೇ. ಅದು ಹೇಗೋ ನಮ್ಮ ಹಿತ್ತಲಿನಲ್ಲಿ

ಒಂದು ರೋಗಿಷ್ಟ ನಾಯಿ ಬಂದು ಸೇರಿಕೊಂಡಿತು. ಎಷ್ಟೇ ಓಡಿಸಿದರೂ ಮತ್ತೆ ಮತ್ತೆ ಬಂದು ಸೇರಿಕೊಳ್ಳುತ್ತಿತ್ತು. ಎಂಜಲು ಗೋಮೆ ಮಾಡಿ ಚೆಲ್ಲಿದ್ದನ್ನು ತಿನ್ನುವದಕ್ಕೆ ಆಸೆಯಿಂದ ಕಾದು ಕುಳಿತಿರುತ್ತಿತ್ತು. ಆದರೆ ಒಂದು ಅಗುಳನ್ನೂ ಚೆಲ್ಲದಂತೆ ಉಣ್ಣುವ ಹವ್ಯಾಸವನ್ನು ಬೆಳೆಸಿಕೊಂಡಿದ್ದ ನಮ್ಮ ಮನೆಯಲ್ಲಿ ಅದಕ್ಕೆ ಏನು ತಾನೆ ಸಿಕ್ಕೀತು? ನಿರಾಸೆಯ ಮುಖ ಮಾಡಿಕೊಂಡು ವಾಪಾಸು ಹೋಗುತ್ತಿತ್ತು. ಅಪ್ಪ ಇದನ್ನು ಒಂದೆರಡು ಬಾರಿ ನೋಡಿ ನೊಂದುಕೊಂಡ. ಮರುದಿನದಿಂದ ಒಂದು ವಿಚಿತ್ರ ಪದ್ಧತಿಯನ್ನು ಅಳವಡಿಸಿಕೊಂಡ. ಊಟಕ್ಕೆ ಮೊದಲು ಚಿತ್ರಾವತಿ ಇಡಬೇಕಲ್ಲವೆ? ಅದಕ್ಕೆ ಇಷ್ಟು ದೊಡ್ಡ ದೊಡ್ಡ ತುತ್ತನ್ನು ಮಾಡಿ, ನಾಲ್ಕು ತುತ್ತಿನ ಚಿತ್ರಾವತಿ ಇಡಲಾರಂಭಿಸಿದ. ನಮಗೆಲ್ಲಾ ಅಪ್ಪ ಹೀಗೇಕೆ ಮಾಡುತ್ತಿದ್ದಾನೆಂದು ಮೊದಲಿಗೆ ಅರ್ಥವಾಗಲಿಲ್ಲ. ಕೇಳಿದ್ದಕ್ಕೆ "ಆಚಾರ್ಯರು ಹಂಗೆ ಮಾಡಿದ್ರೆ ಒಳ್ಳೇದು ಆಗ್ತದೆ ಅಂತ ಹೇಳ್ಯಾರೆ" ಎಂದು ನೆಪ ಹೇಳಿದ್ದ. ಆದರೆ ಅಮ್ಮಗೆ ಎರಡೇ ದಿನದಲ್ಲಿ ಅದರ ರಹಸ್ಯ ಗೊತ್ತಾಯ್ತು. "ಆ ಸುಡುಗಾಡು ನಾಯಿ ಸಲುವಾಗಿ ನಿಮ್ಮಪ್ಪ ಹೂಡಿರೋ ಆಟ ನೋಡ್ರೋ ಇದು..." ಎಂದು ನಮ್ಮ ಮುಂದೆ ಗೊಣಗಾಡಿದ್ದಳು.

ಈಗಲೂ ಯಾವುದೇ ಸಮಾರಂಭಕ್ಕೆ ಹೋದರೂ, ಜನರು ಹೇಗೆ ಊಟ ಮಾಡಿದ್ದಾರೆ ಎಂದು ಗಮನಿಸುವುದು ನನ್ನ ಹವ್ಯಾಸವಾಗಿದೆ. ಬಫೆ ಊಟವಿದ್ದರೂ, ಉಂಡು ಬಿಟ್ಟ ತಟ್ಟೆಗಳನ್ನು ಚೆಲ್ಲಿದ ಡಬರಿಯತ್ತ ಒಮ್ಮೆ ಪರಿಶೀಲಿಸುವುದನ್ನು ನಾನು ತಪ್ಪಿಸುವುದೇ ಇಲ್ಲ. ನಾನು ಊಟ ಮಾಡಿದ ಸಮುದಾಯದ ಜನರು ಯಾವ ತರಹದವರು ಎನ್ನುವುದನ್ನು ನನಗಿದು ಸ್ಪಷ್ಟವಾಗಿ ತಿಳಿಸಿಕೊಡುತ್ತದೆ. ಇದು ಕೇವಲ "ದೇಶದಲ್ಲಿ ಸಾಕಷ್ಟು ಆಹಾರ ಸಮಸ್ಯೆಯಿದೆ. ಸಾಕಷ್ಟು ಜನರು ಊಟವಿಲ್ಲದೆ ಉಪವಾಸ ಬೀಳುತ್ತಿದ್ದಾರೆ. ಆದ್ದರಿಂದ ನಾವು ಚೆಲ್ಲಬಾರದು" ಎಂಬ ಸರಳ ಸಂಗತಿಯಾಗಿ ನನ್ನಲ್ಲಿ ಉಳಿದಿಲ್ಲ. ಆ ಮಾತು ಸತ್ಯವೆಂದು ಒಪ್ಪಿಕೊಂಡರೂ, ಅದಕ್ಕೂ ಮೀರಿದ ನೈತಿಕತೆಯ ಸಂಗತಿಯಾಗಿ ಇದು ನನ್ನನ್ನು ಕಾಡುತ್ತದೆ. ಜಗತ್ತಿನ ಪ್ರತಿಯೊಬ್ಬರೂ ಅಪ್ಪನ ಐದು ಪೈಸೆಯನ್ನು ಪಡೆದುಕೊಳ್ಳಬೇಕೆಂದು ನನಗೆ ಆಸೆಯಾಗುತ್ತದೆ.

"ರುಚಿಯಿಲ್ಲದ್ದನ್ನು ಸುಮ್ಮನೆ ಯಾಕೆ ತಿನ್ನಬೇಕು?" ಎನ್ನುವ ವಾದವೊಂದನ್ನು ಆಗಾಗ ಕೇಳಿದ್ದೇನೆ. ಈ ಮಾತನ್ನು ನಾನು ಒಪ್ಪುವದಿಲ್ಲ. ಊಟದ ಮಾತಂತಿರಲಿ, ಬದುಕಿನಲ್ಲಿಯೂ ರುಚಿಯಿಲ್ಲದ ಎಷ್ಟೋ ಸಂಗತಿಗಳನ್ನು ನಾವು ಸ್ವೀಕರಿಸಲೇಬೇಕಾದ ಒತ್ತಾಯ ಇದ್ದೇ ಇರುತ್ತದೆ. ಇನ್ನು ಊಟದ ಹೊತ್ತಿನಲ್ಲಿ ಆ ತಾರತಮ್ಯವೇಕೆ? ಆಗೊಮ್ಮೆ ಈಗೊಮ್ಮೆ ರುಚಿಹೀನವಾದದ್ದು ತಿಂದರೆ ಅಂತಹ ಪ್ರಮಾದವೇನೂ ಆಗುವದಿಲ್ಲ. ನಮಗೆ ಅಡುಗೆ ಮಾಡಿ ಬಡಿಸುವವರಿಗೆ ತೋರುವ ಗೌರವವೂ

ಅದಾಗಿರುತ್ತದೆ. ಬೇಕಿದ್ದರೆ ಅನಾರೋಗ್ಯದ ಆಹಾರವನ್ನು ತಿನ್ನಬಾರದೆಂದು ಒಪ್ಪಿಕೊಳ್ಳೋಣ.

ಮೊನ್ನೆ ಅಕ್ಕನ ಮಗಳ ಮದುವೆಯಾಯ್ತು. ಅಳಿಯ ಎಂತಹ ಹುಡುಗನೋ ಎಂಬ ಕಳವಳ ಅಕ್ಕನಲ್ಲಿ ಇದ್ದೇ ಇತ್ತು. ಯಾರೋ ಸಂಬಂಧ ಸೂಚಿಸಿದರು ಎಂದು ಜಾತಕ ಹೊಂದಿಸಿ ಮಾಡುವ ಮದುವೆಗಳಲ್ಲಿ ಹುಡುಗನ ಸ್ವಭಾವ ಎಂತಹದೆಂದು ಎಷ್ಟರ ಮಟ್ಟಿಗೆ ಗೊತ್ತಾಗಲು ಸಾಧ್ಯ? ಮದುವೆಯ ದಿನವೇ ನಾನು ಅದಕ್ಕೆ ಉತ್ತರವನ್ನು ಕಂಡುಕೊಂಡೆ. ಹುಡುಗ ಒಂದು ಚೂರೂ ಚೆಲ್ಲದಂತೆ ಸ್ವಚ್ಛವಾಗಿ ಊಟ ಮಾಡಿದ್ದ. ಆತನ ಅಪ್ಪ-ಅಮ್ಮಂದಿರೂ ಹಾಗೆಯೇ ಉಂಡಿದ್ದರು. ಅಕ್ಕನನ್ನು ಕರೆದು ಆ ಎಲೆಗಳನ್ನು ತೋರಿಸಿ "ಹೆದರಬೇಡ ಅಕ್ಕ. ಹುಡುಗ ಒಳ್ಳೆಯವನು. ಅಹಂಕಾರ ಇಲ್ಲ. ಅವರ ಮನೆತನಾನೂ ಒಳ್ಳೆಯದು ಅಂತ ಅನ್ನಿಸುತ್ತೆ" ಎಂದು ಹೇಳಿದೆ. ಅಕ್ಕನಿಗೆ ಆ ಮಾತಿಂದ ಸಮಾಧಾನವಾಯ್ತು. "ಅಳಿಯಂಗೆ ಐದು ಪೈಸೆ ವರದಕ್ಷಿಣೆ ಕೊಡಬೋದು ಅಲ್ವಾ?" ಎಂದ ನನ್ನ ಮಾತಿಗೆ ಬಾಲ್ಯವನ್ನು ನೆನೆಸಿಕೊಂಡ ಅಕ್ಕ ನಸುನಕ್ಕಳು.

04ನೇ ಜೂಲೈ 2015

ಸಾಲದ ಸಾನುಭೂತಿ

ನಮ್ಮ ಮನೆಯಲ್ಲಿ ನಡೆದ ಆ ಘಟನೆ ಅಂತಹ ವಿಶೇಷವಾದದ್ದೇನೂ ಅಲ್ಲ. ಬೆಂಗಳೂರಿನಲ್ಲಿ ಹಲವು ವರ್ಷಗಳಿಂದ ನೆಲೆಸಿರುವ ಎಲ್ಲರಿಗೂ ಇಂತಹ ಅನುಭವ ಬೇರೆ ಬೇರೆ ರೂಪದಲ್ಲಿ ಆಗಿರುತ್ತದೆ. ಆದರೆ ಆ ಘಟನೆ ನನ್ನ ಮೇಲೆ ವಿಶೇಷ ಪ್ರಭಾವ ಬೀರಿದೆಯಲ್ಲದೆ, ಹಲವಾರು ರೀತಿಯಿಂದ ಅದನ್ನು ಕುರಿತು ಚಿಂತಿಸುವಂತೆ ಮಾಡಿದೆ. ಬೇರೆ ಬೇರೆ ಸಂದರ್ಭಗಳಲ್ಲಿ ಮತ್ತು ಕಾಲಘಟ್ಟಗಳಲ್ಲಿ ಅದು ವಿಭಿನ್ನ ಸತ್ಯವನ್ನು ನನ್ನ ಮುಂದೆ ತೆರೆದಿಟ್ಟಿದೆ. ನನ್ನನ್ನು ಅರ್ಥ ಮಾಡಿಕೊಳ್ಳಲು ಮತ್ತು ಇತರರ ಬಗ್ಗೆ ವಿಭಿನ್ನವಾಗಿ ಆಲೋಚಿಸಲು ಪ್ರೇರಣೆ ನೀಡಿದೆ. ಆದ್ದರಿಂದ ಅದನ್ನು ನಿಮ್ಮೊಡನೆ ಹಂಚಿಕೊಳ್ಳಲು ಇಷ್ಟ ಪಡುತ್ತೇನೆ.

ಅದು ತೊಂಬತ್ತರ ದಶಕದ ದ್ವಿತೀಯಾರ್ಧ. ನನ್ನ ತಂದೆ-ತಾಯಿಯರಿಬ್ಬರೂ ಹಳ್ಳಿಯ ಮನೆಯನ್ನು ಬಿಟ್ಟು, ನನ್ನ ಜೊತೆ ಬೆಂಗಳೂರಿನಲ್ಲಿ ವಾಸಿಸುತ್ತಿದ್ದರು. ಬಿಟಿಎಂ ಬಡಾವಣೆಯಲ್ಲಿ ಬಾಡಿಗೆ ಮನೆಯಲ್ಲಿದ್ದೆವು. ಅದಾಗಲೇ ನಾನು ಸಾಫ್ಟ್‌ವೇರ್ ಉದ್ಯೋಗಕ್ಕೆ ಸೇರಿ ಮೂರ್ನಾಲ್ಕು ವರ್ಷಗಳಾಗಿದ್ದವು. ನಿಧಾನಕ್ಕೆ ನನ್ನ ಪಗಾರವೂ ಹೆಚ್ಚಾಗುತ್ತಿತ್ತಾದರೂ, ಅಂತಹ ದೊಡ್ಡ ಮೊತ್ತವೇನೂ ಬರುತ್ತಿರಲಿಲ್ಲ. ಈ ಹೊತ್ತಿನಲ್ಲಿ ಮನೆ ಕಟ್ಟಲೆಂದು ಒಂದು ಜಾಗ ತೆಗೆದುಕೊಳ್ಳಬೇಕೆಂದು ನನಗೆ

ಆಸೆಯಾಯ್ತು. ಆದರೆ ಅಮ್ಮಗೆ ಅದು ಅಷ್ಟಾಗಿ ಇಷ್ಟವಿರಲಿಲ್ಲ. 'ಊರಾಗೆ ದೆವ್ವನಂಥಾ ಮನಿ ಅದೆ. ಇಲ್ಲಿ ಇನ್ನೊಂದು ಮನಿ ಕಟ್ಟಿ ಏನು ಮಾಡ್ತಿ? ಕಡಿಗೂ ನೀನು ನಮ್ಮ ಊರಿಗೆ ವಾಪಾಸು ಹೋಗಿ ಸೆಟಲ್ ಆಗೋನು. ಈ ಊರೇನೂ ನಮ್ಮದಾಗಲ್ಲ' ಅಂತ ಅಮ್ಮ ಬಳ್ಳಾರಿ ಜಿಲ್ಲೆಯ ನಮ್ಮ ಮಣ್ಣಿನ ಮನೆಯನ್ನು ನೆನೆದು ಹೇಳುತ್ತಿದ್ದಳು. 'ಅಲ್ಲಿರುವುದು ನಮ್ಮನೆ, ಇಲ್ಲಿರುವುದು ಸುಮ್ಮನೆ' ಅಂತ ಅವರು ಬಲವಾಗಿ ನಂಬಿದ್ದರು.

ಆದರೆ ಅಂತಹ ಅಮ್ಮನಿಗೂ ಪಕ್ಕದ ಮನೆಯಾಕೆ 'ಸೈಟ್'ನ ಪಿತ್ಥವನ್ನು ನೆತ್ತಿಗೇರಿಸಿ ಕಳುಹಿಸಿದಳು. 'ಮಗಗೆ ಒಂದು ಸೈಟ್ ತೊಗೊಳ್ಳಕ್ಕೆ ಹೇಳ್ರಿ. ಮನಿ ಕಟ್ಟಬೇಕು ಅಂತೇನೂ ಇಲ್ಲ. ಒಂದು ಐದು ವರ್ಷ ಬಿಟ್ರೆ ಹತ್ತು ಪಟ್ಟು ದುಡ್ಡು ಬರ್ತದೆ. ಬ್ಯಾಂಕಿನಾಗೆ ಫಿಕ್ಸೆಡ್ ಇಡೋದಕ್ಕಿಂತಲೂ ಇದೇ ಒಳ್ಳೇದು' ಅಂತ ಬುದ್ಧಿಮಾತು ಹೇಳಿ ಕಳುಹಿಸಿದ್ದರು. ಲಾಭದ ಮಾತು ಮನಸ್ಸಿಗೆ ತಾಕಿದ ಮೇಲೆ ಅಮ್ಮ ಸ್ವಲ್ಪ ಮೆತ್ತಗಾದಳು. 'ವಿಚಾರಿಸಿ ನೋಡು' ಎಂದು ನನಗೆ ಅಪ್ಪಣೆ ಕೊಟ್ಟಳು. ಅಪ್ಪ ಮಾತ್ರ ಇಂತಹ ವ್ಯವಹಾರದಲ್ಲಿ ಹೆಚ್ಚಾಗಿ ತಲೆ ಹಾಕುತ್ತಿರಲಿಲ್ಲ. ಮೌನವಾಗಿ ನನ್ನ ನಿರ್ಧಾರಗಳನ್ನೆಲ್ಲಾ ಸಮ್ಮತಿಸಿಬಿಡುತ್ತಿದ್ದ. ತನಗಿಂತಲೂ ಹೆಚ್ಚು ಓದಿಕೊಂಡಿರುವ, ಹೆಚ್ಚು ಪಗಾರವನ್ನು ಗಳಿಸುವ ಮಗನ ಅಭಿಪ್ರಾಯಕ್ಕೆ ಬೇರೆಯದನ್ನು ಹೇಳುವ ಧೈರ್ಯವನ್ನೇ ಆತ ಕಳೆದುಕೊಂಡು ಬಿಟ್ಟಿದ್ದ.

ಈ ಹಿಂದೆ ಕೊಂಡ ಪದಾರ್ಥವನ್ನೇ ಮತ್ತೊಮ್ಮೆ ಕೊಳ್ಳುವ ಕ್ರಿಯೆ ಅಷ್ಟೇನೂ ವಿಶೇಷ ಅನುಭವ ನೀಡಲಾರದು. ಆದರೆ ಸಂಪೂರ್ಣವಾಗಿ ಹೊಸ ಪದಾರ್ಥವನ್ನೇ ಕೊಳ್ಳುವ ಅನುಭವ ಬೇರೆ ಬಗೆಯದು; ಅದೂ ದೊಡ್ಡ ಮೊತ್ತದ ಬಾಬತ್ತಾದರಂತೂ ವಿಚಿತ್ರ ತಲ್ಲಣವಾಗುತ್ತದೆ. ಅದಕ್ಕೆ ಸರಿಯಾದ ಬೆಲೆಯೇನು? ಯಾರಾದರೂ ನನಗೆ ಮೋಸ ಮಾಡಿ ಬಿಡುತ್ತಾರೋ? ಇಷ್ಟೊಂದು ದೊಡ್ಡ ಮೊತ್ತದ ಈ ವಸ್ತು ನನಗೆ ನಿಜಕ್ಕೂ ಅವಶ್ಯಕತೆಯಿದೆಯೆ? ತೆಗೆದುಕೊಳ್ಳುತ್ತಿರುವ ಜಾಗಕ್ಕೆ ಯಾವುದಾದರೂ ತಕರಾರುಗಳಿದ್ದರೆ ಗತಿಯೇನು? ಇಂತಹ ಹಲವಾರು ಸಲ್ಲದ ಆಲೋಚನೆಗಳು ಮನಸ್ಸನ್ನು ಮುತ್ತಿ ಬಿಡುತ್ತವೆ. ಮೈಯೊಳಗೆ ಇರುವೆಯನ್ನು ಬಿಟ್ಟುಕೊಂಡಂತೆ ಒದ್ದಾಡುತ್ತೇವೆ.

ನಾವು ಸದ್ಯಕ್ಕೆ ಇರುವ ಬಡಾವಣೆಯೇ ನಮ್ಮ ಕಣ್ಣಿಗೆ ವಾಸಿಸಲು ಯೋಗ್ಯವಾದ ಸ್ಥಳವೆನ್ನಿಸಲಾರಂಭಿಸುತ್ತದೆ. ಪರಿಚಿತ ಪ್ರಪಂಚವನ್ನು ಬಿಟ್ಟು ಹೊಸ ಲೋಕಕ್ಕೆ ತೆರೆದುಕೊಳ್ಳಲು ಹಿಂಜರಿಯುವ ಮನುಷ್ಯನ ಸ್ವಭಾವಕ್ಕೆ ಇದು ಸೊಗಸಾದ ಉದಾಹರಣೆ. ನನ್ನ ಆಲೋಚನೆ ಬೇರೆಯಾಗಿರಲು ಹೇಗೆ ತಾನೆ ಸಾಧ್ಯ? ಅದೇ ಬಿಟಿಎಂ ಬಡಾವಣೆಯಲ್ಲಿ ಸೈಟ್ ಹುಡುಕಲು ಶುರುವಿಟ್ಟೆ. ಆಗಿನ್ನೂ ಬಿಟಿಎಂ

ಬಡಾವಣೆ ಅನಾಥವಾಗಿತ್ತು. ರಾತ್ರಿ ಎಂಟು ಗಂಟೆಗೆಲ್ಲಾ ರಸ್ತೆಗಳು ಹೇಗೆ ಬಿಕೋ ಎನ್ನುತ್ತಿದ್ದವೆಂದರೆ, ಅಂತಹ ಹೊತ್ತಿನಲ್ಲಿ ಹೊರಗೆ ಹೋಗಲು ಹೆದರಿಕೆಯಾಗುತ್ತಿತ್ತು. 'ಯಾರಾದ್ರೂ ತಲಿ ಒಡದ್ರೆ, ಬೆಳಿಗ್ಗೆ ತನಕ ಹೆಣ ಯಾರ ಕಣ್ಣಿಗೂ ಬೀಳಲ್ಲ' ಅಂತ ನಮ್ಮಮ್ಮ ತನ್ನ ಅಪ್ಪಟ ಬಳ್ಳಾರಿ ಭಾಷೆಯಲ್ಲಿ ವಿವರಿಸುತ್ತಿದ್ದಳು. ಬೆಂಗಳೂರಿನಲ್ಲಿಯೇ ಹುಟ್ಟಿ ಬೆಳೆದ ನನ್ನ ಹಲವಾರು ಗೆಳೆಯರು ಜಯನಗರ, ಮಲ್ಲೇಶ್ವರಂ, ಬಸವನಗುಡಿ ಮುಂತಾದ ಊರಮಧ್ಯದ ಜಾಗದಲ್ಲಿ ವಾಸಿಸುತ್ತಿದ್ದರು. 'ಬಿಟಿಎಂ ಎಂದರೆ ತುಂಬಾ ದೂರ... ಇಲ್ಲೇ ಎಲ್ಲಾದ್ರೂ ಸೈಟ್ ತೊಗೊಂಡ್ರೆ ಒಳ್ಳೇದು' ಎಂದು ಬುದ್ಧಿ ಮಾತು ಹೇಳುತ್ತಿದ್ದರು. ಆದರೆ ಅಲ್ಲಿ ಖಾಲಿ ಸೈಟುಗಳು ಸಿಗುತ್ತಿರಲಿಲ್ಲ ಮತ್ತು ಇದ್ದ ಒಂದೆರಡು ಸೈಟ್‌ಗಳು ವಿಪರೀತ ದುಬಾರಿಯಾಗಿರುತ್ತಿದ್ದವು. ಒಮ್ಮೊಮ್ಮೆ ಜಾಗದ ಹಕ್ಕಿನ ಕಾರಣವಾಗಿ ನ್ಯಾಯಾಲಯದ ಕಟಕಟೆಯಲ್ಲಿರುತ್ತಿದ್ದವು.

ನಾನು ಹಲವಾರು ಮಧ್ಯವರ್ತಿಗಳನ್ನು ಸಂಪರ್ಕಿಸಿದೆ. 'ವಾಸ್ತು ನೋಡ್ತೀರಾ ಸಾರ್?' ಎಂದು ಅವರು ಮೊದಲ ಪ್ರಶ್ನೆಯನ್ನು ಕೇಳಿದರು. ನನಗೆ ಅದರ ಬಗ್ಗೆ ಏನೂ ತಿಳಿದಿರಲಿಲ್ಲ. ನಮ್ಮ ಊರಿನಲ್ಲಿ ಈ ವಿಚಾರವಾಗಿ ಯಾರೂ ಮಾತನಾಡಿದ್ದೇ ನೆನಪಾಗಲಿಲ್ಲ. ನೇರವಾಗಿ ಮನೆಗೆ ಹೋಗಿ ಅಮ್ಮನ ಬಳಿ ವಿಚಾರಿಸಿದೆ. ಅಮ್ಮಗೆ ವಾಸ್ತುವಿನ ವಿಚಾರ ಕೇಳಿ ಗೊತ್ತಿತ್ತು. 'ನಾವು ಬಳ್ಳಾರಿನಾಗೆ ಸಂದಿ-ಗೊಂದಿನಾಗೆ ಮನೆ ಕಟ್ಟಿಕೊಂಡು ಬದುಕು ಮಾಡಿದೋರು. ಹಿರಿಯರಿಂದ ಭಾಗ ಆಗಿ ಬಂದ ತುಂಡು ಜಾಗದಾಗೆ, ರೈಲ್ವೇಬೋಗಿ ಅಂಥಾ ಮನಿ ಕಟ್ಟಿಕೊಂಡು ಬಾಳ್ವಿ ಮಾಡಿದೋರು. ನಮ್ಮ ಮನಿಗೋಳಿಗೆ ಸರಿಯಾಗಿ ಗಾಳಿ-ಬೆಳಕು ಕೂಡಾ ಇರತಿರಲಿಲ್ಲ. ಆದರೂ ಸಂತೋಷವಾಗೇ ಬದುಕು ಮಾಡಿದ್ವಿ. ನಮಗೆಲ್ಲಾ ಈ ವಾಸ್ತು-ಪಾಸ್ತು ಎಲ್ಲಾ ನೇಮ ಇಲ್ಲ. ಅದೆಲ್ಲಾ ಏನಿದ್ರೂ ಶ್ರೀಮಂತರ ಶೋಕಿ' ಅಂತ ಕಡ್ಡಿ ಮುರಿದಂತೆ ಹೇಳಿ ಕಳುಹಿಸಿಬಿಟ್ಟಳು. ನಾನು ಕೆಲಸಕ್ಕೆ ಸೇರಿ ಸಂಪಾದಿಸುತ್ತಿದ್ದರೂ ಅಮ್ಮ-ಅಪ್ಪ ಇಬ್ಬರೂ ತಮ್ಮನ್ನು ತಾವು ಬಡವರೆಂದೇ ಭಾವಿಸಿಕೊಳ್ಳುತ್ತಿದ್ದರು.

ಮಧ್ಯವರ್ತಿಯನ್ನು ಕಂಡು ನಮಗೆ ವಾಸ್ತು ಮುಖ್ಯವಲ್ಲವೆಂದು ಹೇಳಿಬಿಟ್ಟೆ. ಅವರು ಖುಷಿಯಿಂದ ಅರಳಿಬಿಟ್ಟರು. 'ನೂರು ಸೈಟ್ ತೋರಿಸ್ತೀನಿ ಬರ್ರಿ' ಎಂದು ಉತ್ಸಾಹ ತೋರಿಸಿದರು. ಪ್ರತಿದಿನ ಸಂಜೆ ಮತ್ತು ವಾರಾಂತ್ಯದಲ್ಲಿ ಹತ್ತಾರು ಖಾಲಿ ಸೈಟುಗಳನ್ನು ತೋರಿಸುತ್ತಿದ್ದರು. ಹೇಗನ್ನಿಸ್ತು ಸಾರ್? ಎಂದು ಇನ್ನಿಲ್ಲದಂತೆ ಕೇಳುತ್ತಿದ್ದರು. ನನಗೆ ಹೇಗೆ ಪ್ರತಿಕ್ರಿಯಿಸಬೇಕೋ ತಿಳಿಯುತ್ತಿರಲಿಲ್ಲ. ಸೈಟ್ ಒಂದು ಒಳ್ಳೆಯದಾಗಿರಲು ಏನೇನು ಮಾನದಂಡಗಳಿರಬೇಕು ಎನ್ನುವುದು ಇನ್ನೂ ತಿಳಿದಿರಲಿಲ್ಲ. ಅಂತೂ ಕೊನೆಗೆ ಒಂದು ಮೂಲೆಯ ಜಾಗ ನನಗೆ ಇಷ್ಟವಾಯ್ತು. ರಸ್ತೆಯ ಗಲಾಟೆ ಇಲ್ಲದಂತಹ, ಸುಮಾರು ಅರವತ್ತು ನಲವತ್ತು ಅಡಿ ಉದ್ದಗಲದ,

ಸಪಾಟಾದ ಜಾಗವದು. ಮಧ್ಯವರ್ತಿಯು ಅದರ ಮಾಲಿಕನ ಬಳಿ ಕರೆದುಕೊಂಡು ಹೋಗಿ ವ್ಯವಹಾರವನ್ನು ಕುದುರಿಸಿದ. ಆತನಿಗೆ ದುಡ್ಡಿನ ಅವಶ್ಯಕತೆಯಿತ್ತು. ಎಂಟು ಲಕ್ಷಕ್ಕೆ ಒಪ್ಪಂದವಾಯ್ತು. ಅಪ್ಪ-ಅಮ್ಮನನ್ನು ಕರೆದುಕೊಂಡು ಹೋಗಿ ತೋರಿಸಿದೆ. ಅವರಿಗೂ ಇಷ್ಟವಾಯ್ತು. ಆದ್ದರಿಂದ ಒಂದಿಷ್ಟು ಮುಂಗಡ ಹಣವನ್ನು ಮಾಲೀಕರಿಗೆ ಕೊಟ್ಟು, ಜಾಗವನ್ನು ಕಾದಿರಿಸಿಕೊಂಡೆ.

ಆದರೆ ನನಗೆ ಮಾತ್ರ ತಿಳಿದ ಸಂಗತಿಯೊಂದಿತ್ತು. ನನ್ನ ಬಳಿ ಆಗ ನಾಲ್ಕು ಲಕ್ಷಕ್ಕೂ ಹೆಚ್ಚಿನ ಉಳಿತಾಯವಿರಲಿಲ್ಲ. ನನ್ನ ಸಂಬಳವೂ ಅಂತಹ ದೊಡ್ಡದಾಗಿರಲಿಲ್ಲ. ಆದರೆ ಉಳಿದ ಹಣಕ್ಕೆ ಒಂದು ಖಾಸಗಿ ಬ್ಯಾಂಕಿನಲ್ಲಿ ಲೋನ್ ಕೊಡುತ್ತಾರೆಂದು ಗೆಳೆಯನೊಬ್ಬ ಹೇಳಿದ್ದ. ಆಗ ಬಹುತೇಕ ಎಲ್ಲಾ ಬ್ಯಾಂಕುಗಳು ಮನೆ ಕಟ್ಟಲು ಮಾತ್ರ ಸಾಲ ಕೊಡುತ್ತಿದ್ದವು, ಸೈಟ್ ಖರೀದಿಸಲು ಕೊಡುತ್ತಿರಲಿಲ್ಲ. ಖಾಸಗಿ ಬ್ಯಾಂಕಿನವರ ಬಳಿ ಹೋಗಿ ವಿಚಾರಿಸಿದಾಗ, ನನ್ನ ತಿಂಗಳ ವರಮಾನವನ್ನು ನೋಡಿ, ಖಂಡಿತಾ ಕೊಡುವದಾಗಿ ಆಶ್ವಾಸನೆ ಕೊಟ್ಟರು. ಎಲ್ಲ ರೀತಿಯಿಂದಲೂ ಜಾಗ ಕೊಳ್ಳಲು ನಾನು ತಯಾರಿ ಮಾಡಿಕೊಂಡಿದ್ದೆ. ಆದರೆ ಮನೆಯಲ್ಲಿ ಲೋನ್ ತೆಗೆದುಕೊಳ್ಳುವ ವಿಚಾರವಾಗಿ ಹೇಳಿರಲಿಲ್ಲ.

ಇನ್ನೇನು ಒಂದು ವಾರದಲ್ಲಿ ರಿಜಿಸ್ಟ್ರೇಷನ್ ಮಾಡಿಸಿಕೊಳ್ಳಬೇಕು ಎನ್ನುವಾಗ, ಒಂದು ದಿನ ಮಧ್ಯಾಹ್ನ ಊಟಕ್ಕೆ ಕೂತ ಹೊತ್ತಿನಲ್ಲಿ ನಾನು ಬ್ಯಾಂಕಿನಿಂದ ಸಾಲ ತೆಗೆಯುವ ವಿಷಯವನ್ನು ಸಹಜವಾಗಿ ಹೇಳಿದೆ. ಆ ಮಾತನ್ನು ಕೇಳಿದ್ದೇ ಅಮ್ಮ ಎದೆಗುಂದಿ ಬಿಟ್ಟಳು. 'ಸಾಲ ಮಾಡ್ತೀಯಾ?' ಎಂದು ನಂಬಲಾರದವಳಂತೆ ಕೇಳಿದಳು. ನಾನು ಹೌದೆಂದು ಗೋಣು ಹಾಕಿದೆ. ಊಟಕ್ಕೆ ಕುಳಿತ ತಟ್ಟೆಯ ಮುಂದೆಯೇ ಕಣ್ಣೀರಿಡುತ್ತಾ, 'ನನ್ನ ಮಗ ಸಾಲಗಾರ ಆಗಲಿಕ್ಕೆ ನಾನು ಜೀವಂತ ಇರೋ ತನಕ ಬಿಡಲ್ಲ' ಎಂದು ಆವೇಶದಿಂದ ಹೇಳಿ ಬಿಟ್ಟಳು. ನಾನು ಏನೇನೋ ವಿವರಿಸಲು ಹೋದರೂ ಆಕೆ ಅದನ್ನು ಸ್ವೀಕರಿಸುವ ಸ್ಥಿತಿಯಲ್ಲಿಯೇ ಇರಲಿಲ್ಲ. ಅಪ್ಪನಿಗೆ ಈ ವಿಚಾರವಾಗಿ ಏನೂ ಗೊತ್ತಿಲ್ಲದ್ದರಿಂದ ಆತಗೆ ಯಾರ ಪರ ವಹಿಸಬೇಕೆಂದು ತಿಳಿಯಲಿಲ್ಲ. ಸದ್ಯದ ಪರಿಸ್ಥಿತಿಯನ್ನು ಹತೋಟಿಗೆ ತಂದುಕೊಂಡರೆ, ಮುಂದಿನ ದಿನದಲ್ಲಿ ಆಕೆಗೆ ತಿಳಿಸಿ ಹೇಳಬಹುದು ಎಂದು ಸುಮ್ಮನಾದೆ.

ಆದರೆ ಅಮ್ಮ ಒಂದಿಷ್ಟೂ ಬದಲಾಗಲಿಲ್ಲ. ಮಗರಾಯ ಸಾಲಗಾರನಾಗುವದನ್ನು ಆಕೆಯ ಕೈಯಲ್ಲಿ ಊಹಿಸುವುದೂ ಸಾಧ್ಯವಿರಲಿಲ್ಲ. ಅಮ್ಮನದು ಯಾವತ್ತೂ ಹಟದ ಸ್ವಭಾವ. ಊಟ-ತಿಂಡಿ ಬಿಟ್ಟು ತನಗೆ ಸರಿಯೆನ್ನಿಸಿದ್ದನ್ನು ಸಾಧಿಸುವ ಪೈಕಿ. ಆದ್ದರಿಂದ ಆಕೆಯ ಮನಸ್ಸನ್ನು ಬದಲಾಯಿಸುವ ನಿರ್ಧಾರವನ್ನು ನಾನು ಬಿಟ್ಟೆ. ಈಗಾಗಲೇ ಒಂದಿಷ್ಟು ಮುಂಗಡ ಹಣವನ್ನು ಕೊಟ್ಟಿದ್ದರಿಂದ, ಅದನ್ನೂ

ಕಳೆದುಕೊಳ್ಳಬೇಕಾಯ್ತು. ಅದು ಅಷ್ಟೇನೂ ಬೇಸರ ತರಿಸಲಿಲ್ಲ. ಆದರೆ ಆ ಮಾಲೀಕ ನೇರವಾಗಿ 'ತೊಗೊಳ್ಳೋ ತಾಕತ್ತು ಇಲ್ಲದಿದ್ದರೆ ಸುಮ್ಮನೆ ಇಷ್ಟು ಯಾಕೆ ಮುಂದುವರಿದ್ರಿ?' ಎಂದು ವ್ಯಂಗ್ಯವಾಗಿ ಹೇಳಿದಾಗ ಬೇಸರವಾಯ್ತು. ತಮಗೆ ಬರಬೇಕಾದ ಕಮಿಷನ್ ನಿಂತು ಹೋಗಿದ್ದರಿಂದ ಮಧ್ಯವರ್ತಿಗಳಿಗೆ ತುಂಬಾ ಸಿಟ್ಟು ಬಂತು. 'ಹಳೇ ಹಳ್ಳಿ ಜನರ ಮಾತು ಕೇಳಿಕೊಂಡು ಈ ದೊಡ್ಡ ಊರಾಗೆ ಹೆಂಗೆ ನಿಭಾಯಿಸ್ತೀರಿ ಸಾರ್?' ಎಂದು ಬೈಯ್ದು ಹೋದರು. ನಾನು ಸುಮ್ಮನಿದ್ದೆ. ಪೂರ್ತಿ ಎಂಟು ಲಕ್ಷ ಹಣವನ್ನು ನಾನು ಉಳಿತಾಯ ಮಾಡುವವರೆಗೂ ಸೈಟ್ ಖರೀದಿಸುವದಿಲ್ಲವೆಂದು ನಿರ್ಧರಿಸಿ ಬಿಟ್ಟೆ. ಮತ್ತೆ ಯಾವುದೇ ಮಧ್ಯವರ್ತಿಯನ್ನು ಭೇಟಿ ಮಾಡುವ ತಪ್ಪು ಮಾಡಲಿಲ್ಲ.

ನಾನು ಎಂಟು ಲಕ್ಷ ಉಳಿತಾಯ ಮಾಡುವದರಲ್ಲಿ ಬಿಟಿಎಂ ಬಡಾವಣೆಯ ಸೈಟುಗಳು ಹದಿನೆಂಟು ಲಕ್ಷ ದಾಟಿದ್ದವು. ಅಮ್ಮನ ದಡ್ಡತನ, ನನ್ನ ಮೂರ್ಖತನವೆರಡೂ ನನಗೆ ಈಗ ಅರಿವಿಗೆ ಬಂದಿತ್ತು. ಒಳಗೊಳಗೇ ಸಿಟ್ಟು ಶೇಖರಗೊಳ್ಳುತ್ತಿತ್ತು. ಅವಳ ಮೇಲೆ ಇನ್ನಿಲ್ಲದಂತೆ ರೇಗುತ್ತಿದ್ದೆ. ಅವಳು ಏನಾದರೂ ನಿರ್ಧಾರದ ಸಂದರ್ಭದಲ್ಲಿ ಮೂಗು ತೂರಿಸಿದರೆ 'ನೀನು ಸುಮ್ಮನಿರು' ಎಂದು ಒರಟಾಗಿ ಹೇಳುತ್ತಿದ್ದೆ. ಅಕಸ್ಮಾತ್ತಾಗಿ ನಾವು ಕೊಳ್ಳಲಾಗದ ಆ ಸೈಟಿನ ಮುಂದೆ ಮೂವರೂ ಹೋಗುವ ಸಂದರ್ಭ ಬಂದರೆ, ಅಲ್ಲಿ ಈಗಾಗಲೇ ಕಟ್ಟಿರುವ ದೊಡ್ಡ ಬಂಗಲೆಯನ್ನು ತೋರಿಸಿ "ನೋಡು, ಆ ಮನಿ ಈವತ್ತು ನಮ್ಮದಾಗಿರುತ್ತಿತ್ತು. ನೀನು ಅಡ್ಡ ಬಂದಿ" ಎಂದು ಕೊಂಕು ನುಡಿಯುತ್ತಿದ್ದೆ. ಆಕೆ ಸಹಿಸುವಷ್ಟು ನನ್ನ ವ್ಯಂಗ್ಯವನ್ನು ಸಹಿಸಿ, ಒಂದು ದಿನ 'ತಪ್ಪಾಯ್ತೋ ಮಾರಾಯ... ನಂಗೆ ಆವತ್ತು ತಿಳೀಲಿಲ್ಲ' ಎಂದು ಎರಡೂ ಕೈಯೆತ್ತಿ ಮುಗಿದುಬಿಟ್ಟಳು. ಆಗ ನನ್ನ ದುಷ್ಟತನದ ತೀವ್ರತೆ ಅರಿವಾಗಿ, ಮತ್ತೆ ಎಂದೂ ಆ ವಿಷಯವನ್ನು ಆಕೆಯ ಮುಂದೆ ಎತ್ತಲಿಲ್ಲ.

ಅವರು ಬದುಕಿರುವ ತನಕ ಯಾಕೋ ಸೈಟ್ ತೆಗೆದುಕೊಳ್ಳುವ ಅವಕಾಶವೇ ನನಗಾಗಲಿಲ್ಲ. ಅಪ್ಪ-ಅಮ್ಮ ಇಬ್ಬರೂ ಒಂದೇ ವರ್ಷದ ಅಂತರದಲ್ಲಿ ತೀರಿಕೊಂಡುಬಿಟ್ಟರು. ಅನಂತರ ನಾನು ಇನ್ನಾವುದೋ ಅಪಾರ್ಟ್‌ಮೆಂಟಿನಲ್ಲಿ ಮನೆ ಖರೀದಿಸಿ, ಅಲ್ಲಿ ನೆಲೆಸಲು ಶುರು ಮಾಡಿದೆ. ಈಗಂತೂ ಈ ನೆಲ, ಭೂಮಿ, ಮನೆ – ಯಾವುದೇ ಹಣ ಮಾಡುವ ಭೌತಿಕ ಸಂಗತಿಗಳಲ್ಲಿ ನನಗೆ ಆಸಕ್ತಿಯಿಲ್ಲ. ಈ ಸೈಟಿನ ಮುಂದೆ ಆಗಾಗ ಓಡಾಡುವಾಗ ಹಲವು ನೆನಪುಗಳು ನುಗ್ಗಿ ಬರುತ್ತವೆಯೇ ಹೊರತು, ಯಾವುದೇ ವಿಷಾದ ಅಥವಾ ಬೇಸರದ ಭಾವವಲ್ಲ.

ನಾನು ಈ ಹಿಂದೆ ಹೇಳಿದಂತೆ, ಈ ಘಟನೆ ಹಲವಾರು ಚಿಂತನೆಗಳನ್ನು ನನ್ನಲ್ಲಿ ಮೂಡಿಸಿದೆ. ಅಮ್ಮನ ಬಗ್ಗೆ ಆಗ ಅನಾವಶ್ಯಕವಾಗಿ ಸಿಟ್ಟಾಗುತ್ತಿದ್ದೆನಲ್ಲ ಎಂದು ದುಃಖವಾಗುತ್ತದೆ. ಅವಳು ತನ್ನದೇ ಆದ ಅನುಭವದಿಂದ ವ್ಯಕ್ತಿತ್ವವನ್ನು ರೂಪಿಸಿಕೊಂಡಿದ್ದಳು. 'ಸಾಲ ತೆಗೆದುಕೊಳ್ಳುವುದು ಅವಮಾನಕರ' ಎಂದು ಅವಳು ಬದುಕಿನಲ್ಲಿ ಕಲಿತುಕೊಂಡಿದ್ದಳು. ಆದ್ದರಿಂದ ತನ್ನ ಮಗ ಸಾಲ ತೆಗೆದುಕೊಳ್ಳುವುದು ಅವಳಿಗೆ ತಪ್ಪಾಗಿ ಕಂಡು ವಿರೋಧಿಸಿದ್ದಳು. ಅದನ್ನು ಅರ್ಥ ಮಾಡಿಕೊಳ್ಳುವ ಶಕ್ತಿ ನನಗೆ ಆಗ ಇರಲಿಲ್ಲ. ಸಾಲ ತೆಗೆದುಕೊಳ್ಳದೆ ಅಭಿವೃದ್ಧಿಯಾಗುವುದು ಸಾಧ್ಯವೇ ಇಲ್ಲ ಎನ್ನುವ ಕಾಲಘಟ್ಟದಲ್ಲಿ ಬದುಕುತ್ತಿರುವ ನನಗೆ ಅವಳು ಅರ್ಥವಾಗುವುದು ಕಷ್ಟವಾಗಿತ್ತು.

ಬಾಲ್ಯದ ಒಂದು ಘಟನೆ ನನಗೆ ನೆನಪಾಗುತ್ತದೆ. ಅಮ್ಮನಿಗೆ ಒಬ್ಬನೇ ತಮ್ಮ. ಆತ ಸಾಕಷ್ಟು ಒಳ್ಳೆಯ ಸ್ಥಿತಿಯಲ್ಲಿದ್ದ. ಆಗೊಮ್ಮೆ ಈಗೊಮ್ಮೆ ಆತನ ಬಳಿ ಹಣವನ್ನು ಕಡವಾಗಿ ತೆಗೆದುಕೊಂಡು ಅನಂತರ ಹಿಂದಿರುಗಿಸುವುದು ಅಪ್ಪ-ಅಮ್ಮಗೆ ರೂಢಿಯಾಗಿತ್ತು. ಆತನಿಗೆ ಅಮ್ಮನ ಮೇಲೆ ವಿಶೇಷ ಪ್ರೀತಿ ಇತ್ತು ಮತ್ತು ನಮ್ಮ ಮನೆಗೆ ಸಾಕಷ್ಟು ಸಹಾಯ ಮಾಡುತ್ತಿದ್ದ. ಆದರೆ ಒಂದು ಹೊತ್ತಿನಲ್ಲಿ ಆತನಿಗೂ ಶನಿ ಕಾಡಲಾರಂಭಿಸಿದ. ಹಣದ ಅವಶ್ಯಕತೆ ವಿಪರೀತವಾಗಿ, ನಮ್ಮ ಅಪ್ಪನಿಗೆ ಸ್ವಲ್ಪ ಸಾಲ ಕೊಡಲು ಕೇಳಿಕೊಂಡ. ಇವರ ಬಳಿ ಹಣವಿದ್ದರೆ ತಾನೆ? ತಿಂಗಳ ಕೊನೆಯ ವಾರದಲ್ಲಿ ಎರಡು ಹೊತ್ತು ಊಟಕ್ಕೆ ಹೊಂದಿಸಿಕೊಳ್ಳುವುದೇ ದೊಡ್ಡ ಸಾಹಸವಾಗಿರುತ್ತಿತ್ತು. ಆದರೆ ನಮ್ಮ ಕುಟುಂಬಕ್ಕೆ ಅಷ್ಟೆಲ್ಲಾ ಸಹಾಯ ಮಾಡಿದ ಸೋದರಮಾವನಿಗೆ ಈಗ ಇಲ್ಲವೆಂದು ಹೇಳುವ ದಾರ್ಷ್ಟ್ಯ ಇಬ್ಬರಿಗೂ ಇರಲಿಲ್ಲ. ಕೊನೆಗೊಂದು ಉಪಾಯ ಮಾಡಿದರು. ಅಮ್ಮ ತನ್ನ ಮೈಮೇಲಿದ್ದ ಒಂದಿಷ್ಟು ಬಂಗಾರವನ್ನು ಬ್ಯಾಂಕಿನಲ್ಲಿಟ್ಟು ಆತನಿಗೆ ಹಣವನ್ನು ಕಳುಹಿಸಿ ಕೊಡಲು ಹೇಳಿದಳು. 'ಆದಷ್ಟು ಬೇಗನೆ ಹಣವನ್ನು ಹಿಂತಿರುಗಿಸಬೇಕು' ಎಂದು ಪುಟ್ಟ ಪತ್ರವನ್ನೂ ಬರೆದರು. ಆತ ಧನ್ಯವಾದಗಳನ್ನು ಅರ್ಪಿಸಿದ.

ಆ ಬಂಗಾರ ಮನೆಗೆ ವಾಪಾಸು ಬರುವ ತನಕ ಅಪ್ಪ-ಅಮ್ಮ ನರಕವನ್ನು ಅನುಭವಿಸಿದರು. ಬಡ್ಡಿಯ ಹಣವಾಗಿ ಪ್ರತಿ ತಿಂಗಳೂ ಎಂಬತ್ತು ರೂಪಾಯಿಯನ್ನು ಬ್ಯಾಂಕಿಗೆ ಕಟ್ಟಬೇಕಿತ್ತು. ಅಪ್ಪ-ಅಮ್ಮಗೆ ಇದು ಬಹು ದೊಡ್ಡ ಹೊರೆಯಾಗಿತ್ತು. ಅದರಿಂದಾಗಿ ತಿಂಗಳ ಕೊನೆ ಇನ್ನಷ್ಟು ಕಷ್ಟಕರವಾಗಲಾರಂಭಿಸಿತು. ಯುಗಾದಿ ಹಬ್ಬ ಬಂದರೂ ನಮಗೆ ಬಟ್ಟೆ ಕೊಡಿಸಲಿಲ್ಲ. ಮನೆಯಲ್ಲಿ ಆ ದಿನಗಳಲ್ಲಿ ಸಿಹಿ ತಿಂಡಿಯನ್ನು ಮಾಡಲಿಲ್ಲ. ದೇವರ ದೀಪ ಇಡೀ ದಿನ ಉರಿಯುತ್ತಿರಲಿಲ್ಲ. ರಾತ್ರಿಯ ಹೊತ್ತು ನಿದ್ದೆ ಇಲ್ಲದಂತೆ ಹೊರಳಾಡುತ್ತಿದ್ದರು. ಈಗಿದನ್ನು ನೆನೆಸಿಕೊಂಡರೆ ನನಗೆ

ಅಚ್ಚರಿಯಾಗಿಯೂ, ತಮಾಷೆಯಾಗಿಯೂ ಕಾಣುತ್ತದೆ. ಆದರೆ ಅಂದಿನ ಅವರ ಅವಸ್ಥೆ ಮಾತ್ರ ಮಕ್ಕಳಾದ ನಮ್ಮ ಕಣ್ಣಲ್ಲೂ ದುಗುಡವನ್ನು ಉಂಟು ಮಾಡಿತ್ತು. ಆ ದಿನಗಳಲ್ಲಿ ರಾಜ್‌ಕುಮಾರ್ ಸಿನಿಮಾ ಊರಿಗೆ ಬಂದರೂ, ಹಣ ಕೊಡೆಂದು ಅಪ್ಪನನ್ನು ನಾವು ಮಕ್ಕಳು ಪೀಡಿಸಲಿಲ್ಲ. ಆಸೆಯನ್ನು ನುಂಗಿಕೊಳ್ಳುವದನ್ನು ನಮಗೆ ನಾವೇ ಕಲಿತುಕೊಂಡೆವು.

ಸಾಕಷ್ಟು ದೊಡ್ಡ ಹುದ್ದೆಯಲ್ಲಿಯೇ ಇದ್ದ ಸೋದರಮಾವ ಈ ಹಣವನ್ನು ಹಿಂತಿರುಗಿಸಲು ಹೆಚ್ಚಿನ ದಿನವನ್ನು ತೆಗೆದುಕೊಳ್ಳಲಿಲ್ಲ. ಮೂರು ತಿಂಗಳಲ್ಲಿ ಸಂಪೂರ್ಣವಾಗಿ ಕಳುಹಿಸಿಕೊಟ್ಟುಬಿಟ್ಟ. ಅದೇ ದಿನ ಅಪ್ಪ ಬ್ಯಾಂಕಿಗೆ ಹೋಗಿ ಆ ಚೂರು ಪಾರು ಬಂಗಾರವನ್ನು ಬಿಡಿಸಿಕೊಂಡು ಬಂದಿದ್ದ. ಅದನ್ನು ಅಮ್ಮನಿಗೆ ತೋರಿಸುವಾಗ ಇಬ್ಬರೂ ಅತ್ತಿದ್ದರು. ಹತ್ತಿರದಲ್ಲೇ ಇದ್ದ ನಾವೂ ಮಕ್ಕಳು ಹನಿಗಣ್ಣಾಗಿದ್ದೆವು. ಆ ಮಡಿ ಬಂಗಾರವನ್ನು ದೇವರ ಮುಂದಿಟ್ಟು, ತುಪ್ಪದ ದೀಪವನ್ನು ಹಚ್ಚಿ, ನಾವೆಲ್ಲರೂ ಭಗವಂತನಿಗೆ ನಮಸ್ಕರಿಸಿದ್ದೆವು. ಅಪ್ಪ ತಾನೇ ಕೈಯಾರ ಅಮ್ಮನಿಗೆ ಆ ಬಳೆ ಮತ್ತು ಸರವನ್ನು ತೊಡಿಸಿದ್ದ. ಮತ್ತೆಂದೂ ಅವರು ಬದುಕಿನಲ್ಲಿ ಸಾಲ ಮಾಡಲಿಲ್ಲ. ಆ ಧೈರ್ಯ ಅವರಿಗೆ ಇರಲಿಲ್ಲ.

ಇಂತಹ ಹಿನ್ನೆಲೆಯ ಅಮ್ಮ ಬೇರೆ ಹೇಗೆ ತಾನೆ ವರ್ತಿಸಲು ಸಾಧ್ಯ? ನಾನು ಸೈಟನ್ನು ತೆಗೆದುಕೊಳ್ಳುವದನ್ನು ತಪ್ಪಿಸಿದ್ದು ಅವಳಿಗೆ ನನ್ನ ಮೇಲಿದ್ದ ವಿಶೇಷ ಪ್ರೀತಿಯಿಂದಲೇ ಹೊರತು, ನನಗೆ ನಷ್ಟವಾಗಲಿ ಎಂದಲ್ಲವಲ್ಲವೆ? ಈ ಸೂಕ್ಷ್ಮ ಸಂಗತಿ ಅರ್ಥವಾಗುವ ಪ್ರಬುದ್ಧತೆಯೂ ಆಗ ನನಗಿರಲಿಲ್ಲ. ಸಾನುಭೂತಿ ಎಂಬ ಸುಗುಣವು ಆರೋಗ್ಯ ಚಿಮ್ಮುವ ಯೌವನದಲ್ಲಿ ದಕ್ಕುವುದಿಲ್ಲ. ಸಾಲ ಬೇಡ ಎಂದು ಹೇಳಿದ ಅಮ್ಮ, ವಾಸ್ತುವಿನ ವಿಷಯದಲ್ಲಿ ಅದೆಷ್ಟು ಪ್ರಬುದ್ಧಳಾಗಿ ನಡೆದುಕೊಂಡಳಲ್ಲಾ ಎಂದು ಒಮ್ಮೊಮ್ಮೆ ಅಚ್ಚರಿಯಾಗುತ್ತದೆ. ಸ್ಪಷ್ಟವಾಗಿ ವಾಸ್ತುಶಾಸ್ತ್ರ ಎಂಬುದು 'ಶ್ರೀಮಂತರ ಶೋಕಿ' ಎನ್ನುವ ಮಾತು ಹೇಳಲು ಧೈರ್ಯ ಬೇಕಲ್ಲವೆ? ಎಂತಹದೋ ಕೆಟ್ಟ ವಾಸ್ತುವಿನಿಂದ ಮಗನಿಗೆ ಏನೋ ಕೆಡುಕಾಗಬಹುದು ಎನ್ನುವ ಮೌಢ್ಯವೇ ಅವಳಲ್ಲಿರಲಿಲ್ಲ. ಅಮ್ಮ ಸೈಟ್ ತೆಗೆದುಕೊಳ್ಳಲು ಅಡ್ಡ ಬಂದಳು ಎನ್ನುವ ವಿಚಾರ ನನ್ನನ್ನು ಕೆಣಕಿ ಹೈರಾಣ ಮಾಡಿದಷ್ಟು, ಅವಳಿಗೆ ವಾಸ್ತುವಿನ ಮೌಢ್ಯವಿರಲಿಲ್ಲ ಎನ್ನುವುದು ಹೆಮ್ಮೆಯ ಸಂಗತಿಯಾಗಿ ಮೈಯುಬ್ಬಿಸಲಿಲ್ಲವೇಕೆ?

'ಬದುಕಿನ ಮೌಲ್ಯಗಳು' ಎನ್ನುವ ತೂಕದ ಮಾತನ್ನು ಆಗಾಗ ನಾವು ಕೇಳುತ್ತಿರುತ್ತೇವೆ. ಫಕ್ಕನೆ ಯಾರಾದರೂ 'ಹಾಗೆಂದರೇನು?' ಎಂದು ಕೇಳಿಬಿಟ್ಟರೆ ಉತ್ತರ ಹೇಳಲು ಕಕ್ಕಾಬಿಕ್ಕಿಯಾಗುತ್ತದೆ. ನನಗೆ ನಾನು ಸಮಾಧಾನದಲ್ಲಿ ಇರುವಾಗ ನನ್ನ ಬದುಕಿನ ಈ ಘಟನೆಯನ್ನು ಬದುಕಿನ ಮೌಲ್ಯಗಳ ವ್ಯಾಖ್ಯಾನಕ್ಕೆ ಬಳಸಿಕೊಳ್ಳುತ್ತಿರುತ್ತೇನೆ. ತನ್ನ

ದಡ್ಡತನದಿಂದಾಗಿ ಅಮ್ಮ ನನಗೆ ನಷ್ಟ ಒದಗಿಸಿದಳು ಎಂಬುದು ಒಂದು ಮೌಲ್ಯ. ನನ್ನ ಮೇಲಿನ ಪ್ರೀತಿಯಿಂದಾಗಿ ಸಾಲ ಮಾಡುವದನ್ನು ತಪ್ಪಿಸಿದಳು ಎಂದು ಭಾವಿಸುವುದು ಇನ್ನೊಂದು ಮೌಲ್ಯ. ನನ್ನ ಹಣೆಯಲ್ಲಿ ಆ ಜಾಗದ ಯಜಮಾನನಾಗುವುದು ಬರೆದಿರಲಿಲ್ಲ ಎಂದು ಸಮಾಧಾನವಾಗುವುದು ಮಗದೊಂದು ಮೌಲ್ಯ. ನಾವು ಯಾವ ನಿರ್ಧಾರಕ್ಕೆ ಬರುತ್ತೀವೆನ್ನುವುದು ನಮ್ಮ ನಮ್ಮ ವ್ಯಕ್ತಿತ್ವಕ್ಕೆ ಬಿಟ್ಟದ್ದು. ಆದರೆ ಒಂದಂತೂ ನಿಜ, ನಡೆದ ಘಟನೆಯಲ್ಲಿ ಪ್ರೀತಿಯ ಅಂಶವನ್ನು ಕಾಣದೆ ಒಣ ತರ್ಕ ಮಾಡಲು ಹೊರಟರೆ ನಮ್ಮ ಮೌಲ್ಯಗಳು ಖಂಡಿತಾ ಕುಸಿದು ಹೋಗುತ್ತವೆ. ನಮ್ಮೆಲ್ಲರ ಆಲೋಚನೆಗಳಲ್ಲೂ ಸಾನುಭೂತಿಯ ಅವಶ್ಯಕತೆಯಿದೆ.

ಸಾನುಭೂತಿಯೆಂದರೆ ಇನ್ನೊಬ್ಬರ ಪರಿಸ್ಥಿತಿಯನ್ನು ಅರ್ಥಮಾಡಿಕೊಂಡು, ಅವರಂತೆ ಆಲೋಚಿಸುವ ಕ್ರಮವಾಗಿದೆ. ಅದು ಸುಲಭ ಸಾಧ್ಯವಲ್ಲ, ಕಷ್ಟ ಪಟ್ಟು ಸಾಧಿಸಿಕೊಳ್ಳಬೇಕು. ಸಾನುಭೂತಿಯ ಗುಣ ದಕ್ಕಿದ ಮೇಲೆ ನಾವು ಮತ್ತೊಬ್ಬರ ನೋವು–ನಲಿವು–ನಿರ್ಧಾರಗಳ ಕಾರಣವನ್ನು ಚೆನ್ನಾಗಿ ಅರ್ಥ ಮಾಡಿಕೊಳ್ಳುತ್ತೇವೆ. ಇನ್ನೊಬ್ಬರ ನೋವು–ನಲಿವನ್ನು ಅವರ ಕಣ್ಣಿನಲ್ಲಿಯೇ ಅರ್ಥ ಮಾಡಿಕೊಂಡ ಮನುಷ್ಯ ಎಂದಿಗೂ ಕ್ರೌರ್ಯಕ್ಕೆ ಇಳಿಯುವದಿಲ್ಲ. ಕೊಲೆಯಾಗುತ್ತಿರುವ, ಅತ್ಯಾಚಾರಕ್ಕೊಳಗಾಗುತ್ತಿರುವ ವ್ಯಕ್ತಿಯ ಸಂಕಟವನ್ನು ನಾವೇ ಅನುಭವಿಸುವ ಶಕ್ತಿ ಪಡೆದರೆ ಕ್ರೌರ್ಯಕ್ಕೆ ಯಾರೂ ಕೈ ಹಾಕಲಾರರು. ಇಡೀ ಜಗತ್ತಿನ ಶಾಂತಿಗೆ ಬೇಕಿರುವುದು ಮತ್ತೇನೂ ಅಲ್ಲ, ಸಾನುಭೂತಿ. ಆದರೆ ಸಾನುಭೂತಿಯನ್ನು ಮತ್ತೊಬ್ಬರು ಕಲಿಸಿಕೊಡುವುದು ಕಷ್ಟ. ಅದನ್ನು ಸ್ವಯಂ ಕಲಿತುಕೊಳ್ಳಬೇಕಿದೆ. ಒಮ್ಮೆ ಸಾನುಭೂತಿ ನಿಮ್ಮ ಸ್ವಭಾವದಲ್ಲಿ ಬೆರೆತರೆ ಆಯ್ತು, ಇಡೀ ಜಗತ್ತು ಸುಂದರವಾಗಿ ಕಾಣಲಾರಂಭಿಸುತ್ತದೆ.

ಇತ್ತೀಚೆಗೆ ದಿವಂಗತ ತ.ರಾ.ಸು ಅವರ ಸುಪ್ರಸಿದ್ಧ ಕಾದಂಬರಿ 'ಹಂಸಗೀತೆ'ಯನ್ನು ಮತ್ತೊಮ್ಮೆ ಓದಿದೆ. ಅವರು ಸಾನುಭೂತಿ ಎಂದರೆ ಏನೆಂಬುದಕ್ಕೆ ಕೊಟ್ಟ ಉದಾಹರಣೆ ನನಗೆ ಬಹಳ ಇಷ್ಟವಾಯ್ತು. ಅದನ್ನು ನಿಮ್ಮೊಡನೆ ಹಂಚಿಕೊಳ್ಳುವೆ. ಅಷ್ಟಾಗಿ ಗಾಳಿಯ ಆರ್ಭಟವಿಲ್ಲದ ಒಂದು ಕೋಣೆಯಲ್ಲಿ ಎರಡು ಶೃತಿಗೊಂಡ ತಂಬೂರಿ ಇಟ್ಟು, ಒಂದನ್ನು ಮೀಟಿದರೂ ಸಾಕು, ಆ ನಾದದ ಕಂಪನಕ್ಕೆ ಮತ್ತೊಂದು ತಂಬೂರಿಯೂ ತನ್ನಷ್ಟಕ್ಕೆ ತಾನೇ ಮಿಡಿದು ನುಡಿಯಲಾರಂಭಿಸುತ್ತದಂತೆ. ಈ ಜಗತ್ತಿನಲ್ಲಿ ನಾವೆಲ್ಲರೂ ತಂಬೂರಿಗಳೇ ಅಲ್ಲವೇ? ಒಬ್ಬರು ನುಡಿಯಲು ಶುರು ಮಾಡಿದಾಗ, ಆ ಕಂಪನಕ್ಕೆ ಇನ್ನೊಬ್ಬರು ಮಿಡಿಯುವುದು ಮಾನವಧರ್ಮ. ಆದರೆ ಈ ಗದ್ದಲದ ಜಗತ್ತಿನಲ್ಲಿ ಅದು ಅಷ್ಟೊಂದು ಸುಲಭವೆ? ಊಹೂಂ. ಆದ್ದರಿಂದಲೇ ನಮ್ಮ ನಮ್ಮೊಳಗೆ ದ್ವೇಷ, ರಸಿಕಸಿ, ಸಿಟ್ಟು, ಸೆಡವು – ಎಲ್ಲಾ!

02ನೇ ಜನವರಿ 2015

ಮಣಿಕರ್ಣಿಕಾ

ಕಾಶಿಯ ಮಣಿಕರ್ಣಿಕಾ ಘಾಟ್‌ನ ಮುಂದೆ ನಿಂತಾಗ, ಎಂತಹ ಗಟ್ಟಿಗುಂಡಿಗೆಯವರ ಎದೆಯೂ ಒಂದು ಕ್ಷಣ ಕಂಪಿಸುತ್ತದೆ.

ನಾನು ಹಡಗಿನಲ್ಲಿ ಹೋದಾಗ ಇನ್ನೂ ಸೂರ್ಯ ಮೂಡಿರಲಿಲ್ಲ. ಹಡಗನ್ನು ನಡೆಸುವ ಘನಶ್ಯಾಮ ಎನ್ನುವ ನಾವಿಕ ಬೇಗನೆ ಅಲ್ಲಿಗೆ ಹೋಗುವದಕ್ಕೆ ಹಿಂದಿನ ದಿನವೇ ಸೂಚಿಸಿದ್ದರಿಂದ, ನಸುಕಿನಲ್ಲಿಯೇ ಎದ್ದು ಬಂದಿದ್ದೆ. ನದಿಯಲ್ಲಿ ನೀರಿನ ಸೆಳೆತ ಜೋರಿದ್ದರೂ, ವಿಶಿಷ್ಟವಾದ ಪ್ರಶಾಂತತೆಯಿತ್ತು. ಮಣಿಕರ್ಣಿಕಾ ಬಳಿಗೆ ಬಂದಿದ್ದೇ ಆ ಪ್ರಶಾಂತತೆಯು ಸ್ಮಶಾನ ವೈರಾಗ್ಯಕ್ಕೆ ತಿರುಗಿಕೊಂಡು ಮನಸ್ಸು ಕಂಪಿಸತೊಡಗಿತು.

ಆ ದಿನ ನನ್ನ ಅದೃಷ್ಟವೋ, ದುರಾದೃಷ್ಟವೋ ಗೊತ್ತಿಲ್ಲ – ಐವತ್ತಕ್ಕೂ ಹೆಚ್ಚು ಹೆಣಗಳು ಒಂದೇ ಸಲಕ್ಕೆ ಬಂದಿದ್ದವು. ಆಶ್ರಯ ಬಯಸಿ ಬಂದ ಹೆಣವನ್ನು ಮಣಿಕರ್ಣಿಕಾದೇವಿ ಎಂದೂ ನಿರಾಕರಿಸುವದಿಲ್ಲ. ಹೊತ್ತುಗೊತ್ತಿಲ್ಲದಂತೆ ಲಯನೃತ್ಯವನ್ನು ದಿನದ ಇಪ್ಪತ್ನಾಲ್ಕು ಗಂಟೆ ಮಾಡಿದರೂ ಇಂಗದ ದಾಹ ಅವಳದು. ರಾಶಿರಾಶಿ ಕಟ್ಟಿಗೆಗಳನ್ನು ತನ್ನೊಡಲಿನಲ್ಲಿ ಪೇರಿಸಿಟ್ಟುಕೊಂಡಿದ್ದಾಳೆ. ಯಾವ ಹೆಣಕ್ಕೆ ಯಾವ ಕಟ್ಟಿಗೆಯೋ! ಯಾವ ಕಟ್ಟಿಗೆಗೆ ಯಾರ ಋಣವೋ!

ಹಡಗುಗಳಿಂದ ಯಥೇಚ್ಛವಾಗಿ ಕಟ್ಟಿಗೆಗಳ ಸರಬರಾಜು ನಡೆದೇ ಇತ್ತು. ಸುಡುವ ಹೆಣಗಳ ಮಧ್ಯದಲ್ಲಿಯೇ ಒಣ ಕಟ್ಟಿಗೆಗಳನ್ನು ತಲೆಯ ಮೇಲೆ ಹೊತ್ತ ಕೂಲಿಗಳು, ಅವುಗಳನ್ನು ಅಲಂಕಾರಿಕವಾಗಿ ಜೋಡಿಸುತ್ತಿದ್ದರು. ಉಡುಪಿಯ ಕೃಷ್ಣಮಠದಲ್ಲಿ ಜೋಡಿಸಿಟ್ಟ ಕಟ್ಟಿಗೆಗಳ ರಾಶಿ ಚಕ್ಕನೆ ನೆನಪಿಗೆ ಬಂತು. ಬದುಕಲೆಂದು ಮಾಡುವ ಆಹಾರಕ್ಕೂ ಕಟ್ಟಿಗೆ ಬೇಕು. ಬದುಕು ನಿಂತ ಗಳಿಗೆಯೂ ಕಟ್ಟಿಗೆ ಬೇಕು. ಮನುಷ್ಯ ಮರಗಳಿಗೆ ಯಾವತ್ತೂ ಋಣಿಯಾಗಿರಲೇ ಬೇಕು!

ನದಿಯ ದಂಡೆಯಲ್ಲಿ ಹೆಣ ಸುಡಲೆಂದೇ ಕಟ್ಟಿದ ವಿಸ್ತಾರವಾದ ಮೆಟ್ಟಿಲುಗಳ ಮೇಲೆ, ಜೋಡಿಸಿಟ್ಟಂತೆ ಸಮಾನಾಂತರದಲ್ಲಿ ಹೆಣಗಳು ಉರಿಯುತ್ತಿದ್ದವು. ಧಗಧಗನೆ ಬೆಂಕಿಯ ಕೆನ್ನಾಲಿಗೆಗಳು ಮುಗಿಲು ಮುಟ್ಟುತ್ತಿದ್ದವು. ಸೂರ್ಯದೇವ ತಾಯಿಯ ಗರ್ಭವನ್ನು ಸೀಳಿಕೊಂಡು ಆಕಾಶದ ತುಂಬಾ ರಕ್ತ ಚೆಲ್ಲುತ್ತಾ ಹುಟ್ಟುವಾಗ, ಅಂತಹ ಎಳೆಯನಿಗೂ ರಿಯಾಯಿತಿ ನೀಡದಂತೆ ಮಣಿಕರ್ಣಿಕಾದೇವಿ ಸಾವಿನ ಸತ್ಯವನ್ನು ಅರುಹುತ್ತಿದ್ದಳು. ಅಷ್ಟೊಂದು ಹೆಣಗಳು ಸುಡುವಾಗ ಅವುಗಳ ಮಧ್ಯೆ ನಿಂತು ಆ ಧಗೆಯನ್ನು ಸಹಿಸುವುದು ಸಾಮಾನ್ಯರಿಂದ ಸಾಧ್ಯವಿಲ್ಲ. ಆದ್ದರಿಂದ ಆ ಹೆಣಗಳನ್ನು ಹೊತ್ತು ತಂದ ಸಂಬಂಧಿಕರು, ಬೆಂಕಿಯನ್ನು ತಗುಲಿಸಿದ್ದೇ ಆದಷ್ಟು ದೂರ ಹೋಗಿ ನಿಲ್ಲುತ್ತಿದ್ದರು. ಸ್ವಲ್ಪೇ ಸಮಯದಲ್ಲಿ ಅವರಿಗೆ ಆ ಐವತ್ತಕ್ಕೂ ಹೆಚ್ಚು ಹೆಣದ ಯಜ್ಞಗಳಲ್ಲಿ ತಮ್ಮ ಪ್ರೀತಿಪಾತ್ರರು ಎಲ್ಲಿ ಉರಿಯುತ್ತಿದ್ದಾರೆನ್ನುವುದು ತಿಳಿಯದೆ ಗೊಂದಲವಾಗುತ್ತಿತ್ತು. 'ಅದೋ ಅಲ್ಲಿರುವುದೇ ನಮ್ಮ ಹೆಣ' ಎಂದು ಒಬ್ಬರೆಂದರೆ, ಮತ್ತೊಬ್ಬರು 'ಅದು ಅಲ್ಲವೇ ಅಲ್ಲ, ಅಕೋ ಅದರ ಪಕ್ಕದ್ದು' ಎಂದು ವಾದಿಸುತ್ತಿದ್ದರು. ಆತ್ಮೀಯರನ್ನು ಕಳೆದುಕೊಂಡು ನೋವಿನಲ್ಲಿರುವ ಕೆಲವರು ಮಾತ್ರ, ತಲೆಯ ಮೇಲೆ ಒದ್ದೆಯ ಬಿಳಿಯ ಬಟ್ಟೆಯನ್ನು ಹಾಕಿಕೊಂಡು, ಅಲ್ಲಿ ಉರಿಯುತ್ತಿರುವ ಎಲ್ಲಾ ಹೆಣಗಳಲ್ಲಿ ಯಾವುದೇ ತಮ್ಮದಾಗಿದ್ದರೂ ನೋವಿನ ಪ್ರಮಾಣದಲ್ಲಿ ಬದಲಾವಣೆಯಿರುವದಿಲ್ಲ ಎಂಬ ಸತ್ಯ ಅರಿತವರಂತೆ ಕಣ್ಣೀರು ಸುರಿಸುತ್ತಲೇ ಇರುತ್ತಿದ್ದರು. ಹೆಣದ ಯಜಮಾನಿಕೆಯನ್ನು ವಹಿಸಿಕೊಂಡ ಚಾಂಡಾಲರು ಮಾತ್ರ, ಯಾವ ಬೆಂಕಿಗೂ ಅಂಜದಂತೆ ಕೈಯಲ್ಲಿ ಕೋಲನ್ನು ಹಿಡಿದುಕೊಂಡು, ಹೆಣವನ್ನು ದೋಸೆ ತಿರುವಿ ಹಾಕಿದಂತೆ ಸರಿಯಾಗಿ ಬೇಯಿಸುತ್ತಾ ತಮ್ಮ ಕಾಯಕವನ್ನು ನಿಷ್ಠೆಯಿಂದ ಮಾಡುತ್ತಿದ್ದರು.

ಸಾವೆಂಬುದು ಕಣ್ಣಿನ ಎದುರಿಗೆ ಕಂಡು ಕ್ಷಣ ಕಾಲ ಭಯವನ್ನು ಮೂಡಿಸಿದರೂ, ಮತ್ತೆ ಸ್ವಲ್ಪ ಹೊತ್ತಿಗೆ ಮನುಷ್ಯ ಚೇತರಿಸಿಕೊಂಡು ಬಿಡುತ್ತಾನೆ. ಅದು ತನಗೆ ಸಂಬಂಧಿಸಿದ್ದಲ್ಲ, ಮತ್ತಾರಿಗೋ ಸೇರಿದ್ದು ಎಂದು ಸಮಾಧಾನ ಮಾಡಿಕೊಳ್ಳುತ್ತಾನೆ. ಮತ್ತೊಮ್ಮೆ ಬದುಕಿನ ಚಿಕ್ಕಚಿಕ್ಕ ಆಸೆಗಳು ಗರಿಗೆದರಿಕೊಂಡು

ಬಿಡುತ್ತವೆ. ಆ ಬೆಳಗಿನ ತಂಪು, ಕೆಂಪಾದ ಆಕಾಶ, ಉರಿಯುವ ಹೆಣಗಳ ರಾಶಿ, ಮೇಲೆ ಕಟ್ಟೆಯಲ್ಲಿ ಜಮಾಯಿಸಿದ ಬಂಧು ವರ್ಗ, ನೀರಿನಲ್ಲಿ ಪೂರ್ತಿ ದೇಹವನ್ನು ಮುಳುಗಿಸಿ ತಲೆಯನ್ನು ಮಾತ್ರ ಎತ್ತಿ ನಿಂತು ಸುಖದ ಉತ್ತುಂಗದಲ್ಲಿರುವ ಕಾಶಿಯ ಎಮ್ಮೆಗಳು, ಗಂಗೆಯ ತುಂಬಾ ಅಡ್ಡಾಡುತ್ತಿರುವ ಹಡಗುಗಳು, ಅವುಗಳಲ್ಲಿ ನಿಂತು ಮಣಿಕರ್ಣಿಕೆಯ ನೃತ್ಯವನ್ನು ನೋಡುತ್ತಿರುವ ಪ್ರವಾಸಿಗರು – ಎಲ್ಲವೂ ಎಂತಹದೋ ರುದ್ರರಮಣೀಯತೆಯನ್ನು ಮೂಡಿಸಿದಂತೆ ನನಗೆ ಕಂಡುಬಿಟ್ಟಿತು. ತಕ್ಷಣ ಕ್ಯಾಮೆರಾವನ್ನು ಹೊರತೆಗೆದು ಸರಿಯಾದ ಚೌಕಟ್ಟಿಗೆ ಜೋಡಿಸಿಕೊಳ್ಳ ತೊಡಗಿದೆ. "ಭಯ್ಯಾ..." ಎಂದು ಘನಶ್ಯಾಮ ಬೇಡಿಕೊಂಡ. ಅವನತ್ತ ತಿರುಗಿದೆ. ಅವನ ದೇಹ ಕಪ್ಪು, ಮಹಾಕಪ್ಪು. ಅವನಿಗೆ "ಘನಶ್ಯಾಮ" ಎನ್ನುವ ಹೆಸರು ಅನ್ವರ್ಥಕವಾಗಿದೆ ಎಂದು ಆ ಕ್ಷಣ ಅನ್ನಿಸಿತು. "ಸುಡುವ ಹೆಣಗಳ ಫೋಟೋ ತೆಗೆಯಬೇಡ ಭಯ್ಯಾ" ಅಂದ. ನನಗೆ ಎಲ್ಲದಕ್ಕೂ ಕಾರಣವನ್ನು ಕೆದಕುವ ವೈಜ್ಞಾನಿಕ ಮನೋಭಾವವಿದೆ. "ಯಾಕೆ ತೆಗೀಬಾರದು?" ಎಂದೆ. "ಮನುಷ್ಯ ಸತ್ತ ಮೇಲೆ ದೇವರಾಗಿ ಬಿಡುತ್ತಾನೆ. ಆ ಭಗವಂತನ ಫೋಟೋ ತೆಗೆಯೋದು ಪಾಪಕಾರ್ಯ ಆಗ್ತದೆ" ಅಂದ. ಆ ನಾವಿಕನ ಮಾತಿಗೆ ವ್ಯಂಗ್ಯದ ನಗೆಯನ್ನು ತುಳುಕಿಸಿ, ನನ್ನ ಯಜಮಾನಿಕೆಯ ದರ್ಪದಲ್ಲಿ ಫೋಟೋ ತೆಗೆಯುವುದು ಅಂತಹ ಕಷ್ಟವೇನೂ ಆಗಿರಲಿಲ್ಲ. ಆದರೂ ಯಾಕೋ ಅವನ ಮಾತಿನ ಆರ್ದ್ರತೆ ನನ್ನನ್ನು ತಟ್ಟಿತು. ಸುಮ್ಮನೆ ಕ್ಯಾಮೆರಾವನ್ನು ಜೇಬಿನೊಳಗಿಟ್ಟೆ; ಸಮಾಧಾನವಾಯ್ತು.

ಈ ಘನಶ್ಯಾಮನ ಮಾತುಗಳೇ ಹಾಗೆ, ಎಂತಹದೋ ಆಧ್ಯಾತ್ಮಿಕ ಸೆಳೆತವನ್ನು ಹೊಂದಿರುತ್ತಿದ್ದವು. ಸುಮ್ಮನೆ ಪ್ರವಾಸಿಗರನ್ನು ಸೆಳೆಯಲೆಂದು ಅಂತಹ ಮಾತಿನ ಜಾಣ್ಮೆಯನ್ನು ಕಲಿತಿದ್ದಾನೋ ಅಥವಾ ನಿಜಕ್ಕೂ ಆ ಸಣ್ಣ ವಯಸ್ಸಿಗೆ ಅವನಿಗೆ ಅಂತಹ ಮನೋಭಾವವನ್ನು ಈ ವಾರಾಣಸಿಯ ಮಣ್ಣು ನೀಡಿದೆಯೋ? ನಿನ್ನೆಯಿಂದ ಆ ಪ್ರಶ್ನೆ ಮನಸ್ಸಿನಲ್ಲಿ ಕೂತಿತ್ತು. ಹಿಂದಿನ ರಾತ್ರಿ ಗಂಗೆಯ ಆರತಿಯ ದೃಶ್ಯವನ್ನು ನೋಡಿದ್ದು ಅವನ ಹಡಗಿನಲ್ಲಿಯೇ! ಹಾಗೆಯೇ ನದಿಯ ಆಚೆಯ ದಂಡೆಗೆ ಹೋಗಿ ಕುಳಿತು, ಒಂದಿಷ್ಟು ಧ್ಯಾನವನ್ನು ಮಾಡಿ, ತಿಂಗಳ ಬೆಳಕಿನಲ್ಲಿ ಹಸಿಮರಳಿನಲ್ಲಿ ಹೆಜ್ಜೆ ಮೂಡಿಸುತ್ತಾ ಅಡ್ಡಾಡಿ, ಮತ್ತೆ ಊರಿನ ಗದ್ದಲದೊಳಕ್ಕೆ ಸೇರಿಕೊಳ್ಳುವಾಗ ಆಗಲೇ ರಾತ್ರಿ ಹತ್ತು ಗಂಟೆಯಾಗಿತ್ತು. "ಘನಶ್ಯಾಮ, ಇಷ್ಟು ತಡವಾಗಿ ನನಗೆ ಊಟ ಸಿಗುತ್ತದಾ? ಎಲ್ಲಾ ಹೋಟೇಲುಗಳು ಮುಚ್ಚಿ ಬಿಟ್ಟಿರುತ್ತವೆಯಾ?" ಎಂದು ಅನುಮಾನದಿಂದ ಕೇಳಿದ್ದೆ. "ಭಯ್ಯಾ, ಇದು ಮಾತಾ ಅನ್ನಪೂರ್ಣೆಯ ಊರು. ಯಾರನ್ನೂ ಆಕೆ ಉಪವಾಸ ಕೆಡವುವದಿಲ್ಲ. ಆರಾಮಾಗಿರು" ಎಂದಿದ್ದ. ಅವನು ಹೇಳಿದಂತೆ ಹಲವಾರು ಹೋಟೆಲುಗಳು ತೆಗೆದಿದ್ದವು. ಒಳ್ಳೆಯ ಊಟವೂ ಸಿಕ್ಕಿತ್ತು.

ಬಿಹಾರದಿಂದ ಚಿಕ್ಕಂದಿನಲ್ಲಿಯೇ ಈ ಊರಿಗೆ ಓಡಿ ಬಂದಿದ್ದಾನಂತೆ. ಆಗಿನಿಂದಲೂ ಗಂಗಾ ಮಾತೆಯೇ ಅವನ ಬದುಕಿನ ಜವಾಬ್ದಾರಿಯನ್ನು ತೆಗೆದುಕೊಂಡಿದ್ದಾಳೆ. ಪ್ರತಿದಿನ ತಪ್ಪದೆ ನಾಲ್ಕೈದು ತಾಸು ಗಂಗೆಯಲ್ಲಿ ಪ್ರವಾಹಕ್ಕೆ ವಿರುದ್ಧವಾಗಿ ಈಜುತ್ತಾನೆ. ಬಿಸಿಲಿನ ಸೆಕೆಗೆ ಅವನು ಅಂಗಿಯನ್ನು ತೆಗೆದು ನೌಕೆಯನ್ನು ನಡೆಸುವಾಗ, ಅವನ ಕಟ್ಟುಮಸ್ತಾದ ಆರೋಗ್ಯವಂತ ದೇಹ ಕಣ್ಣಿಗೆ ಕುಕ್ಕುವಂತೆ ಕಾಣುತ್ತದೆ. ಯಾವುದೇ ಬಾಲಿವುಡ್ ನಾಯಕನ ಕೃತಕ ಸಿಕ್ಸ್‌ಪ್ಯಾಕ್‌ಗಳನ್ನೂ ನಾಚಿಸುವಂತಹ ಸಹಜವಾದ ಸುದೃಢ ದೇಹ ಅವನಿಗಿತ್ತು. ಆದರೆ ಅದರ ಅರಿವು ಅವನಿಗೆ ಇರಲಿಲ್ಲ. "ನಂಗೆ ಸರಿಯಾಗಿ ಈಜೋದಕ್ಕೆ ಬರಲ್ಲ. ಲೈಫ್-ಜಾಕೆಟ್ ಏನಾದ್ರೂ ಇದೆಯಾ?" ಎಂದು ಮೊದಲ ಸಲ ಹಡಗನ್ನು ಹತ್ತುವಾಗ ಕೇಳಿದ್ದೆ. "ಭಯ್ಯಾ, ಆ ಗಂಗಾಮಾತೆಯೇ ನಮ್ಮೆಲ್ಲರ ಲೈಫ್-ಜಾಕೆಟ್. ಮತ್ತೊಂದು ಯಾಕೆ ಬೇಕು ಹೇಳು?" ಎಂದಿದ್ದ. ಅಂತಹ ಮಾತಿಗೆ ಹೇಗೆ ಪ್ರತಿಯುತ್ತರಿಸುವುದು?

ನಿನ್ನೆ ಸಂಜೆ ಹಡಗನ್ನು ನಡೆಸುವಾಗ ದೂರದಲ್ಲಿ ಒಂದು ದೇಹ ತೇಲಿ ಬರುವುದು ಕಂಡಿತು. ಹಸಿರು ಸೀರೆಯುಟ್ಟ ಹೆಣ್ಣು ದೇಹವೆನ್ನುವುದು ಚೆನ್ನಾಗಿ ಗೊತ್ತಾಗುತ್ತಿತ್ತು. ತಕ್ಷಣ ಘನಶ್ಯಾಮ ಜಾಗೃತನಾದ. ಆ ದಿಕ್ಕಿನೆಡೆಗೆ ಹಡಗನ್ನು ವೇಗವಾಗಿ ನಡೆಸಿ, ಆ ಹೆಣದ ಬಳಿಗೆ ಬಂದ. ತನ್ನ ಕೈಯಲ್ಲಿದ್ದ ಹುಟ್ಟಿನಿಂದ ಆ ದೇಹವನ್ನು ಗಟ್ಟಿಯಾಗಿ ಒತ್ತಿದ. ಸೆಟೆದು ಹೋದ ಆ ದೇಹ ತನ್ನ ಬಲಗೈಯನ್ನು ನೀರಿನಿಂದ ಮೇಲಕ್ಕೆ ಎತ್ತಿ ತೋರಿಸಿತು. ನಿಧಾನಕ್ಕೆ ಆ ಹೆಣದ ಸೀರೆಯನ್ನು ಬಿಡಿಸಿಕೊಂಡ. ಅದನ್ನು ತನ್ನ ಹಡಗಿನಲ್ಲಿ ಇಟ್ಟುಕೊಂಡ. "ಮಾಫ್ ಕರ್ನಾ ಭಯ್ಯಾ... ನನ್ನ ಹೆಂಡತಿಗೆ ಹಸಿರು ಸೀರೆ ಅಂದ್ರೆ ತುಂಬಾ ಇಷ್ಟ" ಎಂದು ತುಸು ನಾಚುತ್ತಾ ಹೇಳಿದ. ಅನಂತರ ಬೆತ್ತಲೆಯಾದ ಆ ಹೆಣವನ್ನು ಅದರ ಪಾಡಿಗೆ ತೇಲಲು ಬಿಟ್ಟು, ನಾವು ನಮ್ಮ ಪಯಣವನ್ನು ಮುಂದುವರೆಸಿದ್ದೆವು. 'ನೇಪಾಳಿ ಘಾಟ್'ನ ದಡದ ಮೇಲಿರುವ ಒಂದು ಪುಟ್ಟ ಮಹಲಿನಲ್ಲಿ, ಉದ್ರೇಕಕಾರಿ ಶೃಂಗಾರದ ದೃಶ್ಯಗಳ ಮರದ ಕೆತ್ತನೆಗಳನ್ನು ತೋರಿಸಲು ಅವನು ನನ್ನನ್ನು ಕರೆದುಕೊಂಡು ಹೋಗುತ್ತಿದ್ದ.

ಐವತ್ತಕ್ಕೂ ಹೆಚ್ಚು ಹೆಣಗಳೆಂದರೆ ಸಾವಿರಕ್ಕೂ ಹೆಚ್ಚು ಜನ ಜಮಾಯಿಸಿ ಬಿಟ್ಟಿರುತ್ತಾರೆ. ಅಂದ ಮೇಲೆ ಮಾರಾಟಕ್ಕೆ ಯಾವ ಕೊರತೆ? ದೊಡ್ಡದಾದ ಅಲ್ಯೂಮೀನಿಯಂ ಟೀ ಪಾತ್ರೆಗಳನ್ನು ಹಿಡಿದುಕೊಂಡ ಹುಡುಗರು ಜನರ ಮಧ್ಯೆ "ಚಾಯ್... ಚಾಯ್..." ಎಂದು ಓಡಾಡುತ್ತಿದ್ದರು. ಜನರು ಆ ಹುಡುಗರನ್ನು ಕೂಗಿ ಚೀರಿ ಕರೆದು ಚಹಾ ಕೊಳ್ಳುತ್ತಿದ್ದರು. ಯಾಕೋ ನಮ್ಮ ಮನೆಯ ಒಂದು ಘಟನೆ ನೆನಪಾಯ್ತು. ಅಪ್ಪ ಸತ್ತು, ಬಂಧು-ಬಳಗದವರ ಅಳುವೆಲ್ಲಾ ಮುಗಿದು,

ಆತನ ತೆರೆದ ಬಾಯಿಗೆ ಅಕ್ಕಿ ಮತ್ತು ಎಳ್ಳನ್ನು ಹಾಕಿ, ದೇಹಕ್ಕೆ ಅಪ್ರದಕ್ಷಿಣೆಯಲ್ಲಿ ಸುತ್ತಿ ನಮಸ್ಕರಿಸಿ, "ನಾರಾಯಣ... ನಾರಾಯಣ..." ಎನ್ನುತ್ತಾ ಹೆಣವನ್ನು ಸ್ಮಶಾನಕ್ಕೆ ಎತ್ತಿಕೊಂಡು ಹೋಗಿಬಿಟ್ಟೆವು. ಸೂತಕದ ಮನೆಗೆ ಊಟವನ್ನು ಒದಗಿಸುವ ಜವಾಬ್ದಾರಿಯನ್ನು ಹೊತ್ತ ಪಕ್ಕದ ಮನೆಯ ರುಕ್ಮಿಣಮ್ಮ, ಅನಂತರ ಅಮ್ಮನ ಬಳಿಗೆ ಬಂದು "ನಾಲ್ಕು ಸೇರು ಅಕ್ಕಿ ಇಡ್ಲೇನ್ರಿ? ಸಾಕಾಗ್ತದಲ್ಲಾ?" ಎಂದು ಕೇಳಿದಳಂತೆ. ಅದಕ್ಕೆ ಅಮ್ಮ "ಸಾಕಾಗಲ್ಲಮ್ಮ. ಸೂತಕದ ಮನೆಯಲ್ಲಿ ಸಂಕಟ ಜಾಸ್ತಿ. ಉಂಡು ಶಮನ ಮಾಡಿಕೊಳ್ತಾರೆ. ಐದು ಸೇರು ಮಾಡ್ರಿ" ಎಂದು ಕಣ್ಣೊರೆಸಿಕೊಂಡು ಹೇಳಿದಳಂತೆ. ಅಷ್ಟು ಮಾಡಿದರೂ ಒಂದಗುಳೂ ಉಳಿಯದಂತೆ ಎಲ್ಲಾ ಖರ್ಚಾಯಿತೆಂದು ಮರುದಿನ ರುಕ್ಮಿಣಮ್ಮ ನನ್ನ ಮುಂದೆ ಹೇಳಿ "ನಿಮ್ಮಮ್ಮನ ಅನುಭವ ದೊಡ್ಡದಪ್ಪಾ" ಎಂದಿದ್ದಳು.

ಸೂರ್ಯದೇವ ಸಂಜೆಯ ಹೊತ್ತಿನ ತನ್ನ ಸಾವನ್ನು ಸದ್ಯಕ್ಕೆ ಮರೆತು, ಯೌವನದ ಮದವೇರಿಸಿಕೊಂಡು ಬಿರುಸಾಗುತ್ತಲಿದ್ದ. ಮಣಿಕರ್ಣಿಕೆಯ ರಂಗಸ್ಥಳದಲ್ಲಿ ಹಲವು ವೈರುಧ್ಯಮಯ ದೃಶ್ಯಗಳು ಸ್ಪಷ್ಟವಾಗಿ ಕಾಣುತ್ತಿದ್ದವು. ಒಂದೆಡೆ ಜೀವ ಕಳೆದುಕೊಂಡ ಹೆಣಗಳು ಧಗಧಗನೆ ಉರಿಯುತ್ತಿದ್ದರೆ, ಮತ್ತೊಂದೆಡೆ ಹಡಗಿನಲ್ಲಿ ನಿಂತು ಗಾಳ ಹಾಕಿ ಕಾಯುತ್ತಿರುವ ಮೀನುಗಾರರು, ಮೀನು ಬಿದ್ದ ಸೂಕ್ಷ್ಮ ಗೊತ್ತಾಗುತ್ತಲೇ ದಾರವನ್ನು ಮೇಲಕ್ಕೆ ಎತ್ತಿ, ವಿಲವಿಲನೆ ಒದ್ದಾಡುತ್ತಿರುವ ಆರೋಗ್ಯವಂತ ಮೀನನ್ನು ಹಡಗಿನ ಕಟ್ಟಿಗೆಗೆ ರಪರಪನೆ ಬಡಿದು ಅದರ ಒದ್ದಾಟವನ್ನು ನಿಲ್ಲಿಸುತ್ತಿದ್ದರು. ಆಕಾಶದಲ್ಲಿ ಹದ್ದುಗಳು ಒಂದೇ ಸಮನೆ ಹಾರಾಡುತ್ತಿದ್ದು, ತಮ್ಮ ಹೊಟ್ಟೆಗೆ ಮಣಿಕರ್ಣಿಕಾ ತಾಯಿ ಏನಾದರೂ ದಯಪಾಲಿಸಿಯಾಳೋ ಎಂದು ಕಾಯುತ್ತಿದ್ದವು. ಕಾಶಿಯಲ್ಲಿ ಮಾನವರಿಗೆಲ್ಲಾ ಅನ್ನಪೂರ್ಣಾದೇವಿ ಆಹಾರ ಕೊಟ್ಟರೆ, ಹದ್ದುಗಳಿಗೆ ಮಣಿಕರ್ಣಿಕಾದೇವಿ ಆಹಾರವನ್ನು ಒದಗಿಸುವ ಅನ್ನಪೂರ್ಣೆಯಾಗಿದ್ದಾಳೆ.

ಗಂಗೆಯ ಆಚೆಯ ದಡದಲ್ಲಿ ನಿಧಾನಕ್ಕೆ ಗಂಡು-ಹೆಣ್ಣಿನ ಜೋಡಿಗಳು ಎದ್ದು ಬರುತ್ತಿರುವುದು ಕಾಣಿಸಲಾರಂಭಿಸಿತು. "ಹತ್ತಿರದಲ್ಲಿ ವಿಶ್ವವಿದ್ಯಾಲಯ ಇದೆಯಲ್ಲಾ ಭಯ್ಯಾ... ಅಲ್ಲಿಯ ಹುಡುಗ-ಹುಡುಗಿಯರು ರಾತ್ರಿ ಕತ್ತಲಿನಲ್ಲಿ ಬಂದು ಜನಸಂಚಾರವಿಲ್ಲದ ಆ ದಂಡೆಗೆ ಹೋಗಿ ಮಲಗಿದ್ದು, ಬೆಳಿಗ್ಗೆ ಎದ್ದು ಬರುತ್ತಿದ್ದಾರೆ... ಸೆಕ್ಸ್ ಕರ್ತಾ ಹೈ..." ಎಂದು ತುಂಟ ನಗೆಯನ್ನು ಚೆಲ್ಲುತ್ತಾ ಹೇಳಿದ. ಹತ್ತಿರದಲ್ಲೇ ಇದ್ದ ಹಡಗೊಂದರಲ್ಲಿ ಗಟ್ಟಿ ಸ್ವರದಲ್ಲಿ ರೇಡಿಯೋ ಹಾಕಿದ್ದರು. "ಇನ್ಹೀ ಲೋಗೋ ನೇ ಲೇ ಲಿಯಾ ದುಪ್ಪಟ್ಟಾ ಮೇರಾ..." ಎಂದು ಲತಾಮಂಗೇಶ್ಕರ್ ಒಂದೇ ಸವನೆ ಹಾಡುತ್ತಿದ್ದಳು. ಆ ಐವತ್ತು ಉರಿಗಳ ಮುಂದೆ ಇರುವ ನದಿಯ ನಡುಭಾಗದಲ್ಲಿ ಮುದುಕನೊಬ್ಬ ಕಬ್ಬಿಣದ ಪುಟ್ಟಿಯೊಂದನ್ನು ಹಿಡಿದುಕೊಂಡು ಧ್ಯಾನಸ್ಥನಂತೆ

ನಿಂತಿರುತ್ತಿದ್ದ. ನೀರಿನೊಳಕ್ಕೆ ಕಾಲಿನಿಂದ ಕಸವನ್ನೆಲ್ಲಾ ಶೇಖರಿಸಿ, ಒಮ್ಮೆ ಇಡಿಯಾಗಿ ಮುಳುಗಿ, ಕಬ್ಬಿಣದ ಪುಟ್ಟಿಯ ತುಂಬಾ ಕಸವನ್ನು ತುಂಬಿಕೊಂಡು ಮೇಲಕ್ಕೆ ಕಾಣಿಸಿಕೊಳ್ಳುತ್ತಿದ್ದ. ಎಷ್ಟೋ ಹೆಣಗಳ ಮೈಮೇಲೆ ಹಾಕಿಕೊಂಡ ಬಂಗಾರವನ್ನು ಬಂಧುಗಳು ತೆಗೆಯದೇ ಹಾಗೆಯೇ ಬಿಟ್ಟು ಬಿಡುತ್ತಾರಂತೆ. ಮುತ್ತೈದೆಯ ಓಲೆ, ಮಾಂಗಲ್ಯ, ಮೂಗುತಿಗಳು, ಮಗುವಿನ ಉಡುದಾರ, ಮುದುಕನ ಕೈಯಿಂದ ಬಿಡಿಸಲಾಗದ ಉಂಗುರ... ಎಲ್ಲವೂ ಅಗ್ನಿಯಲ್ಲಿ ಆಹುತಿಯಾಗಿ ಬೂದಿಯಾಗುತ್ತವೆ. ಆ ಬೂದಿಯನ್ನು ನೀರಿಗೆ ತಳ್ಳುತ್ತಾರೆ. ಆ ಕಸದಲ್ಲಿ ಬಂಗಾರ ಸಿಕ್ಕೇ ಸಿಗುತ್ತದೆಂಬ ನಿರೀಕ್ಷೆಯಿಂದ ಈ ಮುಪ್ಪಾದ ಮುದುಕ ಕಬ್ಬಿಣದ ಪುಟ್ಟಿ ಹಿಡಿದುಕೊಂಡು ಒದ್ದಾಡುತ್ತಲೇ ಇದ್ದ. ನೀರಿನಲ್ಲಿ ತೇಲಾಡುವ ಹಡಗುಗಳು, ತಮ್ಮ ದೇಹದ ತುಂಬಾ ಮೊಬೈಲ್ ಕಂಪನಿಗಳ ಹೆಸರನ್ನೋ, ಬಹುರಾಷ್ಟ್ರೀಯ ಬ್ಯಾಂಕಿನ ಹೆಸರನ್ನೋ ಬರೆದುಕೊಂಡು ಕಣ್ಣಿಗೆ ರಾಚುತ್ತಿದ್ದವು. ಗಾಂಜಾ ಸೇದಿದ ಕಾವಿವಸ್ತ್ರಧಾರಿಗಳು ಅಲ್ಲಲ್ಲಿ ನಶೆಯಲ್ಲಿ ಕುಳಿತಿದ್ದರು. ಒಂದಿಷ್ಟು ವಿದೇಶಿಯರು ಗಾಂಜಾಕ್ಕಾಗಿ ಸರಿಯಾದ ಏಜೆಂಟ್‌ಗಳನ್ನು ಹುಡುಕುತ್ತಿದ್ದರು. "ನೀನು ಕಾರ್ತೀಕ ಪೂರ್ಣಿಮೆಯ ದಿನ ಬರಬೇಕು ಭಯ್ಯಾ... ಆವತ್ತು ಮಣಿಕರ್ಣಿಕಾ ನೋಡೋದಕ್ಕೆ ಎರಡು ಕಣ್ಣು ಸಾಲದು. ಆವತ್ತು ನಗರವಧುಗಳೆಲ್ಲಾ (ವೇಶ್ಯೆಯರು) ಸೊಗಸಾಗಿ ಅಲಂಕಾರ ಮಾಡಿಕೊಂಡು, ಉರಿಯುವ ಹೆಣದ ಪಕ್ಕದಲ್ಲಿ ಒಬ್ಬೊಬ್ಬರಾಗಿ ನಿಂತು ನರ್ತನ ಮಾಡುತ್ತಾರೆ" ಎಂದು ಘನಶ್ಯಾಮ ಮತ್ತೊಂದು ಸಂಗತಿಯನ್ನು ತಿಳಿಸಿದ. 'ಸಾವು' ಮತ್ತು 'ಕಾಮ' ಎಂಬ ಬದುಕಿನ ಎರಡು ಕಠೋರ ಸತ್ಯಗಳನ್ನು ಒಂದೇ ವೇದಿಕೆಯಲ್ಲಿ ನೋಡುವ ಧೈರ್ಯ ನನಗಿದೆಯೆ ಎಂದು ಅಳುಕಾಯಿತು.

ಮಣಿಕರ್ಣಿಕಾ ಎಲ್ಲ ಬಗೆಯ ಹೆಣಗಳನ್ನೂ ಸ್ವೀಕರಿಸುತ್ತಾಳೆ; ಭೇದ-ಭಾವ ಮಾಡುವದಿಲ್ಲ. ಮುಪ್ಪಾದ ಮುದುಕ, ತುಂಬಿದ ಬಸುರಿ, ಅಪಘಾತದಲ್ಲಿ ಸತ್ತ ಯುವಕ, ಬ್ರಾಹ್ಮಣ, ವಾರಾಂಗನೆ, ಶೂದ್ರ, ಬಿಹಾರಿ, ಮದ್ರಾಸಿ, ಹೊರದೇಶದಿಂದ ಬಂದ ಬಿಳಿಯ, ಇಲ್ಲಿಯವನೇ ಆದ ಕರಿಯ, ಜೀವನಪೂರ್ತಿ ರೋಗದಿಂದ ಬಳಲಿ ಸತ್ತವ, ನೂರು ದಾಟಿದರೂ ಬಿಪಿ ಸಕ್ಕರೆ ಕಾಯಿಲೆ ಕಾಣದ ಅಜ್ಜಿ... "ಮುಸಲ್ಮಾನರೂ ತುಂಬಾ ಜನ ಇಲ್ಲಿಯೇ ತಮ್ಮ ದೇಹ ಸುಡಬೇಕು ಅಂತ ವಿಲ್ ಬರೀತಾರೆ ಭಯ್ಯಾ" ಎಂದು ಘನಶ್ಯಾಮ್ ಹೇಳಿದ. ಎಲ್ಲವನ್ನೂ ಧಗಧಗಿಸಿ ನಿಮಿಷಗಳಲ್ಲಿ ಬೂದಿ ಮಾಡಿಬಿಡುತ್ತಾಳೆ ಈ ಲಯಕರ್ತೆ. "ಹಾಗಿದ್ದರೆ ತಾರತಮ್ಯವೆನ್ನುವುದು ಮಣಿಕರ್ಣಿಕಾದೇವಿಗೆ ಇಲ್ಲ" ಎಂದು ಮನಸ್ಸಿನಲ್ಲಿ ಅಂದುಕೊಂಡೆ. ನನ್ನ ಮನಸ್ಸನ್ನು ಘನಶ್ಯಾಮ ಓದಿ ಬಿಟ್ಟನೆಂದು ಕಾಣುತ್ತದೆ. "ಭಯ್ಯಾ... ಅಗೋ ಅಲ್ಲಿ ದೂರದಲ್ಲಿ ಚಿಮಣಿಯಿಂದ ಹೊಗೆ ಬರ್ತಾ ಇದೆ. ಕಾಣಿಸ್ತದಾ..." ಅಂದ. ಕಣ್ಣಿನ ಮೇಲೆ

ಕೈಯನ್ನು ಇಟ್ಟು ನೋಡಿದೆ. ಹರಿಶ್ಚಂದ್ರ ಘಾಟಿನ ಹತ್ತಿರದಲ್ಲಿ ಒಂದು ಬಿಳಿಯ ಬಣ್ಣದ ಉದ್ದನೆಯ ಚಿಮಣಿಯಿಂದ ನಿರಂತರವಾಗಿ ಹೊಗೆ ಬರುತ್ತಿರುವುದು ಕಾಣಿಸಿತು; ಹೌದೆಂದು ತಲೆಹಾಕಿದೆ. "ಅಲ್ಲಿ ಲಾವಾರಿಸ್ (ಅನಾಥ) ಹೆಣಗಳನ್ನು ಕರೆಂಟ್ ಮೂಲಕ ಸುಡ್ತಾರೆ. ಸರಕಾರ ಕಟ್ಟಿದ ಶವಾಗಾರ ಅದು" ಎಂದ. ನನಗೆ ಅಚ್ಚರಿಯಾಯ್ತು. "ಮಣಿಕರ್ಣಿಕಾಗೆ ಯಾಕೆ ತರಲ್ಲ?" ಎಂದು ಸಹಜ ಮುಗ್ಧತೆಯಲ್ಲಿ ಕೇಳಿದೆ. ಅವನು ನಕ್ಕ. "ಪೈಸಾ ಕೊಡಬೇಕಲ್ಲಾ ಭೈಯಾ... ಮಣಿಕರ್ಣಿಕಾದಲ್ಲಿ ಸುಡಬೇಕು ಅಂದ್ರೆ ಜಾಸ್ತಿ ದುಡ್ಡು ಕೊಡಬೇಕು. ಕಟ್ಟಿಗೆ ದುಬಾರಿ ಅಲ್ಲೇನು? ಅನಾಥ ಶವಕ್ಕೆ, ಬಡವರ ಶವಕ್ಕೆ ಯಾರು ಅಷ್ಟು ದುಡ್ಡು ಕೊಡ್ತಾರೆ?" ಅಂದ.

ಮಣಿಕರ್ಣಿಕಾದೇವಿ ಹೆಣದ ವ್ಯಾಪಾರದಲ್ಲಿ ನಿಸ್ಸೀಮಳು. ಈ ಪವಿತ್ರ ದಡದಲ್ಲಿ ಸುಟ್ಟು ಭಸ್ಮವಾಗಿ ಮೋಕ್ಷ ಹೊಂದಲು ಪ್ರತಿಯೊಬ್ಬ ಹಿಂದೂ ಪ್ರಜೆಯೂ ಆಸೆ ಪಡುತ್ತಾನೆ. ಅದಕ್ಕಾಗಿ ಸಾವಿರಾರು ಕಿಲೋಮೀಟರ್ ದೂರದಿಂದಲೂ ಜನರು ಹೆಣವನ್ನು ಇಲ್ಲಿಗೆ ತರುತ್ತಾರೆ. ಆದ್ದರಿಂದ ಇಲ್ಲಿಯ ಹೆಣದ ವ್ಯಾಪಾರ ಬಹುದೊಡ್ಡ ಪ್ರಮಾಣದ್ದಾಗಿದೆ. ಪ್ರತಿಯೊಬ್ಬ ಕಟ್ಟಿಗೆ ವ್ಯಾಪಾರಿಯೂ ಏನಿಲ್ಲವೆಂದರೂ ತಿಂಗಳಿಗೆ ಒಂದೂವರೆ ಲಕ್ಷ ಗಳಿಸುತ್ತಾನಂತೆ. ಅಪರಕರ್ಮಗಳನ್ನು ಮಾಡಿಸುವ ಪಂಡಿತರು ಸಾವಿರಾರು ರೂಪಾಯಿಗಳನ್ನು ಗಳಿಸುತ್ತಾರೆ. ಹತ್ತಿರದಲ್ಲಿರುವ ಟೀ-ಇಡ್ಲಿ ಮಾರುವ ದುಕಾನುಗಳ ಒಡೆತನ ಸಿಕ್ಕುವುದು ನಸೀಬಿದ್ದರೆ ಮಾತ್ರ ಸಾಧ್ಯ. ಅದೃಷ್ಟ ಖುಲಾಯಿಸಿತೆಂದರೆ, ನೀರಿನಲ್ಲಿ ಕಬ್ಬಿಣದ ಪುಟ್ಟಿ ಹಿಡಿದು ಧ್ಯಾನ ಮಾಡುವ ಮುದುಕನಿಗೆ ದೊಡ್ಡ ಬಂಗಾರದ ತುಂಡೇ ಸಿಕ್ಕಿ ಬಿಡುತ್ತದಂತೆ; ಅನಂತರ ತಿಂಗಳ ಕಾಲ ಇತ್ತ ತಲೆಹಾಕದೆ ಹಾಯಾಗಿ ಕುಡಿದುಕೊಂಡು ಮನೆಯಲ್ಲಿರುತ್ತಾನೆ. ಹೆಣದ ಮೇಲೆ ಹಾಕುವ ಕೆಂಪನೆಯ ಜರಿಯಂಚಿನ ಬಟ್ಟೆ, ಕರ್ಮಕ್ಕೆ ಬೇಕಾದ ವಸ್ತುಗಳನ್ನು ಮಾರಾಟ ಮಾಡುವ ಅಂಗಡಿಯ ಮಾಲಿಕರು, ಬೋಟಿನ ಮೇಲೆ ಜಾಹಿರಾತು ಗಿಟ್ಟಿಸಿದ ನಾವಿಕ, ಭಿಕ್ಷುಕರು... "ಭಯ್ಯಾ... ದೂರದಲ್ಲಿ ಒಂದು ಬಿಳಿಯ ಮನೆ ಕಾಣಿಸ್ತಾ? ಅದೇ ಮನೆಯವರು ಹರಿಶ್ಚಂದ್ರನಿಗೆ ಸ್ಮಶಾನ ಕಾಯುವ ಕೆಲಸವನ್ನು ಕೊಟ್ಟ ವಂಶದವರು. ಅವರು ಮಹಾಪುಣ್ಯವಂತರು. ಅದಕ್ಕಾಗಿಯೇ ಈವತ್ತಿಗೂ ಅವರಿಗೆ ಈ ಹೆಣ ಸುಡುವದರಿಂದ ಬರುವ ಆದಾಯದಲ್ಲಿ ಬಹುದೊಡ್ಡ ಪಾಲಿದೆ" ಎಂದು ಘನಶ್ಯಾಮ ಹೇಳುತ್ತಾನೆ. ವಾರಾಣಸಿಯಲ್ಲಿ ಬಹುತೇಕ ಎಲ್ಲರಿಗೂ ಮಣಿಕರ್ಣಿಕಾದೇವಿ ಆಹಾರವನ್ನು ಕೊಡುತ್ತಾಳೆ. ಅನ್ನಪೂರ್ಣೆ ಗರ್ಭಗುಡಿಯ ಮೂಲವಿಗ್ರಹವಾದರೆ, ಮಣಿಕರ್ಣಿಕಾ ಬಯಲಿನಲ್ಲಿ ಮೆರವಣಿಗೆ ಹೊರಡುವ ಉತ್ಸವಮೂರ್ತಿ. ಕಾಶಿಯೆಂಬ ಜಗತ್ತಿನ ಆದಿಮ ನಗರದ ಅಧಿದೇವತೆ ಒಬ್ಬಳಾದರೆ, ಕಾಶಿಯೆಂಬ ಅಂತ್ಯ ನಗರದ ಅಧಿದೇವತೆ ಮತ್ತೊಬ್ಬಳು.

ಜಗತ್ತಿನ ಅತ್ಯಂತ ಪುರಾತನ ಸ್ಮಶಾನವಾದ ಮಣಿಕರ್ಣಿಕಾಗೆ ಹಲವು ಸ್ಥಳಪುರಾಣಗಳಿವೆ. ಅದರಲ್ಲಿ ಸ್ಥಿತಿಕರ್ತನಾದ ವಿಷ್ಣುವು, ಲಯಕರ್ತನಾದ ಶಿವನನ್ನು ಕುರಿತು ಸಾವಿರಾರು ವರ್ಷಗಳ ಕಾಲ ತಪಸ್ಸು ಮಾಡಿದ್ದು ಬಹಳ ಮಹತ್ವದ್ದು. ತನ್ನ ಮಗನಾದ ಬ್ರಹ್ಮನು ಸೃಷ್ಟಿಸಿದ ಈ ಜಗತ್ತಿನ ಸ್ಥಿತಿ-ಗತಿಗಳನ್ನು ನೋಡಿಕೊಳ್ಳುತ್ತಾ ನಿರತನಾಗಿದ್ದ ವಿಷ್ಣುವಿಗೆ, ಜಗತ್ತಿನಲ್ಲಿ ಅತ್ಯಂತ ಸುಂದರವಾದದ್ದು ಎನ್ನುವುದು ಏನಾದರೂ ಇದ್ದರೆ ಅದು ಕಾಶಿ ಎಂಬ ಈ ಪಟ್ಟಣವೇ ಹೊರತು ಬೇರೇನೂ ಅಲ್ಲ ಎಂದು ಸ್ಪಷ್ಟವಾಗಿ ಅನ್ನಿಸಿಬಿಟ್ಟಿತಂತೆ. ಆ ನಗರದ ಮೇಲೆ ವಿಪರೀತ ವ್ಯಾಮೋಹ ಬೆಳಸಿಕೊಂಡನಂತೆ. ಆದರೆ ಲಯಕರ್ತನಾದ ಶಿವನು ಯಾವುದೇ ರಿಯಾಯಿತಿಯನ್ನು ಕೊಡದೆ ಕಾಶಿಯನ್ನೂ ಪ್ರಳಯದಲ್ಲಿ ನಿರ್ನಾಮ ಮಾಡಿಬಿಡುತ್ತಾನೆಂಬ ಕಹಿಸತ್ಯವನ್ನು ತಿಳಿದಿದ್ದ ವಿಷ್ಣುವಿಗೆ, ಅಂತಹ ಅನಾಹುತ ಆಗಕೂಡದೆಂದು ಬಹುವಾಗಿ ಕಾಡಲಾರಂಭಿಸಿತಂತೆ. ಅದಕ್ಕಾಗಿ ಆತ ಶಿವನನ್ನು ಕುರಿತು ಸಾವಿರಾರು ವರ್ಷಗಳ ಕಾಲ ತಪಸ್ಸನ್ನು ಮಾಡಿದ. ಎಲ್ಲ ಬಗೆಯ ಭಕ್ತರನ್ನೂ ಮೆಚ್ಚಿಕೊಳ್ಳುವ ಶಿವ, ಈತನನ್ನು ಬಿಟ್ಟಾನೆಯೆ? ಪತ್ನೀಸಮೇತ ಪ್ರತ್ಯಕ್ಷನಾದ. ಆದರೆ ಈ ಘಟನೆ ಎಷ್ಟು ಪುರಾತನವಾದದ್ದೆಂದರೆ, ಆಗಿನ್ನೂ ಭಗೀರಥ ಮುನಿಯು ಗಂಗೆಯನ್ನು ಭುವಿಗೆ ತಂದಿರಲೇ ಇಲ್ಲ. ಆದ್ದರಿಂದ ಕಾಶಿಯಲ್ಲಿ ಗಂಗೆ ಹರಿಯುತ್ತಿರಲಿಲ್ಲ. ಗಂಗೆಯಿಲ್ಲದ ಕಾಶಿಯಲ್ಲಿ ಅದು ಯಾವ ಸೌಂದರ್ಯವನ್ನು ಆ ವಿಷ್ಣುವು ಕಂಡನೋ ನನಗಂತೂ ಗೊತ್ತಿಲ್ಲ. ಆದರೆ ಸದ್ಯದ ಪರಿಸ್ಥಿತಿಯಲ್ಲಿ ಶಿವ-ಪಾರ್ವತಿಯರಿಗೆ ಸ್ನಾನ ಮಾಡಲು ನೀರಿನ ಅವಶ್ಯಕತೆಯಿತ್ತು. ಆದ್ದರಿಂದ ವಿಷ್ಣುವು ಒಂದು ಹೊಂಡವನ್ನು ಸೃಷ್ಟಿಸಿದ. ಈ ಹೊಂಡದಲ್ಲಿ ಸ್ನಾನ ಮಾಡುವಾಗ ಶಿವನ ಕಿವಿಯಲ್ಲಿನ ಒಂದು ಮುತ್ತಿನೋಲೆ ಕಳೆದು ಹೋಯಿತು. ಎಷ್ಟು ಹುಡುಕಿದರೂ ಅದು ಸಿಗಲಿಲ್ಲ. ಕೊನೆಗೆ ಆ ಸಂಗತಿಯನ್ನು ಮರೆತ ಶಿವ, ತನ್ನ ಭಕ್ತನಿಗೆ ಬೇಕಾದ ವರವನ್ನು ಕೊಟ್ಟು ಅದೃಶ್ಯನಾದ. ಆದ್ದರಿಂದಲೇ ಈ ಹೊಂಡಕ್ಕೆ ಮಣಿಕುಂಡಲ ಎಂಬ ಹೆಸರೂ, ಆ ಜಾಗಕ್ಕೆ ಮಣಿಕರ್ಣಿಕಾ ಎನ್ನುವ ಹೆಸರೂ ಪ್ರಾಪ್ತವಾಯಿತಂತೆ. ಕಾಶಿಯೆಂಬ ನಗರವು ಪ್ರಳಯಾತೀತ ನಗರವಾಗಿ ಸ್ಥಿರಗೊಂಡಿತಂತೆ.

ಸ್ಥಳಪುರಾಣವೇನೋ ನನಗೆ ಇಷ್ಟವಾಯ್ತು. ಆದರೆ ತನ್ನ ಸ್ವಂತದ ತುಣುಕೊಂದು ಸಾಯದೆ ಉಳಿಯಬೇಕೆನ್ನುವ ಬಯಕೆ ಆ ಭಗವಂತನಾದ ವಿಷ್ಣುವಿಗೂ ತಪ್ಪಲಿಲ್ಲವೆ? ಇನ್ನು ನಮ್ಮಂತಹ ಹುಲುಮಾನವರು, ಸಾವೆಂಬ ಅಂತಿಮ ಕಹಿಸತ್ಯ ತಿಳಿದಿದ್ದರೂ ನಮ್ಮ ಹೆಸರು, ಆಸ್ತಿಗಳು ಶಾಶ್ವತವಾಗಿ ಉಳಿಯಬೇಕೆಂದು ಒದ್ದಾಡುವದರಲ್ಲಿ ಯಾವ ತಪ್ಪಿದೆ? ಅದೇನೇ ಹೇಳಿದರೂ ಸಾವಿಗೂ ಒಂದು ಸೌಂದರ್ಯವಿದೆ. ಎಲ್ಲವನ್ನೂ ಬಿಚ್ಚಿ ಮತ್ತೆ ಹೊಸತಾಗಿ ಕಟ್ಟುವದರಲ್ಲಿಯೇ ಬದುಕಿನ ಸೌಂದರ್ಯ

ಅಡಗಿದೆ. ಸಾವಿಲ್ಲದ ಎಲ್ಲ ಜೀವಗಳೂ ಕಾಲಸಾಗಿದಂತೆ ತಮ್ಮ ಸೌಂದರ್ಯಗಳನ್ನು ಕಳೆದುಕೊಂಡು ಕುರೂಪವಾಗತೊಡಗುತ್ತವೆ. ಆ ಕಾರಣಕ್ಕಾಗಿಯೋ ಏನೋ, ಸಾವಿರಾರು ಹೆಣಗಳನ್ನು ಅನಾದಿಯಿಂದ ಸುಡುತ್ತಲೇ ಇರುವ ಮಣಿಕರ್ಣಿಕೆಯೂ ತನ್ನ ಮುಪ್ಪಿನಿಂದಾಗಿ ನಮಗೆ ಭೀಭತ್ಸವಾಗಿ ಕಂಡುಬಿಡುತ್ತಾಳೆ.

ಎಷ್ಟು ಹೊತ್ತೆಂದು ಹೆಣ ಸುಡುವುದನ್ನು ನೋಡುವುದು? ನನಗೆ ಸಾಕಾಗಿ ಹೋಯ್ತು. ಅತಿಯಾದರೆ ವಿಷವೂ ಸಪ್ಪೆಯಾಗುತ್ತದೆ. ನೆತ್ತಿಯ ಮೇಲೆ ಸೂರ್ಯನೂ ತನ್ನ ಪ್ರತಾಪವನ್ನು ತೋರತೊಡಗಿದ. "ಇನ್ನು ಹೋಗೋಣ ಘನಶ್ಯಾಮ, ಹಸಿವೆಯಾಗ್ತಿದೆ. ದಡದಲ್ಲಿನ ಅಂಗಡಿಯಲ್ಲಿ ಇಡ್ಲಿ ತಿಂದು, ಚಾ ಕುಡಿಯೋಣ" ಎಂದೆ. "ಭಯ್ಯಾ... ನೀನು ಹೋಗಿ ನಾಷ್ಟಾ ಮಾಡಿ ಬಾ. ನಾನು ನಿನಗಾಗಿ ಇಲ್ಲಿಯೇ ಕಾಯುತ್ತಿರುತ್ತೇನೆ" ಎಂದು ನನ್ನೊಡನೆ ಬರಲು ಸಂಕೋಚಪಟ್ಟ. "ಯಾಕೆ, ನಿಂಗೆ ಹಸಿವೆಯಾಗಿಲ್ಲವಾ? ಅಥವಾ ನನ್ನ ಪಕ್ಕ ಕುಳಿತು ತಿನ್ನಲು ಸಂಕೋಚವಾ?" ಎಂದು ನಗುತ್ತಾ ಅವನನ್ನು ಬರಲು ಒತ್ತಾಯಿಸಿದೆ. ಆ ಮಾತಿಗೆ ಉತ್ತರವಾಗಿ "ಹಸಿವೆಯಂತೂ ಬಚಪನ್‌ನಿಂದಲೇ ಇದೆ ಭಯ್ಯಾ..." ಅಂದು ನಕ್ಕು, ಸಂಕೋಚವನ್ನು ಕಳಚಿ ನನ್ನ ಜೊತೆ ಹೊರಟುನಿಂತ! ಅವನ ಮಾತಿಗೆ ನನ್ನ ಮೈ 'ಜುಂ' ಅಂತು. ಹತ್ತಿರದಲ್ಲೇ ಗರ್ಭಗುಡಿಯೊಳಗೆ ನೆಲೆಸಿರುವ ಅನ್ನಪೂರ್ಣೆ ಅವನ ಮಾತನ್ನು ಕೇಳಿಸಿಕೊಂಡಳೋ ಇಲ್ಲವೋ ತಿಳಿಯಲಿಲ್ಲ. ಕೇಳುವ ಧೈರ್ಯವಾಗಲಿ, ದಾರಿಯಾಗಲಿ ನನಗಂತೂ ಗೊತ್ತಿರಲಿಲ್ಲ.

17ನೇ ಸೆಪ್ಟೆಂಬರ್ 2015

ಪುರಂದರ

ಬಳ್ಳಾರಿ ಜಿಲ್ಲೆಯ ಪುಟ್ಟ ಊರಿನ ಸರಕಾರಿ ಶಾಲೆಯಲ್ಲಿ ಓದಿದ ನನಗೆ ಬಾಲ್ಯದಲ್ಲಿ ಹಂಪಿಯೆಂದರೆ ಸಿಕ್ಕಾಪಟ್ಟೆ ಸಿಟ್ಟಿತ್ತು. ಯಾವುದೇ ತರಗತಿಯಲ್ಲೇ ಇರಲಿ, ಆ ವರ್ಷದ ಶಾಲೆಯ ಪ್ರವಾಸವು ಹತ್ತಿರದ ಹಂಪಿಗೆ ಬುತ್ತಿ ಕಟ್ಟಿಕೊಂಡು ಹೋಗುವುದು ಎನ್ನುವ ಸಂಗತಿ ಬದಲಾಗುತ್ತಲೇ ಇರಲಿಲ್ಲ. ಮೂರನೇ ತರಗತಿಯಲ್ಲೂ ಹಂಪಿ, ನಾಲ್ಕರಲ್ಲೂ ಹಂಪಿ, ಐದರಲ್ಲೂ... ಬಂಧು ಬಳಗದಲ್ಲಿ ಯಾರು ಸತ್ತರೂ ಧರ್ಮೋದಕಕ್ಕೂ ಹಂಪಿ! ಈ ಹಾಳು ಸುರಿವ ಹಂಪಿ ಎನ್ನುವ ಕೊಂಪೆ ನಮ್ಮೂರಿನ ಹತ್ತಿರ ಏಕಿದೆಯೋ ಎಂದು ಖೇದವಾಗುತ್ತಿತ್ತು. ಎಲ್ಲಿಯೋ ದೂರದಲ್ಲಿರುವ ಮೈಸೂರು, ಬೆಂಗಳೂರು ಇತ್ಯಾದಿಗಳಿಗೆ ನಮ್ಮನ್ನು ಏಕೆ ಕರೆದುಕೊಂಡು ಹೋಗುವದಿಲ್ಲ ಎಂದು ಮಾಸ್ತರರ ಮೇಲೆ ಸಿಟ್ಟು ಬರುತ್ತಿತ್ತು. ಅವರು ಹೇಳುವ ವಿಜಯನಗರದ ರಾಜಾಧಿರಾಜರು, ರತ್ನ–ವಜ್ರ–ವೈಢೂರ್ಯದ ಬೀದಿಮಾರಾಟ, ಆನೆ–ಒಂಟೆ–ಯುದ್ಧ, ಸೂಳೆ ಬೀದಿ... ಯಾವುದೂ ಆಕರ್ಷಕವೆನ್ನಿಸುತ್ತಿರಲಿಲ್ಲ. ಆದರೆ ಪಾಪ, ಅವರಾದರೂ ಏನು ಮಾಡಿಯಾರು? ಈ ಪ್ರವಾಸ ಎಂಬ ಶೈಕ್ಷಣೇತರ 'ಡೌಲಿ'ಗೆ ವಿದ್ಯಾರ್ಥಿಗಳ ತಾಯ್ತಂದೆಯರಿಂದ ಹತ್ತು ರೂಪಾಯಿ ತರಿಸಿಕೊಳ್ಳುವದರಲ್ಲಿಯೇ ಮಾಸ್ತರರು ಸುಸ್ತಾಗಿ ಬಿಡುತ್ತಿದ್ದರು. ಇನ್ನು ದೂರದ ಬೇರೆ ಊರಿಗೆ ಕರೆದುಕೊಂಡು ಹೋಗುವ ಸಾಧ್ಯತೆಯೆಲ್ಲಿ?

ಇಂತಹ ಹಂಪಿಯನ್ನು ನನ್ನ ಪ್ರೀತಿಯ ತಾಣವಾಗಿ ಮಾಡಿದ್ದಕ್ಕೆ ಇಬ್ಬರು ಕಾರಣರಾದರು; ಪ್ರತ್ಯಕ್ಷವಾಗಿ ನಮ್ಮಮ್ಮ, ಪರೋಕ್ಷವಾಗಿ ಪುರಂದರದಾಸರು. ಬೆಳಿಗ್ಗೆ ಎದ್ದಾಗಿನಿಂದಲೂ ರಾತ್ರಿ ಹಾಸಿಗೆಗೆ ಮೈಚಾಚುವವರೆಗೆ ನಮ್ಮಮ್ಮ ದಾಸರ ಕೀರ್ತನೆಗಳನ್ನು ಸುಶ್ರಾವ್ಯವಾಗಿ ಹಾಡುತ್ತಿದ್ದಳು. ಆಕೆಯ ಧ್ವನಿ ಎಷ್ಟು ಜೋರಿತ್ತೆಂದರೆ, ಕಾಫಿಗೆಂದು ಹಚ್ಚಿದ ಸೀಮೆ ಎಣ್ಣೆಯ ಪಂಪ್‌ಸ್ಟೌವಿನ 'ಭರ್' ಎನ್ನುವ ಭಯಂಕರ ಸದ್ದನ್ನೂ ಮೀರಿ ಆಕೆಯ ಹಾಡು ನಮಗೆ ಸುಶ್ರಾವ್ಯವಾಗಿ ಕೇಳುತ್ತಿತ್ತು. ಅಕ್ಕ-ಪಕ್ಕದ ಮನೆಯವರೂ ಸದ್ದುಗದ್ದಲವಿಲ್ಲದೆ ಅಮ್ಮನ ಹಾಡುಗಳನ್ನು ಕೇಳುತ್ತಾ ಬೆಳಗಿನ ಕೆಲಸಗಳನ್ನು ಮಾಡುತ್ತಿದ್ದರು. ಹೀಗಾಗಿ ನನಗೆ ಬಾಲ್ಯದಿಂದಲೇ ದಾಸಕೀರ್ತನೆಗಳ ಬಗ್ಗೆ ವಿಶೇಷ ಒಲವು ಬೆಳೆದಿತ್ತು. ಅದರಲ್ಲೂ ಸರಳ ಭಾಷೆಯಲ್ಲಿ ನನ್ನಂತಹ ಮಕ್ಕಳೂ ಅರ್ಥ ಮಾಡಿಕೊಳ್ಳುವ ರೀತಿಯಲ್ಲಿ ಕೀರ್ತನೆ ರಚಿಸಿದ ಪುರಂದರದಾಸರು ಯಾವತ್ತಿಗೂ ನನ್ನ ಇಷ್ಟದೈವವೇ ಆಗಿದ್ದರು.

ಒಮ್ಮೆ ಕುಟುಂಬ ಸಮೇತ ಯಾವುದೋ ಧರ್ಮೋದಕ ಕಾರ್ಯಕ್ಕೆ ಹಂಪಿಗೆ ಹೋಗಿದ್ದೆವು. ಊಟವೆಲ್ಲಾ ಮುಗಿದ ಮೇಲೆ ಪುರಂದರ ಮಂಟಪದಲ್ಲಿ ಕುಳಿತಿದ್ದೆವು. ಆಗ ಯಾವುದೋ ಹೊತ್ತಿನಲ್ಲಿ ನಾನು ಕಾಲು ಚಾಚಿ ಮಲಗಿದೆ. ಆಗ ತಕ್ಷಣ ಅಮ್ಮ "ಕಾಲು ಆ ಕಡಿ ಇಡಪ್ಪಾ ರಾಜ. ಇದು ಪುರಂದರದಾಸರ ಮಂಟಪ" ಅಂದಳು. ಆಗ ನಾನು "ಮನೆಯಾಗೆ ನೀನು ಹಾಡು ಹೇಳ್ತೀಯಲ್ಲಾ, ಅ ಪುರಂದರದಾಸರಾ?" ಅಂತ ಮುಗ್ಧವಾಗಿ ಕೇಳಿದ್ದೆ. "ಹೂಂ, ಆತನೇ! ಆ ಮಹಾನುಭಾವನೇ ಈ ಕಂಬಕ್ಕೆ ಆನಿಕೊಂಡು ಕೂತು ಹಾಡು ಹೇಳ್ತಿದ್ದ. ಅಕೋ ಅಲ್ಲಿ ಹರೀತಾಳಲ್ಲಾ ತುಂಗಮ್ಮಾ, ಆಕಿ ಒಡಲಿಂದಲೇ ನೀರನ್ನು ಬೊಗಸೆಯಲ್ಲಿ ಕುಡೀತಿದ್ದ. ನಾವು ಅಡ್ಡಾಡ್ತಿವಲ್ಲ, ಅದೇ ದಾರಿನಾಗೆ ಆತನೂ ಅಡ್ಡಾಡ್ತಿದ್ದ. ಈಗಲೂ ಆ ಮಣ್ಣಿನಾಗೆ ಆತನ ಪಾದಧೂಳಿ ಇರ್ತದೆ. ಪುಣ್ಯದ ಭೂಮಿ ಇದು" ಎಂದು ಭಕ್ತಿಪರವಶಳಾಗಿ ಹೇಳಿದ್ದಳು. ಆ ಕ್ಷಣ, ಸುತ್ತಲೂ ದೊಡ್ಡ ದೊಡ್ಡ ಬಂಡೆ ಕಲ್ಲುಗಳಿಂದ ಕೂಡಿದ, ತೆಪ್ಪಗಳನ್ನು ತೇಲಿಸುತ್ತಾ ನಾಜೂಕಾಗಿ ಹರಿಯುವ ತುಂಗೆಯನ್ನು ಒಳಗೊಂಡ, ದೊಡ್ಡ ದೊಡ್ಡ ಕಲ್ಲು ಮಂಟಪಗಳ, ಹುಡಿಮಣ್ಣಿನ ಕಾಲು ಹಾದಿಯ ಹಂಪಿಯು ನನಗೆ ಇಷ್ಟವಾಗಿ ಹೋಯ್ತು. ಅಂದಿನಿಂದ ಹಂಪಿಯ ಎಲ್ಲವೂ ಪವಿತ್ರವಾಗಿ ಕಾಣಿಸಲಾರಂಭಿಸಿಬಿಟ್ಟಿತು! ಯಾವುದೇ ಕಲ್ಲಿನಲ್ಲಿ ಕಿವಿ ಇಟ್ಟರೂ ಆತನ ಏಕತಾರಿಯ ನಾದ ಕೇಳಿಸಿದಂತೆ ಭಾಸವಾಗುತ್ತಿತ್ತು. ಸುಮ್ಮನೆ ಏಕಾಂಗಿಯಾಗಿ ಹಂಪಿಯ ಬೀದಿಯಲ್ಲಿ ನಡೆಯುವಾಗ ಒಮ್ಮಿಂದೊಮ್ಮೆಲೇ ಆತನ ಗೆಜ್ಜೆಪಾದ ನಡೆಯುವ ಸದ್ದು ಕೇಳಿ ರೋಮಾಂಚನವಾಗುತ್ತಿತ್ತು. ತುಂಗೆಯ ನೀರು ಕುಡಿವಾಗ ಅದು ಪವಿತ್ರ ತೀರ್ಥವೆನ್ನಿಸುತ್ತಿತ್ತು. ಈಗಂತೂ ನೆಪ ಸಿಕ್ಕರೆ ಸಾಕು, ಹಂಪಿಗೆ ಹೋಗಿ ಬರುತ್ತೇನೆ.

ಇತಿಹಾಸವೆನ್ನುವುದು ರಾಜ–ಮಹಾರಾಜರ ಕತೆಯೇ ಆಗಿದೆ ಎಂದು ಎಲ್ಲರೂ ಹೇಳುತ್ತಾರೆ. ಭಾರತೀಯರಿಗೆ ಇತಿಹಾಸವನ್ನು ದಾಖಲಿಸಿಡುವ ಹವ್ಯಾಸವೇ ಇಲ್ಲ ಎಂದು ಪಾಶ್ಚಿಮಾತ್ಯರು ನಮ್ಮನ್ನು ದೂರುತ್ತಾರೆ. ಅದು ಸತ್ಯವೂ ಇರಬಹುದು. ಆದರೆ ಅತ್ಯಂತ ತೀಕ್ಷ್ಣ ಸಂಶೋಧನೆ ಮಾಡಿ, ವಿಜಯನಗರದ ಇತಿಹಾಸವನ್ನು ಬರೆದ ರಾಬರ್ಟ್ ಸಿವೆಲ್‌ನ 'ಮರೆತುಹೋದ ಮಹಾಸಾಮ್ರಾಜ್ಯ ವಿಜಯನಗರ'ದಲ್ಲಿ ಪುರಂದರದಾಸರ ಬಗ್ಗೆ ಒಂದು ಸಾಲೂ ಇಲ್ಲ. ಆ ಮಹಾನುಭಾವ ಆ ಕಾಲದಲ್ಲಿ ಇದ್ದನೋ ಇಲ್ಲವೋ ಎನ್ನುವದರ ಬಗ್ಗೆಯೂ ಆತ ತಲೆಕೆಡಿಸಿಕೊಂಡಿಲ್ಲ. ಇತಿಹಾಸಕ್ಕೆ ಪುರಂದರ ಬೇಕಿಲ್ಲದಿದ್ದರೂ, ನಮ್ಮಮ್ಮಗಂತೂ ಬೇಕು. ಎಷ್ಟು ಸಾಧ್ಯವೋ ಅಷ್ಟು ಹಾಡುಗಳನ್ನು ಅನಕ್ಷರಸ್ಥ ಜನರು ಬಾಯಿಂದ ಬಾಯಿಗೆ, ತಲೆತಲಾಂತರದಿಂದ ಬಾಯಿಪಾಠ ಮಾಡಿಸಿ ದಾಟಿಸಿರುವುದು ಕಡಿಮೆ ಸಾಧನೆಯಲ್ಲ. 'ವಿಜಯನಗರ ಮಹಾಸಾಮ್ರಾಜ್ಯ'ದಲ್ಲಿ ಏನನ್ನು 'ಮರೆತುಹೋಗಬಾರದು' ಎನ್ನುವುದು ಜನತೆಗೆ ಚೆನ್ನಾಗಿ ಗೊತ್ತಿತ್ತು. ಆನೆ, ಒಂಟೆ, ಕುದುರೆ, ಮಾನಿನಿ, ಮುತ್ತು, ಮಾಣಿಕ್ಯ, ಸೇನೆ, ಏಳು ಸುತ್ತಿನ ಕೋಟೆ, ಮಹಾಪ್ರಭುತ್ವದ ವಿಜಯನಗರ ಮಹಾಸಾಮ್ರಾಜ್ಯವನ್ನು ಮರೆತರೂ, "ಆನೆ ಒಂಟೆ ಕುದುರೆ ಲೊಳಲೊಟ್ಟೆ, ಬಹುಸೇನೆ ಭಂಡಾರವು ಲೊಳಲೊಟ್ಟೆ, ಮಾನಿನಿಯರ ಸಂಘ ಲೊಳಲೊಟ್ಟೆ... ಮುತ್ತು ಮಾಣಿಕ್ಯ ರಾಶಿ ಲೊಳಲೊಟ್ಟೆ... ಸುತ್ತಗಲ ಕೋಟೆ ಲೊಳಲೊಟ್ಟೆ ಮತ್ತೆ ಉತ್ತಮ ಪ್ರಭುತ್ವವು ಲೊಳಲೊಟ್ಟೆ" ಎಂದ ಪುರಂದರನ ನೆನಪನ್ನು ಜೀವಂತವಾಗಿರಿಸಿಕೊಂಡು ಬಂದರು. ನಮ್ಮವರೇನೂ ದಡ್ಡರಲ್ಲ!

ಸ್ವತಃ ವೈರಾಗ್ಯವನ್ನು ಬದುಕಿನಲ್ಲಿ ಆಯ್ಕೆ ಮಾಡಿಕೊಂಡರೂ ಪುರಂದರ ಜನರ ಅಗತ್ಯಗಳನ್ನು ಎಂದೂ ಮರೆಯಲಿಲ್ಲ. 'ಸಾಕು ಸಂಸಾರ ಸಜ್ಜಾಗಿಲ್ಲ ಒಲ್ಲೆ ಒಗೆತನವ' ಎಂದು ತಮ್ಮ ವೈರಾಗ್ಯಕ್ಕೆ ಸ್ವಗತ ಹೇಳಿಕೊಂಡರೂ, 'ಸಂಸಾರವೆಂಬಂಥ ಭಾಗ್ಯವಿರಲಿ, ಕಂಸಾರಿ ನೆನೆವಂಥ ಸೌಭಾಗ್ಯವಿರಲಿ' ಎಂದು ಜನತೆಗೆ ಉಪದೇಶ ಮಾಡಿದರು. 'ಹೆಂಡತಿ ಸಂತತಿ ಸಾವಿರವಾಗಲಿ, ದಂಡಿಗೆ ಬೆತ್ತ ಹಿಡಿಸಿದಳಯ್ಯ' ಎಂದು ಹೆಂಡತಿಯನ್ನು ಕೊಂಡಾಡಿದರು. 'ಆಡಿಸಿದಳೆಶೋಧೆ' ಎಂದು ಮಕ್ಕಳ ಆಟದ ವೈಪರೀತ್ಯವನ್ನು ಹೇಳುತ್ತಾ, 'ಹುಗ್ಗಿಯು ತುಪ್ಪವು ಅಗ್ಗವಾಗಿರುವಾಗ, ಗುಗ್ಗುರಿಯನ್ನವ ತಿಂದೆಲ್ಲೋ ಪಾಪಿ' ಎಂದು ಜಿಪುಣತನವನ್ನು ಟೀಕಿಸುತ್ತಾ, ಹಾಗೆಯೇ 'ಸತಿಸುತರೆಂಬ ಸಂದಣಿಯೊಳು ನೀ ಮತಿಭ್ರಷ್ಟನಾಗಿ ಬಿಡಬೇಡ' ಎಂದು ಎಚ್ಚರಿಸುತ್ತಾ ಗೃಹಸ್ಥ ಬದುಕನ್ನು ಎತ್ತಿ ಹಿಡಿದಿದ್ದಾರೆ; ವೈರಾಗ್ಯವೇ ಶ್ರೇಷ್ಠವೆಂದು ಶ್ರೀಸಾಮಾನ್ಯನಿಗೆ ಹೇಳಲು ಹೋಗಿಲ್ಲ. 'ಈಸಬೇಕು, ಇದ್ದು ಜೈಸಬೇಕು' ಎಂದು ಸಂಸಾರಂದಿಗರಿಗೆ ಉಪದೇಶಿಸಿದ್ದಾರೆ. ಆದ್ದರಿಂದಲೋ ಏನೋ, ಜಾತಿ

ತಾರತಮ್ಯವಿಲ್ಲದೆ ಎಲ್ಲಾ ಜನರು ಪುರಂದರದಾಸರ ಕೀರ್ತನೆಗಳನ್ನು ಹಾಡಿಕೊಂಡು ಬಂದಿದ್ದಾರೆ. ಸಮಾಜದಲ್ಲಿ ಎಲ್ಲಿಯೇ ಭಜನೆ ನಡೆದರೂ ಸಾಕು, ಅಲ್ಲಿ 'ಮಾಡು ಸಿಕ್ಕದಲ್ಲ, ಮಾಡಿನ ಗೂಡು ಸಿಕ್ಕದಲ್ಲ' ಎನ್ನುವ ಗೀತೆ ಖಂಡಿತಾ ಕೇಳುತ್ತದೆ!

ಭಕ್ತಿ ಪಂಥದ ಕವಿಯಾದರೂ, ಪುರಂದರ ಯಾವತ್ತೂ ಬರೀ ದೇವರ ಗುಣಗಾನದಲ್ಲಿ ಮುಳುಗಿ ಹೋಗಲಿಲ್ಲ. ಭಗವಂತನ ನೆಪದಲ್ಲಿ ಅದ್ಭುತ ಚಿತ್ರಣಗಳನ್ನು ಕೊಡುವ ಶಕ್ತಿ ಅವರಿಗಿತ್ತು. 'ಶೃಂಗಾರವಾಗಿಹುದು ಶ್ರೀಹರಿಯ ಮಂಚ' ಎಂದು ಹಾವನ್ನು ವರ್ಣಿಸುತ್ತಾ, 'ಕಾಲಿಲ್ಲದೋಡುವ ಮಂಚ ಗಾಳಿ ನುಂಗುವ ಮಂಚ... ಹುಣ್ಣಿಮೆಯ ಚಂದ್ರಮನ ಅಡ್ಡಗಟ್ಟುವ ಮಂಚ ಬಣ್ಣ ಪೆಟ್ಟಿಗೆಯಂದದ ಮಂಚ' ಎಂದು ಹೇಳುವುದು ಯಾವ ಹಿರಿಯ ಕವಿಯ ಕಲ್ಪನಾಶಕ್ತಿಗೂ ಸವಾಲೊಡ್ಡುವಷ್ಟು ತೀಕ್ಷ್ಣವಾದದ್ದು. ನಮ್ಮ ನವ್ಯಕತೆಗಾರರು ಸಂಕೇತದ ಮೂಲಕ ಸಾವನ್ನು ಹೇಳುವ ಕತೆಗಳನ್ನು ಬರೆದರೆ, 'ಗಿಳಿಯು ಪಂಜರದೊಳಿಲ್ಲ' ಎಂಬಂತಹ ಗಿಳಿಯನ್ನು ಸಾವಿನ ಸಂಕೇತವಾಗಿಸಿದ ಕೀರ್ತನೆಯನ್ನು ನೂರಾರು ವರ್ಷಗಳ ಮೊದಲೇ ಹಾಡಿದವರು. 'ಸತ್ಯವಂತರಿಗಿದು ಕಾಲವಲ್ಲ, ದುಷ್ಟ ಜನರಿಗೆ ಸುಭಿಕ್ಷ ಕಾಲ', 'ಹೊಲೆಯ ಹೊರಗಿಹನೆ ಊರೊಳಗಿಲ್ಲವೆ?' ಎಂದು ಸಮಕಾಲೀನತೆಗೆ ಸ್ಪಂದಿಸಿದವರು. 'ಯಾರಿಗೆ ಯಾರುಂಟು ಎರವಿನ ಸಂಸಾರ', 'ಮಣ್ಣಿಂದ ಕಾಯ ಮಣ್ಣಿಂದ' ಎಂದು ವೈರಾಗ್ಯವನ್ನು ಸಾರುತ್ತಲೇ 'ಯಾಕೆ ಚಿಂತಿಸುತ್ತಿದ್ದಿ ಕೋತಿ ಮನವೆ', 'ಚಿಂತೆಯಾತಕೋ ಬಯಲ ಭ್ರಾಂತಿಯಾತಕೊ?' ಎಂದು ಧೈರ್ಯ ಕೊಟ್ಟವರು.

ಎಲ್ಲಕ್ಕೂ ವಿಶೇಷವೆನ್ನಿಸುವುದು ಅವರ ಹಾಸ್ಯಪ್ರಜ್ಞೆ, ಕೆಲವೊಮ್ಮೆ ಗಂಭೀರ ವಿಷಯವನ್ನು ಹೇಳುವಾಗಲೂ, ತಮಾಷೆಯ ಲೇಪವನ್ನು ಕೊಡುವ (ಅದೂ ಕವಿತೆಯಲ್ಲಿ!) ಅವರ ವ್ಯಕ್ತಿತ್ವ ನನಗೆ ಇಷ್ಟ. 'ಹರಿಚಿತ್ತ ಸತ್ಯ' ಎನ್ನುವ ಅವರ ಕೀರ್ತನೆಯನ್ನು ಅದರ ಗಂಭೀರತೆಯನ್ನು ಬದಿಗಿಟ್ಟು ಒಮ್ಮೆ ಓದಿ. 'ಮಡದಿ ಮಕ್ಕಳ ಭಾಗ್ಯ ಬಯಸೋದು ನರಚಿತ್ತ, ಮದುವ್ಯಾಗದಿರುವುದು ಹರಿಚಿತ್ತವು; ಕುದುರೆ ಅಂದಣ ಆನೆ ಬಯಸೋದು ನರಚಿತ್ತ, ಪದಚಾರಿಯಾಗೋದು ಹರಿಚಿತ್ತವಯ್ಯ' ಎನ್ನುವಾಗ ಪುರಂದರ ದಾಸರು ಕಿಲಾಡಿಯೆನ್ನಿಸಿಬಿಡುತ್ತಾರೆ. 'ನಾಯಿ ಬಂದಿತ್ತಯ್ಯ ಮನುಜ' ಹಾಡಿನಲ್ಲಿ 'ಕೊಟ್ಟ ಸಾಲವ ಕೊಡದವ ನಾಯಿ' ಎಂದು ಹೇಳಿ ಕ್ಲೀಷೆ ನುಡಿದರೇನೋ ಎಂದುಕೊಳ್ಳುವದರಲ್ಲಿ, 'ಕೊಟ್ಟು ಸಾಲವ ಕುದಿಯುವ ನಾಯಿ' ಎಂದು ಸಾಲಕೊಟ್ಟವನನ್ನೂ ಗೇಲಿ ಮಾಡಿಬಿಡುತ್ತಾರೆ. ಸಾಮಾನ್ಯ ಜನರ ನಡುವೆಯೇ ಇರುತ್ತಿದ್ದ ಪುರಂದರದಾಸರಿಗೆ ಬದುಕಿನ ನಸುನಗೆಯ ಅವಶ್ಯಕತೆ ಸ್ಪಷ್ಟವಾಗಿ ಗೊತ್ತಿರಲೇಬೇಕು. ಅದಕ್ಕೇ 'ಸುಳ್ಳು ನಮ್ಮಲ್ಲಿಲ್ಲವಯ್ಯಾ, ಸುಳ್ಳೇ ನಮ್ಮನಿ ದೇವರು', 'ಮುಳ್ಳು ಕೊನೆಯ ಮೇಲೆ ಮೂರು ಕೆರೆಯ ಕಟ್ಟಿ, ಎರಡು ಬರಿದು

ಒಂದು ತುಂಬಲೇ ಇಲ್ಲ' ಎಂದು ಮುಂಡಿಗೆಗಳನ್ನೂ ರಚಿಸಿ ಜನರು ತಲೆ ಕೆರೆದುಕೊಂಡು ಏನೇನೋ ವಿಪರೀತ ಅರ್ಥ ನೀಡಿ ಒದ್ದಾಡುವದನ್ನು ಕಂಡು ಮಜಾ ತೆಗೆದುಕೊಂಡಿದ್ದಾರೆ. 'ನಾಟಕ ಸ್ತ್ರೀಯಂತೆ ಬಯಲ ಡಂಭವ ತೋರಿ ಊಟದ ಮಾರ್ಗದ ಜ್ಞಾನವಿದಲ್ಲದೆ' ಎಂದು ತಮ್ಮ ವೃತ್ತಿಯನ್ನೇ ತಮಾಷೆ ಮಾಡಿಕೊಳ್ಳುವ ದಾಸರಿಗೆ, ಜಗತ್ತಿನ ಇತರ ತಮಾಷೆಯ ಸಂಗತಿಗಳನ್ನು ಗಮನಿಸುವ ಕಣ್ಣುಗಳು ಸಹಜವಾಗಿಯೇ ದಕ್ಕಿದ್ದವು.

ಇಂತಹ ಮಹಾನುಭಾವ ಈ ನಾಡಿನಲ್ಲಿ ಜನಿಸಿ 450 ವರ್ಷಗಳು ಮುಗಿದು ಹೋದವಂತೆ! ಜನರಂತೂ ಅವರನ್ನು ಮರೆತಿಲ್ಲ. ಇನ್ನೂ 450 ವರ್ಷಗಳು ದಾಟಿದರೂ ಪುರಂದರ ಸಾಯುವದಿಲ್ಲ. ಆತ ನಮ್ಮ ನಾಡಿನ ಹೆಮ್ಮೆ. ಆದರೆ ಎಷ್ಟೇ ಹೆಮ್ಮೆ ಪಟ್ಟುಕೊಂಡರೂ, ಪಾಶ್ಚಿಮಾತ್ಯರ ಟೀಕೆ ಒಳಗೆಲ್ಲೋ ಕುಟುಕುತ್ತದೆ. ಬರೀ 450 ವರ್ಷಗಳ ಹಿಂದೆ ಬಾಳಿದ್ದ ಮಹಾನ್‌ಕವಿಯೊಬ್ಬ ರೂಪದಿಂದ ಹೇಗಿದ್ದ ಎಂದು ನಮಗೆ ಇಂದು ಗೊತ್ತೇ ಇಲ್ಲವಲ್ಲ! ಸಾವಿರ ಕೀರ್ತನೆಗಳನ್ನು ಕಾಪಾಡಿಕೊಂಡು ಬಂದ ಜನತೆಗೆ, ಅವರದೊಂದು ಭಾವಚಿತ್ರ ರಚಿಸಿ ಕಾಪಾಡಿಕೊಂಡು ಬರಲಾಗಲಿಲ್ಲವೆ? ಅದೇ ಹೊತ್ತಿನಲ್ಲಿ ಇಂಗ್ಲೆಂಡಿನಲ್ಲಿ ಬಾಳಿ ಬದುಕಿದ ಷೇಕ್ಸ್‌ಪಿಯರ್‌ಎಂಬ ನಾಟಕಕಾರ ಹುಟ್ಟಿದಾಗ, ಚರ್ಚಿನಲ್ಲಿ ನಾಮಕರಣ ಮಾಡಿ ಅವರಪ್ಪ ಹಾಕಿದ ಸಹಿಯನ್ನೂ ಬ್ರಿಟೀಷರು ಕಾಯ್ದಿರಿಸಿದ್ದಾರಲ್ಲ! ಹಾಗಂತ ಅವರು ಆತನ ಸಾಹಿತ್ಯವನ್ನೇನೂ ಕಡೆಗಣಿಸಿಲ್ಲವಲ್ಲವೆ? ನಾವೆಲ್ಲೋ ಖಂಡಿತಾ ಎಡವಿದ್ದೇವೆ.

11ನೇ ಫೆಬ್ರವರಿ 2016

ಜೋಡಿನ ಜೋಡಿ

ಹೈಸ್ಕೂಲ್‌ಕಟ್ಟೆ ಹತ್ತುವ ತನಕ ನಾವು ಮಕ್ಕಳು ಚಪ್ಪಲಿ ಹಾಕುತ್ತಿರಲಿಲ್ಲ. ಬಳ್ಳಾರಿಯ ರಣಬಿಸಿಲು ಆ ಪರಿ ಸುರಿಯುತ್ತಿದ್ದರೂ, ಅದು ಯಾಕೋ ಮಕ್ಕಳು ಚಪ್ಪಲಿ ಹಾಕುವ ಸಂಪ್ರದಾಯವಿರಲಿಲ್ಲ. ಶಾಲೆಗೆ ಬರಿಗಾಲಿನಲ್ಲಿಯೇ ಹೋಗುತ್ತಿದ್ದೆವು. ನಮಗೂ ಚಪ್ಪಲಿ ಬೇಕು ಎನ್ನುವ ಆಸೆಯೇನೂ ಇರಲಿಲ್ಲ. ಚಪ್ಪಲಿ ಹಾಕುವ ಅಭ್ಯಾಸವಿಲ್ಲದೆ ಎಲ್ಲೋ ಬಿಟ್ಟು ಕಳೆದುಕೊಂಡು, ಸುಮ್ಮನೆ ಅಪ್ಪ-ಅಮ್ಮನ ಜೊತೆ ಯಾಕೆ ಬೈಸಿಕೊಳ್ಳಬೇಕು ಎಂದು ಅದರ ಉಸಾಬರಿಗೇ ಹೋಗುತ್ತಿರಲಿಲ್ಲ. ಬರಿಗಾಲಿನಲ್ಲಿ ಓಡಾಡುವುದು ನಮಗೆ ಅವಮಾನದ ಸಂಗತಿಯಂತೂ ಆಗಿರಲಿಲ್ಲ. ಬಳ್ಳಾರಿಯಲ್ಲಿ ಜಾಲಿಮುಳ್ಳು ಜಾಸ್ತಿ. ಅದು ಆಗಾಗ ಕಾಲಿಗೆ ಚುಚ್ಚುತ್ತಲೇ ಇದ್ದರೂ, ಅದನ್ನು ಚಾಣಾಕ್ಷತನದಿಂದ ತೆಗೆಯುವ ಕೌಶಲ್ಯವೂ ನಮಗೆ ಬಂದಿತ್ತು. ಮುಳ್ಳು ಚುಚ್ಚಿದ ಕಾಲನ್ನು ಸ್ವಚ್ಛಗೆ ತೊಳೆದುಕೊಂಡು, ಬೆಳಕಿರುವ ಜಾಗದಲ್ಲಿ ತೊಡೆಯ ಮೇಲೆ ಅಂಗಾಲನ್ನು ಇಟ್ಟು, ಒಂದು ಪಿನ್ನಿಂದ ಮುಳ್ಳನ್ನು ತೆಗೆಯುವ ಮಕ್ಕಳ ಚಿತ್ರ ನನ್ನ ಕಣ್ಣ ಮುಂದೆ ಈಗಲೂ ತೇಲಿ ಬರುತ್ತದೆ. ನಾವಾಗಿಯೇ ತೆಗೆದುಕೊಳ್ಳಲು ಸಾಧ್ಯವಾಗದಿದ್ದಾಗ, ಅಮ್ಮನೋ ಅಕ್ಕನೋ ನಮ್ಮ ಕಾಲನ್ನು ತಮ್ಮ ತೊಡೆಯ ಮೇಲೆ ಇಟ್ಟುಕೊಂಡು ಮುಳ್ಳು ತೆಗೆಯುವ ಚಿತ್ರಣವೂ ಅಷ್ಟೇ ಸೊಗಸಾದದ್ದಾಗಿದೆ. ಆಗಿನ ಕಾಲದಲ್ಲಿ ಬಾಟಲಿಗಳ ಬಳಕೆ ಹೆಚ್ಚಿಲ್ಲದ್ದರಿಂದ, ಗಾಜು ಚುಚ್ಚುವ ಅಪಾಯವಿರಲಿಲ್ಲ.

ಹಿರಿಯರಿಗೆ ಒಂದು ಜೊತೆ ಚಪ್ಪಲಿ ಇರುತ್ತಿತ್ತು. ಹಾಗಂತ ಅವರು ಅದನ್ನು ಬಳಸುತ್ತಿದ್ದುದು ಕಡಿಮೆಯೆಂದೇ ಹೇಳಬೇಕು. ದೇವಸ್ಥಾನಕ್ಕಂತೂ ಹಾಕುತ್ತಿರಲಿಲ್ಲ. ಹತ್ತಿರದ ರಾಯರ ಮಠವಿರಲಿ, ದೂರದ ಗಂಡಿ ನರಸಿಂಹಸ್ವಾಮಿಯ ಗುಡಿಯೇ ಇರಲಿ ಚಪ್ಪಲಿ ಹಾಕಿಕೊಳ್ಳದೇ ಅವರು ಹೋಗಿ ಬರುತ್ತಿದ್ದರು. ಊರಲ್ಲಿ ಬಂಧು-ಬಳಗದವರ ಮನೆಗೂ ಚಪ್ಪಲಿ ಹಾಕಿಕೊಳ್ಳುತ್ತಿರಲಿಲ್ಲ. ಯಾವಾಗಲೋ ದೂರದ

ಊರಿಗೆ ಹೋಗುವಾಗಲೋ, ಆಫೀಸಿನ ಕೆಲಸಕ್ಕೆ ಹೋಗುವಾಗಲೋ ಮಾತ್ರ ಅವರು ಚಪ್ಪಲಿ ಹಾಕುತ್ತಿದ್ದರು. ಕೆಲವೊಮ್ಮೆ ಅವರಿಗೂ ಮುಳ್ಳು ಚುಚ್ಚುತ್ತಿತ್ತು. ಅದನ್ನು ತೆಗೆಯಲೆಂದು ಎಳೆಯ ಕಣ್ಣುಗಳ ಸಹಾಯ ಪಡೆಯುತ್ತಿದ್ದರು. ಹಿರಿಯರ ಪಾದಗಳನ್ನು ನಮ್ಮ ತೊಡೆಯ ಮೇಲೆ ಇಟ್ಟು ಮುಳ್ಳು ತೆಗೆಯುವುದು ವಿಶೇಷ ಸಂಗತಿಯೇ ಅನ್ನಿಸುತ್ತಿತ್ತು. ಹಿರಿಯರು ಚಪ್ಪಲಿಯನ್ನು ಹೆಚ್ಚು ಬಳಸುತ್ತಿರಲಿಲ್ಲವಾದ್ದರಿಂದ, ಅವುಗಳು ಸವೆಯುತ್ತಲೇ ಇರಲಿಲ್ಲ. ಆದ ಕಾರಣ ಅವರು ಹೊಸ ಚಪ್ಪಲಿಗಳನ್ನು ಕೊಂಡ ಸಂದರ್ಭವೇ ನನಗೆ ನೆನಪಾಗುವದಿಲ್ಲ.

ಇಂತಹ ಹೊತ್ತಿನಲ್ಲಿ ಒಮ್ಮೆ ನಮ್ಮ ಶಾಲೆಯಲ್ಲಿ ಜಿಲ್ಲಾ ಮಟ್ಟದ ಆಟೋಟದ ಸ್ಪರ್ಧೆ ನಡೆಯಿತು. ಆಗ ಹಲವಾರು ಶ್ರೀಮಂತ ಶಾಲೆಯ ಮಕ್ಕಳು ಜಿಲ್ಲೆಯ ಎಲ್ಲೆಡೆಯಿಂದ ಬಂದಿದ್ದರು. ಅವರೆಲ್ಲಾ ಓಟದ ಷೂ ಹಾಕಿಕೊಂಡಿದ್ದರು. ನಾವು ಏನೂ ಇಲ್ಲದಂತೆ ಬರಿಗಾಲಲ್ಲಿ ಓಡಿದ್ದೆವು. ಹೆಚ್ಚು ಕಡಿಮೆ ಅವರಿಗೇ ಬಹುಮಾನಗಳು ಬಂದಿದ್ದವು. ಕಬಡ್ಡಿಯಲ್ಲಿ ಮಾತ್ರ ಕಡ್ಡಾಯವಾಗಿ ಯಾರೂ ಷೂ ಹಾಕುವಂತಿಲ್ಲ ಎಂದು ನಮ್ಮ ಪಿಟಿ ಮಾಸ್ತರರು ತಡೆ ಒಡ್ಡಿದ್ದರು. ನಮಗೆ ಅದರಲ್ಲಿ ಬಹುಮಾನ ಬಂದಿತ್ತು. ಓಟದಲ್ಲಿ ಒಳ್ಳೆಯ ಷೂ ಹಾಕಿಕೊಂಡಿದ್ದರೆ ನೀವೂ ಅವರಿಗಿಂತಲೂ ಚೆನ್ನಾಗಿ ಓಡಬಹುದಿತ್ತು ಅಂತ ಪಿಟಿ ಮಾಸ್ತರರು ಹೇಳಿದ್ದರು. ನಾವು ಒಂದಿಬ್ಬರು ಶ್ರೀಮಂತ ಶಾಲೆಯ ಹುಡುಗರನ್ನು ಗೆಳೆಯರನ್ನಾಗಿಸಿಕೊಂಡು, ಅವರ ಷೂಗಳನ್ನು ಮುಟ್ಟಿಮುಟ್ಟಿ ನೋಡಿದ್ದೆವು. ಅದರ ಬೆಲೆಯನ್ನು ವಿಚಾರಿಸಿ ಬೆಚ್ಚಿ ಬಿದ್ದಿದ್ದೆವು. ಆಗಲೇ ಅಂತಹ ಷೂಗಳಿಗೆ ನೂರಕ್ಕೂ ಹೆಚ್ಚಿನ ಬೆಲೆ ಇತ್ತು. ಅಷ್ಟೊಂದು ದುಬಾರಿಯ ಷೂಗಳನ್ನು ಖಂಡಿತಾ ಅಪ್ಪ-ಅಮ್ಮ ಕೊಡಿಸುವದಿಲ್ಲವೆಂದು ನಾವೇ ನಿರ್ಧರಿಸಿಬಿಟ್ಟು, ಅವರ ಮುಂದೆ ಪ್ರಸ್ತಾಪವನ್ನೇ ಮಾಡಿರಲಿಲ್ಲ. ಆದರೂ ಎಲ್ಲೋ ಮನದ ಮೂಲೆಯಲ್ಲಿ ನಾವು ಷೂ ಕೊಳ್ಳುವಂತಹ ಶ್ರೀಮಂತರಲ್ಲ ಎನ್ನುವುದು ಆ ಎಳೆ ಮನಸ್ಸಿನಲ್ಲಿ ಅಚ್ಚೊತ್ತಿದಂತೆ ಮೂಡಿದ್ದು ಮಾತ್ರ ಸತ್ಯ.

ಹೈಸ್ಕೂಲಿನಲ್ಲಿ ಹುಡುಗರು ಎನ್‌ಸಿಸಿ ಸೇರುವದಕ್ಕೆ ಪ್ರಮುಖ ಆಕರ್ಷಣೆ ಅಲ್ಲಿ ಪುಕ್ಕಟೆಯಾಗಿ ಕೊಡುವ ಎನ್‌ಸಿಸಿ ಷೂಗಳೇ ಆಗಿರುತ್ತಿತ್ತು. ಕಲ್ಲಿನಂತಹ ಈ ಷೂಗಳನ್ನು ಈಗಾಗಲೇ ಹಲವಾರು ಹಿರಿಯ ವಿದ್ಯಾರ್ಥಿಗಳು ಬಳಸಿ ಬಿಟ್ಟಿದ್ದರೂ, ಅವು ಸವೆದಿರುತ್ತಿರಲಿಲ್ಲ. ತಮ್ಮ ಕಾಲಿಗೆ ಸರಿಯಾದ ಗಾತ್ರದ ಷೂ ಕೂಡಾ ಸಿಗದೆ ಸಡಿಲವಾದ ಅವುಗಳನ್ನು ಹಾಕುವುದಾದರೂ ಹೇಗೆ? ಮಕ್ಕಳಲ್ಲಿ ಎಲ್ಲ ಸಮಸ್ಯೆಗಳಿಗೂ ಪರಿಹಾರವಿದ್ದ ಕಾಲವದು. ಆ ಷೂನಲ್ಲಿ ಒಂದಿಷ್ಟು ಹಳೆಯ ಬಟ್ಟೆಯನ್ನು ತುರುಕಿ, ಕಾಲಿಗೆ ಹೊಂದಿಸಿಕೊಳ್ಳುತ್ತಿದ್ದೆವು. ಈ ಷೂಗಳು ಒಂದು ರೀತಿಯಲ್ಲಿ ಯೌವನಕ್ಕೆ ಕಾಲಿರಿಸಿದ್ದ ನಾವು ಸ್ಟೈಲ್ ಹೊಡೆಯುವ ಹೊಸ ಆಭರಣದಂತೆಯೂ ನಮಗೆ

ಕಾಣುತ್ತಿದ್ದವು. ಬೇಸಿಗೆ ರಜೆಯಲ್ಲಿ ದೂರದ ಊರಿನ ಮದುವೆಗೆ ಹೋದಾಗ ತಪ್ಪದಂತೆ ಈ ಹೆಣಭಾರದ ಷೂ ಹಾಕಿಕೊಂಡು ಹೋಗುತ್ತಿದ್ದೆವು. ಅಕಸ್ಮಾತ್ತಾಗಿ ಗುಂಪಿನಲ್ಲಿರುವಾಗ ಯಾರದಾದರೂ ಕೈಯನ್ನೋ, ಕಾಲನ್ನೋ ನಮ್ಮ ಷೂ ಹಾಕಿದ ಪಾದದಿಂದ ತುಳಿದೆವೆಂದರೆ ದೇವರೇ ಗತಿ, ಅವರು ಕೂಗಿ-ಚೀರಿ ನಮಗೆ ಶಾಪ ಹಾಕುತ್ತಿದ್ದರು. ಸಾಕಷ್ಟು ಎತ್ತರವಾಗಿರುತ್ತಿದ್ದ ಈ ಷೂಗಳಲ್ಲಿ ಒಮ್ಮೊಮ್ಮೆ ಹಚ್ಚನೆಯ ಚೇಳುಗಳು ಸೇರುತ್ತಿದ್ದವು. ಆದ್ದರಿಂದ ಅವನ್ನು ಕೊಡವಿಯೇ ಹಾಕಿಕೊಳ್ಳಬೇಕಿತ್ತು.

ಎಸ್ಸೆಸ್ಸಿಲ್ಲಿ ಸೇರುತ್ತಿದ್ದಂತೆ ಏನೋ ಹಿರಿತನ ಬಂದಿದೆಯೆಂಬಂತೆ, ನಮ್ಮಪ್ಪ ನನಗೆ ಚಪ್ಪಲಿ ತರಲು ಮನಸ್ಸು ಮಾಡಿದ. ನಮ್ಮ ಊರಿನಲ್ಲಿ ಚಪ್ಪಲಿ ಅಂಗಡಿ ಇರಲಿಲ್ಲ. ಅದಕ್ಕಾಗಿ ನನ್ನನ್ನು ಕರೆದುಕೊಂಡು ಬಳ್ಳಾರಿಗೆ ಹೋಗುವ ಖರ್ಚನ್ನು ನಿಭಾಯಿಸುವುದು ಆತನ ಯೋಗ್ಯತೆ ಮೀರಿದ್ದು. ಆತನೇ ಆಫೀಸಿನ ಜೀಪಿನಲ್ಲಿ ಉದ್ರಿ ಹೋಗಿ ಬರುತ್ತಿದ್ದ. ಒಂದು ದಿನ ಬೆಳಿಗ್ಗೆ ನನ್ನನ್ನು ಬಿಳಿಯ ಹಾಳೆಯ ಮೇಲೆ ನಿಲ್ಲಿಸಿ, ಪೆನ್ನಿನಿಂದ ಹಗೂರಕ್ಕೆ ನನ್ನ ಪಾದದ ಸುತ್ತಲೂ ಗೆರೆ ಎಳೆದಿದ್ದ. ಆತ ಹಾಗೆ ಪೆನ್ನನ್ನು ಪಾದದ ಸುತ್ತಲೂ ತಿರುಗಿಸುವಾಗ ವಿಚಿತ್ರ ಕಚಗುಳಿಯಾಗುತ್ತಿತ್ತು. ಕರಡು ಗಾತ್ರವನ್ನು ತೆಗೆದುಕೊಂಡ ಮೇಲೆ ಆ ಕಾಗದಕ್ಕೆ ನಾವು ತಪ್ಪದೇ ನಮಸ್ಕರಿಸಬೇಕಿತ್ತು. ಸರಸ್ವತಿಯನ್ನು ಕಾಲಿಂದ ತುಳಿದ ಪಾಪವನ್ನು ತೊಳೆದುಕೊಳ್ಳುವದಕ್ಕೆ ಅದಕ್ಕೆ ಕ್ಷಮೆ ಬೇಡುವುದೇ ಏಕೈಕ ದಾರಿಯಾಗಿತ್ತು. ಹಾಗೆ ನಮಸ್ಕರಿಸುವಾಗ ನನ್ನ ಪಾದದ ವಿಚಿತ್ರ ರೇಖಾಚಿತ್ರವನ್ನು ಕಂಡು ನನಗೆ ಅಚ್ಚರಿಯಾಗುತ್ತಿತ್ತು. ಸಾಕಷ್ಟು ಅಪರಿಚಿತ ಚಿತ್ರವಾದ ಅದು ನನ್ನ ದೇಹಕ್ಕೆ ಸಂಬಂಧಿಸಿದ್ದು ಎಂದು ಒಪ್ಪಿಕೊಳ್ಳಲು ಕಷ್ಟವಾಗುತ್ತಿತ್ತು. ಆದರೆ ರಾತ್ರಿಗೆ ಅಪ್ಪ ಖಂಡಿತವಾಗಿ ಒಂದು ಹವಾಯಿ ಚಪ್ಪಲಿ ತರುತ್ತಾನೆಂಬ ನಂಬಿಕೆ ಇರುತ್ತಿತ್ತು. ನೀಲಿ ಮತ್ತು ಬಿಳಿ ಮಿಶ್ರಣದ ಈ ಹೊಸ ಚಪ್ಪಲಿಗಳನ್ನು ನಾನು ಕೈಯಲ್ಲಿ ಹಿಡಿದುಕೊಂಡು ಹೋಗಿ ಎಲ್ಲರ ಮನೆಯಲ್ಲಿಯೂ ತೋರಿಸಿ ಬರುತ್ತಿದ್ದೆ. ಅವರೆಲ್ಲಾ ಅದನ್ನು ಮುಟ್ಟಿ ಸವರಿ ನೋಡಿ, "ಹುಷಾರಾಗಿ ಇಟ್ಕೋ ಪುಟ್ಟ, ಕಳ್ಕೋಬೇಡ... ದುಬಾರಿ ಸಾಮಾನು" ಎಂದು ಎಚ್ಚರಿಕೆ ಕೊಡುತ್ತಿದ್ದರು. "ಎರಡು ದಿನ ಉಂಗುಷ್ಟಕ್ಕೆ ಕೊಬ್ಬರಿ ಎಣ್ಣಿ ಹಚ್ಚಿಡು. ಗಾಯ ಮಾಡಲ್ಲ" ಎಂದು ಸಲಹೆಯನ್ನೂ ಹೇಳುತ್ತಿದ್ದರು. ಚಪ್ಪಲಿ ತಂದ ಮೇಲೂ ಅಪ್ಪ ಆ ಬಿಳಿಯ ಪಾದದ ಚಿತ್ರದ ಕಾಗದವನ್ನು ಎಲ್ಲೋ ಜಾಗ್ರತೆಯಿಂದ ಎತ್ತಿಡುತ್ತಿದ್ದ. ಒಂದೆರಡು ವರ್ಷದಲ್ಲಿ ನಮ್ಮ ಹವಾಯಿ ಚಪ್ಪಲಿಗಳು ಸವೆದು, ಉಂಗುಷ್ಟ ಕಿತ್ತು ಹೋಗಿ ಮತ್ತದನ್ನು ಹೊಲಿಸಿ, ಹಿಂಗಾಲಿನ ಬಳಿ ಸವೆತದಿಂದ ತೂತಾಗಿ ಹೋದ ಮೇಲೆ ಮತ್ತೆ ಅದೇ ಕಾಗದದ ಮೇಲೆ ಪಾದ ಊರಿಸಿ ನಕ್ಷೆ ಬಿಡಿಸುತ್ತಿದ್ದ. ನಮ್ಮ ಈ ಹಿಂದಿನ ಪುಟ್ಟ ಪಾದವನ್ನು ತನ್ನ ಒಡಲೊಳಗೆ ಸೇರಿಸಿಕೊಳ್ಳುವಂತಹ ದೊಡ್ಡ ಪಾದ ಈಗ ಒಡಮೂಡುತ್ತಿತ್ತು.

ಸದ್ದಿಲ್ಲದಂತೆ ಸಂಭವಿಸಿದ ನಮ್ಮ ಬೆಳವಣಿಗೆಯ ಪುರಾವೆಯಾಗಿ ಆ ಕಾಗದದ ಚೂರು ವಿಸ್ಮಯವನ್ನು ಮೂಡಿಸುತ್ತಿತ್ತು.

ಹಾಗಂತ ಚಪ್ಪಲಿಗೆ ಗೌರವ ಸ್ಥಾನವಂತೂ ಸಮಾಜದಲ್ಲಿ ಇರಲಿಲ್ಲ. ನಮ್ಮೆಲ್ಲಾ ಗಾದೆ ಮಾತುಗಳು, ಜನರ ಬೈಗಳನ್ನು ಗಮನಿಸಿದಾಗ ಚಪ್ಪಲಿಗೆ ಕೀಳು ಸ್ಥಾನ ನೀಡಿರುವುದು ನನಗೆ ಕಾಣಿಸುತ್ತದೆ. ಈ ಮನೋಭಾವ ಸ್ಪಷ್ಟವಾಗಿ ನನಗೆ ಗೋಚರವಾಗಿದ್ದು ಎರಡು ಸಂದರ್ಭಗಳಲ್ಲಿ. ಒಮ್ಮೆ ನಮ್ಮೂರಿನ ರಾಯರ ಮಠ ಅರ್ಚಕರ ಮಗಳಿಗೆ ಬಳ್ಳಾರಿಯ ವರನ ಕಡೆಯಿಂದ ಆಹ್ವಾನ ಬಂದಿತ್ತು. ಈಡು-ಜೋಡು, ಜಾತಕ ಕೂಡುವಿಕೆ, ಕುಟುಂಬಗಳ ಹೊಂದಾಣಿಕೆ ಎಲ್ಲವೂ ಸರಿಯಾಗಿತ್ತು. ಆದರೆ ಹುಡುಗ ಬಾಟಾ ಅಂಗಡಿಯಲ್ಲಿ ಮ್ಯಾನೇಜರ್‌ಹುದ್ದೆಯಲ್ಲಿದ್ದ. ಅರ್ಚಕರ ಮನೆಗೆ ಬಿಸಿತುಪ್ಪ ನುಂಗಿದಂತಾಯ್ತು. 'ಬ್ರಾಹ್ಮಣರು ಮಾಡೋ ಕೆಲಸ ಏನಮ್ಮಾ ಇದು?' ಎಂದು ಅಮ್ಮನ ಹತ್ತಿರ ತಮ್ಮ ಸಂಕಟವನ್ನು ಅರ್ಚಕರು ಹೇಳಿಕೊಂಡಿದ್ದರು. ಕೊನೆಗೆ ತಿಳಿದವರು ಒಂದಿಷ್ಟು ಜನ ಅರ್ಚಕರಿಗೆ ಬುದ್ಧಿ ಮಾತು ಹೇಳಿ, 'ಅದೊಂದು ದೊಡ್ಡ ಕಂಪನಿ. ಅಲ್ಲಿ ಕೆಲಸ ಮಾಡಿದ್ರೆ ಒಳ್ಳೆ ಸಂಬಳ ಕೊಡ್ತಾರೆ. ಕಣ್ಣು ಮುಚ್ಚಿಕೊಂಡು ಮಗಳನ್ನ ಕೊಡಿ' ಎಂದು ಧೈರ್ಯ ತುಂಬಿದ ಮೇಲೆ ಮದುವೆಯ ನಿಶ್ಚಯವಾಯಿತು. ಆದರೆ ಮದುವೆಯ ಹೆಣ್ಣು ರುಕ್ಮಿಣಿಯನ್ನು ಎಲ್ಲರೂ ಅವಮಾನ ಮಾಡುವವರೇ ಆಗಿದ್ದರು. 'ಚಪ್ಪಲಿ ಅಂಗಡಿಯವನ್ನ ಮದುವಿ ಆಗ್ತೀಯಂತಲ್ಲೆ ರುಕ್ಕು?' ಎಂದು ವ್ಯಂಗ್ಯದಿಂದ ಕೇಳುತ್ತಿದ್ದರು. ಒಂದು ಮುಸ್ಸಂಜೆ ಆಕೆ ನಮ್ಮ ಮನೆಗೆ ಬಂದು ಅಮ್ಮನ ಮುಂದೆ ದುಃಖಿಸಿದ್ದು ನನಗೆ ನೆನಪಿದೆ. ಅಮ್ಮ ಸಮಾಧಾನ ಮಾಡಿ, ಕಾಫಿ ಮಾಡಿ ಕೊಟ್ಟಿದ್ದಳು. 'ಏನೂ ಆಗಲ್ಲ ರುಕ್ಕು. ಕೆಲಸ ಮಾಡಿ ಸಂಪಾದಿಸೋ ಗಂಡಸಿಗೆ ಸಮಾಜದಲ್ಲಿ ಮರ್ಯಾದೆ ಇದ್ದೇ ಇರ್ತದೆ' ಎಂದು ಹೇಳಿದ್ದಳು. ಮದುವೆ ಸುಸೂತ್ರವಾಗಿ ನಡೆಯಿತು. ಹಲವಾರು ವರ್ಷಗಳ ಕಾಲ ಆ ದಂಪತಿ ಸಂತೋಷದಿಂದ ಸಂಸಾರ ಮಾಡಿಕೊಂಡಿದ್ದನ್ನು ನಾನು ಕಂಡಿದ್ದೇನೆ. ಈಗೆಲ್ಲಿದ್ದಾರೋ ತಿಳಿಯದು.

ನರಸಿಂಹ ಎನ್ನುವ ವಿದ್ಯಾರ್ಥಿ ನನ್ನೊಡನೆ ಓದುತ್ತಿದ್ದ. ಆತನ ಅಪ್ಪ ಊರಲ್ಲಿ ಚಪ್ಪಲಿ ಹೊಲಿಯುತ್ತಿದ್ದ. ಆಗೊಮ್ಮೆ ಈಗೊಮ್ಮೆ ಅವರಪ್ಪನಿಲ್ಲದ ಹೊತ್ತಿನಲ್ಲಿ ನರಸಿಂಹನೇ ಅಂಗಡಿಯನ್ನು ನಿರ್ವಹಿಸುತ್ತಿದ್ದ. ನಮ್ಮದೇನಾದರೂ ರಿಪೇರಿ ಕೆಲಸಗಳಿದ್ದರೆ ಅಂತಹ ಹೊತ್ತಿನಲ್ಲಿಯೇ ಹೋಗುತ್ತಿದ್ದೆವು. ತನ್ನ ಪುಟ್ಟ ಕೈಗಳಿಂದ ಚಕಚಕನೆ ಕೆಲಸ ಮಾಡುವ ಅವನ ಮತ್ತೊಂದು ಮುಖ ನಮಗೆ ವಿಶೇಷ ಕುತೂಹಲವನ್ನು ಕೆರಳಿಸುತ್ತಿತ್ತು. ಶಾಲೆಯಲ್ಲಿ ದಡ್ಡನೆಂದೇ ಮಾಸ್ತರರಿಂದ ಬೈಸಿಕೊಳ್ಳುವ ಈ ನರಸಿಂಹ, ಅದೆಷ್ಟು ಚಾಣಾಕ್ಷತನದಿಂದ ಈ ಕೆಲಸ ಮಾಡುತ್ತಾನಲ್ಲ ಎಂದು

ನಮಗೆ ಅಚ್ಚರಿಯಾಗುತ್ತಿತ್ತು. ನಮ್ಮೊಡನೆ ನಗುನಗುತ್ತಾ ಹರಟುವ ಅವನ ಬಗ್ಗೆ ನಮಗೆಂದೂ ಕೀಳು ಭಾವನೆ ಬರುತ್ತಿರಲಿಲ್ಲ. ಆದರೆ ಅದೇ ಹೊತ್ತಿನಲ್ಲಿ ಯಾರೋ ಹಿರಿಯರೊಬ್ಬರು ಅಂಗಡಿಗೆ ಬಂದು ತಮ್ಮ ಷೂಗಳನ್ನು ಡಬ್ಬದ ಮೇಲಿಟ್ಟು, 'ಒಂದಿಷ್ಟು ಪಾಲಿಷ್ ಮಾಡಲೇ ತಮ್ಮಾ...' ಎಂದು ಅಪ್ಪಣೆ ಕೊಡುತ್ತಿದ್ದರು. ನಮ್ಮ ಕಣ್ಣೆದುರಲ್ಲೇ ನರಸಿಂಹ ಅವರ ಷೂ ಹಾಕಿದ ಪಾದಗಳನ್ನು ಉಜ್ಜುತ್ತಿದ್ದ. ಒಂದು ಕಾಲಿನ ಷೂ ಹೊಳೆಯಲಾರಂಭಿಸಿದ ತಕ್ಷಣ, ಮತ್ತೊಂದು ಕಾಲನ್ನು ಇಡುತ್ತಿದ್ದರು. ಅದನ್ನು ತಿಕ್ಕುವಾಗಲೂ ಯಾವುದೇ ಬೇಸರವಿಲ್ಲದಂತೆ, ನಮ್ಮ ಕಡೆ ತಿರುತಿರುಗಿ ನೋಡುತ್ತಾ ಅದೇ ಮುಗ್ಧ ನಗೆಯನ್ನು ಅವನು ಚಿಮ್ಮಿಸುತ್ತಿದ್ದ.

ಕಾಲೇಜು ಮುಗಿಯುವ ತನಕವೂ ನಾನು ಹವಾಯಿ ಚಪ್ಪಲಿಗಳನ್ನೇ ಹಾಕಿದ್ದೇನೆ. ನಮ್ಮ ಇಂಜಿನಿಯರಿಂಗ್ ಕಾಲೇಜು ಸಮುದ್ರ ದಂಡೆಯ ಮೇಲಿತ್ತು. ಅಲ್ಲಿ ಎಲ್ಲರೂ ಅವೇ ಚಪ್ಪಲಿಗಳನ್ನು ಹಾಕುತ್ತಿದ್ದರು. ವಿಚಿತ್ರವೆಂದರೆ ಸ್ನಾನದ ಕೋಣೆಗೆ, ಶೌಚದ ಕೋಣೆಗೆ ಚಪ್ಪಲಿ ಹಾಕಿಕೊಂಡು ಹೋಗುವ ಅಭ್ಯಾಸ ಅಲ್ಲಿತ್ತು. ಇದು ನನಗೆ ಅತ್ಯಂತ ಮುಜುಗರದ ಸಂಗತಿಯಾಗಿತ್ತು. ಆದರೆ ಈ ಶೌಚಾಲಯಗಳು ಅದೆಷ್ಟು ಕೊಳೆಯಾಗಿರುತ್ತಿದ್ದವೆಂದರೆ, ಆರೋಗ್ಯದ ದೃಷ್ಟಿಯಿಂದಲಾದರೂ ನಾವು ಚಪ್ಪಲಿಗಳನ್ನು ಹಾಕಲೇ ಬೇಕಾಗಿರುತ್ತಿತ್ತು. ಇದೇ ಚಪ್ಪಲಿಯನ್ನು ಧರಿಸಿ ನಾವು ಮೆಸ್‌ಗೆ ಹೋಗಿ ಊಟ ಮಾಡುತ್ತಿದ್ದೆವೆಂಬುದನ್ನು ನೆನೆಸಿಕೊಂಡರೆ ಮೈ ಜುಂ ಎನ್ನುತ್ತದೆ. ಕಾಲೇಜಿಗೆ ಹೋಗಿ ಪಾಠವನ್ನೂ ಕೇಳುತ್ತಿದ್ದೆವು. ಸಮುದ್ರ ದಂಡೆಯಲ್ಲಿ ಅಡ್ಡಾಡಲು ಹೋಗುತ್ತಿದ್ದೆವು. ಇಂಜಿನಿಯರಿಂಗ್ ಅಭ್ಯಾಸದಲ್ಲಿ ಕಡ್ಡಾಯ ಸಂಗತಿಗಳಾದ ವರ್ಕ್‌ಶಾಪ್‌ನಲ್ಲಿ ಕೆಲಸ ಮಾಡಲು ಮಾತ್ರ ಒಂದು ಕೆಂಪುಬಣ್ಣದ ಕ್ಯಾನ್‌ವಾಸ್ ಷೂ ಹಾಕುತ್ತಿದ್ದೆವು. ಅವುಗಳನ್ನೂ ಎಷ್ಟೋ ಬಾರಿ ನಮ್ಮ ಸೀನಿಯರ್ಸ್ ಓದು ಮುಗಿಸಿ ಹೋಗುವಾಗ ಕೊಟ್ಟು ಹೋಗುತ್ತಿದ್ದರು. ಆದರೆ ಇಂಜಿನಿಯರಿಂಗ್ ಕೊನೆಯ ವರ್ಷದಲ್ಲಿ ಮಾತ್ರ ಷೂ ಹಾಕಲೇ ಬೇಕಾದ ವಿಶೇಷ ಸಂದರ್ಭ ನಮಗೆ ಎದುರಾಯ್ತು. ಉದ್ಯೋಗಗಳನ್ನು ಕೊಡಲೆಂದು ಖಾಸಗಿ ಕಂಪನಿಗಳು ನಮ್ಮ ಕಾಲೇಜಿಗೆ ಬರುತ್ತಿದ್ದವು. ಅವುಗಳ ಸಂದರ್ಶನಕ್ಕೆ ಹೋಗುವಾಗ ಲೆದರ್‌ಷೂ ಹಾಕುವುದು ಕಡ್ಡಾಯವೆಂದು ನಮ್ಮ ಪ್ರಿನ್ಸಿಪಾಲರು ನೋಟೀಸ್‌ಬೋರ್ಡಿನಲ್ಲಿ ಹಾಕಿದರು. ಇಡೀ ಹಾಸ್ಟೆಲಿನಲ್ಲಿ ಮೂರು ನಾಲ್ಕು ಜನರನ್ನು ಬಿಟ್ಟರೆ ಯಾರಲ್ಲಿಯೂ ಇಂತಹ ಷೂಗಳು ಇರಲಿಲ್ಲ. ವರ್ಕ್‌ಶಾಪ್ ಷೂ ಹಾಕಬಹುದೇ ಎಂದು ಕೇಳಿದ್ದಕ್ಕೆ ಪ್ರಿನ್ಸಿಪಾಲರು ಬೈಯ್ದು ಕಳುಹಿಸಿದರು. ತಕ್ಷಣ ಅಂಗಡಿಗೆ ಹೋಗಿ ಹೊಸ ಷೂ ಕೊಳ್ಳುವ ಆರ್ಥಿಕ ತಾಕತ್ತೂ ನಮಗೆ ಇರಲಿಲ್ಲ. ಹೆಚ್ಚು ಕಡಿಮೆ ಎಲ್ಲರೂ ಬಡ ಮಧ್ಯಮ ವರ್ಗದ ಹುಡುಗರೇ ತುಂಬಿದ್ದ ಕಾಲೇಜು ಅದಾಗಿತ್ತು. ಕೊನೆಗೆ ಒಂದು ಉಪಾಯವನ್ನು ಮಾಡಿದೆವು. ಇಡೀ ಹಾಸ್ಟೆಲ್‌ನಲ್ಲಿದ್ದ

ನಾಲ್ಕು ಷೂಗಳನ್ನೇ ಬಳಸಿಕೊಂಡೆವು. ಸಂದರ್ಶನದ ಕೊಠಡಿಯ ಹೊರಗಡೆ ಸ್ವಲ್ಪ ದೂರದಲ್ಲಿ ಆ ನಾಲ್ಕೂ ಷೂಗಳನ್ನು ಇಟ್ಟಿದ್ದೆವು. ಯಾರು ಸಂದರ್ಶನಕ್ಕೆ ಹೋಗಬೇಕೋ ಅವರು ತಮಗೆ ಸರಿಯೆನ್ನಿಸಿದ ಗಾತ್ರದ ಷೂ ಧರಿಸಿ ಒಳಗೆ ಹೋಗುತ್ತಿದ್ದರು. ಮತ್ತೆ ಬಂದು ಅದನ್ನು ಯಥಾಸ್ಥಾನದಲ್ಲಿ ಬಿಟ್ಟು, ತಮ್ಮ ಹವಾಯಿ ಚಪ್ಪಲಿಗಳನ್ನು ಹಾಕಿಕೊಂಡು ಹೋಗುತ್ತಿದ್ದರು. ಈಗ ಮತ್ತೊಬ್ಬರು ಅವನ್ನು ಧರಿಸುತ್ತಿದ್ದರು. ಅತ್ಯಂತ ವ್ಯವಸ್ಥಿತವಾಗಿ ಕಾಲೇಜಿನ ಹಲವಾರು ಸಂದರ್ಶನಗಳನ್ನು ಈ ನಾಲ್ಕು ಷೂಗಳಲ್ಲಿಯೇ ಮುಗಿಸಿದೆವೆನ್ನುವುದು ನನಗೆ ಈಗಲೂ ನಂಬಲಾರದ ಅಚ್ಚರಿಯಾಗಿ ಉಳಿದಿದೆ.

ಕೇವಲ ಕೆಲವೇ ವರ್ಷಗಳಲ್ಲಿ ನನ್ನಲ್ಲಿ ಸುಮಾರು ಎಂಟಕ್ಕೂ ಹೆಚ್ಚು ಜೋಡುಗಳು ಸಂಗ್ರಹಗೊಂಡಿವೆ ಎಂದು ಹೇಳಲು ನನಗೆ ಅತ್ಯಂತ ಸಂಕೋಚವಾಗುತ್ತಿದೆ. ವಿಷಾದದ ಸಂಗತಿಯೆಂದರೆ ಇವೆಲ್ಲವೂ ಬದುಕಿಗೆ ಅತ್ಯಂತ ಅವಶ್ಯಕವೆಂದು ಈಗ ನನಗನ್ನಿಸುತ್ತದೆ. ನನ್ನೆಲ್ಲಾ ಗೆಳೆಯರ ಮಧ್ಯದಲ್ಲಿ ನಾನು ಅತ್ಯಂತ ಸರಳ ಜೀವಿ ಎಂದೇ ಖ್ಯಾತನಾದವನು. ಆದ್ದರಿಂದ ದುಂದುವೆಚ್ಚದ ಸ್ವಭಾವ ನನ್ನಲ್ಲಿ ಇಲ್ಲ. ಆದರೂ ನನ್ನಲ್ಲಿ ಅದು ಹೇಗೆ ಎಂಟು ಜೋಡುಗಳು ಸೇರಿಕೊಂಡವು ಎಂದು ಗೊಂದಲವಾಗುತ್ತದೆ. ಮನೆಯ ಹತ್ತಿರದಲ್ಲೇ ಸುಮ್ಮನೆ ಅಡ್ಡಾಡಲೆಂದು ಒಂದು ಚರ್ಮದ ಜೋಡು, ಕಛೇರಿಯ ಕೆಲಸಗಳಿಗೆ ಇನ್ನೊಂದು ಫಾರ್ಮಲ್ ಷೂ, ಪಾರ್ಟಿ ಮತ್ತಿತರ ಇನ್‌ಫಾರ್ಮಲ್ ಸನ್ನಿವೇಶಕ್ಕೆ ಒಂದೆರಡು, ಬೆಳಿಗ್ಗೆ ವಾಕಿಂಗ್ ಹೋಗಲು ಒಂದು ಕ್ಯಾನ್‌ವಾಸ್ ಜೋಡು, ಸಂಜೆ ಸ್ಕ್ವಾಷ್ ಆಡಲು ಮೃದುವಾದ ತಳವನ್ನು ಹೊಂದಿದ ಮತ್ತೊಂದು ಜೋಡು, ವಾರಾಂತ್ಯದಲ್ಲಿ ಕಬ್ಬನ್ ಪಾರ್ಕಿನಲ್ಲಿ ಓಡಲು ಒಂದು, ಅಕ್ಟೋಬರ್ ರಜೆಯಲ್ಲಿ ನಮ್ಮ ಪಶ್ಚಿಮ ಘಟ್ಟಗಳ ಕಾಡಿನಲ್ಲಿ ಅಡ್ಡಾಡಲು ಒಂದು, ಮೇ ರಜೆಯಲ್ಲಿ ಹಿಮಾಲಯದಲ್ಲಿ ಚಾರಣಕ್ಕೆ ಹೋಗಲು ತುಸು ಗಟ್ಟಿಮುಟ್ಟಿಯಾದ ಮಗದೊಂದು – ಎಲ್ಲವೂ ಅತ್ಯಾವಶ್ಯಕವೆನ್ನಿಸುವಂತಹ ಸನ್ನಿವೇಶದಲ್ಲಿ ನಾನಿಂದು ಬದುಕುತ್ತಿದ್ದೇನೆ. ಒಂದರ ಬದಲು ಇನ್ನೊಂದು ಧರಿಸಿ ಕೆಲಸ ಮಾಡಲು ಸಾಧ್ಯವಾಗದಂತಹ ಪರಿಸ್ಥಿತಿಯನ್ನು ಸೃಷ್ಟಿಸಿಕೊಂಡಿದ್ದೇನೆ. ಇದು ಕಾಲದ ಬದಲಾವಣೆಯೋ ಅಥವಾ ನನ್ನಲ್ಲಿಯ ಬದಲಾವಣೆಗೆ ಕಾಲದ ನೆಪವೋ ಎಂಬ ಸಂಕೋಚ ನನ್ನನ್ನು ಕಾಡುತ್ತದೆ. ಈಗಲೂ ಬಸ್‌ನಿಲ್ದಾಣದಲ್ಲಿ ಕಾಯುತ್ತಾ ನಿಂತಾಗ ಅಲ್ಲಿ ಹಾದು ಹೋಗುವ ಹಲವಾರು ಕಾಲುಗಳನ್ನು ನಾನು ತಲೆಬಗ್ಗಿಸಿ ಗಮನಿಸುತ್ತೇನೆ. ಹತ್ತಾರು ಬರಿಗಾಲುಗಳು ನನ್ನ ಕಣ್ಣಿಗೆ ಬಿದ್ದು ಸಂಕಟವನ್ನು ಉಂಟು ಮಾಡುತ್ತವೆ. ಎಲ್ಲಿ ನೋಡಿದರಲ್ಲಿ ಗಾಜಿನ ಚೂರುಗಳು ಉದುರಿರುವ ರಸ್ತೆಗಳು ಈ ಹಾಳು ಬೆಂಗಳೂರಿನಲ್ಲಿವೆ. ಇಂತಹ ಕಡೆಯೂ ಬರಿಗಾಲಿನಲ್ಲಿ ನಡೆವ ಅದೆಷ್ಟು ಕಾಲುಗಳಿವೆ! ಕಾಲ ಎಲ್ಲರಿಗೂ ಬದಲಾಗಿಲ್ಲ ಎನ್ನುವ ಅಳುಕು ನನ್ನಲ್ಲಿ

ಮೂಡುತ್ತದೆ. ಬಿಳಿಯ ಸ್ವಚ್ಛ ಕಾಗದದ ಮೇಲೆ ನನ್ನ ಪಾದವೂರಿ ನಕ್ಷೆ ಬಿಡಿಸಿದರೆ, ಒಂದೇ ಅಳತೆಯ ಪಾದದ ಗಾತ್ರ ಮೂಡುತ್ತದೆ. ಒಂದು ವಯಸ್ಸು ದಾಟಿದ ಮೇಲೆ ನಾವು ಬೆಳೆಯುವುದೇ ಇಲ್ಲ ಅಲ್ಲವೆ?

ನಾನಿರುವುದು ಅಪಾರ್ಟ್‌ಮೆಂಟ್ ಸಂಕೀರ್ಣವೊಂದರಲ್ಲಿ, ತಳಮಹಡಿಯ ಮನೆ. ಅಲ್ಲಿ ಚಳಿಗಾಲದಲ್ಲಿ ನೆಲ ಎಷ್ಟು ತಣ್ಣಗೆ ಇರುತ್ತದೆಂದರೆ, ಜೋಡನ್ನು ಧರಿಸದೆ ಮನೆಯಲ್ಲಿ ನಡೆದರೆ ಅಂಗಾಲುಗಳು ಸಂಜೆಯ ವೇಳೆಗೆ ಉರಿಯಲಾರಂಭಿಸುತ್ತವೆ. ಆದ್ದರಿಂದ ಕೇವಲ ಮನೆಯಲ್ಲಿ ಮಾತ್ರ ಉಪಯೋಗಿಸಲಿಕ್ಕೆಂದು ಒಂದು ಜೊತೆ ಹವಾಯಿ ಚಪ್ಪಲಿ ಇಟ್ಟುಕೊಂಡಿದ್ದೇನೆ. ಅದನ್ನು ಧರಿಸಿಯೇ ಸ್ನಾನ, ಪೂಜೆ, ಊಟ, ಕೆಲಸ ಎಲ್ಲಾ ನಡೆಯುತ್ತದೆ. ಉತ್ತರ ಕರ್ನಾಟಕದ ಜಿಲ್ಲಾ ಕೇಂದ್ರಗಳಲ್ಲಿಯೇ ಹುಟ್ಟಿ ಬೆಳೆದ ನನ್ನ ಅಕ್ಕನ ಮಗ ಇತ್ತೀಚೆಗೆ ನನ್ನ ಮನೆಯಲ್ಲಿ ಸ್ವಲ್ಪ ದಿನ ತಂಗಿದ್ದ. ಅವನಿಗೆ ನನ್ನ ಈ ಚಪ್ಪಲಿಯ ಸಹವಾಸ ವಿಚಿತ್ರವಾಗಿ ಕಂಡಿತ್ತು. ಅದನ್ನು ಹಾಕಿಕೊಂಡೇ ಹಾಸಿಗೆಯ ಮೇಲೆಲ್ಲಾ ಅಡ್ಡಾಡುವ ನನ್ನ ಪರಿ ಅವನಿಗೆ ಗಲಿಬಿಲಿಯುಂಟು ಮಾಡಿತ್ತು. "ಮನೆ ಬಿಟ್ಟು ಹೊರಗೆಲ್ಲೂ ಇದನ್ನು ಬಳಸಲ್ಲ ಅಲ್ವೇನೋ? ಅದು ನನ್ನ ದೇಹದ ಒಂದು ಭಾಗ ಇದ್ದ ಹಾಗೆ. ನನ್ನ ಜೊತೆ ಅದಕ್ಕೂ ಸ್ನಾನ ಮಾಡಿಸಿ ತಿಕ್ಕಿ ಸ್ವಚ್ಛ ಮಾಡೋದಿಲ್ವಾ?" ಅಂತ ನಾನು ಸಮಜಾಯಿಷಿ ಕೊಟ್ಟೆ. ಊರಿಗೆ ವಾಪಸ್ಸು ಹೋಗುವಾಗ ಅವನೊಂದು ವಿಚಿತ್ರ ಹೋಲಿಕೆಯನ್ನು ನನ್ನ ಚಪ್ಪಲಿಗೆ ಕೊಟ್ಟ. "ದರ್ಶಿನಿ ಹೋಟೆಲಿನಾಗೆ ದೋಸೆ ಹಂಚು ಬಳಿಯೋಕೆ ಕಸಬರಿಗೆ ಬಳಸ್ತಾರಲ್ಲಾ, ಹಂಗೇ ನೋಡು ನಿನ್ನ ಚಪ್ಪಲಿ" ಎಂದು ಹೇಳಿದ. ಆಧುನಿಕ ಕಾನ್ವೆಂಟ್‌ಗಳಲ್ಲೇ ಓದಿದ, ಸಾಹಿತ್ಯದ ಗಂಧ-ಗಾಳಿ ಇಲ್ಲದ ಅಕ್ಕನ ಮಗನ ಈ ಉಪಮಾಲಂಕಾರ ನನಗೆ ಬಹಳ ಖುಷಿ ಕೊಟ್ಟಿತು.

ಈಗ ಚಪ್ಪಲಿ ಅಂಗಡಿಗಳ ವೈಭೋಗ ಹೇಳಲಿಕ್ಕೆ ಸಾಧ್ಯವಿಲ್ಲ. ಯಾವ ಬಂಗಾರದ ಅಂಗಡಿಗೂ ಕಡಿಮೆಯಿಲ್ಲದಂಗೆ ಹವಾನಿಯಂತ್ರಿತ ಷೋರೂಂನಲ್ಲಿ ಫಳಫಳಿಸುತ್ತವೆ. ಕೆಲವೊಂದು ಷೂಗಳು ಹದಿನೈದು ಇಪ್ಪತ್ತು ಸಾವಿರವೂ ಇದೆಯೆಂದು ಗಮನಿಸಿದಾಗ ನನಗೆ ವಿಶೇಷವೆನ್ನಿಸುತ್ತದೆ. ಜನರು ಮುಗಿ ಬಿದ್ದು ಹೊಸ ಹೊಸ ಮಾದರಿಯ ಷೂ ಖರೀದಿಸುವುದು ಕಂಡಾಗ ನನ್ನ ಬಾಲ್ಯದ ಗೆಳೆಯ ನರಸಿಂಹನ ಆ ಮುಗ್ಧ ನಗೆ ನೆನಪಾಗುತ್ತದೆ. ಸಂಜೆಯ ಹೊತ್ತಿನಲ್ಲಿ ಅಮ್ಮನ ಮುಂದೆ ದುಃಖಿಸಿದ ರುಕ್ಮಿಣಿ ನೆನಪಾಗುತ್ತಾಳೆ. ಬೆಳಕಿರುವ ಜಾಗದಲ್ಲಿ ಸ್ವಚ್ಛವಾಗಿ ತೊಳೆದ ಪಾದವನ್ನು ತೊಡೆಯ ಮೇಲಿಟ್ಟುಕೊಂಡು ಮುಳ್ಳು ತೆಗೆಯುವ ದೃಶ್ಯ ಕಣ್ಣ ಮುಂದೆ ಬರುತ್ತದೆ. ಯಾವ ವೃತ್ತಿ ಸಾಕಷ್ಟು ಹಣ ಗಳಿಸಿಕೊಡುತ್ತದೆಯೋ, ಅದು ತಾನೇ ತಾನಾಗಿ ಸಮಾಜದಲ್ಲಿ ಮರ್ಯಾದೆಯನ್ನು ಪಡೆದುಕೊಂಡುಬಿಡುತ್ತದೆ. ಎಲ್ಲ ವರ್ಗದ ಜನರೂ ಅದರಲ್ಲಿ

ಭಾಗಿಯಾಗಲು ಮುಂದೆ ಬರುತ್ತಾರೆ. ಆದರೆ ಹಳೆಯ ಸ್ಮೃತಿಗಳನ್ನು ಅದು ಅಳಿಸಿ ಹಾಕುತ್ತದೆಯೆ? ಇಲ್ಲವೆಂದು ನನ್ನ ಅನುಭವ ತಿಳಿಸಿಕೊಟ್ಟಿದೆ. ಅದನ್ನು ಸ್ವಲ್ಪ ವಿವರವಾಗಿ ನಿಮಗೆ ತಿಳಿಸಿಕೊಡುವೆ.

ನಾನು ಪುಸ್ತಕಗಳನ್ನು ಅಂಚೆಯಲ್ಲಿ ಕಳುಹಿಸುವಾಗ, ಅವುಗಳನ್ನು ಗಟ್ಟಿ ದಾರದಲ್ಲಿ ಕಟ್ಟುವುದು ಕಡ್ಡಾಯವಾಗಿದೆ. 'ತೆರೆದ ಅಂಚೆ'ಯಲ್ಲಿ ಪುಸ್ತಕಗಳನ್ನು ಕಳುಹಿಸಬೇಕಾದರೆ, ಬಂಡಲಿನ ಎರಡೂ ಕಡೆಯೂ ಪುಸ್ತಕದ ಭಾಗ ಅಂಚೆಯವರಿಗೆ ಕಾಣಿಸಲೇ ಬೇಕು ಎನ್ನುವ ನಿಯಮವಿದೆಯಲ್ಲವೆ? ಆದ್ದರಿಂದ ಇಡೀ ಪುಸ್ತಕದ ಸುರಕ್ಷತೆಗಾಗಿ ಅದನ್ನು ದಪ್ಪ ದಾರದಿಂದ ನಾಲ್ಕೂ ದಿಕ್ಕಿನಲ್ಲಿ ಕಟ್ಟಬೇಕಾಗುತ್ತದೆ. ಇಂತಹ ದಪ್ಪ ದಾರಕ್ಕೆ ಏನನ್ನುತ್ತಾರೆ ಎನ್ನುವುದು ನನಗೆ ಗೊತ್ತಿರಲಿಲ್ಲ. ಅಂಗಡಿಯಲ್ಲಿ ಹೋಗಿ 'ದಪ್ಪ ದಾರ ಬೇಕು' ಎಂದು ಕೇಳಿದರೆ, ಅವರಿಗೆ ಯಾವುದೆಂದು ತಿಳಿಯದೆ ಗೊಂದಲವಾಗುತ್ತಿತ್ತು. ಹುರೇಕೊನಿ ದಾರ, ಬಾವಿಯಲ್ಲಿ ನೀರು ಸೇದುವ ದಾರ, ಬಟ್ಟೆ ಒಣಗಿ ಹಾಕುವ ದಾರಗಳನ್ನು ತೋರಿಸುತ್ತಿದ್ದರು. ಒಮ್ಮೆ ಮನೆಯಲ್ಲಿದ್ದ ತುಂಡು ದಾರವನ್ನು ತೆಗೆದುಕೊಂಡು ಹೋಗಿ ಅಂಗಡಿಯವನಿಗೆ ತೋರಿಸಿ 'ಈ ದಾರಕ್ಕೆ ಏನನ್ನಬೇಕು ಸಾರ್?' ಎಂದು ವಿಚಾರಿಸಿದೆ. ಅದನ್ನು ತಕ್ಷಣ ಗುರುತು ಹಿಡಿದ ಅಂಗಡಿಯಾತ, 'ಓಹ್, ಇದು ಚಪ್ಪಲಿ ಹೊಲಿಯೋ ದಾರ ಸಾರ್. ಇನ್ನು ಮುಂದೆ ಚಪ್ಪಲಿ ಹೊಲಿಯೋ ದಾರ ಬೇಕು ಅಂತ ಅಂಗಡಿಯಲ್ಲಿ ಕೇಳಿ, ತಕ್ಷಣ ಕೊಡುತ್ತಾರೆ' ಎಂದು ಹೇಳಿದ. ಆದರೆ ಹಾಗೆ ಕೇಳುವದಕ್ಕೆ ನನ್ನ ಮನಸ್ಸು ಅಷ್ಟೊಂದು ಸುಲಭವಾಗಿ ಒಪ್ಪುತ್ತಿರಲಿಲ್ಲ. ಆಧುನಿಕದ ಎಲ್ಲಾ ವೇಷಭೂಷಣಗಳನ್ನು ಹೊಂದಿದ ನಾನು 'ಚಪ್ಪಲಿ ಹೊಲಿಯುವ ದಾರ' ಬೇಕೆಂದು ಕೇಳಲು ಬಾಯಿ ಹೊರಳದೆ ಹಿಡಿಯಾಗುತ್ತಿದ್ದೆ. ಸೂಜಿಯಲ್ಲಿ ದಾರವನ್ನು ಪೋಣಿಸಿಕೊಂಡು ಸುಲಲಿತವಾಗಿ ಚಪ್ಪಲಿ ಹೊಲಿಯುವ ಗೆಳೆಯ ನರಸಿಂಹನ ಮುಗ್ಧ ನಗುಮುಖ ನನ್ನ ಕಣ್ಣ ಮುಂದೆ ಬರುತ್ತಿತ್ತು. 'ಕೇಳು, ಕೇಳು' ಎಂದು ಅವನು ಸವಾಲು ಎಸೆದಂತೆ ಭಾಸವಾಗುತ್ತಿತ್ತು. ಆದರೆ ಕೇಳಲು ಜೀವ ಸಮ್ಮತಿಸುತ್ತಿರಲಿಲ್ಲ, ಮುದುಡಿ ಹೋಗುತ್ತಿತ್ತು. ಮತ್ತೆ 'ದಪ್ಪ ದಾರ ಬೇಕು...' ಅಂತ ಬಡಬಡಿಸುವ ನನ್ನ ಸ್ವಭಾವ ನನ್ನನ್ನು ಮತ್ತು ನನ್ನಂತಹವರನ್ನೆಲ್ಲಾ ಒಟ್ಟಾರೆಯಾಗಿ ಅಣಕಿಸಿದಂತೆ ಅನ್ನಿಸುತ್ತಿತ್ತು. ಇಡೀ ಜೀವನಪೂರ್ತಿ ಈ ಚಪ್ಪಲಿ ಹೊಲಿಯುವ ದಾರವನ್ನು ಅದೇ ಹೆಸರಲ್ಲಿ ಕೇಳಿ ಕೊಂಡು, ಇಡೀ ಸಮಾಜದ ಎದುರಿಗೆ ಯಾವುದೇ ಬೇರೆ ಆಯ್ಕೆಯಿಲ್ಲದೆ ಆ ದಾರಗಳಿಂದಲೇ ಅವರೆಲ್ಲರ ಜೋಡುಗಳನ್ನು ಹೊಲಿದು ಕೊಡುತ್ತಿದ್ದ ನರಸಿಂಹ ಈಗೇನು ಮಾಡುತ್ತಿರಬಹುದು? ನನಗಂತೂ ಗೊತ್ತಿಲ್ಲ.

19ನೇ ಫೆಬ್ರವರಿ 2015

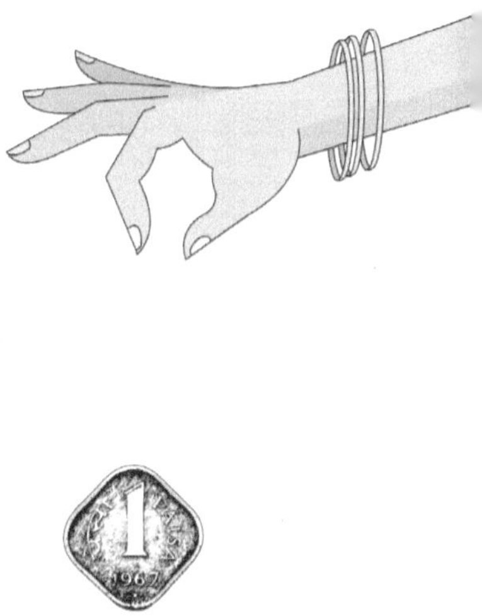

ಎರಡನೆಯ ಪೈಸೆ

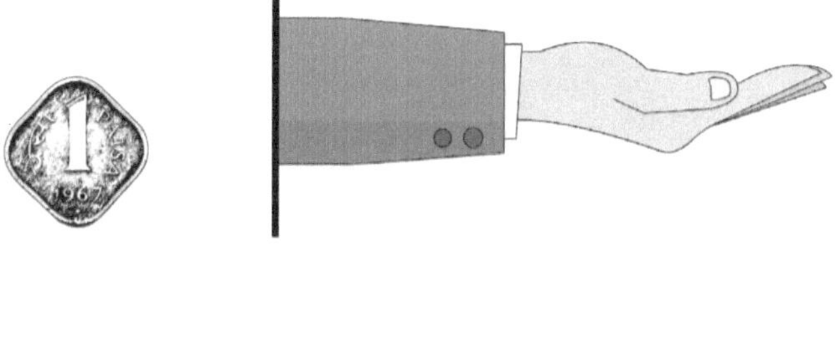

ನಿದ್ದೆಗೊಮ್ಮೆ ನಿತ್ಯ ಮರಣ

ನಿದ್ರಾಹೀನತೆ ಎನ್ನುವುದು ಅತ್ಯಂತ ಗಂಭೀರವಾದ ಸಮಸ್ಯೆ. ರಾತ್ರಿಯಿಡೀ ಕಣ್ಣಿಗೆ ರೆಪ್ಪೆ ತಾಕಿಸಲಾಗದೆ ಎದ್ದು ಕುಳಿತಿರುವ ಅಸಹಾಯಕತೆ ಸುಲಭದ ಸಂಗತಿಯಲ್ಲ. ಇಡೀ ಜಗತ್ತು ಸಂತೋಷದಿಂದ ಗೊರಕೆ ಹೊಡೆದು ನಿದ್ರಿಸುವಾಗ, ನಾವು ಮಾತ್ರ ತಬ್ಬಲಿಯಂತೆ ಒಬ್ಬರೇ ಹಾಸಿಗೆಯಲ್ಲಿ ಮಲಗಿ ಗಡಿಯಾರದ ಮುಳ್ಳುಗಳು ಸಾಗುವುದನ್ನು ನೋಡುತ್ತಾ ಕಾಲದೂಡುವುದು ಬಹುವೇದನೆಯ ವಿಷಯವಾಗಿದೆ. ಮತ್ತೊಬ್ಬರಿಗೆ ವಿವರಿಸಲಾಗದ ಮತ್ತು ವಿವರಿಸಿದರೂ ಅರ್ಥಮಾಡಿಸಲಾಗದ ಆ ಅವಸ್ಥೆಯನ್ನು ಅನುಭವಿಸಿದವರೇ ಬಲ್ಲರು. ನಮ್ಮ ಶತ್ರುವಿಗೂ ಅಂತಹ ದುರಾವಸ್ಥೆ ಬೇಡವೆಂದು ಮನಸ್ಸು ಬೇಡಿಕೊಳ್ಳುತ್ತದೆ. ಆದರೆ ಆರಂಭದಲ್ಲಿ ಅದರ ಅಪರಿಚಿತತೆಯಿಂದಾಗಿಯೇ ನಾವು ಭಯಗ್ರಸ್ಥರಾಗಿರುತ್ತೇವೆ. ಅನಂತರ ಅದು ನಿರಂತರವಾಗಿ ದಾಳಿ ಇಡಲು ಶುರು ಮಾಡಿದಂತೆಲ್ಲಾ, ನಮಗೂ ಆ ಹಳೆಯ ದೆವ್ವವನ್ನು ನಿಯಂತ್ರಿಸುವುದು ಹೇಗೆಂಬ ಅನುಭವ ದಕ್ಕುತ್ತಲೇ ಹೋಗುತ್ತದೆ. ಮೊದಲಿನ ಹೆದರಿಕೆ ಹೋಗಿ, ಸ್ವಲ್ಪ ಮಟ್ಟಿಗೆ ಹೊಂದಾಣಿಕೆ ಮಾಡಿಕೊಳ್ಳಲು ಸಾಧ್ಯವಾಗುತ್ತದೆ. ಈ ಹೊತ್ತಿನಲ್ಲಿಯೇ ನಿದ್ರಾಹೀನತೆಯೆಂಬ ಹೀನಾಯ ಸ್ಥಿತಿಯ ದೆಸೆಯಿಂದಲೂ ತಮಾಷೆಯ ಪ್ರಸಂಗಗಳು ಮೂಡುವುದು

ನಮಗೆ ಗೋಚರವಾಗುತ್ತವೆ. ಇಂತಹ ಗಂಭೀರ ಸಂಗತಿಯ ಬಗ್ಗೆ ಲಲಿತ ಪ್ರಬಂಧ ಬರೆಯುವುದು ತಪ್ಪೆಂದು ನನ್ನ ಮನಸ್ಸು ಹೇಳುತ್ತಿದೆ. ಆದರೆ ಈಗಾಗಲೇ ನನ್ನ ಕತೆ-ಕಾದಂಬರಿಯಲ್ಲಿ ಅದರ ಕರಾಳ ಮುಖವನ್ನು ಪರಿಚಯಿಸಿರುವದರಿಂದ, ಈಗ ಅದರ ಮತ್ತೊಂದು ಮುಖವನ್ನು ತೋರಿಸಿಕೊಡಲು ಧೈರ್ಯ ತೆಗೆದುಕೊಳ್ಳುತ್ತಿದ್ದೇನೆ.

ನಿದ್ದೆಯೆನ್ನುವುದು ನನಗೆ ಸಮಸ್ಯೆಯಾಗಬಹುದು ಎಂದು ನಾನು ಎಂದೂ ಆಲೋಚಿಸಿರಲೇ ಇಲ್ಲ. ಕಣ್ಣು ಮುಚ್ಚಿದರೆ ಸಾಕು, ನಿದ್ದೆಗೆ ಜಾರುವ ಶಕ್ತಿ ನನಗಿತ್ತು. ಅದು ನನ್ನಪ್ಪನ ಕೊಡುಗೆಯೆಂದು ನಾನು ಬಹುಹೆಮ್ಮೆಯಿಂದ ಹೇಳಿಕೊಳ್ಳುತ್ತಿದ್ದೆ. ಅಷ್ಟಾಗಿ ನಿದ್ರೆ ಮಾಡಲಾಗದ ನಮ್ಮಮ್ಮ "ಕುಂಭಕರ್ಣನ ವಂಶಸ್ಥರಪ್ಪಾ ನೀವು..." ಎಂದು ನನಗೂ ಮತ್ತು ಅಪ್ಪನಿಗೂ ಸೇರಿಸಿ ಬೈಯುತ್ತಿದ್ದಳು. ಬಸ್ಸಿನಲ್ಲಿ ಕುಳಿತ ಎರಡನೆಯ ಕ್ಷಣವೇ ಅಪ್ಪ-ಮಗ ನಿದ್ದೆಗೆ ಜಾರಿ ಬಿಡುತ್ತಿದ್ದೆವು. ನನ್ನ ನಿದ್ದೆಯ ಮಹತ್ವವನ್ನು ವಿವರಿಸಲು ಒಂದು ಘಟನೆಯನ್ನು ಹೇಳಲೇಬೇಕು. ಒಮ್ಮೆ ಉಡುಪಿ ಗಾರ್ಡನ್ ಬಳಿ ವಿಪರೀತ ವಾಹನದಟ್ಟಣೆ ಇತ್ತು. ಕಾರನ್ನು ನಿಲ್ಲಿಸಿದವನು ಹಾಗೇ ನಿದ್ರೆಗೆ ಹೋಗಿಬಿಟ್ಟಿದ್ದೆ. ಆಮೇಲೆ ರಸ್ತೆಯ ಎಲ್ಲಾ ಗಾಡಿಗಳು ಕಿವಿಗಡಚಿಕ್ಕುವಂತೆ ಹಾರ್ನ್ ಮಾಡಿ, ನನ್ನನ್ನು ಬೈಯ್ದುಕೊಂಡು ಹಾದುಹೋದರೂ ನನಗೆ ಎಚ್ಚರವಾಗಿಲ್ಲ. ಅಷ್ಟರಲ್ಲಿ ಪೋಲಿಸ್‌ಗೆ ಸುದ್ದಿ ಹೋಗಿದೆ. ಅವನು ಬಂದು ಕೋಲಿನಿಂದ ಕಾರಿನ ಗಾಜನ್ನು ಬಡಿದು ಎಚ್ಚರಿಸಿದ. ಒಂದೆರಡು ಕ್ಷಣ ಎಲ್ಲಿದ್ದೇನೆಂದು ಸುತ್ತಾಮುತ್ತಾ ನೋಡಿ, ವಾಸ್ತವದ ಸ್ಥಿತಿ ಅರಿವಿಗೆ ಬಂದು, ನಾಚಿಕೊಂಡು ಕಾರನ್ನು ಶುರು ಮಾಡಿದ್ದೆ. ಪೋಲೀಸ್ ಸರಿಯಾಗಿ ಉಗಿದಿದ್ದ. ಆಫೀಸಿಗೆ ಹೋದ ಮೇಲೆ ಅವರಿವರಿಗೆ ನಾನು ಟ್ರಾಫಿಕ್‌ನಲ್ಲಿ ನಿದ್ದೆ ಮಾಡಿದ ಸಂಗತಿಯನ್ನು ಹೇಳಿದ್ದೆ. ಗೆಳೆಯನೊಬ್ಬ ಮಾತ್ರ "ನಿನ್ನದು ಪರವಾಗಿಲ್ಲ, ಕಾರಲ್ಲಿ ನಿದ್ದೆ ಮಾಡ್ತೀಯ. ನಾನು ಟು ವ್ಹೀಲರ್ ಡ್ರೈವ್ ಮಾಡ್ತಾ ನಿದ್ದೆ ಮಾಡಿ ಒಂದೆರಡು ಸಲ ಬಿದ್ದಿದೀನಿ" ಎಂದು ತಾನೇ ನನಗಿಂತಲೂ ಶ್ರೇಷ್ಠ ಎಂಬಂತೆ ಹೇಳಿಕೊಂಡಿದ್ದ.

ಅಪ್ಪ ಮಾತ್ರ ಕೊನೆಯ ತನಕವೂ ತನ್ನ ನಿದ್ರಾಶಕ್ತಿಯನ್ನು ಕಳೆದುಕೊಳ್ಳಲಿಲ್ಲ. ಸಾಯುವ ಹಿಂದಿನ ರಾತ್ರಿಯೂ ಸೊಗಸಾಗಿ ಎಂಟು ತಾಸು ನಿದ್ದೆ ಮಾಡಿದ್ದ. ಆದರೆ ನನಗೆ ಅಂತಹ ಅದೃಷ್ಟವಿರಲಿಲ್ಲ. ನಲವತ್ತಕ್ಕೆ ಕಾಲಿಡುತ್ತಿದ್ದಂತೆ ವಿಧಿ ನನ್ನ ನಿದ್ದೆಯ ಶಕ್ತಿಯನ್ನು ಕಿತ್ತಿಕೊಂಡು ಬಿಟ್ಟಿತು. ನನ್ನ ಬದುಕಿನಲ್ಲಿ ವಿಪರೀತ ಸಂಕಟಗಳು ಬಂದು ಬಿಟ್ಟವು. ಯಾರ ಮುಂದೂ ಹೇಳಿಕೊಳ್ಳಲಾಗದಂತಹ ಹತಾಶೆ, ನೋವು, ಕಷ್ಟಗಳು ಎದುರಾದವು. ಏಕಾಂಗಿಯಾಗಿ ಅಳುವುದು, ದುಃಖ ಪಡುವುದು, ಬದುಕಿನ ಎಲ್ಲ ಸಂಗತಿಗಳಿಗೆ ವಿಮುಖನಾಗುವುದು ಎಲ್ಲವೂ ತಿಂಗಳುಗಟ್ಟಲೆ ನಡೆಯಿತು. ಯಾರಿಂದಲೂ ಯಾವ ಸಮಾಧಾನವೂ ಇಲ್ಲ, ವೈದ್ಯರ ಹತ್ತಿರ ಹೋಗಿ ಇವನ್ನು

ಹೇಳಿಕೊಳ್ಳಬೇಕೆಂಬ ಜ್ಞಾನವೂ ಇಲ್ಲ. ಇವೆಲ್ಲದರ ಪರಿಣಾಮವಾಗಿ ಖಿನ್ನತೆ ತಾನೇ ತಾನಾಗಿ ಆವರಿಸಿಕೊಂಡು ಬಿಟ್ಟಿತು. ನನಗೆ ಗೊತ್ತೇ ಆಗದಂತೆ ಅದು ನಿಧಾನಕ್ಕೆ ನನ್ನ ನಿದ್ದೆಯನ್ನು ಇಷ್ಟಿಷ್ಟೇ ಕಸಿದುಕೊಂಡು ಬಿಟ್ಟಿತು. ಕೊನೆಗೆ ದಿನಗಟ್ಟಲೆ ನಿದ್ರೆಯಿಲ್ಲದೆ ನಾನು ಒದ್ದಾಡುವುದು ಅರಿವಾದಾಗಲೇ ನನಗೆ ವಾಸ್ತವದ ಪ್ರಜ್ಞೆ ತಟ್ಟಿದ್ದು. ಎಚ್ಚೆತ್ತುಕೊಂಡೆ. ಡಾಕ್ಟರರ ಬಳಿ ಓಡಿದೆ. ಯಾವಾಗ ನನ್ನ ನಿದ್ದೆಗೆ ಕಳಂಕ ಬರುತ್ತಿದೆಯೆಂದು ಅರಿವಾಯ್ತೋ, ತಕ್ಷಣ ನನ್ನ ನಿಲುವುಗಳೇ ಬದಲಾಗಿ ಬಿಟ್ಟವು. ಆವರೆಗೆ ಯಾವುದೆಲ್ಲಾ ನನಗೆ ಬದುಕಿನಲ್ಲಿ ಮಹತ್ವವೆಂದು ಕಂಡಿತ್ತೋ, ಈಗ ಅವೆಲ್ಲವೂ ನನ್ನ ನಿರ್ಲಕ್ಷ್ಯಕ್ಕೆ ಒಳಗಾದವು. ಆರೋಗ್ಯಕ್ಕಿಂತಲೂ ದೊಡ್ಡ ಭಾಗ್ಯವಿಲ್ಲ ಎಂಬ ಎಚ್ಚರ ಯಾವಾಗಲೂ ನನ್ನಲ್ಲಿತ್ತು. ತಕ್ಷಣ ನಿದ್ದೆಗೆ ಏನು ಮುಖ್ಯವೋ ಅದರ ಕಡೆ ಗಮನ ಹರಿಸಲು ಶುರು ಮಾಡಿದೆ. ಆದ್ದರಿಂದ ಬೇಗನೆ ಚೇತರಿಸಿಕೊಳ್ಳಲು ಸಾಧ್ಯವಾಯ್ತು.

ನಿದ್ರೆ ಸೊಗಸಾಗಿ ಮಾಡುವ ತನಕ ಯಾರಿಗೂ ಅದರ ಮಹತ್ವ ತಿಳಿಯುವುದಿಲ್ಲ. ಅದೊಂದು ಬಹುಕ್ಷುಲ್ಲಕ ಸಂಗತಿಯಾಗಿಯೂ, ಬೇಡವೆಂದರೂ ಆವರಿಸುವ ಅವಸ್ಥೆಯೆಂದೂ ಭಾವಿಸುತ್ತೇವೆ. ಯಾವುದು ಬದುಕಿನಲ್ಲಿ ಯಥೇಚ್ಛವಾಗಿ ಲಭ್ಯವಾಗುತ್ತದೆಯೋ, ಅದರ ಬಗ್ಗೆ ಯಾವತ್ತೂ ಅಸಡ್ಡೆಯನ್ನು ಬೆಳೆಸಿಕೊಳ್ಳುವುದು ಮಾನವನ ಸ್ವಭಾವವಾಗಿದೆ. ಆದರೆ ಒಮ್ಮೆ ಈ ಯಥೇಚ್ಛತೆ ಮಾಯವಾಗಿ ಅಪರೂಪವಾಗಿ ಬಿಡುತ್ತದೋ, ಆಗ ಬಾಯಿ ಬಾಯಿ ಬಿಡಲು ಶುರು ಮಾಡುತ್ತೇವೆ. ಬರದಂತಹ ಪರಿಸ್ಥಿತಿಯಲ್ಲಿ ಇಡೀ ಸಮಾಜಕ್ಕೆ ನೀರಿನ ಹಾಹಾಕಾರವಾಗಿ, ನೀವೂ ಅದರಲ್ಲಿ ಒಬ್ಬರಾದಾಗ ಅದನ್ನು ಎದುರಿಸುವುದು ಅಂತಹ ಕಷ್ಟವಲ್ಲ. ಆದರೆ ಇಡೀ ಸಮಾಜಕ್ಕೆ ಯಥೇಚ್ಛವಾಗಿ ನಿದ್ದೆ ಸಿಗುತ್ತಿರುವಾಗ, ನಿಮಗೆ ಮಾತ್ರ ಅದು ದಕ್ಕುವದಿಲ್ಲ ಎನ್ನುವ ಭಾವ ಬಹಳ ಭೀಕರವಾದದ್ದು. ನಿಮ್ಮ ಸಹನೆಯನ್ನು ಅದು ಕೆದಕಿ ಹಾಕುತ್ತದೆ.

ನನ್ನ ನಿದ್ರೆಯ ಸಮಸ್ಯೆಯನ್ನು ನಾನು ಯಾರ ಮುಂದೂ ಮುಚ್ಚಿಡುತ್ತಿರಲಿಲ್ಲ. ಯಾರಿಂದಲಾದರೂ ಸೂಕ್ತ ಸಲಹೆ ದೊರೆಯಬಹುದೇನೋ ಎಂಬ ಆಸೆಯಿಂದ ಎಲ್ಲರ ಮುಂದೆಯೂ ಹೇಳಿಕೊಳ್ಳುತ್ತಿದ್ದೆ. ಸಾಧ್ಯವಾದದ್ದನ್ನು ನಡೆಸಲು ಪ್ರಯತ್ನಿಸುತ್ತಿದ್ದೆ. ಆದರೆ ನಿರಾಸೆ ಆಗುತ್ತಿದ್ದುದೇ ಹೆಚ್ಚು. ಆರೋಗ್ಯವಂತ ಮನುಷ್ಯನಿಗೆ ನಿದ್ರೆ ಬರದೆ ಇರುವದಕ್ಕೆ ಮಾಡುವ ಚಿಕಿತ್ಸೆಗಳು, ಮಾನಸಿಕ ಖಿನ್ನತೆಯನ್ನು ಅನುಭವಿಸುವ ವ್ಯಕ್ತಿಯ ನಿದ್ರಾಹೀನತೆಗೆ ಸ್ಪಂದಿಸುವದಿಲ್ಲ. ಆದ್ದರಿಂದ ಪುಕ್ಕಟೆ ಸಲಹೆಗಳಾದ "ಮೊಸರನ್ನ ತಿಂದು ಮಲಗ್ರಿ", "ಕಣ್ಣಿನ ರೆಪ್ಪೆಗೆ, ಅಂಗಾಲಿಗೆ ಔಡಲೆಣ್ಣಿ ಹಚ್ಚಿಕೊಂಡು ಮಲಗಿಕೊಳ್ರಿ", "ಏನೂ ಬೇಡ, ಆ ಸುಡುಗಾಡು ಟಿವಿ ಸೀರಿಯಲ್ ನೋಡ್ಕೊಂತಾ

ಮಲಗ್ರಿ, ನಿದ್ದಿ ಒದ್ದುಕೊಂಡು ಬರ್ತದೆ", "ರಾತ್ರಿ ಮಲಗೋ ಮುಂದೆ ಒಂದು ಲೋಟ ಹಾಲಿಗೆ ಅರಿಷಿಣ ಪುಡಿ ಹಾಕಿ ಕುಡೀರಿ" – ತರಹದವು ಯಾವುದೇ ಪರಿಣಾಮವನ್ನೂ ನನ್ನ ಮೇಲೆ ಮಾಡುತ್ತಿರಲಿಲ್ಲ. ಆದರೆ ಯಾರೋ ಒಬ್ಬರು ನನ್ನ ಈ ನಿದ್ರಾಹೀನತೆಯ ಅವಸ್ಥೆಯನ್ನು ಯಾವುದೋ ದೊಡ್ಡ ವರವೆಂಬಂತೆ ಮಾತನಾಡಿದ್ದು ಮಾತ್ರ ನನ್ನನ್ನು ಬೆರಗಾಗಿಸಿತ್ತು. "ನೋಡಿ ಸಾರ್, ಹೆಮಿಂಗ್ವೆ, ಟಾಲ್‌ಸ್ಟಾಯ್ ತರಹದವರಿಗೆ ಸಾಯೋ ಕಾಲಕ್ಕೆ ಇದೇ ಸಮಸ್ಯೆ ಬಂದಿದ್ದು. ಖಿನ್ನತೆಯಿಂದಲೇ ಅವರೂ ಸತ್ತಿದ್ದು. ನೀವೂ ಅದೇ ಮಟ್ಟದ ಲೇಖಕರು ಇರಬೇಕು ಅಂತ ಹೆಮ್ಮೆ ಪಡ್ರಿ" ಎಂದು ಘನಗಂಭೀರವಾಗಿ ಹೇಳಿದರು! ಆಮೇಲೆ ಇಂಟರ್‌ನೆಟ್ ತೆರೆದು ಓದಿದರೆ, ಹೆಮಿಂಗ್ವೆ ಪಿಸ್ತೂಲಿನಿಂದ ತಲೆಗೆ ಹೊಡೆದುಕೊಂಡು ಸತ್ತಿದ್ದರೆ, ಟಾಲ್‌ಸ್ಟಾಯ್ ಯಾವುದೋ ರೈಲ್ವೇ ನಿಲ್ದಾಣದಲ್ಲಿ ಅನಾಥನಾಗಿ ಸತ್ತಿರುವ ಸಂಗತಿ ಗೊತ್ತಾಯಿತು. ನನ್ನ ಹೆದರಿಕೆ ದುಪ್ಪಟ್ಟಾಗಿ, ನಿದ್ದೆ ಇನ್ನಷ್ಟು ದೂರವಾಗಿ ಹೋಯ್ತು.

ಮತ್ತೊಬ್ಬ ಮಹಿಳೆ ಮಾತ್ರ ನನ್ನನ್ನು ಪೂರಾ ದಿಕ್ಕುಗೆಡಿಸುವಂತೆ ಮಾತನಾಡಿ ಅತ್ತಿದ್ದು ನೆನಪಾಗುತ್ತಿದೆ. ನನ್ನ ಇನ್‌ಸೋಮ್ನಿಯಾ ವಿಷಯ ತಿಳಿಸುತ್ತಿದ್ದಂತೆ, "ಅಯ್ಯಯ್ಯೋ, ಎಂಥಾ ಕೆಟ್ಟ ಸುದ್ದಿ ಹೇಳಿದ್ರಿ..." ಎಂದು ಆಕೆ ಅಳಲಾರಂಭಿಸಿಬಿಟ್ಟಳು. ನನಗೆ ಇದು ಪೂರ್ತಿ ಅಳುವಂತಹ ಸಂದರ್ಭ ಎಂದು ಖಂಡಿತವಾಗಿಯೂ ತಿಳಿದಿರಲಿಲ್ಲ. "ಸಮಾಧಾನ ಮಾಡ್ಕೊಳ್ರಿ..." ಎಂದು ನಾನೇ ಆಕೆಗೆ ಫೋನಿನಲ್ಲಿ ಸಮಾಧಾನದ ಮಾತುಗಳನ್ನು ಹೇಳಲಾರಂಭಿಸಿದೆ. "ಇನ್ನೂ ನಿಮಗೆ ನಲವತ್ತು. ಆಗಲೇ ಎಂಥಾ ಪರಿಸ್ಥಿತಿ ತಂದುಕೊಂಡು ಬಿಟ್ರೀ... ಹೋಗ್ಲಿ ಬಿಡ್ರಿ, ನಲವತ್ತು ವರ್ಷ ಸುಖವಾಗಿ ಬದುಕಿದ್ರಲ್ಲಾ... ಅಷ್ಟೇ ದೇವರು ಕೊಟ್ಟಿದ್ದು ಅಂದ್ಕೋರ್ರೀ... ನಂಗೆ ದುಃಖ ತಡೀಲಿಕ್ಕೆ ಆಗವಲ್ದು..." ಎಂದು ಒಂದೇ ಸವನೆ ಮೂಗಲ್ಲಿ ಸಿಂಬಳ ಸುರಿಸುತ್ತಾ ಅಳಲಾರಂಭಿಸಿದಳು. ಇನ್ನೇನು ನನ್ನ ಬದುಕು ಮುಗಿದೇ ಹೋಯ್ತು ಎನ್ನುವ ಧ್ವನಿ ಆಕೆಯಲ್ಲಿತ್ತು. ನನಗೋ ಕೈಕಾಲಲ್ಲಿ ನಡುಕ. ಕೊನೆಗೆ ಫೋನ್ ಕತ್ತರಿಸಿ ಉಸಿರೆಳೆದುಕೊಂಡೆ. ಆಮೇಲೆ ಆಕೆಯ ಮಾನಸಿಕ ಸ್ಥಿತಿ ಅಷ್ಟಾಗಿ ಸರಿಯಿಲ್ಲದ್ದರಿಂದ ಹಾಗೆ ವಿಪರೀತ ವರ್ತಿಸುತ್ತಾಳೆಂದು ತಿಳಿಯಿತು.

ದೇಹ ದಣಿಸಿದರೆ ನಿದ್ದೆ ತಾನಾಗಿಯೇ ಬರುತ್ತದೆ ಎನ್ನುವ ಮಾತಿದೆಯಲ್ಲವೆ? ಆ ಕ್ರಿಯೆ ಹೆದರಿಕೊಂಡ ಮನಸ್ಸಿನವನ ಮೇಲೆ ಪರಿಣಾಮ ಮಾಡುವದಿಲ್ಲ. ನಾನು ಸ್ಕ್ವಾಷ್ ಆಟಗಾರ. ಟೆನಿಸ್ ಆಟಕ್ಕಿಂತಲೂ ಬಹಳ ದಣಿವನ್ನು ಬೇಡುವ ಆಟವಿದು. ಆಫೀಸಿನಿಂದ ಬಂದಿದ್ದೇ ನಿರಂತರವಾಗಿ ಒಂದು ತಾಸು ಆಟ ಆಡಿ ದೇಹವನ್ನು ದಣಿಸುತ್ತಿದ್ದೆ. ಮೈಯೆಲ್ಲಾ ಬೆವರಿನಿಂದ ಒದ್ದೆಮುದ್ದೆಯಾಗಿರೋದು. ಅನಂತರ ಉಗುರು ಬಿಸಿ ನೀರಿನಲ್ಲಿ ಸ್ನಾನ ಮಾಡಿ, ಶುಭ್ರ ಬಟ್ಟೆ ಹಾಕಿಕೊಂಡು ಮಲಗಿದರೂ,

ನಿದ್ರೆ ಹತ್ತಿರ ಸುಳಿದರೆ ಕೇಳಿ! ಬರೀ ಭಯವೇ ಮನಸ್ಸಿನಲ್ಲಿ ತುಂಬಿದ್ದು "ಈವತ್ತು ನಿದ್ದೆ ಬರುತ್ತೋ ಇಲ್ವೋ..." ಎಂಬ ಜಪವೇ ನನ್ನೊಳಗೆ ತುಂಬಿರುವಾಗ, ಎಂತಹ ದೇಹದ ದಣಿವೂ ನಮಗೆ ನಿದ್ದೆ ತರಲಾರದು. ಮನಸ್ಸು ಶಾಂತವಾಗದೆ ನಿದ್ದೆಯೆಂಬುದು ಯಾರಿಗೂ ದಕ್ಕುವುದಿಲ್ಲ. ಆದರೆ ಈ ಸರಳ ಸತ್ಯವೂ ಅಷ್ಟೊಂದು ಸುಲಭವಾಗಿ ನಮಗೆ ದಕ್ಕುವದಿಲ್ಲ.

ಇದೇ ಹೊತ್ತಿನಲ್ಲಿ ಮಾಸಪತ್ರಿಕೆಯೊಂದರಲ್ಲಿ ಯಾರೋ ಪುಣ್ಯಾತ್ಮರು ಒಂದು ಕತೆಯನ್ನು ಯುರೋಪಿಯನ್ ಭಾಷೆಯಿಂದ ಅನುವಾದ ಮಾಡಿಹಾಕಿದ್ದರು. ಅದೊಂದು ಪುಟ್ಟ ಕತೆ. ಒಬ್ಬನಿಗೆ ರಾತ್ರಿ ನಿದ್ದೆ ಬರುವದಿಲ್ಲ. ಆದ್ದರಿಂದ ಒಂದೆರಡು ಸಿಗರೇಟು ಸೇದಿ ಮಲಗಲು ಪ್ರಯತ್ನಿಸುತ್ತಾನೆ. ಸಾಧ್ಯವಾಗುವದಿಲ್ಲ. ಅನಂತರ ಮೈದಾನಕ್ಕೆ ಹೋಗಿ ನಾಲ್ಕು ಸುತ್ತು ಓಡಿ ಬಂದು ಮಲಗಲು ಪ್ರಯತ್ನಿಸುತ್ತಾನೆ. ಆಗಲೂ ನಿದ್ದೆ ಬರುವದಿಲ್ಲ. ಗೆಳೆಯರಿಗೆ ಕರೆ ಮಾಡಿ ಒಂದಿಷ್ಟು ಹರಟೆ ಹೊಡೆಯುತ್ತಾನೆ. ಅನಂತರ ಅಂಗಿ ಬಿಚ್ಚಿ, ಜೋರಾಗಿ ಫ್ಯಾನ್ ಹಾಕಿ ಮಲಗುತ್ತಾನೆ. ಊಹೂಂ, ಸಾಧ್ಯವಾಗುವುದೇ ಇಲ್ಲ. ಕೊನೆಗೆ ಅವನು ಬೆಳಿಗ್ಗೆ ಹೊತ್ತು ಪಿಸ್ತೂಲ್‌ನಿಂದ ತಲೆಗೆ ಹೊಡೆದುಕೊಂಡು ಸಾಯುತ್ತಾನೆ. ಆ ಕತೆಯನ್ನು ಲೇಖಕರು "ಯಾಕೆಂದರೆ ನಿದ್ರಾಹೀನತೆಗೆ ಯಾವುದೇ ಪರಿಹಾರವಿಲ್ಲ!" ಎಂಬ ಘೋಷವಾಕ್ಯದೊಂದಿಗೆ ಮುಗಿಸಿದ್ದರು. ಅರ್ಧ ಪುಟದ ಈ ಕತೆ ನನ್ನನ್ನು ಅಲ್ಲಾಡಿಸಿ ಬಿಟ್ಟಿತು. ನನಗಿನ್ನು ಸಾವೇ ಪರಿಹಾರವೆ ಎಂದು ಹೆದರಿಕೆಯಿಂದ ಅಳಲಾರಂಭಿಸಿದೆ. ಕೊನೆಗೆ ಡಾಕ್ಟರರ ಬಳಿ ಈ ದುಃಖ ಹೇಳಿಕೊಂಡಾಗ ಅವರು ಸಮಾಧಾನ ಪಡಿಸಿದರು. "ಈ ತರಹ ತಿಳುವಳಿಕೆ ಇಲ್ಲದ ಬೇಜವಾಬ್ದಾರಿ ಕತೆಗಳನ್ನು ಯಾರಾದ್ರೂ ಯಾಕೆ ಬರೀತಾರೆ? ಪ್ರಕಟಿಸಬಾರದು ಅನ್ನೋ ಪ್ರಜ್ಞೆ ನಿಮ್ಮ ಕನ್ನಡದ ಸಂಪಾದಕರಿಗಾದರೂ ಬೇಡವಾ?" ಎಂದು ಸಿಟ್ಟಾಗಿದ್ದರು. ಕೊನೆಗೆ ನನ್ನ ಭಯವನ್ನು ಉಪಶಮನಗೊಳಿಸುವ ಸಲುವಾಗಿ "ನಿಮ್ಮನೆಯಾಗೆ ಪಿಸ್ತೂಲ್ ಅದೇನ್ರಿ?" ಎಂದು ಕೇಳಿದ್ದರು. ಜಾತ್ರೆಯಲ್ಲಿ ಕೊಂಡ ಪಿಸ್ತೂಲಿನ ಹೊರತಾಗಿ ನಾನು ಮತ್ತೇನನ್ನೂ ಈವರೆಗೆ ಕಣ್ಣಿಂದ ನೋಡಿರಲಿಲ್ಲ. "ಅಂದ ಮೇಲೆ ಸ್ವಲ್ಪ ಸಮಾಧಾನ ಮಾಡಿಕೊಳ್ರಿ, ನಿದ್ರಾಹೀನತೆಯೆನ್ನುವುದು ಅತ್ಯಂತ ಸುಲಭವಾಗಿ ಗುಣಪಡಿಸುವ ಕಾಯಿಲೆ" ಎಂದು ಬಗೆಬಗೆಯಲ್ಲಿ ಹೇಳಿ ನನ್ನನ್ನು ಸಮಾಧಾನ ಮಾಡಿದ್ದರು. "ಕೋಶವನ್ನಾದರೂ ಓದು" ಎನ್ನುವ ಮಾತಿಗೆ ನಾವು ವಿಪರೀತ ಮಹತ್ವವನ್ನು ಕೊಟ್ಟಿದ್ದೇವೆ. ಆದರೆ ಬೇಡವಾದ, ತಪ್ಪಾದ ಸಂಗತಿಯನ್ನು ಓದಿ ಅದರ ದುಷ್ಪರಿಣಾಮಕ್ಕೆ ಒಳಗಾಗುವುದು ಪುಸ್ತಕ ಓದದ ಹವ್ಯಾಸಕ್ಕಿಂತಲೂ ಕೆಟ್ಟ ಪರಿಣಾಮವನ್ನು ಬೀರುತ್ತದೆ. ವೈದ್ಯಕೀಯ ಸಂಗತಿಗಳಿಗೆ ಸಂಬಂಧಿಸಿದ ಕತೆಗಳನ್ನು ಮತ್ತು ಲೇಖನವನ್ನು ಬರೆಯುವಾಗ ಲೇಖಕರು ಬಹಳ ಎಚ್ಚರಿಕೆಯಿಂದಿರಬೇಕು.

ನನ್ನನ್ನು ಆ ಹೊತ್ತಿನಲ್ಲಿ ನೋಡಿಕೊಳ್ಳುವ ಸಲುವಾಗಿ ನನ್ನ ಮಾಮ–ಮಾಮಿ ದೂರದ ರಾಜಮಂಡ್ರಿಯಿಂದ ಬಂದಿದ್ದರು. ತಮ್ಮ ಸ್ವಂತ ಮಗನೆನ್ನುವಂತೆಯೇ ಅವರು ನನ್ನನ್ನು ನೋಡಿಕೊಂಡರು. ಆದರೆ ಅವರಿಗೂ ನನ್ನ ಪರಿಸ್ಥಿತಿ ಅಚ್ಚರಿಯನ್ನು ತರಿಸುತ್ತಿತ್ತು. ರಾತ್ರಿಯ ಯಾವ ಹೊತ್ತಿನಲ್ಲಿಯೇ ಅವರು ಬಚ್ಚಲಿಗೆಂದು ಎದ್ದಾಗ ಸುಮ್ಮನೆ ನಾನು ಮಲಗಿದ ಕಡೆ ಇಣುಕಿ ಹಾಕುತ್ತಿದ್ದರು. ಬಿಟ್ಟಗಣ್ಣು ಬಿಟ್ಟಂತೆಯೇ ಮಲಗಿರುತ್ತಿದ್ದ ನಾನು "ಹಲೋ ಮಾಮ" ಎಂದೋ, "ಹಲೋ ಮಾಮಿ" ಎಂದೋ ಅವರಿಗೆ ಹೇಳುತ್ತಿದ್ದೆ. "ಮಲಗೇ ಇಲ್ವೇನೋ?" ಎಂದು ಅವರು ಅತ್ಯಂತ ಅಚ್ಚರಿಗೊಳಗಾಗಿ, ಭಯಕ್ಕೊಳಗಾಗಿ ಉದ್ಗರಿಸಿ, ಮತ್ತೆ ತಮ್ಮ ನಿದ್ದೆಗೆಂದು ವಾಪಾಸಾಗುತ್ತಿದ್ದರು. ಎರಡೇ ನಿಮಿಷದಲ್ಲಿ ಅವರ ಗೊರಕೆ ಕೇಳಿಸುತ್ತಿತ್ತು. ಇನ್ನೊಬ್ಬರು ಸೊಗಸಾಗಿ ನಿದ್ದೆ ಮಾಡುತ್ತಿದ್ದಾರೆಂಬುದು ಆ ಹೊತ್ತಿನಲ್ಲಿ ನಮಗೆ ಬಹಳ ಅಸೂಯೆಯನ್ನು ಉಂಟು ಮಾಡುತ್ತದೆ. ಆದರೆ ಹಾಗೆ ಅಸೂಯೆ ಪಡಲು ಶುರುವಿಟ್ಟೆವೆಂದರೆ ಆಯ್ತು, ನಮ್ಮ ಮನಸ್ಸಿನ ಶಾಂತಿ ಭಂಗವಾಗಿ ನಿದ್ದೆ ಇನ್ನಷ್ಟು ದೂರವಾಗುತ್ತದೆ. "ನನಗೆ ದಕ್ಕಿರುವುದು ಇಷ್ಟು. ಅಷ್ಟಕ್ಕೇ ಸಮಾಧಾನ ಪಡೋಣ" ಎನ್ನುವ ತೃಪ್ತಿಯ ಮನೋಭಾವವನ್ನು ಬೆಳೆಸಿಕೊಳ್ಳಬೇಕು. ಆಗಲೇ ಸ್ವಲ್ಪ ನಿದ್ರೆ ಹತ್ತಿರ ಸುಳಿಯುತ್ತದೆ. ಆದರೆ ನನ್ನ ಈ ನಿದ್ರಾಹೀನತೆಯ ನಿತ್ಯನೋವು ಮಾಮ–ಮಾಮಿಗೆ ಅಭ್ಯಾಸವಾಗಿ ಹೋಯ್ತು. ಆ ಹೊತ್ತಿನಲ್ಲಿ ಕಾರ್ತೀಕ ಮಾಸ ಬಂತು. ಆಗ ಬೆಳಿಗ್ಗೆ ಬೇಗನೆ ಎದ್ದು, ತಣ್ಣೀರಿನಲ್ಲಿ ಸ್ನಾನ ಮಾಡಿ, ದೇವರಿಗೆ ಕಾರ್ತೀಕ ದೀಪ ಹಚ್ಚುವ ನೇಮವನ್ನು ಅವರು ಪರಿಪಾಲಿಸಿಕೊಂಡು ಬಂದಿದ್ದರು. ಆದ್ದರಿಂದ ಬೇಗನೆ ಏಳಬೇಕಲ್ಲವೆ? ಅದಕ್ಕೆ ಅಲರಾಂ ಅವಶ್ಯಕತೆಯಿಲ್ಲ ಎಂದು ಅವರಿಗೆ ಅನ್ನಿಸಿಬಿಟ್ಟಿತು. "ಬೆಳಿಗ್ಗೆ ನಾಲ್ಕಕ್ಕೆ ಎಬ್ಬಿಸಿಬಿಡಪ್ಪಾ..." ಎಂದು ಮಾಮ ಹೇಳಿದರೆ, "ನಾಲ್ಕು ಬೇಡ, ಮೂರೂವರೆಗೇ ಎಬ್ಬಿಸಿಬಿಡು... ಒಂದು ವೇಳೆ ಏಳಲಿಲ್ಲ ಅಂದ್ರೆ, ನಾಲ್ಕಕ್ಕೆ ಮತ್ತೆ ಎಬ್ಬಿಸು" ಎಂದು ಮಾಮಿ ತಿದ್ದುತ್ತಿದ್ದರು. ಅವರ ಕಣ್ಣಿನಲ್ಲಿ ಪೂರ್ತಿಯಾಗಿ ನಾನು ಅಲಾರಾಂ ಗಡಿಯಾರವಾಗಿ ಬಿಟ್ಟೆನಲ್ಲಾ ಎಂದು ಬೇಸರವಾಗಿದ್ದರೂ, ಅವರ ಮುಗ್ಧತೆಗೆ ನನಗೆ ನಗು ಬಂದಿತ್ತು.

ನನ್ನ ಈ ಸ್ಥಿತಿಯ ಬಗ್ಗೆ ನನ್ನಲ್ಲಿ ಪಾಪಪ್ರಜ್ಞೆ ಬೆಳೆಸುವ ಹುನ್ನಾರಗಳೂ ಸಾಕಷ್ಟು ನಡೆದವು. ಅದರಲ್ಲಿ ಅತ್ಯಂತ ಮುಖ್ಯವಾದದ್ದು ನಾನು ಅಪ್ಪ–ಅಮ್ಮರ ಶ್ರಾದ್ಧವನ್ನು ಮಾಡುವದಿಲ್ಲ ಎನ್ನುವ ಸಂಗತಿಯಾಗಿತ್ತು. ಬಂಧು–ಬಳಗದವರಿಗೆಲ್ಲಾ ಈ ಕಾರಣ ಎಷ್ಟು ಸೂಕ್ತವಾಗಿ ಹೊಂದಿಕೊಂಡು ಬಿಟ್ಟಿತೆಂದರೆ "ಮಾಡಬಾರದ್ದು ಮಾಡಿದ್ರೆ, ಆಗಬಾರದ್ದು ಆಗುತ್ತೆ. ಹಸಿವೆಯಿಂದ ಹಿರೇಜೀವಗಳು ಬಾಯಿಬಾಯಿ ಬಿಡ್ತಾ ಇರ್ತಾವೆ" ಎಂದು ನೇರವಾಗಿ ನನ್ನ ಮುಖಕ್ಕೇ ಹೇಳಿ ನೀರಿಳಿಸುವ ಮಟ್ಟಿಗೆ ಇದರ ಬಳಕೆ ಆಯ್ತು. ನನಗೆ ಶ್ರಾದ್ಧದಲ್ಲಿ ನಂಬಿಕೆಯಿಲ್ಲ. ಆದ್ದರಿಂದ ಅಪ್ಪ–ಅಮ್ಮ ತೀರಿಕೊಂಡ ನಂತರ ಅದನ್ನು ನಿಲ್ಲಿಸಿಬಿಟ್ಟಿದ್ದೇನೆ. ಅಮ್ಮನಿಗೆ ಅದರಲ್ಲಿ ವಿಪರೀತ ನಂಬಿಕೆಯಿತ್ತು.

ಆದ್ದರಿಂದ ಆಕೆ ಬದುಕಿರುವವರೆಗೆ ಮಾತ್ರ ಅಪ್ಪನ ಶ್ರಾದ್ಧವನ್ನು ಅವಳ ಸಮಾಧಾನಕ್ಕಾಗಿ ಮಾಡುತ್ತಿದ್ದೆ. ಅವಳು ತೀರಿಕೊಂಡ ನಂತರ, ಎಲ್ಲವನ್ನೂ ನಿಲ್ಲಿಸಿಬಿಟ್ಟಿದ್ದೆ. ಆದರೆ ನನ್ನ ಈ ಕಷ್ಟದ ಪರಿಸ್ಥಿತಿಯಲ್ಲಿ ಪ್ರತಿಯೊಬ್ಬರೂ ಇದನ್ನು ಹತ್ಯಾರವಾಗಿ ಬಳಸಲು ಶುರುವಿಟ್ಟರು. ಇದೊಂದು ತರಹ ಆಸ್ತಿಕರು ತಮ್ಮ ಕಡುವಿರೋಧಿ ನಾಸ್ತಿಕರ ಮೇಲೆ ನಡೆಸುವ ಪ್ರಹಾರದಂತೆಯೇ ನನಗೆ ಕಂಡಿದೆ. ಆದರೆ ಸಾಕಷ್ಟು ಜನರು ಮುಗ್ಧವಾಗಿಯೇ ಇಂತಹವುಗಳನ್ನು ನಂಬುತ್ತಾರಾದ್ದರಿಂದ ನಮ್ಮ ಒಳಿತಿಗಾಗಿಯೇ ಅವರ ಮನಸ್ಸು ತುಡಿದೇ ಸಲಹೆ ನೀಡಿರುತ್ತಾರೆ. ನಿದ್ರಾಹೀನತೆಯ ನೋವು, ಭಯದಲ್ಲಿ ನಾನು ಎಷ್ಟು ಸೊರಗಿರುತ್ತಿದ್ದೆನೆಂದರೆ, ಇಂತಹ ಸಲಹೆಗಳು ಮನಸ್ಸಿಗೆ ಸುಲಭವಾಗಿ ತಾಕುತ್ತಿದ್ದವು. ಏನೋ ಮಾಡಿ ಮತ್ತೆ ಮೊದಲಿನ ನಿದ್ದೆಯನ್ನು ವಾಪಾಸು ಪಡೆದುಕೊಂಡರೆ ಸಾಕು ಎನ್ನುವ ಆಸೆಬುರುಕತನ ನನ್ನಲ್ಲಿಯೂ ಇರುತ್ತಿತ್ತು. ಆದರೂ ನಾನು ಕದಲಲಿಲ್ಲ. ನನ್ನ ನಂಬಿಕೆಯ ವಿರುದ್ಧ ಸಂಗತಿಗಳನ್ನು ಮಾಡುವದಿಲ್ಲ ಎಂದು ಹಟ ಹಿಡಿದೆ. ಒಂದು ದಿನ ಅಕ್ಕನಿಗೆ ಸಿಟ್ಟು ಬಂತು. "ಶ್ರಾದ್ಧದಲ್ಲಿ ನಂಬಿಕೆ ಇಲ್ಲದೇ ಇದ್ರೇ ಹೋಗಲಿ, ಅದರ ಮೂಲಕ ವರ್ಷಕ್ಕೊಮ್ಮೆ ಅಪ್ಪ-ಅಮ್ಮನ್ನ ನೆನಪಿಸಿಕೊಳ್ಳೋದಾದ್ರೂ ಬೇಡ್ವೇನೋ?" ಎಂದು ಸವಾಲು ಹಾಕಿದಳು. ಒಂದು ಕ್ಷಣ ಆಲೋಚಿಸಿದ ನಾನು "ಅಕ್ಕ, ಅವರಿಬ್ಬರನ್ನು ಜ್ಞಾಪಿಸಿಕೊಳ್ಳುವುದೇ ಶ್ರಾದ್ಧದ ಗುರಿಯಾಗಿದ್ದರೆ, ಆ ಕೆಲಸವನ್ನು ನಾನು ಚೆನ್ನಾಗಿಯೇ ಮಾಡಿದ್ದೇನೆ. ನನ್ನ ಪುಸ್ತಕಗಳಲ್ಲಿ ಅಪ್ಪ-ಅಮ್ಮ ಇಬ್ಬರೂ ಯಥೇಚ್ಛವಾಗಿ ಬಂದಾರೆ. ಇಡೀ ಕರ್ನಾಟಕದ ಸಹೃದಯರು ನನ್ನ ಪುಸ್ತಕವನ್ನು ಓದ್ತಾರೆ. ಆ ರೀತಿಯಲ್ಲಿ ಅವರಿಬ್ಬರ ಶ್ರಾದ್ಧ ಪ್ರತಿದಿನ ಇಡೀ ನಾಡಿನ ಜನ ಮಾಡ್ತಾ ಇದ್ದಾರೆ. ಯೋಚನೆ ಮಾಡಬೇಡ" ಎಂದು ಹೇಳಿ ಬಿಟ್ಟೆ. ಅಕ್ಕನಿಗೆ ಸಿಟ್ಟು ಜಾಸ್ತಿಯಾಯ್ತು. "ಜಾಣತನದ ಮಾತಿಗೆ ಕಮ್ಮಿ ಇಲ್ಲ ನೋಡು" ಎಂದು ವ್ಯಂಗ್ಯವಾಡಿದಳು. ಆದರೆ "ಗುರುಸ್ತೋತ್ರ ಹೇಳು", "ನವಗ್ರಹಕ್ಕೆ ಸುತ್ತು ಹಾಕು" ಇಂತಹ ಚಿಕ್ಕ-ಪುಟ್ಟ ಸಲಹೆಗಳನ್ನು ಸ್ವೀಕರಿಸಿದೆ. ಅದನ್ನೂ ನಿರಾಕರಿಸಿದರೆ, ನನ್ನ ಯೋಗಕ್ಷೇಮವನ್ನು ನೋಡಿಕೊಳ್ಳುವದಕ್ಕೇ ಅವರು ಹಿಂದೇಟು ಹಾಕಿದರೆ ಏನು ಮಾಡಲಿ? ಮೊದಲೇ ಒಂಟಿ ಜೀವ ನನ್ನದು.

ನಿಧಾನಕ್ಕೆ ಕೆಲವು ದಿನ ನಿದ್ದೆ ಮಾಡುವುದು, ಮತ್ತೆ ಒಂದೆರಡು ದಿನ ನಿದ್ದೆ ಮಾಡದೇ ಇರುವುದು – ಈ ತರಹದ ಬದಲಾವಣೆ ನನ್ನಲ್ಲಿ ಆಯ್ತು. ಆ ಹೊತ್ತಿನಲ್ಲಿ ನಿದ್ದೆ ಬರುವದಕ್ಕೆ ಕಾರಣವೂ, ಬರದಿರುವದಕ್ಕೆ ಕಾರಣವನ್ನೂ ಮನಸ್ಸು ಹುಡುಕಲು ಶುರುಮಾಡುತ್ತದೆ. ನಾವು ಬಳಸುವ ಆಹಾರವನ್ನು ಕೂಲಂಕುಷವಾಗಿ ಲೆಕ್ಕಾಚಾರ ಹಾಕುವ, ನಮ್ಮ ದೈನಂದಿನ ಚಟುವಟಿಕೆಗಳನ್ನು ಜ್ಞಾಪಿಸಿಕೊಳ್ಳುವ ಸಾಹಸವನ್ನು ಮಾಡುತ್ತದೆ. ಈ ಕಾರಣದಿಂದಾಗಿ ನನ್ನ ಪ್ರಿಯವಾದ ಕೆಲವು ವಸ್ತುಗಳನ್ನು ನಾನು ಸ್ವೀಕರಿಸದ ಹಾಗಾಯ್ತು. ಒಂದು ದಿನ ಅಕ್ಕ ಇದ್ದಕ್ಕಿದ್ದಂತೆಯೇ "ಯಾವತ್ತು ನೀನು ಹಲಸಿನ ಹಣ್ಣು ತಿನ್ತೀಯೋ, ಆವತ್ತು ನಿಂಗೆ ನಿದ್ದೆ ಬರಲ್ಲ" ಎಂದು ಘೋಷಿಸಿಬಿಟ್ಟಳು. ಸ್ವಲ್ಪ ಹದಿನೈದು ದಿನದ ಹಿನ್ನೆಲೆ ನೋಡಿದರೆ

ಅದು ಸರಿಯೆಂದು ನನಗೆ ಅನ್ನಿಸಿಬಿಟ್ಟಿತು. ಆದರೆ ಹಲಸಿನ ಹಣ್ಣು ನನ್ನ ಅತ್ಯಂತ ಇಷ್ಟದ ಹಣ್ಣು! ತುಂಬಾ ದುಃಖದಿಂದ ಅದನ್ನು ಬಿಡಬೇಕಾಯ್ತು. ಆದರೆ ಹಲಸಿನ ಹಣ್ಣಿಗೂ, ನಿದ್ದೆಗೂ ಯಾವುದೇ ಸಂಬಂಧವಿಲ್ಲವೆಂದು ನನಗೆ ಚೆನ್ನಾಗಿ ಗೊತ್ತು. ಬೆಳಿಗ್ಗೆ ತಿಂದ ಹಲಸು ರಾತ್ರಿಯ ತನಕ ಹೊಟ್ಟೆಯಲ್ಲಿ ಇದ್ದೀತೆ? ಆದರೂ ಮನಸ್ಸು ಎಷ್ಟು ಸೂಕ್ಷ್ಮವೆಂದರೆ, ಒಮ್ಮೆ ಇಂತಹ ಕಹಿಸತ್ಯಗಳು ಮನಸ್ಸಿನೊಳಕ್ಕೆ ಹೊಕ್ಕು ಬಿಟ್ಟರೆ ತೀರಿತು, ಗಟ್ಟಿಯಾಗಿ ಹಿಡಿದುಕೊಂಡು ಬಿಡುತ್ತದೆ. ಹಲಸಿನ ಹಣ್ಣಿಗೂ, ನನ್ನ ನಿದ್ದೆಗೂ ಯಾವುದೇ ಸಂಬಂಧವಿಲ್ಲವೆಂದು ನಿರೂಪಿಸಲು ನಾನು ಪಟ್ಟು ಹಿಡಿದು ಹಲಸು ತಿನ್ನಲಾರಂಭಿಸಿದೆ. ರಾತ್ರಿಯ ತನಕ ಪೂರ್ತಿ ಧೈರ್ಯವಿರುತ್ತಿತ್ತು. ಯಾವಾಗ ಹಾಸಿಗೆಗೆ ಜಾರಿ ಮಲಗಿದೆನೋ ಇಲ್ಲವೋ, "ಹಲಸು ತಿಂದು ಬಿಟ್ಟೆ, ಇನ್ನು ನಿದ್ದೆ ಬರಲ್ಲ" ಎನ್ನುವ ಸಂಗತಿ ಇನ್ನಿಲ್ಲದಂತೆ ಕಾಡಿ, ನನ್ನ ನಿದ್ದೆಯನ್ನು ಕಸಿದುಕೊಂಡು ಬಿಡುತ್ತಿತ್ತು. ಇಡೀ ರಾತ್ರಿ ಪಶ್ಚಾತ್ತಾಪ ಪಡುವಂತೆ ಮಾಡುತ್ತಿತ್ತು. ಹೀಗೆ ಹಲಸಿನ ಹಣ್ಣಿಗೆ ಸೀಮಿತವಾದ ಸಂಗತಿಯನ್ನು ಒಂದು ದಿನ ಇನ್ನೊಬ್ಬರು ದ್ರಾಕ್ಷಿ ಹಣ್ಣಿಗೂ ವಿಸ್ತರಿಸಿಬಿಟ್ಟರು. ಅದೂ ನನ್ನಿಂದ ದೂರವಾಯ್ತು. ಇನ್ನು ಯಾವ ಯಾವ ಹಣ್ಣುಗಳು ನಿದ್ದೆಯ ಕಾರಣದಿಂದ ನನ್ನ ಕೈ ಬಿಡುತ್ತವೋ ಎಂದು ಹೆದರಿಕೆಯಾಗುತ್ತಿತ್ತು.

ಮತ್ತೊಂದು ಊಹಿಸಲಾಗದ ಸಂಗತಿಯ ಹೊಡೆತಕ್ಕೆ ನಾನು ಒಳಗಾಗಬೇಕಾಯ್ತು. ಯಾರೋ ಒಬ್ಬರು "ಹುಣ್ಣಿಮಿ ಅಮಾಸೆ ದಿನ ನಿಮಗೆ ನಿದ್ದೆ ಬರಲ್ಲ. ಬೇಕೆಂದ್ರೆ ಚೆಕ್ ಮಾಡ್ರಿ" ಎಂದುಬಿಟ್ಟರು. ಹಲಸು–ದ್ರಾಕ್ಷಿಗಳನ್ನು ದೂರವಿಡಬಹುದು. ಹುಣ್ಣಿಮೆ–ಅಮಾವಾಸ್ಯೆಗಳನ್ನು ದೂರವಿಡುವದಾದರೂ ಹೇಗೆ? ನಗರದಲ್ಲಿ ವಾಸಿಸುವ ನನಗೆ ಯಾವುದು ಹುಣ್ಣಿಮೆಯೋ, ಯಾವುದು ಅಮಾವಾಸ್ಯೆಯೋ ಎಂಬ ಸಂಗತಿ ಎಂದೂ ತಿಳಿಯುತ್ತಿರಲಿಲ್ಲ. ಆದರೆ ಯಾರು ಈ ಇರುವೆಯನ್ನು ನನ್ನ ತಲೆಗೆ ಬಿಟ್ಟರೋ ಗೊತ್ತಿಲ್ಲ, ಈ ಎರಡೂ ದಿನಗಳು ನನ್ನನ್ನು ಇನ್ನಿಲ್ಲದಂತೆ ಕಾಡತೊಡಗಿದವು. ಸಾಕಷ್ಟು ಸಾಹಿತ್ಯವನ್ನು ಅಭ್ಯಾಸ ಮಾಡಿಕೊಂಡು, ವೈಜ್ಞಾನಿಕ ಮನೋಭಾವವನ್ನು ಬೆಳೆಸಿಕೊಂಡಿದ್ದೇನೆ ಎನ್ನುವ ಅಹಂಕಾರ ನನಗಿತ್ತು. ಆದರೆ ನಮ್ಮ ನೋವಿನ ಹೊತ್ತಿನಲ್ಲಿ ಅವೆಲ್ಲವೂ ಗಾಳಿಗೆ ತೂರಿ ಹೋಗುತ್ತವೆ. ಅದು ಹೇಗೋ ಹುಣ್ಣಿಮೆ ಅಮಾವಾಸ್ಯೆ ಯಾವತ್ತೆಂದು ಮನಸ್ಸು ಕಂಡುಹಿಡಿದು ಬಿಡುತ್ತಿತ್ತು. ಆ ದಿನ ಜಾಗರಣೆಗೆ ಸಿದ್ಧವಾಗುತ್ತಿತ್ತು! ಏನೇ ಮಾಡಿದರೂ ನಿದ್ದೆ ಬರುತ್ತಿರಲಿಲ್ಲ. ಎಲ್ಲದಕ್ಕೂ ಏನಾದರೂ ಪರಿಹಾರ ಮಾಡಿಕೊಳ್ಳಬೇಕಲ್ಲವೆ? ಈ ಮಾನಸಿಕ ಪರಿಸ್ಥಿತಿಗಳಿಗೆ ನಮ್ಮ ಪರಿಹಾರವನ್ನು ನಾವೇ ಕಂಡುಕೊಳ್ಳುವುದು ಉತ್ತಮ. ಇನ್ನೊಬ್ಬರು ಹೇಳಿದ್ದು ಉಪಯೋಗವಾಗುವದಿಲ್ಲ. ಆದ್ದರಿಂದ ಒಂದು ನಿರ್ಧಾರಕ್ಕೆ ಬಂದೆ. ಹುಣ್ಣಿಮೆಯ ದಿನ ಮನೆಯ ಹೊರಗೆ ಬಂದು ಕುಳಿತು

ನೇರವಾಗಿ ಚಂದ್ರನನ್ನು ದಿಟ್ಟಿಸುವದನ್ನು ಕಲಿತುಕೊಂಡೆ. "ನೀನು ಸುಂದರ. ಇಡೀ ಮಾನವ ಜನಾಂಗ ನಿನ್ನ ಸೌಂದರ್ಯಕ್ಕೆ ಮರುಳಾಗಿದೆ. ಅಂತಹ ನೀನು, ಖಂಡಿತವಾಗಿಯೂ ನನ್ನ ನಿದ್ದೆ ಕಸಿಯುವಷ್ಟು ಕ್ರೂರಿಯಲ್ಲ. ನಿನ್ನಿಂದಾಗಿ ಖಂಡಿತಾ ನನ್ನ ನಿದ್ದೆ ಹೋಗುವದಿಲ್ಲ. ಅದು ಸುಮ್ಮನೆ ಭ್ರಮೆ. ನೀನು ನನ್ನ ಗೆಳೆಯ. ನನ್ನನ್ನು ಬಾಲ್ಯದಿಂದಲೂ ನೋಡಿದವನು. ನನಗೆ ಕೆಡಕು ಮಾಡಲಾರೆ" ಎಂದೆಲ್ಲಾ ಚಂದ್ರನೊಡನೆ ಮಾತನಾಡುತ್ತಿದ್ದೆ. ಸುಮಾರು ಒಂದು ಗಂಟೆ ಹೀಗೆ ಮಾತಾಡಿ, ಹಾಸಿಗೆಗೆ ಬಂದು ಮಲಗಿದರೆ ನಿದ್ರೆ ಬರತೊಡಗಿತು. ಅದೇ ರೀತಿ ಅಮಾವಾಸ್ಯೆಯ ದಿನ ಕತ್ತಲಿನೊಡನೆ ಮಾತನಾಡಿ, ಧೈರ್ಯ ತುಂಬಿಕೊಳ್ಳುತ್ತಿದ್ದೆ.

ನಿದ್ದೆಯ ಭೀಕರತೆಯನ್ನು ಎದುರಿಸುವಾಗಲೇ ನಾನು ಮನೋವಿಜ್ಞಾನದ ಆಪ್ತಸಮಾಲೋಚಕ ಕೋರ್ಸ್ ಒಂದಕ್ಕೆ ಸೇರಿಕೊಂಡೆ. ಬದುಕಿನಲ್ಲಿ ನೋವನ್ನುಂಡವರನ್ನು ಸಮಾಧಾನಪಡಿಸುವಂತೆ ಅವರ ಮಾತುಗಳನ್ನು ಕೇಳಿಸಿಕೊಳ್ಳುವುದು ಹೇಗೆ, ಯಾವ ತರಹದ ಪ್ರಶ್ನೆಗಳನ್ನು ಹಾಕುವುದರ ಮೂಲಕ ಅವರನ್ನು ಯೋಚಿಸುವಂತೆ ಮಾಡಬೇಕು – ಇತ್ಯಾದಿ ಕೌಶಲ್ಯವನ್ನು ಇಲ್ಲಿ ನನಗೆ ಕಲಿಸಿಕೊಟ್ಟರು. ಈ ಕೋರ್ಸ್ ನನಗೆ ಬಹಳ ಉಪಯೋಗಕಾರಿಯಾಯ್ತು. ಬದುಕಿನಲ್ಲಿ ಮತ್ತೊಬ್ಬರ ಮಾತನ್ನು ಕೇಳಿಸಿಕೊಳ್ಳುವುದು ಬಹುದೊಡ್ಡ ಕೌಶಲ್ಯ. ಬಹುತೇಕರಿಗೆ ಇದು ಸಾಯುವತನಕವೂ ದಕ್ಕುವದಿಲ್ಲ. ಇದನ್ನು ನಾವು ಕಡ್ಡಾಯವಾಗಿ ಕಲಿತುಕೊಂಡರೆ ಮಾತ್ರ, ನಮ್ಮ ವ್ಯಕ್ತಿತ್ವಕ್ಕೆ ಒಂದು ಘನತೆ ದಕ್ಕುತ್ತದೆ. ಜೊತೆಗೆ ನಮ್ಮ ಕೇಳಿಸಿಕೊಳ್ಳುವ ಸ್ವಭಾವದಿಂದಾಗಿ, ನಮ್ಮ ಸುತ್ತಮುತ್ತಲಿನ ಸಂಬಂಧಗಳು ಅರ್ಥಗಳಿಸಿಕೊಳ್ಳಲು ಪ್ರಾರಂಭಿಸುತ್ತವೆ. ಬದುಕು ಸುಂದರವೆನ್ನಿಸುತ್ತದೆ. ಈ ಕೋರ್ಸಿನಲ್ಲಿ ಒಂದು ವಿಚಾರವನ್ನು ಹೇಳಿದರು. "ಎಲ್ಲಾ ಭಯದ ಮೂಲವೂ ಸಾವೇ ಆಗಿರುತ್ತದೆ; ಸಾವಿನ ಹೆದರಿಕೆಯೇ ನಮ್ಮನ್ನು ಬೇರೆ ಬೇರೆ ಭಯಕ್ಕೆ ತಲ್ಲಣಿಸುವಂತೆ ಮಾಡುತ್ತದೆ" ಎನ್ನುವ ವಿಚಾರ ಅದಾಗಿತ್ತು. ನನಗೆ ಈ ಮಾತು ಆಳವಾಗಿ ತಟ್ಟಿತು. ನನಗೆ ನಿದ್ದೆ ಬರದೇ ಇರುವದಕ್ಕೆ ಮುಖ್ಯವಾಗಿ ಭಯವೇ ಕಾರಣವೆಂದು ನನಗೆ ಗೊತ್ತಿತ್ತು. ಭಯ ಮತ್ತು ನಿದ್ದೆ ಒಂದಕ್ಕೊಂದು ವಿರುದ್ಧವಾಗಿ ನಿಂತು ವಿಷವರ್ತುಲ ಸೃಷ್ಟಿಸುತ್ತವೆ ಎಂದು ನನಗೆ ತಿಳಿಯುತ್ತಿತ್ತು. ಭಯದಿಂದಾಗಿ ನಿದ್ದೆ ಬರುವದಿಲ್ಲ, ನಿದ್ದೆ ಬರುವುದಿಲ್ಲವಾದ ಕಾರಣ ಭಯ ಸದ್ದಿಲ್ಲದೆ ನಮ್ಮಲ್ಲಿ ಸೇರಿಕೊಳ್ಳುತ್ತದೆ. ಅಂದರೆ ನನ್ನ ಭಯದ ಮೂಲಕಾರಣ ಸಾವಿನ ಹೆದರಿಕೆಯೆ? ಪ್ರತಿನಿತ್ಯ ನಿದ್ದೆ ಬರದ ಕಾರಣದಿಂದ, ನಾನು ಸತ್ತು ಹೋಗುತ್ತೇನೆಂಬ ಜೀವಭಯ ನನ್ನಲ್ಲಿದೆಯೆ? ಇತ್ಯಾದಿಯಾಗಿ ಪ್ರಶ್ನಿಸಿಕೊಂಡೆ. ಕೊನೆಗೆ ನಿರ್ಧರಿಸಿಬಿಟ್ಟೆ. ನಾನು ಸಾವಿಗೆ ಹೆದರುವದಿಲ್ಲ. ಇರುವುದು ಒಬ್ಬನೇ ಆದ ಕಾರಣ, ನನ್ನ ಸಾವಿನಿಂದ

ಈ ಜಗತ್ತಿಗೆ ಅಂತಹ ನಷ್ಟವೇನೂ ಆಗುವದಿಲ್ಲ. ಈ ಹೊತ್ತಿಗೇ ನನಗೆ ಸಾವು ಬಂದರೂ ನನಗೆ ದುಃಖವಿಲ್ಲ ಎಂದು ನಿರ್ಧಾರ ಮಾಡಿಕೊಂಡೆ. ನಂಬಿದರೆ ನಂಬಿ, ಬಿಟ್ಟರೆ ಬಿಡಿ – ಈ ಮನೋಭಾವ ಬಹುಮಟ್ಟಿಗೆ ನನ್ನ ನಿದ್ರಾಹೀನತೆಯನ್ನು ಕಡಿಮೆ ಮಾಡಿತು. ಯಾವುದೇ ಹೊತ್ತಿನಲ್ಲಿ ನಿದ್ರೆಯ ಹೆದರಿಕೆ ಸುಳಿದರೂ, ನನ್ನ ನಶ್ವರತೆಯ ಬಗ್ಗೆ ಧ್ಯಾನಿಸಲು ಶುರು ಮಾಡಿಬಿಡುತ್ತೇನೆ. ಎಲ್ಲಾ ಹೊತ್ತಿನಲ್ಲೂ ಇದು ಕೆಲಸ ಮಾಡುತ್ತದೆ ಎಂದು ಹೇಳಲಾರೆ, ಆದರೆ ಬಹುತೇಕ ಸಮಯದಲ್ಲಿ ಈ ಮನೋಭಾವ ನನ್ನನ್ನು ಕೈ ಹಿಡಿದು ಕಾಪಾಡಿದೆ. ಎಷ್ಟೋ ಬಾರಿ ಅನಾವಶ್ಯಕವಾಗಿ ನಮ್ಮ ಇರುವನ್ನು ನಾವು ವಿಪರೀತ ವೈಭವೀಕರಿಸಿಕೊಂಡು ನೋಡುತ್ತೇವೆ. ಅಂತಹ ಅವಶ್ಯಕತೆಯೇ ಇಲ್ಲ ಎನ್ನುವುದು ನನಗೆ ನಿಧಾನಕ್ಕೆ ಅರ್ಥವಾಗುತ್ತಾ ಹೋಯ್ತು.

ಯಾವತ್ತೂ ನಾನು ನಿದ್ರಾಮಾತ್ರೆಗಳನ್ನು ತೆಗೆದುಕೊಳ್ಳಲಿಲ್ಲ. ಅದೊಂದು ಸಂಗತಿಯನ್ನು ಮಾತ್ರ ಖಡಾಖಂಡಿತವಾಗಿ ನಿರಾಕರಿಸಿಬಿಟ್ಟೆ. ಡಾಕ್ಟರರಿಗೆ ಈ ವಿಷಯವನ್ನು ಮುಂಚೆಯೇ ತಿಳಿಸಿದೆ. ಅವರೂ ಅದನ್ನು ಒಪ್ಪಿಕೊಂಡು ಸಹಕರಿಸಿದರು. ಕೇವಲ ಖಿನ್ನತೆಗಾಗಿ ಮಾತ್ರ ಚಿಕಿತ್ಸೆಯನ್ನು ಕೊಡುತ್ತಿದ್ದರು. ಇದು ಬಹಳ ಮನೋಸ್ಥೈರ್ಯವನ್ನು ಬೇಡುತ್ತದೆ. ಬಹುತೇಕರು ಅಂತಹ ಮನೋಸ್ಥೈರ್ಯಕ್ಕೆ ಸಿದ್ಧವಿಲ್ಲದೆ ಬಹುಬೇಗನೆ ನಿದ್ರಾಮಾತ್ರೆಗೆ ಶರಣಾಗಿ ಬಿಡುತ್ತಾರೆ. ಆದರೆ ವ್ರತದಂತೆ ಅದನ್ನು ವಿರೋಧಿಸುತ್ತಾ, ಎಷ್ಟೇ ನಿದ್ರಾಹೀನತೆ ಬಂದರೂ ಚಿಂತೆಯಿಲ್ಲ ಆ ನೋವನ್ನು ಸಹಿಸಿಕೊಳ್ಳುವ ಹಟವನ್ನು ಹಿಡಿದೆ. ಇದು ಬಹಳ ಮುಖ್ಯ ಸಂಗತಿಯಾಗಿತ್ತು. ದಿನಗಟ್ಟಲೆ ನಿದ್ರೆಯಿಲ್ಲದೆ ಒದ್ದಾಡಿದಾಗ ಕೆಲವೊಂದು ಬಾರಿ ಮನಸ್ಸು ಸಾವಿನ ಬಗ್ಗೆ ಆಲೋಚಿಸಲು ಶುರು ಮಾಡುತ್ತದೆ. ನಮ್ಮ ಬದುಕಿನಿಂದ ಯಾರಿಗೂ ಉಪಯೋಗವಿಲ್ಲ, ನಾನೂ ಸುಖ ಪಡುತ್ತಿಲ್ಲ. ಅಂದ ಮೇಲೆ ಬದುಕಿ ಏನುಪಯೋಗ ಎಂದು ಮನಸ್ಸು ಕೆಟ್ಟದಾಗಿ ಆಲೋಚಿಸಲು ಶುರು ಮಾಡುತ್ತದೆ. ಆದರೆ ಈ ಹೊತ್ತಿನಲ್ಲಿ ಅಂತಹ ಆಲೋಚನೆಗಳನ್ನು ದೂರ ತಳ್ಳಿ, "ಈ ಅವಸ್ಥೆ ಕೇವಲ ತಾತ್ಕಾಲಿಕ. ಒಂದೆರಡೇ ತಿಂಗಳಿನಲ್ಲಿ ನಾನು ಜಿಗಿದು ಓಡಾಡುತ್ತೇನೆ" ಎಂದು ಮನಸ್ಸಿಗೆ ಅರ್ಥ ಮಾಡಿಸಿಕೊಡಬೇಕು. ಅದು ಹೇಳಿದಷ್ಟು ಸುಲಭವಾಗಿರಲಿಲ್ಲ. ಕಷ್ಟದ ದಾರಿಯನ್ನು ಮನಸ್ಸು ಯಾವತ್ತೂ ದೂರವಿಟ್ಟು, ಸುಲಭದ ಸದ್ಯದ ಹಾದಿಯನ್ನು ಆಯ್ಕೆ ಮಾಡಿಕೊಳ್ಳಲು ಹವಣಿಸುತ್ತದೆ.

ಬರವಣಿಗೆ ಮಾತ್ರ ಯಾವತ್ತೂ ನನ್ನ ಕೈಬಿಡಲಿಲ್ಲ ಎಂದು ನನಗೆ ಅಭಿಮಾನವಿದೆ. ಅದು ಹೇಗೋ ಗೊತ್ತಿಲ್ಲ, ಈ ಖಿನ್ನತೆಯ ದಿನಗಳಲ್ಲಿ ಬರವಣಿಗೆ ನನಗೆ ಸಮಾಧಾನ ಕೊಡುತ್ತಿತ್ತು. ಎಲ್ಲವನ್ನೂ ಮರೆತು, ನನ್ನ ಪಾಡಿಗೆ ನಾನು ಬರಹದ ಲೋಕದಲ್ಲಿ ಮುಳುಗಿಹೋಗುವುದು ಆ ದಿನಗಳಲ್ಲಿ ರಾಮಬಾಣದಂತೆ

ನನಗೆ ನೆರವಾಗುತ್ತಿತ್ತು. ನನ್ನ ಪುಸ್ತಕಗಳಾದ "ಹರಿಚಿತ್ತ ಸತ್ಯ", "ಮೋಹನಸ್ವಾಮಿ", "ಎವರೆಸ್ಟ್" – ಎಲ್ಲವೂ ಇಂತಹ ಖಿನ್ನತೆಯ ಹೊತ್ತಿನಲ್ಲಿಯೇ ರೂಪುಗೊಂಡಿವೆ ಎಂದರೆ ನಿಮಗೆ ಅಚ್ಚರಿಯಾಗಬಹುದು. ಪೊರೆಕಳಚಿದ ಹಾವಿನಂತೆ ಆ ಹೊತ್ತಿನಲ್ಲಿ ನನ್ನ ಲೇಖನಿ ಹರಿಯುತ್ತದೆ. ಇತ್ತೀಚೆಗೆ ಖಿನ್ನತೆ ಅಪ್ಪಳಿಸಿದಾಗ "ಹೊಸ ಬುಕ್ ಬರೀತೀನಿ ಅಂತ ಕಾಣುತ್ತೆ" ಎಂದೆಲ್ಲಾ ಅನ್ನಿಸಿಬಿಟ್ಟು, "ತಥ್ ನನ್ನ ಮನಸ್ಸಿಗಿಷ್ಟು ಬೆಂ..." ಎಂದು ಬೈಯ್ದುಕೊಂಡು ನಗುತ್ತೇನೆ. ಅದೇ ರೀತಿ ಹಲವಾರು ನನ್ನ ಒಳ್ಳೆಯ ಹವ್ಯಾಸಗಳು ನಿದ್ರಾಹೀನತೆಗೆ ನನಗೆ ನೆರವಾಗಿವೆ. ಉದಾಹರಣೆ ನನ್ನ ಆಟ, ಓಟ, ಚಾರಣದ ಸ್ವಭಾವ. ಯಾವ ಸಂದರ್ಭದಲ್ಲೂ ನಾನು ಆಡುವದನ್ನು ಅಥವಾ ಯೋಗಾಭ್ಯಾಸ ಮಾಡುವುದನ್ನು ಬಿಟ್ಟವನಲ್ಲ. ಕೆಲವು ದಿನಗಳ ಕಾಲ ರೋಡ್ ರನ್ನಿಂಗ್ ಕೂಡಾ ಮಾಡುತ್ತಿದ್ದೆ. ನನ್ನ ಬರವಣಿಗೆ, ಸಾಹಿತ್ಯಕ್ಕಿಂತಲೂ ಈ ತರಹದ ದೈಹಿಕ ವ್ಯಾಯಾಮ ನನ್ನ ಬದುಕಿಗೆ ಬಹುಮುಖ್ಯ ಎಂದು ಯಾವತ್ತೂ ನನಗೆ ಅನ್ನಿಸುತ್ತಿರುತ್ತದೆ. ಧ್ಯಾನವನ್ನೂ ಮಾಡಲು ಪ್ರಯತ್ನಿಸಿದ್ದೇನೆ. ಆದರೆ ಅದರಲ್ಲಿ ಅಂತಹ ಯಶಸ್ಸು ನನಗೆ ದಕ್ಕಿಲ್ಲ.

ಸಮಾಜದಲ್ಲಿ ನಿದ್ರಾಹೀನತೆಯ ಸಂಗತಿಯನ್ನು ಮತ್ತೊಬ್ಬರ ಮುಂದೆ ಹೇಳಿಕೊಳ್ಳಲು ಎಲ್ಲರೂ ಹಿಂಜರಿಯುತ್ತಾರೆ. ಮನುಷ್ಯನಿಗೆ ಹುಚ್ಚು ಹಿಡಿಯುತ್ತಿದೆ ಎಂಬುದರ ಆರಂಭದ ಕುರುಹು ನಿದ್ರಾಹೀನತೆ ಎಂಬ ಅಪನಂಬಿಕೆ ಬಹುತೇಕರಲ್ಲಿದೆ. ಆದರೆ ನಾನು ಮಾತ್ರ ಆ ಜಾಲಕ್ಕೆ ಸಿಕ್ಕಿಬೀಳಲಿಲ್ಲ. ರಾಜಾರೋಷವಾಗಿ ಎಲ್ಲರ ಮುಂದೆಯೂ ನನ್ನ ನಿದ್ರಾಹೀನತೆಯ ಸಮಸ್ಯೆಯನ್ನು ಹೇಳಿಕೊಂಡು ತಿರುಗುತ್ತಿದ್ದೆ. ಅದರಿಂದ ಒಂದು ಅನುಕೂಲವೂ ಆಯ್ತು. ಬಹಳಷ್ಟು ಜನರಿಗೆ ಯಾವಾಗ ನಾನು ನಿದ್ರಾಹೀನತೆಯ ಬಗ್ಗೆ ಮಾತನಾಡುವುದು ಕೇಳಿಸುತ್ತದೋ, ತಕ್ಷಣ ಗೌಪ್ಯವಾಗಿ ನನ್ನನ್ನು ಭೇಟಿಯಾಗಿ ತಮ್ಮ ಸಮಸ್ಯೆಯನ್ನು ಹೇಳಿಕೊಳ್ಳುವುದಕ್ಕೆ ಶುರುವಿಡುತ್ತಿದ್ದರು. ಯಾರು ಮೊದಲಿಗೆ ಹೇಳಿಕೊಳ್ಳುತ್ತಾರೆ ಎನ್ನುವದಷ್ಟೇ ಇಲ್ಲಿ ಸಮಸ್ಯೆ. ಒಮ್ಮೆ ನಾನು ಆ ಕಷ್ಟವನ್ನು ತೆರೆದಿಟ್ಟುಬಿಟ್ಟೆನೆಂದರೆ ಆಯ್ತು, ಅವರು ನಿರಾಳರಾಗಿ ಬಿಡುತ್ತಿದ್ದರು. ನಮ್ಮ ಸುತ್ತಮುತ್ತಲಿನಲ್ಲೇ ಅದೆಷ್ಟು ಜನ ನಿದ್ರಾಹೀನತೆಯಿಂದ ಬಳಲುತ್ತಾರೆ ಎಂದು ನನಗೆ ಅಚ್ಚರಿಯಾಗಲಾರಂಭಿಸಿತು. ಆದರೆ ಬಹುತೇಕರಿಗೆ ಅದನ್ನು ಒಂದು ಮಾನಸಿಕ ಸಮಸ್ಯೆ ಎಂದು ಒಪ್ಪಿಕೊಳ್ಳಲು ಸಾಧ್ಯವಿಲ್ಲ. ಮನೋವೈದ್ಯರ ಬಳಿಗೆ ಹೋಗಲಂತೂ ಅಂಜಿ ನಡುಗುತ್ತಾರೆ. ಒಂದೆರಡು ದಿನ ಅಷ್ಟೇ, ಎಲ್ಲಾ ಸರಿಹೋಗುತ್ತೆ ಎಂದು ತಳ್ಳಿ ಹಾಕಲು ಪ್ರಯತ್ನಿಸುತ್ತಾರೆ. ಸರಿಯಾದ ಸಮಯದಲ್ಲಿ ವೈದ್ಯಕೀಯ ನೆರವನ್ನು ಪಡೆದುಕೊಂಡರೆ, ಈ ಸಮಸ್ಯೆಯನ್ನು ಸುಲಭವಾಗಿ ಪರಿಹರಿಸಿಕೊಳ್ಳಬಹುದು ಎಂದು ನನ್ನ ಅನುಭವ ನನಗೆ ಹೇಳಿಕೊಟ್ಟಿದೆ.

ನಿದ್ರಾಹೀನತೆಯನ್ನು ಗೌಪ್ಯವಾಗಿ ಇಡುವ ತಮಾಷೆಯ ಸಂಗತಿಯೊಂದನ್ನು ನಿಮಗೆ ನಾನು ಹೇಳಲೇಬೇಕು. ಒಮ್ಮೆ ಮನೋವೈದ್ಯರನ್ನು ಕಾಣಲೆಂದು ಹೊಸಪೇಟೆಯ ಆಸ್ಪತ್ರೆಯಲ್ಲಿ ಕಾಯುತ್ತಿದ್ದೆ. ಆಗ ಪಕ್ಕದಲ್ಲಿಯೇ ಹಳ್ಳಿಯ ಹೆಣ್ಣುಮಗಳೊಬ್ಬಳು ಕುಳಿತಿದ್ದಳು. ಆಕೆ ಹಗರಿಬೊಮ್ಮನ ಹಳ್ಳಿಯವಳು. ನಾನು ಹಗೂರಕ್ಕೆ "ಏನವ್ವಾ ಸಮಸ್ಯೆ?" ಅಂತ ಪೀಠಿಕೆ ಹಾಕಿದೆ. ಆಕೆ ಅನಾಸಕ್ತಿಯಿಂದ "ಏನಿಲ್ಲಣ್ಣಾ... ಸುಮ್ಮನೆ ಹಿಂಗೇ ತಲೆನೋವು... ಅದಕ್ಕೇ ಬಂದಿದ್ದೆ" ಎಂದು ಹೇಳಿ ತೆಪ್ಪಗಾದಳು. ಸಾಧಾರಣ ತಲೆನೋವಿಗೆ ಮನೋವೈದ್ಯರ ಹತ್ತಿರ ಯಾರು ಬಂದಾರು? ನಾನೂ ಸುಮ್ಮನೆ ನಕ್ಕೆ. ಆಮೇಲೆ ಆಕೆ ನನ್ನನ್ನು ಮಾತಾಡಿಸಿ, ನನ್ನ ಸಮಸ್ಯೆಯೇನೆಂದು ಕೇಳಿದಳು. ನಾನು ಯಾವುದೇ ಸಂಕೋಚವಿಲ್ಲದೆ ನನ್ನ ನಿದ್ರಾಹೀನತೆಯ ವಿಷಯವನ್ನು ಆಕೆಯ ಮುಂದೆ ಹೇಳಿದೆ. ತಕ್ಷಣ ಎಚ್ಚೆತ್ತುಕೊಂಡ ಆಕೆ "ಎಷ್ಟು ವರ್ಷದಿಂದ ಐತೆ?" ಎಂದು ಕೇಳಿದಳು. "ಆರು ವರ್ಷದಿಂದ ಕಾಡ್ತಾ ಐತಬೆ" ಎಂದು ಉತ್ತರಿಸಿದೆ. ಅದಕ್ಕೆ ಆಕೆ ಗಟ್ಟಿಯಾಗಿ ನಕ್ಕು "ನಂಗೆ ಒಂಬತ್ತು ವರ್ಷದಿಂದ ಐತೆ. ನಿನಗಿಂತಾ ನಾನೇ ಸೀನಿಯರ್ರು!" ಎಂದು ಬಿಟ್ಟಳು. ನಿದ್ರಾಹೀನತೆಯನ್ನೂ ಯಾವುದೋ ದೊಡ್ಡ ಪದವಿಯೆನ್ನುವಂತೆ ಆಕೆ ತನ್ನ ಸೀನಿಯಾರಿಟಿ ನೆನೆದದ್ದು ಕಂಡು ನಾನೂ ನಕ್ಕೆ. ಅನಂತರ ಆಕೆ ನನ್ನನ್ನು ಬಹುವಾಗಿ ಸಮಾಧಾನ ಮಾಡಿ "ಅಂಜಿಕೋಬೇಡ ತಮ್ಮಾ... ಎಲ್ಲಾ ಸರಿ ಹೋಗ್ತದೆ... ಈಗ ಮಧ್ಯಾಹ್ನದೊತ್ತೂ ಬೇಸ್ ನಿದ್ದಿ ಮಾಡ್ತೀನಿ... ಯೋಚನಿ ಮಾಡಬೇಡ... ನನ್ನ ಮಾತು ನಂಬು" ಎಂದು ನನಗೆ ಧೈರ್ಯ ಹೇಳಿ ಹೋದಳು. ಆಕೆಯ ಧೈರ್ಯ, ಅನುಭವದ ಮಾತು, ನಗು - ಎಲ್ಲವೂ ನನಗೆ ಬಹಳ ಚೇತೋಹಾರಿಯಾಗಿತ್ತು. ಬಡವ, ಬಲ್ಲಿದ, ಜಾತಿ, ಲಿಂಗ ತಾರತಮ್ಯವೆಲ್ಲವನ್ನೂ ದಾಟಿ ನಿದ್ರಾಹೀನತೆ ನಮ್ಮನ್ನು ಕಾಡಬಲ್ಲದು. ಆ ನಿಟ್ಟಿನಲ್ಲಿ ಅದು ಜಾತ್ಯಾತೀತ ಸಮಸ್ಯೆ!

ಕೊನೆಗೂ ನಿದ್ರಾಹೀನತೆಯೆನ್ನುವುದು ವರವೋ, ಶಾಪವೋ ಎಂದು ಬಹಳ ಸಲ ನಾನು ಯೋಚಿಸಿದ್ದೇನೆ. ಆರಂಭದ ದಿನಗಳಲ್ಲಿ ಅದೊಂದು ಶಾಪವೆಂದೇ ನಾನು ಭಾವಿಸುತ್ತಿದ್ದೆ. ಆದರೆ ಇಷ್ಟು ದಿನಗಳ ನಂತರ ನನ್ನ ಮನಸ್ಸು ಪ್ರಬುದ್ಧವಾಗಿ ಬೇರೆ ರೀತಿಯಲ್ಲಿ ಯೋಚಿಸುತ್ತದೆ. ಬದುಕಿನಲ್ಲಿ ವ್ಯಾಮೋಹ ಕೆಟ್ಟದ್ದು. ಯಾವಾಗ ವ್ಯಾಮೋಹಕ್ಕೆ ಒಳಗಾಗಿ, ಇಂತಹ ವಸ್ತು-ವ್ಯಕ್ತಿ-ಅಧಿಕಾರಗಳು ನನಗೆ ಬೇಕೇ ಬೇಕು ಎಂದು ಹಟ ಹಿಡಿಯುತ್ತೇವೆಯೋ ಆಗ ಖಿನ್ನತೆ ಶುರುವಾಗುತ್ತದೆ. ಬಯಸಿದ ವಸ್ತು ಸಿಕ್ಕರೆ ಮನಸ್ಸಿನ ಅಹಂಕಾರಕ್ಕೆ ಕಾವು ದೊರೆತು ಇನ್ನಷ್ಟು ಆರ್ಭಟಿಸುತ್ತೇವೆ. ಆದರೆ ಯಾವಾಗ ಸಿಗುವುದಿಲ್ಲವೋ, ಆಗ ಖಿನ್ನತೆ ಶುರುವಾಗುತ್ತದೆ. ಅದರ ಪರಿಣಾಮವಾಗಿ ನಿದ್ರಾಹೀನತೆಯೂ ಆರಂಭವಾಗುತ್ತದೆ. ಆದ್ದರಿಂದಲೇ ಖಿನ್ನತೆಯ ಸರಿಯಾದ

ಔಷಧಿ, ಆಧ್ಯಾತ್ಮಿಕ ಹಾಗೂ ವೈರಾಗ್ಯದ ಮನೋಭಾವವನ್ನು ಬೆಳೆಸಿಕೊಳ್ಳುವುದೇ ಆಗಿದೆ. ನಾನು–ನನ್ನದು ಎನ್ನುವ ಮೋಹವನ್ನು ವರ್ಜಿಸುವದನ್ನು ಮನುಷ್ಯ ಕಲಿತುಕೊಳ್ಳಬೇಕು. ನನ್ನದಲ್ಲದ್ದು ಈ ಜಗತ್ತಿನಲ್ಲಿ ಬಹಳಷ್ಟಿದೆ, ಎಲ್ಲವೂ ನನಗೆ ದಕ್ಕಲೇಬೇಕೆಂದಿಲ್ಲ, ನನಗೆ ಸಿಕ್ಕಿದ್ದೇ ಬಹಳಷ್ಟಿದೆ – ಎನ್ನುವ ಮನೋಭಾವವನ್ನು ರೂಢಿಸಿಕೊಂಡರೆ ಖಿನ್ನತೆಯಿಂದ ತಾನಾಗಿಯೇ ಪಾರಾಗಬಹುದಾಗಿದೆ. ನಮ್ಮ ಹಿರಿಯರೆಲ್ಲರೂ ನಮಗೆ ಬೋಧಿಸಿದ್ದು ಇದೇ ಅಲ್ಲವೆ?

08ನೇ ಏಪ್ರಿಲ್ 2016

ಕಡಲು ಮತ್ತು ಹಾಯಿದೋಣಿ

"ಅಳುವ ಕಡಲೊಳು ತೇಲಿ ಬರುತಲಿದೆ ನಗೆಯ ಹಾಯಿದೋಣಿ" ಎನ್ನುವುದು ಕವಿ ಗೋಪಾಲಕೃಷ್ಣ ಅಡಿಗರ ಪ್ರಸಿದ್ಧ ಕವನದ ಮೊದಲ ಸಾಲು. ಹಲವು ಅರ್ಥಗಳನ್ನು ಹೊಳೆಸುವ ಈ ಸಾಲನ್ನು ನಾನು, ಬದುಕಿನಲ್ಲಿ ಕಡಲಿನಷ್ಟು ದುಃಖವಿದ್ದರೂ ಎಲ್ಲೋ ಒಂದೆಡೆ ಸಂತೋಷದ ಹಾಯಿದೋಣಿಯೂ ತೇಲುತ್ತಿರುತ್ತದೆ ಎಂದು ಅರ್ಥಮಾಡಿಕೊಂಡಿದ್ದೇನೆ. ಇದು 'ಗೇ'ಗಳ ಬದುಕಲ್ಲಿಯೂ ಸತ್ಯ. ಬಹುಸಂಖ್ಯಾತರ ರೂಢಿಗತ ಜಗತ್ತಿನಲ್ಲಿ ವಿಭಿನ್ನವಾಗಿ ಬದುಕುವ ಅಲ್ಪಸಂಖ್ಯಾತ ಜನರು ಅವರಾದ್ದರಿಂದ, ಬದುಕಿನುದ್ದಕ್ಕೂ ನೋವನ್ನು ಅನುಭವಿಸುತ್ತಲೇ ಹೋಗುತ್ತಾರೆ. ಆದರೆ ಅದೇ ವಿಶಿಷ್ಟತೆಯಿಂದಾಗಿ ಅವರ ಜೀವನದಲ್ಲಿ ಹಲವು ತಮಾಷೆಯ ಪ್ರಸಂಗಗಳು ಬಂದು ಹೋಗುತ್ತವೆ. ಅವುಗಳನ್ನು ಉದಾಹರಣೆ ಸಮೇತ ನಾನು ತಿಳಿಸದಿದ್ದರೆ ನೀವು ಊಹೆ ಮಾಡಿಕೊಳ್ಳುವುದು ಕಷ್ಟ.

ತೊಂಬತ್ತರ ದಶಕದ ಆರಂಭದ ವರ್ಷಗಳಲ್ಲಿ ನಾನು ಬೆಂಗಳೂರಿನಲ್ಲಿ ಬಾಡಿಗೆ ಮನೆಗಾಗಿ ಹುಡುಕಾಡುತ್ತಿದ್ದೆ. ದಕ್ಷಿಣ ಭಾರತದ ಜನರು ಬ್ರಹ್ಮಚಾರಿಗಳಿಗೆ ಮನೆಯನ್ನು ಬಾಡಿಗೆಗೆ ಕೊಡಲು ಹಿಂಜರಿಯುತ್ತಾರೆ. ಅವರೆಲ್ಲಿ ತಮ್ಮ ಮಗಳನ್ನೋ ಅಥವಾ ಹೆಂಡತಿಯನ್ನೋ ಮರುಳು ಮಾಡಿಬಿಡುತ್ತಾರೋ ಎಂಬ ವಿಚಿತ್ರ ಭಯ ಅವರಿಗಿರುತ್ತದೆ. ನಾನು ಬಹಳ ಕಷ್ಟಪಟ್ಟು ಹುಡುಕಿದ ನಂತರ ಜಯನಗರದಲ್ಲಿ

ಒಂದು ಮನೆಯನ್ನು ಬಾಡಿಗೆಗೆ ಕೊಡಲು ಒಬ್ಬ ಯಜಮಾನ ಸಿದ್ಧನಾದ. ಆ ಮನೆಗೆ ಬೆಳಕು ಸರಿಯಾಗಿ ಬರುತ್ತಿರಲಿಲ್ಲವಾದ್ದರಿಂದ, ಗೃಹಸ್ಥರು ಯಾರೂ ಮನೆಯನ್ನು ಒಪ್ಪಿರಲಿಲ್ಲ. ನನಗೆ ವಾಸಿಸಲು ಮನೆಯೊಂದು ಸಿಕ್ಕರೆ ಸಾಕಿತ್ತು. ಆದ್ದರಿಂದ ವ್ಯವಹಾರ ಕುದುರಿತು. ಆದರೂ ಯಜಮಾನನಿಗೆ ಬ್ರಹ್ಮಚಾರಿಯೊಬ್ಬನಿಗೆ ಮನೆಯನ್ನು ಕೊಡಲು ಅಳುಕಿತ್ತು.

ಮೇಲಿನ ಮನೆಯಲ್ಲಿ ಯಜಮಾನ ಮತ್ತವನ ಸಂಸಾರವಿತ್ತು. ಆತನಿಗೆ ಸುಂದರಳಾದ ಮಗಳು ಮತ್ತು ಹೆಂಡತಿಯೂ ಇದ್ದರು. ಆದ್ದರಿಂದ ಯಜಮಾನ ಹೆದರಿಕೆಯಿಂದಲೇ ಬ್ರಹ್ಮಚಾರಿಯೊಬ್ಬನಿಗೆ ಮನೆ ಕೊಡಲು ಒಪ್ಪಿದ್ದ. ಬಾಡಿಗೆ ಒಪ್ಪಂದದ ಪತ್ರಗಳಿಗೆ ಸಹಿ ಹಾಕುವ ಮೊದಲು ಯಾವುದಕ್ಕೂ ಇರಲಿ ಎಂದು ನೇರವಾಗಿ ನನಗೆ ಹೇಳಿ ಬಿಟ್ಟ. "ನೋಡ್ರಿ, ನೀವು ಒಳ್ಳೆ ಜನ ಅಂತ ನಂಗೆ ಅನ್ನಿಸ್ತಾ ಇರೋದಕ್ಕೆ ಮನೆ ಬಾಡಿಗೆಗೆ ಕೊಡ್ತಾ ಇದೀನಿ. ಆದರೆ ಮನೆಗೆ ನೀವು ಹುಡುಗಿಯರನ್ನ ಕರಕೊಂಡು ಬರುವಂತಿಲ್ಲ" ಎಂದು ಧೈರ್ಯವಹಿಸಿ ಹೇಳಿದ. ನನಗೆ ಅವನ ಆತಂಕವನ್ನು ಕಂಡು ವಿಪರೀತ ನಗು. ಆದರೆ ಅದನ್ನು ಹೊರಹಾಕಿದರೆ ಕೈಗೆ ಬಂದ ತುತ್ತು ಬಾಯಿಗೆ ಬರುವದಿಲ್ಲ ಎಂದು ಗೊತ್ತಿತ್ತು. ಆದ್ದರಿಂದ ಗಂಭೀರವದನನಾಗಿ "ಸಾರ್, ದೇವರಾಣೆಗೂ ಯಾವತ್ತೂ ಹುಡುಗಿಯರನ್ನ ಮನೆಗೆ ಕರೆದುಕೊಂಡು ಬರೋದಿಲ್ಲ" ಎಂದು ಪ್ರಮಾಣ ಮಾಡಿದೆ. ಆತನಿಗೆ ಸ್ವಲ್ಪ ಸಮಾಧಾನವಾಯ್ತು. ಪತ್ರಗಳಿಗೆ ಸಹಿಹಾಕಿದ. ಆದರೆ ನಾನು ತಮಾಷೆಯ ಲಹರಿಯಲ್ಲಿದ್ದೆ. ಆದ್ದರಿಂದ "ಸಾರ್, ಗಂಡುಹುಡುಗರನ್ನ ಮನೆಗೆ ಕರಕೊಂಡು ಬಂದ್ರೆ ನಿಮಗೇನೂ ಅಡ್ಡಿ ಇಲ್ವಲ್ಲಾ?" ಎಂದು ಅತ್ಯಂತ ಸಂಭಾವಿತನ ಧ್ವನಿಯಲ್ಲಿ ಕೇಳಿದೆ. ಆತನಿಗೆ ನನ್ನ ಮಾತಿನ ಗೂಢಾರ್ಥ ತಿಳಿಯುವುದಾದರೂ ಹೇಗೆ? "ಅದು ಅಡ್ಡಿ ಇಲ್ಲ... ಗಂಡುಹುಡುಗರು ಯಾರಾದ್ರೂ ಬರಬೋದು" ಎಂದು ಹೇಳಿದ. ಮುಗುಳ್ನಕ್ಕು ಪತ್ರಕ್ಕೆ ಸಹಿ ಹಾಕಿದೆ.

"ತನ್ನಂತೆ ಜಗವ ಬಗೆದೊಡೆ ಕೈಲಾಸ" ಎಂದು ಸರ್ವಜ್ಞಮಹಾಕವಿ ಹೇಳಿದ್ದರೂ, ಬಹಳ ಸಂದರ್ಭದಲ್ಲಿ ಅದಕ್ಕೆ ವಿರುದ್ಧವಾಗಿ ಆಲೋಚಿಸಬೇಕಾಗುತ್ತದೆ. ಎಲ್ಲರ ಬದುಕನ್ನೂ ನಮ್ಮ ಕನ್ನಡಕದ ಮೂಲಕವೇ ನೋಡಿದರೆ ಹೇಗೆ? 'ಗೇ' ಹುಡುಗರು ಭಾರತದಲ್ಲಿ ತಮ್ಮ ಲೈಂಗಿಕತೆಯನ್ನು ಅಷ್ಟೊಂದು ಸುಲಭವಾಗಿ ಎಲ್ಲರೊಡನೆ ಹೇಳಿಕೊಳ್ಳಲು ಸಾಧ್ಯವಿಲ್ಲ. ಆ ಕಾರಣದಿಂದಾಗಿ ಬಹುತೇಕರು ಅವರನ್ನು ತಮ್ಮ ಅನುಭವಗಳ ಹಿನ್ನೆಲೆಯಲ್ಲೇ ನೋಡಿ ಪ್ರಮಾದವನ್ನು ಊಹಿಸಿಕೊಳ್ಳುತ್ತಿರುತ್ತಾರೆ. ಅಂತಹ ಮತ್ತೊಂದು ಉದಾಹರಣೆಯನ್ನು ನನ್ನ ಬಾಲ್ಯದ ಒಂದು ಅನುಭವದಿಂದ ನಿಮಗೆ ಕೊಡಬಲ್ಲೆ. ಆಗ ನನಗೆ ಸುಮಾರು ಹದಿನೆಂಟು ವರ್ಷವೆಂದು ನೆನಪು.

ಉತ್ತರ ಕರ್ನಾಟಕದಲ್ಲಿ ಮದುವೆಗಳು ಮೂರು ನಾಲ್ಕು ದಿನಗಳ ಕಾಲ ನಡೆಸುವ ಸಂಪ್ರದಾಯವಿತ್ತು. ಆದರೆ ಈಗಿನಂತೆ ದುಂದುವೆಚ್ಚ ಮಾಡುತ್ತಿರಲಿಲ್ಲ. ಮದುವೆಯ ಸಮಾರಂಭಕ್ಕೆ ಬಂಧು-ಬಳಗ ನೆಂಟರಿಷ್ಟರೂ ಬರುತ್ತಿದ್ದರು. ಗಂಡು ಮತ್ತು ಹೆಣ್ಣಿನ ಕಡೆಯ ಜನರೆಲ್ಲಾ ಸೇರಿರುತ್ತಿದ್ದರಿಂದ ಎಲ್ಲರ ಪರಿಚಯವೂ ನಮಗೆ ಇರುತ್ತಿರಲಿಲ್ಲ. ಇಂತಹ ಒಂದು ಮದುವೆಗಾಗಿ ನಾನು ಬಳ್ಳಾರಿಗೆ ಹೋಗಿದ್ದೆ. ಆ ಮದುವೆಯಲ್ಲಿ ಗುಲ್ಬರ್ಗಾ ಕಡೆಯಿಂದ ಒಂದು ಸಂಸಾರ ಬಂದಿತ್ತು. ತಂದೆ ಮತ್ತು ಆತನ ಮಗ ಹಾಗೂ ಮಗಳು – ಮೂವರೂ ಬಂದಿದ್ದರು. ಈ ಮಗನಿಗೆ ಸುಮಾರು ಇಪ್ಪತ್ತರ ವಯಸ್ಸಿರಬೇಕು. ನೋಡಲು ತುಂಬಾ ಸುಂದರವಾಗಿದ್ದ. ಆದ್ದರಿಂದ ಕಣ್ಣು ಕೀಳದಂತೆ ಅವನನ್ನು ನೋಡುತ್ತಿದ್ದೆ. ಅವನು ಎಲ್ಲೇ ಹೋದರೂ ಹಿಂಬಾಲಿಸುತ್ತಿದ್ದೆ. ಆದರೆ ಆ ಹುಡುಗ ಮಾತ್ರ ನನಗೆ ಸೊಪ್ಪು ಹಾಕಲಿಲ್ಲ.

ಮದುವೆಯ ಹಿಂದಿನ ರಾತ್ರಿ ಒಂದು ವಿಶೇಷ ಘಟನೆ ನಡೆಯಿತು. ಸಾಮಾನ್ಯವಾಗಿ ಮದುವೆಗೆ ಬಂದವರಿಗಾಗಿ ಪ್ರತ್ಯೇಕ ರೂಮುಗಳು ಅಲ್ಲಿ ಇರುವದಿಲ್ಲ. ರಾತ್ರಿ ಮಲಗುವದಕ್ಕೆ ದೊಡ್ಡ ಜಮುಖಾನವೊಂದನ್ನು ಹಾಸಿ, ಸಾಲಾಗಿ ಎಲ್ಲರೂ ಮಲಗಿ ಬಿಡುತ್ತಾರೆ. ಆ ದಿನ ನಾನು ಮಲಗಿದ ಪಕ್ಕದಲ್ಲಿ ನನ್ನ ದೂರದ ಸಂಬಂಧದ ಅಜ್ಜಿಯೊಬ್ಬರು ಮಲಗಿದ್ದರು. ಅವರಿಗೆ ನನ್ನ ಮೇಲೆ ವಿಶೇಷ ಪ್ರೀತಿಯಿದ್ದ ಕಾರಣ ತಮ್ಮ ಹತ್ತಿರ ಮಲಗಿಸಿಕೊಂಡು ಏನೇನೋ ಕತೆಗಳನ್ನು ಹೇಳುತ್ತಾ ಹಾಗೇ ನಿದ್ದೆಗೆ ಜಾರಿದ್ದರು. ಆಕೆಯ ಪಕ್ಕದಲ್ಲಿ ಆ ಸುಂದರ ಹುಡುಗನ ತಂಗಿಯು ಮಲಗಿದ್ದಳು. ಆಕೆ ನೋಡಲು ಸುಂದರಳೋ ಅಲ್ಲವೋ ಎನ್ನುವ ತರ್ಕ ಮಾಡುವ ಶ್ರಮವನ್ನು ನಾನು ತೆಗೆದುಕೊಂಡಿರಲಿಲ್ಲ. ಆಕೆಯ ಅಪ್ಪ ಮತ್ತು ಅಣ್ಣ ಮಾತ್ರ ಎಲ್ಲಿಯೋ ಹೊರಗೆ ತಿರುಗಾಡಲು ಹೋಗಿದ್ದರು.

ರಾತ್ರಿ ಹತ್ತು ಗಂಟೆಯ ಸಮಯವಿರಬೇಕು. ನಂಗಿನ್ನೂ ಸ್ವಲ್ಪ ಸ್ವಲ್ಪ ಎಚ್ಚರವಿತ್ತು. ನನ್ನ ಪಕ್ಕ ಮಲಗಿದ್ದ ಅಜ್ಜಿಯು ಅದೇ ತಾನೇ ಮೂತ್ರವಿಸರ್ಜಿಸಲೆಂದು ಎದ್ದು ಹೊರಗೆ ಹೋಗಿದ್ದಳು. ಆ ಸಮಯಕ್ಕೆ ಸರಿಯಾಗಿ ಅಪ್ಪ ಮಗ ಅಲ್ಲಿಗೆ ಬಂದರು. ಅಪ್ಪನಿಗೆ ಅಲ್ಲಿನ ದೃಶ್ಯವನ್ನು ಕಂಡು ಎದೆ ಒಡೆದುಹೋಯ್ತು. ವಯಸ್ಸಿಗೆ ಬಂದ ಹುಡುಗನ ಪಕ್ಕ ತನ್ನ ಮಗಳು ಮಲಗಿದ್ದನ್ನು ಕಂಡು ಯಾವ ತಂದೆಗೆ ತಾನೆ ಪಿತ್ತ ಕೆರಳುವದಿಲ್ಲ? "ಅದಕ್ಕೆ ನಾನು ಹೇಳೋದು... ಯಾವ ಗಂಡು ಹುಡುಗರನ್ನೂ ನಂಬಬಾರದು ಅಂತ. ನಿನ್ನ ತಂಗಿಗೆ ಎಷ್ಟು ಹೇಳಿದ್ರೂ ಬುದ್ಧಿ ಬರಂಗಿಲ್ಲ ನೋಡು.. ನೋಡಲ್ಲಿ ಆ ಹುಡುಗ ಮಾಡ್ತಾ ಇರೋ ಚೇಷ್ಟೆ! ಹೋಗು, ನೀನು ಅವರಿಬ್ಬರ ಮಧ್ಯ ಮಲ್ಕೋ..." ಎಂದು ಮಗನಿಗೆ ಹೇಳಿದರು. ಆ ಸುಂದರ ಕಾಯದ ಹುಡುಗ ಅಪ್ಪನ ಮಾತನ್ನು ಶಿರಸಾವಹಿಸಿ ಪಾಲಿಸಿದ. ನನ್ನ ಪಕ್ಕ ಬಂದು ಮಲಗಿಕೊಂಡ.

ನನಗೆ ಪೂರ್ತಿ ಎಚ್ಚರವಾಗಿ ಹೋಯ್ತು. ಎದೆ ಬಡಿದುಕೊಳ್ಳಲಾರಂಭಿಸಿತು. ಅನಂತರ ಆ ತಂದೆ ಬೇರೆಲ್ಲೋ ಹೊರಟು ಹೋದರು. ಸ್ವಲ್ಪ ಹೊತ್ತಿಗೆ ಅಜ್ಜಿ ಅಲ್ಲಿಗೆ ಬಂದವಳು ತನ್ನ ಜಾಗದಲ್ಲಿ ಯಾರೋ ಮಲಗಿರುವದನ್ನು ಕಂಡು, ಬೇರೆ ಜಾಗವನ್ನು ಹುಡುಕಿಕೊಂಡು ಹೊರಟಳು. ಹತ್ತು ನಿಮಿಷಕ್ಕೆ ಯಾರೋ ದೀಪವನ್ನು ಆರಿಸಿದರು. ಮುಂದೆ ನಡೆದದ್ದನ್ನು ನೀವು ಕೇಳುವುದೂ ತಪ್ಪು, ನಾನು ಹೇಳುವುದೂ ತಪ್ಪು!

'ಗೇ' ಗಳ ಬದುಕಿನ ಬಗ್ಗೆ ಓದಿ ತಿಳಿದುಕೊಂಡಿರದಿದ್ದರೆ ಅಥವಾ ಅಂತಹವರು ನಿಮ್ಮ ಸ್ನೇಹವಲಯದಲ್ಲಿ ಇರದಿದ್ದರೆ ಸಾಮಾನ್ಯವಾಗಿ ನಿಮಗೆ 'ಹೋಮೋಫೋಬಿಯಾ' ಇರುವ ಸಾಧ್ಯತೆ ಹೆಚ್ಚು. ಆಗದ-ಹೋಗದ ಅನಾಹುತಗಳನ್ನು ಊಹಿಸಿಕೊಂಡು ಅನಾವಶ್ಯಕವಾಗಿ ಬಳಲುತ್ತೀರ. ಬೇರೆಲ್ಲಾ ಫೋಬಿಯಾಗಳಂತೆ ಇಲ್ಲಿಯೂ ನಿಮ್ಮ ಭಯಕ್ಕೆ ಯಾವುದೇ ಬುನಾದಿ ಇರುವದಿಲ್ಲ. ಆದರೆ ಆ ಹೆದರಿಕೆಯಿಂದ ಬಳಲಿ ಸುಸ್ತಾಗುವ ಪರಿ ಮಾತ್ರ ಅತ್ಯಂತ ವಿಚಿತ್ರವಾದದ್ದು ಮತ್ತು ತೀವ್ರವಾದದ್ದು. ಅದು ಕೆಲವೊಮ್ಮೆ ನಿಮ್ಮ ಮೇಲೆ ವ್ಯತಿರಿಕ್ತ ಪರಿಣಾಮ ಬೀರುವ ಸಾಧ್ಯತೆ ಇರುತ್ತದೆ. ಅಂತಹ ಒಂದು ಅನುಭವವನ್ನು ಹೇಳಿದರೆ ನಿಮಗೆ ಅದರ ಕಲ್ಪನೆ ಬರುತ್ತದೆ.

ನಾನೊಮ್ಮೆ ಕೈಲಾಶ-ಮಾನಸ ಸರೋವರ ಯಾತ್ರೆಗೆ ಹೋಗಿದ್ದೆ. ಭಾರತ ಸರ್ಕಾರದವರೇ ಪ್ರೋತ್ಸಾಹಿಸಿ ನಡೆಸುವ ಅತಿ ಮಹತ್ವದ, ಬಹುಕಷ್ಟದ ಯಾತ್ರೆ ಇದಾಗಿದೆ. ಇದೊಂದು ಅತ್ಯುತ್ತಮ ಹಿಮಾಲಯ ಚಾರಣವೂ ಹೌದು. ಸುಮಾರು ಮೂವತ್ತು ದಿನಗಳ ಕಾಲ, 258 ಕಿಲೋಮೀಟರ್ ದೂರವನ್ನು ಹಿಮಾಲಯದ ಬೆಟ್ಟಗುಡ್ಡಗಳಲ್ಲಿ ನಡೆಯಬೇಕು. ಆರ್ಭಟವಾಗಿ ಮದವೇರಿ ಹರಿಯುವ ಮಹಾಕಾಳಿ ನದಿಯಗುಂಟ ಸಾಗುವ ಈ ಚಾರಣ ನನ್ನ ಬದುಕಿನ ಅವಿಸ್ಮರಣೀಯ ಅನುಭವಗಳಲ್ಲಿ ಒಂದು. ಈ ಚಾರಣಕ್ಕೆ ದೇಶದ ಎಲ್ಲಾ ಭಾಗಗಳಿಂದಲೂ ಜನರು ಬರುತ್ತಾರೆ. ವಿದೇಶದಲ್ಲಿ ನೆಲೆಸಿರುವ ಭಾರತೀಯರೂ ಕೆಲವರು ಸೇರಿಕೊಳ್ಳುತ್ತಾರೆ. ಸಾಮಾನ್ಯವಾಗಿ ಈಶ್ವರನ ಭಕ್ತಿಯಿಂದಲೇ ಈ ಯಾತ್ರೆಗೆ ಬರುವವರು ಹೆಚ್ಚು. ಆದರೆ ಚಾರಣದ ಬಗ್ಗೆ ಉತ್ಸಾಹವನ್ನಿಟ್ಟುಕೊಂಡಿರುವ ನನ್ನಂತಹವರೂ ಒಂದಿಬ್ಬರು ಬಂದಿರುತ್ತಾರೆ. ಬೇರೆ ಬೇರೆ ಮಾತೃಭಾಷೆಯ ಜನರು ಸೇರಿರುವ ಕಾರಣವಾಗಿ ಸಾಮಾನ್ಯವಾಗಿ ಹಿಂದಿ ಮತ್ತು ಇಂಗ್ಲೀಷ್ ಭಾಷೆಯಲ್ಲಿ ಇಲ್ಲಿ ಎಲ್ಲರೂ ಮಾತನಾಡುತ್ತಾರೆ.

ಬೆಂಗಳೂರಿನಿಂದ ಕಾಳಪ್ಪ ಎನ್ನುವ ಐವತ್ತು ದಾಟಿದ ಹಿರಿಯರೊಬ್ಬರು ಈ ಚಾರಣಕ್ಕೆ ಬಂದಿದ್ದರು. ಸರಕಾರಿ ಇಲಾಖೆಯಲ್ಲಿ ಕೆಲಸ ಮಾಡಿದ ಇವರು, ತಮ್ಮ ದೇಹಾರೋಗ್ಯವನ್ನು ಅಷ್ಟೇನೂ ಸೊಗಸಾಗಿ ಕಾಪಾಡಿಕೊಂಡಿರದಿದ್ದ ಕಾರಣ ಸ್ವಲ್ಪ

ಸ್ಥೂಲಕಾಯದವರಾಗಿದ್ದರು. ಅವರು ಈ ಯಾತ್ರೆಯನ್ನು ಆದಷ್ಟು ಕುದುರೆಯ ಮೇಲೆ ಕುಳಿತೇ ಮಾಡಿದರು. ಕೆಲವೊಂದು ಸಂದರ್ಭಗಳಲ್ಲಿ ನಡೆಯುವ ದಾರಿಯು ವಿಪರೀತ ಕಿರಿದಾಗಿದ್ದು, ಪಕ್ಕದ ಮಹಾಕಣಿವೆಯ ಆಳದಲ್ಲಿ ಮಹಾಕಾಳಿ ನದಿಯು ಸೊಕ್ಕಿನಿಂದ ಹರಿಯುತ್ತಿದ್ದಳು. ಇದು ಅತ್ಯಂತ ಅಪಾಯಕಾರಿ ದಾರಿಯಾಗಿದ್ದು, ಕುದುರೆಯ ಮೇಲೆ ಹೋಗಲು ಯಾತ್ರೆಯ ಮಾರ್ಗದರ್ಶಿಗಳು ಒಪ್ಪಿಗೆ ಕೊಡುತ್ತಿರಲಿಲ್ಲ. ಅಂತಹ ಹೊತ್ತಿನಲ್ಲಿ ನಡೆಯಲೇ ಬೇಕಿರುತ್ತಿತ್ತು. ಆಗ ಕಾಳಪ್ಪನವರು ತುಂಬಾ ತೊಂದರೆಗೆ ಒಳಗಾಗುತ್ತಿದ್ದರು. ಕೆಲವು ಸಂದರ್ಭಗಳಲ್ಲಿ ನೋವಾದ ಕಾಲುಗಳನ್ನು ತಾವೇ ಒತ್ತಿಕೊಳ್ಳುತ್ತಾ, ಒಬ್ಬರೇ ಕುಳಿತು ಅಳುತ್ತಿದ್ದರು. ಆಗ ನಾನು ಅವರಿಗೆ ಸಮಾಧಾನ ಮಾಡುತ್ತಿದ್ದೆ.

ನನಗೆ ಮತ್ತು ಅವರಿಗೆ ಒಳ್ಳೆಯ ಗೆಳೆತನ ಮೂಡಲು ನಮ್ಮ ಮಾತೃಭಾಷೆ ಕಾರಣವಾಗಿತ್ತು. ಕಾಳಪ್ಪನವರಿಗೆ ಕನ್ನಡ ಬಿಟ್ಟರೆ ಮತ್ತೊಂದು ಭಾಷೆ ಬರುತ್ತಿರಲಿಲ್ಲ. ಮೈಸೂರು ಸೀಮೆಯವರಾದ್ದರಿಂದ ಹಿಂದಿ ಗೊತ್ತಿರಲಿಲ್ಲ. ಡಿಗ್ರಿ ಮಾಡಿದ್ದರಾದರೂ, ರಾಜ್ಯ ಸರ್ಕಾರದ ಕೆಲಸವನ್ನೆಲ್ಲಾ ಕನ್ನಡದಲ್ಲೇ ಮಾಡುತ್ತಾರಾದ್ದರಿಂದ ಅವರಿಗೆ ನಿರರ್ಗಳವಾಗಿ ಇಂಗ್ಲೀಷಿನಲ್ಲಿ ಮಾತನಾಡಲು ಬರುತ್ತಿರಲಿಲ್ಲ. ಆದ್ದರಿಂದ ಸಂಪೂರ್ಣವಾಗಿ ನನ್ನ ಮೇಲೆ ಅವಲಂಬಿತರಾಗಿದ್ದರು. ಯಾವುದೋ ಸುಂದರ ದೃಶ್ಯವನ್ನು ನೋಡಿ "ಎಂಥಾ ಸೊಗಸಾಗೈತಲ್ಲ!" ಎನ್ನುವದಕ್ಕಾಗಲಿ, ಕಾಲುನೋವು ಹೆಚ್ಚಾದಾಗ "ಈ ವಯಸ್ಸಿನಾಗೆ ನಂಗೆ ಈ ಯಾತ್ರೆ ಹುಚ್ಚು ಯಾಕೆ ಬೇಕಿದ್ದೀತು ಹೇಳ್ರಿ?" ಎಂದು ಅಳುವದಕ್ಕಾಗಲಿ ನಾನೇ ಬೇಕಿತ್ತು. ಆ ಮೂವತ್ತು ದಿನಗಳಲ್ಲಿ ಅಪರೂಪವಾಗಿ ಹೋಗಿದ್ದ ಕನ್ನಡ ಭಾಷೆಯು ಅವರ ಮೂಲಕವಾದರೂ ಕಿವಿಗೆ ಬೀಳುತ್ತದಲ್ಲಾ ಎನ್ನುವ ಕಾರಣದಿಂದ ನಾನೂ ಅವರೊಡನೆ ಖುಷಿಯಿಂದಲೇ ಒಡನಾಡುತ್ತಿದ್ದೆ.

ಈ ದಾರಿಯುದ್ದಕ್ಕೂ ಟಿಬೆಟ್ ಮತ್ತು ಭಾರತದ ಕಾವಲು ಪಡೆಯ ಯೋಧರಿಗಾಗಿ ನಿರ್ಮಿಸಿದ ಅನೇಕ ಪುಟ್ಟ ಪುಟ್ಟ ಕ್ಯಾಂಪ್‌ಸೈಟ್‌ಗಳಿದ್ದವು. ಇವುಗಳನ್ನೇ ನಮ್ಮ ರಾತ್ರಿಯ ವಾಸಕ್ಕೆ, ಊಟ-ಉಪಚಾರಕ್ಕೆ ಬಳಸಿಕೊಳ್ಳಲಾಗುತ್ತಿತ್ತು. ಈ ಕ್ಯಾಂಪ್‌ಸೈಟ್‌ಗಳಲ್ಲಿ ಸಾಕಷ್ಟು ಪುಟ್ಟ ಪುಟ್ಟ ಟೆಂಟ್‌ಗಳಿರುತ್ತಿದ್ದವು. ಸಾಮಾನ್ಯವಾಗಿ ಒಂದು ಟೆಂಟ್‌ನಲ್ಲಿ ನಾಲ್ಕೈದು ಜನರು ಮಲಗುತ್ತಿದ್ದೆವು. ಭಾಷೆಯ ದೆಸೆಯಿಂದಾಗಿ ನನ್ನ ಮೇಲೆ ಸಾಕಷ್ಟು ಅವಲಂಬಿತರಾದ ಕಾಳಪ್ಪ, ನನ್ನ ಜೊತೆಯಲ್ಲಿ ಒಂದೇ ಟೆಂಟ್‌ನಲ್ಲಿ ಇರಲು ಇಷ್ಟ ಪಡುತ್ತಿದ್ದರು. ನನಗೂ ಅವರ ಪ್ರಾಮಾಣಿಕ ವ್ಯಕ್ತಿತ್ವ ಇಷ್ಟವಾಗುತ್ತಿತ್ತಾದ್ದರಿಂದ ಯಾವುದೇ ನೆಪವೊಡ್ಡದೆ ಒಪ್ಪಿಕೊಳ್ಳುತ್ತಿದ್ದೆ. ರಾತ್ರಿ ಬಹಳ ಹೊತ್ತು ನಾವು ಕನ್ನಡದಲ್ಲಿ ಮಾತನಾಡುತ್ತಾ ನಿದ್ದೆ ಹೋಗುತ್ತಿದ್ದೆವು. "ಬಸ್ ಕರೋ

ಆಪ್ಕಿ ಕಾನಡಿ... ಬ್ವಕ್ ಬ್ವಕ್ ಬ್ವಕ್..." ಎಂದು ಉತ್ತರ ಭಾರತದ ಟೆಂಟ್‌ವಾಸಿಗಳು ನಮ್ಮ ಮಾತನ್ನು ಹಂಗಿಸುತ್ತಿದ್ದರು.

ಇಂತಹ ಕ್ಯಾಂಪ್‌ಸೈಟ್‌ಗಳಲ್ಲಿ ಸಾಮಾನ್ಯವಾಗಿ ಯಾರಾದರೂ ಮಸಾಜ್ ಮಾಡುವ ವ್ಯಕ್ತಿಗಳಿರುತ್ತಿದ್ದರು. ಒಂದು ಇಪ್ಪತ್ತು ರೂಪಾಯಿ ಕೊಟ್ಟರೆ ಸಾಕು, ಅತ್ಯಂತ ಕಾಳಜಿಯಿಂದ ಒಂದು ತಾಸು ಮಸಾಜ್ ಮಾಡುತ್ತಿದ್ದರು. ಯಾತ್ರೆ ಶುರುವಾದ ಎರಡನೆಯ ದಿನ ಬರಿಗಾಲಲ್ಲಿ ಒಂದೈದು ಕಿಲೋಮೀಟರ್ ನಡೆದ ಕಾಳಪ್ಪ ಒಂದೇ ಸವನೆ ನೋವಿನಿಂದ ಅಳುತ್ತಿದ್ದರು. ಆದ್ದರಿಂದ ಅವರಿಗೆ ಮಸಾಜ್ ಮಾಡಿಸಿಕೊಳ್ಳಲು ನಾನೇ ಸಲಹೆ ಕೊಟ್ಟೆ. ಅವರಿಗೂ ನನ್ನ ಸಲಹೆ ಇಷ್ಟವಾಯ್ತು. "ಒಂದು ಇಪ್ಪತ್ತು ರೂಪಾಯಿ ಅಲ್ವೇನ್ರಿ? ಹೋದರೆ ಹೋಯ್ತು" ಎಂದು ಪಟ್ಟೆಪಟ್ಟೆಯ ಸಡಿಲ ಚಡ್ಡಿಯನ್ನು ಧರಿಸಿ, ಮಸಾಜ್ ಮಾಡಿಸಿಕೊಳ್ಳಲು ಸಿದ್ಧವಾದರು. ಆ ಕ್ಯಾಂಪ್‌ಸೈಟ್‌ನಲ್ಲಿ ಸುಮಾರು ಅರವತ್ತು ವರ್ಷದ ನಡುಪ್ರಾಯದವನೊಬ್ಬ ಮಸಾಜ್ ಮಾಡುತ್ತಿದ್ದ. ಕಾಳಪ್ಪನಿಗೆ ಮಸಾಜ್ ಮಾಡಬೇಕೆನ್ನುವ ನಿರ್ದೇಶನವನ್ನು ಅವನಿಗೆ ಕೊಟ್ಟು, ನಾನು ಮೆಸ್‌ಗೆ ತಿನ್ನಲು ಹೊರಟು ಹೋದೆ. ರೂಮಿನಲ್ಲಿ ಕಾಳಪ್ಪ ಮತ್ತು ಆ ಮಸಾಜ್ ಮಾಡುವ ಮುದುಕ ಮಾತ್ರ ಇದ್ದರು.

ನಾನು ಮೆಸ್‌ನಿಂದ ವಾಪಾಸು ಟೆಂಟ್‌ಗೆ ಬಂದಾಗ ಕಾಳಪ್ಪ ಅತ್ಯಂತ ಅಸಹ್ಯ, ದುಃಖದಿಂದ ಹಾಸಿಗೆಯ ಮೇಲೆ ಕುಳಿತಿದ್ದರು. ಏನಾಗಿಹೋಯಿತೋ ಎಂಬ ಆತಂಕ, ಅಚ್ಚರಿ ನನಗೆ. "ನನ್ನ ಮರ್ಯಾದೆ ಎಲ್ಲಾ ಕಳೆದು ಬಿಟ್ಟ ರೀ ಆ ಮುದುಕ" ಎಂದು ಒಂದೇ ಸವನೆ ದುಃಖಿಸಲಾರಂಭಿಸಿದರು. ನನಗೆ ನಡೆದ ಸಂಗತಿಯೇನೆಂದು ಖಂಡಿತಾ ತಿಳಿಯಲಿಲ್ಲ. "ಯಾವ ಬಾಯಿಂದ ಅಂತಹ ಹೊಲಸು ಸಂಗತಿ ಹೇಳಲಿ ಕಣ್ರೀ..." ಎಂದು ನಡೆದದ್ದನ್ನು ಹೇಳುವದಕ್ಕೇ ಕಾಳಪ್ಪ ನಿರಾಕರಿಸಿದರು. ಸ್ವಲ್ಪ ಹೊತ್ತು ಅವರನ್ನು ಸಮಾಧಾನ ಪಡಿಸಿದ ಮೇಲೆ, ಸಿಟ್ಟಿನಿಂದಲೇ ನಡೆದ ಸಂಗತಿಯನ್ನು ಚುಟುಕಾಗಿ ಹೇಳಿದರು. ಕಾಲಿಗೆ ಎಣ್ಣೆ ಹಚ್ಚಿ ತಿಕ್ಕುತ್ತಾ ಆ ಮಸಾಜ್ ಮಾಡುವ ಮನುಷ್ಯ, ಒಂದು ಹೊತ್ತಿನಲ್ಲಿ ಅವರ ಚಡ್ಡಿಯೊಳಕ್ಕೆ ಕೈಹಾಕಿ, ಅವರ ಮರ್ಮಾಂಗವನ್ನು ಹಿಚುಕಿ ಬಿಟ್ಟಿದ್ದ. ಅನಾಹುತವಾದಂತೆ ಇವರು ಕೂಗಾಡಿ ಎದ್ದುಬಿಟ್ಟಿದ್ದರು. ಆತ ಹೆದರಿಕೊಂಡು ಓಡಿ ಹೋಗಿದ್ದ. ಆತ ನಿಜಕ್ಕೂ ಅವರ ಮರ್ಮಾಂಗವನ್ನು ಹಿಚುಕಿದ್ದನೋ ಅಥವಾ ತೊಡೆಯ ತನಕ ಕೈಹಾಕಿ ಮಸಾಜ್ ಮಾಡುವಾಗ ಇವರು ಹಾಗೆ ಊಹಿಸಿಕೊಂಡಿದ್ದರೋ ಗೊತ್ತಿಲ್ಲ. ಕಾಳಪ್ಪ ವಿಪರೀತ ಹೆದರಿಕೆಯಿಂದ ಮತ್ತು ಅಸಹ್ಯದಿಂದ ನಡುಗುತ್ತಿದ್ದರು.

ಆವತ್ತಿನಿಂದ ಅವರಿಗೆ ಹೋಮೋಫೋಬಿಯಾ ಶುರುವಾಯ್ತು ನೋಡಿ. ಯಾರೇ ಅಪರಿಚಿತರನ್ನು ಕ್ಯಾಂಪ್‌ಸೈಟಿನಲ್ಲಿ ನೋಡಿದರೂ, ಅವರು 'ಗೇ'

ಇರಬಹುದು ಎಂದು ಭಾವಿಸುತ್ತಿದ್ದರು. ನನ್ನ ಜೊತೆಯನ್ನು ಬಿಟ್ಟು ಅತ್ತಿತ್ತ ಕದಲುತ್ತಿರಲಿಲ್ಲ. ತಮಾಷೆಯೆಂದರೆ ರಾತ್ರಿಯ ಹೊತ್ತು ಅವರ ಪಕ್ಕ ನಾನಲ್ಲದೆ ಬೇರೆ ಯಾರೂ ಮಲಗಕೂಡದು ಎಂದು ಕಡ್ಡಾಯವನ್ನು ವಿಧಿಸಿಬಿಟ್ಟರು. ಮೂವತ್ತು ದಿನಗಳ ಕಾಲ ಅವರು ನನ್ನ ಪಕ್ಕವೇ ಮಲಗಿ ನೆಮ್ಮದಿಯಿಂದ ನಿದ್ರಿಸುತ್ತಿದ್ದರು. ರಾತ್ರಿ ಯಾವಾಗಲೋ ಒಮ್ಮೆ ಮೂತ್ರಕ್ಕೆ ಎದ್ದಾಗಲೂ, ಗಾಢವಾಗಿ ಮಲಗಿದ್ದ ನನ್ನನ್ನು ಎಬ್ಬಿಸಿ ಜೊತೆಯಲ್ಲಿ ಕರೆದುಕೊಂಡು ಹೋಗುತ್ತಿದ್ದರು. "ನೀವು ನನ್ನ ಜೊತೆ ಇದ್ದೀರ ಅಂತ ನಾನು ಬದುಕಿಕೊಂಡೆ ಕಣ್ರೀ... ಇಲ್ಲಾ ಅಂದ್ರೆ ನನ್ನ ಗತಿ ಏನಿತ್ತು?" ಎಂದು ನನ್ನಲ್ಲಿ ಹತ್ತಾರು ಬಾರಿ ಹೇಳಿದರು. ನಾನು 'ಗೇ' ಎನ್ನುವ ಸಂಗತಿಯನ್ನು ಅಲ್ಲಿ ಯಾರಿಗೂ ಹೇಳಿರಲಿಲ್ಲ. ಅದರ ಅವಶ್ಯಕತೆಯೂ ನನಗೆ ಕಂಡಿರಲಿಲ್ಲ. ಆದರೆ ಕಾಣದ 'ಗೇ' ಮನಷ್ಯನನ್ನು ಊಹಿಸಿಕೊಂಡು ನಡುಗುತ್ತಾ, ನಿಜವಾದ 'ಗೇ' ಪಕ್ಕವೇ ಮಲಗಿ ಸುರಕ್ಷತಾಭಾವವನ್ನು ಅನುಭವಿಸಿದ ಕಾಳಪ್ಪ ನನಗೆ ತಮಾಷೆಯನ್ನು ನೀಡಿದ್ದರು. ಬೆಂಗಳೂರಿಗೆ ಬಂದ ಮೇಲೆ ವಿಮಾನ ನಿಲ್ದಾಣದಲ್ಲಿ ತಮ್ಮ ಪತ್ನಿಗೆ ನನ್ನನ್ನು ಪರಿಚಯಿಸಿ, "ಇವರು ಇಲ್ಲಾ ಅಂದಿದ್ರೆ ನಾನು ನಿಂಗೆ ಸಿಗ್ತಾ ಇರಲಿಲ್ಲ ಕಣೇ... ಇಲ್ಲೆಲ್ಲಾ ಆ ವಿಷಯ ಬೇಡ. ಮನೆಗೆ ಹೋದ ಮೇಲೆ ಹೇಳ್ತೀನಿ" ಎಂದು ಗದ್ಗದಿತರಾಗಿ ಹೇಳಿದ್ದರು. ಸರಿಯಾದ ಪ್ರಪಂಚಜ್ಞಾನವಿಲ್ಲದವರನ್ನು 'ಹೋಮೋಫೋಬಿಯಾ' ಯಾವ ರೀತಿಯಲ್ಲಿ ಕಾಡುತ್ತದೆ ಎನ್ನುವದಕ್ಕೆ ಕಾಳಪ್ಪ ಅತ್ಯುತ್ತಮ ಉದಾಹರಣೆಯಾಗಿ ನನಗೆ ಕಾಣುತ್ತಾರೆ.

'ಹೋಮೋಫೋಬಿಯಾ' ಎನ್ನುವುದು ಕೇವಲ ಇತರ ಜನರಿಗೆ ಮಾತ್ರ ಆಗುವ ಭಯವಲ್ಲ. ಸ್ವತಃ 'ಗೇ' ಜನರೇ ಈ ಕಲ್ಪಿತ ಭಯದಿಂದ ವಿಪರೀತವಾಗಿ ಬಳಲುತ್ತಾರೆ. ಅವರಿಗೂ ಮಾಹಿತಿಯ ಕೊರತೆ ಮತ್ತು ಆ ಜಗತ್ತಿನೊಡನೆ ನಂಟಿಲ್ಲದಿರುವ ಸಂಗತಿಯೇ ಆ ಭಯದ ಮೂಲವಾಗಿರುತ್ತದೆ. ನಾನು 'ಮೋಹನಸ್ವಾಮಿ' ಪುಸ್ತಕ ಬರೆಯುವದಕ್ಕೆ ಮುಂಚೆ ಕೇವಲ ಕೆಲವೇ ಲೈಂಗಿಕ ಅಲ್ಪಸಂಖ್ಯಾತರ ಮುಂದೆ ನನ್ನ ಲೈಂಗಿಕತೆಯ ವಿಷಯವನ್ನು ತೆರೆದಿಟ್ಟಿದ್ದೆ. ಅಪರಿಚಿತ 'ಗೇ' ಜನರನ್ನು ಕಂಡರಂತೂ ಭಯವೇ ಆಗುತ್ತಿತ್ತು. ಇನ್ನು ಹಿಜ್ಡಾ ಮಂದಿಯನ್ನು ಧೈರ್ಯದಿಂದ ಮಾತಾಡಿಸಲಿಕ್ಕೂ ಸಾಧ್ಯವಾಗುತ್ತಿರಲಿಲ್ಲ. ಆದರೆ ಒಮ್ಮೆ ಪುಸ್ತಕವನ್ನು ಬರೆದು, ನನ್ನ ಹೆಸರಿನಲ್ಲಿಯೇ ಪ್ರಕಟಿಸಬೇಕೆಂದು ನಿರ್ಧರಿಸಿದೆನೋ ಆಗ ನನಗೆ ನಾನೇ ಧೈರ್ಯ ತೆಗೆದುಕೊಂಡೆ. ನನ್ನ ಖಾಸಾ ಗೆಳೆಯರಿಗೆ ಮತ್ತು ಸಹೋದರಿಯರಿಗೆ ಖುದ್ದಾಗಿ ಭೇಟಿಯಾಗಿ ಹೇಳಲಾರಂಭಿಸಿದೆ. ಪ್ರತಿಯೊಬ್ಬರೂ ನನ್ನನ್ನು ಪ್ರೀತಿಯಿಂದಲೇ ಸ್ವೀಕರಿಸಿದರು. ಲೈಂಗಿಕತೆ ಎನ್ನುವುದು ಅವರವರ ವೈಯಕ್ತಿಕ ವಿಷಯ; ನಮ್ಮ ಗೆಳೆತನ ಇವೆಲ್ಲವನ್ನೂ ಮೀರಿದ್ದು ಎಂದು ವಿಶ್ವಾಸದಿಂದ ಮಾತನಾಡಿದರು.

ಆದರೆ ರೋಹಿತ್ ಸೋಮಯ್ಯ ಎನ್ನುವ ಗೆಳೆಯನ ಪ್ರತಿಕ್ರಿಯೆ ಮಾತ್ರ ಅತ್ಯಂತ ವಿಶೇಷವಾಗಿತ್ತು.

ಈ ಗೆಳೆಯನ ಜೊತೆಗೆ ನಾನು ಪ್ರತಿನಿತ್ಯ ಸ್ಕ್ವಾಷ್ ಆಟ ಆಡುತ್ತಿದ್ದೆ. ಕನ್ನಡ ಭಾಷೆ ಮತ್ತು ಸಂಸ್ಕೃತಿಯ ಬಗ್ಗೆ ಈತನಿಗೆ ವಿಪರೀತ ಅಭಿಮಾನ. ಮದುವೆಯಾಗಿ ಇಬ್ಬರು ಮಕ್ಕಳಿದ್ದಾರೆ. ಸಾಕಷ್ಟು ವರ್ಷ ಅಮೆರಿಕಾದಲ್ಲಿದ್ದು, ಈಗ ಮಕ್ಕಳಿಗೆ ಕನ್ನಡ ಸಂಸ್ಕೃತಿಯ ಪರಿಚಯವಾಗಲೆಂದು ಇಲ್ಲಿಯೇ ಬಂದು ನೆಲೆಸಿದ್ದಾನೆ. ಈತನಿಗೆ ನನ್ನ ಬಗ್ಗೆ ವಿಶೇಷ ಹೆಮ್ಮೆಯಿದೆ. ಸಾಕಷ್ಟು ಪುಸ್ತಕಗಳನ್ನು ಬರೆದಿದ್ದೇನೆ ಎಂದು ನನಗೆ ಗೌರವವನ್ನು ಕೊಡುತ್ತಾನೆ. ಅವನಿಗೂ ಬದುಕಿನಲ್ಲಿ ಏನಾದರೂ ಸಾಧಿಸಬೇಕು ಎನ್ನುವ ಆಸೆ ವಿಪರೀತವಾಗಿದೆ. ಆದರೆ ಯಾಕೋ ಯಾವುದೂ ಕೈಗೂಡಿಲ್ಲ. ಪ್ರತಿನಿತ್ಯ ಐದು ತಾಸು ಬೆಂಗಳೂರಿನ ರಸ್ತೆಗಳ ಟ್ರಾಫಿಕ್‌ನಲ್ಲಿ ಕಳೆದು, ಹತ್ತು ಗಂಟೆ ಆಫೀಸಿನಲ್ಲಿ ಕಳೆದರೆ ಯಾವುದಕ್ಕೆ ತಾನೆ ಸಮಯವಿರುತ್ತದೆ?

ಒಂದು ದಿನ ಸ್ಕ್ವಾಷ್ ಆಟ ಆಡಿದ ನಂತರ, "ಸ್ವಲ್ಪ ನಿನ್ನೊಡನೆ ಖಾಸಾ ವಿಷಯ ಮಾತಾಡಬೇಕು ರೋಹಿತ್" ಎಂದ ಹೇಳಿ ನನ್ನ ಹೊಸಪುಸ್ತಕ ಮತ್ತು ನನ್ನ ಲೈಂಗಿಕತೆಯ ಕುರಿತು ಮಾತನಾಡಿದೆ. ನನ್ನ ಮಾತಿನಲ್ಲಿ ಒಂದು ರೀತಿಯ ವಿಷಾದ, ಅಸಹಾಯಕತೆ ಇಣುಕಿತ್ತು. ಆತ ಎಲ್ಲವನ್ನೂ ಕೇಳಿಸಿಕೊಂಡು ಬಹಳ ಗಂಭೀರನಾಗಿ ಬಿಟ್ಟ. ಆಮೇಲೆ "ನಂಗೆ ಈವಾಗ ಗೊತ್ತಾಯ್ತು ಕಣೋ, ನೀನು ಯಾಕೆ ಬದುಕಿನಲ್ಲಿ ಇಷ್ಟು ಯಶಸ್ವಿಯಾಗಿದೀಯಾ ಅಂತ... ಪುಸ್ತಕ ಬರೀತೀಯಾ, ಟ್ರೆಕ್ಕಿಂಗ್ ಮಾಡ್ತೀಯಾ, ಯಾವ ಊರಿಗೆ ಬೇಕೋ ಅಲ್ಲಿಗೆ ಹೋಗ್ತೀಯಾ, ಮನಸ್ಸಿಗೆ ಹಿಡಿಸಲಿಲ್ಲ ಅಂತ ಕೆಲಸ ಬಿಡ್ತೀಯಾ... ಅದಕ್ಕೆಲ್ಲಾ ನೀನು 'ಗೇ' ಅನ್ನೋದೇ ಕಾರಣ ಕಣೋ... ಎಂಥಾ ಅದೃಷ್ಟ ನಿನ್ನದು... ನಾವು ನೋಡು, ಹಗಲು–ರಾತ್ರಿ ದುಡಿದು ಸಾಯಬೇಕು. ಮನೆಗೆ ಎಷ್ಟು ಸಂಪಾದನೆ ಮಾಡಿ ತಂದು ಹಾಕಿದ್ರೂ ಸಾಕಾಗಲ್ಲ. ಮಕ್ಕಳ ಫೀಜು, ಹೆಂಡತಿ ಬಟ್ಟೆ–ಬರೆ, ಕಾರು–ಬಂಗಲೆ ಅಂತೆಲ್ಲಾ ಸಾಲ ಮಾಡ್ಕೊಂಡು... ಥೂ, ಹೊಲಸು ಜೀವನ ನಮ್ದು... ಯಾವ ಬೋಳೀ ಮಗ ಮದುವೆ, ಮಕ್ಕಳು ಅಂತೆಲ್ಲಾ ಮಾಡಿಟ್ಟಾನೋ ಅವನನ್ನ ಗುಂಡಿಕ್ಕಿ ಹೊಡೀಬೇಕು... ನಾನು ನಿನ್ನ ತರಹ 'ಗೇ' ಆಗಿ ಹುಟ್ಟಿದ್ರೆ ಎಷ್ಟು ಚೆನ್ನಾಗಿ ಇರ್ತಿತ್ತು... ನಿನ್ನ ತರಹಾನೇ ಬದುಕಿನಲ್ಲಿ ಯಶಸ್ವಿಯಾಗಿ ಬಿಡ್ತಿದ್ದೆ..." ಎಂದೆಲ್ಲಾ ದೊಡ್ಡ ಧ್ವನಿಯಲ್ಲಿ ನನ್ನ ಅದೃಷ್ಟವನ್ನು ಕೊಂಡಾಡಲು ಶುರುಮಾಡಿಬಿಟ್ಟ. ನನಗೆ ದೇವರಾಣೆಗೂ ಇಂತಹ ಹೊಗಳಿಕೆಯನ್ನು ಸ್ವೀಕರಿಸುವ ಮನಸ್ಥಿತಿ ಇರಲಿಲ್ಲ. ಆದರೆ ಅವನ ಮಾತಿಗೆ ಅಡ್ಡಿ ಪಡಿಸಬಾರದು ಎನ್ನುವ ಕಾರಣದಿಂದ "ಹೌದು, ಹೌದು" ಎಂದು ಗೋಣು ಹಾಕಿಬಿಟ್ಟೆ. ನನ್ನದು ಶಾಪಗ್ರಸ್ಥ ಬದುಕು ಎಂದು ಹಲವಾರು ಸಲ

ಅಂದುಕೊಂಡಿದ್ದೆ. ಇಲ್ಲಿ ಈತ ಅದನ್ನೇ ವರಪ್ರಸಾದ ಎಂದು ಹೇಳುತ್ತಿರುವನಲ್ಲ ಅಂತ ವಿಚಿತ್ರ ರೋಮಾಂಚನ ಆಗಿಬಿಟ್ಟಿತ್ತು.

'ಮೋಹನಸ್ವಾಮಿ' ಪುಸ್ತಕ ಬಿಡುಗಡೆಯಾದ ಮೇಲಂತೂ ವಿಶೇಷ ಅನುಭವಗಳು ನನಗಾಗಿವೆ. ಈ ಎಲ್ಲಾ ಅನುಭವಗಳು ನಾಡಿನ ಜನರಲ್ಲಿ 'ಗೇ' ಬದುಕಿನ ಬಗ್ಗೆ ಇರುವ ಕುತೂಹಲ, ಅಜ್ಞಾನ, ಭಯ ಇತ್ಯಾದಿ ಸಂಗತಿಗಳನ್ನು ತೋರಿಸಿಕೊಟ್ಟಿವೆ. ಅದರ ಜೊತೆಗೆ ಗುಪ್ತವಾಗಿ ಬದುಕುತ್ತಿರುವ ನಾಡಿನ ಅನೇಕ 'ಗೇ' ಜನರ ನೋವು, ನಲಿವುಗಳ ದರ್ಶನ ನನಗೆ ಮಾಡಿಕೊಟ್ಟಿವೆ. ಒಂದು ರೀತಿಯಲ್ಲಿ ನನಗೆ ಹೊಸ ಜಗತ್ತನ್ನು, ಹೊಸ ಬದುಕನ್ನು ನೀಡಿವೆ.

ಈಗಾಗಲೇ ನಾನು ಸುಮಾರು ಹದಿನೈದು ವರ್ಷಗಳಿಂದ ಕನ್ನಡದಲ್ಲಿ ಕತೆ, ಪ್ರಬಂಧಗಳನ್ನು ಬರೆಯುತ್ತಿದ್ದೆನಾದ ಕಾರಣ, ಎಲ್ಲಾ ಲೇಖಕರಿಗೂ ಇರುವಂತೆ ನನಗೂ ಒಂದು ಪುಟ್ಟ ಓದುಗ ವರ್ಗವಿತ್ತು. ಅಲ್ಲಿಯವರೆಗೆ ನಾನು ನನ್ನ ಬಾಲ್ಯದ ರಸ ಅನುಭವಗಳ ಬಗ್ಗೆಯೋ, ನನ್ನ ಅಮ್ಮನ ಬದುಕು ಮತ್ತು ಬವಣೆಯ ಕುರಿತೋ, ಬ್ರಾಹ್ಮಣ ಮಡಿಹೆಂಗಸರ ಸಂಕಷ್ಟಗಳ ಕುರಿತೋ ಅಥವಾ ಬೆಂಗಳೂರಿನ ಒತ್ತಡದ ಬದುಕಿನ ಬಗ್ಗೆಯೋ ಬರೆದಿದ್ದೆ. ಓದುಗರು ಅವನ್ನೆಲ್ಲಾ ಪ್ರೀತಿಯಿಂದ ಓದಿ ಪ್ರತಿಕ್ರಿಯಿಸಿದ್ದರು. ಸಾಕಷ್ಟು ಜನ ನನ್ನ ಜೊತೆ ಫೋನಿನಲ್ಲಿ ಮಾತನಾಡುವುದೋ, ಮೆಸೇಜ್ ಅಥವಾ ಇ–ಮೇಲ್ ಕಳುಹಿಸುವುದೋ ಮಾಡುತ್ತಿದ್ದರು. ಅವರೆಲ್ಲಾ 'ಮೋಹನಸ್ವಾಮಿ' ಪುಸ್ತಕದ ವಿಷಯವನ್ನು ಓದಿ ಕಂಗಾಲಾಗಿ ಹೋದರು. ಅವರ ಆತಂಕ ಹಲವು ರೀತಿಯಲ್ಲಿ ಪ್ರಕಟವಾದವು.

ಮಲ್ಲೇಶ್ವರಂ ಕಡೆಯ ಹಿರಿಯ ಮಹಿಳೆಯೊಬ್ಬರು ನನಗೆ ಫೋನಾಯಿಸಿದ್ದರು.

"ಈವತ್ತು ಏನು ವಿಶೇಷ ಗೊತ್ತಾ?"

"ಇಲ್ಲ ಮೇಡಂ, ನೀವೇ ಹೇಳಬೇಕು"

"ನಮ್ಮ ಮದುವೆಯಾಗಿ ಇಪ್ಪತ್ತೈದು ವರ್ಷ ಆಯ್ತು"

"ತುಂಬಾ ಸಂತೋಷ. ಅಭಿನಂದನೆಗಳು ಮೇಡಂ"

"ನಮ್ಮ ಯಜಮಾನರು ನನಗೆ ಏನು ಉಡುಗೊರೆ ತರ್ತಾ ಇದಾರೆ ಗೊತ್ತಾ?"

"ನೀವೇ ಹೇಳಿ..."

"ನಿಮ್ಮ 'ಮೋಹನಸ್ವಾಮಿ' ಪುಸ್ತಕ ಕೊಂಡು ತರೋದಕ್ಕೆ ಮೆಜೆಸ್ಟಿಕ್‌ಗೆ ಹೋಗಿದಾರೆ. ನಿಮ್ಮ ಪುಸ್ತಕ ಅಂದ್ರೆ ನಂಗೆ ತುಂಬಾ ಇಷ್ಟ ಅಂತ ಅವರಿಗೆ ಚೆನ್ನಾಗಿ ಗೊತ್ತು"

"ಓಹ್! ಹೌದಾ... ಸಂತೋಷ"

"ಮೋಹನಸ್ವಾಮಿ ಅಂದ್ರೆ ಶ್ರೀಕೃಷ್ಣನ ಮತ್ತೊಂದು ಹೆಸರು. ಶ್ರೀಕೃಷ್ಣ ನನ್ನ

ಇಷ್ಟದ ದೇವರು. ಅವನ ಬಗ್ಗೆ ನೀವು ಖಂಡಿತಾ ಇಷ್ಟರಲ್ಲೇ ಪುಸ್ತಕ ಬರೀತೀರಾ ಅಂತ ನಂಗೆ ಗೊತ್ತಿತ್ತು..."

ನನಗೆ ಬಾಯಲ್ಲಿ ಕ್ರಿಕೆಟ್ ಬಾಲ್ ಸಿಕ್ಕಿಹಾಕಿಕೊಂಡ ಹಾಗಾಯ್ತು. ಪುಸ್ತಕದ ಕುರಿತು ಹೇಳಬೇಕೋ, ಬೇಡವೋ ಗೊತ್ತಿಲ್ಲ. ಈ ಹೊತ್ತಿನಲ್ಲಿ ಸುಮ್ಮನಿರುವುದು ಸೂಕ್ತ ಎಂದು ಬಾಯಿ ಬಿಗಿದುಕೊಂಡಿದ್ದೆ.

ಎರಡೇ ದಿನಕ್ಕೆ ಅವರಿಂದ ಫೋನ್ ಬಂತು. ಆ ಕಡೆಯಿಂದ ಮುಸಿಮುಸಿ ಅಳುವ ಸದ್ದು ಬಹಳ ಕಾಲ ಕೇಳಿಸಿತು.

"ನೀವು ಈ ತರಹ ಮೋಸ ಮಾಡ್ತೀರ ಅಂತ ಅಂದುಕೊಂಡಿರಲಿಲ್ಲ... ಯಾಕೆ ಇಂಥಾ ಹೊಲಸು ಸಂಗತಿಗಳನ್ನು ಬರೆದ್ರಿ..." ಎಂದು ಬಿಕ್ಕಿ ಬಿಕ್ಕಿ ಅಳುತ್ತಾ ಹೇಳಿದರು.

"ಸಾರಿ ಮೇಡಂ... ನಿಮಗೆ ಪುಸ್ತಕ ಇಷ್ಟ ಆಗಿಲ್ಲ ಅಂದ್ರೆ ಪೂರ್ತಿ ಓದೋದು ಬೇಡ. ಲೇಖಕನ ಎಲ್ಲಾ ಪುಸ್ತಕಗಳು ಇಷ್ಟ ಆಗಬೇಕು ಅಂತೇನೂ ಇಲ್ಲ..." ಎಂದೆಲ್ಲಾ ಹೇಳಿ ಸಮಾಧಾನ ಪಡಿಸಿದೆ.

ಮೈಸೂರು ಕಡೆಯ ವೈದ್ಯೆಯೊಬ್ಬರು ಮಾತ್ರ ನನ್ನನ್ನು ದಂಗು ಪಡಿಸುವಂತಹ ಪ್ರಶ್ನೆಯನ್ನು ಕೇಳಿಬಿಟ್ಟರು. ಇವರು ಸಾಕಷ್ಟು ಸಾಹಿತ್ಯದಲ್ಲಿ ತೊಡಗಿಸಿಕೊಂಡವರು ಮತ್ತು ಸ್ತ್ರೀವಾದಿ. ತಾವು ನಾಡಿನ ಪ್ರಗತಿಪರ ಮಹಿಳೆಯರಲ್ಲಿ ಒಬ್ಬರು ಎಂದು ಗುರುತಿಸಿಕೊಳ್ಳುತ್ತಾರೆ. ಅವರು ಪುಸ್ತಕವನ್ನು ಓದಿದ ಮೇಲೆ ಫೋನಾಯಿಸಿದ್ದರು.

"ಒಂದು ವೈಯಕ್ತಿಕ ವಿಷಯ ಕೇಳ್ತೀನಿ, ತಪ್ಪು ತಿಳ್ಕೋಬೇಡಿ" ಎಂದು ನಾಂದಿ ಹಾಡಿದರು.

"ಕೇಳಿ ಮೇಡಂ, ಹೇಳೋ ಸಂಗತಿಯಾಗಿದ್ರೆ ಖಂಡಿತಾ ಹೇಳ್ತೀನಿ"

"ನೀವು 'ಗೇ' ಅಂತ ಗೊತ್ತಾದ ತಕ್ಷಣ 'ಅದನ್ನ' ಕತ್ತರಿಸಿಕೊಂಡು ಬಿಟ್ರಾ?"

ನಾನು ಪೂರ್ತಿ ಕಕ್ಕಾಬಿಕ್ಕಿಯಾಗಿಬಿಟ್ಟೆ, ಅವರ ಮನಸ್ಸಿನಲ್ಲಿ 'ಗೇ' ಮನುಷ್ಯನ ಬಗ್ಗೆ ಇರುವ ಕಲ್ಪನೆಯನ್ನು ಕಂಡು ನಗು ಬಂತು. "ನಾನ್ಯಾಕೆ ಕತ್ತರಿಸಿಗೊಳ್ಳಲಿ ಮೇಡಂ? 'ಅದು' ಇಲ್ಲ ಅಂದ್ರೆ ಬದುಕು ನಡೆಸೋದು ಹೇಗೆ? ನೀವು ಹೇಗೂ ವೈದ್ಯರಿದ್ದೀರಿ. ಏನಾದ್ರೂ ಪ್ಲಾಸ್ಟಿಕ್ ಸರ್ಜರಿ ಮಾಡಿ ಇನ್ನೊಂದನ್ನ ಅಂಟಿಸ್ತೀನಿ ಅಂದ್ರೂ ನಾನು ರೆಡಿ. ಬದುಕನ್ನು ಇನ್ನಷ್ಟು ಸುಖಿಸೋದಕ್ಕೆ ನಾನು ತಯಾರಾಗಿದೀನಿ" ಎಂದು ಹೇಳಿದೆ. ಅವರಿಗೆ ವಿಷಯವನ್ನು ಸರಿಯಾಗಿ ತಿಳಿಸಿ ಹೇಳುವಷ್ಟರಲ್ಲಿ ನನಗೆ ಸುಸ್ತಾಗಿ ಹೋಯ್ತು. ವೃತ್ತಿಯಲ್ಲಿ ವೈದ್ಯರಾದ, ಸಾಹಿತ್ಯದ ಒಡನಾಟವಿರುವ, ಉನ್ನತ ವರ್ಗದ ಜನರದೇ ಈ ಪಾಡಾದರೆ ಉಳಿದವರಿಗೆ ಏನು ತಾನೇ ಗೊತ್ತಿರಲು ಸಾಧ್ಯ? ಖಂಡಿತವಾಗಿಯೂ ಅವರನ್ನು ನಾನು ದೂರುವಂತಿರಲಿಲ್ಲ. ಅವರು ಸಮಾಜದ ಪ್ರಸ್ತುತ ಸ್ಥಿತಿಯ ಪ್ರತೀಕವಾಗಿದ್ದರು. ಆದರೂ ಆಕೆಗೆ ನನ್ನ ಮಾತು ಸಮಾಧಾನ ಕೊಡಲಿಲ್ಲ.

“ನೀವು ಏನೇ ಹೇಳಿ, ನಂಗ್ಯಾಕೋ ಇದೆಲ್ಲಾ ನಿಸರ್ಗಕ್ಕೆ ವಿರುದ್ಧವಾದದ್ದು ಅನ್ನಿಸುತ್ತಪ್ಪಾ...” ಎಂದು ರಾಗ ತೆಗೆದರು.

“ಮೇಡಂ, ನೀವೊಬ್ಬ ಸ್ತ್ರೀವಾದಿ ಅಂತ ಹೇಳ್ಕೋತೀರ. ಸ್ತ್ರೀ ಚಳುವಳಿಗೂ, ಲೈಂಗಿಕ ಅಲ್ಪಸಂಖ್ಯಾತರ ಚಳುವಳಿಗೂ ಯಾವುದೇ ವ್ಯತ್ಯಾಸವಿಲ್ಲ. ಎರಡೂ ಸಮಾಜದಲ್ಲಿನ ಲಿಂಗ ತಾರತಮ್ಯದ ಶೋಷಣೆಯನ್ನು ವಿರೋಧಿಸಲೆಂದೇ ಹುಟ್ಟಿಕೊಂಡಿದ್ದು. ನೀವು ‘ಗೇ’ಯೊಬ್ಬನನ್ನು ವಿರೋಧಿಸಿದರೆ, ‘ಸ್ತ್ರೀವಾದಿ’ ಎಂದು ಹೇಳಿಕೊಳ್ಳಲು ಅನರ್ಹರಾಗುತ್ತೀರ.”

ಆಕೆಗೆ ನನ್ನ ಮಾತು ಸಿಟ್ಟು ತರಿಸಿತು. ಫೋನ್ ಕತ್ತರಿಸಿಬಿಟ್ಟರು.

ಸುಮಾರು ಅರವತ್ತೈದು ವರ್ಷದ ಹಿರಿಯರೊಬ್ಬರು ನನ್ನ ಜೊತೆ ಕೆಲಸ ಮಾಡುತ್ತಾರೆ. ದೇವತಾ ಪೂಜೆ, ಭಜನೆ, ಭಗವದ್ಗೀತೆ, ಸೊಗಸಾದ ಭೋಜನ – ಇತ್ಯಾದಿಗಳು ಇವರಿಗೆ ಇಷ್ಟ. ‘ಬಂದದ್ದೆಲ್ಲಾ ಬರಲಿ, ಗೋವಿಂದನ ದಯೆ ಒಂದಿರಲಿ’ ಎಂದು ಯಾವಾಗಲೂ ಹೇಳುತ್ತಾ, ಬಹು ಒಳ್ಳೆಯ ಮಾತುಗಳನ್ನು ಆಡುತ್ತಾರೆ. ಇವರಿಗೆ ಮೂಲತಃ ‘ಗೇ’ ಬದುಕು ಇಷ್ಟವಾಗಲ್ಲ. ಆದ್ದರಿಂದ ನನ್ನ ಪುಸ್ತಕವೂ ಇಷ್ಟವಾಗಿರಲಿಲ್ಲ. ಆದರೆ ಅವರು ವಿನೂತನ ಬಗೆಯಲ್ಲಿ ಪುಸ್ತಕದ ಮಹತ್ವವನ್ನು ತಿಳಿಸಿದರು.

“ನೀನು ಹೇಳೋ ಬದುಕು ನಂಗೆ ಒಪ್ಪಿಗೊಳ್ಳೋದು ಕಷ್ಟ ಆಗ್ತದಪ್ಪಾ... ಆದರೆ ಅಂತಹವರು ಇದ್ದಾರೆ ಅನ್ನೋದು ಸತ್ಯ ಅನ್ನಿಸುತ್ತೆ... ಕನ್ನಡದವರ ಸಮಸ್ಯೆ ಏನಾಗಿತ್ತು ಗೊತ್ತಾ? ಅಂತಹವರನ್ನ ಏನಂತ ಕರೀಬೇಕು ಅನ್ನೋದೇ ತಿಳೀತಿದ್ದಿಲ್ಲ. ಈ ಇಂಗ್ಲೀಷಿನ ‘ಗೇ’ ಅನ್ನೋ ಪದ ನಮಗೆ ಒಗ್ಗಲ್ಲ. ಇನ್ನು ಮುಂದೆ ಅವರನ್ನೆಲ್ಲಾ ‘ಮೋಹನಸ್ವಾಮಿ’ಗಳು ಅಂತ ಕರೀಬೋದು ನೋಡು. ನಿನ್ನ ಪುಸ್ತಕ ಕನ್ನಡ ಭಾಷೆಗೆ ಒಂದು ಸೊಗಸಾದ ಪದವನ್ನು ಕೊಟ್ಟುಬಿಟ್ಟಿದೆ” ಅಂತ ಹೇಳಿದರು. ಅವರು ಪುಸ್ತಕವನ್ನು ಒಪ್ಪಿಕೊಳ್ಳದಿದ್ದರೂ, ತಮಗನ್ನಿಸಿದ ಒಂದು ಧನಾತ್ಮಕ ಸಂಗತಿಯನ್ನು ಹಂಚಿಕೊಂಡಿದ್ದು ನನಗೆ ಬಹಳ ಇಷ್ಟವಾಯ್ತು.

ಈ ಪುಸ್ತಕ ಹೊರಬಂದ ನಂತರ ಸಾಕಷ್ಟು ಜನರು ನನ್ನನ್ನು ಭೇಟಿಯಾಗಲು ಇಷ್ಟ ಪಡುತ್ತಿದ್ದರು. ಜೊತೆಗೆ ನಾನೂ ಬೇರೆ ಊರುಗಳಿಗೆ ಹೋದಾಗ ಅಲ್ಲಿರುವ ‘ಗೇ’ ಜನರನ್ನು ಭೇಟಿಯಾಗಿ, ಅವರ ಅಭಿಪ್ರಾಯಗಳನ್ನು ಕೇಳಿಸಿಕೊಳ್ಳುತ್ತಿದ್ದೆ. ಗೇ ಡೇಟಿಂಗ್ ಆಪ್‌ಗಳು ಈ ಭೇಟಿಗೆ ತುಂಬಾ ಸಹಾಯ ಮಾಡುತ್ತಿದ್ದವು. ಈ ಪುಸ್ತಕ ಬಿಡುಗಡೆಯಾದ ಹೊತ್ತಿನಲ್ಲಿಯೇ ದೇಶದಲ್ಲಿ ಆರ್ಟಿಕಲ್ 377 ಹೆಚ್ಚಾಗಿ ಚರ್ಚೆಗೆ ಬಂದಿತ್ತು. ಸರ್ವೋತ್ತಮ ನ್ಯಾಯಲಯವು ಲೈಂಗಿಕ ಅಲ್ಪಸಂಖ್ಯಾತರ ಸಮಾಗಮವನ್ನು ಪಾತಕ ಎಂದು ಹೇಳಿ, ತನ್ನನ್ನು ಸಮರ್ಥಿಸಿಕೊಳ್ಳತೊಡಗಿತ್ತು.

ಆದ್ದರಿಂದ ಇಡೀ ಲೈಂಗಿಕ ಅಲ್ಪಸಂಖ್ಯಾತರ ಗುಂಪಿನಲ್ಲಿ ಈ ವಿಷಯವೇ ಹೆಚ್ಚಾಗಿ ಚರ್ಚೆಗೆ ಬರುತ್ತಿತ್ತು. ಬೆಂಗಳೂರಿನಲ್ಲಂತೂ ನಮ್ಮ ಸಮುದಾಯದಲ್ಲಿ ಆಕ್ರೋಶ, ಹತಾಶೆ, ದುಃಖ, ನಿರಾಸೆ – ಎಲ್ಲವೂ ಮಡುವುಗಟ್ಟಿದ್ದವು.

ಅದೇ ಹೊತ್ತಿನಲ್ಲಿ ನಾನೊಮ್ಮೆ ಹೊಸಪೇಟೆಗೆ ಹೋದೆ. ಅಲ್ಲಿ ಸಕ್ರಿಯವಾಗಿರುವ ಒಬ್ಬ 'ಗೇ' ಮನುಷ್ಯನನ್ನು ಕಾಫಿಗೆ ಆಹ್ವಾನಿಸಿದೆ. ಆತ ಸಂತೋಷದಿಂದಲೇ ಒಪ್ಪಿಕೊಂಡು ಬಂದ. ಅದೂ ಇದೂ ಮಾತನಾಡಿದ ಬಳಿಕ "ಆರ್ಟಿಕಲ್ 377 ಬಗ್ಗೆ ನಿನ್ನ ನಿಲುವೇನು?" ಎಂದು ಕೇಳಿದೆ. ಅದಕ್ಕೆ ಆತ "ಹಾಗಂದ್ರೆ ಏನು?" ಎಂದು ಪ್ರಾಮಾಣಿಕವಾಗಿ ಕೇಳಿದ. ನಾವೆಲ್ಲಾ ಬೆಂಗಳೂರಿನಲ್ಲಿ ವೀರಾವೇಶದಿಂದ ಮಾತನಾಡುವ ವಿಷಯ ಇವನಿಗೆ ಗೊತ್ತೇ ಇಲ್ಲವೆನ್ನುವ ಸಂಗತಿ ನನಗೆ ಅತ್ಯಾಶ್ಚರ್ಯವನ್ನು ಉಂಟು ಮಾಡಿತ್ತು. ಆದರೆ ಅದನ್ನು ವ್ಯಕ್ತಪಡಿಸಿ, ಅವನನ್ನು ಅವಮಾನಿಸದೆ, ನಿಧಾನವಾಗಿ ಆ ವಿಷಯದ ಬಗ್ಗೆ ಸ್ಥೂಲವಾಗಿ ತಿಳಿಸಿಕೊಟ್ಟೆ. "ಒಂದು ವೇಳೆ ನೀನು ಮತ್ತು ನಿನ್ನ ಗೆಣೆಕಾರ ಸೆಕ್ಸ್‌ನಲ್ಲಿ ತೊಡಗಿಸಿಕೊಂಡಿರುವಾಗ ಪೋಲೀಸರ ಕೈಗೆ ಸಿಕ್ಕಿಬಿದ್ದರೆ, ಅವನು ನಿನ್ನನ್ನು ಅಪರಾಧಿ ಎಂದು ಪರಿಗಣಿಸಿ ಕಂಬಿ ಎಣಿಸುವಂತೆ ಮಾಡಬಹುದು" ಎಂದು ಹೇಳಿದೆ. ಅದಕ್ಕವನು ನಕ್ಕು "ಸಾರ್, ನಿಜ ಹೇಳ್ತೀನಿ. ಪೋಲಿಸ್ ಬಗ್ಗೆ ನನಗೆ ಅಂತಹ ಭಯ ಏನೂ ಇಲ್ಲ. ಒಂದು ವೇಳೆ ಸಿಕ್ಕಿ ಬಿದ್ದರೂ ಒಂದೈವತ್ತು ರೂಪಾಯಿ ಕೊಟ್ಟರೆ ಪಾಪ ಬಿಟ್ಟುಬಿಡ್ತಾರೆ. ಆದರೆ ಅಂತಹ ಹೊತ್ತಿನಲ್ಲಿ ನನ್ನ ಹೆಂಡತಿಯ ಕೈಗೆ ಸಿಕ್ಕಿ ಬಿದ್ದರೆ ಜೀವನ ಪೂರ್ತಿ ಬರ್ಬಾದ್ ಆಗಿ ಬಿಡುತ್ತೆ. ಹಂಗೆ ಆಗದೇ ಇರೋದಕ್ಕೆ ಏನಾದ್ರೂ ಕಾನೂನು ಮಾಡಿಸೋಕೆ ಸಾಧ್ಯಾನಾ ಸಾರ್?" ಎಂದು ಕೇಳಿ ನನ್ನ ವಿಕೆಟ್ ತೆಗೆದುಕೊಂಡುಬಿಟ್ಟ. ನಾನು ಮುಂದೆ ಆರ್ಟಿಕಲ್ 377 ಬಗ್ಗೆ ಸೊಲ್ಲೆತ್ತದೆ, ಸುಮ್ಮನೆ ಅವನ ಮಾತುಗಳನ್ನು ಕೇಳುತ್ತಾ ಕುಳಿತುಕೊಂಡೆ.

'ಮೋಹನಸ್ವಾಮಿ' ಪುಸ್ತಕದಿಂದ ಯಾರಿಗೆ ಎಂತಹ ಉಪಕಾರವಾಯ್ತೋ, ಯಾರಿಗೆ ಎಂತಹ ಅಪಕಾರವಾಯ್ತೋ ನನಗೆ ಗೊತ್ತಿಲ್ಲ. ಆದರೆ ನನ್ನ ಬದುಕಿನಲ್ಲಿ ಸಾಕಷ್ಟು ಬದಲಾವಣೆಯನ್ನು ಅದು ತಂದುಬಿಟ್ಟಿತು. ಮೈಮೇಲೆ ಹೊತ್ತಿದ್ದ ಭಾರವನ್ನು ಇಳಿಸಿಬಿಟ್ಟು ನಿರಾಳವಾಗುವ ಪರಿಯನ್ನು ಪದಗಳಲ್ಲಿ ಹಿಡಿದು ವಿವರಿಸುವುದು ಕಷ್ಟ. ಅದರ ಬದಲು ಒಂದು ಉದಾಹರಣೆಯನ್ನು. ನಿಮಗೆ ಹೇಳಿದರೆ ಅರ್ಥ ಮಾಡಿಕೊಳ್ಳುವಿರೆಂಬ ವಿಶ್ವಾಸ ನನ್ನದು.

ನನ್ನ ಧ್ವನಿ ಹೆಣ್ಣಿನ ಧ್ವನಿಯನ್ನು ಹೋಲುತ್ತದೆ. ಚಿಕ್ಕಂದಿನಿಂದಲೂ ಇದು ಹೀಗೇ ಇದೆ. ನಾನು ಎಷ್ಟೇ ಬದಲಾಯಿಸಲು ಪ್ರಯತ್ನ ಪಟ್ಟರೂ ಅದು ಬದಲಾಗಲಿಲ್ಲ. ನನ್ನ ರಕ್ತದ ಗುಂಪಿನಂತೆಯೇ ಅದೂ ನನ್ನೊಂದಿಗೆ ಸೇರಿಕೊಂಡು ಬಿಟ್ಟಿದೆ.

ಸಾಯುವ ತನಕವೂ ಅದು ನನ್ನ ಜೊತೆಯಲ್ಲಿಯೇ ಇರುತ್ತದೆ. ಈ ಕಾರಣದಿಂದಾಗಿ ನಾನು ಬಹಳಷ್ಟು ಮುಜುಗರವನ್ನು ಅನುಭವಿಸುತ್ತಿದ್ದೆ. ನಾನೊಂದು ದೊಡ್ಡ ಅಪಾರ್ಟ್‌ಮೆಂಟ್ ಸಂಕೀರ್ಣದಲ್ಲಿ ವಾಸಿಸುತ್ತಿದ್ದೇನೆ. ನನಗೆ ಯಾವುದಾದರೂ ಕೊರಿಯರ್ ಬಂದರೆ ಗೇಟ್‌ನಲ್ಲಿ ಸೆಕ್ಯೂರಿಟಿ ಆಫೀಸಿನಿಂದ ಕೊರಿಯರ್ ಹುಡುಗ ಫೋನ್ ಮಾಡುತ್ತಾನೆ. ಅವನು "ಹಲೋ" ಎಂದ ತಕ್ಷಣ ನಾನೂ "ಹಲೋ, ಹೇಳಪ್ಪಾ..." ಎನ್ನುತ್ತೇನೆ. ನನ್ನ ಹೆಣ್ಣಿನ ಧ್ವನಿಯನ್ನು ಆಲಿಸಿದ ಆ ಹುಡುಗರು ತಕ್ಷಣ "ಮೇಡಂ, ನಿಮಗೊಂದು ಕೊರಿಯರ್ ಬಂದಿದೆ. ತಂದು ಕೊಡಬಹುದಾ ಮೇಡಂ?" ಎಂದು ಕೇಳುತ್ತಿದ್ದರು. ನನ್ನನ್ನು "ಮೇಡಂ..." ಎಂದು ಅವರು ಕರೆದಿದ್ದಕ್ಕೆ ತುಂಬಾ ಸಿಟ್ಟು ಬರುತ್ತಿತ್ತು. ಅದು ಎಷ್ಟು ಕಿರಿಕಿರಿ ಮಾಡುತ್ತಿತ್ತೆಂದರೆ, ಇಡೀ ದಿನ ನಾನು ಅಸಹನೆಯಿಂದ ಒದ್ದಾಡುತ್ತಿದ್ದೆ. ನನ್ನೆಲ್ಲಾ ಕೆಲಸಗಳನ್ನು ಮಾಡುವುದು ಬಿಟ್ಟು ಖಿನ್ನತೆಗೆ ಜಾರುತ್ತಿದ್ದೆ. ಕೆಲವೊಮ್ಮೆ ಆ ಹುಡುಗರ ಮೇಲೆ "ಮೇಡಂ ಅಲ್ಲ... ಇದು ಸಾರ್ ಮಾತಾಡ್ತಿರೋದು... ಅಷ್ಟೂ ಗೊತ್ತಾಗಲ್ವಾ?" ಎಂದು ರೇಗುತ್ತಿದ್ದೆ. ಅವರು "ಸಾರಿ ಮೇಡಂ... ಸಾರಿ ಸಾರ್..." ಅಂತೆಲ್ಲಾ ಗಾಬರಿಯಿಂದ ಬಡಬಡಿಸುತ್ತಿದ್ದರು.

ಈಗ ಆ ಸಮಸ್ಯೆಯಿಂದ ಪಾರಾಗಿದ್ದೇನೆ. ಈ ಕೊರಿಯರ್ ತರುವವರು ಸಾಮಾನ್ಯವಾಗಿ ಹದಿನೆಂಟು ಇಪ್ಪತ್ತು ವರ್ಷದ ಸುಂದರ ಹುಡುಗರು. ಅವರು "ಹಲೋ ಮೇಡಂ..." ಅಂದ ತಕ್ಷಣ ನನಗೆ ಸಿಟ್ಟು ಬರುವದಿಲ್ಲ. "ಯೆಸ್ ಯೆಸ್... ಮೇಡಂ ನಾನು ನಿನಗಾಗಿಯೇ ಮನೇಲಿ ಕಾಯ್ತಾ ಇದ್ದೀನಿ... ದಯವಿಟ್ಟು ಬಾ" ಎಂದು ಹೇಳಿ ನಗುತ್ತೇನೆ. ಆ ಹುಡುಗ ಮನೆಗೆ ಬಂದು ಬೆಲ್ ಮಾಡಿದ ತಕ್ಷಣ ನಾನೇ ಬಾಗಿಲನ್ನು ತೆರೆದು "ಕೊರಿಯರ್ ಬಂದಿದೆಯೇನಪ್ಪಾ?" ಎಂದು ಕೇಳಿದ ತಕ್ಷಣ ಅವನಿಗೆ ನನ್ನ ಧ್ವನಿ ಗುರುತು ಸಿಕ್ಕು ನಡೆದ ಪ್ರಮಾದ ಗೊತ್ತಾಗುತ್ತದೆ. "ಸಾರಿ ಸಾರ್... ಐ ಆಂ ವೆರಿ ಸಾರಿ... ನಾನು ಮೇಡಂ ಅಂತ ಕನ್‌ಫ್ಯೂಜ್ ಮಾಡಿಕೊಂಡು ಬಿಟ್ಟೆ..." ಎಂದು ಬಡಬಡಿಸುತ್ತಾನೆ. ನನಗೆ ಒಳಗೊಳಗೇ ನಗು. ಆ ಸುಂದರ ತರುಣನ ಒದ್ದಾಟ, ಬಡಬಡಿಕೆ ಎಲ್ಲವನ್ನೂ ನೆನೆಸಿಕೊಂಡು ಇಡೀ ದಿನ ಸಂತೋಷದ ಭಾವದಲ್ಲಿ ತೇಲುತ್ತೇನೆ. ಒಂದು ಪುಸ್ತಕ ಒಬ್ಬ ಲೇಖಕನಿಗೆ ಇದಕ್ಕಿಂತಲೂ ದೊಡ್ಡ ಬಹುಮಾನ ಕೊಡಲು ಸಾಧ್ಯವಿದೆಯೆ?

ಇವೆಲ್ಲಾ ಸಂಗತಿಗಳು ಕೇವಲ 'ನಗೆಯ ಹಾಯಿದೋಣಿ' ಮಾತ್ರವಾಗಿವೆ. ಇದನ್ನೊಂದೇ ಹೇಳಿಬಿಟ್ಟು, 'ಅಳುವ ಕಡಲ' ಬಗ್ಗೆ ಬರೆಯದೇ ಹೋದರೆ ತಪ್ಪಾಗುತ್ತದೆ. ಆದರೆ 'ಅಳುವ ಕಡಲ' ಆಳ, ಅಗಲ, ಆರ್ಭಟಗಳ ಬಗ್ಗೆ ಹೇಳಲು ನನಗೆ ಶಕ್ಯವಿಲ್ಲ. ಅದು ನನ್ನ ಸಾಮರ್ಥ್ಯವನ್ನು ಮೀರಿದ್ದು. ಆದರೆ ಆ ಕಡಲಿನ

ನೀರಿನ ಒಂದು ಹನಿಯನ್ನು ಮಾತ್ರ ನಿಮಗೆ ಸಿಂಪಡಿಸಿ ವಿರಮಿಸುತ್ತೇನೆ. ಅದು ನಿಮಗೆ ಕಡಲಿನ ಅಗಾಧತೆಯನ್ನು ಪರಿಚಯಿಸುತ್ತದೆ ಎಂಬುದು ನನ್ನ ನಂಬಿಕೆ.

'ಮೋಹನಸ್ವಾಮಿ' ಪುಸ್ತಕ ಬಿಡುಗಡೆಯಾದ ಮೇಲೆ ಹಲವಾರು ತಾಯಂದಿರು ನನ್ನನ್ನು ಹುಡುಕಿಕೊಂಡು ಬಂದಿದ್ದರು. ಹೆಚ್ಚು ಕಡಿಮೆ ತಮ್ಮ ಮಗ 'ಗೇ' ಆಗಿರಬಹುದೇ ಅಥವಾ ಆಗಿದ್ದಾನೆ ಎನ್ನುವುದು ಅವರ ಸಂಕಟವಾಗಿರುತ್ತಿತ್ತು. ಸಾಧ್ಯವಾದಷ್ಟು ಸಾನುಭೂತಿಯಿಂದ ಅವರ ಮಾತುಗಳನ್ನು ಕೇಳಿಸಿಕೊಂಡು, ನನಗೆ ತಿಳಿದಷ್ಟು ಮಾಹಿತಿಯನ್ನು ಅವರಿಗೆ ನೀಡಿ ಸಮಾಧಾನ ಪಡಿಸಲು ಪ್ರಯತ್ನಿಸುತ್ತಿದ್ದೆ. ಅವರಲ್ಲಿ ಒಬ್ಬ ತಾಯಿಯ ಮಾತುಗಳು ಈಗಲೂ ನನ್ನನ್ನು ಕಾಡುತ್ತಿವೆ. ಆಕೆಯ ಅತ್ಯಂತ ಬುದ್ಧಿವಂತ ಮಗ ತಾನು 'ಗೇ' ಎನ್ನುವ ಸಂಗತಿಯನ್ನು ಅಮ್ಮನಿಗೆ ತಿಳಿಸಿಬಿಟ್ಟಿದ್ದಾನೆ. ಈಗ ಅದನ್ನಾಕೆ ತನ್ನ ಗಂಡನಿಗೆ ತಿಳಿಸುವ ಜವಾಬ್ದಾರಿಯಲ್ಲಿ ಕಂಗೆಡುತ್ತಿದ್ದಾಳೆ. ಕ್ಷತ್ರಿಯ ವಂಶದ ಆ ಪತಿಗೆ ತಮ್ಮ ಕುಟುಂಬದ ಪುರುಷತ್ವದ ಬಗ್ಗೆ ಬಹಳ ಹೆಮ್ಮೆಯಿದೆ. ರಸ್ತೆಯಲ್ಲಿ ತಮ್ಮ ಕಾರಿಗೆ ಯಾರಾದರೂ ಅವರ ಗಾಡಿಯನ್ನು ತಾಕಿಸಿಬಿಟ್ಟರೆ, ಕೆಳಕ್ಕೆ ಇಳಿದು ಹೋಗಿ, ಅವರ ಕೆನ್ನೆಗೆ ಎರಡು ಬಾರಿಸಿ ಬುದ್ಧಿ ಹೇಳಿ, ಹಣವನ್ನು ವಸೂಲಿ ಮಾಡುವ ಗಂಡಸ್ತನ ಆತನಿಗಿದೆ. ತನ್ನ ವಂಶದ ಹಿರಿಯರು ಎಷ್ಟು ಸೂಳೆಯರನ್ನು ಮಡಗಿದ್ದರೆಂಬುದನ್ನು ಬಹು ಹೆಮ್ಮೆಯಿಂದ ಗೆಳೆಯರ ಮುಂದೆ ಹೇಳಿಕೊಳ್ಳುತ್ತಾನೆ.

"ನನ್ನ ಮುಂದೆ ವಿಷಯ ಹೇಳಿ ನನ್ನ ಮಗ ನಿರಾಳ ಆಗಿಬಿಟ್ಟ ಸಾರ್. ಈಗ ನಾನು ಹಗಲು-ರಾತ್ರಿ ನಿದ್ದೆ ಇಲ್ಲದೆ ಒದ್ದಾಡ್ತಾ ಇದೀನಿ. ಅವನು ಗೇ ಅಂತ ನಂಗೇನೂ ಅಷ್ಟು ಬೇಜಾರಿಲ್ಲ ಸಾರ್. ಆದರೆ ಅವರಪ್ಪಗೆ ಈ ವಿಷಯ ಹೇಳಿದ್ರೆ, ನಾನು ಅವನನ್ನ ಸರಿಯಾಗಿ ಬೆಳೆಸಲಿಲ್ಲ ಅಂತ ಹೇಳಿ ತಪ್ಪನ್ನು ನನ್ನ ಮೇಲೆ ಹೊರೆಸಿ ಬಿಡ್ತಾರೆ. ನಂಗೆ ಹೊಡೆಯೋದು ಬಡಿಯೋದು ಶುರು ಮಾಡಿಬಿಡ್ತಾರೆ. ಅದನ್ನು ನೆನೆಸಿಕೊಂಡು ಭಯ ಪಡ್ತಾ ಇದೀನಿ. ಬೆಳೆಸೋದರಲ್ಲಿ ನಾನೇನು ತಪ್ಪು ಮಾಡಿದೆ ಅಂತ ನಂಗೆ ಈಗಲೂ ಗೊತ್ತಾಗ್ತಾ ಇಲ್ಲ ಸಾರ್."

ಈ ಮಾತನ್ನು ಹೇಳುವಾಗ ಆಕೆ ಕಣ್ಣೀರು ಹಾಕಿದ್ದಳು. ಆಕೆಯ ಮಾತುಗಳನ್ನು ಕೇಳಿಸಿಕೊಳ್ಳುತ್ತಿದ್ದ ನನ್ನ ಕಣ್ಣುಗಳೂ ಮಂಜಾಗಿದ್ದವು. ಕಡಲಿನ ಆಳ-ಅಗಲ ನಾವು ಊಹಿಸಿದ್ದಕ್ಕಿಂತಲೂ ಬಹುದೊಡ್ಡದಾಗಿರುತ್ತವೆ.

28ನೇ ಮೇ 2016

ಇನ್ನೊಂದು ಸಮ್ಮೇಳನ

ನನ್ನ ಸಾಹಿತ್ಯ ಸಮ್ಮೇಳನದ ಅನುಭವಗಳೇನಿದ್ದರೂ, ಪುಸ್ತಕದಂಗಡಿಯ ಕಿಟಕಿಯಿಂದ ಕಾಣುವಷ್ಟು ಮಾತ್ರವಾಗಿರುತ್ತದೆ. ಉಳಿದ ಸಂಗತಿಗಳನ್ನು ನಾನು ಎಲ್ಲರಂತೆಯೇ ಪತ್ರಿಕೆಗಳಲ್ಲಿ ಓದಿಯೇ ತಿಳಿಯುವುದು. ಅಂಗಡಿಯಲ್ಲಿ ಕೂತುಕೂತು ಕಾಲು ಜೋಮು ಹಿಡಿದಾಗಲೊಮ್ಮೆ, ಊಟಕ್ಕೆಂದೋ ಶೌಚಕ್ಕೆಂದೋ ಹೊರಕ್ಕೆ ಹೋದಾಗ ಮಾತ್ರ ಇಡೀ ಸಮ್ಮೇಳನದ ಉದ್ದಗಲಗಳನ್ನು ಒಂದೆರಡು ಬಾರಿ ಸುತ್ತಿ ಬರುತ್ತೇನೆ. ಉಳಿದಂತೆ ಕಾರ್ಯಕ್ರಮಗಳಲ್ಲಿ ಭಾಗವಹಿಸಲು ನನಗೆ ಸಮಯ ದಕ್ಕುವದಿಲ್ಲ. ಆದರೆ ಪುಸ್ತಕದಂಗಡಿಯೇ ವಿಶಿಷ್ಟ ಚಟುವಟಿಕೆಗಳ ಆಡಂಬೊಲವಾಗಿರುತ್ತದೆ. ನಾನು ಸಮ್ಮೇಳನದಲ್ಲಿ ಅಂಗಡಿ ಹಾಕುತ್ತಾ ಬಂದು ಆಗಲೇ ಎಂಟು ವರ್ಷ ಆಯ್ತು. ಅದರ ಅನುಭವಗಳನ್ನು ಹಲವು ಬಾರಿ ಬರೆದಿದ್ದೂ ಆಯ್ತು. ಈ ಒಂಬತ್ತನೇ ವರ್ಷ ಇನ್ನೇನು ಹೊಸ ಅನುಭವ ಆಗಲು ಸಾಧ್ಯ ಎಂಬ ಉದಾಸೀನತೆಯಿಂದಲೇ ಹೋಗಿರುತ್ತೇನೆ. ಆದರೆ ನಮ್ಮ ಕನ್ನಡದ ಸಮ್ಮೇಳನ ಯಾವತ್ತೂ ನಿತ್ಯನೂತನವಾದದ್ದು. ಹೊಸ ಅನುಭವಗಳನ್ನು ಕೊಡುತ್ತಲೇ ಇರುತ್ತದೆ. ಈ ಸಲವೂ ಅಂತಹ ರೋಚಕ ಅನುಭವಕ್ಕೆ ಯಾವ ಕೊರತೆಯೂ ಇರಲಿಲ್ಲ.

ಒಂದು ದಿನ ಮುಂಚೆಯೇ ಸಮ್ಮೇಳನಕ್ಕೆ ಹೋಗಿ, ನಮ್ಮ ಮಳಿಗೆಯನ್ನು ವಹಿಸಿಕೊಂಡೆ. ಈ ಬಾರಿಯ ಪುಸ್ತಕದಂಗಡಿಗಳನ್ನು ಅತ್ಯಂತ ಅಚ್ಚುಕಟ್ಟಾಗಿ ಮಾಡಿದ್ದರು. ಇಡೀ ಪೆಂಡಾಲಿನಲ್ಲಿ ನೆಲದ ಹಾಸನ್ನು ಹಾಕಿ ಧೂಳಿಲ್ಲದಂತೆ ಮಾಡಿದ್ದರು. ಮಳೆ, ಬಿಸಿಲಿಗೂ ತೊಂದರೆಯಾಗದಷ್ಟು ವ್ಯವಸ್ಥಿತವಾದ ಶಾಮಿಯಾನ ಹಾಕಿದ್ದರು. ಬೆಳಕು ಮತ್ತು ಗಾಳಿಯಾಡುವದಕ್ಕೂ ಎಚ್ಚರ ವಹಿಸಿದ್ದರು. ಹಿಂದಿನ ಹಲವು ಸಮ್ಮೇಳನದಲ್ಲಿ ಧೂಳು ಮುಕ್ಕಿ ಬಂದ ನನಗೆ ಇದನ್ನು ಕಂಡು ನಿಜಕ್ಕೂ ಸಂತೋಷವಾಯ್ತು. ಸಂಘಟಕರೆಲ್ಲರಿಗೂ ಮನಸ್ಸಿನಲ್ಲಿಯೇ ಧನ್ಯವಾದಗಳನ್ನು ಅರ್ಪಿಸಿದೆ.

ಈ ಬಾರಿ ಹಿಂದಿನ ದಿನವೇ ಅಧ್ಯಕ್ಷರ ಮೆರವಣಿಗೆಯನ್ನು ಹಮ್ಮಿಕೊಂಡಿದ್ದರಿಂದ, ಆಗಲೇ ಪುಸ್ತಕದ ಮಳಿಗೆಗಳಿಗೆ ಜನರು ಬರಲಾರಂಭಿಸಿದ್ದರು. ಅಕ್ಕ-ಪಕ್ಕದ ಅಂಗಡಿಯವರು ನಾಲ್ಕೈದು ಸಾವಿರ ರೂಪಾಯಿಯ ಪುಸ್ತಕಗಳನ್ನು ಆಗಲೇ ಮಾರಿಯಾಯ್ತೆಂದು ತಿಳಿಸಿದರು. ನನಗಂತೂ ಆವತ್ತೇ ಅಂಗಡಿ ತೆಗೆಯುವ ಮನಸ್ಸಿರಲಿಲ್ಲ. ಏನಿದ್ದರೂ ನಾಳೆಯೇ ಎಂದು ನಿರ್ಧರಿಸಿ, ಬರೀ ಮಳಿಗೆಗೆ ಬ್ಯಾನರ್ ಅಂಟಿಸುವುದು, ಪೋಸ್ಟರ್ ಹಚ್ಚುವುದು ಮಾಡಿ ಬಂದೆ. ಒಂಬತ್ತು ವರ್ಷದಲ್ಲಿ ಈ ಬಾರಿ ನನಗೆ ಸ್ವಲ್ಪ ವೇದಿಕೆಗೆ ಹತ್ತಿರವಾದ ಮಳಿಗೆ ಸಿಕ್ಕಿತ್ತು. ಒಳ್ಳೆಯ ವ್ಯಾಪಾರ ಆಗಬಹುದೇನೋ ಎಂಬ ಆಸೆ ಸಣ್ಣಗೆ ಮನಸ್ಸಿನಲ್ಲಿ ಚಿಗುರಿತು.

ಅದೇ ಹೊತ್ತಿಗೆ ಹಿರಿಯ ಸಾಹಿತಿ ನಾ.ಡಿಸೋಜಾರವರು ತಮ್ಮ ಸಂಸಾರ ಸಮೇತವಾಗಿ ಬಂದು ನನ್ನನ್ನು ಮಾತನಾಡಿಸಿದರು. "ಏನ್‌ಸಾರ್ ಇಷ್ಟು ಬೇಗನೆ ಬಂದ್ರಿ..." ಎಂದವನು ನಾಲಿಗೆ ಕಚ್ಚಿಕೊಂಡೆ. ಕಳೆದ ಬಾರಿಯ ಸಮ್ಮೇಳನಾಧ್ಯಕ್ಷರು ಅವರು. ಈಗ ಅಧ್ಯಕ್ಷತೆಯ ಅಧಿಕಾರವನ್ನು ಹಸ್ತಾಂತರಿಸಿ ಕೊಡಬೇಕು ಎನ್ನುವ ವಿಚಾರ ಚಕ್ಕನೆ ತಲೆಗೆ ಹೊಳೆಯಿತು. ಅವರೂ ಅದನ್ನು ಅರ್ಥ ಮಾಡಿಕೊಂಡಂತೆ ನಸುನಕ್ಕರು. ಮಳಿಗೆಯಲ್ಲಿಯೇ ಕುಳಿತು ಎಲ್ಲರೂ ಚಹಾ ಕುಡಿಯುವಾಗ ಅವರು ಒಂದು ವಿಶೇಷ ಸಂಗತಿಯನ್ನು ತಿಳಿಸಿದರು. ಈ ಬಾರಿ ಸಮ್ಮೇಳನದಲ್ಲಿ ಸುಮಾರು ಐದು ನೂರು ಮಳಿಗೆಗಳಿವೆ ಎನ್ನುವ ವಿಚಾರ ಅವರನ್ನು ಬಹುವಾಗಿ ಕಾಡಿತ್ತು. "ಹಿಂದೆಲ್ಲಾ ಸಮ್ಮೇಳನದಲ್ಲಿ ಇಷ್ಟೊಂದು ಪುಸ್ತಕದ ಅಂಗಡಿಗಳು ಇರ್ತಿರಲಿಲ್ಲ ಕಣ್ರೀ... ಇತ್ತೀಚೆಗೆ ಈ ಉದ್ಯಮ ವಿಶೇಷವಾಗಿ ಬೆಳೆದಿದೆ" ಎಂದು ತಮ್ಮ ಅನುಭವವನ್ನು ಹಂಚಿಕೊಂಡರು. ಅವರ ಮಾತನ್ನು ಆಲೋಚಿಸಿದಾಗ ಸತ್ಯವೆನ್ನಿಸಿತು. ನಾನು ಮೊದಲ ಬಾರಿ ಸಾಹಿತ್ಯ ಸಮ್ಮೇಳನವನ್ನು ನೋಡಿದ್ದು ಕನಕಪುರದಲ್ಲಿ; 1999 ರ ಆ ಸಮ್ಮೇಳನಾಧ್ಯಕ್ಷತೆ ಎಸ್.ಎಲ್. ಭೈರಪ್ಪನವರದಾಗಿತ್ತು. ಅಲ್ಲಿ ಮುಖ್ಯವೇದಿಕೆಯ ಪ್ರಾಕಾರದ ಸುತ್ತ ಪುಸ್ತಕದ ಮಳಿಗೆಗಳನ್ನು ಹಾಕಿದ್ದರು. ಅಬ್ಬಬ್ಬಾ ಎಂದರೂ

ನೂರಕ್ಕಿಂತಲೂ ಹೆಚ್ಚು ಮಳಿಗೆಗಳು ಆಗಿರಲಿಲ್ಲ ಎನ್ನುವುದು ನನ್ನ ನೆನಪು. ಹಾಗಿದ್ದರೆ ಪುಸ್ತಕ ಓದುವವರ ಸಂಖ್ಯೆ ಕಡಿಮೆಯಾಗಿದೆ ಎನ್ನುವ ವಾದವನ್ನು ಹೇಗೆ ಒಪ್ಪುವುದು ಎಂದು ಗಲಿಬಿಲಿಯಾಯ್ತು. ಇಡೀ ರಾಜ್ಯದಲ್ಲಿ ಎಣಿಸಿದರೆ ಸರಿಯಾಗಿ ಹತ್ತು ಪುಸ್ತಕದಂಗಡಿಗಳೂ ಸಿಕ್ಕುವದಿಲ್ಲ. ಆದರೆ ಸಮ್ಮೇಳನದಲ್ಲಿ ಇಷ್ಟೊಂದು ಸಂಖ್ಯೆಯಲ್ಲಿ ಮಳಿಗೆಗಳು ಉದ್ಭವಗೊಳ್ಳುವದಾದರೂ ಹೇಗೆ?

ಲಕ್ಷಗಟ್ಟಲೆ ಜನರು ಪುಸ್ತಕದ ಸಮ್ಮೇಳನಕ್ಕೆ ಭೇಟಿಕೊಡುತ್ತಾರೆ. ಕೊಳ್ಳುವವರು ಸಾವಿರದ ಸಂಖ್ಯೆಯಲ್ಲಿಯೇ ಆದರೂ, ಅಷ್ಟೊಂದು ಜನ ಪುಸ್ತಕಗಳ ಮುಖಪುಟವನ್ನಾದರೂ ನೋಡುತ್ತಾರಲ್ಲಾ ಎನ್ನುವುದು ಸಂತೋಷದ ಸಂಗತಿಯೇ ಆಗಿದೆ. ಈವತ್ತು ಪುಸ್ತಕ ನೋಡಿ ಸಂಭ್ರಮಿಸಿದವರಿಗೆ, ಇಂದಲ್ಲದಿದ್ದರೂ ನಾಳೆ ಪುಸ್ತಕ ಕೊಳ್ಳಬೇಕೆನ್ನುವ ಉತ್ಸಾಹ ಮೂಡಬಹುದು. ಜನರು ಎಂತಹ ಪುಸ್ತಕವನ್ನು ಖರೀದಿಸುತ್ತಾರೆನ್ನುವುದು ವಿಶೇಷ ಅಧ್ಯಯನದ ಸಂಗತಿಯಾಗಿದೆ. ನಮ್ಮ ಮಳಿಗೆಗಳ ಆರಂಭದಲ್ಲಿಯೇ ಚನ್ನರಾಯಪಟ್ಟಣದ ನ್ಯಾಯಾಂಗ ಇಲಾಖೆಯವರು ಒಂದು ಪುಟ್ಟ ಮಳಿಗೆಯನ್ನು ಹಾಕಿಕೊಂಡಿದ್ದರು. ಸುಮಾರು 250 ಪುಟಗಳ ಹಸಿರು ಮುಖಪುಟದ ಏಕೈಕ ಪುಸ್ತಕವನ್ನು ಅವರು ಮಾರುತ್ತಿದ್ದರು. ಸಾಮಾನ್ಯರಿಗಾಗಿ ಕಾನೂನಿನ ವಿಷಯಗಳನ್ನು ಚುಟುಕಾಗಿ ತಿಳಿಸಿ ಕೊಡುವ ಒಳ್ಳೆಯ ಪ್ರಯತ್ನ ಅದಾಗಿತ್ತು. ಅದನ್ನು ಪುಕ್ಕಟೆ ಕೊಡಬಾರದು ಎನ್ನುವ ಏಕೈಕ ಕಾರಣಕ್ಕೆ 20 ರೂಪಾಯಿ ಬೆಲೆಯನ್ನು ಹಾಕಿದ್ದಂತೆ ಕಾಣುತ್ತಿತ್ತು. ಆ ಪುಸ್ತಕ ಪ್ರತಿಯೊಬ್ಬರ ಕೈಯಲ್ಲೂ ರಾರಾಜಿಸುತ್ತಿತ್ತು! 20 ರೂಪಾಯಿಗೆ 250 ಪುಟಗಳು ಸಿಗುತ್ತವೆಂದರೆ ಒಳ್ಳೆಯ ಧಾರಣೆ ಎಂದು ಖರೀದಿಸಿದರೋ, ನಿಜವಾಗಿಯೂ ಜನರಲ್ಲಿ ಕಾನೂನಿನ ಬಗ್ಗೆ ತಿಳಿದುಕೊಳ್ಳುವ ಆಸಕ್ತಿಯಿದೆಯೋ ನನಗಂತೂ ಗೊತ್ತಿಲ್ಲ. ಆದರೆ ಆ ಹಸಿರು ಪುಸ್ತಕ ಖರೀದಿಸಿದವರು ನಮ್ಮ ಮಳಿಗೆಯಲ್ಲಿ ಪುಸ್ತಕ ಕೊಳ್ಳುವುದಿಲ್ಲ ಎಂಬ ಸತ್ಯ ನನಗೆ ಬಹುಬೇಗನೆ ತಿಳಿದುಹೋಯ್ತು.

ನಮ್ಮ ಪೆಂಡಾಲಿನ ಹಿಂಭಾಗದಲ್ಲಿ ಮತ್ತೊಂದು ಪುಸ್ತಕ ಮಳಿಗೆಗಳ ಪೆಂಡಾಲ್ ಹಾಕಲಾಗಿತ್ತು. ಜನರು ಒಂದು ಪೆಂಡಾಲಿನಲ್ಲಿರುವ ಮಳಿಗೆಗಳನ್ನು ಸುತ್ತುವದರಲ್ಲಿಯೇ ಸುಸ್ತಾಗಿ ಬಿಡುತ್ತಿದ್ದ ಕಾರಣ ಅಲ್ಲಿಗೆ ಹೆಚ್ಚಾಗಿ ಹೋಗುತ್ತಿರಲಿಲ್ಲ. ಅಲ್ಲಿ ಮಳಿಗೆ ದೊರಕಿದ್ದ ಗೆಳೆಯರನ್ನು ಮಾತನಾಡಿಸಲು ನಾನು ಹೋದಾಗ, ಅಷ್ಟೇನೂ ವ್ಯಾಪಾರವಾಗಿಲ್ಲವೆಂದು ಬೇಸರವನ್ನು ತೋಡಿಕೊಂಡರು. ಬಹುಶಃ ವಾಣಿಜ್ಯ ಮಳಿಗೆಗಳ ಭಾಗದಲ್ಲಿ ಪುಸ್ತಕ ಮಳಿಗೆಗಳ ಮತ್ತೊಂದು ಪೆಂಡಾಲನ್ನು ಹಾಕಿದ್ದರೆ ಚೆನ್ನಾಗಿರುತ್ತಿತ್ತು ಎಂದು ನನಗನ್ನಿಸಿತು. ಆದರೆ ಇಲ್ಲಿಯೂ ಒಂದು ವಿಶೇಷವನ್ನು ಗೆಳೆಯರೊಬ್ಬರು ನನ್ನ ಗಮನಕ್ಕೆ ತಂದರು. ಯಾರೋ ದೇವಿಯ

ಗುಡಿಯೊಂದನ್ನು ಆಂಧ್ರಪ್ರದೇಶದಲ್ಲಿ ಕಟ್ಟುವದಕ್ಕಾಗಿ ದೇಣಿಗೆ ಸಂಗ್ರಹಿಸಲು ಎರಡು ಮಳಿಗೆ ತೆಗೆದುಕೊಂಡಿದ್ದರು. ಕನ್ನಡದ ಪುಸ್ತಕದ ಮಳಿಗೆಯೇ ಆಗಬೇಕೆನ್ನುವ ನೆಪಕ್ಕೆ ಒಂದೆರಡು ದೇವಿಯ ಪುಸ್ತಕಗಳನ್ನು ಇಟ್ಟುಕೊಂಡಿದ್ದರು. ದೇಣಿಗೆ ಕೊಟ್ಟವರಿಗೆ ಪುಕ್ಕಟೆಯಾಗಿ ಆ ಪುಸ್ತಕವನ್ನು ಕೊಡುತ್ತಿದ್ದರು. ಆಕರ್ಷಕ ದಿರಿಸನ್ನು ಧರಿಸಿದ ಚುರುಕಾದ ಯುವಕ ಯವತಿಯರನ್ನು ಅಂಗಡಿಯನ್ನು ನೋಡಿಕೊಳ್ಳಲು ಬಿಟ್ಟು, ದೇಣಿಗೆ ಸಂಗ್ರಹಿಸಿದರು. ಮೂರು ದಿನದಲ್ಲಿ ಏನಿಲ್ಲವೆಂದರೂ ಸುಮಾರು ಐದು ಲಕ್ಷ ಸಂಗ್ರಹಿಸಿದ್ದರು. ಅವರ ಎದುರಿಗೆ ಸಾವಿರಾರು ಕನ್ನಡ ಪುಸ್ತಕಗಳನ್ನು ಹಾಕಿಕೊಂಡು ವ್ಯಾಪಾರಕ್ಕೆ ಕೂತ ನನ್ನ ಗೆಳೆಯರು ಇನ್ನೂ ಐವತ್ತು ಸಾವಿರದ ವ್ಯಾಪಾರವನ್ನೂ ಮಾಡಿರಲಿಲ್ಲ. “ಈ ದೇಶದಾಗೆ ಧರ್ಮಕ್ಕೆ ಸಿಕ್ಕಷ್ಟು ವ್ಯಾಪಾರ ಬೇರೆ ಯಾವುದಕ್ಕೂ ಸಿಗಲ್ಲ ಸಾರ್. ಯಾಕೆ ಕನ್ನಡ ಪುಸ್ತಕ ಮಾರಾಟ ಮಾಡಬೇಕು ಹೇಳಿ?” ಎಂದು ಅವರು ವಿಷಾದದಿಂದ ಹೇಳಿದರು. ನನ್ನಲ್ಲಿ ಖಂಡಿತಾ ಉತ್ತರವಿರಲಿಲ್ಲ.

ಸಾಕಷ್ಟು ಪುಟ್ಟ ಮಕ್ಕಳು ಅಪ್ಪ–ಅಮ್ಮನ ಜೊತೆಯಲ್ಲಿ ಪುಸ್ತಕ ಮಳಿಗೆಗೆ ಬಂದು ಬಿಡುತ್ತಾರೆ. ಕೆಲವು ಮಕ್ಕಳು ಕುತೂಹಲದಿಂದ ಪುಸ್ತಕಗಳನ್ನು ನೋಡಿದರೆ, ಮತ್ತೆ ಕೆಲವು ಆಟಿಕೆಗಳನ್ನು ತುಂಡುತುಂಡು ಮಾಡುವಂತೆ ಪುಸ್ತಕಗಳನ್ನು ಮುದುಡಿ ಸುಖ ಅನುಭವಿಸಲು ಪ್ರಯತ್ನಿಸುತ್ತಾರೆ. ಅವರು ಕೇಳುವ ಪ್ರಶ್ನೆಗಳೂ ವಿಭಿನ್ನವಾಗಿರುತ್ತವೆ. ಹತ್ತು ವರ್ಷದ ಹುಡುಗನೊಬ್ಬ ನನ್ನ ‘ಮೋಹನಸ್ವಾಮಿ’ ಕಥಾಸಂಕಲನವನ್ನು ಕೈಯಲ್ಲಿ ಹಿಡಿದು, ‘ಇದು ನೀತಿ ಕತೆಗಳ ಪುಸ್ತಕ ಏನ್ರಿ?’ ಎಂದು ಕೇಳಿದ. ಸಲಿಂಗಕಾಮದ ದಟ್ಟ ಅನುಭವಗಳ ಸಾಂದ್ರ ಕಥನಗಳನ್ನು ಹೊಂದಿದ ಆ ಪುಸ್ತಕದ ಬಗ್ಗೆ ಇಂತಹ ಪ್ರಶ್ನೆಯನ್ನು ಪುಟ್ಟ ಹುಡುಗನೊಬ್ಬ ಕೇಳಿದಾಗ ಹೇಗೆ ಉತ್ತರಿಸುವುದು? ‘ನಂಗೆ ಗೊತ್ತಿಲ್ಲ ಕಣಪ್ಪಾ... ಯಾವುದು ನೀತಿಯೋ, ಯಾವುದು ಅನೀತಿಯೋ ಇನ್ನೂ ನಂಗೆ ಅರ್ಥ ಆಗಿಲ್ಲ...’ ಅಂತ ಸೋತು ಅವನಿಗೆ ಹೇಳಿದೆ. ನನ್ನ ವಿಪರೀತದ ಮಾತುಗಳನ್ನು ಕೇಳಿ ಆ ಹುಡುಗ ಕಕ್ಕಾಬಿಕ್ಕಿಯಾದ. ‘ಏನೇನೋ ಮಾತಾಡ್ತೀರ...’ ಎಂದು ನನ್ನನ್ನು ವಿಚಿತ್ರವಾಗಿ ನೋಡಿ ಹೋದ.

ಹಾವೇರಿಯ ಹೈಸ್ಕೂಲಿನಲ್ಲಿ ಪ್ರಾಧ್ಯಾಪಕಿಯಾಗಿ ಕೆಲಸ ಮಾಡುವ ಮಹಿಳೆಯೊಬ್ಬರು ನನ್ನನ್ನು ಹುಡುಕಿಕೊಂಡು ಬಂದಿದ್ದರು. “ಈ ಸಲ ನಮ್ಮೂರಿಗೇ ಬಂದು ವ್ಯಾಪಾರ ಮಾಡ್ತೀರಿ ಅಂತ ಕನಸು ಕಂಡಿದ್ದೆ ಅಣ್ಣಾವ್ರೆ. ಮನೀಗೆ ಕರಕೊಂಡು ಹೋಗಿ ಊಟಕ್ಕೆ ಹಾಕೋದು ಅಂದ್ಕೊಂಡಿದ್ದೆ. ಈ ರಾಜಕೀಯ ಮಂದಿ ಕಚ್ಚಾಟದಾಗೆ ಊರಾಗೆ ಸಾಹಿತ್ಯ ಸಮ್ಮೇಳನ ನಡೀಲಾರದಂಗೆ ಆಗಿ ಬಿಡ್ತು ನೋಡ್ರಣ್ಣಾ...” ಎಂದು ಬೇಸರವನ್ನು ವ್ಯಕ್ತ ಪಡಿಸಿದರು. ಅವರ ಮಗ ನನ್ನ ದೊಡ್ಡ ಅಭಿಮಾನಿಯೆಂತಲೂ, ನನ್ನ ಹಿಂದಿನ ಪುಸ್ತಕಗಳನ್ನು ಓದಿ ಮೆಚ್ಚಿಕೊಂಡಿದ್ದು,

ಈಗಿನ ಹೊಸ ಪುಸ್ತಕ ತರಲೇಬೇಕೆಂದು ಹೇಳಿದ್ದಾನೆಂದು ತಿಳಿಸಿದರು. ನನ್ನ ಹೊಸ ಕಥಾಸಂಕಲನ 'ಮೋಹನಸ್ವಾಮಿ'ಯನ್ನು ಮಕ್ಕಳಿಗೆ ಓದಲು ಕೊಡಲು ಅಳುಕಾಗುತ್ತದೆ. "ಅವನು ಎಷ್ಟನೇ ಕ್ಲಾಸು?" ಎಂದು ಕೇಳಿದೆ. "ಪಿಯುಸಿ ಎರಡನೇ ವರ್ಷ ಅಣ್ಣಾವ್ರೆ, ಪರೀಕ್ಷೆಗೆ ತಯಾರಿ ಮಾಡ್ಲಿಕ್ಕೆ ಹತ್ತಾನೆ. ಅದಕ್ಕೇ ಇಲ್ಲಿಗೆ ಬರಲಿಲ್ಲ" ಎಂದು ಹೇಳಿದರು. ಪಿಯುಸಿ ಓದುವಾಗ ಕಾಮಕ್ಕೆ ಸಂಬಂಧಿಸಿದ ಹಲವಾರು ಪ್ರಶ್ನೆಗಳು ನನ್ನನ್ನು ಕಾಡಿದ್ದವು. ಅದು ಖಂಡಿತವಾಗಿಯೂ ಈ ಪುಸ್ತಕವನ್ನು ಓದುವ ವಯಸ್ಸೇ ಎಂದು ನಿರ್ಧರಿಸಿ "ಪರೀಕ್ಷೆ ಮುಗಿಸಿದ ಮೇಲೆ ರಜೆಯಲ್ಲಿ ಓದ್ಲಿಕ್ಕೆ ಹೇಳ್ರಿ. ಅಷ್ಟರಾಗೆ ನೀವೂ ಒಂದು ಸಾರಿ ಓದಿ ಬಿಡ್ರಿ" ಎಂದು ಅವರಿಗೆ ಹಸ್ತಾಕ್ಷರ ಹಾಕಿಕೊಟ್ಟೆ. "ಅಯ್ಯೋ ಅಣ್ಣಾವ್ರೆ, ಅಷ್ಟು ದಿನ ಎಲ್ಲಿ ಅವನು ಸುಮ್ಮನೆ ಕುಂತಿರ್ತಾನೆ. ನಾಳೆ ರಾತ್ರಿನಾಗೆ ಓದಿ ಮುಗಿಸ್ತಾನೆ ನೋಡ್ರಿ" ಎಂದು ನಕ್ಕು ಹೇಳಿದರು. "ದೇವರು ಒಳ್ಳೇದು ಮಾಡಲಿ" ಎಂದು ತಣ್ಣಗೆ ಹೇಳಿದೆ.

ಸಾಹಿತ್ಯ ಸಮ್ಮೇಳನದಲ್ಲಿ ಸಾಮಾನ್ಯವಾಗಿ ಕನ್ನಡಾಭಿಮಾನ ಎಲ್ಲರಲ್ಲೂ ದ್ವಿಗುಣಗೊಂಡಿರುತ್ತದೆ. "ಹಚ್ಚೇವು ಕನ್ನಡದ ದೀಪ" ಎಂಬಂತಹ ಹಾಡು ಕಿವಿಗೆ ಬಿದ್ದರೆ ಸಾಕು, ಭಾವುಕರಾಗಿ ಬಿಡುತ್ತಿರುತ್ತಾರೆ. ಆದರೆ ಮಕ್ಕಳಿಗೆ ಭಾಷೆಯ ಭಾವುಕತೆ ಇನ್ನೂ ಬೆಳೆದಿರುವದಿಲ್ಲವಲ್ಲವೆ? ಅವೆಲ್ಲವೂ ಏನಿದ್ದರೂ ದೊಡ್ಡವರ ಆಟ. ಸುಮಾರು ಹತ್ತು ವರ್ಷದ ಮಗುವೊಂದು ನನ್ನ ಮಳಿಗೆಗೆ ಅಪ್ಪ-ಅಮ್ಮನ ಜೊತೆಗೆ ಬಂದಿತ್ತು. ಆಗ ಸಾಕಷ್ಟು ಜನರು ನನ್ನ ಮಳಿಗೆಯಲ್ಲಿದ್ದರು. ಮುದ್ದಾದ ಆ ಮಗುವನ್ನು ಮಾತಾಡಿಸಿ "ನಿಂಗೆ ಯಾವ ಪುಸ್ತಕ ಬೇಕು ಮರಿ?" ಎಂದು ಕೇಳಿದೆ. ಅದು ಲಕ್ಷಣವಾಗಿ "ಯಾವುದಾದರೂ ಇಂಗ್ಲೀಷ್ ಪುಸ್ತಕ ಕೊಡಿ ಅಂಕಲ್" ಅಂತು. ಆ ಮಗುವಿನ ಮಾತು ಕಿವಿಗೆ ಬಿದ್ದಿದ್ದೇ ತಡ, "ಏಯ್ ಏಯ್... ಕನ್ನಡ ಸಮ್ಮೇಳನದಾಗೆ ಇಂಗ್ಲೀಷ್ ಪುಸ್ತಕ ಕೇಳ್ತೀಯೇನೋ..." ಎಂದು ದಬಾಯಿಸುವ ಧ್ವನಿಯಲ್ಲಿ ಒಂದಿಬ್ಬರು ಅಪರಿಚಿತರು ಅವನ ಮೇಲೆ ರೇಗಿಬಿಟ್ಟರು. ಆ ಮಗು ಭಯದಿಂದ ನಡುಗಿ ಬಿಟ್ಟಿತು. ತಕ್ಷಣವೇ ಹಟ ಹಿಡಿದು ಅವರಪ್ಪ ಅಮ್ಮನನ್ನು ಅಲ್ಲಿಂದ ಕರೆದುಕೊಂಡು ಹೋಗಿಬಿಟ್ಟಿತು. ಸಮ್ಮೇಳನದಲ್ಲಿ ಕನ್ನಡೇತರ ಪುಸ್ತಕಗಳು ಮಾರಾಟ ಮಾಡಲು ಅವಕಾಶವಿಲ್ಲವಾದರೂ, ಹಲವಾರು ಮಳಿಗೆಗಳಲ್ಲಿ ಇಂಗ್ಲೀಷ್ ಪುಸ್ತಕಗಳು ಖುಲ್ಲಂಖುಲ್ಲಾ ಮಾರಾಟವಾಗುವ ಅಕ್ರಮಕ್ಕೆ ಈ ಘಟನೆ ಸರಿಯಾದ ಕಾರಣವನ್ನು ಒದಗಿಸಿತ್ತು.

ಮತ್ತೊಬ್ಬ ತಾಯಿ ತನ್ನ ಪುಟ್ಟ ಮಗಳನ್ನು ಕರೆದುಕೊಂಡು ಬಂದಿದ್ದಳು. ಆ ಮಗುವೂ ಯಾವುದಾದರೂ ಪುಸ್ತಕವನ್ನು ಕೊಡಿಸೆಂದು ಹಟ ಮಾಡುತ್ತಿತ್ತು. ಆ ತಾಯಿ "ನೀನು ಪುಸ್ತಕದ ಟೈಟಲ್ ಓದು ಸಾಕು... ಖಂಡಿತಾ ಕೊಡಿಸ್ತೀನಿ..."

ಎಂದು ಸವಾಲು ಹಾಕಿದರು. ಆ ಮಗು ಇನ್ನಿಲ್ಲದಂತೆ ಶೀರ್ಷಿಕೆಯನ್ನು ಓದಲು ತಿಣುಕಾಡಿತು. ಸಾಧ್ಯವಾಗಲಿಲ್ಲ. "ಓದು, ಓದು... ಕೊಡಿಸ್ತೀನಿ..." ಅಂತ ಅವರಮ್ಮ ಇನ್ನಷ್ಟು ಪುಸಲಾಯಿಸಲಾರಂಬಿಸಿದರು. ಅದಕ್ಕೆ ತೋಚದಂತಾಯ್ತು. ಕೊನೆಗೆ ಸೋತು ಪುಸ್ತಕದ ಒಳಪುಟಗಳನ್ನು ತೆರೆಯಿತು. ಎರಡನೇ ಪುಟದಲ್ಲಿಯೇ ಟೆಕ್ನಿಕಲ್ ಪೇಜ್ ಇಂಗ್ಲೀಷಿನಲ್ಲಿ ಇರುತ್ತದಲ್ಲವೆ? ಅದನ್ನು ಕಂಡಿದ್ದೇ ಸಂಭ್ರಮಗೊಂಡ ಮಗು ಪಟಪಟನೆ ಪುಸ್ತಕದ ವಿವರವನ್ನೆಲ್ಲಾ ಅವರಮ್ಮನಿಗೆ ಓದಿಬಿಟ್ಟು "ಪುಸ್ತಕ ಕೊಡಿಸು" ಅಂತು. ಅವರಮ್ಮ ಬೆಪ್ಪಾದರು. "ಈ ಅವಸ್ಥೆ ಯಾರ ಮುಂದೆ ಹೇಳ್ಕಳೋಣ ಹೇಳ್ರಿ?" ಎಂದು ನನ್ನ ಮುಂದೆ ಪೇಚಾಡಿದರು. ಮುಖ್ಯವೇದಿಕೆಯಲ್ಲಿ ಸಿದ್ಧಲಿಂಗಯ್ಯನವರು ಮಾಡಿದ ಅಧ್ಯಕ್ಷ ಭಾಷಣದ ಸಾರಾಂಶವೆಲ್ಲಾ ನನ್ನ ಕಣ್ಣ ಮುಂದೇ ಜೀವಂತವಾಗಿ ನಡೆಯುತ್ತಿತ್ತು!

ವ್ಯಾಪಾರ ಆಗುತ್ತಿರುವಾಗ ಯಾರಾದರೂ ನನ್ನ ಹಣದ ಪೆಟ್ಟಿಗೆಯನ್ನು ಎಗರಿಸಿಕೊಂಡು ಹೋಗಿಬಿಡುತ್ತಾರೆಂಬ ವಿಚಿತ್ರ ಕಳವಳ ನನಗಾಗುತ್ತದೆ. ಮತ್ತೆ ಮತ್ತೆ ಕ್ಯಾಷ್‌ಬಾಕ್ಸ್ ಅನ್ನು ಮುಟ್ಟಿಮುಟ್ಟಿ ನೋಡಿಕೊಳ್ಳುತ್ತಿರುತ್ತೇನೆ. ಈ ಬಾರಿಯ ಸಮ್ಮೇಳನದಲ್ಲಿ ವಿಪರೀತ ಜನರು ಬಂದಿದ್ದರಿಂದ ನೂಕುನುಗ್ಗಲಿದ್ದು, ನನ್ನ ಆತಂಕ ಇನ್ನಷ್ಟು ಜಾಸ್ತಿಯಾಗಿತ್ತು. ಯಾರದೋ ಮೂವತ್ತು ಸಾವಿರ ಕಳವಾಯ್ತು, ಮತ್ತೆ ಯಾರದೋ ಹತ್ತು ಸಾವಿರ ಪಿಕ್‌ಪಾಕೇಟ್ ಆಯ್ತು ಎಂಬ ವದಂತಿಗಳು ಬರುತ್ತಲೇ ಇದ್ದವು. ಆದ್ದರಿಂದ ತುಂಬಾ ಕಾಳಜಿಯಿಂದಿದ್ದೆ. ಆ ಹೊತ್ತಿಗೆ ಸರಿಯಾಗಿ ಪೋಲೀಸ್ ಪೇದೆಯೊಬ್ಬ ನಮ್ಮ ಮಳಿಗೆಯ ಮುಂದೇ ಬಂದು ನಿಂತ. ಜನರ ನೂಕುನುಗ್ಗಲನ್ನು ನಿಯಂತ್ರಿಸುವ ಸಲುವಾಗಿ ಅಲ್ಲಲ್ಲಿ ಪೋಲೀಸರು ನಿಲ್ಲಬೇಕೆಂದು ತಿಳಿಸಿದ್ದಾರೆಂದು ಹೇಳಿದ. ನನಗೆ ಆ ಸಂಗತಿ ಸಮಾಧಾನವನ್ನು ತಂದಿತು ಮತ್ತು ನನ್ನ ಆತಂಕವು ತಹಬಂದಿಗೆ ಬಂತು. ಆದರೆ ಒಂದು ಗಂಟೆಯಲ್ಲಿ ನನಗೆ ಅದರ ಅನಾಹುತದ ಮತ್ತೊಂದು ಮಗ್ಗುಲು ಅರಿವಾಯ್ತು. ಖಾಕಿಬಟ್ಟೆಗಳನ್ನು ಠಾಕುಠೀಕಾಗಿ ಧರಿಸಿ ನಿಂತ ಪೋಲೀಸನ ಮುಖವನ್ನು ಕಂಡಿದ್ದೇ ಯಾರೂ ನಮ್ಮ ಅಂಗಡಿಯೊಳಕ್ಕೆ ಬರದೆ ಮುಂದೆ ಸಾಗಿಬಿಡುತ್ತಿದ್ದರು. 'ನಾಳೆ ಬಾ' ಎನ್ನುವ ಶಬ್ದಗಳನ್ನು ಕಂಡ ಕೂಗುಮಾರಿಯಂತೇ, ಅವರು ಪೇದೆಯ ಮುಖವನ್ನು ಕಂಡು ನಮ್ಮ ಮಳಿಗೆಯಿಂದ ಮುಂದಕ್ಕೆ ನಡೆದುಬಿಡುತ್ತಿದ್ದರು. ವ್ಯಾಪಾರವಿಲ್ಲದೆ ಮಳಿಗೆ ಭಣಗುಡಲಾರಂಭಿಸಿತು. ಪೇದೆಯಣ್ಣನಿಗೆ ಕಾಫಿ, ನೀರು ಕುಡಿಸಿ "ಪೋಲೀಸಣ್ಣಾ, ನಮ್ಮ ಮಳಿಗೆನಾಗೆ ಅಂಥಾ ದೊಡ್ಡ ವ್ಯಾಪಾರ ಏನೂ ಇಲ್ಲ. ನೀನು ಮುಂದಕ್ಕೆ ಹೋಗಿ ದೊಡ್ಡ ಮಳಿಗಿ ಮುಂದೆ ನಿಂತುಗೋ. ಇಲ್ಲಿ ಬೇಡ" ಅಂತ ಬೇಡಿಕೊಂಡೆ. ಆತ ಒಪ್ಪಿಗೊಂಡು ಮುಂದಿನ ಮಳಿಗೆಯ ಮುಂದೆ ಹೋಗಿ ನಿಂತ. ಆ

ಮಳಿಗೆಯವರು ಅರ್ಧ ಗಂಟೆಯಲ್ಲಿಯೇ ಹುಷಾರಾಗಿ ಆತನನ್ನು ಮುಂದಕ್ಕೆ ಸಾಗಹಾಕಿದರು. ಸಂಜೆಯ ಹೊತ್ತಿಗೆ "ಯಾರಿಗೂ ಬೇಡ ಅಂದ್ರೆ ನಾವ್ಯಾಕೆ ಕಾಲು ನೋಯಿಸಿಗೊಂಡು ನಿಲ್ಲಾಣ" ಎಂದು ಆತ ನಾಪತ್ತೆಯಾದ.

ಪುಸ್ತಕ ಓದುವ ಹವ್ಯಾಸ ಸುಲಭವಾಗಿ ಎಲ್ಲರಿಗೂ ದಕ್ಕುವಂತಹದಲ್ಲ; ಸಿನಿಮಾ ಹಾಡನ್ನು ಕೇಳಿದಂತೆಯೋ, ಟಿವಿ ಧಾರಾವಾಹಿ ನೋಡಿದಂತೆಯೋ ಸುಲಭವಾಗಿ ಇದರ ರುಚಿ ಯಾರಿಗೂ ಸಿಗುವದಿಲ್ಲ. ಬರೀ ಕನ್ನಡ ಅಕ್ಷರ ಓದಲು ಬರುವ ಎಲ್ಲರಿಗೂ ಪುಸ್ತಕದ ಓದು ಸಿದ್ಧಿಸುವದಿಲ್ಲ. ಈ ಸುಂದರ ಹವ್ಯಾಸವನ್ನು ಚಿಕ್ಕಂದಿನಿಂದಲೇ ಸಾಧನೆ ಮಾಡಿ ಪಳಗಿಸಿಕೊಂಡಿರಬೇಕಾಗಿರುತ್ತದೆ. ಇಲ್ಲದಿದ್ದರೆ ಎರಡು ಪುಟ ಓದುವಷ್ಟರಲ್ಲಿ ಸಾಕುಬೇಕಾಗುತ್ತದೆ. ಸಾಕಷ್ಟು ಜನರು ಮಳಿಗೆಗೆ ಬಂದು, ಬಣ್ಣಬಣ್ಣದ ಪುಸ್ತಕಗಳನ್ನು ಕಂಡು ಆಕರ್ಷಿತರಾಗುತ್ತಿದ್ದರು. ಅವರ ಉಡುಪು, ನಡವಳಿಕೆಯನ್ನು ನೋಡಿದರೆ ಅವರಲ್ಲಿ ಸಾಕಷ್ಟು ಹಣವೂ ಇದೆಯೆಂಬುದು ತಿಳಿಯುತ್ತಿತ್ತು. ಆದರೆ ಕೊಳ್ಳುವ ಧೈರ್ಯ ಅವರಲ್ಲಿ ಇರುತ್ತಿರಲಿಲ್ಲ. ಸಕ್ಕರೆಕಾಯಿಲೆ ಇರುವ ಶ್ರೀಮಂತನೊಬ್ಬ ಮಿಠಾಯಿ ಅಂಗಡಿಯಲ್ಲಿ ಓಡಾಡುತ್ತಾ ನಿಟ್ಟುಸಿರು ಬಿಡುವ ಸ್ಥಿತಿ ಅವರದಾಗಿರುತ್ತಿತ್ತು. ಅಂತಹವರಿಗಾಗಿಯೇ ನಾನು ಒಂದು ಆಡಿಯೋ ಪುಸ್ತಕ (ಕೇಳು ಪುಸ್ತಕ) ಮಾಡಿ ಇಟ್ಟಿದ್ದೆ. ಆಡಿಯೋ ಸಿಡಿ ತಯಾರಿಸಲು ಹೆಚ್ಚಿನ ಖರ್ಚೂ ಇಲ್ಲವಾದ ಕಾರಣ, ಅದಕ್ಕೆ ತುಂಬಾ ಕಡಿಮೆ ಬೆಲೆಯನ್ನು ನಿಗದಿ ಪಡಿಸಿದ್ದೆ. ಬಂದ ವ್ಯಕ್ತಿ ಪುಸ್ತಕ ಓದಲಾಗದ ಶ್ರೀಮಂತ ದರಿದ್ರನೆಂಬುದು ಅರ್ಥವಾದ ತಕ್ಷಣ, ಆ ಸಿಡಿಯ ಬಗ್ಗೆ ತಿಳಿಸಿ ಆಸಕ್ತಿ ಹುಟ್ಟಿಸುತ್ತಿದ್ದೆ. ಸಾಮಾನ್ಯವಾಗಿ ಅವರದನ್ನು ಕೊಳ್ಳುತ್ತಿದ್ದರು. ಅಂತಹದೇ ಗುಂಪಿಗೆ ಸೇರಬಹುದಾದ ಹೆಣ್ಣುಮಗಳೊಬ್ಬಳು ಮಳಿಗೆಗೆ ಬಂದಳು. ಆಕೆಗೆ ಆಡಿಯೋ ಸಿಡಿ ಬಗ್ಗೆ ತಿಳಿಸಿ, "ನಿಮ್ಮ ಮೊಬೈಲ್‌ನಲ್ಲೂ ಇದನ್ನು ಹಾಕಿಕೊಂಡು ಕೇಳಬಹುದು" ಎಂದು ಹೇಳಿದೆ. ತಕ್ಷಣವೇ ಆಕೆ ತನ್ನ ಪುಟ್ಟ ಮೊಬೈಲನ್ನು ಹೊರತೆಗೆದು "ಇಷ್ಟು ಸಣ್ಣ ಮೊಬೈಲಿನಾಗೆ ಅಷ್ಟು ದೊಡ್ಡ ಸಿಡಿ ಹೆಂಗೆ ಹಾಕಬೋದ್ರಿ? ಹಾಕಿ ಕೊಡ್ರಿ ನೋಡೋಣ?" ಎಂದು ಕೇಳಿ ನನ್ನನ್ನು ಬೆಚ್ಚಿ ಬೀಳಿಸಿದಳು.

ಹದಿನೈದು ವರ್ಷದ ಕೆಳಗೆ ನಾನು ನೋಡಿದ ಕನಕಪುರ ಸಾಹಿತ್ಯ ಸಮ್ಮೇಳನಕ್ಕೂ, ಇದಕ್ಕೂ ಒಂದು ಬಹುಮುಖ್ಯ ಬದಲಾವಣೆ ನನಗೆ ಗೋಚರಿಸಿತು. ಆಗ ಊಟಕ್ಕೆಂದು ವಿಶೇಷ ಆಹ್ವಾನಿತರಿಗೆ ಮಿನರಲ್ ವಾಟರ್ ಬಾಟಲಿಗಳನ್ನು ಪ್ರಥಮಬಾರಿ ಕೊಟ್ಟಿದ್ದರು. ಅದು ಎಲ್ಲಾ ಪತ್ರಿಕೆಗಳಲ್ಲೂ ವಿಶೇಷ ಸುದ್ದಿಯಾಗಿ, ಸಂಪಾದಕರಿಂದ ಹಿಡಿದು ವಾಚಕರವಾಣಿಯಲ್ಲಿನವರೆಗೆ ಎಲ್ಲರೂ ವಾಚಾಮಗೋಚರವಾಗಿ ಆ ಸಂಪ್ರದಾಯವನ್ನು ಬೈದಿದ್ದರು. ಆದರೆ ಈ ಸಮ್ಮೇಳನದಲ್ಲಿ ಎಲ್ಲಿ ನೋಡಿದರಲ್ಲಿ ಮಿನರಲ್ ವಾಟರ್ ಬಾಟಲ್‌ಗಳು ಚೆಲ್ಲಾಡಿದ್ದವು. ಸಾರ್ವಜನಿಕರ ಊಟಕ್ಕೂ ಅದೇ

ನೀರು, ವಿಶೇಷ ಆಹ್ವಾನಿತರಿಗೂ ಅದೇ ನೀರು, ಪುಸ್ತಕ ವ್ಯಾಪಾರಿಗಳಿಗೂ ಅದೇ ನೀರು. ಆದರೆ ಈ ಸಂಗತಿ ಯಾವುದೇ ಪತ್ರಿಕೆಯಲ್ಲಿ ಅಡಿಟಿಪ್ಪಣಿಯಾಗಿಯೂ ಎಲ್ಲೂ ವರದಿಯಾಗಿದ್ದನ್ನು ನಾನು ನೋಡಲಿಲ್ಲ. ಯಾವ ಟಿವಿ ವಾಹಿನಿಗೂ ಅದು ಪ್ರಮುಖ ಸುದ್ದಿಯಾಗಲಿಲ್ಲ. ಕೇವಲ ಹದಿನೈದೇ ವರ್ಷಗಳಲ್ಲಿ ನಾವು ಕುಡಿಯುವ ನೀರನ್ನು ಕೊಳ್ಳುವ ಸಂಪ್ರದಾಯಕ್ಕೆ ಎಷ್ಟೊಂದು ಸುಲಭವಾಗಿ ಒಗ್ಗಿಕೊಂಡಿದ್ದೇವಲ್ಲಾ ಎಂದು ಅಚ್ಚರಿಯಾಯ್ತು.

ಲಕ್ಷಾಂತರ ಜನ ಪುಸ್ತಕ ಮಳಿಗೆಗಳಿಗೆ ಬಂದು ಹೋದರೂ, ಸಾಹಿತಿಗಳು ಬರುವುದು ಅಪರೂಪ. ಬಂದರೂ ಪುಸ್ತಕ ಕೊಳ್ಳುವುದಂತೂ ಇನ್ನೂ ಅಪರೂಪ. ಯಾವುದಾದರೂ ಗೋಷ್ಠಿಯಲ್ಲಿ ಇದ್ದರೇನೇ ಅವರು ಸಾಹಿತ್ಯ ಸಮ್ಮೇಳನಕ್ಕೆ ಬರುತ್ತಾರೆ ಎನ್ನುವ ಪರಿಸ್ಥಿತಿ ಇಂದಿದೆ. ಅದೇ ಜಿಲ್ಲೆಯ ಸಾಹಿತಿಗಳೂ ಕೆಲವೊಮ್ಮೆ ಸಮ್ಮೇಳನಕ್ಕೆ ಬರುವದಿಲ್ಲ. ಅದಕ್ಕಾಗಿ ನನಗೆ ಮೊದಮೊದಲು ಬೇಸರವಾಗುತ್ತಿತ್ತು. ಆದರೆ ಇತ್ತೀಚೆಗೆ ಕನ್ನಡ ಸಾಹಿತ್ಯ ಸಮ್ಮೇಳನವೆಂದರೆ ಇದು ಕೇವಲ ಸಾಹಿತಿಗಳಿಗೆ ಸಂಬಂಧ ಪಟ್ಟ ಒಣಸಂಗತಿಯಲ್ಲ ಅನ್ನಿಸಿಬಿಟ್ಟಿದೆ. ಇದು ಜನಸಾಮಾನ್ಯರ ಕನ್ನಡ ಪ್ರೀತಿಯ ಜಾತ್ರೆಯಾಗಿ ನನಗೆ ಕಾಣುತ್ತಿದೆ. ಧರ್ಮಭೇದವಿಲ್ಲದೆ, ವರ್ಗಭೇದವಿಲ್ಲದೆ. ಲಿಂಗಭೇದವೂ ಇಲ್ಲದೆ ಎಲ್ಲರೂ ಒಗ್ಗೂಡುವ ಕನ್ನಡ ನಾಡಿನ ಏಕೈಕ ಹಬ್ಬವಿದು. ಹೆಂಡತಿ-ಮಕ್ಕಳೊಡನೆ ಬಂದು, ಒಂದಿಷ್ಟು ಪುಸ್ತಕ ಖರೀದಿಸಿ, ಮಕ್ಕಳಿಗೆ ಬೆಲೂನು-ಪೀಪಿ ಕೊಡಿಸಿ, ಹೆಂಡತಿಗೆ ಹೆಗಲಿನ ಚೀಲ, ಸೀರೆ ಕೊಡಿಸಿ, ಎಲ್ಲರೂ ಜೊತೆಯಲ್ಲಿ ಒಳ್ಳೆಯ ಊಟ ಮಾಡಿಕೊಂಡು, ಯಾವುದೋ ಒಂದು ಗೋಷ್ಠಿ, ಮತ್ತೊಂದು ಸಂಗೀತ ಸಂಜೆಯನ್ನು ಸವಿದು ಹೋಗುವುದೇ ಇದರ ಉದ್ದೇಶವಾಗಿರಬೇಕೆಂದು ಅನ್ನಿಸುತ್ತಿದೆ. ಹಾಗಿಲ್ಲವಾದರೆ ಈ ಮಟ್ಟದಲ್ಲಿ ಕನ್ನಡ ಜನಪದವನ್ನು ಒಂದೆಡೆ ಸೇರಿಸಲು ಸಾಧ್ಯವಾಗುವದಿಲ್ಲ. ಆದ್ದರಿಂದಲೇ ಏನೋ, ನನ್ನ ಮಳಿಗೆಗೆ ಬಂದ ಹೆಣ್ಣುಮಗಳೊಬ್ಬಳು "ಇಲ್ಲಿ ಬರೀ ಪುಸ್ತಕದಂಗಡಿ ಕಾಣಿಸ್ತಾವೆ. ಬಳೆ ಅಂಗಡಿ ಎಲ್ಲಿ ಅದಾವೆ?" ಎಂದು ಕೇಳಿದಾಗ ನನಗೆ ಸಿಟ್ಟು ಬರದೆ, ನಗು ಬಂದಿದ್ದು; ನಮ್ಮ ಪೆಂಡಾಲಿನ ಪಕ್ಕದಲ್ಲಿಯೇ ಇದ್ದ ವಾಣಿಜ್ಯ ಮಳಿಗೆಗಳಲ್ಲಿನ ಕಿಕ್ಕಿರಿದ ಜನಸಂದಣಿಯನ್ನು ಕಂಡಾಗ ಅಷ್ಟೊಂದು ಕಿರಿಕಿರಿಯಾಗದಿದ್ದದ್ದು.

ಮೂರು ದಿನದ ನಿರಂತರ ಪುಸ್ತಕ ವ್ಯಾಪಾರ, ಗದ್ದಲ-ಗೋಜಲಿನಲ್ಲಿ ನನಗೆ ಬಾಹುಬಲಿಯನ್ನು ನೋಡಲಾಗಿರಲಿಲ್ಲ. ಹಲವು ಬಾರಿ ಶ್ರವಣಬೆಳಗೊಳಕ್ಕೆ ಬಂದು ಹೋಗಿದ್ದರೂ, ವಿಂಧ್ಯಗಿರಿಯನ್ನು ಹತ್ತಿ ಬಾಹುಬಲಿಯ ಬಳಿ ಮೌನವಾಗಿ ತುಸುಹೊತ್ತು ಕುಳಿತು ಬರುವ ಆಕರ್ಷಣೆ ನನಗೆ ಕಡಿಮೆಯಾಗಿರಲಿಲ್ಲ. ಆದ್ದರಿಂದ ಸಮ್ಮೇಳನ ಮುಗಿದ ದಿನವೇ ಹೊರಡದೆ ಅಲ್ಲಿಯೇ ಉಳಿದೆ. ಹೇಗೂ ನನಗೆ

ಬೆಳಗಿನ ಜಾಗಿಂಗ್‌ಗೆ ಹೋಗುವ ಅಭ್ಯಾಸವಿದೆಯಾದ ಕಾರಣ, ನಸುಕಿನಲ್ಲಿಯೇ ಷೂ ಧರಿಸಿ ಬೆಟ್ಟವೇರಲು ಹೊರಟೆ. ಸಮ್ಮೇಳನದ ಮಂದಿ ಕಡಿಮೆಯಾಗಿ ಬರೀ ಯಾತ್ರಾರ್ಥಿಗಳು ಈಗ ಬೆಟ್ಟ ಹತ್ತುತ್ತಿದ್ದರು. ತಮಿಳು, ತೆಲುಗು, ಕನ್ನಡ ಮಾತನಾಡುವ ಆ ಮಂದಿಯ ಜೊತೆಗೆ ನಾನು ಬೆಟ್ಟವನ್ನು ಹತ್ತಿದೆ. ಸಮ್ಮೇಳನದಲ್ಲಿ ಸಾಕಷ್ಟು ಪುಸ್ತಕ ಮಾರಾಟ ಮಾಡಿದ್ದರಿಂದ ಮನಸ್ಸು ಅತ್ಯಂತ ಸಮಾಧಾನದಲ್ಲಿತ್ತು. ಬೆಳಗಿನ ಆ ಚುಮುಚುಮು ಚಳಿ, ಪ್ರಶಾಂತ ವಾತಾವರಣ ಪ್ರಚೋದಕವಾಗಿತ್ತು. ಬೆಟ್ಟ ಹತ್ತಿ ಮೇಲೆ ಹೋದರೆ ಯಾವತ್ತಿನಂತೆ ಬಾಹುಬಲಿದೇವ ಹಸನ್ಮುಖದಿಂದ ನನ್ನನ್ನು ಸ್ವಾಗತಿಸಿದ. ಐವತ್ತೇಳು ಅಡಿ ಎತ್ತರದ ಈ ಅಜಾನುಬಾಹು, ಬೆಟ್ಟದ ಮೇಳೆ ನಿಂತು ಮೂರುದಿನಗಳ ನಮ್ಮ ಗೌಜು-ಗದ್ದಲವನ್ನೆಲ್ಲಾ ಸಹನೆಯಿಂದ ವೀಕ್ಷಿಸಿದ್ದ. ಆತನ ಮುಂದೆ ಕಣ್ಣು ಮುಚ್ಚಿ ಕುಳಿತುಕೊಂಡು "ಅಪ್ಪಾ ಬಾಹುಬಲಿ, ಸಂಸಾರದ ಗದ್ದಲವೇ ಬೇಡವೆಂದು ಶಾಂತಿಯನ್ನು ಹುಡುಕಿ ಬೆಟ್ಟವೇರಿದ ನಿನ್ನನ್ನೂ ನಾವು ಬಿಡಲಿಲ್ಲ. ನಿನ್ನ ಅಂಗಳದಲ್ಲಿ ಮೂರುದಿನಗಳ ಕಾಲ ನಮ್ಮ ಗಲಾಟೆಯನ್ನು ನಿರಂತರವಾಗಿ ಮಾಡಿದ್ದೇವೆ. ನಿನ್ನ ಮಕ್ಕಳ ಈ ಆಟದ ಗದ್ದಲಗಳನ್ನು ಹೊಟ್ಟೆಯಲ್ಲಿ ಹಾಕಿಕೋ. ತಪ್ಪಾಗಿದ್ದರೆ ಕ್ಷಮಿಸು" ಎಂದು ಬೇಡಿಕೊಂಡೆ. ಕಣ್ಣು ತೆರೆದರೆ ಮತ್ತದೇ ಹಸನ್ಮುಖಿ ಬಾಹುಬಲಿ!

ಬೆಟ್ಟದಿಂದ ಇಳಿಯುವಾಗ ಚಕ್ಕನೆ ಸತ್ಯವೊಂದು ಹೊಳೆದು ಬಿಟ್ಟಿತು ನೋಡಿ – ನಾನು ಸ್ನಾನವನ್ನು ಮಾಡದೆಯೇ ಬೆಟ್ಟವನ್ನು ಹತ್ತಿ ಬಾಹುಬಲಿಯ ದರ್ಶನವನ್ನು ಪಡೆದಿದ್ದೆ! ಸ್ನಾನ ಮಾಡಿಯೇ ಭಗವಾನನ ದರ್ಶನ ಮಾಡಬೇಕೆಂದು ನನಗೆ ಅನ್ನಿಸಿಯೇ ಇರಲಿಲ್ಲ. ಬಹುಶಃ ನಾನು ಜೈನರವನಾಗಿದ್ದರೆ ಈ ಪ್ರಮಾದವನ್ನು ಖಂಡಿತಾ ಮಾಡುತ್ತಿರಲಿಲ್ಲ. ಓದು-ಬರಹ ಕಲಿತ ನಾವು ಎಷ್ಟೇ ಪರಧರ್ಮ ಸಹಿಷ್ಣುಗಳು ಎಂದು ಭಾವಿಸಿಕೊಂಡರೂ, ಸ್ವಧರ್ಮವೆನ್ನುವುದು ನಮಗೇ ಗೊತ್ತಿಲ್ಲದಂತೆ ನಮ್ಮ ಮೈಮನಗಳಲ್ಲಿ ಅದು ಹೇಗೆ ಹಬ್ಬಿಕೊಂಡಿರುತ್ತದಲ್ಲಾ ಎಂದು ಅಚ್ಚರಿಗೊಂಡೆ. ನಮ್ಮದಲ್ಲದ್ದನ್ನು ನಮ್ಮದಾಗಿಸಿಕೊಂಡು ಪ್ರೀತಿಸಿ, ಗೌರವಿಸುವುದಕ್ಕೆ ಮನುಷ್ಯ ಸಾಕಷ್ಟು ಮಾಗಬೇಕೆನ್ನಿಸುತ್ತದೆ.

15ನೇ ಫೆಬ್ರವರಿ 2015

ಕುಡಿಯದ ಕೂಸು

"ಏನು, ನೀವು ಕುಡಿಯಲ್ವಾ?' ಅವನ ಧ್ವನಿಯಲ್ಲಿ ವಿಪರೀತ ಅಚ್ಚರಿಯಿತ್ತು.

"ಇಲ್ಲ ಸಾರ್, ನಂಗೆ ಆ ಅಭ್ಯಾಸ ಇಲ್ಲ" ನಾನು ತಪ್ಪೊಪ್ಪಿಕೊಂಡೆ.

"ಯಾಕೆ, ಏನಾದ್ರೂ ಸಮಸ್ಯೆ ಇದೆಯಾ?" ಅಂತ ಆತ ಅತ್ಯಂತ ಕಾಳಜಿಯಿಂದ ವಿಚಾರಿಸಿಕೊಂಡ.

"ಅಂತಹದ್ದೇನೂ ಇಲ್ಲ ಸಾರ್. ಕಾಲೇಜಿನಲ್ಲಿ ನನ್ನ ಆಪ್ತ ಗೆಳೆಯರು ಯಾರೂ ಕುಡೀತಾ ಇರಲಿಲ್ಲ. ಆದ್ದರಿಂದ ನಂಗೂ ಅಭ್ಯಾಸ ಆಗಲಿಲ್ಲ. ಐ ಆಂ ಎ ಟೀಟೋಟಲರ್" ಅಂತ ಅಸಂಬದ್ಧವಾಗಿ ಸಮರ್ಥಿಸಿಕೊಳ್ಳಲು ಹೋದೆ.

"ಐ ಆಂ ಸೋ ಸಾರಿ. ಕೆಲವೊಮ್ಮೆ ಹಾಗಾಗುತ್ತೆ. ಕಾಲೇಜಿನಲ್ಲಿ ಒಳ್ಳೆಯ ಗೆಳೆಯರು ಸಿಗಲಿಲ್ಲಾ ಅಂದ್ರೆ ಬದುಕು ತುಂಬಾ ನೀರಸ ಆಗಿ ಬಿಡುತ್ತೆ. ಆದರೆ ಚಿಂತೆ ಮಾಡಬೇಡಿ. ಕಾಲೇಜಿನಲ್ಲಿ ಕಲಿಯದ ವಿದ್ಯೆಯನ್ನು ಮತ್ತೆ ಬದುಕಿನಲ್ಲಿ ಕಲಿಯೋ ಅವಕಾಶ ನಮಗಿರುತ್ತೆ" ಅಂತ ನನ್ನ ಬಗ್ಗೆ ಅನುಕಂಪ ಮತ್ತು ಧೈರ್ಯವನ್ನು ಸೂಚಿಸಿ, ತನ್ನ ಪೆಗ್ ಹಿಡಿದುಕೊಂಡು ಆತ ಮತ್ತೊಂದು ಗುಂಪು ಸೇರಿಕೊಂಡ. ಇಲ್ಲಿ ನನ್ನ ಪಾಡಿಗೆ ನಾನು ಯಾವುದೋ ಕೂಲ್‌ಡ್ರಿಂಕ್ ಕುಡಿಯುತ್ತಾ ಆತ್ಮವಿಮರ್ಶೆಯಲ್ಲಿ ಮುಳುಗಿಹೋದೆ.

ಕಾಲೇಜಿನಲ್ಲಿ ನನ್ನ ಖಾಸಾ ಗೆಳೆಯರೆಲ್ಲಾ ಮಧ್ಯಮ ವರ್ಗ ಅಥವಾ ಕೆಳಮಧ್ಯಮ ವರ್ಗದಿಂದ ಬಂದವರೇ ಆಗಿದ್ದರು. ಓದಿನಲ್ಲಿ ವಿಶೇಷ ಆಸಕ್ತಿ ವಹಿಸಿ, ಒಳ್ಳೆಯ ಅಂಕಗಳನ್ನು ಗಳಿಸಿದವರಿಗೆ ಮಾತ್ರ ಆ ಪ್ರಸಿದ್ಧ ಕಾಲೇಜಿನಲ್ಲಿ ಸೀಟು ಗಿಟ್ಟುತ್ತಿತ್ತು. ಹೆಚ್ಚು ಕಡಿಮೆ ಎಲ್ಲಾ ಹುಡುಗರೂ ಬ್ಯಾಂಕಿನಲ್ಲಿ ಶಿಕ್ಷಣದ ಸಾಲ ತೆಗೆದುಕೊಂಡವರೇ ಆಗಿದ್ದರು. ತಿಂಗಳ ಖರ್ಚನ್ನು ನಿಭಾಯಿಸುವ ಹಣ ಮನೆಯಿಂದ ಬರುವುದು ಕೆಲವರಿಗೆ ಮಾತ್ರವಾಗಿತ್ತು. ಉಳಿದಂತೆ ಎಲ್ಲರೂ ಬ್ಯಾಂಕಿನ ಸಾಲದ ಹಣದಿಂದಲೇ ನಿಭಾಯಿಸುತ್ತಿದ್ದರು. ಆದ್ದರಿಂದ ಖರ್ಚಿನ ವಿಷಯದಲ್ಲಿ ನಾವು ವಿಪರೀತ ಜಾಗೃತರಾಗಿರುತ್ತಿದ್ದೆವು. ಜಿಪುಣರೆಂದರೂ ತಪ್ಪಾಗಲಿಕ್ಕಿಲ್ಲ. ಕಾಲೇಜು ಬಿಟ್ಟು ಹೊರಗೆ ಹೋಗಿ ತಿನ್ನುವ ಹವ್ಯಾಸವನ್ನೇ ನಾವು ರೂಢಿಸಿಕೊಂಡಿರಲಿಲ್ಲ. ಕಾಲೇಜಿನ ಕೊನೆಯ ವರ್ಷದಲ್ಲಿ ಮಾತ್ರ ಸ್ವಲ್ಪ ಧೈರ್ಯ ವಹಿಸಿಕೊಂಡು, ಆಗೊಮ್ಮೆ ಈಗೊಮ್ಮೆ ಹತ್ತಿರದ ಶಹರಕ್ಕೆ ಹೋಗಿ ದೋಸೆಯೋ, ಐಸ್‌ಕ್ರೀಂನೋ ಏನೋ ಒಂದು ತಿಂದರೆ ತಿಂಗಳುಗಳ ಕಾಲ ದುಂದುವೆಚ್ಚ ಮಾಡಿದ ಅಳುಕಿನಲ್ಲಿ ಕಾಲ ಕಳೆಯುತ್ತಿದ್ದೆವು. ಇನ್ನು ಕುಡಿತದ ಹವ್ಯಾಸಕ್ಕೆ ಹಣವೆಲ್ಲಿ, ಧೈರ್ಯವೆಲ್ಲಿ?

ಕಾಲೇಜಿನಲ್ಲಿ ಹಲವಾರು ಶ್ರೀಮಂತ ವಿದ್ಯಾರ್ಥಿಗಳೂ ನಮ್ಮ ಜೊತೆಯಲ್ಲಿ ಓದುತ್ತಿದ್ದರು. ಇವರೂ ಅತ್ಯಂತ ಜಾಣ ವಿದ್ಯಾರ್ಥಿಗಳೇ ಆಗಿದ್ದರು. ನಮ್ಮ ನಡುವೆ ವಿದ್ಯಾಭ್ಯಾಸಕ್ಕೆ ಸಂಬಂಧಿಸಿದಂತೆ ಸಾಕಷ್ಟು ಮಾತು-ಕತೆ, ಕೊಡು-ಕೊಳ್ಳುವಿಕೆ ಯಥೇಚ್ಛವಾಗಿ ನಡೆಯುತ್ತಿತ್ತು. ಆದರೆ ಅಭ್ಯಾಸೇತರ ಚಟುವಟಿಕೆಗಳಲ್ಲಿ ಮಾತ್ರ ನಮ್ಮಿಬ್ಬರ ನಡುವೆ ಅಂತಹ ಗೆಳೆತನ ಸಾಧ್ಯವೇ ಆಗಲಿಲ್ಲ. ಈ ಹುಡುಗರೆಲ್ಲಾ ಶಹರಕ್ಕೆ ಹೋಗಿ ಕುಡಿದು ಬರುವುದು ಅತ್ಯಂತ ಸಾಮಾನ್ಯ ಸಂಗತಿಯಾಗಿತ್ತು. ಕಾಲೇಜಿಗೆ ಸೇರಿದ ಎರಡನೇ ವಾರವೇ ಅವರು ಪಬ್ಬನ್ನು ಹುಡುಕಿಕೊಂಡು ಶಹರಕ್ಕೆ ಹೋಗಿದ್ದರು. ಆದರೆ ನಮ್ಮ ಖಾಸಾ ಗೆಳೆಯರ ಗುಂಪಿನಲ್ಲಿ ಮಾತ್ರ ಈ ಹವ್ಯಾಸ ಎಂದೂ ಬರಲೇ ಇಲ್ಲ. ಸಹಪಾಠಿಗಳ ನಡುವೆ ಕಂದರವೊಂದು ಉಳಿದುಕೊಂಡೇ ಬಿಟ್ಟಿತು.

ನಾನಾಗಲೇ ಹೇಳಿದಂತೆ ನನ್ನ ಗೆಳೆಯರೆಲ್ಲರೂ ಕಾಲೇಜಿನ ಓದಿನ ವಿಷಯದಲ್ಲಿ ವಿಪರೀತ ಕಾಳಜಿ ಉಳ್ಳವರಾಗಿದ್ದರು. ಅತ್ಯಂತ ಶ್ರಮ ಪಟ್ಟು ಅಭ್ಯಾಸ ಮಾಡುತ್ತಿದ್ದರು. ಬಹುಶಃ ಮನೆಯ ಬಡತನವೋ, ಅಪ್ಪ-ಅಮ್ಮರ ವಿಶೇಷ ಕಾಳಜಿಯೋ, ಓದುವದನ್ನು ಬಿಟ್ಟರೆ ಬೇರೆ ಏನೂ ಗೊತ್ತಿಲ್ಲದ್ದರಿಂದಲೋ - ಒಟ್ಟಾರೆ ನಮಗೆ ಒಳ್ಳೆಯ ಅಂಕಗಳು ಬರುತ್ತಿದ್ದವು. ಪ್ರತಿ ಸೆಮಿಸ್ಟರಿನಲ್ಲೂ ರ್‍ಯಾಂಕ್ ತಪ್ಪದೆ ಬರುತ್ತಿತ್ತು. ಆ ಕಾರಣದಿಂದಾಗಿ ನಮಗೆಲ್ಲಾ ಕ್ಯಾಂಪಸ್ಸಿನಲ್ಲಿ ಒಳ್ಳೆಯ ಉದ್ಯೋಗಗಳೂ ಸಿಕ್ಕವು. ಆವರೆಗೆ ಹಣವನ್ನೇ ಕಂಡಿರದ ನಮಗೆ ಹೆದರಿಕೆಯಾಗುವಷ್ಟು ದೊಡ್ಡ ಸಂಬಳದ

ಕೆಲಸಗಳು ಸಿಕ್ಕು ಗಲಿಬಿಲಿ ಮಾಡಿದವು. ಆದರೆ ಕುಡಿತದ ವಿಷಯದಲ್ಲಿ ಮಾತ್ರ ಮನೋಭಾವ ಬದಲಾಗಲಿಲ್ಲ.

ಆ ಹೊತ್ತಿನಲ್ಲಿ ನಮ್ಮಮ್ಮ ತನ್ನ ಗೆಳತಿಯರ ಮುಂದೆ ಮತ್ತು ಕುಟುಂಬದವರ ಮುಂದೆ ತನ್ನ ಮಗನ ಹೆಮ್ಮೆಯನ್ನು ಕೊಚ್ಚಿಕೊಳ್ಳುತ್ತಿದ್ದಳು. "ನನ್ನ ಮಗ ಅದೃಷ್ಟ ಮಾಡ್ಯಾನೆ ನೋಡ್ರೆ... ಕಾಲೇಜಿನಾಗೆ ಅವನ ಜೋಡಿ ಓದೋ ವಾರಿಗೆಯ ಹುಡುಗರು ಭಾಳ ಒಳ್ಳೆಯವರಮ್ಮ... ಒಬ್ಬರಿಗನ್ನಾ ಒಂದು ಸಿಗರೇಟು, ಕುಡಿಯೋದು ಏನಾದ್ರೂ ದುರಾಭ್ಯಾಸ ಇದ್ರೆ ಹೇಳು... ಕೇಳಬೇಡ. ಎಲ್ಲಾ ಆ ದೇವರ ದಯ. ಎಲ್ಲಾರಿಗೂ ಒಳ್ಳೆ ಗೆಳೆಯರ ಸಹವಾಸ ಸಿಗೋದಿಲ್ಲ" ಅಂತ ಇನ್ನಿಲ್ಲದಂತೆ ಜಂಭ ಕೊಚ್ಚಿಕೊಳ್ಳುತ್ತಿದ್ದಳು. ಕೇವಲ ಇಪ್ಪತ್ತೈದು ವರ್ಷಗಳಲ್ಲಿ ನಮ್ಮಮ್ಮ ಎಷ್ಟೊಂದು ಅಪ್ರಸ್ತುತ ಆಗಿಬಿಟ್ಟಳಲ್ಲಾ ಅಂತ ನನಗೆ ಗಾಬರಿಯಾಗುತ್ತದೆ. "ಕಾಲೇಜಿನಲ್ಲಿ ಒಳ್ಳೆ ಗೆಳೆಯರು ಸಿಗಲಿಲ್ಲಾ ಅಂದ್ರೆ ಬದುಕು ನೀರಸ ಆಗಿ ಬಿಡುತ್ತೆ" ಅಂತ ಹೇಳಿದ ಈ ಹೊಸ ವ್ಯಕ್ತಿ, ನನಗೂ ಅದು ಸತ್ಯವೇನೋ ಎಂಬ ಅನುಮಾನವನ್ನು ಮೂಡಿಸಿ ಬಿಡುವಷ್ಟು ಕಾಲ ಬದಲಾಗಿದೆಯಲ್ಲಾ ಅಂತ ನನಗೆ ಅಚ್ಚರಿಯಾಗುತ್ತದೆ.

ನನ್ನಂತಹ ಬಾಲ್ಯದ ಹಿನ್ನೆಲೆಯವರೆಲ್ಲರೂ ನನ್ನ ಹಾಗೇ ಬದುಕುತ್ತಿಲ್ಲ ಎಂದು ನನಗೆ ಗೊತ್ತಿದೆ. ಹಲವಾರು ಜನರಿಗೆ ದಿನಕ್ಕೆ ಒಂದು ಪೆಗ್ ಹಾಕದಿದ್ದರೆ ನಿದ್ದೆಯೂ ಹತ್ತಿರ ಸುಳಿಯುವದಿಲ್ಲ ಎನ್ನುವಷ್ಟು ಈ ಚಟ ಅಂಟಿಕೊಂಡಿದೆ. ದೇಹ-ಮನಸ್ಸುಗಳೆರಡೂ ವಿರೂಪ ಹೊಂದುವಷ್ಟು ಇವರು ಕುಡಿತದ ದಾಸರಾಗಿದ್ದಾರೆ. ಮತ್ತೆ ಕೆಲವರು ಆಗೊಮ್ಮೆ ಈಗೊಮ್ಮೆ ಗೆಳೆಯರು ಸಿಕ್ಕಾಗಲೋ, ಯಾವುದೋ ಪಾರ್ಟಿಯಲ್ಲಿ ಅವಕಾಶ ಸಿಕ್ಕಾಗಲೋ ಕುಡಿಯುತ್ತಾರೆ. ಅದಿಲ್ಲದಿದ್ದರೆ ಒಂದು ಗಂಟೆ ಸಂತೋಷವಾಗಿ ಕುಳಿತು ಗೆಳೆಯರೊಂದಿಗೆ ಮಾತನಾಡುವುದು ಸಾಧ್ಯವೇ ಇಲ್ಲ ಎನ್ನುವುದು ಇವರ ನಂಬಿಕೆ. ಎಲ್ಲೋ ಒಂದಿಷ್ಟು ಗೆಳೆಯರು ಮಾತ್ರ ನನ್ನಂತೆಯೇ ಉಳಿದುಕೊಂಡಿದ್ದಾರೆ. ತಮ್ಮ ಈ ಅವಸ್ಥೆಗೆ ನಾಚಿಕೆ ಪಡಬೇಕೋ, ಹೆಮ್ಮೆ ಪಡಬೇಕೋ ತಿಳಿಯದಂತಹ ಸ್ಥಿತಿಯಲ್ಲಿ ಅವರಿದ್ದಾರೆ.

ಬಾಲ್ಯದಲ್ಲಿ ನನ್ನ ಮನೆಯಲ್ಲಿಯಂತೂ ಯಾರೂ ಕುಡಿದದ್ದನ್ನೋ, ಬೀಡಿ-ಸಿಗರೇಟು ಸೇದುತ್ತಿದ್ದುದನ್ನೋ ನಾನು ಕಂಡಿಲ್ಲ. ಅವೆಲ್ಲಾ ಪರಮ ಪಾಪಕೃತ್ಯಗಳು ಎಂಬಂತಹ ಭಯದಲ್ಲಿಯೇ ನಮ್ಮನ್ನು ಬೆಳೆಸಿದ್ದರು. ಈ ಪಾಪಪ್ರಜ್ಞೆ ಎಷ್ಟರ ಮಟ್ಟಿಗೆ ನನ್ನಲ್ಲಿ ಬೇರೂರಿತ್ತೆಂದರೆ, ಯಾರಾದರೂ ಕುಡುಕರನ್ನೋ, ಧೂಮಪಾನ

ಮಾಡುವವರನ್ನೋ ಕಂಡರೆ ನಾನು ಹೆದರಿಕೊಳ್ಳುತ್ತಿದ್ದೆ. ನನ್ನ ಶಾಲಾ ಗೆಳೆಯರ ಬಹುತೇಕ ಅಪ್ಪಂದಿರು ಕುಡಕರಾಗಿದ್ದರು. ನಾನು ಅವರ ಮನೆಗೆ ಹೋಗಲೂ ಹಿಂಜರಿಯುತ್ತಿದ್ದೆ.

ಈ ಭಯ ಕಾಲೇಜಿಗೆ ಸೇರಿದ ನಂತರ ಹೊರಟು ಹೋಯ್ತು. ನನ್ನ ಬಹುತೇಕ ಶ್ರೀಮಂತ ಸಹಪಾಠಿಗಳಿಗೆ ಕುಡಿತದ ಹವ್ಯಾಸವಿತ್ತು. ಆದರೆ ನನ್ನ ನಂಬಿಕೆಗೆ ವಿರುದ್ಧವಾಗಿ ಅವರು ತುಂಬಾ ಜಾಣರೂ, ಜವಾಬ್ದಾರಿಯುಳ್ಳವರೂ, ಸಾಕಷ್ಟು ವಿಶಾಲ ಹೃದಯವನ್ನು ಹೊಂದಿದವರೂ ಆಗಿದ್ದರು. ಕುಡಿದಾಗಲೂ ನಮ್ಮ ಜೊತೆ ತಮಾಷೆಯಾಗಿ ಮಾತನಾಡುವುದು, ಮರುದಿನ ಯಾವತ್ತಿನಂತೆ ಅಭ್ಯಾಸದಲ್ಲಿ ನಿರತರಾಗಿಯೂ ಇರುತ್ತಿದ್ದ ಇವರನ್ನು ಕಂಡ ಮೇಲೆ ಹವ್ಯಾಸದ ಕುಡಿತದ ಬಗ್ಗೆ ನನಗೆ ಸ್ವಲ್ಪ ಮಟ್ಟಿಗೆ ನಂಬಿಕೆ ಮೂಡತೊಡಗಿತು. ಆದರೆ ನಾನೇ ಆ ಪ್ರಯತ್ನಕ್ಕೆ ಕೈ ಹಾಕುವಷ್ಟು ಧೈರ್ಯವೋ, ಹಣವನ್ನು ಅದಕ್ಕಾಗಿ ವ್ಯಯಿಸುವ ಉದಾರಿತನವೋ ನನಗೆಂದೂ ಬರಲಿಲ್ಲ. ನನ್ನ ಖಾಸಾ ವಲಯದ ಗೆಳೆಯರ ಗುಂಪೂ ನನ್ನಂತೆಯೇ ಇದ್ದದ್ದು ಅದಕ್ಕೆ ಕಾರಣವಿರಬಹುದು. ಒಟ್ಟಾರೆ ಲಕ್ಷ್ಮಣರೇಖೆ ದಾಟಲಿಲ್ಲ.

ಆದರೂ ಮನಸ್ಸಿನ ಮೂಲೆಯಲ್ಲಿ ಎಲ್ಲೋ ನಾನು ಅವರಿಗಿಂತಲೂ ಶ್ರೇಷ್ಠ ಎನ್ನುವ ಭಾವ ಸದ್ದಿಲ್ಲದೆ ಉಳಿದುಕೊಂಡಿತ್ತು. ಅವರಷ್ಟು ಸಲೀಸಾಗಿ ಹಾದಿ ತಪ್ಪುವವನಲ್ಲ ಎನ್ನುವ ಧಿಮಾಕೂ ಅಗಾಗ ಕಿಕ್ಕು ಕೊಡುತ್ತಿತ್ತು. ಅವರಿಗೇನಾದರೂ ದೊಡ್ಡ ಅನಾರೋಗ್ಯ ಉಂಟಾಗಿ, ಕುಡಿತವೇ ಅದಕ್ಕೆ ಪ್ರಮುಖ ಕಾರಣವೆಂದು ಗೊತ್ತಾಗಿ, ಅವರೆಲ್ಲಾ ಪಶ್ಚಾತ್ತಾಪ ಪಡುವ ದಿನ ದೂರವಿಲ್ಲ ಎನ್ನುವ ಕೆಟ್ಟ ಆಲೋಚನೆಯೂ ನನ್ನಲ್ಲಿ ಮೂಡುತ್ತಿತ್ತು. ಅವೆಲ್ಲಾ ಅಹಂಕಾರಗಳು ಮುಂದೆ ಒಂದೊಂದಾಗಿ ಕುಸಿದಿದ್ದನ್ನೂ ನಾನು ಕಂಡುಕೊಂಡಿದ್ದೇನೆ.

ಕೆಲಸಕ್ಕೆ ಸೇರಿದ್ದು ಕಾರ್ಪೊರೇಟ್ ಜಗತ್ತಿನಲ್ಲಿ. ನೆಪ ಸಿಕ್ಕರೆ ಸಾಕು, ಕುಡಿತದ ಮೇಜುವಾನಿ ಆಗಲೇಬೇಕು ಎನ್ನುವ ವಾತಾವರಣ. ಈ ವಾತಾವರಣದಲ್ಲಿ ಹೊಂದಿಕೊಳ್ಳಲು ನಿಜಕ್ಕೂ ನನಗೆ ಸಮಸ್ಯೆಯಾಗಲಾರಂಭಿಸಿತು. ಈ ಮೇಜುವಾನಿಗಳಲ್ಲಿ ಸಹೋದ್ಯೋಗಿಗಳೆಲ್ಲಾ ಕುಡಿದು ಕುಣಿದು ಕುಪ್ಪಳಿಸುವಾಗ, ಸುಮ್ಮನೆ ನನ್ನ ಪಾಡಿಗೆ ನಾನು ಎಲ್ಲೋ ಮೂಲೆಯಲ್ಲಿ ಕುಳಿತುಕೊಳ್ಳುವ ಅವಸ್ಥೆ ನನ್ನನ್ನು ಕೀಳರಿಮೆಗೆ ದೂಡಲಾರಂಭಿಸಿತು. ಸಹೋದ್ಯೋಗಿಗಳು ಈ ವಾರಾಂತ್ಯದ ಪಾರ್ಟಿಗಳಿಗೆ ಉಮೇದಿನಿಂದ ಕಾಯುತ್ತಿದ್ದರೆ, ನನಗೆ ಇದರ ನೆನಪೇ ತಲೆನೋವು ತರಲು ಶುರು ಮಾಡುತ್ತಿತ್ತು.

ನನ್ನಂತಹವರು ಕಂಪನಿಯಲ್ಲಿ ಇರದೇ ಇರಲಿಲ್ಲ. ಇಷ್ಟುದ್ದ ಹಣೆಗೆ ನಾಮವನ್ನು ಹಚ್ಚಿಕೊಂಡು, ಏಕಾದಶಿ ಉಪವಾಸ ಮಾಡಿ, ಸಮುದ್ರ ದಾಟುವುದು ಪಾಪವೆಂದು ನಂಬಿ ಎಲ್ಲಾ ಫಾರಿನ್ ಅಸ್ಸೈನ್‌ಮೆಂಟ್‌ಗಳನ್ನು ರದ್ದುಗೊಳಿಸಿಕೊಳ್ಳುವ ಮತ್ತೊಂದು ಬಗೆಯ ಮಂದಿಯೂ ಸಿಕ್ಕುತ್ತಿದ್ದರು. ಆದರೆ ಅಂತಹ ಅತಿರೇಕಗಳ ಜೊತೆಗೆ ಗುರುತಿಸಿಕೊಳ್ಳುವದಕ್ಕೆ ನನಗೆ ಸಾಧ್ಯವಿರಲಿಲ್ಲ. ಹಾಗಂತ ಹಗೂರಕ್ಕೆ ಕುಡಿತಕ್ಕೆ ಸಮರ್ಪಿಸಿಕೊಳ್ಳಲೂ ನಾನು ಬೆಳೆದು ಬಂದ ರೀತಿ ನನ್ನನ್ನು ಬಿಡುತ್ತಿರಲಿಲ್ಲ. ಒಟ್ಟಾರೆಯಾಗಿ ಈ ಕುಡಿತವೆನ್ನುವುದು ನಿಜಕ್ಕೂ ನನ್ನನ್ನು ಕೆಣುಕುವಂತಹ, ನೆಮ್ಮದಿಯನ್ನು ಕೆಡಿಸುವಂತಹ ಸಂಗತಿಯಾಗಿ ಹೋಯ್ತು.

ಕುಡಿತದ ಹವ್ಯಾಸವಿಲ್ಲದೆ ಯಾವುದೇ ಉದ್ಯೋಗದಲ್ಲಿಯೂ ಉನ್ನತ ಸ್ಥಾನವನ್ನು ತಲುಪುವುದು ಕಷ್ಟ ಎಂದು ಗುಂಪಿನಲ್ಲಿ ಆಗಾಗ ಎಲ್ಲರೂ ಮಾತನಾಡುತ್ತಿದ್ದರು. ವಿದೇಶಿ ಗ್ರಾಹಕರು ಬಂದಾಗ ಅವರೊಡನೆ ಒಡನಾಡುವ ಸಾಮರ್ಥ್ಯ ಬೇಕು. ನೂರಾರು ಮೀಟಿಂಗ್‌ಗಳಲ್ಲಿ ಆಗದ ನಿರ್ಧಾರಗಳು, ಒಂದು ಕುಡಿತದ ಮೇಜುವಾನಿಯಲ್ಲಿ ಆಗಿಬಿಡುತ್ತವೆ. ಕೆಲವೊಂದು ಕಂಪನಿಗಳು ಸಂದರ್ಶನವನ್ನೇ ಪಬ್‌ನಲ್ಲಿ ನಡೆಸಿ, ಕುಡಿಯಲು ತಾಕತ್ತಿಲ್ಲದವರನ್ನು ಕಂಪನಿಯಿಂದ ದೂರವಿಡುತ್ತಾರೆ – ಹೀಗೆಲ್ಲಾ ಸಂಗತಿಗಳು ಕೇಳುವಾಗ 'ಏನಪ್ಪಾ ಗತಿ' ಎಂಬ ಭಯ ನನ್ನನ್ನು ಆವರಿಸುತ್ತಿತ್ತು. ಆದರೆ ನನ್ನ ಇಪ್ಪತ್ತು ವರ್ಷಗಳ ನಿರಂತರ ಉದ್ಯೋಗದ ಅನುಭವದಲ್ಲಿ ಇವೆಲ್ಲಾ ಸಂಗತಿಗಳು ಹುಸಿಯೆಂದು ತಿಳಿದುಕೊಂಡಿದ್ದೇನೆ. ನೆಟ್ಟಗೆ ಮೈ-ಮನಸ್ಸುಗಳು ದಣಿಯುವಂತೆ ಕೆಲಸ ಮಾಡುವ ಜಾಣನನ್ನು ಯಾವತ್ತೂ ಕಾರ್ಪೊರೇಟ್ ಜಗತ್ತು ತೆರದ ಬಾಹುಗಳಿಂದ ಕರೆಯುತ್ತದೆ ಎನ್ನುವುದು ಗೊತ್ತಾಗಿದೆ. ವಿದೇಶಿ ಗ್ರಾಹಕರಿಗೆ ನಾವು ಎಷ್ಟು ಅಚ್ಚುಕಟ್ಟಾಗಿ ಪ್ರಾಜೆಕ್ಟ್ ಮಾಡಿಕೊಡುತ್ತೇವೆ ಎನ್ನುವುದು ಮುಖ್ಯವಾಗಿರುತ್ತಿತ್ತೇ ಹೊರತು, ನಮ್ಮ ಕುಡಿತದ ಚಟವಲ್ಲ. ಒಳ್ಳೆಯ ಕೆಲಸಗಾರನಿಗೂ, ಕುಡಿತಕ್ಕೂ ಯಾವುದೇ ಸಂಬಂಧವಿಲ್ಲ. ಮಾರ್ಕೆಟಿಂಗ್ ಮತ್ತು ಸೇಲ್ಸ್ ವಿಭಾಗದಲ್ಲಿ ಗ್ರಾಹಕರನ್ನು ಆಕರ್ಷಿಸುವ ಹಲವು ವಿಧಾನಗಳಲ್ಲಿ ಕುಡಿತವೂ ಒಂದಾದ್ದರಿಂದ, ಅಲ್ಲಿ ಮಾತ್ರ ಸ್ವಲ್ಪ ಮಟ್ಟಿಗೆ ಈ ಹವ್ಯಾಸ ನೆರವಾಗುತ್ತದೆನ್ನುವುದನ್ನು ಕಂಡಿದ್ದೇನೆ. ಆದರೆ ಅಲ್ಲಿಯೂ ಒಂದು ಹನಿ ಎಣ್ಣೆಯನ್ನೂ ಹೊಟ್ಟೆಗೆ ಸೇರಿಸದ ಯಶಸ್ವೀ ಕೆಲಸಗಾರರನ್ನು ಕಂಡಿದ್ದೇನೆ.

ವಿದೇಶದ ಚಳಿಗೆ ಕುಡಿಯದೆ ಬೇರೆ ದಾರಿಯೇ ಇಲ್ಲ ಎನ್ನುವ ಮತ್ತೊಂದು ಮಾತು ಯಾವತ್ತೂ ಕೇಳಿ ಬರುತ್ತಿತ್ತು. ಅದೂ ಹುಸಿಯೆನ್ನುವುದನ್ನು ಹಲವಾರು ದೇಶಗಳಲ್ಲಿ ವಾಸಿಸಿದ ನಾನು ಕಂಡುಕೊಂಡಿದ್ದೇನೆ. ಆ ಚಳಿಯನ್ನು ತಡೆಯಲು ನಿಜವಾಗಿ ಬೇಕಾದ್ದು ಎರಡು ಹೆಚ್ಚಿನ ಹೊದಿಕೆಗಳು ಮತ್ತು ಉಣ್ಣೆಯ ಬಟ್ಟೆಗಳು

ಮಾತ್ರ, ನಿಮ್ಮ ಅದೃಷ್ಟ ಜೋರಿದ್ದರೆ ನಿಮ್ಮ ದೇಹಕ್ಕೆ ಬೆಸೆಯಲು ಮತ್ತೊಂದು ದೇಹ–ಅಷ್ಟೇ! ವಿಶೇಷವೆಂದರೆ ವಿದೇಶಗಳಲ್ಲಿ ಕುಡಿತವಿಲ್ಲದೆ ಸುಲಭವಾಗಿ ಬದುಕಬಹುದೆಂಬ ಸತ್ಯದರ್ಶನ ನನಗಾಗಿತ್ತು. ಪ್ರತಿಯೊಬ್ಬರ ವೈಯಕ್ತಿಕ ಆಯ್ಕೆಗಳ ಬಗ್ಗೆ ಅಲ್ಲಿ ಅದೆಂತಹ ಗೌರವವಿದೆಯೆಂದರೆ, ಇನ್ನೊಬ್ಬರ ವ್ಯಕ್ತಿತ್ವದ ಬಗ್ಗೆ ಕುಹಕದ ಮಾತುಗಳನ್ನು ಯಾರೂ ಆಡುವದಿಲ್ಲ. ಯಾವತ್ತೂ ಆ ಕಾರಣಕ್ಕಾಗಿ ನಾನು ಗುಂಪಿಂದ ದೂರವಾಗಬೇಕಾದ ಸಂದರ್ಭವೇ ವಿದೇಶಗಳಲ್ಲಿ ಬರಲಿಲ್ಲ. ಅವೆಲ್ಲಾ ಸಮಸ್ಯೆಗಳೇನಿದ್ದರೂ ಭಾರತದಲ್ಲಿಯೇ!

ಆದರೂ ಗೆಳೆಯರ ನಡುವೆ, ಸಹೋದ್ಯೋಗಿಗಳ ನಡುವೆ ನಾನು ಈ ಕುಡಿತದ ಕಾರಣದಿಂದ ಕೀಳರಿಮೆ ಅನುಭವಿಸಿದ್ದೇನೆ. ಕಾರ್ಪೊರೇಟ್ ಜಗತ್ತನ್ನು ಬಿಟ್ಟು ಹೊರಬಂದರೆ ನನಗಿದ್ದದ್ದು ಸಾಹಿತ್ಯಲೋಕ. ಇಲ್ಲಂತೂ ಕುಡಿಯದವನೇ ಪಾಪಿ ಎನ್ನುವ ವಾತಾವರಣವಿದೆ. ಸಾಹಿತಿಯೊಬ್ಬ ಸೊಗಸಾದ ಸಾಹಿತ್ಯ ಬರೆದಿದ್ದಾನೋ ಇಲ್ಲವೋ ಎನ್ನುವುದು ಕ್ಷುಲ್ಲಕವಾದ ವಿಷಯ, ಆದರೆ ಸೊಗಸಾಗಿ ಕುಡಿಯದವ ಸುಲಭವಾಗಿ ಗುಂಪಿನಿಂದ ದೂರ ಉಳಿದುಬಿಡುತ್ತಾನೆ. ಸರಿಯಾಗಿ ನಾಲ್ಕು ಒಳ್ಳೆಯ ಸಾಲನ್ನೂ ಬರೆಯದ ಯುವಲೇಖಕ ಆಗಲೇ ಸೊಗಸಾಗಿ ನಾಲ್ಕು ಪೆಗ್‌ಹಾಕುವ ಹಂತ ತಲುಪಿಬಿಟ್ಟಿರುತ್ತಾನೆ. ಬೇರೆ ಊರಿನಲ್ಲಿ ನಡೆಯುವ ಸಾಹಿತ್ಯ ಸಂಕಿರಣಗಳಲ್ಲಿ ಭಾಗವಹಿಸಿದಾಗ, ಸಂಜೆಯ ಹೊತ್ತು ಕುಡುಕರ ಮಧ್ಯೆ ಕಳೆಯುವದಕ್ಕೆ ಬೇಸರವಾದರೆ ಒಂಟಿಯಾಗಿ ಊರು ಸುತ್ತುವದಕ್ಕೆ ಹೋಗುವುದಷ್ಟೇ ನನಗಿರುವ ಆಯ್ಕೆಯಾಗಿರುತ್ತದೆ. ಒಮ್ಮೊಮ್ಮೆ ಅದಕ್ಕಾಗಿ ಸಿಟ್ಟೂ ಬರುತ್ತದೆ.

ಈ ಸಾಹಿತ್ಯ ಲೋಕದಲ್ಲೂ ಕೆಲವರಲ್ಲಿ ಒಂದು ನಂಬಿಕೆಯಿದೆ. ಕುಡಿತ, ಧೂಮಪಾನದಂತಹ ಸಂಗತಿಗಳೇ ನಿಮಗೆ ಒಳ್ಳೆಯ ಸಾಹಿತ್ಯ ಬರೆಯಲು ಸ್ಫೂರ್ತಿ ಕೊಡುತ್ತವೆ. ಒಳ್ಳೆಯ ಭಾಷಣಕ್ಕಂತೂ ಇದು ಅತ್ಯುತ್ತಮ ರಾಮಬಾಣ. ಆದ್ದರಿಂದ ಕುಡಿತ–ಧೂಮಪಾನಗಳು ಈ ವೃತ್ತಿಯ ಅವಶ್ಯಕತೆಗಳು ಎಂದು ಸಾಕಷ್ಟು ಲೇಖಕರು ನಂಬುತ್ತಾರೆ. ಆದರೆ ಅವೆಲ್ಲವೂ ಹುಸಿಯೆನ್ನುವಂತಹ ಉದಾಹರಣೆಗಳು ನಮಗೆ ಕನ್ನಡ ಸಾಹಿತ್ಯದಲ್ಲಿಯೇ ದೊರಕುತ್ತವೆ. ಕುಡಿದ ಕಾರಣಕ್ಕೇ ಯಾರೂ ಒಳ್ಳೆಯ ಸಾಹಿತ್ಯ ಕೊಟ್ಟಿಲ್ಲ, ಕುಡಿಯದ ಕಾರಣಕ್ಕೇ ಯಾರೂ ಕೆಟ್ಟ ಸಾಹಿತ್ಯವನ್ನು ನೀಡಿಲ್ಲ. ಅವೇನಿದ್ದರೂ ಸಾಹಿತಿಯ ವೈಯಕ್ತಿಕ ಶಕ್ತಿ ಸಾಮರ್ಥ್ಯಗಳಿಗೆ ಸಂಬಂಧಿಸಿದ್ದು.

ಆದರೆ ಗುಂಪಿನಲ್ಲಿ ಏಕಾಂಗಿಯಾದಾಗ ಅದನ್ನು ಜೀರ್ಣಿಸಿಕೊಳ್ಳುವುದು ಸುಲಭವಲ್ಲ. ಅದಕ್ಕೆ ತನ್ನದೇ ಆದ ಮನೋಶಕ್ತಿ ಬೇಕಾಗುತ್ತದೆ. ಕಾರಣವೇನೇ ಇರಲಿ, ನನಗಂತೂ ಕುಡಿತದ ಹವ್ಯಾಸವನ್ನು ರೂಢಿಸಿಕೊಳ್ಳಲು ಸಾಧ್ಯವಾಗಲಿಲ್ಲ. ಇನ್ನು ಮುಂದೆ ಅದು ರೂಢಿಯಾಗುವ ಸಾಧ್ಯತೆಯಂತೂ ಕಾಣುತ್ತಿಲ್ಲ. ಏನೋ ಅದ್ಭುತವಾದದ್ದನ್ನು ಕಳೆದುಕೊಂಡೆನೆಂಬ ಅಳುಕು ನನ್ನದಲ್ಲ. ಹಾಗಂತ ಏನೋ ಸಾಧಿಸಿದೆನೆಂಬ ಒಣಹೆಮ್ಮೆಯೂ ನನ್ನದಲ್ಲ. ಇದು ಕೇವಲ ನನ್ನ ವ್ಯಕ್ತಿತ್ವ, ನನ್ನ ರುಚಿ-ಅರುಚಿಯನ್ನು ನಿಭಾಯಿಸಿಕೊಳ್ಳುವ ಹಕ್ಕು ನನಗಿದೆ. ನನಗೆ ಸರಿ ಕಂಡ ರೀತಿಯಲ್ಲಿ ಬದುಕುವ ಸ್ವಾತಂತ್ರ್ಯ ನನ್ನದಿದೆ. ಹೇಗೆ ನಮ್ಮ ಓದುವ-ಬರೆಯುವ ಪುಸ್ತಕದ ಆಯ್ಕೆ, ತಿನ್ನುವ ಆಹಾರದ ಆಯ್ಕೆ, ನಮ್ಮ ಲೈಂಗಿಕತೆಯ ಆಯ್ಕೆ ನಮ್ಮ ಸ್ವಂತಕ್ಕೆ ಸಂಬಂಧಿಸಿದ್ದೋ, ಅಷ್ಟೇ ಖಾಸಗಿಯಾದದ್ದು ಕುಡಿತವನ್ನು ಸ್ವೀಕರಿಸುವ ಅಥವಾ ಅಸ್ವೀಕರಿಸುವ ಸಂಗತಿಯಾಗಿದೆ. ಅದರ ಬಗ್ಗೆ ಯಾರೂ ಅಪಸ್ವರವನ್ನು ಎತ್ತುವಂತಿಲ್ಲ. ಆದರೆ ಕಿರಿಕಿರಿಯಾಗುವ ಸಂಗತಿಯೆಂದರೆ, ಈ ಹೊತ್ತಿನಲ್ಲಿ ಇಂತಹ ಸಂಗತಿಗಳನ್ನು ಹೇಳಿಕೊಂಡು ನಮ್ಮನ್ನು ನಾವು ಸಮರ್ಥಿಸಿಕೊಳ್ಳುವದಾಗಿದೆ!

ಆದ್ದರಿಂದಲೇ ಇತ್ತೀಚೆಗೆ ಯಾರಾದರೂ "ಯಾಕೆ, ಕುಡಿಯಲ್ವಾ?" ಎಂದು ಕೇಳಿದಾಗ ಅಷ್ಟೇ ಆತ್ಮಸ್ಥೈರ್ಯದಿಂದ "ಇಲ್ಲ. ನಿಮಗೆ ಏನಾದ್ರೂ ಸಮಸ್ಯೆ ಆಗುತ್ತಾ?" ಎಂದು ಕೇಳುವ ಭಂಡತನವನ್ನು ಬೆಳೆಸಿಕೊಂಡಿದ್ದೇನೆ. ಇದು ಒಂದು ರೀತಿಯಲ್ಲಿ ನನ್ನನ್ನು ನಾನು ಸಂರಕ್ಷಿಸಿಕೊಳ್ಳುವ ಉಪಾಯವೂ ಆಗಿದೆ.

02ನೇ ಮಾರ್ಚ್ 2015

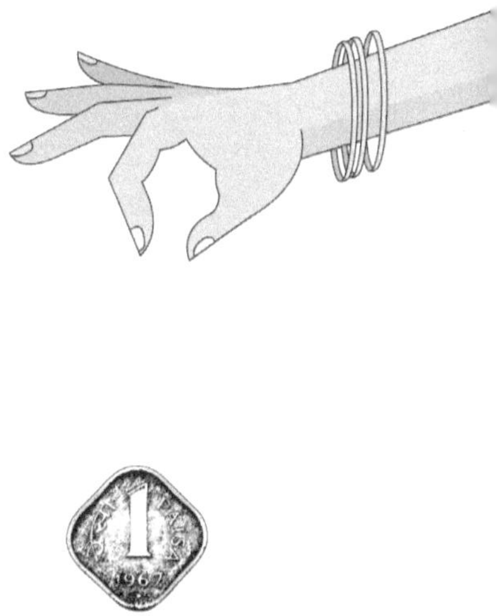

ಮೂರನೆಯ ಪೈಸೆ

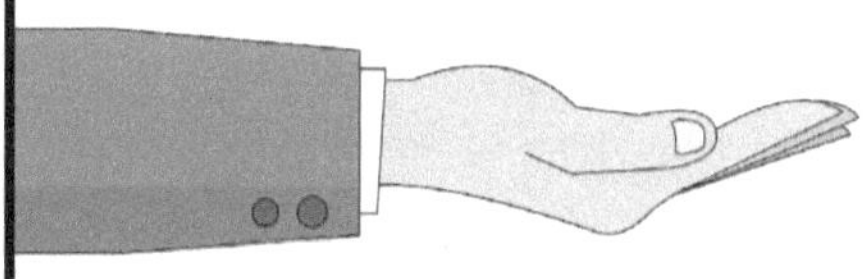

ಮಾತಿನ ಹತಾರ

ಅದು ಸುಮಾರು 1997ರ ಜೂನ್ ಅಥವಾ ಜೂಲೈ ತಿಂಗಳಿರಬೇಕೆಂದು ನೆನಪು. ಆಗ ನಾನು ಕೆಲಸದ ನಿಮಿತ್ತ ಇಂಗ್ಲೆಂಡ್‌ನ ಬರ್ಮಿಂಗ್‌ಹ್ಯಾಂಗೆ ಹೋಗಿದ್ದೆ. ನನ್ನ ಜೊತೆಯಲ್ಲಿ ಸಹೋದ್ಯೋಗಿ ರೇಖಾ ಹಿರೇಮಠ ಕೂಡಾ ಬಂದಿದ್ದಳು. ನಮಗಿಬ್ಬರಿಗೂ ಇಂಗ್ಲೆಂಡ್ ಹೊಸತು. ವಾರಾಂತ್ಯದಲ್ಲಿ ನಾವು ಶಾಪಿಂಗ್‌ಗೆ ಹೋಗುವುದೋ, ಯಾವುದಾದರೂ ಪ್ರೇಕ್ಷಣೀಯ ಸ್ಥಳಕ್ಕೆ ಹೋಗುವುದೋ ಮಾಡುತ್ತಿದ್ದೆವು. ಕೆಲವೇ ವಾರಗಳ ಭೇಟಿಗೆ ಹೋಗಿದ್ದರಿಂದ, ನಮಗೆ ಓಡಾಡಲು ಕಾರು ಇರಲಿಲ್ಲ. ಆದ್ದರಿಂದ ಸುಲಭವಾಗಿ ಸಿಗುತ್ತಿದ್ದ ಟ್ಯಾಕ್ಸಿಯನ್ನು ಮನೆಯ ಫೋನಿನಿಂದಲೇ ಬುಕ್ ಮಾಡಿಕೊಂಡು, ಹೋಗಿ ಬರುತ್ತಿದ್ದೆವು. ನಿಧಾನಕ್ಕೆ ಆ ಊರು ಪರಿಚಯವಾಗತೊಡಗಿತ್ತು.

ಒಂದು ಭಾನುವಾರ ಶೇಕ್ಸ್‌ಪಿಯರನ ನಾಟಕವೊಂದನ್ನು ಊರ ಹೊರಗಿರುವ ದೊಡ್ಡದೊಂದು ಪಾರ್ಕಿನ ಬಯಲಿನಲ್ಲಿ ಆಡುತ್ತಾರೆಂದೂ, ಅದು ತುಂಬಾ ಚೆನ್ನಾಗಿರುತ್ತದೆಂದೂ ನಮ್ಮ ಸಹೋದ್ಯೋಗಿಯೊಬ್ಬರು ತಿಳಿಸಿದರು. ಈ ನಾಟಕವನ್ನು ಸಂಜೆಯ ಹೊತ್ತು ಆಡುವವರಿದ್ದರು. ಬೇಸಿಗೆಯ ಕಾಲವಾದ್ದರಿಂದ ಸಂಜೆ ಏಳೂವರೆಯ ತನಕ ಬೆಳಕಿರುತ್ತಿತ್ತು. ಆದ್ದರಿಂದ ನಾಟಕದ ಪ್ರಾರಂಭ ಮತ್ತು ಅಂತ್ಯದ

ಸಮಯವನ್ನು ತಿಳಿದುಕೊಂಡು, ಅದಕ್ಕೆ ಸರಿಯಾಗಿ ಟ್ಯಾಕ್ಸಿ ಬುಕ್ ಮಾಡಿಕೊಂಡು ಹೊರಟೆವು. ಹೇಳಿದ ಸಮಯಕ್ಕೆ ಸರಿಯಾಗಿ ಟ್ಯಾಕ್ಸಿಯವನು ಬಂದು, ನಮ್ಮನ್ನು ಪಾರ್ಕಿನ ಬಳಿ ಬಿಟ್ಟು, ರಾತ್ರಿ ಸರಿಯಾಗಿ ಏಳೂವರೆಗೆ ನಮ್ಮನ್ನು ಅದೇ ಸ್ಥಳದಿಂದ ವಾಪಾಸು ಕರೆದುಕೊಂಡು ಹೋಗುವದಾಗಿ ಅಭಯವಿತ್ತು ಹೋದ.

ನಾಟಕ ತುಂಬಾ ಚೆನ್ನಾಗಿತ್ತು. ಆದರೆ ಸ್ವಲ್ಪ ತಡವಾಗಿ ಪ್ರಾರಂಭವಾಗಿದ್ದರಿಂದ ಅದು ಮುಕ್ತಾಯಗೊಳ್ಳುವಾಗ ಆಗಲೇ ಎಂಟು ಗಂಟೆಯಾಗಿ, ಕತ್ತಲು ನಿಧಾನಕ್ಕೆ ಹಬ್ಬುತ್ತಿತ್ತು. ನಾಟಕದ ರೋಚಕತೆಯಲ್ಲಿ ಮುಳುಗಿದ ನಮಗೆ ಸಮಯ ಜಾರಿದ್ದು ಗೊತ್ತಾಗಿರಲೇ ಇಲ್ಲ. ನಾವು ಹೊರಗೆ ಬಂದು ನೋಡಿದರೆ ಟ್ಯಾಕ್ಸಿಯವನು ಇರಲಿಲ್ಲ. ಈಗ ಮತ್ತೆ ಟ್ಯಾಕ್ಸಿ ಕಂಪನಿಯನ್ನು ಸಂಪರ್ಕಿಸುವುದು ಹೇಗೆಂದು ನಮಗೆ ಗೊತ್ತಾಗಲಿಲ್ಲ. ಆಗ ತಾನೇ ಮೊಬೈಲ್ ಫೋನ್‌ಗಳು ಮಾರುಕಟ್ಟೆಯನ್ನು ಪ್ರವೇಶ ಮಾಡಿದ್ದರೂ, ಜನಸಾಮಾನ್ಯರ ಬಳಿ ಅಷ್ಟಾಗಿ ಇರುತ್ತಿರಲಿಲ್ಲ. ಮೊಬೈಲ್‌ನಿಂದ ಹೊರ ಹೋಗುವ ಮತ್ತು ಒಳ ಬರುವ ಕರೆಗಳಿಗೂ ದುಬಾರಿ ಹಣವನ್ನು ತೆರಬೇಕಾಗಿತ್ತು. ಆದ್ದರಿಂದ ಮನೆಯ ಫೋನ್ ಮತ್ತು ಸಾರ್ವಜನಿಕ ಫೋನ್‌ಗಳನ್ನೇ ಬಳಸುತ್ತಿದ್ದೆವು. ಆದರೆ ಆ ಪಾರ್ಕಿನ ಸುತ್ತ-ಮುತ್ತ, ಒಳಗೆಲ್ಲಾ ಅಡ್ಡಾಡಿದರೂ ಎಲ್ಲಿಯೂ ನಮಗೆ ಸಾರ್ವಜನಿಕ ಫೋನ್ ಕಾಣಿಸಲಿಲ್ಲ. ಯಾರನ್ನಾದರೂ ಕೇಳೋಣವೆಂದರೆ ಯಾವ ವ್ಯಕ್ತಿಯೂ ನಮ್ಮ ಕಣ್ಣಿಗೆ ಕಾಣಲಿಲ್ಲ. ನಮಗೆ ಮನೆಯ ದಾರಿ ಗೊತ್ತಿರಲಿಲ್ಲ ಹಾಗೂ ಸಂಜೆ ಐದರ ನಂತರ ಸಿಟಿ ಬಸ್ಸುಗಳು ಆ ಊರಲ್ಲಿ ಅಡ್ಡಾಡುತ್ತಿರಲಿಲ್ಲ. ನನ್ನ ಸಹೋದ್ಯೋಗಿ ರೇಖಾ ತುಂಬಾ ಹೆದರಿಕೊಂಡು ಬಿಟ್ಟಳು. ಬರ್ಮಿಂಗ್‌ಹ್ಯಾಂ ರಾತ್ರಿಯ ಹೊತ್ತು ಅಷ್ಟೊಂದು ಸುರಕ್ಷಿತವಲ್ಲವೆಂದು ಆಫೀಸಿನಲ್ಲಿ ನಮಗೆ ಒತ್ತಿ ಹೇಳಿದ್ದರು. ಆಕೆಯ ಹೆದರಿಕೆ ಅತ್ಯಂತ ಸಹಜವಾಗಿತ್ತು.

ಬೇರೆ ದಾರಿ ತೋರದೆ ನಾಟಕ ನಡೆಯುತ್ತಿದ್ದ ಸ್ಥಳಕ್ಕೆ ವಾಪಾಸು ಬಂದೆವು. ಪ್ರೇಕ್ಷಕರೆಲ್ಲಾ ತಮ್ಮ ಕಾರುಗಳಲ್ಲಿ ಮನೆಗಳಿಗೆ ವಾಪಾಸು ಹೋಗಿದ್ದರು. ಒಂದಿಬ್ಬರು ಪೆಂಡಾಲ್ ಕೆಡವುತ್ತಿದ್ದರು. ಒಂದಿಬ್ಬರು ಪೋಲೀಸರು ಉಸ್ತುವಾರಿ ನೋಡಿಕೊಳ್ಳುತ್ತಿದ್ದರು. ಆ ಇಬ್ಬರು ಪೋಲೀಸರಲ್ಲಿ ಒಬ್ಬಾತ ಕಪ್ಪು ಜನಾಂಗದವನಾಗಿದ್ದು, ಅವನು ತನ್ನ ಬೆಲ್ಟಿಗೆ ದೊಡ್ಡ ಮೊಬೈಲ್ ಒಂದನ್ನು ಎಲ್ಲರಿಗೂ ಕಾಣುವಂತೆ ಧರಿಸಿದ್ದ. ನಾನು ಆತನ ಬಳಿಗೆ ಹೋಗಿ ನಮ್ಮ ಪರಿಸ್ಥಿತಿಯನ್ನು ವಿವರಿಸಿದೆ. ಮೊದಲೇ ಸದ್ಯದ ಪರಿಸ್ಥಿತಿಗೆ ಹೆದರಿಕೊಂಡಿದ್ದೆವು, ಜೊತೆಗೆ ನಮ್ಮ ಭಾರತೀಯ ಇಂಗ್ಲೀಷ್ ಭಾಷೆಯ ಉಚ್ಚಾರ ಅವರಿಗೆ ಸರಿಯಾಗಿ ತಿಳಿಯುತ್ತಿರಲಿಲ್ಲ. ಅವರೂ ವೇಗವಾಗಿ ಮಾತನಾಡಿದರೆ ಅದನ್ನು ಗ್ರಹಿಸುವುದು ನಮಗೆ ಕಷ್ಟವಾಗುತ್ತಿತ್ತು. ಆದರೂ ಆತ ಸಹನೆಯಿಂದ ನಮ್ಮ ಸಮಸ್ಯೆಯನ್ನು

ಕೇಳಿಸಿಕೊಂಡು, ಅರ್ಥ ಮಾಡಿಕೊಂಡ. ನನ್ನ ಜೊತೆಯಲ್ಲಿ ಮಹಿಳೆಯೊಬ್ಬಳು ಇದ್ದರಿಂದ ಆತನಿಗೆ ಅನುಕಂಪವೂ ಮೂಡಿರಬೇಕು. ಆದ್ದರಿಂದ ತನ್ನ ಟೊಂಕಕ್ಕೆ ಸಿಕ್ಕಿಸಿದ್ದ ಇಷ್ಟುದ್ದದ ಮೊಬೈಲನ್ನು (ಆಗ ಅವು ಭರ್ಜರಿ ಉದ್ದ, ಅಗಲ ಮತ್ತು ದಪ್ಪ ಇರುತ್ತಿದ್ದವು) ನಮಗೆ ಬಳಸಲು ಕೊಟ್ಟ. ನಾವಿಬ್ಬರೂ ಅದನ್ನು ಸಾಹಸಪಟ್ಟು ಬಳಸಿ, ಟ್ಯಾಕ್ಸಿ ಕಂಪನಿಗೆ ಫೋನಾಯಿಸಿದೆವು. ಅವರು ಟ್ಯಾಕ್ಸಿಯವನು ಸರಿಯಾಗಿ ಏಳೂವರೆಗೆ ಬಂದು, ಐದು ನಿಮಿಷ ಕಾದು ವಾಪಾಸು ಹೋದ ಸಂಗತಿಯನ್ನು ತಿಳಿಸಿದರು. ಆದರೆ ಇನ್ನೈದು ನಿಮಿಷದಲ್ಲಿ ಮತ್ತೊಂದು ಟ್ಯಾಕ್ಸಿಯನ್ನು ಅದೇ ಸ್ಥಳಕ್ಕೆ ಕಳುಹಿಸುವದಾಗಿ ಹೇಳಿದರು. ನಮಗೆ ಧೈರ್ಯ ಮೂಡಿ ಸಂತೋಷವಾಯ್ತು. ನಾನು ಮೊಬೈಲನ್ನು ಆಫ್ ಮಾಡಿ, ಆ ಕಪ್ಪು ಜನಾಂಗದ ಪೋಲೀಸಿನವನಿಗೆ ಕೊಟ್ಟು ಬಂದೆ.

ನಾನು ಹತ್ತು ಹೆಜ್ಜೆ ನಡೆದಿದ್ದೆನೋ ಇಲ್ಲವೋ, "ಮಿಸ್ಟರ್..." ಎಂದು ಆ ಪೋಲೀಸ್ ಕೂಗಿದ್ದು ಕೇಳಿಸಿತು; ಹಿಂತಿರುಗಿ ನೋಡಿದೆ. ಆತನ ಮುಖ ಸಿಟ್ಟಿನಿಂದ ಭುಸುಗುಡುತ್ತಿತ್ತು. ಮೊಬೈಲನ್ನು ಬಲಗೈಯಲ್ಲಿ ಹಿಡಿದು ಎತ್ತಿ ತೋರಿಸಿ "ಥ್ಯಾಂಕ್ಯೂ ವೆರಿ ಮಚ್" ಎಂದು ಗಟ್ಟಿಯಾಗಿ ಅರಚಿದ. ಆಗ ನನ್ನ ತಪ್ಪು ಅರ್ಥವಾಗಿತ್ತು. ಆ ದೇಶದಲ್ಲಿ ಯಾವುದೇ ಸಹಾಯವನ್ನು ತೆಗೆದುಕೊಂಡರೂ "ಥ್ಯಾಂಕ್ಯೂ" ಎನ್ನಬೇಕೆಂದೂ, ತಪ್ಪು ಮಾಡಿದಾಗ "ಸಾರಿ..." ಹೇಳಬೇಕೆಂದೂ ನಮಗೆ ಭಾರತದಲ್ಲಿಯೇ ಹೇಳಿಕೊಟ್ಟಿದ್ದರೂ, ಇನ್ನೂ ರೂಢಿಯಾಗಿರಲಿಲ್ಲ. ಜೊತೆಗೆ ನನ್ನದೇ ಆತಂಕದ ಸ್ಥಿತಿಯಲ್ಲಿ ನಾನಿದ್ದೆನಾದ ಕಾರಣ, ಮತ್ತೊಂದು ಸಂಸ್ಕೃತಿಯ ಆಚರಣೆಗಳು ತಕ್ಷಣ ಜ್ಞಾಪಕಕ್ಕೆ ಬರುವುದೂ ಕಷ್ಟ. ಆದ್ದರಿಂದ ತಲೆ ತಗ್ಗಿಸಿ ನಿಂತೆ. "ಸಾರಿ..." ಎಂದು ಹೇಳಬೇಕೆಂದೂ ತಿಳಿಯಲಿಲ್ಲ. ಆತನ ಕೋಪ ಮತ್ತಿಷ್ಟು ಭುಗಿಲೆದ್ದು, ಎರಡು ಕೈಗಳನ್ನು ಮೇಲಕ್ಕೆ ಎತ್ತಿ "ನೀನು ಮಾಡಿದ ಕರೆಗೆ ನಾನು ಹಣ ಕೊಡ್ತೀನಿ ಅನ್ನೋದು ನೆನಪಿರ್ಲಿ..." ಎಂದವನೇ ಬೆನ್ನು ತಿರುಗಿಸಿ ಹೊರಟು ಬಿಟ್ಟ. ಹೋಗುವಾಗ "ಮ್ಯಾನರ್ಸ್... ಮ್ಯಾನರ್ಸ್..." ಎಂದು ಅತ್ಯಂತ ರೇಜಿಗೆಯಿಂದ ಒದರುತ್ತಾ ಹೋದ.

ಆಗ ನನಗಿನ್ನೂ ಇಪ್ಪತ್ತೈದರ ಪ್ರಾಯ. ಪರಿಸ್ಥಿತಿಯನ್ನು ಮತ್ತೊಬ್ಬರ ದೃಷ್ಟಿಕೋನದ ಮೂಲಕ ನೋಡುವುದು ತಿಳಿಯುತ್ತಿರಲಿಲ್ಲ. ನನ್ನ ಕಷ್ಟದ ಪರಿಸ್ಥಿತಿಯನ್ನು ಅರ್ಥ ಮಾಡಿಕೊಳ್ಳದೆ ಒಂದು ಜುಜುಬಿ "ಥ್ಯಾಂಕ್ಸ್..." ಪದಕ್ಕೆ ಕೂಗಾಡಿ ನನಗೆ ಅವಮಾನ ಮಾಡಿದ ಎಂದು ತುಂಬಾ ದುಃಖ ಮತ್ತು ಸಿಟ್ಟು ಬಂದಿತ್ತು. ನನ್ನದೇ ವಯಸ್ಸಿನ ರೇಖಾ ಹಿರೇಮಠ ಕೂಡಾ ಅವನದೇ ತಪ್ಪೆಂದು ಹೇಳಿ, ನನ್ನನ್ನು ಸಮಾಧಾನ ಪಡಿಸಲು ನೋಡಿದ್ದಳು. ಹೇಗೋ ಟ್ಯಾಕ್ಸಿಯನ್ನು

ಹತ್ತಿ, ಮನೆಗೆ ಬಂದಿದ್ದೆವು. ಆದರೂ ಸುಮಾರು ಒಂದು ವಾರದ ತನಕ ನಡೆದ ಅವಮಾನದಿಂದಾಗಿ ಮನಸ್ಸು ಕುದಿಯುತ್ತಿತ್ತು. ಆ ಆಜಾನುಬಾಹು ಕಪ್ಪು ಜನಾಂಗದ ಪೋಲಿಸ್, ತನ್ನೆರಡೂ ಕೈಗಳನ್ನು ಎತ್ತಿ ಒದರುತ್ತಾ, "ಮ್ಯಾನರ್ಸ್... ಮ್ಯಾನರ್ಸ್..." ಎಂದಿದ್ದು ಕನಸಿನಲ್ಲಿಯೂ ಬಂದು ಕಾಡಿತ್ತು.

ಈಗ ಅದು ನನಗೆ ತಮಾಷೆಯ ಪ್ರಸಂಗವಾಗಿಯೇ ಕಾಣುತ್ತದೆ. ನಮ್ಮ ಪರಿಸ್ಥಿತಿಯನ್ನು ನೋಡಿ ಸಹಾಯ ಮಾಡಿದವನಿಗೆ ಒಂದು ಪುಟ್ಟ ಥ್ಯಾಂಕ್ಸ್ ಹೇಳದಿದ್ದರೆ ಸಿಟ್ಟು ಬರದೆ ಮತ್ತೇನಾದೀತು? ಭಾರತದಲ್ಲಿ ಇದೇ ಘಟನೆ ನಡೆದಿದ್ದರೆ ಇಂತಹ ಅವಮಾನ ನಡೆಯುತ್ತಿರಲಿಲ್ಲ. "ಥ್ಯಾಂಕ್ಸ್..." ಎಂದು ಬಾರಿಬಾರಿಗೂ ಪಲುಕುವುದು ನಮ್ಮ ಸಂಪ್ರದಾಯವಲ್ಲವೆನ್ನುವುದು ಎಲ್ಲರಿಗೂ ಗೊತ್ತು. ಆದರೆ ಪೌಂಡ್‌ನಲ್ಲಿ ಸಂಬಳವನ್ನು ತೆಗೆದುಕೊಳ್ಳುತ್ತಾ, ರೂಪಾಯಿಯ ಸಂಸ್ಕೃತಿಯನ್ನು ನಿರೀಕ್ಷಿಸುವುದು ಅಧರ್ಮವಾಗುತ್ತದೆ. ಆದರೆ ಒಂದು ಅನುಮಾನ ನನ್ನಲ್ಲಿ ಉಳಿದುಬಿಟ್ಟಿದೆ. ಅವನು ಕಣ್ಣಿಗೆ ಹೊಡೆಯುವಂತೆ ಕಪ್ಪು ಜನಾಂಗದ ವ್ಯಕ್ತಿ, ನಾನು ಗೋದಿ ಬಣ್ಣದವನು. ಆದ್ದರಿಂದ ಅವನಿಗಿಂತಲೂ ನಾನು ಶ್ರೇಷ್ಠ ಎಂಬ ವರ್ಣದ್ವೇಷದ ಭಾವನೆ ನನ್ನೊಳಗೆ ಎಲ್ಲಿಯೋ ಅಡಗಿ ಕುಳಿತಿದ್ದು ಆ ಸಿಟ್ಟಿನ ಬೆಂಕಿಗೆ ಮತ್ತಷ್ಟು ತುಪ್ಪ ಸುರಿದಿರಬೇಕು. ಒಬ್ಬ ಬಿಳಿಯ ಪೋಲೀಸ್ ಹಾಗೆ ಸಿಟ್ಟಾಗಿದ್ದರೆ, ನನಗೆ ಕ್ರೋಧ ಮತ್ತು ಸಂಕಟವಾಗದೆ, ನಾಚಿಕೆಯ ಭಾವ ಮೂಡುತ್ತಿತ್ತೇನೋ ಎಂಬ ಅನುಮಾನವು ನನ್ನನ್ನು ಕಾಡುತ್ತದೆ. ನನ್ನನ್ನು ನೋಯಿಸುವ ಉದ್ದೇಶ ಆ ಪೋಲೀಸ್‌ಗೆ ಇರಲಿಲ್ಲವೆಂದೂ, ಬಹುಶಃ ನನ್ನ ವರ್ತನೆಯಿಂದ ಅವನೇ ನೊಂದಿರಬೇಕೆಂದೂ ಎಷ್ಟೋ ಬಾರಿ ಅನ್ನಿಸಿದೆ. ಆತ "ಥ್ಯಾಂಕ್ಯೂ ವೆರಿ ಮಚ್..." ಎಂದು ಗಟ್ಟಿ ಧ್ವನಿಯಲ್ಲಿ ಹೇಳಿದ ವ್ಯಂಗ್ಯ ಈಗ ಅಷ್ಟೊಂದು ಕ್ರೂರವಾಗಿ ಕಾಣುತ್ತಿಲ್ಲ.

ಆದರೆ ಉಳಿದ ಸಂದರ್ಭಗಳಲ್ಲಿ ಇಂತಹದೇ ಸಾಂಸ್ಕೃತಿಕ ಭಿನ್ನತೆಯಿಂದಾಗಿ ಕ್ರೂರವಾದ ವ್ಯಂಗ್ಯದ ಮಾತನ್ನು ಜನರು ಹೊರಹಾಕಿ, ಉದ್ದೇಶಪೂರ್ವಕವಾಗಿ ಮತ್ತೊಬ್ಬರ ಮನಸ್ಸನ್ನು ನೋಯಿಸುವುದನ್ನು ನಾನು ಕಂಡಿದ್ದೇನೆ. ಇತ್ತೀಚೆಗೆ ನಾನೊಂದು ಯೋಗ ತರಬೇತಿ ಕೇಂದ್ರದಲ್ಲಿ ಏಳು ದಿನಗಳ ಕಾಲ ತಂಗಿದ್ದೆ. ಭಾರತದ ವಿವಿಧ ಭಾಗಗಳಿಂದ, ಭಿನ್ನ ವಯೋಮಾನದ ಸುಮಾರು ಐವತ್ತು ಜನರು ಆ ತರಬೇತಿಗಾಗಿ ಬಂದಿದ್ದರು. ಪ್ರತಿಸಂಜೆ ಧ್ಯಾನದ ತರಗತಿಯನ್ನು ಉನ್ನಿಕೃಷ್ಣನ್ ಎಂಬ ಮಲಯಾಳಿ ಹುಡುಗ ಸೊಗಸಾಗಿ ಇಂಗ್ಲೀಷಿನಲ್ಲಿ ಹೇಳಿಕೊಡುತ್ತಿದ್ದ. ಆದರೆ ಅವನ ಉಚ್ಚಾರದಲ್ಲಿ ವಿಪರೀತವಾಗಿ ಮಲಯಾಳಿ ಭಾಷೆಯ ನೆರಳು ಬಿದ್ದಿರುತ್ತಿತ್ತು. "ಸಿಂಬಲ್", "ಕೋಲ್ ಸೆಂಡರ್", "ಇಂಗಮ್‌ಡ್ಯಾಕ್ಸ್" ಇತ್ಯಾದಿಯಾಗಿ ಉಚ್ಚಾರ ಮಾಡುತ್ತಿದ್ದ. ಮೊದಮೊದಲು ನನಗೆ ನಗು ತರಿಸುತ್ತಿತ್ತಾದರೂ, ಧ್ಯಾನದ ಬಗ್ಗೆ

ಅವನಿಗಿರುವ ತಿಳುವಳಿಕೆಯ ಅರಿವಾದಾಗ ಅವನ ಮೇಲೆ ಗೌರವಭಾವ ಮೂಡಿ, ಅವನ ಮಾತು ಸಹಜವೆನ್ನಿಸಲಾರಂಭಿಸಿತು. ಕೊನೆಯ ದಿನದ ತರಗತಿ ಮುಗಿದ ಮೇಲೆ ಅವನ ಬಳಿ ಹೋಗಿ, ನನ್ನ ಅನುಮಾನಗಳನ್ನು ಪರಿಹರಿಸಿಕೊಂಡು, ಅವನಿಗೆ ಧನ್ಯವಾದಗಳನ್ನು ಹೇಳುತ್ತಾ ಮಾತನಾಡುತ್ತಾ ನಿಂತಿದ್ದೆ. ನಮ್ಮ ತಂಡದಲ್ಲಿ ಇದ್ದ ಕಾಲೇಜಿನ ಹುಡುಗಿಯೊಬ್ಬಳು ನಮ್ಮಿಬ್ಬರ ಹತ್ತಿರ ಬಂದು, ಮಧ್ಯೆ ತಲೆಹಾಕದೆ ನಮ್ಮ ಮಾತುಗಳನ್ನು ಕೇಳುತ್ತಾ ನಿಂತಳು. ನಾನು ಅವನ ಕೈಕುಲುಕಿ ಹೊರಡಲು ಅಣಿಯಾದಾಗ, ಉನ್ನಿಕೃಷ್ಣನ್ ಆಕೆಯೆಡೆಗೆ ತಿರುಗಿ ಮುಗುಳ್ನಕ್ಕ. ಆಕೆ "ಆಯ್ ಹ್ಯಾಬ್ ಜೆಸ್ಟು ಕಮ್ಮು ಟು ಸೇ ಹ್ಯಾಬಿ ಓಣಂ" ಎಂದು ಅವನದೇ ಮಲೆಯಾಳಿ ಉಚ್ಚಾರಣೆಯಲ್ಲಿ ಹೇಳಿ, ಅವನ ಕೈಕುಲುಕಿ ಓಡಿ ಹೋದಳು. ಅವನ ಮುಖ ಸಣ್ಣದಾಯ್ತು. ಆಕೆ ಕನ್ನಡದ ಹುಡುಗಿಯೆಂದು ನಮ್ಮಿಬ್ಬರಿಗೂ ಗೊತ್ತಿತ್ತು. ಅವಳ ವರ್ತನೆಯ ಹಿಂದಿರುವ ಉದ್ದೇಶದಿಂದ ಅವನಿಗಾದ ನೋವು ಮತ್ತು ಅವಮಾನದ ಹರಿತ ನನಗೆ ತಿಳಿದಿತ್ತು. "ಸಾರಿ..." ಎಂದು ಅವನ ಕೈ ಹಿಡಿದು ಹೇಳಿದೆ. ಅವನು ತಲೆಯಲ್ಲಾಡಿಸಿ "ಪ್ಚ್..." ಎಂದ. ನಾನು "ಚಿಕ್ಕೋಳು... ತಿಳುವಳಿಕೆ ಇಲ್ಲ..." ಎಂದೇನೋ ಹೇಳಲು ಹೋದೆ. ಅದಕ್ಕವನು "ಅದಲ್ಲ... ಎಷ್ಟು ಧ್ಯಾನ ಮಾಡಿದ್ರೂ ಅಹಂಕಾರ ಹೋಗಲ್ಲ... ಅವಮಾನಕ್ಕೆ ಮನಸ್ಸು ನೋಯುತ್ತೆ" ಎಂದು ಹೇಳಿ ಹೊರಟು ಹೋದ.

ಹೋಗಲಿ ಬಿಡಿ, ಪ್ರಬುದ್ಧತೆಯಿಲ್ಲದೆ ಹುಡುಗಿಯೊಬ್ಬಳು, ತನ್ನನ್ನು ಮದುವೆಯಾಗಬಹುದಾದ ವಯಸ್ಸಿನ ಹುಡುಗನೊಬ್ಬನಿಗೆ ಮಾಡಿದ ಚೇಷ್ಟೆ ಇದೆಂದು ಕ್ಷಮಿಸಿ ಬಿಡೋಣ. ಆದರೆ ಹಿರಿಯರ ಮಧ್ಯದಲ್ಲಿಯೂ ಇಂತಹ ರೇಜಿಗೆ ಹುಟ್ಟಿಸುವ ವ್ಯಂಗ್ಯದ ಮಾತುಗಳನ್ನು ನಾನು ಕಂಡಿದ್ದೇನೆ. ನಮ್ಮ ಆಫೀಸಿನಲ್ಲಿ ತಮಿಳ್ ಸೆಲ್ವನ್ ಎಂಬ ವ್ಯಕ್ತಿ ಕೆಲಸ ಮಾಡುತ್ತಿದ್ದ. ಸಾಫ್ಟ್‌ವೇರ್ ತಂತ್ರಜ್ಞಾನದಲ್ಲಿ ಅವನ ಜ್ಞಾನ ವಿಶೇಷವಾದದ್ದಾಗಿತ್ತು. ಕೋಡಿಂಗ್‌ನಲ್ಲಿ ಯಾವುದೇ ಸಂಕಷ್ಟ ಬಂದರೂ, ಆಫೀಸ್‌ನಲ್ಲಿ ಎಲ್ಲರೂ ಅವನನ್ನು ಸಂಪರ್ಕಿಸುತ್ತಿದ್ದರು. ಆದರೆ ಈ ಹುಡುಗನಿಗೆ ಸರಿಯಾದ ಇಂಗ್ಲೀಷ್ ಜ್ಞಾನವಿರಲಿಲ್ಲ. ತಮಿಳುನಾಡಿನ ಹಳ್ಳಿಯೊಂದರ ಬಡಕುಟುಂಬದಿಂದ ಬಂದ ಈತನ ವಿದ್ಯಾಭ್ಯಾಸವೆಲ್ಲವೂ ತಮಿಳು ಮಾಧ್ಯಮದಲ್ಲಿಯೇ ನಡೆದಿತ್ತು. ಸರಳ ವಾಕ್ಯ ರಚನೆಗೂ ಒದ್ದಾಡುತ್ತಿದ್ದ. ಆ ಕಾರಣದಿಂದಾಗಿಯೇ ಆತನನ್ನು ವಿದೇಶಕ್ಕೆ ಕಳುಹಿಸುವುದಕ್ಕೆ ನಾನು ಹಿಂಜರಿಯುತ್ತಿದ್ದೆ. ಯಾವುದೋ ಜಪಾನ್, ಜರ್ಮನ್, ಫ್ರಾನ್ಸ್‌ನಂತಹ ಇಂಗ್ಲೀಷ್ ಬಾರದ ದೇಶಕ್ಕಾದರೆ ಯಾವ ಅನುಮಾನವಿಲ್ಲದೆ ಇಂತಹವರನ್ನು ಕಳುಹಿಸಿಬಿಡಬಹುದು. ಆದರೆ ನಮ್ಮ ಗ್ರಾಹಕರೆಲ್ಲಾ ಇಂಗ್ಲೆಂಡ್ ಅಥವಾ ಅಮೆರಿಕಾದವರೇ ಆಗಿದ್ದರಿಂದ ನನಗೆ ಅವನನ್ನು ನೇರವಾಗಿ ಗ್ರಾಹಕರ

ಮುಂದೆ ನಿಲ್ಲಿಸಲು ಅಳುಕಾಗುತ್ತಿತ್ತು. ಎಲ್ಲರಂತೆ ವಿದೇಶಕ್ಕೆ ಹೋಗಬೇಕೆಂಬ ಆಸೆ ಅವನಿಗೂ ಇತ್ತು. ಅದು ಪೂರೈಕೆಯಾಗದ್ದರಿಂದ ಅವನಿಗೆ ಒಳಗೊಳಗೇ ಅಸಮಾಧಾನ ಹೆಡೆಯಾಡುತ್ತಿತ್ತು.

ತಮಿಳ್ ಸೆಲ್ವನ್ ವ್ಯಕ್ತಿತ್ವಕ್ಕೆ ತದ್ವಿರುದ್ಧವಾಗಿ ಶ್ರೀನಿವಾಸನ್ ರಾಮಚಂದ್ರನ್ ಎಂಬಾತ ನನ್ನ ಗುಂಪಿನಲ್ಲಿಯೇ ಕೆಲಸ ಮಾಡುತ್ತಿದ್ದ. ಈತನೂ ಮೂಲತಃ ತಮಿಳುನಾಡಿನವನೇ ಆಗಿದ್ದ. ಆದರೆ ಹಲವು ತಲೆಮಾರುಗಳ ಕೆಳಗೆ ಅವನ ವಂಶದವರು ಮುಂಬಯಿಗೆ ವಲಸೆ ಹೋಗಿ ನೆಲೆಸಿದ್ದರು. ಮುಂಬಯಿಯ ಪ್ರಸಿದ್ಧ ಕಾನ್ವೆಂಟಿನಲ್ಲಿ ಓದಿ, ಹಲವಾರು ಡಿಬೇಟ್‌ಗಳಲ್ಲಿ ಭಾಗವಹಿಸಿ ಬಹುಮಾನ ಪಡೆದ ಈತ, ನೂರಾರು ಥ್ರಿಲ್ಲರ್‌ಗಳನ್ನು ಓದಿಕೊಂಡಿದ್ದ. ಆದ್ದರಿಂದ ಇಂಗ್ಲೀಷ್ ಭಾಷೆಯೇ ಇವನ ಬಂಡವಾಳವಾಗಿತ್ತು. ಆದರೆ ತಂತ್ರಜ್ಞಾನದ ವಿಷಯಕ್ಕೆ ಬಂದರೆ ಈತ ಮಹಾ ದಡ್ಡ. ಚಿಕ್ಕ ಪುಟ್ಟ ತರ್ಕದ ಸಂಗತಿಗಳೂ ಅವನಿಗೆ ತಿಳಿಯುತ್ತಿರಲಿಲ್ಲ. ಆದರೆ ಇಂಗ್ಲೀಷ್ ಬಲ್ಲವನೇ ಸುಖ ಪಡುವ ಕಾಲಘಟ್ಟ ನಮ್ಮದಾದ್ದರಿಂದ, ಈತನಿಗೆ ಹಲವಾರು ವಿದೇಶ ಪ್ರವಾಸಗಳು, ಬಡ್ತಿಗಳು ದೊರೆಯುತ್ತಿದ್ದವು. ಪಟಪಟನೆ ಅರುಳು ಹುರಿದಂತೆ ಮಾತನಾಡಿ, ಬ್ರಿಟೀಷರೂ ಬೆರಗಾಗುವಂತೆ ಇ-ಮೇಲ್ ಬರೆಯುತ್ತಿದ್ದ ಈತನನ್ನು ಗ್ರಾಹಕರು ತುಂಬಾ ಮೆಚ್ಚಿಕೊಳ್ಳುತ್ತಿದ್ದರು. ಆದ್ದರಿಂದ ತಾನೇ ರಾಜ ಎನ್ನುವಂತೆ ಈತ ಮೆರೆಯುತ್ತಿದ್ದ. ಈತನ ಮನೆಮಾತು ತಮಿಳೇ ಆದರೂ, ತನ್ನ ಹರಕು-ಮುರುಕು ತಮಿಳಿಗೆ ಉಳಿದವರು ಎಲ್ಲಿ ನಗುತ್ತಾರೋ ಎಂದು ಅಂಜಿ, ಯಾವಾಗಲೂ ಇಂಗ್ಲೀಷಿನಲ್ಲಿಯೇ ಮಾತನಾಡುತ್ತಿದ್ದ.

ಒಮ್ಮೆ ಇಂಗ್ಲೆಂಡಿನ ದೊಡ್ಡ ಕಂಪನಿಯೊಂದಕ್ಕೆ ಪ್ರಾಜೆಕ್ಟ್ ಮಾಡುವದಕ್ಕೆ ಪ್ರಪೋಸಲ್ ತಯಾರಿ ಮಾಡುವ ಜವಾಬ್ದಾರಿ ನನಗೆ ಬಂದಿತು. ನಾನು ಆಲೋಚನೆ ಮಾಡಿ, ಇವರಿಬ್ಬರಿಗೂ ಅದರ ಜವಾಬ್ದಾರಿಯನ್ನು ವಹಿಸಿಕೊಟ್ಟೆ. ಒಬ್ಬರ ಕೊರತೆಯನ್ನು ಮತ್ತೊಬ್ಬರು ತುಂಬಿ, ಇಬ್ಬರ ಸಾಮರ್ಥ್ಯವೂ ಚೆನ್ನಾಗಿ ಕೂಡಿ ಬರುತ್ತದೆಂಬುದು ನನ್ನ ಎಣಿಕೆಯಾಗಿತ್ತು. ಆದರೆ ಅವರಿಬ್ಬರ ಮಧ್ಯದಲ್ಲಿ ಶೀತಲ ಸಮರವೇ ಇತ್ತೆಂದು ನನಗೆ ಗೊತ್ತಿರಲಿಲ್ಲ. ಅದು ಒಂದು ದಿನ ಮೀಟಿಂಗ್‌ನಲ್ಲಿ ಅಸಹ್ಯಕರವಾಗಿ ಹೊರಬಿತ್ತು. ಪ್ರಪೊಸಲ್‌ನ ಮೊದಲ ರೂಪರೇಷೆಯನ್ನು ತಮಿಳ್ ಸೆಲ್ವನ್ ಮಾಡುವದೆಂದೂ, ಅನಂತರ ಅದರ ಅಂದ-ಚೆಂದವನ್ನು ಶ್ರೀನಿವಾಸನ್ ನೋಡಿಕೊಳ್ಳಬೇಕೆಂದೂ ನಾನು ಹೇಳಿದ್ದೆ. ಅದಕ್ಕೆ ತಕ್ಕಂತೆ ತಮಿಳ್ ಸೆಲ್ವನ್ ಸಾಕಷ್ಟು ಶ್ರದ್ಧೆ ವಹಿಸಿ ಪ್ರಪೊಸಲ್ ತಯಾರಿಸಿ, ನಮ್ಮಿಬ್ಬರಿಗೂ ವಿವರಿಸಲು ಮೀಟಿಂಗ್ ಕರೆದಿದ್ದ. ಎಷ್ಟೇ ತಂತ್ರಜ್ಞಾನದ ಸಂಗತಿಗಳೆಂದರೂ ಪ್ರಪೋಸಲ್‌ನಲ್ಲಿ ಬರೆಯಲು ಒಂದಿಷ್ಟು ಇಂಗ್ಲೀಷ್ ಜ್ಞಾನ ಬೇಕೇಬೇಕಲ್ಲವೆ? ಅದಕ್ಕೂ ತಮಿಳ್ ಸೆಲ್ವನ್

ತಿಣುಕಾಡಿದ್ದು ಸ್ಪಷ್ಟವಾಗಿ ಗೋಚರಿಸುತ್ತಿತ್ತು. ಶ್ರೀನಿವಾಸನ್ ಅದನ್ನು ಗಮನಿಸಿ ವ್ಯಂಗ್ಯದ ನಗೆಯನ್ನು ತುಳುಕಿಸುತ್ತಲೇ ಅವನ ಮಾತುಗಳನ್ನು ಕೇಳಿಸಿಕೊಳ್ಳುತ್ತಿದ್ದ. ಆ ನಗೆ ತಮಿಳ್ ಸೆಲ್ವನ್‌ನನ್ನು ಕೆರಳಿಸುತ್ತಿತ್ತು. ಮಧ್ಯದಲ್ಲಿ ಯಾವುದೋ ಗಂಭೀರ ತಂತ್ರಜ್ಞಾನದ ವಿಷಯವನ್ನು ತಮಿಳ್ ಸೆಲ್ವನ್ ವಿವರಿಸಲು ಶುರು ಮಾಡಿದ. ಶ್ರೀನಿವಾಸನ್‌ನ ತಂತ್ರಜ್ಞಾನದ ಅಜ್ಞಾನವನ್ನು ಎತ್ತಿ ತೋರಿಸಬೇಕೆಂಬ ಉದ್ದೇಶದಿಂದ "ಸ್ವಲ್ಪ ಸರಿಯಾಗಿ ಈ ಭಾಗವನ್ನು ಕೇಳಿಸ್ಕೋ... ನನಗೇ ಇದು ಅರ್ಥ ಆಗೋಕೆ ಸುಮಾರು ದಿನ ಹಿಡೀತು" ಎಂದು ಹೇಳಿದ. ಶ್ರೀನಿವಾಸನ್‌ಗೆ ಉರಿದು ಹೋಯ್ತು. ಒಂದೆರಡು ನಿಮಿಷ ಕೇಳಿಸಿಕೊಂಡನೋ ಇಲ್ಲವೋ, "ಆ ವಾಕ್ಯ 'ದಿ' ಎಂಬ ಇಂಗ್ಲೀಷ್ ಪದದಿಂದ ಶುರುವಾಗಬೇಕು. ನೀನು ಅದನ್ನು ಉಪಯೋಗಿಸಿಲ್ಲ" ಎಂದು ಕ್ಯಾತೆ ತೆಗೆದ. ತಮಿಳ್ ಸೆಲ್ವನ್ ಅದಕ್ಕೆ ಚಿಕ್ಕಾಸಿನ ಬೆಲೆಯನ್ನೂ ಕೊಡದೆ "'ದಿ' ಅನ್ನುವ ಪದ ತಂತ್ರಜ್ಞಾನಕ್ಕೆ ಅಂತಹ ವ್ಯತ್ಯಾಸವನ್ನು ತರುವದಿಲ್ಲ" ಎಂದು ಅಲಕ್ಷದ ಮಾತನ್ನಾಡಿದ. ತಕ್ಷಣ ಶ್ರೀನಿವಾಸನ್ "ನಿಮ್ಮಪ್ಪ ಮನೆಯಲ್ಲಿ 'ದಿ ಹಿಂದೂ' ಪತ್ರಿಕೆ ಓದ್ತಾರೋ ಇಲ್ಲಾ ಬರೀ 'ಹಿಂದೂ' ಪತ್ರಿಕೆ ಓದ್ತಾರೋ?" ಎಂದು ಲೇವಡಿ ಮಾಡಿದ. ಈ ಮಾತಿನಲ್ಲಿ ಮಹಾವ್ಯಂಗ್ಯ ತುಂಬಿತ್ತು. ಇಂಗ್ಲೀಷ್ ಪತ್ರಿಕೆ ಏನಾದರೂ ಓದುತ್ತಿದ್ದರೆ ತಮಿಳ್ ಸೆಲ್ವನ್‌ನ ಅಪ್ಪ ಓದುತ್ತಿರಬಹುದೇ ವಿನಾಃ, ಇವನಂತೂ ಓದುತ್ತಿರಲು ಸಾಧ್ಯವಿಲ್ಲ ಎನ್ನುವ ಕುಹುಕವನ್ನು ಶ್ರೀನಿವಾಸನ್ ಆ ಮಾತಲ್ಲಿ ತುಂಬಿದ್ದ. ಮಹಾಬುದ್ಧಿವಂತನಾದ ತಮಿಳ್ ಸೆಲ್ವನ್‌ಗೆ ಈ ವ್ಯಂಗ್ಯ ತಿಳಿಯುವದಿಲ್ಲವೆ? ಕೆರಳಿದ ಸರ್ಪವಾದ. "ನಮ್ಮಪ್ಪ ಮನೆಯಲ್ಲಿ ತಮಿಳು ಪತ್ರಿಕೆ ಓದ್ತಾರೆ. ಅದಕ್ಕೇ ನಂಗೆ ತಮಿಳ್ ಸೆಲ್ವನ್ ಅನ್ನೋ ಜೀವಂತ ಭಾಷೆಯ ಹೆಸರು ಇಟ್ಟಾರೆ. ನಿಮ್ಮಪ್ಪನ ತರಹ ಸತ್ತು ಹೋಗಿರೋ ಭಾಷೆಯ ಹೆಸರಿಟ್ಟಿಲ್ಲ" ಅಂದ. ತೊಗೊಳ್ಳಿ, ಯುದ್ಧ ಶುರುವಾಯ್ತು. ಸ್ವತಃ ತಮಿಳು ಮತ್ತು ಸಂಸ್ಕೃತ ಭಾಷೆಗಳೆರಡನ್ನೂ ಅತ್ಯಂತ ಪ್ರೀತಿಯಿಂದ ಕಾಣುವ ನನಗೆ ಇವರಿಬ್ಬರನ್ನೂ ಹತೋಟಿಗೆ ತರುವಷ್ಟರಲ್ಲಿ ಸುಸ್ತು ಹೊಡೆದು ಹೋಯ್ತು.

ಹೋಗಲಿ ಬಿಡಿ, ಇವರಿಬ್ಬರ ವ್ಯಂಗ್ಯವನ್ನೂ ವಯಸ್ಕರಿಬ್ಬರ ಅಹಂಕಾರದ ಘರ್ಷಣೆ ಎಂದು ಅರ್ಥ ಮಾಡಿಕೊಂಡು ಕ್ಷಮಿಸಿಬಿಡೋಣ. ಆದರೆ ಹಿರಿಯರೊಬ್ಬರು ಕಿರಿಯರಿಗೆ ಇಂತಹ ವ್ಯಂಗ್ಯದಿಂದ ನಡೆದುಕೊಂಡರೆ ಮಾತ್ರ, ಅದು ಅತ್ಯಂತ ಅಸಹ್ಯಕರವಾಗಿರುತ್ತದೆ. ಅಂತಹ ಅನುಭವವೊಂದನ್ನು ಹೇಳಿ ಈ ಪ್ರಬಂಧವನ್ನು ಮುಕ್ತಾಯಗೊಳಿಸುತ್ತೇನೆ.

ಈ ಹಿಂದೊಮ್ಮೆ ನಿಮಗೆ ನನ್ನ ಕೈಲಾಸ–ಮಾನಸಸರೋವರದ ಯಾತ್ರೆಯ ಬಗ್ಗೆ ತಿಳಿಸಿದ್ದೆ. ಮೂವತ್ತು ದಿನಗಳ, 258 ಕಿಮೀ ನಡೆಯಬೇಕಾದ ಚಾರಣವದು. ಶಿವನ ಭಕ್ತರಿಗೆ ಇದು ಅತ್ಯಂತ ಪವಿತ್ರ ಯಾತ್ರೆಯಾದ್ದರಿಂದ, ಸ್ವಲ್ಪ ವಯಸ್ಸಾದವರೂ

ಜೀವದ ಆಸೆಯನ್ನು ತೊರೆದು ಈ ಯಾತ್ರೆಯಲ್ಲಿ ಭಾಗವಹಿಸುತ್ತಾರೆ. ವಿಶಾಲವಾದ ಮತ್ತು ನಿರ್ಜನವಾದ ಹಿಮಾಲಯದಲ್ಲಿ ದಿನಗಟ್ಟಲೆ ನಡೆಯುವಾಗ, ಸಹಜವಾಗಿಯೇ ನಾವೆಲ್ಲರೂ ವೈಯಕ್ತಿಕ ಸಂಗತಿಗಳನ್ನು ಹೇಳಿಕೊಂಡು ತುಂಬಾ ಆತ್ಮೀಯರಾಗಿ ಬಿಟ್ಟಿರುತ್ತೇವೆ. ಈ ಗುಂಪಿನಲ್ಲಿ ಆಂಧ್ರಪ್ರದೇಶದಿಂದ ಸಂಗೀತ ಎನ್ನುವ ಮೂವತ್ತೈದರ ವಯೋಮಾನದ ಮಹಿಳೆಯೊಬ್ಬರು ಬಂದಿದ್ದರು; ಈಕೆ ಮದುವೆಯಾಗಿರಲಿಲ್ಲ. ಯಾವುದೋ ಹಂತದಲ್ಲಿ ಆಕೆ ತನ್ನ ಮದುವೆಯ ಸಮಸ್ಯೆಯನ್ನು ಎಲ್ಲರ ಮುಂದೆ ಹೇಳಿಕೊಂಡಳು. ಆರಂಭದಲ್ಲಿ ಮದುವೆಯಾಗುವ ಗಂಡಿನ ಬಗ್ಗೆ ವಿಪರೀತ ಕಲ್ಪನೆಗಳನ್ನು ಮನಸ್ಸಿನಲ್ಲಿ ಇಟ್ಟುಕೊಂಡು, ತಂದೆ-ತಾಯಿ ತೋರಿಸಿದ ಎಲ್ಲಾ ಸಂಬಂಧಗಳನ್ನೂ ನಿರಾಕರಿಸಿಬಿಟ್ಟಿದ್ದಳು. ಆದರೆ ವಯಸ್ಸು ಮೂವತ್ತು ದಾಟುತ್ತಿದ್ದಂತೆಯೇ ಆಕೆಗೆ ತನ್ನ ತಪ್ಪಿನ ಅರಿವಾಗತೊಡಗಿತ್ತು. ಅದನ್ನು ಸರಿಪಡಿಸಲು ಎಷ್ಟೇ ಪ್ರಯತ್ನಿಸಿದರೂ ಆಗ ಒಳ್ಳೆಯ ಸಂಬಂಧಗಳು ಯಾವುವೂ ಸಿಗದಂತಾಗಿ ಒಂಟಿಯಾಗಿ ಬಿಟ್ಟಿದ್ದಳು. ಸರ್ಕಾರಿ ಕಾಲೇಜೊಂದರಲ್ಲಿ ಕೆಲಸ ಮಾಡುವ ಈಕೆ, ಈಗ ತನ್ನ ಒಂಟಿತನವನ್ನು ಸ್ವೀಕರಿಸಿಕೊಂಡು, ಅದರಲ್ಲಿಯೇ ನೆಮ್ಮದಿಯಾಗಿ ಇರಲು ಪ್ರಯತ್ನಿಸುತ್ತಿರುವದಾಗಿ ತಿಳಿಸಿದ್ದಳು. ಆದರೂ ಆಕೆಯ ಮನಸ್ಸಿನ ಆಳದಲ್ಲಿ ತುಂಬಾ ನೋವು ತುಂಬಿದೆಯೆಂಬುದು ನಮಗೆಲ್ಲರಿಗೂ ಗೊತ್ತಾಗಿತ್ತು.

ಕಮಲಾ ಬೆನ್ ಎನ್ನುವ ಅರವತ್ತೈದು ವಯಸ್ಸಿನ ಗುಜರಾತಿನ ಧಾರ್ಮಿಕ ಮಹಿಳೆಯೂ ನಮ್ಮ ಗುಂಪಲ್ಲಿದ್ದಳು. ವಿಪರೀತವಾಗಿ ಧಾರ್ಮಿಕ ಆಚರಣೆಗಳನ್ನು ಮಾಡುತ್ತಿದ್ದಳು. ಸಂಜೆಯ ಹೊತ್ತು ಭಜನೆಯ ಸಮಯದಲ್ಲಿಯಂತೂ ಈಕೆಯದೇ ಯಜಮಾನಿಕೆ ಇರುತ್ತಿತ್ತು. ಏಕಾದಶಿ ಉಪವಾಸ, ಸೋಮವಾರ ಮೌನವ್ರತ, ಗುರುವಾರ ಒಪ್ಪತ್ತೂಟ - ಇತ್ಯಾದಿಗಳನ್ನು ಮಾಡುತ್ತಾ, ಯಾವತ್ತೂ ಶಿವನ ಪವಾಡದ ಕತೆಗಳನ್ನು ಹೇಳುತ್ತಿದ್ದಳು. ಆಕೆಯ ವಯಸ್ಸಿಗೆ ಈ ಚಾರಣ ತುಂಬಾ ತ್ರಾಸದಾಯಕವಾದರೂ, ಹೇಗೋ ಕುದುರೆಯ ಮೇಲೆ ಕುಳಿತುಕೊಂಡು ದಾರಿಯನ್ನು ಕ್ರಮಿಸಿ, ಶಿವನ ವಾಸಸ್ಥಾನವಾದ ಕೈಲಾಶವನ್ನು ಕಾಣುವುದು ಆಕೆಯ ಜೀವನದ ಬಹುಮುಖ್ಯ ಉದ್ದೇಶವಾಗಿತ್ತು.

ಒಂದು ದಿನ ನಾನು, ಸಂಗೀತ ಮತ್ತು ಇತರ ಯಾತ್ರಿಗಳು ಬೆಳಗಿನ ಕಾಫಿ ಕುಡಿಯುತ್ತಾ, ಆರಾಮಾಗಿ ಹರಟೆ ಹೊಡೆಯುತ್ತಾ ಕುಳಿತಿದ್ದೆವು. ಆಗ ಇದ್ದಕ್ಕಿದ್ದಂತೆಯೇ ಬಂದ ಕಮಲಾ ಬೆನ್, ಸಂಗೀತಳ ಹಣೆಗೆ ಕುಂಕುಮವನ್ನು ಹಚ್ಚಿ "ಈವತ್ತು ಕನ್ಯಾದಿವಸ ಅದೆ. ನೀನು ಕನ್ಯಾಮಾತಾ, ದಯವಿಟ್ಟು ನನಗೆ ಒಳ್ಳೆಯದಾಗಲಿ ಎಂದು ಆಶೀರ್ವಾದ ಮಾಡು" ಎಂದು ಹೇಳಿ ಆಕೆಯ ಪಾದಗಳಿಗೆ

ನಮಸ್ಕಾರ ಮಾಡಿಬಿಟ್ಟಳು. ಅರವತ್ತೈದರ ಹೆಂಗಸು, ಮೂವತ್ತೈದರ ಮಹಿಳೆಗೆ ನಮಸ್ಕರಿಸುವ ಆ ದೃಶ್ಯ ಕಸಿವಿಸಿ ಉಂಟು ಮಾಡುತ್ತಿತ್ತು. ಸಂಗೀತಾಗೆ ಏನು ನಡೆಯುತ್ತಿದೆ ಎನ್ನುವುದೇ ಅರ್ಥವಾಗಲಿಲ್ಲ. ಆಮೇಲೆ ಅದರ ಅರ್ಥ ಗೊತ್ತಾಗಿದ್ದೆ, ಕಣ್ಣಲ್ಲಿ ನೀರನ್ನು ತುಳುಕಿಸುತ್ತಾ, ತನ್ನ ಗುಡಾರಕ್ಕೆ ಓಡಿ ಹೋದಳು. ಇಡೀ ದಿನ ಆಕೆ ತನಗಾದ ಅವಮಾನದಿಂದ ಚೇತರಿಸಿಕೊಳ್ಳಲು ಸಾಧ್ಯವಾಗಲಿಲ್ಲ.

ಕನ್ಯಾಪೂಜೆ ಎನ್ನುವ ವಿಚಿತ್ರ ಸಂಪ್ರದಾಯ ಉತ್ತರ ಭಾರತದಲ್ಲಿದೆ. ಐದು ಅಥವಾ ಒಂಬತ್ತು ಜನ ಕನ್ಯೆಯರಿಗೆ ನಮಸ್ಕಾರ ಮಾಡಿ ಆಶೀರ್ವಾದ ಪಡೆಯುವುದು ಆ ದಿನದ ವೈಶಿಷ್ಟ್ಯ. ಆದರೆ ಸಾಮಾನ್ಯವಾಗಿ ಚಿಕ್ಕ ಹುಡುಗಿಯರನ್ನು ಆಯ್ಕೆ ಮಾಡಿ, ಅವರಿಗೆ ಸಿಹಿ ತಿಂಡಿಗಳನ್ನು ನೀಡಿ, ನಮಸ್ಕಾರ ಮಾಡುವುದು ರೂಢಿಯಲ್ಲಿದೆ. ಆದರೆ ಈ ನಿರ್ಜನ ಹಿಮಾಲಯದಲ್ಲಿ ಮದುವೆಯಾಗದ ಚಿಕ್ಕ ಹುಡುಗಿಯರು ಹೆಚ್ಚಾಗಿ ಇರಲಿಲ್ಲ. ಕಮಲಾ ಬೆನ್‌ಗೆ ತನ್ನ ವ್ರತವೆಲ್ಲಿ ಭಂಗವಾಗುತ್ತದೆಯೋ ಎನ್ನುವ ಭಯ. ಆದ್ದರಿಂದ ಮೂವತ್ತೈದರ ಸಂಗೀತಾಳಿಗೆ ಇನ್ನೂ ಮದುವೆಯಾಗಿಲ್ಲವೆಂದು ಗೊತ್ತಿದ್ದರಿಂದ, ನಮಸ್ಕಾರ ಮಾಡಿ ಆಶೀರ್ವಾದ ಬೇಡಿದ್ದಳು. ಅದು ಅವಳಲ್ಲಿ ಎಂತಹ ನೋವನ್ನು ಮೂಡಿಸುತ್ತದೆ ಎನ್ನುವ ಯಾವ ಕಳಕಳಿಯೂ ಆಕೆಗಿರಲಿಲ್ಲ. ಅದಕ್ಕೆ ಬದಲು ತನ್ನ ವ್ರತವನ್ನು ಪೂರ್ತಿಗೊಳಿಸಿಕೊಳ್ಳುವ ಏಕೈಕ ಉದ್ದೇಶವನ್ನು ಆಕೆ ಹೊಂದಿದ್ದಳು.

ಸಂಗೀತಾ ನೋವನ್ನು ಉಂಡರೂ, ಸಂಜೆಯ ವೇಳೆಗೆ ಜಾಗೃತಳಾದಳು. ಸಂಜೆಯ ಭಜನೆ ಮುಗಿದ ಮೇಲೆ ನಮ್ಮ ಗೈಡ್, ಚಾರಣದಲ್ಲಿ ಏನಾದರೂ ಸಮಸ್ಯೆಯಿದ್ದರೆ ಹೇಳಿಕೊಳ್ಳುವ ಅವಕಾಶವನ್ನು ಕೊಡುತ್ತಿದ್ದರು. ಆ ಹೊತ್ತಿನಲ್ಲಿ ಎದ್ದು ನಿಂತ ಸಂಗೀತಾ "ನಾನು ದಕ್ಷಿಣ ಭಾರತದವಳು. ಈ ಕನ್ಯಾಪೂಜೆಯ ಸಂಪ್ರದಾಯ ನನಗೆ ತಿಳಿದಿಲ್ಲ. ಆದರೆ ಕಮಲಾ ಬೆನ್ ಅದರ ಬಗ್ಗೆ ನನ್ನನ್ನು ವಿಚಾರಿಸಿ ಒಪ್ಪಿಗೆ ಪಡೆಯದೆ, ನನಗೆ ನಮಸ್ಕಾರ ಮಾಡಿ ಅವಮಾನ ಮಾಡಿದ್ದಾಳೆ. ಹಿರಿಯಳಾದ ಆಕೆಗೆ ತನ್ನ ಸಂಪ್ರದಾಯದಿಂದ ಮತ್ತೊಬ್ಬರಿಗೆ ನೋವಾಗುತ್ತದೆಯೇ ಇಲ್ಲವೋ ಎಂಬ ವಿವೇಚನೆ ಇರಬೇಕು. ಅದಿಲ್ಲದಂತೆ ಆಕೆ ವರ್ತಿಸಿದ್ದಾಳೆ. ಆದ್ದರಿಂದ ಆಕೆ ನನ್ನ ಕ್ಷಮೆ ಕೇಳಬೇಕು" ಎಂದು ಪಟ್ಟು ಹಿಡಿದಳು. ಕಮಲಾ ಬೆನ್‌ಗೆ ತಾನು ಮಾಡಿದ ತಪ್ಪಾದರೂ ಏನು ಎಂದು ಅರ್ಥ ಮಾಡಿಸುವುದೇ ನಮಗೆ ಕಷ್ಟವಾಯ್ತು. "ಈ ಗುಂಪಿನಲ್ಲಿ ಕೇವಲ ಐದು ಜನ ಕನ್ಯೆಯರಿದ್ದಾರೆ. ಅವರನ್ನು ಹುಡುಕಿ ನಾನು ನಮಸ್ಕಾರ ಮಾಡಿದ್ದೇನೆ. ಹಿರಿಯರು ಮಾಡಿದ ಸಂಪ್ರದಾಯವನ್ನು ಆಚರಿಸುವುದರಲ್ಲಿ ತಪ್ಪೇನಿದೆ?" ಎಂದು ಮತ್ತೆ ಮತ್ತೆ ಕೇಳಲಾರಂಭಿಸಿದಳು. ಸಂಗೀತ ಹಿಡಿದ ಹಟವನ್ನು ಬಿಡಲಿಲ್ಲ. ಕೊನೆಗೆ ಕಮಲಾ ಬೆನ್ ತಾನು ಮಾಡಿದ

ಪವಿತ್ರವಾದ ಕಾರ್ಯ ಸಂಗೀತಾಗೆ ನೋವು ಕೊಟ್ಟಿದ್ದರೆ ಅದಕ್ಕಾಗಿ ಕ್ಷಮೆ ಕೇಳುತ್ತೇನೆ ಎಂದು ಕಣ್ಣಲ್ಲಿ ನೀರು ಸುರಿಸುತ್ತಾ ಹೇಳಿದ ಮೇಲೆ, ಸಂಗೀತಾ ಬೀಸು ನಡಿಗೆಯಲ್ಲಿ ತನ್ನ ಗುಡಾರಕ್ಕೆ ತೆರಳಿದಳು.

ವ್ಯಂಗ್ಯದ ಮಾತಿಗೆ, ವರ್ತನೆಗೆ ಅತ್ಯಂತ ಜಾಣತನ ಬೇಕು. ಆದರೆ ಅದನ್ನು ಮತ್ತೊಬ್ಬರ ಮನಸ್ಸನ್ನು ನೋಯಿಸುವದಕ್ಕೆ ನಾವು ಬಳಸುತ್ತಾ ಹೋದರೆ, ಅದಕ್ಕೇ ನಮ್ಮ ಸೃಜನಶೀಲತೆಯನ್ನೆಲ್ಲಾ ವ್ಯರ್ಥ ಮಾಡಿಕೊಳ್ಳುತ್ತೇವೆ. ಅದನ್ನು ಉತ್ತೇಜಿಸುವ ಗೆಳೆಯರ ಹಿಂಡು ನಮ್ಮ ಸುತ್ತಲೂ ಇದ್ದರಂತೂ ತೀರಿತು. ಕಳ್ಳು ಕುಡಿದ ಕಪಿಯಂತೆ ಆಗಿಬಿಡುತ್ತೇವೆ. ಆದರೆ ಪರರ ನೋಯಿಸುವ ವ್ಯಂಗ್ಯವನ್ನು ಅಭ್ಯಾಸ ಮಾಡಿಕೊಳ್ಳುವದರಿಂದ ನಮ್ಮ ವ್ಯಕ್ತಿತ್ವ ತನ್ನೆಲ್ಲಾ ಶಕ್ತಿಯನ್ನು ಮೈಗೂಡಿಸಿಕೊಂಡರೂ ಒಂದು ಬೊನ್ಸಾಯ್‌ಗಿಡವಾಗಿ ಒಂದಿಷ್ಟು ಹಣ್ಣು ಬಿಟ್ಟೀತೇ ಹೊರತು, ದೊಡ್ಡ ವೃಕ್ಷವಂತೂ ಆಗಲು ಸಾಧ್ಯವಿಲ್ಲ.

06ನೇ ಸೆಪ್ಟಂಬರ್ 2015

ಎದೆಯ ದನಿಗೂ ಮಿಗಿಲು ಶಾಸ್ತ್ರವಿಹುದೇನು?

ಮೊನ್ನೆ ತಾನೆ ಸಂಭವಿಸಿದ ನೇಪಾಳದ ಭೂಕಂಪದ ವರದಿಗಳು ನನ್ನನ್ನು ತೀವ್ರ ದುಃಖಕ್ಕೆ ಕೆಡವಿದ್ದವು. ಕೇವಲ ಮೂರು ವರ್ಷದ ಕೆಳಗೆ ನಾನು ಓಡಾಡಿದ ಸುಂದರ ಸ್ಥಳಗಳೆಲ್ಲಾ ಈಗ ನಿರ್ನಾಮವಾಗಿ ಹೋಗಿರುವ ಫೋಟೋಗಳನ್ನು ಸಾಮಾಜಿಕ ಜಾಲತಾಣಗಳಲ್ಲಿ ನೋಡುವಾಗ ಹೊಟ್ಟೆಯಲ್ಲಿ ಸಂಕಟವಾಗುತ್ತಿತ್ತು. ಸಾವಿರಾರು ಜನರು ಭೂಕಂಪದ ತೀವ್ರತೆಗೆ ಅಸುನೀಗಿದ ಸುದ್ದಿ ನನ್ನನ್ನು ಖಿನ್ನನನ್ನಾಗಿಸಿತ್ತು. ಅಂತಹ ಹೊತ್ತಿನಲ್ಲಿ ಕುಟುಂಬದ ಹಿರಿಯರೊಬ್ಬರು ನನ್ನನ್ನು ಭೇಟಿಯಾದರು. ನನ್ನ ಸಂಕಟಗಳನ್ನು ಅವರ ಮುಂದೆ ಹೇಳಿಕೊಂಡೆ. ಅವರೂ ಅನಾಹುತಕ್ಕೆ ತುಂಬಾ ನೊಂದಿದ್ದರು. “ಎಂಥಾ ಅನ್ಯಾಯ ನೋಡ್ರಿ ಸಾರ್! ಇಡೀ ಪ್ರಪಂಚದಲ್ಲಿ ಹಿಂದೂ ದೇಶ ಅಂತ ಉಳಕೊಂಡಿರೋದು ನೇಪಾಳ ಒಂದೇ... ಅಂತಹ ದೇಶದಲ್ಲೂ ಈ ತರಹದ ಅನಾಹುತ ಆಗಬೇಕಾ?” ಎಂದು ಪ್ರತಿಕ್ರಿಯಿಸಿದರು. ಅವರ ಪ್ರತಿಕ್ರಿಯೆ ನನ್ನನ್ನು ಕಂಗೆಡಿಸಿತು. ಧರ್ಮಕ್ಕೂ ಜೀವಹಾನಿಗೂ ಎಲ್ಲಿಯ ಸಂಬಂಧ? ಅವರ ನೋವು ಬಹುಶಃ ಅದು ಹಿಂದೂ ದೇಶ ಎನ್ನುವ ಕಾರಣಕ್ಕಾಗಿಯೇ ಹೆಚ್ಚಿತ್ತೇನೋ ಎಂಬ ಅನುಮಾನ ನನಗಾಯ್ತು. ಕಣ್ಣ ಮುಂದಿನ ನೋವನ್ನು ಅನುಭವಿಸಲೂ ಸರಿಯಾದ ಕಾರಣವಿರಬೇಕು ಎನ್ನುವ ಮನುಷ್ಯರ ಪೂರ್ವಗ್ರಹ ಯಾವತ್ತೂ ನನ್ನನ್ನು ಕಾಡುತ್ತದೆ.

ಇಂತಹದೇ ಅನುಭವ ಕೆಲವು ದಿನಗಳ ಕೆಳಗೆ ಬೇರೊಂದು ರೀತಿಯಲ್ಲಿ ನನಗಾಗಿತ್ತು. ಆಗ ಪಾಕಿಸ್ತಾನದ ಪೇಶಾವರದಲ್ಲಿ ಉಗ್ರಗಾಮಿಗಳು ಸುಮಾರು 145 ವಿದ್ಯಾರ್ಥಿಗಳನ್ನು ಗುಂಡಿಕ್ಕಿ ಕೊಂದಿದ್ದರು. ಏನೂ ಅರಿಯದ ಕಂದಮ್ಮಗಳನ್ನು ಹೀಗೆ ಕ್ರಿಮಿಗಳನ್ನು ಹೊಸಕಿಹಾಕಿದಂತೆ ಕೊಂದುಹಾಕಿದ ಆ ಘಟನೆಯೂ

ನನ್ನಲ್ಲಿ ಖಿನ್ನತೆಯನ್ನು ಮೂಡಿಸಿತ್ತು. ಆದರೆ ಬಹಳಷ್ಟು ಪರಿಚಯದವರು ಅದಕ್ಕೆ ಪ್ರತಿಕ್ರಿಯಿಸಿದ ರೀತಿ ವಿಭಿನ್ನವಾಗಿತ್ತು. "ಬಿತ್ತಿದ್ದೇ ಬೇವು. ಈಗ ಮಾವಿನಹಣ್ಣು ಬೇಕು ಅಂದ್ರೆ ಸಿಗುತ್ತಾ? ಮಾಡಿದ್ದು ಅನುಭವಿಸಬೇಕು" ಎನ್ನುವುದೇ ಬಹುತೇಕರ ನಿಲುವಾಗಿತ್ತು. ಸಾವಿಗೀಡಾದದ್ದು ಏನೂ ಅರಿಯದ ಎಳೆಯ ಕಂದಮ್ಮಗಳೆಂಬ ಅರಿವೇ ಅವರಿಗೆ ಇರದೆ, ದೊಡ್ಡವರ ಜಗತ್ತನ್ನೇ ಮಕ್ಕಳಿಗೂ ಅನ್ವಯಿಸುವುದರಲ್ಲಿ ಅವರ ಉತ್ಸಾಹ ನನಗೆ ಕಾಣುತ್ತಿತ್ತು. ಅವರಿಗೆ ಆ ಘಟನೆ ಅಂತಹ ನೋವನ್ನು ಉಂಟು ಮಾಡಿರಲೇ ಇಲ್ಲವೆನ್ನುವ ಅನುಮಾನ ನನಗಾಗುತ್ತಿತ್ತು.

ಪೂರ್ವಗ್ರಹವಿಲ್ಲದ ಯಾವುದೇ ವ್ಯಕ್ತಿತ್ವ ರೂಪುಗೊಳ್ಳಲು ಸಾಧ್ಯವಿಲ್ಲ. ವಿಭಿನ್ನ ಪರಿಸರದಲ್ಲಿ ಬೆಳೆಯುವ ಮನುಷ್ಯ ಹಲವು ಸಂಗತಿಗಳನ್ನು ಸ್ವಕೀಯವಾಗಿಯೂ ಮತ್ತು ಇತರ ಸಂಗತಿಗಳನ್ನು ಪರಕೀಯವಾಗಿಯೂ ಮಾಡಿಕೊಳ್ಳುವುದು ಅತ್ಯಂತ ಸ್ವಾಭಾವಿಕವಾಗಿದೆ. ನನಗೆ ಸಂಬಂಧಿಸಿದ ಸಂಗತಿಗಳಿಗೆ ಮತ್ತು ವ್ಯಕ್ತಿಗಳಿಗೆ ಆದ ಹಾನಿಯು ತಂದಿಕ್ಕುವ ನೋವು, ನನ್ನದಲ್ಲದ ಸಂಗತಿಗಳಿಗೆ ಮತ್ತು ವ್ಯಕ್ತಿಗಳಿಗೆ ಆಗುವ ಹಾನಿಯಿಂದ ಉಂಟಾಗುವ ನೋವಿಗಿಂತಲೂ ಅಧಿಕವಾಗಿರುತ್ತದೆ. ಆದರೆ ಈ 'ನನ್ನದು' ಮತ್ತು 'ನನ್ನದಲ್ಲದ್ದು' ಎಂದು ವಿಭಜನೆಗೆ ಕಾರಣವಾಗುವ ಸಂಗತಿಗಳು ಯಾವವು? ಧರ್ಮ, ದೇಶ, ಭಾಷೆ, ಜಾತಿ, ಅಂತಸ್ತು, ಗುಂಪು – ಎಲ್ಲವೂ ಇಂತಹ ವಿಭಜನೆಗಳನ್ನು ಮಾಡುತ್ತಲೇ ಇರುತ್ತವೆ. ನಮಗೆಲ್ಲರಿಗೂ ಅಂತರಂಗದಲ್ಲಿ ಇದರ ಅರಿವು ಮತ್ತು ಎಚ್ಚರಿಕೆ ಸ್ವಲ್ಪ ಮಟ್ಟಿಗೆ ಇದ್ದೇ ಇರುತ್ತದೆ. ಆದರೆ ಆ ಅರಿವನ್ನು ಹತ್ತಿಕ್ಕುತ್ತಾ ಬದುಕುವ ಭಂಡತನವನ್ನು ನಾವು ಅಭ್ಯಾಸ ಮಾಡಿಕೊಳ್ಳುತ್ತೇವೆ. ಅವುಗಳೆಲ್ಲವನ್ನೂ ನಮ್ಮ ನಂಬಿಕೆಯೆಂದೋ, ಸಿದ್ಧಾಂತವೆಂದೋ ಗಟ್ಟಿಯಾಗಿ ಹಿಡಿದುಕೊಳ್ಳುತ್ತೇವೆ. ಎಲ್ಲಿಯೋ ಒಂದು ಹಂತದಲ್ಲಿ ನಮ್ಮ ನಂಬಿಕೆಗಳನ್ನೇ ನ್ಯಾಯವೆಂದು ಸಾಧಿಸುತ್ತಾ, ಕಣ್ಣೆದುರು ನಡೆಯುವ ಕ್ರೌರ್ಯಕ್ಕೂ ಸಮಜಾಯಿಷಿ ಕೊಡುವ ಹೀನತೆಯನ್ನು ನಾವು ಬೆಳೆಸಿಕೊಳ್ಳುತ್ತೇವೆ. ನಮ್ಮ ನೋವು ಅಥವಾ ನಲಿವು ಎನ್ನುವುದು ನಮ್ಮ ನಂಬಿಕೆಯೊಡನೆ ಬಿಡಿಸಲಾಗದಂತೆ ತಳಕು ಹಾಕಿಕೊಂಡು ಬಿಡುತ್ತದೆ.

ಹಲವು ವರ್ಷಗಳ ಕೆಳಗೆ ನಾನು ಕೈಲಾಶ ಮತ್ತು ಮಾನಸ ಸರೋವರಗಳ ಚಾರಣಕ್ಕೆ ಹೋಗಿದ್ದೆ. ಸುಮಾರು 258 ಕಿಲೋಮೀಟರಿನಷ್ಟು ದೂರವನ್ನು ಹಿಮಾಲಯದ ತಪ್ಪಲಿನಲ್ಲಿ ನಡೆಯುತ್ತಾ ಸಾಗುವ ಈ ಚಾರಣ ಅತ್ಯಂತ ರೋಚಕವಾದದ್ದು. ಸುಮಾರು 50 ಜನರಿದ್ದ ಈ ಗುಂಪಿನಲ್ಲಿ ಹೆಚ್ಚು ಕಡಿಮೆ ಎಲ್ಲರೂ ಧಾರ್ಮಿಕ ಕಾರಣದಿಂದಲೇ ಈ ಚಾರಣಕ್ಕೆ ಸೇರಿಕೊಂಡಿದ್ದರು. ಶಿವನ ಮನೆಯಾದ ಕೈಲಾಶವನ್ನು ಸ್ಪರ್ಶಿಸಿ, ದೇವ ಸರೋವರವಾದ ಮಾನಸದಲ್ಲಿ ಸ್ನಾನ ಮಾಡಿ ಬರುವುದೇ ಹೆಚ್ಚಿನವರ ಉದ್ದೇಶವಾಗಿತ್ತು. ನನ್ನಂತೆ ಚಾರಣದ

ಹುರುಪಿನಿಂದ ಅಲ್ಲಿ ಬಂದವರು ಬಹಳ ಅಪರೂಪ. ದಾರಿಯಲ್ಲಿ ಯಾವುದೇ ದೇವಸ್ಥಾನ ಎದುರಾದರೂ ಪೂಜೆ ಮಾಡುವ, ಸಾಯಂಕಾಲದ ಹೊತ್ತಿನಲ್ಲಿ ಡೋಲು ಬಾರಿಸಿಕೊಂಡು ನರ್ತಿಸುತ್ತಾ ಭಜನೆ ಮಾಡುವದರಲ್ಲಿ ಅವರಿಗೆ ವಿಶೇಷ ಆಸಕ್ತಿಯಿತ್ತು. ಅವರ ಮಧ್ಯದಲ್ಲಿ ನಾನೂ ಅವರಂತೆಯೇ ಇರಲು ಸಾಕಷ್ಟು ಪ್ರಯತ್ನಿಸುತ್ತಿದ್ದೆ. ಅನಾವಶ್ಯಕವಾಗಿ 'ಅನ್ಯ' ಎಂದು ತೋರಿಸಿಕೊಳ್ಳಲು ಹೋಗಿ ಗುಂಪಿನಿಂದ ದೂರವಾಗುವ ಅನಾಹುತದ ಅರಿವು ನನಗೆ ಚೆನ್ನಾಗಿತ್ತು. ಆದರೆ ಎಲ್ಲೋ ಕೆಲವೊಮ್ಮೆ ನನ್ನ 'ಅನ್ಯತೆ' ಪ್ರಕಟವಾಗಿಬಿಡುತ್ತಿತ್ತು.

ಮಾನಸ ಸರೋವರದ ಎಡಪಕ್ಕದಲ್ಲಿಯೇ ರಾಕ್ಷಸ ಸರೋವರ (ರಾಕ್ಷಸ್ ತಲ್) ಎನ್ನುವ ಮತ್ತೊಂದು ಅಷ್ಟೇ ಸೊಗಸಾದ ಸರೋವರವಿದೆ. ಈ ಸರೋವರದ ಹೆಸರಿನಲ್ಲಿರುವ 'ರಾಕ್ಷಸ' ಪದವು ರಾವಣಾಸುರನಿಗೆ ಸಂಬಂಧಿಸಿದ್ದು. ಶಿವನ ಆತ್ಮಲಿಂಗವನ್ನು ಪಡೆಯಲು ಈತನು ಕೈಲಾಶಕ್ಕೆ ಹೋದಾಗ, ಸಾಕಷ್ಟು ವರ್ಷ ತಪಸ್ಸು ಮಾಡುತ್ತಾನೆ. ಒಂದು ಹಂತದಲ್ಲಿ ಇಡೀ ಕೈಲಾಶ ಪರ್ವತವನ್ನು ತನ್ನ ಹೆಗಲ ಮೇಲೆ ಇಟ್ಟುಕೊಂಡು ನರ್ತಿಸಲು ಶುರು ಮಾಡುತ್ತಾನೆ. ಆ ಹೊತ್ತಿನಲ್ಲಿ ಧಾರಾಕಾರವಾಗಿ ಅವನ ಮೈಯಿಂದ ಬೆವರು ಹರಿದು ಈ ಸರೋವರ ರೂಪುಗೊಂಡಿತೆಂದು ಧಾರ್ಮಿಕರು ನಂಬುತ್ತಾರೆ. ಆದ್ದರಿಂದ ದೇವಸೃಷ್ಟಿಯಾದ ಮಾನಸ ಸರೋವರದ ನೀರು ಸಿಹಿಯಾದರೆ, ರಾಕ್ಷಸ ಸೃಷ್ಟಿಯಾದ ಈ ಸರೋವರದ ನೀರು ಸ್ವಲ್ಪ ಉಪ್ಪು. ಒಂದು ಸರೋವರ ಪವಿತ್ರವೆಂದೂ, ಮತ್ತೊಂದು ಅಪವಿತ್ರವೆಂದೂ ಯಾತ್ರಿಕರು ನಂಬುತ್ತಾರೆ. ಆ ಕಾರಣವಾಗಿಯೇ ಮಾನಸ ಸರೋವರದಲ್ಲಿ ಸ್ನಾನ ಮಾಡುತ್ತಾರಾದರೂ, ರಾಕ್ಷಸ ಸರೋವರದಲ್ಲಿ ಸ್ನಾನ ಮಾಡುವದಿಲ್ಲ. ಹಾಗೇನಾದರೂ ಸ್ನಾನ ಮಾಡಿದರೆ, ಬೆಳಗಾಗುವದರಲ್ಲಿ ಆ ವ್ಯಕ್ತಿಗೆ ಹುಚ್ಚು ಹಿಡಿಯುತ್ತದೆಂಬ ಗಟ್ಟಿಯಾದ ನಂಬಿಕೆ ಅಲ್ಲಿದೆ. ಆದ್ದರಿಂದ ನಮ್ಮ ಜೊತೆ ಬಂದಿದ್ದ ಗೈಡ್‌ಗಳು ಮತ್ತು ಇತರ ಹಿರಿಯರು ಆ ನೀರನ್ನು ಸ್ಪರ್ಶಿಸಬಾರದೆಂದು ಎಚ್ಚರಿಕೆ ಕೊಡುತ್ತಲೇ ಬರುತ್ತಿದ್ದರು.

ನನ್ನ ಮನಸ್ಸಿಗೆ ರಾಕ್ಷಸ ಸರೋವರದ ಸೌಂದರ್ಯವನ್ನು ಹತ್ತಿಕ್ಕಲು ಸಾಧ್ಯವಾಗಲಿಲ್ಲ. ಯಾವ ಕಾರಣದಿಂದಲೂ ಮಾನಸ ಸರೋವರದ ಸೌಂದರ್ಯಕ್ಕೆ ಇದು ಕಡಿಮೆಯೆಂದು ಅನ್ನಿಸಲಿಲ್ಲ. ತಿಳಿಯಾದ ನೀರಿನಲ್ಲಿ ಆಕಾಶದ ನೀಲಿ ಸ್ಪಷ್ಟವಾಗಿ ಪ್ರಜ್ವಲಿಸುತ್ತಿತ್ತು. ಹತ್ತಿಯಂತಹ ಮೋಡಗಳು ಹಗೂರಕ್ಕೆ ಆಕಾಶದಲ್ಲಿಯೂ ಮತ್ತು ನೀರಿನಲ್ಲಿಯೂ ತೇಲಾಡುತ್ತಾ ಸಾಗುತ್ತಿದ್ದವು. ಅಮ್ಮ ತಟ್ಟುವ ಚೋವಿಯಂತಹ ಸಣ್ಣ ಅಲೆಗಳು ದಡಕ್ಕೆ ತಾಕುತ್ತಿದ್ದವು. ಹಲವಾರು ಹಂಸಗಳು ಕಣ್ಣಿಗೆ ಕಾಣುವಷ್ಟು ದೂರದಲ್ಲಿ ಅಡ್ಡಾಡುತ್ತಿದ್ದವು. ಸರೋವರದ ಹಿನ್ನೆಲೆಯಲ್ಲಿ ಸಾಕಷ್ಟು ಪರ್ವತಗಳು

ಹಿಮದ ಪಟ್ಟೆಗಳನ್ನು ಮೈತುಂಬಾ ಬಳಿದುಕೊಂಡು ನಿಂತಿದ್ದವು. ನನಗೆ ಆ ಸರೋವರದಲ್ಲಿ ಸ್ನಾನ ಮಾಡುವ ಬಯಕೆಯಾಯ್ತು. ವಾತಾವರಣದಲ್ಲಿ ಮೈನಡುಗಿಸುವ ಚಳಿಯಿತ್ತಾದರೂ, ಸ್ನಾನ ಮಾಡುವ ನನ್ನ ಹುಮ್ಮಸ್ಸು ತಗ್ಗಲಿಲ್ಲ. ಜೊತೆಯಲ್ಲಿದ್ದವರಿಗೆ ಆ ಸಂಗತಿಯನ್ನು ಹೇಳಿದರೆ ನನ್ನನ್ನು ತಡೆಯುತ್ತಾರೆಂಬ ಅರಿವಿತ್ತು. ಎಲ್ಲಿಯೋ ದೂರದಲ್ಲಿ ಅವರ ಕಣ್ಣಿಗೆ ಕಾಣದಂತೆ ಹೋಗಿ ಸ್ನಾನ ಮಾಡಲು ಸಾಧ್ಯವಿರಲಿಲ್ಲ. ಏಕೆಂದರೆ ಅತ್ಯಂತ ಸಮತಟ್ಟಾದ ಬಯಲಿನಲ್ಲಿ ಆ ಸರೋವರವಿದೆ. ಎಷ್ಟೇ ದೂರ ಚಲಿಸಿದರೂ ನಾವು ಯಾರ ಕಣ್ಣಿಂದಲೂ ಮರೆಯಾಗುವ ಸಾಧ್ಯತೆ ಇಲ್ಲ. ಕೊನೆಗೆ ಬಯಕೆಯನ್ನು ತಡೆಯಲಾಗದೆ, ಉಟ್ಟ ಬಟ್ಟೆಗಳನ್ನು ಕಳಚಿ ಆ ಸರೋವರದಲ್ಲಿ ಮುಳುಗು ಹಾಕಿ ಬಿಟ್ಟೆ. ಮೈ ಕೊರೆಯುವ ಆ ನೀರು ನನ್ನ ಎಲುಬುಗಳನ್ನೂ ಪುಡಿಪುಡಿಯಾಗಿಸುವಂತೆ ನನ್ನಲ್ಲಿ ನಡುಕವನ್ನು ಹುಟ್ಟಿಸಿಬಿಟ್ಟಿತು. ಎಲ್ಲಾ ಸಹಯಾತ್ರಿಕರು ಏನೋ ಅನಾಹುತವಾದಂತೆ ನನ್ನೆಡೆಗೆ ನೋಡಿ 'ಹೋ' ಎಂದು ಸದ್ದು ಮಾಡಿದರು. ಅವರ ಆಘಾತಕ್ಕೆ ವಿಚಲಿತನಾಗದೆ, ಮೂರು ಸಾರಿ ಮುಳುಗಿ ಹಾಕಿದ ನಾನು ದಂಡೆಗೆ ಬಂದು ಟವೆಲಿನಿಂದ ಮೈ ಒರೆಸಿಕೊಂಡು, ಒಣಗಿದ ವಸ್ತ್ರಗಳನ್ನು ಧರಿಸಿ ನಗುತ್ತಾ ನಿಂತು ಬಿಟ್ಟೆ.

ಸಾಕಷ್ಟು ಜನ ನನ್ನ ಕೃತ್ಯಕ್ಕೆ ಕೋಪವನ್ನು ವ್ಯಕ್ತಪಡಿಸಿದರು. ಮತ್ತಿತರರು ಹೆದರಿಕೆಯಿಂದ ಮಾತು ಹೊರಡದಂತೆ ನನ್ನೆಡೆಗೆ ನೋಡಿದರು. ಹಿರಿಯರೊಬ್ಬರು ನನ್ನ ಹತ್ತಿರ ಬಂದು "ಏನಾದ್ರೂ ಆದ್ರೆ ಗತಿಯೇನು?" ಎಂದು ದಬಾಯಿಸಿದರು. "ಇಲ್ಲ, ಏನೂ ಆಗಲ್ಲ" ಎಂದು ನಕ್ಕೆ. "ಅದು ಹೇಗೆ ಖಚಿತವಾಗಿ ಹೇಳ್ತೀರ?" ಎಂದು ಸವಾಲು ಹಾಕಿದರು. ಸ್ನಾನ ಮಾಡಿ ಯಶಸ್ವಿಯಾದ ನಾನು ಅತ್ಯಂತ ಉತ್ಸಾಹದಲ್ಲಿದ್ದೆ. ಅವರನ್ನು ತಮಾಷೆ ಮಾಡುವ ಉತ್ಸಾಹ ಬಂತು. "ಆ ರಾವಣಾಸುರ ದಕ್ಷಿಣ ಭಾರತದವನು. ನಾನೂ ಕೂಡಾ... ಆತಂಗೆ ಶಾಸ್ತ್ರೀಯ ಸಂಗೀತ ಅಂದ್ರೆ ಜೀವ. ನಂಗೂ... ಜೊತೆಗೆ ಆತ ಮಹಾಬ್ರಾಹ್ಮಣ ಅಂತೆ, ನಾನೂ... ಅದಕ್ಕೇ ಆತ ನಂಗೇನೂ ಮಾಡಲ್ಲ ಅಂತ ಚೆನ್ನಾಗಿ ಗೊತ್ತು" ಎಂದು ನಗುತ್ತಾ ಹೇಳಿದೆ. ನನ್ನ ಈ ಉಡಾಫೆಯ ಮಾತು ಅವರಿಗೆ ಕೋಪವನ್ನು ತರಿಸಿತು. ಅದಕ್ಕೆ ಪ್ರತಿಯಾಗಿ "ಆತ ಮದುವೆಯಾದ ಹೆಂಗಸನ್ನ ಕಳ್ಳತನ ಮಾಡಿಕೊಂಡು ಹೋದ. ಮತ್ತೆ ನೀವು?" ಎಂದು ಪ್ರಶ್ನಿಸಿ ಹೊರಟು ಹೋದರು.

ಇಡೀ ದಿನ ಯಾತ್ರಾರ್ಥಿಗಳು ನನ್ನನ್ನು ಗುಂಪಿಂದ ದೂರವಿಟ್ಟರು. ಆ ಸಂಜೆ ನನ್ನನ್ನು ಭಜನೆಯಲ್ಲಿ ಸೇರಿಸಿಕೊಳ್ಳಲಿಲ್ಲ. ಅವರ ನಂಬಿಕೆಗಳನ್ನು ಹುಸಿಯಾಗಿಸಲು ಪ್ರಯತ್ನಿಸಿದ ನನ್ನ ವರ್ತನೆ ಅವರಿಗೆ ನೋವು ತಂದಿತ್ತು. ನನಗೂ ಎಲ್ಲೋ ಮನಸ್ಸಿನಾಳದಲ್ಲಿ ನನ್ನ ನಡವಳಿಕೆ ತಪ್ಪಾಯಿತೇನೋ ಎಂಬ ಅಳುಕು ಉಂಟಾಗಿತ್ತು.

ಆದರೂ ನನ್ನನ್ನು ನಾನು ಸಮರ್ಥಿಸಿಕೊಳ್ಳುತ್ತಾ ದಿನದೂಡಿದೆ. ಆದರೆ ಅವರೆಲ್ಲಾ ತಮ್ಮ ತಮ್ಮೊಳಗೆ ಗುಸುಗುಸು ಶುರು ಮಾಡಿಕೊಂಡು ಬಿಟ್ಟರು. ಮರುದಿನ ನಾನು ಖಂಡಿತವಾಗಿಯೂ ಹುಚ್ಚನಾಗಿರುತ್ತೇನೆ ಎಂಬ ವದಂತಿ ಅವರ ಮಧ್ಯೆ ಹರಡಿತು. ಅದಕ್ಕೆ ಸರಿಯಾಗಿ ನನಗೆ ಸಂಜೆಯ ವೇಳೆಗೆ ಸಣ್ಣಗೆ ಜ್ವರ ಶುರುವಾಗಿಬಿಟ್ಟಿತು. ಅವರ ಗುಸುಗುಸು ಇನ್ನಷ್ಟು ಶಕ್ತಿಯನ್ನು ಪಡೆದುಕೊಂಡಿತು. ನಾನು ಯಾವುದಕ್ಕೂ ತಲೆ ಕೆಡಿಸಿಕೊಳ್ಳದೆ ಒಂದು ಜ್ವರದ ಮಾತ್ರೆಯನ್ನು ನುಂಗಿ, ಒಂದು ಲೋಟ ಬಿಸಿಯಾದ ಹಾಲನ್ನು ಕುಡಿದು ನಿದ್ದೆ ಮಾಡಿದೆ. ಬೆಳಿಗ್ಗೆ ಏಳುವದರಲ್ಲಿ ಯಾವತ್ತಿನಂತೆ ಗೆಲುವಾಗಿ ಬಿಟ್ಟಿದ್ದೆ. ಒಬ್ಬೊಬ್ಬರಾಗಿ ಸಹಯಾತ್ರಿಕರು ನನ್ನನ್ನು ಮಾತನಾಡಿಸಲು ಬಂದರು. ಏನೇನೋ ತರ್ಕದ ಪ್ರಶ್ನೆಗಳನ್ನು ಕೇಳಿ ನನಗೆ ಹುಚ್ಚು ಹಿಡಿದಿಲ್ಲ ಎನ್ನುವದನ್ನು ಅವರು ಖಚಿತ ಪಡಿಸಿಕೊಳ್ಳುತ್ತಿದ್ದುದು ನನಗೆ ತಿಳಿಯುತ್ತಿತ್ತು. ಆದರೆ ನನ್ನನ್ನು ಕಾಡಿದ ಸಂಗತಿಯೇನೆಂದರೆ, ನಾನು ಆರಾಮಾಗಿದ್ದೇನೆ ಎನ್ನುವ ಸಂಗತಿ ಅವರಿಗೆ ಬಹಳ ನಿರಾಸೆಯನ್ನು ಮೂಡಿಸುತ್ತಿತ್ತು. ಒಂದು ವೇಳೆ ನನಗೆ ನಿಜಕ್ಕೂ ಹುಚ್ಚು ಹಿಡಿದಿದ್ದರೆ ಅವರೆಲ್ಲಾ ಸಂತೋಷಪಡುತ್ತಿದ್ದರೇನೋ ಎಂದು ನನಗೆ ಸ್ಪಷ್ಟವಾಗಿ ಅನ್ನಿಸಿ ಬಿಟ್ಟು, ಎಲ್ಲೋ ಮನಸ್ಸಿನ ಆಳದಲ್ಲಿ ನೋವಿನ ಶೃತಿ ಮಿಡಿಯಿತು.

ಈ ಗುಂಪಿನ ನಂಬಿಕೆಗಳು ಆಸ್ತಿಕವೋ, ನಾಸ್ತಿಕವೋ ಎಂಬುದು ಮುಖ್ಯವಾಗುವುದೇ ಇಲ್ಲ ಎಂಬುದನ್ನು ನಾನು ಕಂಡುಕೊಂಡಿದ್ದೇನೆ. ಒಟ್ಟಾರೆ ಒಂದು ಬಗೆಯ ನಂಬಿಕೆಗಳನ್ನು ಬುನಾದಿ ಮಾಡಿಕೊಂಡ ಒಂದು ಗುಂಪು, ಅದನ್ನು ಒಪ್ಪದ ಮತ್ತೊಂದು ಗುಂಪನ್ನು ವಿರೋಧಿಸುತ್ತದೆ. ಮಾನವೀಯತೆಯನ್ನು ಬೆಳೆಸಿಕೊಳ್ಳದೆ ಹೋದರೆ ಇಂತಹ ವಿರೋಧಗಳು ಯಾವುದೇ ಕ್ರೌರ್ಯವನ್ನೂ ತಲುಪಬಲ್ಲವು. ಇದಕ್ಕೆ ಪೂರಕವಾಗಿ ನನ್ನ ಬಾಲ್ಯದ ಒಂದು ಘಟನೆಯನ್ನು ಹೇಳಿಬಿಡುತ್ತೇನೆ. ಈ ಘಟನೆಯು ನಾವೆಲ್ಲರೂ 'ಕಿಟ್ಟಣ್ಣ ಮಾಮ' ಎಂದು ಕರೆಯುತ್ತಿದ್ದ, ನಮ್ಮ ಕುಟುಂಬಕ್ಕೆ ದೂರದ ಸಂಬಂಧಿಯಾದರೂ ಸ್ನೇಹಕ್ಕೆ ಬಹು ಹತ್ತಿರದವನಾದ ಒಬ್ಬ ವ್ಯಕ್ತಿಗೆ ಸಂಬಂಧಿಸಿದ್ದಾಗಿದೆ. ಸುಮಾರು ಮೂವತ್ತೈದರ ವಯಸ್ಸಿನ ಈತ ಬಳ್ಳಾರಿಯಲ್ಲಿ ವಕೀಲಿ ವೃತ್ತಿ ಮಾಡಿಕೊಂಡಿದ್ದ. ಸಾಕಷ್ಟು ಶ್ರೀಮಂತ ಮನೆತನದವರಾದ ಕಾರಣ ಇವರ ಬಳ್ಳಾರಿಯ ಮನೆ ವಿಶಾಲವಾಗಿತ್ತು. ನಾವು ಬಳ್ಳಾರಿಗೆ ಹೋದಾಗಲೆಲ್ಲಾ ಇವರ ಮನೆಯಲ್ಲಿಯೇ ಉಳಿಯುತ್ತಿದ್ದೆವು. ಆತನ ತಂದೆ-ತಾಯಿಯರು ನಮ್ಮ ಅಪ್ಪ-ಅಮ್ಮರನ್ನು ತುಂಬಾ ವಿಶ್ವಾಸದಿಂದ ಕಾಣುತ್ತಿದ್ದರು.

ಕಿಟ್ಟಣ್ಣ ಮಾಮ ದೂರದ ನಗರದಲ್ಲಿ ಓದಿ ಬಂದಿದ್ದ. ಮದುವೆಯಾಗಿ ಇಬ್ಬರು ಮಕ್ಕಳಿದ್ದರು. ಅತ್ಯಂತ ಚಟುವಟಿಕೆಯಿಂದ ಇರುತ್ತಿದ್ದ ಕಿಟ್ಟಣ್ಣ ಮಾಮ

ನಾಸ್ತಿಕನಾಗಿದ್ದ. ಜನಿವಾರ ಕಿತ್ತು ಹಾಕಿ, ಊಟದ ಎಲೆಗೆ ಸುತ್ತು ಕಟ್ಟದೆ ಉಣ್ಣುತ್ತಿದ್ದ. ತನ್ನದೇ ಮನೋಭಾವದ ಹಲವು ಗೆಳೆಯರನ್ನು ಕಟ್ಟಿಕೊಂಡು ಆತ 'ಪವಾಡ ಬಯಲು ಸಂಘ' ಮಾಡಿಕೊಂಡಿದ್ದ. ಈ ಸಂಘದ ಕಾರ್ಯಕ್ರಮಕ್ಕೆ ಆಗಾಗ ಪುಟ್ಟ ಮಕ್ಕಳಾದ ನಮ್ಮನ್ನು ಕರೆದುಕೊಂಡು ಹೋಗುತ್ತಿದ್ದ. ದೇವರು ಎಂಬುದು ಸುಳ್ಳು, ಎಲ್ಲ ಪವಾಡಗಳು ಕಣ್ಣುಕಟ್ಟು ವಿದ್ಯೆಗಳು, ಸನ್ಯಾಸಿ-ಬಾಬಾಗಳು ನಮ್ಮನ್ನು ಮೋಸ ಮಾಡುತ್ತಾರೆ, ಪೂಜೆ ಪುನಸ್ಕಾರ ಎಂಬುದೆಲ್ಲಾ ಮಾಡಬಾರದು – ಇತ್ಯಾದಿಗಳನ್ನು ಹೇಳಿಕೊಡುತ್ತಿದ್ದರು. ನಿಂಬೆ ಹಣ್ಣಿಂದ ರಕ್ತ ಬರಸುವುದು ಹೇಗೆ, ಆಕಾಶದಲ್ಲಿ ಕೈಯಾಡಿಸಿ ವಿಭೂತಿ ಸೃಷ್ಟಿಸುವುದು ಹೇಗೆ – ಇತ್ಯಾದಿಗಳ ಪ್ರಾತ್ಯಕ್ಷಿಕೆಯೂ ಇರುತ್ತಿತ್ತು. ಇವೆಲ್ಲದರಿಂದ ಪ್ರಭಾವಿತನಾದ ನಾನು ಅಮ್ಮನ ಹತ್ತಿರ "ದೇವರು ಇಲ್ಲ ಅಂತಾರಲ್ಲಮ್ಮ, ನಿಜಾನಾ?" ಅಂತ ಕೇಳಿದ್ದೆ. ಅದಕ್ಕೆ ನಮ್ಮಮ್ಮ "ಅಯ್ಯೋ ನಮ್ಮಪ್ಪಾ, ಈ ದೇವರು ಇಲ್ಲ ಅನ್ನೋದೆಲ್ಲಾ ಹೊಟ್ಟೆ ತುಂಬಿದವರ ಶೋಕಿ. ನಾಳೆ ಊಟಕ್ಕೆ ಏನಪ್ಪಾ ಗತಿ ಅನ್ನೋ ಬಡವರಿಗೆ, ಈವತ್ತು ರಾತ್ರಿ ಕಣ್ತುಂಬಾ ನಿದ್ದೆ ಕೊಡೋದು ಆ ಭಗವಂತನೇ!" ಎಂದು ತನ್ನ ಜೀವನಧರ್ಮವನ್ನು ತಿಳಿಸಿದ್ದಳು.

ಈ ದಿನಗಳಲ್ಲಿ ಕಿಟ್ಟಣ್ಣಿ ಮಾಮಗೆ ಹೊಟ್ಟೆ ನೋವಿನ ರೋಗ ಶುರುವಾಯ್ತು. ಜೀವವೇ ಹೋಗುವಂತೆ ಒದ್ದಾಡಲಾರಂಭಿಸಿದ. ಹಲವಾರು ಡಾಕ್ಟರಿಗೆ ತೋರಿಸಿದ ಮೇಲೆ ಅದು ಕರುಳಿನ ಕ್ಯಾನ್ಸರ್ ಎಂದೂ, ಆರು ತಿಂಗಳಿಗೂ ಹೆಚ್ಚು ದಿನ ಆತ ಬದುಕುವದಿಲ್ಲವೆಂದೂ ಪತ್ತೆ ಆಯಿತು. ಡಾಕ್ಟರರು ಕೈ ಚೆಲ್ಲಿಬಿಟ್ಟರು. ಅತ್ಯಂತ ಚಟುವಟಿಕೆಯ ವ್ಯಕ್ತಿಯಾದ ಕಿಟ್ಟಣ್ಣಿ ಮಾಮ ಹಾಸಿಗೆ ಹಿಡಿದದ್ದು ನೋಡಿದಾಗ ಸಂಕಟವಾಗುತ್ತಿತ್ತು. ಆಗ ಬಂಧು-ಬಳಗದವರೆಲ್ಲರೂ ಆತನನ್ನು ಮಾತನಾಡಿಸಲು ಬರುತ್ತಿದ್ದರು. ಎಲ್ಲರೂ ಅವನ ನಾಸ್ತಿಕತೆಯೇ ಈ 'ತಿಕ್ಕಡಿ'ಗೆ ಕಾರಣವೆಂದು ಅವನ ಎದುರಿನಲ್ಲೇ ಹೇಳಿ ಹಂಗಿಸುತ್ತಿದ್ದರು. ಎಂತೆಂತಹದೋ ಪೂಜೆ, ಪುನಸ್ಕಾರಗಳನ್ನು ಮಾಡಲು ಸಲಹೆ ಕೊಡಲಾರಂಭಿಸಿದರು.

ಮೊದಲಿಗೆ ಕಿಟ್ಟಣ್ಣಿ ಮಾಮ ಎಲ್ಲವನ್ನೂ ವಿರೋಧಿಸಿದ. ಆದರೆ ಆತನ ನೋವು ಮತ್ತು ಸಾವಿನ ಭಯ ಅದೆಷ್ಟು ಭೀಕರವಾಗಿತ್ತೆಂದರೆ, ಹೇಗಾದರೂ ಅದು ಪರಾಭವವಾದರೆ ಸಾಕು ಅಂತನ್ನಿಸಿ ಒಪ್ಪಿಕೊಳ್ಳಲು ಶುರು ಮಾಡಿದ. ಒಮ್ಮೆ ಆತ ಬಗ್ಗಿದ ಸಂಜ್ಞೆ ಸಿಗುತ್ತಲೇ, ಆಸ್ತಿಕರ ದಬ್ಬಾಳಿಕೆ ಶಕ್ತಿ ಪಡೆದುಕೊಳ್ಳಲಾರಂಭಿಸಿತು. ಹತ್ತಾರು ಪೂಜೆ-ಪುನಸ್ಕಾರಗಳ ಸಲಹೆ ಪುಂಖಾನುಪುಂಖವಾಗಿ ಬರತೊಡಗಿದವು. 'ಮೃತ್ಯುಂಜಯ ಹೋಮ' ಮಾಡಿದರೆ ಖಂಡಿತಾ ಎದ್ದು ಓಡಾಡುತ್ತಾನೆ ಎಂದು ಯಾರೋ ತಲೆಗೆ ತುಂಬಿಸಿಬಿಟ್ಟರು. ಹೋಮದ ತಯಾರಿ ಭರ್ಜರಿಯಾಗಿ ಆರಂಭವಾಯ್ತು. ನಾವೂ ಬಳ್ಳಾರಿಗೆ ಹೋದೆವು.

ಹೋಮದ ಹಿಂದಿನ ದಿನ ಎಲ್ಲರೂ ಅನೇಕ ಚಟುವಟಿಕೆಗಳಲ್ಲಿ ನಿರತರಾಗಿ ಮನೆಯಿಂದ ಹೊರಗೆ ಹೋಗಿದ್ದರೆ. ಕಿಟ್ಟಣ್ಣ ಮಾಮನ ಬಳಿ ನನಗೆ ಕುಳಿತುಕೊಳ್ಳಲು ಹೇಳಿದ್ದರು. ಆಗ ರಮೇಶಣ್ಣ ಅಲ್ಲಿಗೆ ಬಂದ. ಆತ ಕಿಟ್ಟಣ್ಣ ಮಾಮನ ಗೆಳೆಯ ಮತ್ತು 'ಪವಾಡ ಬಯಲು ಸಂಘ'ದ ಸದಸ್ಯ. ಮನೆಯಲ್ಲಿ ಯಾರೂ ಇಲ್ಲ ಎನ್ನುವ ಧೈರ್ಯದಿಂದಲೋ ಏನೋ, ಆತ ಕಿಟ್ಟಣ್ಣ ಮಾಮನನ್ನು ಬಹುವಾಗಿ ಟೀಕಿಸಿದ. ನೀನು ಅದು ಹೇಗೆ ಇಂತಹ ಮೌಢ್ಯಗಳಿಗೆ ಒಪ್ಪಿಕೊಂಡೆ? ಇಷ್ಟು ದಿನ ಸಂಘ ಕಟ್ಟಿ ಬೆಳೆಸಿದ ನಿನ್ನ ಈವರೆಗಿನ ವರ್ತನೆಯೆಲ್ಲಾ ಬರೀ ನಾಟಕವೆ? ಮುಂದೆ ನಾವು ಸಂಘವನ್ನು ನಡೆಸುವದಾದರೂ ಹೇಗೆ? ಇತ್ಯಾದಿ ಪ್ರಶ್ನೆಗಳನ್ನು ಬಹುಕಟುವಾಗಿ ಕಿಟ್ಟಣ್ಣ ಮಾಮನಿಗೆ ಕೇಳಿದ. ಯಾವುದಕ್ಕೂ ಉತ್ತರಿಸದ ಕಿಟ್ಟಣ್ಣ ಮಾಮ ಒಂದೇ ಸವನೆ ಕಣ್ಣೀರು ಸುರಿಸಿದ. ಕೊನೆಗೆ ರಮೇಶಣ್ಣ ಎದ್ದು ಹೊರಹೋದ. ಆವರೆಗಿನ ಆತನ ಮಾತುಕತೆಯಿಂದ ಕಂಗೆಟ್ಟಿದ್ದ ನಾನು ರಮೇಶಣ್ಣನ ಹಿಂದೆಯೇ ಓಡಿದೆ. ಅಂಗಳದಲ್ಲಿ ಆತನನ್ನು ನಿಲ್ಲಿಸಿ "ಮೃತ್ಯುಂಜಯ ಹೋಮ ಮಾಡಿದ್ರೆ ಕಿಟ್ಟಣ್ಣ ಮಾಮಗೆ ಗುಣ ಆಗ್ತದೆ ಅಂತ ಅಮ್ಮ ಹೇಳಿದ್ಲು. ನಿಜಾನಾ ರಮೇಶಣ್ಣ?" ಎಂದು ಕೇಳಿದೆ. ಆತ ಎರಡೂ ಕೈಗಳನ್ನು ಇಲ್ಲವೆನ್ನುವಂತೆ ಅಲ್ಲಾಡಿಸಿ "ಯಾವುದರಿಂದಲೂ ಗುಣ ಆಗಲ್ಲ, ನೋಡ್ತಾ ಇರು, ನಿಮ್ಮ ಕಿಟ್ಟಣ್ಣ ಮಾಮ ಇನ್ನು ಸ್ವಲ್ಪ ದಿನಕ್ಕೆ ಗೊಟಕ್ ಅಂತಾನೆ" ಅಂತ ಹೇಳಿ ಹೊರಟು ಹೋದ.

ರಮೇಶಣ್ಣನ ಮಾತು ನಿಜವಾಯ್ತು. ಹೋಮ ಕಾರ್ಯ ನಡೆದು ಸರಿಯಾಗಿ ಒಂದು ವಾರಕ್ಕೆ ಕಿಟ್ಟಣ್ಣ ಮಾಮ ಕೊನೆಯುಸಿರೆಳೆದ. ಕರ್ಮಕಾರ್ಯಗಳೆಲ್ಲವನ್ನೂ ಮುಗಿಸಿದ ನಂತರ ಹದಿಮೂರನೆಯ ದಿನಕ್ಕೆ ವೈಕುಂಠ ಸಮಾರಾಧನೆಯನ್ನು ಮಾಡಿದರು. ಆವತ್ತು ಕಿಟ್ಟಣ್ಣ ಮಾಮನ ಗೆಳೆಯರೆಲ್ಲರನ್ನೂ ಕರೆದಿದ್ದರು. ರಮೇಶಣ್ಣನೂ ಬಂದಿದ್ದ. ಆದರೆ ಗಲಾಟೆಯಲ್ಲಿ ನನಗೆ ಆತನನ್ನು ಮಾತನಾಡಿಸಲು ಆಗಿರಲಿಲ್ಲ. ಊಟ ಮುಗಿದು ಕೈ ತೊಳೆಯಲು ಹಿತ್ತಲಿಗೆ ಹೋದಾಗ, ಆತನೂ ನನ್ನ ಪಕ್ಕವೇ ನಿಂತು ಕೈ ತೊಳೆದ. ನನಗೆ ಆತನನ್ನು ಹೇಗೆ ಮಾತನಾಡಿಸುವುದೋ ತಿಳಿಯಲಿಲ್ಲ. ಸುಮ್ಮನೆ ಆತನೆಡೆಗೆ ನೋಡಿದೆ. ಆಗ ರಮೇಶಣ್ಣ ಅತ್ಯಂತ ವ್ಯಂಗ್ಯವಾಗಿ ಒಂದು ನಗೆಯನ್ನು ನಕ್ಕ. "ನಾನು ಹೇಳಿರಲಿಲ್ವಾ?" ಎನ್ನುವ ಕುಹಕ ಆ ನಗೆಯಲ್ಲಿ ತುಂಬಿ ತುಳುಕುತ್ತಿತ್ತು. ತನ್ನ ಮಾತು ಸತ್ಯವಾಗಿದ್ದಕ್ಕೆ ಆತ ಒಳಗೊಳಗೇ ಹೆಮ್ಮೆ ಪಡುತ್ತಿರುವುದು ನನಗೆ ಗೊತ್ತಾಯ್ತು. ಆತನ ಆ ನಗೆ ನನಗೆ ಅದೆಷ್ಟು ಹೇಸಿಗೆಯನ್ನು ತರಿಸಿತೆಂದರೆ, ಬದುಕಿನಲ್ಲಿ ನಾನು ಮುಂದೆ ಎಂತಹ ವ್ಯಕ್ತಿತ್ವ ಬೆಳೆಸಿಕೊಂಡರೂ ಅಡ್ಡಿಯಿಲ್ಲ, ಈ ರಮೇಶಣ್ಣನ ತರಹ ಮಾತ್ರ ಆಗಬಾರದು ಎಂದು ಆ ಕ್ಷಣದಲ್ಲಿಯೇ ನಿರ್ಧರಿಸಿದೆ.

05ನೇ ಮೇ 2015

ಬದಲಾವಣೆ ಜಗದ ನಿಯಮ

ಹೊಸಪೇಟೆಯಲ್ಲಿರುವ ನನ್ನ ಅಕ್ಕನ ಮನೆಯ ಓಣಿಯ ತುದಿಯಲ್ಲಿ ಒಂದು ಜ್ಯೋತಿಷ್ಯಾಲಯವಿದೆ. "ಚೌಡೇಶ್ವರಿ ಜ್ಯೋತಿಷ್ಯಾಲಯ" ಎಂದು ಅದಕ್ಕೆ ಹೆಸರು. "ಪ್ರೇಮ ವೈಫಲ್ಯ, ಮದುವೆ ವಿಳಂಬ, ಸಂತಾನ ಸಮಸ್ಯೆ, ದಾಂಪತ್ಯ ಕಲಹ, ನಿರುದ್ಯೋಗ ಸಮಸ್ಯೆ, ವಿದೇಶ ಪ್ರಯಾಣದ ವಿಘ್ನ, ವ್ಯಾಪಾರದ ಲಾಭ-ನಷ್ಟ ಮುಂತಾದ ಸಮಸ್ಯೆಗಳಿಗೆ ತಕ್ಷಣದ ಪರಿಹಾರವನ್ನು ನೀಡಲಾಗುತ್ತದೆ. ಕೇವಲ ಹದಿನೈದು ದಿನಗಳಲ್ಲಿ ಕಾರ್ಯ ನೆರವೇರುತ್ತದೆ" ಎಂಬ ಆತನ ಬೋರ್ಡನ್ನು ಪ್ರತಿ ಬಾರಿಯೂ ಓದುತ್ತಿದ್ದೆ. ಹಲವು ಕತೆಗಳಿಗೆ ಬೇಕಾದ ಬಹುತೇಕ ವಸ್ತುಗಳನ್ನು ಈತ ತನ್ನ ಬೋರ್ಡಿನಲ್ಲಿ ಬರೆದು ಬಿಟ್ಟಿದ್ದಾನೆ ಎಂದು ಅನ್ನಿಸುತ್ತಿತ್ತು. ಆದರೆ ಆತನ ಬಳಿ ಅಷ್ಟೊಂದು ಗಿರಾಕಿಗಳೇನೂ ನನಗೆ ಕಂಡು ಬರುತ್ತಿರಲಿಲ್ಲ.

ಆದರೆ ಮೊನ್ನೆ ಅಕ್ಕನ ಮಗಳ ಮದುವೆಗೆಂದು ಊರಿಗೆ ಹೋದಾಗ ಆತನ ಅಂಗಡಿಯ ಮುಂದೆ ಬಿಎಂಡಬ್ಲ್ಯೂ ಹಾಗೂ ಆಡಿ ಕಾರುಗಳು ನಿಂತಿರುವುದನ್ನು ಗಮನಿಸಿದೆ. ಬೆಳಿಗ್ಗೆಯಿಂದ ಆ ಕಡೆಗೆ ಇಣುಕಿ ಹಾಕಿದ್ದರಿಂದ, ಸಾಕಷ್ಟು ಜನರು ಆ ಜ್ಯೋತಿಷ್ಯಾಲಯದೊಳಕ್ಕೆ ಹೋಗಿ ಬಂದು ಮಾಡುವುದು ಕಂಡು ಬಂತು. ಒಮ್ಮಿಂದೊಮ್ಮೆಲೆ ಇಂತಹ ಬದಲಾವಣೆ ಹೇಗೆ ಸಾಧ್ಯವಾಯ್ತು ಎಂದು ಅಚ್ಚರಿಪಟ್ಟೆ. ಆತನ ಅಂಗಡಿಯ ಮುಂದಿನ ಬೋರ್ಡಿನಲ್ಲಿ ಏನೋ ಬದಲಾವಣೆಯಾಗಿರುವುದು ಕಂಡು ಬಂತು. ಸೂಕ್ಷ್ಮವಾಗಿ ಗಮನಿಸಿದಾಗ, ಈ ಮುಂಚೆ ಇದ್ದ ಬದುಕಿನ ಹಲವಾರು ಸಮಸ್ಯೆಗಳ ಪಟ್ಟಿಯ ಜೊತೆಯಲ್ಲಿ ಆತ ಹೊಸದಾಗಿ "ಮೈನಿಂಗ್

ಸಮಸ್ಯೆಗೆ ಖಚಿತ ಪರಿಹಾರವಿದೆ" ಎಂದು ಸೇರಿಸಿದ್ದ. ಇಡೀ ಜಿಲ್ಲೆಗೆ ಜಿಲ್ಲೆಯೇ ಮೈನಿಂಗ್ ವಹಿವಾಟಿನಿಂದ ಕೈಸುಟ್ಟುಕೊಂಡು ಒದ್ದಾಡುತ್ತಿರುವಾಗ, ಜನರನ್ನು ಸೆಳೆಯಲು ಇದಕ್ಕಿಂತಲೂ ಮಹತ್ವದ ಸಂಗತಿ ಯಾವುದಿದೆ? ಸರಕಾರದ ಮುಂದಿನ ಹೆಜ್ಜೆಗಳೇನೋ, ಅದಿರನ್ನು ಆಮದು ಮಾಡಿಕೊಳ್ಳುವ ದೇಶಗಳ ನಡೆಯೇನೋ ಎಂಬ ವಿವರಗಳ ಬಗ್ಗೆ ತಲೆಕೆಡಿಸಿಕೊಳ್ಳದೆ, ಗ್ರಾಹಕ ಮತ್ತು ಲಕ್ಷಣಕಾರರಿಬ್ಬರೂ "ಮೈನಿಂಗ್ ಸಮಸ್ಯೆಗೆ ಖಚಿತ ಪರಿಹಾರ"ವನ್ನು ಹುಡುಕುವುದು ನಿಜಕ್ಕೂ ನನಗೆ ಪವಾಡಮಯವಾಗಿ ಕಾಣಿಸಿತು.

ತನ್ನ ಪಾಡಿಗೆ ತಾನು ಚಲಿಸುತ್ತಿರುವ ಸಮಾಜದಲ್ಲಿ ಹೀಗೆ ಸೂಕ್ಷ್ಮವಾಗಿ ಉಂಟಾಗುವ ಚಿಕ್ಕಪುಟ್ಟ ಬದಲಾವಣೆಗಳು ನನಗೆ ಬಹಳ ವಿಶೇಷವೆನ್ನಿಸುತ್ತವೆ ಮತ್ತು ನನ್ನನ್ನು ತುಂಬಾ ಕಾಡುತ್ತವೆ. ದೊಡ್ಡ ದೊಡ್ಡ ಬದಲಾವಣೆಗಳು ಹೇಗೂ ಮಾಧ್ಯಮಗಳಲ್ಲಿ ದಿನನಿತ್ಯ ಚರ್ಚೆಗೊಳಗಾಗುತ್ತಲೇ ಇರುತ್ತವೆ. ಬೇಡವೆಂದರೂ ಕಣ್ಣಿನ ಮೇಲೆ ಮತ್ತು ಕಿವಿಯ ಮೇಲೆ ಅಪ್ಪಳಿಸುತ್ತಲೇ ಇರುತ್ತವೆ. ಆದರೆ ಗಮನಕ್ಕೆ ಬರದೇ ಹೋಗಿಬಿಡಬಹುದಾದ ಪುಟ್ಟ ಪುಟ್ಟ ಹೊಸತನಗಳೇ ನನಗೆ ಯಾವತ್ತೂ ಮುದ ನೀಡುತ್ತವೆ.

ಬದಲಾವಣೆಯೆನ್ನುವುದು ಜಗದ ನಿಯಮವೆನ್ನುವದನ್ನು ನಾವೆಲ್ಲರೂ ಒಪ್ಪಿಕೊಂಡಿದ್ದೇವೆ. ಆದರೆ ಈ ಬದಲಾವಣೆಗಳ ಜಗತ್ತು ಬಹುದೊಡ್ಡದಾಗಿದ್ದು, ನಮ್ಮ ಗಮನಕ್ಕೆ ದಕ್ಕುವುದು ಒಂದು ಹಿಡಿಯಷ್ಟು ಮಾತ್ರವಾಗಿರುತ್ತದೆ. ಅಂತಹ ಬದಲಾವಣೆಗಳು ನಮ್ಮ ಬದುಕಿನ ಮೌಲ್ಯಗಳಿಗೆ ಹೊಂದಾಣಿಕೆಯಾಗುತ್ತವೋ ಬಿಡುತ್ತವೋ ಬೇರೆಯ ಸಂಗತಿ. ಆದರೆ ಯಾರಿಗೋ ಅದು ಅಗತ್ಯವಾದಾಗಲೇ ಬದಲಾವಣೆಯೊಂದು ಉದ್ಭವಿಸುತ್ತದೆ. ಇಂತಹ ಬದಲಾವಣೆಯ ಹೊಸಬೀಜವನ್ನು ಬಿತ್ತುವವರು ಬೆರಳೆಣಿಕೆಯ ಜನರಾಗಿರುತ್ತಾರೆ. ಆದರೆ ಯಶಸ್ವಿಯಾದ ಬದಲಾವಣೆಯನ್ನು ಅನುಕರಣೆ ಮಾಡುವ ಸಾವಿರಾರು ಮಂದಿ ಹುಟ್ಟಿಕೊಂಡಿರುತ್ತಾರೆ. ಈ ಜಂಜಾಟದಲ್ಲಿ ಮೂಲ ಅನ್ವೇಷಕರು ಯಾರೆಂಬ ಸಂಗತಿಯೇ ತುಂಬಾ ಸಲ ನಿಗೂಢವಾಗಿ ಉಳಿದುಬಿಡುತ್ತದೆ.

ಮತ್ತೆ ಮದುವೆಯ ಮನೆಗೆ ವಾಪಾಸು ಬರೋಣ. ಹೊಸಪೇಟೆಯ ಮನೆಯಲ್ಲಿ ನಾನೊಬ್ಬನೇ ಉಳಿದುಕೊಂಡು, ಬಂಧು-ಬಳಗದವರೆಲ್ಲರೂ ಕಲ್ಯಾಣ ಮಂಟಪಕ್ಕೆ ಹೊರಟು ಹೋದರು. ನೆಮ್ಮದಿಯಿಂದ ಸ್ನಾನ ಮಾಡಿ ಸ್ಕೂಟರಿನಲ್ಲಿ ಬರುವದಾಗಿ ಹೇಳಿ ಅವರನ್ನೆಲ್ಲಾ ಕಳುಹಿಸಿಬಿಟ್ಟೆ. ಆದರೆ ಮನೆಯಲ್ಲಿ ಒಂದು ವಿಚಿತ್ರ ಸಮಸ್ಯೆ ತಲೆದೋರಿತು. ವಾಷ್‌ಬೇಸಿನ್ ಮೇಲಕ್ಕೆ ಮೊಳೆ ಹೊಡೆದು ತೂಗು ಹಾಕಿದ್ದ ಕನ್ನಡಿಯನ್ನು ಬೀಗರ ಬಿಡದಿಯಲ್ಲಿಡಲು ತೆಗೆದುಕೊಂಡು ಹೋಗಿಬಿಟ್ಟಿದ್ದರು. ನನಗೆ ಕ್ಷೌರ

ಮಾಡಿಕೊಳ್ಳುವುದು ಹೇಗೆಂಬುದು ತಿಳಿಯದಾಯ್ತು. ಮತ್ತೊಂದು ಕನ್ನಡಿಯಿದ್ದಿದ್ದು ಮಲಗುವ ಕೋಣೆಯಲ್ಲಿ ಮಾತ್ರ; ಅಲ್ಲಿ ಬೆಳಕೂ ಸರಿಯಾಗಿ ಬೀಳುತ್ತಿರಲಿಲ್ಲ. ದೊಡ್ಡ ಬೀರುವಿನ ಎಡಬಾಗಿಲಿಗೆ ಒಂದು ನಿಲುವುಗನ್ನಡಿಯನ್ನು ಲಗತ್ತಿಸಿದ್ದರು. ಅದನ್ನು ಕಳಚಿ ಹೊರಗೆ ಒಯ್ಯುವಂತೆಯೂ ಇರಲಿಲ್ಲ. ಚೊಂಬಿನಲ್ಲಿ ನೀರು ಒಯ್ದು ಅಲ್ಲಿಟ್ಟುಕೊಂಡು ಕ್ಷೌರ ಮಾಡಿಕೊಳ್ಳುವುದು ನನಗೆ ಒಗ್ಗದ ಸಂಗತಿ. ಒಮ್ಮೆ ಕೂದಲು ಕತ್ತರಿಸಿದ ರೇಜರ್ ಮೇಲೆ ಯಥೇಚ್ಛವಾಗಿ ರಭಸದಿಂದ ನೀರು ಸುರಿದರೆ ಮಾತ್ರ ನನಗೆ ಅದನ್ನು ಮತ್ತೊಮ್ಮೆ ಕೆನ್ನೆಯ ಮೇಲೆ ಅಡ್ಡಾಡಿಸಲು ಮನಸ್ಸಾಗುತ್ತಿತ್ತು. ಬೇರೆ ದಾರಿ ಕಾಣದೆ, ಮಲಗುವ ಕೋಣೆ ಮತ್ತು ಹಿತ್ತಲಿನ ವಾಷ್ಬೇಸಿನ್ನಿನ ನಡುವೆ ಹತ್ತಾರು ಬಾರಿ ಓಡಾಡಿ ಕ್ಷೌರ ಮುಗಿಸಿಕೊಂಡೆ. ಸ್ನಾನ ಮಾಡಿ ಇನ್ನೇನು ಹೊರಡಬೇಕು ಎನ್ನುವ ಹೊತ್ತಿಗೆ ಇನ್ನೊಬ್ಬ ಅಕ್ಕನ ಮಗ ಊರಿಂದ ಬಂದ. ದಾವಣಗೆರೆಯಲ್ಲಿ ಇಂಜಿನಿಯರಿಂಗ್ ಕಲಿಯುತ್ತಿದ್ದಾನೆ. "ಸ್ವಲ್ಪ ನನಗಾಗಿ ಕಾಯ್ತೀಯ ಮಾಮ? ಕ್ಷೌರ ಮಾಡಿಕೊಂಡು, ಸ್ನಾನ ಮುಗಿಸಿ ಬಂದು ಬಿಡ್ತೀನಿ" ಎಂದು ಬೇಡಿಕೊಂಡ. ಅವನೂ ನನ್ನಂತೆಯೇ ಮಲಗುವ ಕೋಣೆ ಮತ್ತು ವಾಷ್ಬೇಸಿನ್ ನಡುವೆ ಶಂಟಿಂಗ್ ಮಾಡುತ್ತಾ ಕ್ಷೌರ ಮಾಡಿಕೊಳ್ಳುವದನ್ನು ನೋಡುವ ಖುಷಿಯಲ್ಲಿ ಒಪ್ಪಿಕೊಂಡೆ.

ಆದರೆ ಅಂತಹದ್ದೇನೂ ಆಗಲಿಲ್ಲ. ಕ್ಷೌರದ ಕನ್ನಡಿಯಿಲ್ಲವೆನ್ನುವುದನ್ನು ಗಮನಿಸಿದ್ದೇ ತನ್ನ ಜೀನ್ಸ್ ಪ್ಯಾಂಟಿನಿಂದ ಮೊಬೈಲ್ ಫೋನ್ ತೆಗೆದುಕೊಂಡ. ಫ್ರಂಟ್ ಕ್ಯಾಮೆರಾ ಚಾಲೂ ಮಾಡಿದ್ದೇ ಶಿಳ್ಳೆ ಹೊಡೆಯುತ್ತಾ ಕ್ಷೌರ ಶುರು ಮಾಡಿದ. ಅರ್ಧ ಕ್ಷೌರ ಮಾಡಿಕೊಳ್ಳುವ ಹೊತ್ತಿನಲ್ಲಿ ಒಂದು ಸೆಲ್ಫಿ ಕ್ಲಿಕ್ಕಿಸಿ, ಅದನ್ನು "ಹೊಸಪೇಟೆಯಲ್ಲೊಂದು ಕ್ಷೌರ" ಎಂದು ಫೇಸ್ ಬುಕ್ಕಿಗೆ ಪೋಸ್ಟ್ ಮಾಡಿದ. ಸ್ನಾನ ಮುಗಿಸುವದರಲ್ಲಿ ನೂರಾನಾಲ್ಕು ಲೈಕುಗಳು ಅದಕ್ಕೆ ಬಂದಿದ್ದವು. ಅವನಷ್ಟೇ ಆಧುನಿಕವಾದ ಮೊಬೈಲು ನನ್ನ ಪ್ಯಾಂಟಿನ ಜೋಬಿನಲ್ಲಿ ಸದ್ದಿಲ್ಲದೆ ತೂಕಡಿಸುತ್ತಿತ್ತು. "ಯಾರು ಹೇಳಿ ಕೊಟ್ರೋ ನಿಂಗೆ ಹೀಗೆ ಮೊಬೈಲ್ ಬಳಸಿ ಕ್ಷೌರ ಮಾಡಿಕೊಳ್ಳೋದು?" ಅಂತ ಕೇಳಿದೆ. "ನಮ್ಮ ರೂಮಿನಲ್ಲಿ ಆರು ಜನ ಹುಡುಗರು ಇದ್ದೀವಿ ಮಾಮ. ಇರೋದು ಒಂದೇ ಕನ್ನಡಿ. ಯಾವಾಗ್ಲೂ ಅದಕ್ಕೆ ಜಗಳ ಆಗ್ತಿತ್ತು. ಕೊನೆಗೆ ಇದೇ ಸರಿ ಅನ್ನಿಸ್ತು" ಎಂದು ವಿವರಣೆ ಕೊಟ್ಟ. ಅಲ್ಲಿಗೂ ನನಗೆ ಸಮಾಧಾನವಿಲ್ಲ. "ಯಾರು ಅದನ್ನು ಮೊದಲಿಗೆ ಕಂಡು ಹಿಡಿದಿದ್ದು?" ಎಂದು ಕೇಳಿಯೇ ಬಿಟ್ಟೆ. ಅವನಿಗೆ ನನ್ನ ಒದ್ದಾಟ ಅರ್ಥವಾಯ್ತು. "ನಾನು ಅಂತ ಹೇಳಿದ್ರೆ ನಿಂಗೆ ಅಸೂಯೆ ಆಗುತ್ತಾ?" ಎಂದು ಕೇಳಿ ನಕ್ಕ. "ನಂಗ್ಯಾಕೋ ಅಸೂಯೆ..." ಎಂದು ಹುಸಿಕೋಪದಿಂದ ಗದರಿಸಿದೆ.

ಜನೋಪಯೋಗಿಯಾಗುವ ಬದಲಾವಣೆಯೊಂದು ಬಹುದೊಡ್ಡದಾಗಿಯೇನೂ ಇರಬೇಕಾಗಿಲ್ಲ. ಅಥವಾ ದುಬಾರಿಯೂ ಆಗಿರಬೇಕಿಲ್ಲ. ಸರಿಯಾದ ಸಮಸ್ಯೆಯೇನೆಂದು

ಸಮಾಧಾನದಿಂದ ಕೇಳಿಸಿಕೊಂಡು, ಸೃಜನಾತ್ಮಕವಾಗಿ ಆಲೋಚಿಸುವ ಮನಸ್ಸಿದ್ದರೆ ಸಾಕು, ಬೆರಗಾಗುವಂತಹ ಬದಲಾವಣೆಯೊಂದು ಮೂಡಿಬಿಡುತ್ತದೆ. ದೊಡ್ಡ ತಲೆನೋವಾಗಿ ಸಂಭವಿಸುವ ಸಂಗತಿಯೊಂದು, ಸುಲಭವಾಗಿ ಪರಿಹಾರವಾಗುವ ಪವಾಡವನ್ನು ನೋಡುವುದೇ ಒಂದು ಸಂಭ್ರಮದ ಸಂಗತಿಯಾಗಿರುತ್ತದೆ. ಎಷ್ಟೋ ಬಾರಿ ನಮ್ಮ ಅರಿವಿಗೆ ಬರದಂತೆಯೇ ಸಮಸ್ಯೆಯೊಂದು ಹಿನ್ನೆಲೆಯಲ್ಲಿ ಪರಿಹಾರವಾಗುವ ಪರಿಯೂ ವಿಶೇಷವಾಗಿರುತ್ತದೆ. ನಾನು ಕೆಲಸ ಮಾಡುತ್ತಿದ್ದ ಕಂಪನಿಯೊಂದರಲ್ಲಿ ನಡೆದ ಅಂತಹ ವಿಶೇಷ ಘಟನೆಯನ್ನು ಉಲ್ಲೇಖಿಸಲು ನನಗೆ ಉತ್ಸಾಹ ಮೂಡುತ್ತಿದೆ.

ನಾನು ಕೆಲಸ ಮಾಡುತ್ತಿದ್ದುದು ಚಿಕ್ಕ ಕಂಪನಿಯಾಗಿತ್ತು. ಸುಮಾರು ಇನ್ನೂರು ಜನ ಕೆಲಸ ಮಾಡುವ ಒಂದು ಬಹುರಾಷ್ಟ್ರೀಯ ಕಂಪನಿ ಅದಾಗಿತ್ತು. ವ್ಯಾಪಾರ ಜೋರಾಗಿಯೇ ಇದ್ದ ಕಾರಣ ಹಲವಾರು ಹೊಸಬರನ್ನು ಸೇರಿಸಿಕೊಂಡು ಬೆಳೆಯುವ ಅವಕಾಶ ನಮಗಿತ್ತು. ಆದರೆ ಹೊಸದಾಗಿ ಸೇರುವ ಇಂಜಿನಿಯರ್ಗಳನ್ನು ಆಕರ್ಷಿಸುವಷ್ಟು ನಮ್ಮ ಕಂಪನಿ ಹೆಸರುವಾಸಿಯಾಗಿರಲಿಲ್ಲ. ಸಂದರ್ಶನಕ್ಕೆ ಬಂದ ಅಭ್ಯರ್ಥಿಯನ್ನು "ನಮ್ಮ ಕಂಪನಿಯ ಹೆಸರನ್ನು ಈ ಹಿಂದೆ ಕೇಳಿದ್ದಿರಾ?" ಎಂದು ಪ್ರಶ್ನಿಸಿದರೆ, ಅವರು ಸಂಕೋಚದಿಂದ ಇಲ್ಲವೆಂದು ಹೇಳುತ್ತಿದ್ದುದು ನಮಗೆ ಬಹು ಮುಜುಗರದ ಸಂಗತಿಯಾಗಿರುತ್ತಿತ್ತು. ನಮ್ಮಲ್ಲಿ ಯೋಗ್ಯರಾದವರನ್ನು ಸೇರಿಸಿಕೊಳ್ಳಲು ಕೇವಲ ದೊಡ್ಡ ಸಂಬಳವೊಂದನ್ನು ತೋರಿಸಿದರಷ್ಟೇ ಸಾಕಾಗುತ್ತಿರಲಿಲ್ಲ. ನಮ್ಮ ಬಗ್ಗೆ ನಾವೇ ಆಕರ್ಷಕವಾಗಿ ಹೇಳಿಕೊಳ್ಳಬೇಕಾಗುತ್ತಿತ್ತು. ಈ ಮುಜುಗರವನ್ನು ತಪ್ಪಿಸಿಕೊಳ್ಳಲು, ಸಾಫ್ಟ್‌ವೇರ್ ಜಗತ್ತಿನಲ್ಲಿ ನಮ್ಮ ಕಂಪನಿಯ ಹೆಸರು ಸ್ವಲ್ಪಾದರೂ ಗೊತ್ತಿರುವಂತೆ ಮಾಡುವುದು ಹೇಗೆಂದು ನಾವು ಮ್ಯಾನೇಜ್ಮೆಂಟ್ ಮೀಟಿಂಗ್ನಲ್ಲಿ ಹಲವಾರು ಬಾರಿ ಚರ್ಚಿಸುತ್ತಿದ್ದೆವು. ವೃತ್ತ ಪತ್ರಿಕೆಗಳಲ್ಲಿ ಮೇಲಿಂದ ಮೇಲೆ ಜಾಹಿರಾತುಗಳನ್ನು ಕೊಡಬೇಕು, ಯಾವುದಾದರೂ ಭರ್ಜರಿ ಬಾಲಿವುಡ್ ಸಿನಿಮಾವೊಂದನ್ನು ನಾವು ನಿರ್ಮಿಸಬೇಕು, ಜನರೆಲ್ಲಾ ಭಾಗವಹಿಸುವಂತಹ ಆಟೋಟದ ಸ್ಪರ್ಧೆಯನ್ನು ನಾವು ಪ್ರತಿವರ್ಷ ನಡೆಸಬೇಕು – ಇತ್ಯಾದಿ ಸಲಹೆಗಳನ್ನು ಎಲ್ಲರೂ ಕೊಡುತ್ತಿದ್ದೆವು. ಆದರೆ ಅವೆಲ್ಲವೂ ಬಹು ದುಬಾರಿಯ ಸಂಗತಿಗಳಾಗಿದ್ದವು. ಪುಟ್ಟದಾದ ನಮ್ಮ ಕಂಪನಿಗೆ ಅದನ್ನು ನಿರ್ವಹಿಸುವುದು ಕಷ್ಟವಾಗುತ್ತಿತ್ತು.

ಆದರೆ ಇದೇ ಹೊತ್ತಿನಲ್ಲಿ ಸಮಾನಾಂತರವಾಗಿ ಬೇರೆಯದೇ ಒಂದು ಬದಲಾವಣೆ ಕಂಪನಿಯಲ್ಲಿ ನಡೆಯಿತು. ದಿನದಿಂದ ದಿನಕ್ಕೆ ಬೆಂಗಳೂರಿನ ಟ್ರಾಫಿಕ್ ಹೆಚ್ಚಾಗತೊಡಗಿತ್ತು. ಅಲ್ಲಿಯವರೆಗೆ ತಮ್ಮದೇ ವಾಹನದಲ್ಲಿ ಬರುತ್ತಿದ್ದ ಎಲ್ಲರೂ ಈಗ ಗೋಳಾಡತೊಡಗಿದರು. ಬೈಕಿನಲ್ಲಿ ಬರುತ್ತಿದ್ದ ಯುವಕರಿಗೆ

ಬೆನ್ನುನೋವು ಶುರುವಾಯ್ತು. ಎಲ್ಲಾ ಕೆಲಸಗಾರರು ಸಾರಿಗೆ ವ್ಯವಸ್ಥೆಗಾಗಿ ಒತ್ತಾಯ ಹೇರತೊಡಗಿದರು. ದೊಡ್ಡ ದೊಡ್ಡ ಕಂಪನಿಗಳನ್ನು ಹೊರತುಪಡಿಸಿದರೆ, ಚಿಕ್ಕ-ಪುಟ್ಟ ಕಂಪನಿಗಳು ಆಗ ಸಾರಿಗೆ ವ್ಯವಸ್ಥೆಯನ್ನು ಕೊಡುತ್ತಿರಲಿಲ್ಲ. ಆದರೆ ಕೆಲಸಗಾರರನ್ನು ಕಂಪನಿಯಲ್ಲಿ ಉಳಿಸಿಕೊಳ್ಳಲು ಈ ಕೋರಿಕೆಗೆ ಒಪ್ಪಿಕೊಳ್ಳದೆ ನಮಗೆ ಬೇರೆ ದಾರಿಯೇ ಇರಲಿಲ್ಲ. ಕಂಪನಿಯ ಮೇಲೆ ಒಂದಿಷ್ಟು ಹೊರೆಯಾದರೂ ಚಿಂತೆಯಿಲ್ಲವೆಂದು ನಿರ್ಧರಿಸಿ ಸಾರಿಗೆ ವ್ಯವಸ್ಥೆಯನ್ನು ಮಾಡಿಕೊಟ್ಟೆವು. ನಮ್ಮ ಕಂಪನಿಯ ಹೆಸರನ್ನು ಢಾಳಾಗಿ ಹೊತ್ತ ಬಸ್ಸುಗಳು ಬೆಂಗಳೂರಿನ ಗಲ್ಲಿಗಲ್ಲಿಗಳನ್ನು ಸುತ್ತಾಡತೊಡಗಿದವು.

ಕೇವಲ ಮೂರೇ ತಿಂಗಳಿನಲ್ಲಿ ಸಂದರ್ಶನಕ್ಕೆ ಬಂದ ಅಭ್ಯರ್ಥಿಗಳು "ನಿಮ್ಮ ಕಂಪನಿ ಬಸ್ಸು ನಮ್ಮ ಮನೆ ಮುಂದೇ ಹೋಗುತ್ತೆ. ದಿನಾ ನೋಡ್ತಾ ಇರ್ತೀನಿ. ಅದಕ್ಕೆ ಆಸಕ್ತಿ ವಹಿಸಿ ನನ್ನ ಬಯೋಡೇಟಾ ಕಳುಹಿಸಿಕೊಟ್ಟೆ" ಅಂತ ಹೇಳತೊಡಗಿದರು. ಬಸ್ಸಿನ ದೆಸೆಯಿಂದಾಗಿ ನಮ್ಮ ಕಂಪನಿಯ ವಿವರಗಳನ್ನು ಇಂಟರ್ನೆಟ್ಟನಲ್ಲಿ ಅವರಾಗಲೇ ನೋಡಿರುತ್ತಿದ್ದರು. ಅಭ್ಯರ್ಥಿಗಳ ಮಾತಂತಿರಲಿ, ನಾವೇ ಯಾವುದಾದರೂ ಮದುವೆಯ ಮನೆಗೆ ಹೋದಾಗ ಹಿರಿಯರ ಮುಂದೆ ನಮ್ಮ ಕಂಪನಿಯ ಹೆಸರು ಹೇಳಿದರೆ ಸಾಕು "ಓಹ್, ಗೊತ್ತು ಬಿಡಪ್ಪಾ. ದೊಡ್ಡ ಕಂಪನಿ ಇರಬೇಕು. ಬಸ್ಸು ನೋಡ್ತಾನೇ ಇರ್ತೀನಿ" ಎಂದು ಹೇಳಿ ನಮ್ಮನ್ನು ಅಚ್ಚರಿಗೊಳಿಸತೊಡಗಿದರು. ಈ ಬದಲಾವಣೆ ಮ್ಯಾನೇಜ್ಮೆಂಟಿನಲ್ಲಿದ್ದ ನಮಗೆಲ್ಲರಿಗೂ ಅನಿರೀಕ್ಷಿತವಾಗಿತ್ತು. ಸಾರಿಗೆ ವ್ಯವಸ್ಥೆ ಮಾಡಿಕೊಡುವಾಗ ಯಾರೊಬ್ಬರೂ ಈ ವಿಚಾರವಾಗಿ ಯೋಚಿಸಿಯೇ ಇರಲಿಲ್ಲ. "ಈ ಸುಡುಗಾಡು ಟ್ರಾಫಿಕ್ಕಿಂದ ಒಂಚೂರು ಉಪಯೋಗ ಅಂತ ಆಗಿರೋದು ಅಂದ್ರೆ ಇದೊಂದೇ ಇರಬೇಕು ನೋಡ್ರಿ" ಎಂದು ನನ್ನ ಬಾಸು ಹೇಳಿದಾಗ ನಮಗೆಲ್ಲಾ ನಗು ಬಂದಿತ್ತು.

ರೂಢಿಯ ಚಕ್ರಕ್ಕೆ ಬಿದ್ದವರು ಅದರಿಂದ ದೂರ ಸರಿಯುವದನ್ನು ಬಹುತೇಕ ಇಷ್ಟಪಡುವದಿಲ್ಲ. ರೂಢಿಯೆನ್ನುವುದು ಮನುಷ್ಯನಿಗೆ ಸುರಕ್ಷತಾ ಭಾವವನ್ನು ನೀಡುತ್ತಲಿರುತ್ತದೆ. ಆದರೆ ಸದ್ಯದ ರೂಢಿಯನ್ನು ಒಡೆದು ಮತ್ತೊಂದನ್ನು ಕಟ್ಟಿಕೊಳ್ಳಲು ಜಗತ್ತು ಒತ್ತಾಯಿಸುತ್ತಲೇ ಇರುತ್ತದೆ. ಅದು ಎಷ್ಟೇ ಹೆದರಿಕೆಯ ಸಂಗತಿಯಾದರೂ, ಹೊಸತನ್ನು ಒಪ್ಪಿಕೊಳ್ಳದೆ ವಿಧಿಯಿಲ್ಲ. ಸೂಕ್ಷ್ಮನಾದ ಮನುಷ್ಯ ಅದನ್ನು ಬಹು ಬೇಗ ಅರ್ಥಮಾಡಿಕೊಂಡು, ಹೊಸತಕ್ಕೆ ಒಗ್ಗಿಕೊಂಡು ಸುರಕ್ಷಿತನಾಗಿ ಬಿಡುತ್ತಾನೆ. ಆದರೆ ಹಲವರಿಗೆ ಅದು ಅಷ್ಟೊಂದು ಸುಲಭವಾಗಿ ದಕ್ಕುವದಿಲ್ಲ; ತಡ ಮಾಡಿಕೊಂಡು ಒದ್ದಾಡುತ್ತಾರೆ. ಕಂಪ್ಯೂಟರ್ ಯಂತ್ರ ರಭಸವಾಗಿ ಜನಜೀವನದಲ್ಲಿ ಪ್ರವೇಶ ಮಾಡುವಾಗಲೂ ಹಳೆಯ ಟೈಪ್ರೈಟರ್ ಟ್ರೇನಿಂಗ್ ಸೆಂಟರ್ ಇಟ್ಟುಕೊಂಡು ಮಾಸಿ ಹೋದವರನ್ನು ನಾವು ಅಸಹಾಯಕತೆಯಿಂದ ನೋಡುತ್ತಲೇ ಬಂದಿದ್ದೇವೆ.

ಕೆಲವೊಮ್ಮೆ ಇಂತಹ ಬದಲಾವಣೆಗಳನ್ನು ಗಮನಿಸುವುದು ತಡ ಮಾಡಿದರೆ, ಅಪಾಯವನ್ನು ಎದುರಿಸುವ ಸಾಧ್ಯತೆಯೂ ಇರುತ್ತದೆ.

ಶುಭ್ರತೋ ಬ್ಯಾನರ್ಜಿ ಎನ್ನುವ ಹುಡುಗ ನನ್ನ ಟೀಮಿನಲ್ಲಿಯೇ ಪಳಗಿದ ಹುಡುಗನಾಗಿದ್ದ. ಬಂಗಾಳಿಯ ಈ ಹುಡುಗ ಬಹು ಜಾಣನಾಗಿದ್ದ ಮತ್ತು ಅತ್ಯಂತ ಬೇಗ ನನ್ನ ಖಾಸಾ ಶಿಷ್ಯನಾಗಿ ಹೋದ. ಯಾವುದೇ ಜವಾಬ್ದಾರಿಯನ್ನು ವಹಿಸಿಕೊಟ್ಟರೂ, ನಾನು ಮತ್ತೊಮ್ಮೆ ಅದರ ಬಗ್ಗೆ ಕೇಳುವ ಅವಶ್ಯಕತೆಯೇ ಇಲ್ಲದಂತೆ ಅದನ್ನು ಸಮರ್ಪಕವಾಗಿ ಪೂರ್ಣಗೊಳಿಸುತ್ತಿದ್ದ. ಅವನ ಕೆಲಸಕ್ಕೆ ಮೆಚ್ಚಿ ಮೇಲಿಂದ ಮೇಲೆ ಅವನಿಗೆ ಬಡ್ತಿಯನ್ನೂ ಮತ್ತು ಹೆಚ್ಚಿನ ಜವಾಬ್ದಾರಿಗಳನ್ನೂ ಕೊಡುತ್ತಲೇ ಹೋದೆ. ಅವನ ಮದುವೆ, ಮಕ್ಕಳ ನಾಮಕರಣಗಳಿಗೂ ನಾನು ಹೋಗಿ ಆಶೀರ್ವದಿಸಿ ಬಂದಿದ್ದೆ. ಸುಮಾರು ಹತ್ತು ವರ್ಷಗಳ ಕಾಲ ಇವನು ನನ್ನ ಜೊತೆಯಲ್ಲಿಯೇ ಕೆಲಸ ಮಾಡಿದ. ಆದರೆ ಎಂಟನೆಯ ವರ್ಷದಲ್ಲಿ ಕೆಲವು ಕಾಲ ಮಾತ್ರ ಅವನು ನುಂಗಲಾರದಂತಹ ಬಿಸಿತುಪ್ಪವಾಗಿ ಬದಲಾವಣೆಗೊಂಡ. ಯಾವ ಕೆಲಸವನ್ನೂ ಅವನು ಸರಿಯಾಗಿ ನಿರ್ವಹಿಸಲಾರದ ಪರಿಸ್ಥಿತಿಗೆ ಇಳಿದ. ಮೀಟಿಂಗಿಗೆ ಕರೆದರೂ ವಿನಾ ಕಾರಣ ಎಲ್ಲರ ಮೇಲೆ ರೇಗಿ ಮಧ್ಯದಲ್ಲಿಯೇ ಎದ್ದುಹೋಗುತ್ತಿದ್ದ. ಯಾವುದೇ ಕೆಲಸದ ವಿಳಂಬದ ಬಗ್ಗೆ ವಿವರಣೆ ಕೇಳಿದರೂ ಸಮಂಜಸ ಉತ್ತರ ಕೊಡುತ್ತಿರಲಿಲ್ಲ. ಸಿಟ್ಟಿನ ಭರದಲ್ಲಿ ನನಗೂ ಮರ್ಯಾದೆಯನ್ನು ಕೊಡುವದನ್ನು ನಿಲ್ಲಿಸಿ ದರ್ಪದ ಮಾತನ್ನು ಆಡಲಾರಂಭಿಸಿದ. ಕಂಪನಿಯವರೆಲ್ಲರೂ ತಪ್ಪನ್ನು ನನ್ನ ತಲೆಯ ಮೇಲೆಯೇ ಹೊರಿಸಲಾರಂಭಿಸಿದರು. ವಿಪರೀತ ಮೆಚ್ಚುಗೆಯನ್ನು ನಾನು ವ್ಯಕ್ತಪಡಿಸಿ ಬಡ್ತಿಗಳನ್ನು ಕೊಟ್ಟಿದ್ದೇ ಅವನ ಕಣ್ಣು ನೆತ್ತಿಗೇರಲು ಕಾರಣವೆಂದು ನನ್ನನ್ನು ನೇರವಾಗಿಯೇ ದೂಷಿಸಲಾರಂಭಿಸಿದರು. ಅದರಿಂದಾಗಿ ನನಗೂ ಒಳಗೊಳಗೆ ತಪ್ಪಿನ ಭಾವ ಬರಲಾರಂಭಿಸಿತು.

ಅವನ ಸ್ವಭಾವವನ್ನು ಬದಲಾಯಿಸಲು ನಾನು ಹಲವಾರು ಪ್ರಯತ್ನಗಳನ್ನು ಮಾಡಿದೆ. ರೂಮಿಗೆ ಕರೆಸಿ ಬುದ್ಧಿಮಾತನ್ನು ಹೇಳಿದೆ, ಅವನ ವೃತ್ತಿಯ ಆರಂಭದ ಸುವರ್ಣ ದಿನಗಳ ನೆನಪನ್ನು ಮಾಡಿಕೊಟ್ಟೆ, ಒಂದೆರಡು ಪರ್ಸನಾಲಿಟಿ ಡೆವಲಪ್ಮೆಂಟ್ ತರಬೇತಿಗೆ ಕಳುಹಿಸಿಕೊಟ್ಟೆ, ದೀರ್ಘ ರಜೆಯನ್ನು ಕೊಟ್ಟು ದೂರದ ಊರುಗಳಿಗೆ ಹೋಗಿ ಬರಲು ಕಳುಹಿಸಿಕೊಟ್ಟೆ, ಇಂತಹ ಪ್ರಯತ್ನಗಳಿಂದ ಒಂದೆರಡು ದಿನ ಬದಲಾದಂತೆ ಕಂಡರೂ, ಮತ್ತೆ ಸಹಿಸಲಸಾಧ್ಯವಾದ ರೇಗಾಟಗಳನ್ನು ಮಾಡುತ್ತ ನನ್ನ ಕಣ್ಣ ಮುಂದೆ ನಿಲ್ಲುತ್ತಿದ್ದ. ಕೊನೆಗೆ ನನ್ನ ಸೋಲನ್ನು ಒಪ್ಪಿಕೊಂಡು ಮ್ಯಾನೇಜ್ಮೆಂಟ್ಗೆ ಅಂತಿಮ ನಿರ್ಧಾರವನ್ನು ತೆಗೆದುಕೊಳ್ಳಲು ಹೇಳಿದೆ. ಬೇರೆ ದಾರಿಯೇ ಇಲ್ಲದಂತೆ ಅವನನ್ನು ಕಿತ್ತು ಒಗೆಯಲು ಅಪ್ಪಣೆ ಕೊಟ್ಟರು. ನಾವೇ ಬೆಳೆಸಿದ ಗಿಡವನ್ನು ನಾವೇ

ಕಡಿಯುವುದು ಹೇಗೆ? ನನಗೆ ವಿಚಿತ್ರ ಸಂಕಟವಾಗಿತ್ತು. ಅವನಿಗೆ ಪಿಂಕ್ ಸ್ಲಿಪ್ ಕೊಡಲು ಕರೆಸಿದಾಗ ಯಾಕೋ ಅಚಾನಕ್ಕಾಗಿ ನನಗೆ ಮತ್ತೊಂದು ಆಲೋಚನೆ ಬಂತು. "ಶುಭ್ರತೋ, ದಯವಿಟ್ಟು ನಾಳೆ ನಿನ್ನ ಮೆಡಿಕಲ್ ಚೆಕ್ ಅಪ್ ಮಾಡಿಸಿಕೊಂಡು ಬರ್ತೀಯಾ? ಪ್ಲೀಜ್... ನಾಳೆ ಬೇಕಾದ್ರೆ ರಜೆ ತಗೋ..." ಎಂದು ಹೇಳಿ ಕಳುಹಿಸಿದೆ. ಪಿಂಕ್ ಸ್ಲಿಪ್ ಕೊಡುವದನ್ನು ಒಂದು ವಾರಕ್ಕೆ ಮುಂದೂಡಿದೆ.

ಮರುದಿನ ಸಂಜೆಯ ವೇಳೆಗೆ ಆಫೀಸಿಗೆ ಬಂದ ಶುಭ್ರತೋ, ಮೆಡಿಕಲ್ ವರದಿಯನ್ನು ಟೇಬಲ್ ಮೇಲಿಟ್ಟು ಸುಮ್ಮನೆ ಕೈಕಟ್ಟಿಕೊಂಡು ನಿಂತ. ಮುಖ ಸಣ್ಣದಾಗಿತ್ತು. ನಾನು ವರದಿಯನ್ನು ಓದಿಕೊಂಡೆ. ಸಕ್ಕರೆ ಕಾಯಿಲೆ ಮತ್ತು ರಕ್ತದೊತ್ತಡ ಅಪಾಯದ ಮಟ್ಟದಲ್ಲಿರುವ ವರದಿ ಅದರಲ್ಲಿತ್ತು! ವಯಸ್ಸಿನ್ನೂ ಮೂವತ್ತೆರಡು. ತನ್ನ ದೇಹದಲ್ಲಿ ನಡೆದ ಬದಲಾವಣೆ ಅವನ ಗಮನಕ್ಕೆ ಬಂದಿರಲೇ ಇಲ್ಲ. ಆಫೀಸಿನ ಕೆಲಸ, ಬಡ್ತಿಗಳ ರೂಢಿಯಲ್ಲಿ ಬಿದ್ದವನು ಅದರ ಹೊರ ನಿಂತು ತನ್ನನ್ನು ತಾನು ನೋಡಿಕೊಳ್ಳುವದನ್ನೇ ಮರೆತಿದ್ದ. ಈಗ ಧುತ್ತನೆ ಅಪಾಯವೊಂದು ಕಣ್ಣೆದುರು ಪ್ರತ್ಯಕ್ಷವಾದಾಗ ಭಯ, ಸಂಕಟದಿಂದ ಕಣ್ಣೀರು ಹಾಕುತ್ತಾ ನನ್ನ ಮುಂದೆ ನಿಂತಿದ್ದ. ಅವನಿಗೆ ಧೈರ್ಯವನ್ನು ಹೇಳಿ, ವೈದ್ಯರು ಹೇಳಿದ ಮಾತ್ರೆಗಳನ್ನು ತೆಗೆದುಕೊಳ್ಳಲು ಸಲಹೆಯನ್ನು ಕೊಟ್ಟೆ.

ಸರಿಯಾದ ಮಾತ್ರೆ, ವ್ಯಾಯಾಮ ಮತ್ತು ಪಥ್ಯದಿಂದಾಗಿ, ಒಂದೆರಡು ವಾರದಲ್ಲಿಯೇ ಅವನ ರಕ್ತದೊತ್ತಡ ಮತ್ತು ಸಕ್ಕರೆ ಖಾಯಿಲೆ ನಿಯಂತ್ರಣಕ್ಕೆ ಬಂತು. ಶುಭ್ರತೋ ಮೊದಲಿನಂತಾದ. ಅವನಿಗೆ ತನ್ನ ಅತಿರೇಕದ ವರ್ತನೆಗಳೆಲ್ಲವೂ ಈಗ ಕ್ಷುಲ್ಲಕವಾಗಿ ಕಾಣಿಸಲಾರಂಭಿಸಿತು. ಅದಕ್ಕಾಗಿ ಪರಿತಪಿಸಿದ. ಯಾವತ್ತಿನಂತೆ ಕೆಲಸದಲ್ಲಿ ಶ್ರದ್ಧೆಯಿಂದ ತೊಡಗಿಸಿಕೊಂಡ. ಒಂದು ತಿಂಗಳ ನಂತರ ನನ್ನ ಕ್ಯಾಬಿನ್ಗೆ ಬಂದವನು, ಹನಿಗಣ್ಣಿನಲ್ಲಿ ಕೃತಜ್ಞತೆಯನ್ನು ಅರ್ಪಿಸಿ, "ನಿಮಗೆ ಹೇಗೆ ಅಂತಹ ಆಲೋಚನೆ ಬಂತು?" ಎಂದು ಕೇಳಿದ. ಅವನ ಪ್ರಶ್ನೆಗೆ ನಕ್ಕ ನಾನು, "ಒಂದು ಕಾಲದಲ್ಲಿ ನಮ್ಮಮ್ಮ ಕೂಡಾ ನಿನ್ನ ಹಾಗೆ ನಮ್ಮೆಲ್ಲರ ಮೇಲೆ ರೇಗಾಡೋದಕ್ಕೆ ಶುರು ಮಾಡಿದ್ಲು. ಯಾವತ್ತೂ ಪ್ರೀತಿಯನ್ನು ಹಿಡಿಹಿಡಿಯಾಗಿ ಕೊಡುವ ಆಕೆ ಮನೆಯ ಶಾಂತಿಗೇ ಭಂಗ ಬರುವಂತೆ ಕೂಗಾಡಲು ಶುರುವಿಟ್ಟಾಗ ನಾವೆಲ್ಲಾ ಮಕ್ಕಳು ಕಂಗಾಲಾಗಿದ್ದೆವು. ಅಪ್ಪ ಮಾತ್ರ ಸೂಕ್ಷ್ಮವನ್ನರಿತು ಆಕೆಯನ್ನು ಆಸ್ಪತ್ರೆಗೆ ಕರೆದುಕೊಂಡು ಹೋಗಿದ್ದ" ಎಂದು ಹೇಳಿದೆ.

ನಮ್ಮ ವೈಯಕ್ತಿಕ ಬದಲಾವಣೆಗಳನ್ನು ನಾವಾಗಿಯೇ ಅರ್ಥ ಮಾಡಿಕೊಳ್ಳುವುದೇ ಒಂದು ದೊಡ್ಡ ಸವಾಲಾಗಿ ನನಗೆ ಕಾಣುತ್ತದೆ. ಒಮ್ಮೆ ಬದಲಾವಣೆ ಏನೆಂದು ತಿಳಿದರೆ, ಪರಿಹಾರ ಹುಡುಕುವುದು ಅಷ್ಟೇನೂ ಕಷ್ಟವಾಗುವದಿಲ್ಲ.

15ನೇ ಜೂನ್ 2015

ಸಾವಿನ ನೆರಳು

ಮಹಾಭಾರತದ ಯಕ್ಷಪ್ರಸಂಗದಲ್ಲಿ ಯಕ್ಷ ಒಂದು ವಿಶೇಷ ಪ್ರಶ್ನೆಯನ್ನು ಧರ್ಮರಾಯನಿಗೆ ಕೇಳುತ್ತಾನೆ. 'ಜಗತ್ತಿನಲ್ಲಿ ಅತ್ಯಂತ ಆಶ್ಚರ್ಯಕರವಾದ ಸಂಗತಿ ಯಾವುದು?' ಎನ್ನುವ ಪ್ರಶ್ನೆಗೆ, 'ದಿನನಿತ್ಯ ನೂರಾರು ಜನರು ನಮ್ಮ ಕಣ್ಣೆದುರಿಗೇ ಸಾಯುತ್ತಿದ್ದರೂ, ಮನುಷ್ಯ ಅದು ತನಗೆ ಸಂಬಂಧವೇ ಇಲ್ಲವೆನ್ನುವಂತೆ ಬದುಕುತ್ತಾನೆ. ಅದೇ ಜಗತ್ತಿನಲ್ಲಿ ಅತ್ಯಂತ ಆಶ್ಚರ್ಯಕರವಾದದ್ದು' ಎಂದು ಧರ್ಮರಾಯ ಪ್ರಬುದ್ಧತೆಯಿಂದ ಉತ್ತರಿಸುತ್ತಾನೆ. ಇದೇ ಸತ್ಯವನ್ನು ಮುಂದೆ ಗೌತಮಬುದ್ಧ ಕಿಸಾಗೌತಮಿಯ ಸಾವಿಲ್ಲದ ಮನೆಯ ಸಾಸಿವೆಯ ಸಂಗತಿಯ ಮೂಲಕ ಮನವರಿಕೆ ಮಾಡಿಕೊಡುತ್ತಾನೆ.

ಮನುಷ್ಯನ ಈ ನಿರ್ಲಕ್ಷ್ಯತೆ ಅತ್ಯಂತ ಆಶ್ಚರ್ಯಕರವಾದದ್ದಾದರೂ, ಅದು ಭಗವಂತನು ಮನುಷ್ಯನಿಗೆ ನೆಮ್ಮದಿಯಿಂದ ಬದುಕುವ ಸಲುವಾಗಿ ನೀಡಿದ ವರದಾನವಾಗಿದೆ. ಯಾವುದು ಧರ್ಮರಾಯ ದೌರ್ಬಲ್ಯವೆಂದಿದ್ದಾನೋ, ಅದು ನಮ್ಮ ಶಕ್ತಿಯಾಗಿದೆ. ಮುಂದೆಂದೋ ಇರುವ ಸಾವಿಗೆ ಅಂಜುತ್ತಾ ಬದುಕಿನಲ್ಲಿ ಖಿನ್ನತೆಯನ್ನು ಬೆಳೆಸಿಕೊಂಡರೆ ಗತಿಯೇನು? ಆದ್ದರಿಂದ ಇದು ಕೇವಲ ಜಗತ್ತಿನ ಆಶ್ಚರ್ಯಕರವಾದ ಸಂಗತಿಯಲ್ಲ, ಬದುಕನ್ನು ಎದುರಿಸಲು ಮನುಷ್ಯ ರೂಪಿಸಿಕೊಂಡ

ಜಗತ್ತಿನ ಅದ್ಭುತ ಶಕ್ತಿಯೂ ಆಗಿದೆ. ಆ ಶಕ್ತಿಯೇ ಅವನಿಗೆ ಆಗೊಮ್ಮೆ ಈಗೊಮ್ಮೆ ಸುಳಿದಾಡುವ ಸಾವನ್ನು ಕ್ಷುಲ್ಲಕವಾಗಿ ಕಂಡು ಮುಂದಡಿಯಿಡುವ ಧೈರ್ಯವನ್ನು ನೀಡಿ ರಕ್ಷಣೆ ಮಾಡುತ್ತದೆ.

ಆದರೆ ಕೆಲವೊಮ್ಮೆ ಸಾವು ಸ್ಪಷ್ಟವಾಗಿ ಕಣ್ಣಿಗೆ ಕಂಡುಬಿಡುತ್ತದೆ. ಸಲ್ಲದ ಹೊತ್ತಿನಲ್ಲಿ ಅಚಾನಕ್ಕಾಗಿ ಪ್ರತ್ಯಕ್ಷವಾಗಿ 'ಧಿಕ್ ತೈ ಧಿಕ ತೈ' ಎಂದು ಕುಣಿಯಲಾರಂಭಿಸುತ್ತದೆ. 'ಅಬ್ಬಬ್ಬಾ ಅಂದರೆ ಇನ್ನು ಮೂರು ತಿಂಗಳು...' ಅಂತ ಡಾಕ್ಟರರು ಕೈಚೆಲ್ಲಿಬಿಡುತ್ತಾರೆ. ಇನ್ನೂ ಮದ್ದು ಕಂಡು ಹಿಡಿಯದ ರೋಗವೊಂದು ನಮಗೆ ವಕ್ಕರಿಸಿ ಬಿಟ್ಟಿರುವ ಸತ್ಯ ಗೊತ್ತಾಗಿ ನಡುಕ ಶುರುವಾಗಿಬಿಡುತ್ತದೆ. ಎಂತಹದೋ ದೊಡ್ಡ ಆಘಾತವಾಗಿ ದಿನವೆಣಿಸಲಾರಂಭಿಸುತ್ತೇವೆ. ಆಗ ಸಾವನ್ನು ನಿರ್ಲಕ್ಷಿಸುವ ಆ ದಿವ್ಯ ಶಕ್ತಿ ನಮ್ಮಿಂದ ಕ್ಷೀಣಿಸುತ್ತದೆ. ಭಗವಂತನ ಆ ವರದಾನ ಯಾವುದೋ ಶಾಪಕ್ಕೆ ಒಳಗಾದಂತೆ ಮರೆಯಾಗಿಬಿಡುತ್ತದೆ. ಭಯ ಆವರಿಸಿಕೊಂಡುಬಿಡುತ್ತದೆ. ಸೂತಕದ ವಾಸನೆ ಮೂಗಿಗೆ ಅಡರಲಾರಂಭಿಸುತ್ತದೆ. ಮನೆಯ ಮುಂದಿನ ಅಂಗಳವೂ ಸ್ಮಶಾನವಾಗಿ ಗೋಚರಿಸತೊಡಗುತ್ತದೆ.

ಮನುಷ್ಯ ಅಷ್ಟು ಸುಲಭವಾಗಿ ಸಾವನ್ನು ಒಪ್ಪಿಕೊಳ್ಳಲಾರ. ಮೊದಲಿಗೆ ಖಡಾಖಂಡಿತವಾಗಿ ನಿರಾಕರಿಸುತ್ತಾನೆ. ತನಗೆ ಅಂತಹ ಸ್ಥಿತಿ ಬರಲು ಸಾಧ್ಯವೇ ಇಲ್ಲವೆಂದು ವಾದ ಮಾಡುತ್ತಾನೆ. ಅದು ಯಾರೋ ಬೇರೆಯವರಿಗೆ ಸಂಬಂಧಿಸಿದ್ದಿರಬೇಕು, ತಪ್ಪಾಗಿ ನನಗೆ ಎಂದು ಹೇಳುತ್ತಿದ್ದಾರೆ ಎಂದು ವಾದಿಸುತ್ತಾನೆ. ಎಲ್ಲೋ ಏನೋ ಎಡವಟ್ಟಾಗಿದೆ, ಒಂದೆರಡೇ ದಿನದಲ್ಲಿ ಸತ್ಯ ಏನೆಂದು ಎಲ್ಲರಿಗೂ ತಿಳಿಯುತ್ತದೆ ಎಂದು ಗಟ್ಟಿಯಾಗಿ ನಂಬುತ್ತಾನೆ. ಮುಪ್ಪಿನ ವಯಸ್ಸು ಬಂದಿದ್ದರೆ ಮನುಷ್ಯ ಸ್ವಲ್ಪ ಮಟ್ಟಿಗೆ ಸಾವಿಗೆ ಸಿದ್ಧತೆಯನ್ನು ಮಾಡಿಕೊಂಡಿರುತ್ತಾನೆ. ಎಲ್ಲವನ್ನೂ ಕಂಡಾಗಿದೆ, ಅನುಭವಿಸಿಯಾಗಿದೆ, ಸಾಕಾಗಿದೆ; ಸಾವೂ ಬಂದರೆ ಬರಲಿ, ನೋಡಿ ಬಿಡೋಣ ಎಂಬ ಮನೋಭಾವ ಮೂಡಿರುತ್ತದೆ. ಆದರೆ ಇನ್ನೂ ತುಂಬು ಹರೆಯಕ್ಕೆ, ಮಧ್ಯ ವಯಸ್ಸಿಗೆ ಸಾವು ಬಂದು ಕದ ತಟ್ಟತೊಡಗಿದರೆ ನಿರಾಕರಣೆಯ ಹೊರತಾಗಿ ಉಳಿದ ಮಾರ್ಗವಾದರೂ ಅವನಿಗೇನಿದೆ?

ಆದರೆ ಬದುಕಿನ ಸತ್ಯ ಕ್ರೂರವಾದದ್ದು. ನಿಧಾನಕ್ಕೆ ನಿಷ್ಠುರವಾದ ಸಾವನ್ನು ನಿರಾಕರಿಸುವುದು ಸಾಧ್ಯವಿಲ್ಲವೆಂದು ಅವನಿಗೆ ತಿಳಿಯಲಾರಂಭಿಸುತ್ತದೆ. ಕಣ್ಣೆದುರಿಗೆ ತಾಂಡವವಾಡುತ್ತಿರುವ ಸಾವು ಸತ್ಯವೆಂದು ಮನಸ್ಸಿನ ಮೂಲೆಯಲ್ಲಿ ಹೊಳೆಯುತ್ತಲೇ ಅವನಿಗೆ ಆಘಾತವಾಗುತ್ತದೆ. ಆ ಆಘಾತವನ್ನು ಸೈರಿಸಲಾಗದೆ ತನ್ನ ಸಂಕಟವನ್ನು ಸಿಟ್ಟಿನ ರೂಪದಲ್ಲಿ ಹೊರ ಹಾಕುತ್ತಾನೆ. ಅತ್ಯಂತ ಗಟ್ಟಿಮುಟ್ಟ ಆರೋಗ್ಯದಿಂದ ನಳನಳಿಸುತ್ತಿರುವ ಜನರನ್ನು ಕಂಡಾಗ ಅವನ ಸಿಟ್ಟು ಕೆರಳತೊಡಗುತ್ತದೆ. ಎಲ್ಲರ

ಮೇಲೂ, ಎಲ್ಲದರ ಮೇಲೂ ದ್ವೇಷಕಾರಲು ಶುರುವಿಡುತ್ತಾನೆ. 'ಆ ಭಗವಂತ ಜಗತ್ತಿನ ಇಷ್ಟೆಲ್ಲಾ ಜನರನ್ನು ಬಿಟ್ಟು ನನ್ನನ್ನೇ ಯಾಕೆ ಇಂತಹ ಶಿಕ್ಷೆಗೆ ಆಯ್ಕೆ ಮಾಡಿಕೊಂಡ? ನಾನು ಮಾಡಿದ ಯಾವ ತಪ್ಪಿಗೆ ಈ ಶಿಕ್ಷೆ? ನಾನು ಯಾವತ್ತೂ ಯಾರಿಗೂ ಅನ್ಯಾಯ ಮಾಡಿದವನಲ್ಲ, ಆದರೂ ಹೀಗೇಕಾಯ್ತು?' ಎಂದು ಮತ್ತೆ ಮತ್ತೆ ಎಲ್ಲರ ಮುಂದೆ ಪ್ರಶ್ನೆ ಮಾಡುತ್ತಾನೆ. ಇವನ ಪ್ರಶ್ನೆಗಳಿಗೆ ಉತ್ತರಿಸುವ ಗೊಡವೆಗೆ ಹೋಗದ ಜಗತ್ತು ತನ್ನ ಪಾಡಿಗೆ ತಾನು ಕಾಲ ಹಾಕತೊಡಗುತ್ತದೆ. ಹೆಂಡತಿ ಸಿನಿಮಾಕ್ಕೆ ಹೊರಟಳೆಂದರೆ ಸಿಡಿಮಿಡಿಗೊಳ್ಳುತ್ತಾನೆ, ಪಕ್ಕದ ಮನೆಯವರು ಹಬ್ಬವನ್ನಾಚರಿಸಿ ಸಿಹಿ ಕಳುಹಿಸಿದರೆ ಎಗರಾಡುತ್ತಾನೆ, ಎದುರು ಮನೆಯ ಹರೆಯದ ಹುಡುಗಿಯನ್ನು ತನ್ನ ಮಗ ನಗುತ್ತಾ ಮಾತನಾಡಿಸಿದ್ದು ಗೊತ್ತಾದರೆ ಸೂರು ಬೀಳುವಂತೆ ಕೂಗಾಡುತ್ತಾನೆ.

ಸಿಟ್ಟಾಗಲೂ ಶಕ್ತಿ ಬೇಕಲ್ಲವೆ? ಎಷ್ಟು ದಿನವೆಂದು ಸಿಟ್ಟಿನ ಮೂಲಕ ಶಕ್ತಿನಾಶ ಮಾಡಿಕೊಳ್ಳಬಲ್ಲ? ಅನಾರೋಗ್ಯ ಅವನನ್ನು ದೈಹಿಕವಾಗಿ ಮತ್ತು ಮಾನಸಿಕವಾಗಿ ಹಿಂಡುತ್ತಿರುವಾಗ ಸಿಟ್ಟು ಮಾಡಿಕೊಳ್ಳುವ ಶ್ರೀಮಂತಿಕೆ ಅವನಿಗೆ ಹೆಚ್ಚು ದಿನ ಉಳಿಯುವದಿಲ್ಲ. ಸಿಟ್ಟನ್ನು ಬಿಟ್ಟು, ಸದ್ದಿಲ್ಲದೆ ಮನಸ್ಸು ಬೇರೆ ಪರ್ಯಾಯಗಳನ್ನು ಹುಡುಕಿ ಸಾವಿನಿಂದ ಪರಾರಿಯಾಗಬಹುದೇನೋ ಎಂದು ಆಲೋಚಿಸಲಾರಂಭಿಸುತ್ತದೆ. ಯಾವುದೋ ಕಾಣದ ದೇವರ ಪವಾಡದಿಂದ ಸಾವು ತನ್ನಿಂದ ದೂರವಾಗಿಬಿಡುತ್ತದೆ ಎಂದು ನಂಬುತ್ತಾನೆ. ಅದಕ್ಕಾಗಿ ಹಗಲು ಇರಳು ಪ್ರಾರ್ಥಿಸಲು ಶುರುವಿಡುತ್ತಾನೆ. ಎಂತಹ ನಾಸ್ತಿಕನೂ ಆಸ್ತಿಕನಾಗುವುದು ಇಂತಹ ಗಳಿಗೆಯಲ್ಲಿಯೇ! ದೂರದ ಯಾವುದೋ ಊರಿನಲ್ಲಿ ಯಾರೋ ವೈದ್ಯರು ಮರದ ಬೇರುಗಳ ಚಿಕಿತ್ಸೆಯಿಂದ ಆ ಸಾವನ್ನು ದೂರ ಮಾಡಿಬಿಡುತ್ತಾರೆ ಎಂದು ಅಪರಿಚಿತರು ಹೇಳಿದರೂ ಸಾಕು, ಪೂರ್ತಿ ನಂಬಿಕೆಯಿಂದ ಅಲ್ಲಿಗೆ ಧಾವಿಸಲು ಉತ್ಸಾಹ ತೋರಿಸುತ್ತಾನೆ. ಬೇರೆ ಬೇರೆ ಚಿಕಿತ್ಸೆಯ ವಿಧಾನಗಳನ್ನು ಪ್ರಯೋಗಿಸಲು ಸಿದ್ಧನಾಗಿಬಿಡುತ್ತಾನೆ. ಕೊನೆಗೆ ಭವಿಷ್ಯ-ಮಾಟ-ಮಂತ್ರ ಇತ್ಯಾದಿಗಳು ಪರಿಹಾರ ನೀಡುತ್ತವೆಂದರೂ ಅದಕ್ಕೂ ಸಿದ್ಧವಾಗಿತ್ತಾನೆ. ಹೇಗೋ ಏನೋ ಮಾಡಿ ಈ ಪರಿಸ್ಥಿತಿಯಿಂದ ಪಾರಾಗಿ ಬಿಡಬೇಕು, ಮತ್ತೆ ಮೊದಲಿನಂತಾಗಬೇಕು; ಎಲ್ಲವನ್ನೂ ಮತ್ತೊಮ್ಮೆ ಆರಂಭದಿಂದ ತಪ್ಪಿಲ್ಲದಂತೆ ಶುರು ಮಾಡಬೇಕು ಎಂದು ಮನಸ್ಸು ಹಪಹಪಿಸುತ್ತದೆ. ಮನೆಯ ಆರ್ಥಿಕ ಪರಿಸ್ಥಿತಿ ಸರಿಯಿದ್ದು, ಆರೈಕೆ ಮಾಡುವ ಮಂದಿಯಿದ್ದರಂತೂ ಸಾಧ್ಯವಾದಷ್ಟು ಪ್ರಯೋಗಕ್ಕೆ ಒಳಗಾಗಲು ಸಿದ್ಧನಾಗುತ್ತಾನೆ. ಎಲ್ಲೋ ಪತ್ರಿಕೆಯಲ್ಲಿ, ಯಾವುದೋ ಪುಸ್ತಕದಲ್ಲಿ ಸಾವನ್ನು ಗೆದ್ದವರ ಕಥನಗಳು ಕಂಡರಂತೂ ಹತ್ತಾರು ಬಾರಿ ಅದನ್ನು ಓದಿ ತನಗೂ ಹಾಗೇ ಆಗಬಾರದೇಕೆ ಎಂದು

ಹಂಬಲಿಸುತ್ತಾನೆ. ಅಂತಹವರನ್ನು ಭೇಟಿಯಾಗಲು, ಅವರೊಡನೆ ಮಾತನಾಡಲು ಹಪಹಪಿಸುತ್ತಾನೆ.

ಊಹೂಂ, ಯಾವ ಪವಾಡಗಳೂ ಘಟಿಸುತ್ತಿಲ್ಲ, ಯಾವ ಪ್ರಯೋಗಗಳೂ ಫಲ ಕೊಡುತ್ತಿಲ್ಲ, ಯಾವ ದೇವರೂ ಕಣ್ತೆರದು ನೋಡುತ್ತಿಲ್ಲ ಎಂಬ ಸತ್ಯ ನಿಧಾನಕ್ಕೆ ಗೋಚರವಾಗುವ ಹೊತ್ತಿಗೆ ಖಿನ್ನತೆ ಸದ್ದಿಲ್ಲದಂತೆ ಅವನನ್ನು ಆವರಿಸಿಕೊಳ್ಳುತ್ತದೆ. ನಿರ್ದಯಿ ಸಾವು ಇನ್ನಷ್ಟು ಹತ್ತಿರಕ್ಕೆ ಬಂದು ಕೊಂಕು ನಗೆ ಬೀರಲು ಶುರು ಮಾಡಿಬಿಡುತ್ತದೆ. ಎಲ್ಲೋ ದೂರದಲ್ಲಿ ಅಸ್ಪಷ್ಟವಾಗಿ ಕಾಣುತ್ತಿದ್ದ ಅದರ ಚಹರೆಗಳು, ಈಗ ಸ್ಪಷ್ಟವಾಗಿ ಕಣ್ಣೆದುರಿಗೇ ಕ್ಲೋಸ್‌ಅಪ್‌ನಲ್ಲಿ ಗೋಚರಿಸತೊಡಗುತ್ತವೆ. ಯಾವುದಕ್ಕೂ ಅರ್ಥವಿಲ್ಲ, ಯಾವುದೂ ಮುಖ್ಯವಲ್ಲ ಎಂದು ಮನಸ್ಸು ಖಿನ್ನತೆಯಿಂದ ಪರಿತಪಿಸಲು ಶುರುಮಾಡುತ್ತದೆ. ಹಳೆಯ ನೆನಪುಗಳು ಒಂದೊಂದಾಗಿ ಸುರುಳಿ ಬಿಚ್ಚಿಕೊಂಡು ಕಣ್ಣ ಮುಂದೆ ಸುಳಿಯಲಾರಂಭಿಸುತ್ತವೆ. ಬಾಲ್ಯದ ಕುಣಿದಾಟ, ಯೌವನದ ಉತ್ಸಾಹ, ಕಾಮದ ಸುಖ, ಸಂಸಾರದ ಸ್ವಾರಸ್ಯ, ಮಾಡಿದ ತಪ್ಪುಗಳು, ಅನುಭವಿಸಿದ ನೋವುಗಳು, ಮತ್ತೊಬ್ಬರಿಗೆ ಕೊಟ್ಟ ಕಷ್ಟಗಳು, ಎಲ್ಲೋ ಒಮ್ಮೆ ಮಾಡಿದ ಉಪಕಾರಗಳು – ಎಲ್ಲವೂ ಒಂದೊಂದಾಗಿ ಚಿತ್ರಪಟದಂತೆ ಸುಳಿಯತೊಡಗುತ್ತವೆ. ಯಾರೋ ಗೆಳೆಯರು ನೆನಪಾಗಿ, ಅವನನ್ನು ಕರೆದು ಕ್ಷಮೆ ಯಾಚಿಸಿಬಿಡುವ ಹಂಬಲವಾಗುತ್ತದೆ. ಎಲ್ಲಿಯೋ ಹಣ ಹೂಡಿ ಕಳೆದುಕೊಂಡ ಸಂಗತಿ ಮಹತ್ವ ಕಳೆದುಕೊಂಡುಬಿಡುತ್ತದೆ. ಅಪ್ಪ–ಅಮ್ಮರನ್ನು ಸಾಯುವ ಹೊತ್ತಿನಲ್ಲಿ ಸರಿಯಾಗಿ ನೋಡಿಕೊಳ್ಳಲಿಲ್ಲವೇನೋ ಎಂಬ ಅಳುಕು ಶುರುವಾಗುತ್ತದೆ. ಆಫೀಸಿನ ಹಲವಾರು ಪ್ರಸಂಗಗಳು ಅಡೆತಡೆಯಿಲ್ಲದಂತೆ ಬಂದು ಹೋಗುತ್ತವೆ. ಯಾರ ಮುಂದೆಯೂ ಹೇಳದೇ ಇದ್ದ ಗೌಪ್ಯ ಸಂಗತಿಗಳನ್ನು ಯಾರಿಗಾದರೂ ಹೇಳಿಬಿಡಲಾ ಎಂದು ನಂಬಿಕಸ್ತರನ್ನು ಹುಡುಕತೊಡಗುತ್ತಾನೆ. ದುಃಖ ನಿರಂತರವಾಗಿ ಕಾಡುತ್ತದೆ. ದೇಹದೊಳಗಿನ ನೀರೆಲ್ಲಾ ಕಣ್ಣೀರಾಗಿ ಹೋಗುವಷ್ಟು ಅಳುತ್ತಾನೆ.

ಖಿನ್ನತೆ ಕೋಪವನ್ನೂ ನಿಲ್ಲಿಸುತ್ತದೆ, ಉತ್ಸಾಹವನ್ನೂ ಕೊಲ್ಲುತ್ತದೆ. ಈಗ ಮದುವೆ, ಮುಂಜಿ ಮುಂತಾದ ಸಂಭ್ರಮಗಳಿಗೆ ಹೋಗಲು ಮನಸ್ಸು ಒಪ್ಪುವದಿಲ್ಲ. ಹೆಂಡತಿ ಹೊಸ ಸೀರೆ ಉಟ್ಟರೆ ಅಷ್ಟಾಗಿ ದುಃಖವಾಗುವದಿಲ್ಲ. ಟಿವಿಯಲ್ಲಿ ಉತ್ಸಾಹದಿಂದ ಕುಣಿಯುವ ಹಾಡೂ ನೋಡಲು ಬೇಡವೆನ್ನಿಸುತ್ತದೆ. ಯಾವ ಪವಾಡಗಳೂ ಇನ್ನು ನಡೆಯುವುದು ಬೇಡವೆನ್ನಿಸಲು ಶುರುವಾಗುತ್ತದೆ. ಬಂಧುಗಳು ಯಾರೋ ಬಂದು ಅನುಕಂಪದ ಮಾತುಗಳನ್ನು ಹೇಳಿದರೆ ಕಿರಿಕಿರಿಯಾಗುತ್ತದೆ. ಇನ್ನೊಬ್ಬರು ಹೊಸ ದೇವರ ಪೂಜೆಯ ಬಗ್ಗೆ ಹೇಳಿದರೆ ಆಸಕ್ತಿ ಮೂಡುವದಿಲ್ಲ. ದೂರದ ಊರಿನ ವಿಶೇಷ ವೈದ್ಯ ತನ್ನ ಆಕರ್ಷಣೆಯನ್ನು ಕಳೆದುಕೊಂಡುಬಿಡುತ್ತಾನೆ.

ಮಾತು ಬೇಡವಾಗುತ್ತದೆ. ಬರೀ ಮೌನವೇ ಹಿತವೆನ್ನಿಸುತ್ತದೆ. ತಿರುಗುವ ಫ್ಯಾನಿನ ಸದ್ದೂ ಕಿರಿಕಿರಿಯನ್ನು ಉಂಟುಮಾಡುತ್ತದೆ. ಸ್ನಾನ, ಊಟ, ನಿದ್ದೆ – ಯಾವುದೂ ಬೇಡವೆನ್ನಿಸಲಾರಂಭಿಸುತ್ತದೆ. ಸುಮ್ಮನೆ ಹಾಸಿಗೆಯಲ್ಲಿ ಮಲಗಿ ಬಿಡಬೇಕು, ಜಗತ್ತಿನ ಯಾವ ಗೊಡವೆಗಳೂ ನನಗೆ ಬೇಡ, ಯಾವ ಸುಖ-ದುಃಖಗಳೂ ನನಗೆ ಸಂಬಂಧಿಸಿದ್ದಲ್ಲ, ಯಾರೂ ನನ್ನವರಲ್ಲ, ಯಾವುದಕ್ಕೂ ಅರ್ಥವಿಲ್ಲ, ನನ್ನಿಂದ ಇನ್ನು ಯಾರಿಗೂ ಉಪಯೋಗವಿಲ್ಲ, ನಾನು ಎಲ್ಲರಿಗೂ ಭಾರ, ಎಲ್ಲರೂ ನನ್ನ ಅಂತ್ಯಕ್ಕಾಗಿ ಕಾಯುತ್ತಿದ್ದಾರೆ – ಮನಸ್ಸು ಬರೀ ನಿರಾಶೆಯ ಸಂಗತಿಗಳನ್ನು ಎಣಿಸುತ್ತಾ ಹೋಗುತ್ತದೆ. ಬಂಧುಗಳು ಯಾರೋ ಬಂದು ಸಮಾಧಾನದ ಮಾತುಗಳನ್ನು ಹೇಳಿದರೆ ರೇಜಿಗೆಯಾಗುತ್ತದೆ. ಸಾವೆಂದರೇನೆಂದು ಕಂಡಿರದ ಇವರಿಗೆ ನನಗೆ ಸಮಾಧಾನ ಹೇಳುವ ಧೈರ್ಯವಾದರೂ ಎಲ್ಲಿಂದ ಬಂದಿದೆ ಎಂದು ಅಚ್ಚರಿಯಾಗುತ್ತದೆ. ಊಟದ ಹೊತ್ತಾದರೂ ಯಾರೂ ತನ್ನನ್ನು ಊಟಕ್ಕೆ ಕರೆಯದಿದ್ದರೆ ಬೇಸರವೇನೂ ಆಗುವದಿಲ್ಲ, ಸಿಟ್ಟೂ ಬರುವದಿಲ್ಲ. ಅಸಹಾಯಕತೆ ಇಡಿಯಾಗಿ ಆವರಿಸುತ್ತದೆ.

ಇದೀಗ ಸಾವು ಪೂರ್ತಿ ಹತ್ತಿರವೇ ಬಂದು ಕುಳಿತುಕೊಂಡು ಹೆಗಲ ಮೇಲೆ ಕೈ ಹಾಕಿಬಿಟ್ಟಿದೆ. ಹಗೂರಕ್ಕೆ ಬೆನ್ನನ್ನು ಸವರುತ್ತಿದೆ. ಸ್ನೇಹದ ನಗೆಯನ್ನು ಬೀರುತ್ತಿದೆ. ಬಾ, ಬಂದು ಬಿಡು. ಸುಮ್ಮನೆ ಹಠ ಮಾಡಿದಷ್ಟೂ ನಿನಗೆ ನೋವಾಗುತ್ತದೆ. ಇನ್ನೂ ಅಹಂಕಾರವೇಕೆ? ಅರ್ಪಿಸಿಕೊಂಡು ಬಿಡು. ಮತ್ತೆ ನಿನಗೆ ಯಾವ ನೋವೂ ಇಲ್ಲ, ಯಾವ ಸಂಕಟಗಳೂ ಇಲ್ಲ. ಈ ಜಗದ ಚಿಕ್ಕ-ಪುಟ್ಟ ನಶ್ವರ ಸಂಗತಿಗಳು ನಿನ್ನನ್ನು ಹಿಂಸಿಸಲಾರವು. ಒಮ್ಮೆ ಮೈ ಬಿಗಿಯನ್ನು ಸಡಲಿಸು. ಅಪ್ಪಿಕೊಂಡು ಬಿಡು. ಒಮ್ಮೆ ಹಗೂರಕ್ಕೆ ನನಗೆ ಮುತ್ತಿಕ್ಕು. ನಾನಿದ್ದೇನೆ ನಿನ್ನ ಜೊತೆಗೆ. ಕಾಣದ ಲೋಕಕ್ಕೆ ಕರೆದುಕೊಂಡು ಹೋಗುತ್ತೇನೆ. ಹೊಸ ವಿಸ್ಮಯಗಳನ್ನು ತೋರಿಸುತ್ತೇನೆ. ಹೊಸ ಸತ್ಯಗಳನ್ನು ಕಾಣಿಸುತ್ತೇನೆ.

ನಿಧಾನಕ್ಕೆ ಒಪ್ಪಿಕೊಳ್ಳಲು ಶುರು ಮಾಡುತ್ತಾನೆ. ಸಾವಿನ ದೂತನನ್ನು ಗೆಳೆಯನಾಗಿ ಸ್ವೀಕರಿಸಲು ಸಜ್ಜಾಗುತ್ತಾನೆ. ಇದೇ ಸರಿಯಾದ ಅಂತ್ಯ, ಬೇರೆ ಯಾವುದೂ ಈ ಹೊತ್ತಿಗೆ ಸಲ್ಲುವದಿಲ್ಲ. ಸಾವಿನ ಹೊರತಾಗಿ ಈ ಜಗತ್ತಿನಲ್ಲಿ ಯಾವುದೂ ಸತ್ಯವಲ್ಲ. ಸಿದ್ಧವಾಗಿ ಬಿಡೋಣ. ನಡೆದು ಬಿಡೋಣ. ಇರು, ಇರು... ಇನ್ನೊಂದಿಷ್ಟೇ ಬಾಕಿಯಿದೆ. ಇನ್ನೂ ವ್ಹಿಲ್ ಬರೆದಿಲ್ಲ, ಮಕ್ಕಳಿಗೆ ಬುದ್ಧಿ ಮಾತುಗಳನ್ನು ಹೇಳಿಲ್ಲ, ಯಾರಿಗೋ ಕ್ಷಮೆ ಕೇಳಬೇಕಿದೆ, ಮತ್ತೆ ಯಾರನ್ನೋ ಕ್ಷಮಿಸಬೇಕಿದೆ... ಇಲ್ಲ, ಇಲ್ಲ, ತಡ ಮಾಡುವದಿಲ್ಲ. ಬರೀ ಒಂದೆರಡು ದಿನವಷ್ಟೇ! ಖಂಡಿತವಾಗಿಯೂ ಸುಳ್ಳು ಹೇಳುವದಿಲ್ಲ. ಈ ಹೊತ್ತಿನಲ್ಲಿ ನನಗೆ ಸುಳ್ಳು ಹೇಳುವದರಲ್ಲಿ ಯಾವ ಆಸಕ್ತಿಯೂ

ಇಲ್ಲ, ಯಾವ ಲಾಭವೂ ಇಲ್ಲ. ನಿನ್ನೊಡನೆ ಬಂದುಬಿಡುವೆ. ಸ್ವಲ್ಪೇ ಸ್ವಲ್ಪ ಅವಕಾಶ ಕೊಡು. ನಿನ್ನ ದಮ್ಮಯ್ಯ, ಅಷ್ಟು ಕಟುಕನಾಗಬೇಡ. ಮೊಮ್ಮಗನ ಮುಖದ ನಗೆಯನ್ನು ಇನ್ನೆರಡು ಬಾರಿ ನೋಡಿಬಿಡುತ್ತೇನೆ, ಹೆಂಡತಿಯು ಮುಂದೆ ಮಗ–ಸೊಸೆಯ ಯಜಮಾನಿಕೆಯಲ್ಲಿ ಕಷ್ಟ ಪಡದಂತೆ ಏನಾದರೂ ವ್ಯವಸ್ಥೆ ಮಾಡುತ್ತೇನೆ, ಇನ್ನೊಂದೆರಡು ಬ್ಯಾಂಕ್ ಪತ್ರಗಳಿಗೆ ಸಹಿ ಮಾಡಬೇಕು... ದಯವಿಟ್ಟು ನಿಧಾನಿಸು. ನನ್ನಲ್ಲಿ ಏನು ಉಳಿದಿದೆಯೆಂದು ಈ ರೀತಿಯ ಅವಸರ ಮಾಡುತ್ತಿರುವೆ. ನಿನಗೆ ಕೊಡಲು ಖಂಡವೂ ಇಲ್ಲ, ಮಾಂಸವೂ ಇಲ್ಲ, ಗುಂಡಿಗೆಯ ಬಿಸಿ ರಕ್ತವೂ ಇಲ್ಲ... ಎಲ್ಲವನ್ನೂ ಈ ಅನಾರೋಗ್ಯ ಆಗಲೇ ನುಂಗಿ ಹಾಕಿದೆ. ಆದರೂ ಹಿಂಡಿ ಹಿಪ್ಪೆಯಾದ, ಸೌಂದರ್ಯ ಕಳೆದುಕೊಂಡ, ವಾಸನೆಯಿಂದ ಕೂಡಿದ ಈ ನನ್ನ ದೇಹದ ಮೇಲೆ ನಿನಗೇಕೆ ಅಂತಹ ವ್ಯಾಮೋಹ? ಇಷ್ಟು ದಿನ ಸಹಿಸಿದ್ದೀಯ, ಇನ್ನೊಂದೆರಡು ದಿನ ಹೆಚ್ಚಿಗೆ ಕೊಟ್ಟುಬಿಡು. ನಿನ್ನೊಡನೆ ಖಂಡಿತಾ ಬರುತ್ತಿದ್ದೇನೆ, ಕಾಣದ ಜಗತ್ತಿಗೆ, ಊಹಿಸದ ಲೋಕಕ್ಕೆ.

ಆಯ್ತು ಗೆಳೆಯ, ಇನ್ನು ನಿನ್ನೊಡನೆ ಹೊಡೆದಾಡಲಾರೆ. ಯಾರೊಡನೆಯೂ ಹೊಡೆದಾಡುವ ಶಕ್ತಿ ನನ್ನಲ್ಲಿಲ್ಲ. ಇದಷ್ಟೇ ನಾನು ಪಡೆದದ್ದು, ನನಗೆ ದಕ್ಕಿದ್ದು, ಆ ಭಗವಂತ ಕರುಣಿಸಿದ್ದು. ಸಾಕು, ಇನ್ನು ಸಾಕು. ಇದೋ ಸ್ವೀಕರಿಸು. ನಾನು ಸಿದ್ಧ! ಹತ್ತಿರ ಬಾ, ಒಮ್ಮೆ ಅಪ್ಪಿಕೊಳ್ಳುತ್ತೇನೆ. ಪ್ರೀತಿಯಿಂದ ತಲೆ ನೇವರಿಸುತ್ತೇನೆ. ನನ್ನ ಬಟ್ಟೆ, ಬರೆ, ಒಡವೆ, ಉಡುದಾರ, ಜನಿವಾರ, ಶಿವದಾರ, ರೂಪ, ಕೋಪ, ತಾಪ, ಶ್ರೀಮಂತಿಕೆ, ಅಧಿಕಾರ, ಆಸೆ, ನಿರಾಸೆ ಎಲ್ಲವನ್ನೂ ಕಳಚಿ ಬಿಟ್ಟಿದ್ದೇನೆ. ಈ ಜಗತ್ತಿನ ಎಲ್ಲಾ ಲೆಕ್ಕಾಚಾರಗಳನ್ನೂ ಚುಕ್ತಾ ಮಾಡಿದ್ದೇನೆ. ಮೈಲಿಗೆಗಳನ್ನೆಲ್ಲಾ ತೊಳೆದುಕೊಂಡು ನಾನೀಗ ಬೆಂಕಿಯಷ್ಟು ಪವಿತ್ರನಾಗಿದ್ದೇನೆ. ನೀನೀಗ ನನ್ನ ಮುಟ್ಟಬಹುದು. ಕೈ ಹಿಡಿದುಕೋ ಗೆಳೆಯ, ಹೋಗೋಣ. ನೀನು ಕರೆದೊಯ್ದ ಕಡೆಗೆ ಅಂಜಿಕೆಯಿಲ್ಲದಂತೆ ಬರುವೆ.

15ನೇ ಮೇ 2014

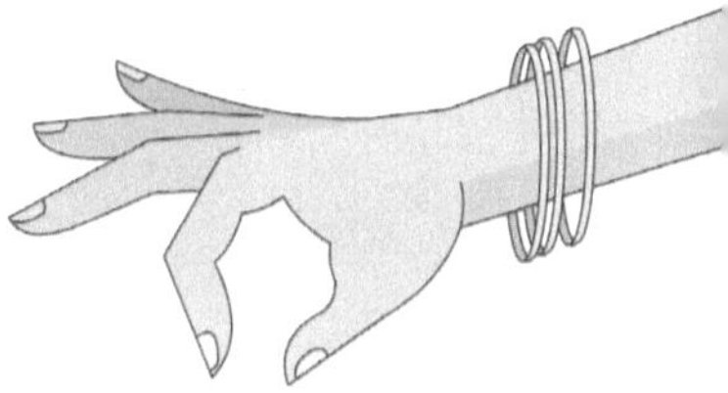

ನಾಲ್ಕನೆಯ ಪೈಸೆ

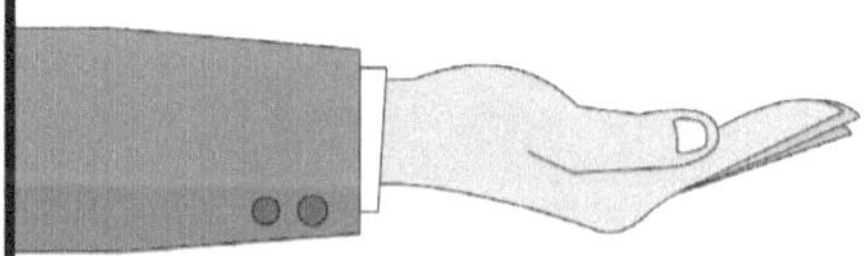

ವಿರಾಟ ಪರ್ವದ ವಿಶೇಷಗಳು

ಹನ್ನೆರಡು ವರ್ಷ ವನವಾಸ ಮುಗಿಸಿದ ಪಾಂಡವರು ಒಂದು ವರ್ಷದ ಅಜ್ಞಾತವಾಸವನ್ನು ವಿರಾಟನಗರದಲ್ಲಿ ತಲೆಮರೆಸಿಕೊಂಡು ಕಳೆಯುತ್ತಾರೆ. ಈ ಅಜ್ಞಾತವಾಸದಲ್ಲಿ ಅತ್ಯಂತ ಗೋಪ್ಯವಾಗಿರುವುದು ಅವಶ್ಯಕವಾಗಿರುತ್ತದೆ. ಯಾವುದೇ ಕಾರಣಕ್ಕೂ ದುರ್ಯೋಧನ ಅವರನ್ನು ಪತ್ತೆ ಹಚ್ಚಿದರೆ, ಮತ್ತೆ ಹನ್ನೆರಡು ವರ್ಷ ವನವಾಸಕ್ಕೆ ಅವರು ತೆರಳಬೇಕೆಂಬ ಒಪ್ಪಂದವಾಗಿರುತ್ತದೆ. ಈ ಒಂದು ವರ್ಷದಲ್ಲಿ, ವಿರಾಟನಗರದಲ್ಲಿ ನಡೆಯುವ ವಿದ್ಯಾಮಾನಗಳ ಚಿತ್ರಣವೇ ವಿರಾಟಪರ್ವವಾಗಿದೆ. ಇದು ಮಹಾಭಾರತದ ನಾಲ್ಕನೆಯ ಪರ್ವ ಮತ್ತು ಬಹು ಚಿಕ್ಕ ಪರ್ವ.

ವಿರಾಟನಗರವು ಮತ್ಸ್ಯದೇಶದ ರಾಜಧಾನಿಯಾಗಿದೆ. ಇದು ಕುರುಗಳ ಸೀಮೆಗೆ ದಕ್ಷಿಣಭಾಗದಲ್ಲಿ, ಯಮುನಾನದಿಯ ಆಸುಪಾಸಿನಲ್ಲಿತ್ತು. ಬಹುಶಃ ಮೀನಿನ ವ್ಯಾಪಾರ ಈ ದೇಶದಲ್ಲಿ ಹೆಚ್ಚಾಗಿರಬೇಕು, ಆದ್ದರಿಂದ ಮತ್ಸ್ಯದೇಶವೆಂಬ ಹೆಸರು ಬಂದಿರಬಹುದು. ಆದರೆ ಇದಕ್ಕೆ ತಕ್ಕ ಪುರಾವೆಗಳು ವಿರಾಟಪರ್ವದಲ್ಲಿ ಇಲ್ಲ. ಈ ದೇಶದ ರಾಜ ವಿರಾಟ. ಇವನು ಕ್ಷತ್ರಿಯ ವಂಶಕ್ಕೆ ಸೇರಿದವನು. ಇವನ ದ್ವಿತೀಯ ಪತ್ನಿ ಸುದೇಷ್ಣೆ. ಇವಳು ಸೂತಪುತ್ರಿ, ಕೇಕಯ ದೇಶದವಳು. ವಿರಾಟನಿಗೆ ಸುರಥೆ

ಎಂಬ ಕೋಸಲ ದೇಶದ ಕ್ಷತ್ರಿಯ ಕನ್ಯೆಯೊಡನೆ ಮದುವೆಯಾಗಿರುತ್ತದೆ. ಕೋಸಲವು ವಿರಾಟದ ಪೂರ್ವಕ್ಕೆ ಬಹಳ ಹತ್ತಿರದಲ್ಲಿರುವ ರಾಜ್ಯ. ಅವಳಿಗೆ ಶಂಖ ಮತ್ತು ಶ್ವೇತ ಎಂಬ ಮಕ್ಕಳಿರುತ್ತಾರೆ. ಸುರಥೆ ಅಸುನೀಗಿ, ಶ್ವೇತ ದೇಶಭ್ರಷ್ಟನಾಗಿ ಎಲ್ಲಿಯೋ ಹೊರಟುಹೋಗಿ, ಶಂಖ ತನ್ನ ಮಾವನ ಮನೆಗೆ ಹೊರಟುಹೋಗಿಬಿಟ್ಟಿರುತ್ತಾನೆ. ಈ ಕಾರಣಕ್ಕಾಗಿ ವಿರಾಟ ಮತ್ತೊಂದು ಮದುವೆಯಾಗುತ್ತಾನೆ. ಆದರೆ ಎರಡನೆಯ ಮದುವೆಗೆ ಅವನಿಗೆ ಕ್ಷತ್ರಿಯ ಕನ್ಯೆಯನ್ನು ಹುಡುಕಲು ಸಾಧ್ಯವಾಗಿರಲಿಕ್ಕಿಲ್ಲ. ಆದ್ದರಿಂದ ದೂರದ ಕೇಕಯ ದೇಶದಿಂದ ಸೂತಕನ್ಯೆ ಸುದೇಷ್ಣೆಯನ್ನು ತಂದಿದ್ದಾನೆ. ಈ ಕೇಕಯ ದೇಶವು ಭಾರತದ ವಾಯುವ್ಯ ದಿಕ್ಕಿನಲ್ಲಿದೆ. ಇದರ ಅಕ್ಕಪಕ್ಕದಲ್ಲಿಯೇ ಮದ್ರ ಮತ್ತು ಗಾಂಧಾರ ದೇಶಗಳು ಇವೆ. (ಈಗಿನ ಪಾಕಿಸ್ತಾನ, ಅಫಘಾನಿಸ್ಥಾನ) ಇವೆಲ್ಲವೂ ಬಡತನದಿಂದ ಬಳಲುತ್ತಿದ್ದ ದೇಶಗಳಾಗಿದ್ದವು. ಸಾಮಾನ್ಯವಾಗಿ ಇಲ್ಲಿ ಹಣವನ್ನು ಪಡೆದುಕೊಂಡು, ಹೆಣ್ಣನ್ನು ಕ್ಷತ್ರಿಯ ರಾಜನಿಗೆ ಕೊಡುವ ಸಂಪ್ರದಾಯವಿತ್ತು. ಈ ಹಿಂದೆ ಮಾದ್ರಿಯನ್ನು ಪಾಂಡುವಿಗೆ ತಂದಾಗಲೂ ಭೀಷ್ಮ ಹಣ ತೆತ್ತಿದ್ದನೆಂಬುದನ್ನು ನಾವು ಜ್ಞಾಪಿಸಿಕೊಳ್ಳಬಹುದು. ಕುರುಡನಾದ ಧೃತರಾಷ್ಟ್ರನಿಗೆ ಹೆಣ್ಣು ತಂದಿದ್ದು ಗಾಂಧಾರದಿಂದ. ಅಂದರೆ ಕ್ಷತ್ರಿಯ ರಾಜಕುಮಾರನಿಗೆ ಏನಾದರೂ ಐಬಿದ್ದರೆ ಅಥವಾ ಎರಡನೆಯ ಮದುವೆಯಾಗಬೇಕಿದ್ದರೆ, ಈ ದೂರದ ಬಡದೇಶಗಳಿಂದ ಹೆಣ್ಣು ತರುತ್ತಿದ್ದರೆಂಬುದು ತಿಳಿಯುತ್ತದೆ. ಶ್ರೀಮಂತ ರಾಷ್ಟ್ರಗಳು ಬಡತನದ ರಾಷ್ಟ್ರಗಳನ್ನು ಎಲ್ಲ ರೀತಿಯಿಂದಲೂ ಶೋಷಣೆ ಮಾಡುವುದು ಎಲ್ಲ ಕಾಲಕ್ಕೂ ಇದ್ದ ಭಂಡತನ.

ಇಂತಹ ಮದುವೆಯಾದ ನಂತರ, ಆ ಹುಡುಗಿಯ ಸಂಬಂಧವನ್ನು ಹೇಳಿಕೊಂಡು ಅವಳ ಅಣ್ಣ-ತಮ್ಮಂದಿರು ಆಕೆಯ ದೇಶಕ್ಕೆ ಬಂದು ನೆಲೆಸುವ ಸಂಪ್ರದಾಯವೂ ಆಗಿತ್ತು. ಗಾಂಧಾರಿಯ ಜೊತೆಯಲ್ಲಿ ಅವಳ ತಮ್ಮ ಶಕುನಿಯೂ ಬಂದು ಕುರುಗಳ ನಾಡಿನಲ್ಲಿ ಜೀವನಪರ್ಯಂತ ನೆಲೆಸಿಬಿಟ್ಟಿದ್ದನ್ನು ನಾವು ಗಮನಿಸಬಹುದು. ಬಹುಶಃ ತಮ್ಮ ದೇಶದ ಬಡತನವನ್ನು ಸಹಿಸಲು ಸಾಧ್ಯವಾಗದೆ, ಈ ಮಧ್ಯಭಾರತ ದೇಶಗಳ ಶ್ರೀಮಂತಿಕೆಯನ್ನು ಅನುಭವಿಸುವ ಆಸೆಯಿಂದ ಅವರು ಈ ರೀತಿ ಬರುತ್ತಿದ್ದರೆಂದು ಊಹಿಸಬಹುದಾಗಿದೆ. ಸುದೇಷ್ಣೆಯ ತಮ್ಮಂದಿರಾದ ಕೀಚಕ ಮತ್ತು ಅವನ ನೂರಾಐದು ಜನ ಸಹೋದರರು ಇದೇ ರೀತಿಯಲ್ಲಿ ವಿರಾಟನಗರಕ್ಕೆ ಬಂದು ನೆಲೆಸಿದ್ದರು. ಕೀಚಕ ಅತ್ಯಂತ ವೀರ ತರುಣ. ಇವನನ್ನು ಬಲದಲ್ಲಿ ಭೀಮನಿಗೆ ಸರಿಸಮಾನನಾದವನು ಎಂದು ಹೇಳುತ್ತಾರೆ. ಆದ್ದರಿಂದ ಇವನನ್ನು ವಿರಾಟ ರಾಜನು ತನ್ನ ದೇಶದ ಸೇನಾಪತಿಯನ್ನಾಗಿಸಿದ. ಕೀಚಕನು ತನ್ನ ತಮ್ಮಂದಿರೊಡಗೂಡಿ ಸಾಕಷ್ಟು ಯುದ್ಧಗಳನ್ನು ಮಾಡಿ, ಧನವನ್ನು ಲೂಟಿ

ಮಾಡಿ ವಿರಾಟದೇಶವನ್ನು ಅತ್ಯಂತ ಶ್ರೀಮಂತವಾಗಿಸಿದ್ದ. ಆದರೆ ದೈಹಿಕವಾಗಿ ಅಷ್ಟೇನೂ ಸಮರ್ಥನಲ್ಲದ ವಿರಾಟನನ್ನು ತನ್ನ ಹತೋಟಿಯಲ್ಲಿಟ್ಟುಕೊಂಡಿದ್ದ. ಶತ್ರುಗಳಿಂದ ದೇಶವನ್ನು ರಕ್ಷಿಸಲು ಮತ್ತು ದೇಶದ ಸುಭಿಕ್ಷತೆಯನ್ನು ಕಾಪಾಡಲು ವಿರಾಟನಿಗೆ ಕೀಚಕನ ಅವಶ್ಯಕತೆಯಿತ್ತು. ಆದರೆ ಕುಲದಲ್ಲಿ ತನಗಿಂತಲೂ ಕೀಳಾದ ಒಬ್ಬ ಸೂತ ತರುಣನ ನಿಯಂತ್ರಣದಲ್ಲಿ ಬದುಕುವುದು ಅವನಿಗೆ ಬೇಡವಾಗಿತ್ತು. ಒಟ್ಟಿನಲ್ಲಿ ಕೀಚಕ ಅವನಿಗೆ ಬಿಸಿ ತುಪ್ಪವಾಗಿದ್ದ.

ಇಂತಹ ಪರಿಸ್ಥಿತಿಯಿದ್ದ ವಿರಾಟನಗರವನ್ನು ತಮ್ಮ ಅಜ್ಞಾತವಾಸಕ್ಕೆ ಪಾಂಡವರು ಆರಿಸಿಕೊಂಡಿದ್ದಕ್ಕೆ ಹಲವು ಕಾರಣಗಳನ್ನು ಊಹಿಸಬಹುದಾಗಿದೆ. ವಿರಾಟರು ಕುರುಗಳಿಗೆ ವಿರೋಧಿಗಳಾಗಿದ್ದರು. ದುರ್ಯೋಧನನ ಸ್ನೇಹವಲಯದಲ್ಲಿದ್ದ ತ್ರಿಗರ್ತದ ಸುಶರ್ಮನೊಡನೆ ಕೀಚಕ ಹಲವಾರು ಬಾರಿ ಕಾದಾಡಿ ಸೋಲಿಸಿದ್ದ. ಆದ್ದರಿಂದ ಮತ್ಸ್ಯದೇಶವು ಕುರುಗಳ ವಿರೋಧಿ ದೇಶವಾಗಿತ್ತು. ಈ ದೇಶಕ್ಕೆ ಕುರುನಾಡಿನ ಒಡನಾಟ ಹೆಚ್ಚಿರಲಿಲ್ಲ. ಜೊತೆಗೆ ಕೀಚಕನಿಂದಾಗಿ ಅತ್ಯಂತ ಸುಭಿಕ್ಷವಾಗಿದ್ದ ಈ ದೇಶದಲ್ಲಿ ತಮಗೆ ಬದುಕಲು ಅರಮನೆಯಲ್ಲಿ ಖಂಡಿತಾ ಏನಾದರೂ ಉಪವೃತ್ತಿ ಸಿಗುತ್ತದೆಂಬ ನಂಬಿಕೆ ಪಾಂಡವರಿಗಿತ್ತು. ಹನ್ನೆರಡು ವರ್ಷವನ್ನು ದುರ್ಗಮವಾದ ಕಾಡಿನಲ್ಲಿದ್ದು ಬದುಕಿದ ಪಾಂಡವರು, ಈಗ ಅಜ್ಞಾತವಾಸಕ್ಕೆ ಜನನಿಬಿಡವಾದ ಅರಮನೆಯನ್ನು ಆಯ್ದುಕೊಳ್ಳುವುದು ಅತ್ಯಂತ ವಿಶೇಷ ಸಂಗತಿಯಾಗಿದೆ. ಆದರೆ ಅಂತಹ ಅಜ್ಞಾತವಾಸದಲ್ಲೂ ಈ ಐದೂ ಜನ ಸಹೋದರರು, ತಮ್ಮ ಪತ್ನಿ ದ್ರೌಪದಿಯೊಡನೆ ಒಂದೇ ಕಡೆಯಲ್ಲಿ ಬದುಕಿದ್ದರು ಎಂಬುದನ್ನು ನಾವು ಗಮನಿಸಬೇಕು. ಒಬ್ಬರನ್ನೊಬ್ಬರು ಅಗಲಿ ಬದುಕಲಾರದಂತಹ ಬಾಂಧವ್ಯವನ್ನು ಅವರಲ್ಲಿ ಕುಂತಿ ಬೆಳೆಸಿದ್ದಳು. ಜೊತೆಗೆ ಪ್ರಿಯ ಪತ್ನಿಯಾದ ದ್ರೌಪದಿಯ ಹತ್ತಿರ ಬದುಕಬೇಕೆಂಬ ಆಸೆಯೂ ಅವರದಾಗಿರಬಹುದು. ಈ ಅಜ್ಞಾತವಾಸದಲ್ಲಿ ದ್ರೌಪದಿಯೊಡನೆ ದೇಹಸಂಬಂಧಕ್ಕೆ ಅವರಿಗೆ ಸಾಧ್ಯವಿಲ್ಲದಿದ್ದರೂ, ಅವಳನ್ನು ಆಗೊಮ್ಮೆ ಈಗೊಮ್ಮೆ ನೋಡುವ, ಅವಳ ಯೋಗಕ್ಷೇಮದ ಬಗ್ಗೆ ಪರೋಕ್ಷವಾಗಿ ತಿಳಿದುಕೊಳ್ಳುವ ಅವಕಾಶವೇ ಅವರಿಗೆ ದೊಡ್ಡ ಕೊಡುಗೆಯಾಗಿತ್ತು. ಈ ವಿರಾಟನಗರದಲ್ಲಿ ಅಜ್ಞಾತವಾಸವನ್ನು ಕಳೆಯುವ ಸಲಹೆ ಅರ್ಜುನನಿಂದ ಬಂದಿತ್ತು. ಭಾರತದಾದ್ಯಂತ ಸಾಕಷ್ಟು ಸುತ್ತಾಡಿದ ಅರ್ಜುನನಿಗೆ ಹಲವು ದೇಶಗಳ ಪರಿಸ್ಥಿತಿಗಳ ವಿವರಗಳು ಚೆನ್ನಾಗಿ ಗೊತ್ತಿತ್ತು. ಬಹುಶಃ ಅವನು ತನ್ನ ಈ ಹಿಂದಿನ ಒಂದು ವರ್ಷದ ವನವಾಸದಲ್ಲಿ ಈ ಮತ್ಸ್ಯದೇಶವನ್ನು ಕಂಡಿರಬೇಕು. ದ್ವಾರಕೆಯಿಂದ ಸುಭದ್ರೆಯನ್ನು ಹಾರಿಸಿಕೊಂಡು ಇಂದ್ರಪ್ರಸ್ಥಕ್ಕೆ ಬರುವಾಗ, ಅವನು ಈ ವಿರಾಟನಗರದ ಮೂಲಕ ಹಾದು ಹೋಗಿರುವ ಸಾಧ್ಯತೆಗಳಿವೆ. ಅವನ

ಪ್ರಿಯ ಗೆಳೆಯ ಕೃಷ್ಣ ಇಂದ್ರಪ್ರಸ್ಥಕ್ಕೆ ಬರುವಾಗ ಅದೇ ಮಾರ್ಗದಲ್ಲಿ ಹಲವಾರು ಬಾರಿ ಪ್ರಯಾಣ ಮಾಡುತ್ತಾನಾದ್ದರಿಂದ, ಅವನು ಈ ದೇಶದ ಬಗ್ಗೆ ಹೇಳಿರುವ ಸಾಧ್ಯತೆಗಳಿವೆ.

ಅಜ್ಞಾತವಾಸದಲ್ಲಿ ಬದುಕಲು ಪ್ರತಿಯೊಬ್ಬರು ತಮ್ಮದೇ ಸ್ವತಂತ್ರ ಆಲೋಚನೆಯಿಂದ ಆಯ್ದುಕೊಂಡ ಪಾತ್ರಗಳು ವಿಶೇಷವಾಗಿವೆ. ಧರ್ಮರಾಯನು ಕಂಕನೆಂಬ ಬ್ರಾಹ್ಮಣ ಸಭಾಪತಿಯ ಪಾತ್ರವನ್ನು ಆಯ್ದುಕೊಂಡಿದ್ದು ಅತ್ಯಂತ ಸಹಜವಾಗಿದೆ. ಕ್ಷತ್ರಿಯನಿಗಿಂತಲೂ ಹೆಚ್ಚಾಗಿ ಬ್ರಾಹ್ಮಣನಂತೆ ಯಾವಾಗಲೂ ಬದುಕಿದ ಧರ್ಮರಾಯನಿಗೆ ಪಗಡೆಯಾಟದ ವ್ಯಸನವಿತ್ತು. ಜೂಜಿನಲ್ಲಿ ಎಲ್ಲವನ್ನೂ ಕಳೆದುಕೊಂಡು, ವನವಾಸದಂತಹ ಕೆಟ್ಟ ಸ್ಥಿತಿಗೆ ಬಂದಿದ್ದರೂ ಅವನಿಗೆ ಪಗಡೆಯ ವ್ಯಾಮೋಹ ಕಡಿಮೆಯಾಗಿರಲಿಲ್ಲ. ವನವಾಸದಲ್ಲಿಯೂ ಅವನು ಪಗಡೆಯಾಟದಲ್ಲಿ ನಿರತನಾಗಿದ್ದ. ಪಗಡೆಯ ದಾಳಗಳನ್ನು ಜೋಪಾನವಾಗಿ ಕಾಯ್ದುಕೊಂಡಿದ್ದ. ಆದ್ದರಿಂದ ಈ ಒಂದು ವರ್ಷ ಯಾವುದೇ ಕ್ಷತ್ರಿಯ ಧರ್ಮದ ತಲೆನೋವಿಲ್ಲದೆ, ಸಭೆಯ ಸದಸ್ಯರೊಡನೆ ಧರ್ಮಾಧರ್ಮದ ವಿಚಾರವಾಗಿ ಹರಟೆ ಹೊಡೆಯುತ್ತಾ, ರಾಜನೊಡನೆ ಪಗಡೆಯಾಡುತ್ತಾ ಕಾಲಕಳೆಯುವುದು ಅವನಿಗೆ ಪ್ರಿಯವಾದ ವಿಚಾರವೇ ಆಗಿತ್ತು.

ವಲಲನೆಂಬ ಅಡುಗೆಯ ಪ್ರಮುಖನಾಗಿ ಸೇರಿಕೊಳ್ಳುವ ಭೀಮನ ನಿರ್ಧಾರವೂ ಸಹಜವಾದದ್ದು. ಭೀಮನ ಹೊಟ್ಟೆ ದೊಡ್ಡದು, ಸರಿಯಾಗಿ ಊಟ ಬಿದ್ದರೇನೇ ಅವನು ಮನುಷ್ಯ (ವೃಕೋದರ – ತೋಳದಂತಹ ಹೊಟ್ಟೆಯವನು). ಅರಮನೆಯ ಸೇವಕನಾಗಿ ದುಡಿಯುವವನಿಗೆ ಈ ಮಟ್ಟದಲ್ಲಿ ಊಟ ದಕ್ಕಬೇಕೆಂದರೆ, ಅದು ಅಡುಗೆಯವನಾದರೆ ಮಾತ್ರ ಸಾಧ್ಯ. ಆದರೆ ರುಚಿಯಾಗಿ ಅಡುಗೆಯನ್ನು ತಯಾರಿಸುವ ವಿದ್ಯೆಯನ್ನು ಭೀಮ ಎಲ್ಲಿ ಕಲಿತಿದ್ದ? ಹಸ್ತಿನಾವತಿಯಲ್ಲೂ ಅಲ್ಲ. ಇಂದ್ರಪ್ರಸ್ಥದಲ್ಲಂತೂ ಖಂಡಿತಾ ಅಲ್ಲ. ಬಹುಶಃ ಹನ್ನೆರಡು ವರ್ಷ ವನವಾಸದಲ್ಲಿ ಅಡುಗೆಯ ಕೆಲಸ ಕಾರ್ಯಗಳನ್ನು ಭೀಮ ನೋಡಿಕೊಂಡಿರಬೇಕು. ವನವಾಸದಲ್ಲಿ ಪಾಂಡವರ ಜೊತೆ ಸಾಕಷ್ಟು ಬ್ರಾಹ್ಮಣರು, ಋಷಿಗಳು, ಅವರ ಅಭಿಮಾನಿಗಳು ಇರುತ್ತಿದ್ದರು. ಅವರೆಲ್ಲರಿಗೂ ಅಡುಗೆ ಮಾಡುವ ಜವಾಬ್ದಾರಿ ದೊಡ್ಡದು. ಈ ಅನುಭವ ಭೀಮನಿಗೆ ಸಹಾಯ ಮಾಡಿರಬೇಕು (ದ್ರೌಪದಿಯ ಬಳಿ ಅಕ್ಷಯಪಾತ್ರೆ ಇತ್ತೆಂಬ ಉಪಕತೆಯಿದೆಯಾದರೂ ಅದು ಕೃಷ್ಣನನ್ನು ವೈಭವೀಕರಿಸಲು ಸೃಷ್ಟಿಸಿದ ಪ್ರಕ್ಷೇಪವೆನ್ನಿಸುತ್ತದೆ. ವನವಾಸ ಮುಗಿದ ಮೇಲೆ ತಮ್ಮ ಆಯುಧಗಳನ್ನು ಎಲ್ಲರೂ ಬಚ್ಚಿಡುತ್ತಾರಾದರೂ, ದ್ರೌಪದಿಯ ಈ ಅಕ್ಷಯಪಾತ್ರೆಯ ಪ್ರಸ್ತಾಪವಿಲ್ಲ. ಆದ್ದರಿಂದ ಅದನ್ನು ನಿರ್ಲಕ್ಷಿಸಬಹುದು).

ಆದರೆ ವಿಶೇಷವೆನ್ನಿಸುವುದು ಭೀಮ ಅಡುಗೆಯವನಾದ ಎಂಬ ವಿಚಾರವಲ್ಲ; ಅವನು ತಾನೊಬ್ಬ 'ಶೂದ್ರ' ಎಂದು ಯಾವುದೇ ಸಂಕೋಚವಿಲ್ಲದೆ ವಿರಾಟನ ಸಭೆಯಲ್ಲಿ ಪರಿಚಯ ಹೇಳಿಕೊಂಡಿದ್ದು ಮತ್ತು ಅವನ ಶೂದ್ರತ್ವದ ಬಗ್ಗೆ ಒಂಚೂರೂ ತಲೆ ಕೆಡಿಸಿಕೊಳ್ಳದೆ ಅವನನ್ನು ಅಡುಗೆಯವನಾಗಿ ವಿರಾಟ ಸೇರಿಸಿಕೊಂಡಿದ್ದು! ಅರಮನೆಯ ಆತಿಥ್ಯಕ್ಕೆ ಬ್ರಾಹ್ಮಣಾದಿಯಾಗಿ ಎಲ್ಲ ವರ್ಣದವರೂ ಬರುತ್ತಾರೆ. ಅವರೆಲ್ಲರ ಊಟದ ಜವಾಬ್ದಾರಿ ವಲಲನದಾಗಿರುತ್ತದೆ. ಅಂದರೆ ಮಹಾಭಾರತ ಕಾಲದಲ್ಲಿ ಆಹಾರ ಸ್ವೀಕಾರದ ವಿಷಯದಲ್ಲಿ ವರ್ಣಗಳು ಎಂದೂ ಅಡ್ಡಿಯಾಗಿದ್ದಿಲ್ಲ ಎಂಬುದು ತಿಳಿಯುತ್ತದೆ. ಇಂತಹ ಮನೋಭಾವ ಅನಂತರದ ದಿನಗಳಲ್ಲಿ ಭಾರತದ ಸಂಸ್ಕೃತಿಯಲ್ಲಿ ಸೇರಿಕೊಂಡಿದ್ದಿರಬೇಕು.

ಅರ್ಜುನನ ನಪುಂಸಕ ಪಾತ್ರದ ಆಯ್ಕೆಯ ಕಾರಣ ಮಾತ್ರ ಹೇಗೇ ಯೋಚಿಸಿದರೂ ತಿಳಿಯುವದಿಲ್ಲ. ಅರ್ಜುನ ಅದಕ್ಕೆ ನೀಡುವ ಕಾರಣ ಕುತೂಹಲದ್ದಾಗಿದೆ. ಮಹಾಧನುರ್ಧಾರಿಯಾದ ಅರ್ಜುನನ ತೋಳುಗಳಲ್ಲಿ, ಧನುಸ್ಸಿಗೆ ಹೂಡಿದ ಬಾಣವನ್ನು ಎಳೆದಾಗ, ಆ ಬಾಣದ ಹಿಂಭಾಗವು ಚುಚ್ಚಿ ಚುಚ್ಚಿ ಗಾಯಗಳನ್ನು ಮಾಡಿರುತ್ತದೆ. ಇವನ್ನು ಜ್ಯಾಘಾತಗಳೆಂದು ಕರೆಯುತ್ತಾರೆ. ಈ ಗಾಯ ಮಾದ ಗುರುತುಗಳನ್ನು ಯಾರು ನೋಡಿದರೂ ಅವನೊಬ್ಬ ವೀರನೆಂದು ಗುರುತಿಸುತ್ತಾರೆ. ಅವನ್ನು ಮುಚ್ಚಬೇಕೆಂದರೆ ಕಂಚುಕಿ (ಕುಪ್ಪಸ ತರಹದ ವಸ್ತ್ರವಿರಬೇಕು) ಧರಿಸುವದೊಂದೇ ದಾರಿ. ಆದ್ದರಿಂದ ನಾನು ಸ್ತ್ರೀವೇಷ ಧರಿಸಿ, ನಪುಂಸಕನಾಗಿ ಅಂತಃಪುರ ಸೇರುತ್ತೇನೆ ಎಂದು ಹೇಳುತ್ತಾನೆ. ಅದೇ ರೀತಿಯಲ್ಲಿ ಅವನು ವಿರಾಟನ ಸಭೆಯಲ್ಲಿ ತನ್ನನ್ನು ಪರಿಚಯಿಸಿಕೊಳ್ಳುತ್ತಾನೆ. 'ಬೃಹನ್ನಳೆ' ಎನ್ನುವುದು ತನ್ನ ಹೆಸರೆಂದು ಹೇಳುತ್ತಾನೆ (ನಾವು ಇತ್ತೀಚಿನ ದಿನಗಳಲ್ಲಿ 'ಬೃಹನ್ನಳೆ' ಎಂದರೆ ನಪುಂಸಕತ್ವ ಎನ್ನುವ ಅರ್ಥದಲ್ಲಿ ಆ ಪದವನ್ನು ಬಳಸುತ್ತೇವೆ). ಆದರೆ ಸಭೆಯಲ್ಲಿರುವ ಯಾರೂ ಅವನನ್ನು ನಪುಂಸಕನೆಂದು ಒಪ್ಪುವದಿಲ್ಲ. ಅವನು ಸ್ತ್ರೀವೇಷ ಹಾಕಿಕೊಂಡು ಬಂದ ವೀರನೆಂದೇ ಎಲ್ಲರೂ ಗುರುತಿಸುತ್ತಾರೆ. ಅಂದ ಮೇಲೆ ಅರ್ಜುನ ವೇಷ ಹಾಕಿದ್ದನೇ ಹೊರತು, ದೈಹಿಕವಾಗಿ ಎಂತಹ ಬದಲಾವಣೆಯೂ ಅವನಲ್ಲಿ ಆಗಿರಲಿಲ್ಲ ಎಂಬುದು ತಿಳಿಯುತ್ತದೆ. ಈ ಜ್ಯಾಘಾತಗಳ ಸಮಸ್ಯೆ ಅರ್ಜುನನಿಗೆ ಮಾತ್ರವಿತ್ತೆಂದೂ ತಿಳಿಯುತ್ತದೆ. ಅಂದರೆ ಉಳಿದ ನಾಲ್ವರು ಧನುಸ್ಸನ್ನು ಅಷ್ಟಾಗಿ ಉಪಯೋಗಿಸುತ್ತಿರಲಿಕ್ಕಿಲ್ಲ.

ವಿರಾಟ ರಾಜನು ಅರ್ಜುನನನ್ನು ಎರಡು ಬಗೆಯಲ್ಲಿ ಪರೀಕ್ಷಿಸುತ್ತಾನೆ. ಮೊದಲಿಗೆ ಹಲವಾರು ಬಗೆಯ ಬಿಲ್ಲು-ಬಾಣಗಳನ್ನು ತರಿಸಿ ಅವನ ಮುಂದಿಟ್ಟು ಅವುಗಳನ್ನು ಉಪಯೋಗಿಸಲು ಹೇಳುತ್ತಾನೆ. ಅರ್ಜುನ ಅತ್ಯಂತ ಜಾಣತನದಿಂದ

ತನಗೆ ಅವುಗಳನ್ನು ಬಳಸಿ ಗೊತ್ತೇ ಇಲ್ಲ ಎಂದು ಹೇಳಿ ತಪ್ಪಿಸಿಕೊಂಡುಬಿಡುತ್ತಾನೆ. ಆದರೆ ಎರಡನೆಯ ಪರೀಕ್ಷೆ ಮಾತ್ರ ಅತ್ಯಂತ ಕಠಿಣವಾದದ್ದಾಗಿರುತ್ತದೆ. ವಿರಾಟ ತನ್ನ ಅಂತಃಪುರದ ಸೊಗಸಾದ ಹೆಂಗಸರನ್ನು ಕರೆಸಿ, ಅವನನ್ನು ಮರೆಗೆ ಕರೆದುಕೊಂಡು ಹೋಗಿ ಪರೀಕ್ಷಿಸಲು ಹೇಳುತ್ತಾನೆ. ಆ ಪರೀಕ್ಷೆಯಲ್ಲಿಯೂ ಅರ್ಜುನ ಗೆದ್ದುಬಿಡುತ್ತಾನೆ! ಈ ಹೊತ್ತಿಗಾಗಲೇ ಅರ್ಜುನನಿಗೆ 45ರ ವಯಸ್ಸು. ಆದ್ದರಿಂದ ಕಾಮವನ್ನು ಸ್ವಲ್ಪ ಮಟ್ಟಿಗೆ ಹತೋಟಿಯಲ್ಲಿಟ್ಟುಕೊಳ್ಳುವ ಶಕ್ತಿ ಅವನಿಗೆ ಬಂದಿರಬೇಕೆನ್ನಿಸುತ್ತದೆ. ಹಲವಾರು ಹೆಣ್ಣುಗಳನ್ನು ಯೌವನದಲ್ಲಿ ಅನುಭವಿಸಿದ ಅವನಿಗೆ, ಈಗ ಹೆಣ್ಣಿನ ಮೇಲಿನ ವ್ಯಾಮೋಹ ಕಡಿಮೆಯಾಗಿರಬೇಕು. ಈ ವಿಷಯ ಗೋಗ್ರಹಣ ಯುದ್ಧ ಮುಗಿದ ನಂತರವೂ ಗೊತ್ತಾಗುತ್ತದೆ. ಪಾಂಡವರು ತನಗೆ ಮಾಡಿದ ಉಪಕಾರಕ್ಕೆ ಪ್ರತಿಯಾಗಿ ವಿರಾಟನು ತನ್ನ ಸುಂದರಳಾದ ಮಗಳು ಉತ್ತರೆಯನ್ನು ಅವನಿಗೆ ಕೊಟ್ಟು ಮದುವೆ ಮಾಡಲು ನೋಡುತ್ತಾನೆ. ಆದರೆ ಆ ಆಹ್ವಾನವನ್ನು ಅರ್ಜುನ ನಯವಾಗಿ ತಿರಸ್ಕರಿಸಿ, ಅವಳನ್ನು ತನ್ನ ಹದಿನೈದರ ಹರೆಯದ ಮಗ ಅಭಿಮನ್ಯುವಿಗೆ ಹೆಂಡತಿಯಾಗಿ ತಂದುಕೊಳ್ಳುತ್ತಾನೆ. ಆ ನಿರಾಕರಣೆಗೆ ಅವನು ಕೊಡುವ ಕಾರಣ ತಮಾಷೆಯದ್ದಾಗಿದೆ. ಈವರೆಗೆ ಉತ್ತರೆ ನನ್ನನ್ನು ಗುರುಸಮಾನವಾಗಿ ಭಾವಿಸಿ ಸೇವೆ ಮಾಡಿದ್ದಾಳೆ. ಆದ್ದರಿಂದ ಅವಳಿಗೆ ನಾನು ತಂದೆಯ ಸಮಾನ. ಆದ್ದರಿಂದ ನಾನವಳನ್ನು ಸೊಸೆಯಾಗಿ ಸ್ವೀಕರಿಸುತ್ತೇನೆಯೆ ಹೊರತು ಪತ್ನಿಯಾಗಿ ಅಲ್ಲ ಎನ್ನುತ್ತಾನೆ. ಆದರೆ ಹದಿನೈದು-ಇಪ್ಪತ್ತು ವರ್ಷದ ಕೆಳಗೆ ದ್ವಾರಕೆಯಲ್ಲಿ ಸುಭದ್ರೆ ಮಾಡಿದ್ದೇನು? ಋಷಿಯೆಂದು, ಗುರುಮುನಿಯೆಂದು ಭಾವಿಸಿ ಅರ್ಜುನನ ಸೇವೆ ಮಾಡಿದ್ದಳಲ್ಲವೆ? ಆಗ ಯಾವುದೇ ಮುಲಾಜಿಲ್ಲದೆ ಅವಳನ್ನು ಪ್ರೇಮಿಸಿ ಹಾರಿಸಿಕೊಂಡು ಹೋದ ತರುಣ ಅರ್ಜುನ ಈಗ ಬೇರೆಯದೇ ಧರ್ಮಶಾಸ್ತ್ರವನ್ನು ಹೇಳುತ್ತಿದ್ದಾನೆ! ಅವನ ಮಾಗಿದ ವಯಸ್ಸು ಹಾಗೂ ಮನಸ್ಸು ಇಂತಹ ನಿರ್ಧಾರಕ್ಕೆ ಕಾರಣವಾಗಿರಬೇಕೆನ್ನಿಸುತ್ತದೆ. ವನವಾಸ ಶುರುವಾದ ಮೇಲೆ ಅರ್ಜುನ ಯಾವುದೇ ಹೊಸ ಹೆಣ್ಣಿನ ಆಸೆಗೆ ಕೈ ಹಾಕುವುದೇ ಇಲ್ಲವೆನ್ನುವುದನ್ನು ನಾವು ಗಮನಿಸಬೇಕು. ಅಷ್ಟಕ್ಕೂ ಉತ್ತರೆಯ ವಯಸ್ಸಾದರೂ ಎಷ್ಟು? ಹನ್ನೆರಡು ಹದಿಮೂರಕ್ಕಿಂತಲೂ ಹೆಚ್ಚಿರಲಿಕ್ಕಿಲ್ಲ. ಗೋಗ್ರಹಣ ಯುದ್ಧಕ್ಕೆ ಹೋಗುವಾಗ ಅರ್ಜುನನಿಗೆ ಅವಳು ತನ್ನ ಗೊಂಬೆಗಳಿಗೆ ತೊಡಿಸಲು ಮಡಿದ ವೀರರ ಬಣ್ಣಬಣ್ಣದ ವಸ್ತ್ರ, ಆಕರ್ಷಕ ಒಡವೆಗಳನ್ನು ತಂದು ಕೊಡಲು ಬೇಡಿಕೊಳ್ಳುತ್ತಾಳೆ. ಅದರಂತೆ ಅರ್ಜುನ ರಣಭೂಮಿಯಿಂದ ಅವಳಿಗೆ ಉಡುಗೊರೆಗಳನ್ನು ತಂದು ಕೊಡುತ್ತಾನೆ. ಅಂದರೆ ಗೊಂಬೆಯಾಡುವ ಹುಡುಗಿಯನ್ನು 45ರ ಗಂಡಸು ಇಷ್ಟಪಡುವದಾದರೂ ಹೇಗೆ? ಅದೂ ಕಾರಣವಾಗಿರಬಹುದು.

ಕೆಲವೇ ವರ್ಷಗಳ ಕೆಳಗೆ ಇಂದ್ರನಗರಿಯಲ್ಲಿ ರೂಪವತಿಯಾದ ಊರ್ವಶಿಯನ್ನು ವರಿಸುವದಕ್ಕೂ ತಾಯಿ–ಮಗನ ಸಂಬಂಧದ ನೆಪವನ್ನು ನೀಡಿ ಅರ್ಜುನ ನಿರಾಕರಿಸಿದ್ದ ಎಂಬುದನ್ನು ನಾವಿಲ್ಲಿ ಜ್ಞಾಪಿಸಿಕೊಳ್ಳಬಹುದು. ಊರ್ವಶಿಯ ಶಾಪದ ಕತೆ ಕುತೂಹಲಕಾರಿಯಾಗಿದೆ. ಈ ಕತೆಯ ಪ್ರಸ್ತಾಪ ಹಲವಾರು ಕಡೆಯಲ್ಲಿ ಬಂದರೂ, ವಿದ್ವಾಂಸರು ಇದನ್ನು ಪ್ರಕ್ಷೇಪವೆಂದೇ ಪರಿಗಣಿಸುತ್ತಾರೆ. ಊರ್ವಶಿಯ ಶಾಪವನ್ನು ತಾನು ವರವಾಗಿ ಬಳಸಿಕೊಂಡಿರುವೆನೆಂದು ಅರ್ಜುನ ಎರಡು ಬಾರಿ ಹೇಳುತ್ತಾನೆ. ಆದರೆ ಅವನು ವಿರಾಟನಗರದಲ್ಲಿ ನಪುಂಸಕನ ವೇಷ ಹಾಕುತ್ತಿದ್ದನೆಂದು ಗೋಚರಿಸುತ್ತದೆಯೇ ಹೊರತು, ಅವನು ನಿಜಕ್ಕೂ ನಪುಂಸಕನಾಗಿ ಬದುಕಿದ ಎಂದು ಅನ್ನಿಸುವದಿಲ್ಲ. ಗೋಗ್ರಹಣ ಯುದ್ಧದ ಸಮಯದಲ್ಲಿ 'ಅರ್ಜುನ'ನಾಗಿಯೇ ಕಾಣಿಸಿಕೊಳ್ಳುವ ಅರ್ಜುನ, ಯುದ್ಧ ಮಗಿದು ವಿರಾಟನಗರಕ್ಕೆ ಮರಳುವಾಗ ಮತ್ತೆ 'ಬೃಹನ್ನಳೆ'ಯ ದಿರಿಸನ್ನು ಹಾಕಿಕೊಂಡು ವಾಪಾಸಾಗುತ್ತಾನೆಂಬ ಉಲ್ಲೇಖವಿದೆ. ಬಹುಶಃ ಮೂರುಲೋಕವನ್ನು ಗೆಲ್ಲುವ ಶಕ್ತಿಯುಳ್ಳ ಅರ್ಜುನನಂತಹ ವೀರನ ನಪುಂಸಕ ಪಾತ್ರವನ್ನು ಸಮರ್ಥಿಸಿಕೊಳ್ಳಲು ಯಾರೋ ಮಾಡಿದ ಕಥನ ಪ್ರಕ್ಷೇಪವೇ ಊರ್ವಶಿಯ ಶಾಪದ ಕತೆಯಿರಬೇಕೆನ್ನಿಸುತ್ತದೆ. ಅದೇನೇ ಇರಲಿ, ವೀರಾಧಿವೀರ ಅರ್ಜುನನಿಗೆ ನಪುಂಸಕತ್ವದ ಅನುಭವ ನೀಡಿ, 'ವೀರ್ಯ'ಕ್ಕಿಂತಲೂ 'ಜೀವ' ಮುಖ್ಯವೆಂದು ಸಾರುವ ವ್ಯಾಸರ ಕಥನ ಕಲೆಗೆ ಯಾವುದೇ ಸರಿಸಾಟಿಯೂ ಇಲ್ಲ. ಮತ್ತೊಂದು ಕುತೂಹಲದ ಅಂಶವನ್ನು ನಾವಿಲ್ಲಿ ಕಾಣಬಹುದು. ವೇಷ ಹಾಕಿಕೊಂಡ ಅರ್ಜುನ ಜನರನ್ನು ಮರುಳು ಮಾಡಿದರೂ, ನಾಟ್ಯಶಾಸ್ತ್ರವನ್ನು ಮತ್ತೊಬ್ಬರಿಗೆ ಕಲಿಸಿಕೊಡುವಷ್ಟು ನಾಟ್ಯವನ್ನು ಎಲ್ಲಿಂದ ಕಲಿತಿದ್ದ ಎನ್ನುವುದು. ಬಹುಶಃ ಸುರಸುಂದರನಾದ ಈ ಅರ್ಜುನನಿಗೆ ನಾಟ್ಯ ಬರಲಿ–ಬಿಡಲಿ, ಸುಮ್ಮನೆ ನಮ್ಮ ಜೊತೆಯಲ್ಲಿ ಯಾವುದೋ ನೆಪದಿಂದ ಇದ್ದರೆ ಸಾಕೆಂದು ಅಂತಃಪುರದ ತರುಣಿಯರು ಅವನನ್ನು ಉಳಿಸಿಕೊಂಡಿರಬೇಕೆನ್ನಿಸುತ್ತದೆ! ಅಥವಾ ಹಿಂದೆ ಚಿತ್ರರಥ, ಚಿತ್ರಸೇನ ಮುಂತಾದ ಗಂಧರ್ವ ರಾಜರನ್ನು ಸೋಲಿಸಿ, ಅವರ ಸ್ನೇಹವನ್ನು ಗಳಿಸಿ, ಅವರಿಂದ ಹಲವು ವಿದ್ಯೆಗಳನ್ನು ಅರ್ಜುನ ಕಲಿತ ಉಲ್ಲೇಖವಿದೆ. ನಾಟ್ಯ–ಸಂಗೀತಗಳು ಗಂಧರ್ವರ ಬದುಕಿನ ಅವಿಭಾಜ್ಯ ಅಂಗಗಳಾಗಿದ್ದವು. ಅವರಿಂದ ಅರ್ಜುನ ನಾಟ್ಯ–ಸಂಗೀತಗಳನ್ನು ಕಲಿತಿರಲೂಬಹುದು.

ಬಹುಶಃ ನಾವು ನಪುಂಸಕತ್ವವನ್ನು ಅತ್ಯಂತ ಹೀನಾಯ ಸಂಗತಿಯೆಂಬಂತೆ ಈ ದಿನಗಳಲ್ಲಿ ಕಾಣುವ ಮನೋಭಾವ ಆ ಕಾಲಕ್ಕೆ ಇರಲಿಲ್ಲವೇನೋ ಎಂಬ ಅನುಮಾನವಾಗುತ್ತದೆ. ಅದಕ್ಕೆ ವಿರುದ್ಧವಾಗಿ ಅದು ಗೌರವದ ಹುದ್ದೆಯೂ ಆಗಿರಬಹುದು. ಅಜ್ಞಾತವಾಸದ ಆರಂಭದಲ್ಲಿ ತಾನು ನಪುಂಸಕನಾಗಿ ವೇಷ

ಧರಿಸುತ್ತೇನೆಂದು ಅರ್ಜುನ ಹೇಳಿದಾಗ, ಉಳಿದ ಸಹೋದರರು ಮತ್ತು ಪತ್ನಿ ದ್ರೌಪದಿ ಯಾವ ತಕರಾರನ್ನೂ ಎತ್ತುವದಿಲ್ಲ ಎಂಬುದನ್ನು ನಾವಿಲ್ಲಿ ಗಮನಿಸಬಹುದು. ಅಂತಃಪುರದ ಒಡನಾಟವನ್ನೆಲ್ಲಾ ತಿಳಿದುಕೊಂಡು, ಅಲ್ಲಿಯ ರಾಜ ರಾಣಿ ರಾಜಕುಮಾರಿಯರ ಆಪ್ತತೆಯನ್ನು ಗಳಿಸಿಕೊಂಡ ನಪುಂಸಕನೊಬ್ಬನಿಗೆ ಸಮಾಜದಲ್ಲಿ ಗೌರವಗಳು ದಕ್ಕುತ್ತಿರಬೇಕು. ಮೊಗಲರ ಕಾಲದಲ್ಲಿ ಅಂತಃಪುರದ ಶಿಖಂಡಿಗಳು ರಾಜ್ಯಾಡಳಿತದಲ್ಲಿ ಸಾಕಷ್ಟು ಪ್ರಭಾವ ಉಳ್ಳವರಾಗಿದ್ದರೆಂಬ ವಿಷಯ ನಮಗೆ ಇತಿಹಾಸದಲ್ಲಿ ತಿಳಿಯುತ್ತದೆ.

ನಕುಲನು ದಾಮಗ್ರಂಥಿ ಎನ್ನುವ ಕುದುರೆಗಳ ಯೋಗಕ್ಷೇಮವನ್ನು ನೋಡಿಕೊಳ್ಳುವ ಅಶ್ವಾಧ್ಯಕ್ಷನಾಗಿ ವಿರಾಟನ ಅರಮನೆಯನ್ನು ಸೇರಿಕೊಳ್ಳುತ್ತಾನೆ. ರಥಗಳನ್ನು, ಕುದುರೆಗಳನ್ನು ನೋಡಿಕೊಳ್ಳುವುದು ಸೂತವೃತ್ತಿ. ಆದರೆ ಅದನ್ನು ಮಾಡಲು ಕ್ಷತ್ರಿಯನಾದ ತನಗೆ ಯಾವ ಅವಮಾನವೂ ಅಲ್ಲವೆಂದು ನಕುಲ ತನ್ನಣ್ಣನಿಗೆ ತಿಳಿಸುತ್ತಾನೆ. ಕುದುರೆಗಳ ಸಹವಾಸ ಕ್ಷತ್ರಿಯರಿಗೂ ಸಾಕಷ್ಟು ಇರುತ್ತದೆ ಮತ್ತು ಅದು ವೀರರಿಗೆ ಪ್ರಿಯವಾದ ಹವ್ಯಾಸವೂ ಆಗಿರುತ್ತದೆ. ಹನ್ನೆರಡು ವರ್ಷ ವನವಾಸದ ಕಾಲದಲ್ಲಿಯೂ ನಕುಲನು ಕುದುರೆಗಳನ್ನು ಸಂಭಾಳಿಸಿರಬಹುದೆನ್ನಿಸುತ್ತದೆ. ಪಾಂಡವರ ಬಳಿ ವನವಾಸ ಕಾಲದಲ್ಲಿ ಕುದುರೆ, ರಥ, ಹಸುಗಳು ಇದ್ದವು. ಆದ್ದರಿಂದ ಅವನದು ಸಹಜ ಆಯ್ಕೆ.

ಸಹದೇವನು ತಂತ್ರೀಪಾಲನೆಂಬ ಪಶುಪಾಲಕನ ವೇಷವನ್ನು ಧರಿಸುತ್ತಾನೆ. ಗೋವುಗಳು ಮಹಾಭಾರತ ಕಾಲದಲ್ಲಿ ಸಂಪತ್ತಿನ ಸಂಕೇತಗಳಾಗಿದ್ದವು. ಗೋವುಗಳನ್ನು 'ಗೋಧನ' ಎಂದೇ ಕರೆಯಲಾಗುತ್ತಿತ್ತು. ಕೌರವರು ವಿರಾಟನಗರದ ಮೇಲೆ ಆಕ್ರಮಣ ಮಾಡಿದಾಗ, ಅವರು ಮೊದಲಿಗೆ ವಶಪಡಿಸಿಕೊಂಡಿದ್ದು ಗೋವುಗಳನ್ನು. ಪಶುಗಳನ್ನು ಸಾಕಿ, ಆರೈಕೆ ಮಾಡಿ, ಅದರ ಹಾಲು–ಹೈನನ್ನು ಮಾರಿ ಬದುಕುವುದು ವೈಶ್ಯರಿಗೆ ಸಂಬಂಧಿಸಿದ ವೃತ್ತಿಯಾಗಿತ್ತು (ಆದ್ದರಿಂದಲೇ ಅದೇ ವೃತ್ತಿಯನ್ನು ಮಾಡಿಕೊಂಡಿದ್ದ ಯಾದವರು ಮುಂದೆ ಎಷ್ಟೇ ಶ್ರೀಮಂತರಾದರೂ ಅವರನ್ನು ಕ್ಷತ್ರಿಯರೆಂದು ಒಪ್ಪಿಕೊಳ್ಳಲು ಶಿಶುಪಾಲ ಇತ್ಯಾದಿ ಹಲವಾರು ರಾಜರು ನಿರಾಕರಿಸಿದ್ದು). ಆದ್ದರಿಂದ ಸಹದೇವನು ಸಹಜವಾಗಿ ತಾನು ವೈಶ್ಯನೆಂದು ಹೇಳಿಕೊಳ್ಳುತ್ತಾನೆ. ಮುಂಚಿನಿಂದಲೂ ಅವನಿಗೆ ಪಶುಗಳ ಪಾಲನೆ ಗೊತ್ತಿತ್ತು. ವನವಾಸ ಕಾಲದಲ್ಲಿಯೂ ಆ ಕೆಲಸವನ್ನು ಅವನು ನಿರ್ವಹಿಸಿದ್ದ. ಆದ್ದರಿಂದ ಅವನ ಆಯ್ಕೆಯೂ ಸಹಜವಾಗಿತ್ತು.

ನಕುಲ ಮತ್ತು ಸಹದೇವರು ತಮ್ಮ ತಾತ್ಕಾಲಿಕ ವೃತ್ತಿಯನ್ನು ಆಯ್ಕೆ ಮಾಡಿಕೊಂಡು ತಮಗೆ ಅದರಲ್ಲಿ ಇರುವ ಅನುಭವಗಳನ್ನು ಹೇಳಿಕೊಂಡಾಗ,

ಅಂದಿನ ದಿನಗಳಲ್ಲಿ ಕುದುರೆ ಮತ್ತು ಹಸುಗಳ ಪಾಲನೆ-ಪೋಷಣೆಯ ಜ್ಞಾನ ಅತ್ಯಂತ ಉನ್ನತ ಮಟ್ಟದಲ್ಲಿ ಇತ್ತೆಂದು ಗೊತ್ತಾಗುತ್ತದೆ. ಪಶುಗಳು ಹೆಚ್ಚಿನ ಹಾಲನ್ನು ಕೊಡುವಂತೆ ಮಾಡುವುದು, ಅವುಗಳಿಗೆ ರೋಗವಿಲ್ಲದಂತೆ ಮಾಡುವುದು, ಕಾಡುಮೃಗಗಳ ಭಯವನ್ನು ಅವುಗಳ ಮನಸ್ಸಿನಿಂದ ನಿವಾರಣೆ ಮಾಡುವುದು, ಅವುಗಳ ಸಂಖ್ಯೆಯನ್ನು ಅತಿ ಬೇಗನೆ ಹೆಚ್ಚಿಸುವುದು, ಅತ್ಯಂತ ಪರಿಣಾಮಕಾರಿಯಾದ ಹೋರಿಯನ್ನು ಗುರುತಿಸುವುದು – ಇತ್ಯಾದಿ ವಿದ್ಯೆಗಳು ಅವರಿಗೆ ಕರಾರುವಾಕ್ಕಾಗಿ ಗೊತ್ತಿತ್ತೆಂದು ತಿಳಿಯುತ್ತದೆ. ಸಹದೇವ ಹೋರಿಗಳ ವಿಷಯವಾಗಿ ಹೇಳುವ ಒಂದು ಮಾತು ಬಹಳ ಸೊಗಸಾಗಿದೆ – "ಯಾವ ಹೋರಿಯ ಮೂತ್ರವನ್ನು ಆಘ್ರಾಣಿಸಿದ ಮಾತ್ರಕ್ಕೆ ಗೊಡ್ಡು ಹಸುವೂ ಕೂಡ ಕರುಗಳನ್ನು ಈಯುವುದೋ, ಅಂತಹ ಉತ್ತಮ ಲಕ್ಷಣವುಳ್ಳ ಹೋರಿಗಳನ್ನು ನಾನು ಬಲ್ಲೆನು". ಅದೇ ರೀತಿ ನಕುಲನೂ ಅಶ್ವವಿದ್ಯೆಗೆ ಸಂಬಂಧಿಸಿದ ಸಾಕಷ್ಟು ವಿವರಗಳನ್ನು ತಿಳಿಸುತ್ತಾನೆ.

ವೃತ್ತಿಯನ್ನು ಆಯ್ಕೆ ಮಾಡಿಕೊಳ್ಳುವಲ್ಲಿ ನಿಜವಾದ ಕಷ್ಟ ಬಂದಿದ್ದು ದ್ರೌಪದಿಗೆ. ಎರಡು ಸಂಗತಿಗಳು ಅವಳ ಆಯ್ಕೆಯನ್ನು ಕಷ್ಟಗೊಳಿಸಿದವು. ವಿರಾಟನಗರಕ್ಕೆ ಬಂದಾಗ 45ರ ಆಸುಪಾಸಿನ ವಯಸ್ಸಿನಲ್ಲಿದ್ದರೂ ದ್ರೌಪದಿ ಅತ್ಯಂತ ರೂಪವತಿಯಾಗಿದ್ದಳು. ಯಾವುದೇ ಪುರುಷ ಅವಳನ್ನು ನೋಡಿದರೂ ಸಾಕು, ಅವನಲ್ಲಿ ಕಾಮ ಉಕ್ಕಿ ಬರುತ್ತಿತ್ತು. ಗಂಡಸರ ಮಾತಂತಿರಲಿ, ಹೆಂಗಸರಿಗೂ ಅವಳನ್ನು ನೋಡುತ್ತಲೇ ಇರಬೇಕೆನ್ನುವ ವ್ಯಾಮೋಹವನ್ನು ಹುಟ್ಟಿಸುವಂತಿದ್ದಳು. 'ಮಾಲಿನಿ' ಎನ್ನುವ ಹೆಸರಿನಲ್ಲಿ ಸೈರಂಧ್ರಿಯ ವೃತ್ತಿ (ಅಂತಃಪುರದ ಹೆಂಗಸರ ಅಲಂಕಾರವನ್ನು ನೋಡಿಕೊಳ್ಳುವ ಒಂದು ಶೂದ್ರವೃತ್ತಿ) ಅಪೇಕ್ಷೆಯಿಂದ ಅವಳು ಬಂದಾಗ, ಮೊದಲಿಗೆ ಸುದೇಷ್ಣೆ ಅವಳನ್ನು ನಿರಾಕರಿಸಲು ಮುಖ್ಯ ಕಾರಣವೇ ದ್ರೌಪದಿಯ ಅತಿಶಯ ರೂಪವಾಗಿತ್ತು. "ನನ್ನ ಗಂಡ ವಿರಾಟನು ನಿನ್ನನ್ನು ನೋಡಿದರೆ ಖಂಡಿತಾ ನಿನ್ನನ್ನು ಕೂಡುವದಕ್ಕೆ ಹಟ ಹಿಡಿಯುತ್ತಾನೆ. ಅದು ನನಗೆ ಕಂಟಕವಾಗುತ್ತದೆ. ನಿನ್ನನ್ನು ಅಂತಃಪುರದಲ್ಲಿ ಇಟ್ಟುಗೊಂಡರೆ ಏಡಿಯು ಗರ್ಭವನ್ನು ಧರಿಸಿದಂತೆಯೇ ಸರಿ. ಮರಿ ಹುಟ್ಟುವಾಗ ತಾಯಿಯ ಹೊಟ್ಟೆಯನ್ನೇ ಒಡೆದು, ಅದರ ಸಾವಿಗೆ ಕಾರಣವಾಗುತ್ತದೆ. ಆದ್ದರಿಂದ ನೀನು ಇಲ್ಲಿರುವುದು ಬೇಡ" ಎಂದು ಸುದೇಷ್ಣೆ ಮೊದಲಿಗೆ ನಿರಾಕರಿಸುತ್ತಾಳೆ. ಆದರೆ ದ್ರೌಪದಿಯು ತನ್ನ ಮಾನ ಸಂರಕ್ಷಣೆಯನ್ನು ತಾನೇ ಮಾಡಿಕೊಳ್ಳುವದಾಗಿಯೂ, ತನಗೆ ಸಹಾಯ ಮಾಡಲು ಐದು ಜನ ಗಂಧರ್ವ ಗಂಡಂದಿರು ಅಗೋಚರವಾಗಿ ಇರುವರೆಂದೂ ಕತೆ ಕಟ್ಟಿ ಅವಳನ್ನು ಒಪ್ಪಿಸುತ್ತಾಳೆ. ಈ ಕಾಲ್ಪನಿಕ ಗಂಧರ್ವ ಗಂಡಂದಿರ ಕತೆಯು ಪುಕ್ಕಲು ಹೃದಯದ ವಿರಾಟನನ್ನು ಅವಳ ತಂಟೆಗೆ ಬರದಂತೆ ತಡೆಯುತ್ತದಾದರೂ,

ವೀರ ಕೀಚಕನನ್ನು ತಡೆಯಲು ಸಾಧ್ಯವಾಗುವದಿಲ್ಲ. ಆ ಕೀಚಕವಧೆಯ ಕತೆಯನ್ನು ಅನಂತರ ನೋಡೋಣ.

ಆದರೆ ನಿಜವಾದ ಸಮಸ್ಯೆಯೇನೆಂದರೆ ಅವಳಿಗೆ ಸೈರಂಧ್ರಿಯ ವೃತ್ತಿಯ ಚಾಣಾಕ್ಷತೆಗಳಿರಲಿಲ್ಲ. ಯಾವತ್ತೂ ರಾಣಿಯಾಗಿ ವೈಭವದಿಂದ ಅರಮನೆಯಲ್ಲಿ ಬಾಳಿದ ದ್ರೌಪದಿಗೆ ಪರಿಚಾರಿಕೆಯನ್ನು ಮಾಡಿಸಿಕೊಂಡು ಗೊತ್ತೇ ಹೊರತು, ಮಾಡಿದ ಅನುಭವವಿಲ್ಲ. ವನವಾಸದಲ್ಲಿಯೂ ಅವಳ ಸೇವೆಗೆ ಸಾಕಷ್ಟು ಹೆಂಗಸರು ಇದ್ದಿರಬೇಕು. ಆದರೆ ತನಗೆ ಎಲ್ಲ ವಿದ್ಯೆಯೂ ಗೊತ್ತೆಂದು ಸುಳ್ಳು ಹೇಳಿಕೊಂಡು ಅವಳು ಅಂತಃಪುರ ಸೇರಿಕೊಂಡು ಬಿಡುತ್ತಾಳೆ. ಐಟಿ ಕಂಪನಿಗಳು ಉಚ್ಛ್ರಾಯ ಸ್ಥಿತಿಯಲ್ಲಿರುವಾಗ, ಸುಳ್ಳುಸುಳ್ಳೇ ಅನುಭವಗಳನ್ನು ತಮ್ಮ ಬಯೋಡೇಟಾದಲ್ಲಿ ಹಾಕಿಕೊಂಡು ಅಲ್ಲಿ ಯಶಸ್ವಿಯಾಗಿ ಕೆಲಸ ಗಿಟ್ಟಿಸಿಕೊಂಡ ನಮ್ಮ ಹಲವಾರು ಯುವಕರು ಮಾಡಿದಂತೆಯೇ ಅಂದು ದ್ರೌಪದಿ ಮಾಡಿದ್ದಳು. ವಿರಾಟರಾಜ್ಯ ಅತ್ಯಂತ ಸಂಪದ್ಭರಿತವಾಗಿತ್ತು. ಆದ್ದರಿಂದ ಒಬ್ಬ ಸೈರಂಧ್ರಿಯನ್ನು ಅಂತಃಪುರದಲ್ಲಿ ಸೇರಿಸಿಕೊಳ್ಳುವುದು ಕಷ್ಟವಾಗಿರಲಿಲ್ಲ. ಅವಳು ಅತ್ಯಂತ ಸುಂದರಿಯಾಗಿದ್ದಳು ಮತ್ತು 'ದ್ರೌಪದಿ'ಯಂತಹ ಮಹಾರಾಣಿಯೊಡನೆ ಒಡನಾಡಿದ್ದಳು ಎಂಬ ಸಂಗತಿಯೇ ಅವಳನ್ನು ಅಂತಃಪುರಕ್ಕೆ ಸೇರಿಸಿಕೊಳ್ಳುವದಕ್ಕೆ ಸಾಕಾಗಿತ್ತು. ಆದರೆ ವೃತ್ತಿಯೆಂದು ಸ್ವೀಕರಿಸಿದ ಮೇಲೆ ಅದಕ್ಕೆ ತಕ್ಕಂತೆ ಪರಿಶ್ರಮ ಹಾಕಲೇಬೇಕಲ್ಲವೆ? ಅವಳ ಆ ಒದ್ದಾಟವು ಮುಂದೆ ಒಂದು ರಾತ್ರಿ ಅವಳು ಭೀಮನ ಬಳಿ ಕೀಚಕನನ್ನು ಕೊಲ್ಲೆಂದು ಅವನ ಮನಸ್ಸನ್ನು ಒಲಿಸಲು ಹೋದಾಗ ವ್ಯಕ್ತವಾಗುತ್ತದೆ. ಗಂಧವನ್ನು ತೇದು ತೇದು ಅವಳ ಅಂಗೈಗಳಲ್ಲಿ ಗಡ್ಡೆಗಳು ಕಟ್ಟಿರುತ್ತವೆ. ಆ ಅಂಗೈಗಳನ್ನು ಭೀಮನಿಗೆ ತೋರಿಸಿ "ಅತ್ತೆಯಾದ ಕುಂತೀದೇವಿಯ ಹೊರತು, ನನಗಾಗಿಯೂ ನಾನು ಯಾವತ್ತೂ ಗಂಧವನ್ನು ತೇಯ್ದುಕೊಂಡವಳಲ್ಲ. ಈಗ ಪ್ರತಿದಿನವೂ ಸುದೇಷ್ಣೆಗೆ ಮತ್ತು ವಿರಾಟನಿಗೆ ಚಂದನವನ್ನು ಅರೆದು ಕೊಡುತ್ತಿದ್ದೇನೆ. ನೋಡು, ನನ್ನ ಕೈಗಳು ಹೇಗಾಗಿವೆ? ಎಂದಾದರೂ ನನ್ನ ಕೈಗಳನ್ನು ಈ ರೀತಿಯಾಗಿ ನೋಡಿರುವೆಯಾ?" ಎಂದು ಅಳುತ್ತಾಳೆ. ಅವಳ ಅಂಗೈಗಳನ್ನು ತನ್ನ ಮುಖಕ್ಕೆ ಒತ್ತಿಕೊಂಡು ಭೀಮಸೇನ ಕಣ್ಣೀರಿಡುತ್ತಾನೆ. ಭೀಮನಂತಹ ಭೀಮನೇ ಹೆಂಡತಿಯ ಪರಿಸ್ಥಿತಿಗೆ ಕಣ್ಣೀರಿಟ್ಟ ಅಪರೂಪದ ದೃಶ್ಯ ನಮಗೆ ವಿರಾಟಪರ್ವದಲ್ಲಿ ದಕ್ಕುತ್ತದೆ. ಆದರೆ ಬಹಳ ಜಾಣೆಯಾದ ದ್ರೌಪದಿ ಈ ಎಲ್ಲಾ ಕೆಲಸಗಳನ್ನು ಬಹುಬೇಗನೆ ಕಲಿತಿರಬೇಕು. ಅವಳು ತೇದ ಗಂಧವೇ ಬೇಕೆಂದು ವಿರಾಟರಾಜ ಅಪ್ಪಣೆ ಮಾಡುವ ಉಲ್ಲೇಖವಿದೆ!

ಈ ಐದೂ ಜನ ಪಾಂಡವರು ಮತ್ತು ದ್ರೌಪದಿಯು ಅಜ್ಞಾತವಾಸಕ್ಕೆಂದು ಆಯ್ದುಕೊಳ್ಳುವ ವೃತ್ತಿಗಳಲ್ಲಿ ಎರಡು ಸಮಾನ ಅಂಶಗಳನ್ನು ನಾವು ಕಾಣಬಹುದಾಗಿದೆ.

ಮೊದಲನೆಯದಾಗಿ ಕ್ಷತ್ರಿಯ ವಂಶದವರಾದ ಈ ಆರೂ ಜನ ತಮ್ಮ ವೃತ್ತಿಗಾಗಿ ಕ್ಷತ್ರಿಯೇತರ ವೃತ್ತಿಗಳನ್ನು ಆಯ್ದುಕೊಳ್ಳುತ್ತಾರೆ. ಒಬ್ಬ ಬ್ರಾಹ್ಮಣ, ಒಬ್ಬ ವೈಶ್ಯ, ಮತ್ತೊಬ್ಬ ಸೂತ, ಇಬ್ಬರು ಶೂದ್ರರು, ಉಳಿದೊಬ್ಬ ನರ್ತಕಿಯಂತಹ ವೇಶ್ಯಾಕುಲಕ್ಕೆ ಸಂಬಂಧಿಸಿದ ವೃತ್ತಿ. ಈ ಆಯ್ಕೆಯ ಹಿಂದಿನ ಉದ್ದೇಶವನ್ನು ಸುಲಭವಾಗಿ ಗುರುತಿಸಬಹುದಾಗಿದೆ. ಈ ಐದೂ ಜನ ಪಾಂಡವರು ಮಹಾ ಪರಾಕ್ರಮಿಗಳು, ಯುದ್ಧವೀರರು ಮತ್ತು ಸುತ್ತಮುತ್ತಲಿನ ದೇಶದಲ್ಲೆಲ್ಲಾ ಪ್ರಸಿದ್ಧರಾಗಿದ್ದವರು. ಇವರು ಸುಲಭವಾಗಿ ಕ್ಷತ್ರಿಯರೆಂದು ಹೇಳಿಕೊಂಡು, ಬೇರೆ ಬೇರೆ ಹೆಸರಿನಲ್ಲಿ ವಿರಾಟನ ಸೈನ್ಯದಲ್ಲಿ ಸೇರಿಕೊಂಡು ಬಿಡಬಹುದಾಗಿತ್ತು. ಆದರೆ ಕೀಚಕನಿಂದಾಗಿ ಮತ್ಸ್ಯದೇಶದವರು ಹಲವಾರು ಯುದ್ಧಗಳಲ್ಲಿ ತೊಡಗಿಕೊಂಡವರಾಗಿದ್ದರು. ಈ ಒಂದು ವರ್ಷದಲ್ಲಿ ಮತ್ತೊಂದು ಯುದ್ಧ ಬರುವ ಎಲ್ಲ ಸಾಧ್ಯತೆಗಳೂ ಇದ್ದವು. ಅಂತಹ ಸಂದರ್ಭ ಬಂದರೆ ತಮ್ಮ ಮೂಲಗುಣವಾದ ವೀರತನವನ್ನು ಹತ್ತಿಕ್ಕಿ ರಣರಂಗದಲ್ಲಿ ಹೋರಾಡುವುದು ಹೇಗೆ? ಅದು ಮತ್ತೊಂದು ವೇಷ ಹಾಕಿದಂತೆ ಸುಲಭವಾದದ್ದಲ್ಲ. ಜೊತೆಗೆ ಮತ್ಸ್ಯ ದೇಶದವರ ವೈರಿಗಳೆಲ್ಲಾ ಹೆಚ್ಚು ಕಡಿಮೆ ಕುರುಗಳ ಸ್ನೇಹಿತರು. ಆದ್ದರಿಂದ ಅವರನ್ನು ದುರ್ಯೋಧನನ ಕಡೆಯವರು ಪತ್ತೆ ಹಚ್ಚುವ ಎಲ್ಲ ಸಾಧ್ಯತೆಗಳೂ ಹೆಚ್ಚಿರುತ್ತಿತ್ತು. ಆದ್ದರಿಂದಲೇ ಇವರು ಯುದ್ಧದಲ್ಲಿ ಭಾಗವಹಿಸಲು ಸಾಧ್ಯವಿಲ್ಲದಂತಹ ಕ್ಷತ್ರಿಯೇತರ ವೃತ್ತಿಗಳನ್ನು ಆಯ್ದುಕೊಳ್ಳುತ್ತಾರೆ. ಅವರ ಪುಣ್ಯಕ್ಕೆ ಅಜ್ಞಾತವಾಸದ ಕೊನೆಯ ದಿನದಲ್ಲಿ ಮಾತ್ರ ಗೋಗ್ರಹಣ ಯುದ್ಧದ ಪ್ರಸಂಗ ಬರುತ್ತದೆ. ಗಮನಿಸಬೇಕಾದ ಅಂಶವೆಂದರೆ, ಅಲ್ಲಿ ಸುಲಭವಾಗಿ ದುರ್ಯೋಧನಾದಿಯಾಗಿ ಎಲ್ಲರೂ ಬೃಹನ್ನಳೆ ವೇಷದ ಅರ್ಜುನನನ್ನು ಗುರುತು ಹಿಡಿಯುತ್ತಾರೆ.

ತಮ್ಮ ಕ್ಷತ್ರಿಯ ಕುಲದ ಕುರುಹನ್ನು ಮುಚ್ಚಿಡುವದಕ್ಕಾಗಿ ಅವರು ತಮ್ಮ ಎಲ್ಲಾ ಶಸ್ತ್ರಾಸ್ತ್ರಗಳನ್ನು ವಿರಾಟನಗರದ ಹೊರಗಿನ ಸ್ಮಶಾನದಲ್ಲಿರುವ ಒಂದು ದೊಡ್ಡ ಬನ್ನಿ ಮರದಲ್ಲಿ ಬಚ್ಚಿಡುತ್ತಾರೆನ್ನುವದನ್ನು ನಾವು ಇಲ್ಲಿ ಜ್ಞಾಪಿಸಿಕೊಳ್ಳಬಹುದು. ಯಾವೊಂದು ಆಯುಧವನ್ನೂ ವಿರಾಟನಗರದೊಳಕ್ಕೆ ಒಯ್ಯುವದಿಲ್ಲ. ಆದರೆ ಅಸ್ತ್ರಗಳನ್ನು ಗೌಪ್ಯವಾಗಿಸುವ ಅವರ ಕ್ರಿಯೆಯಲ್ಲಿ ನಾವು ಕೆಲವು ವಿಶೇಷ ಸಂಗತಿಗಳನ್ನು ಗಮನಿಸಬಹುದು. ಈ ಎಲ್ಲಾ ಬಿಲ್ಲು ಬಾಣ ಗದೆ ಕತ್ತೆ ಕವಚಗಳು ಹಲವಾರು ಲೋಹಗಳಿಂದ ಮಾಡಿದವುಗಳಾಗಿರುತ್ತವೆ. ಅದರ ಪ್ರತಿಯೊಂದು ವಿವರವನ್ನೂ ಮುಂದೆ ಅರ್ಜುನನು ಉತ್ತರ ಕುಮಾರನಿಗೆ ವಿವರಿಸುತ್ತಾನೆ. ಕಬ್ಬಿಣದಿಂದ ಹಿಡಿದು, ಬಂಗಾರದ ತನಕ ಎಲ್ಲಾ ಲೋಹದ ವರ್ಣನೆ ಬರುತ್ತದೆ. ಆದರೆ ಬಯಲಿನಲ್ಲಿ ಒಂದು ಮರದ ಮೇಲೆ ಹೀಗೆ ಮಳೆ, ಗಾಳಿ, ಚಳಿಗೆ ತೆರೆದಿಟ್ಟ ಲೋಹಗಳು ಒಂದು

ವರ್ಷದ ಕಾಲ ತುಕ್ಕು ಹಿಡಿಯದಂತೆ ಕಾಪಾಡುವುದು ಹೇಗೆ? ಅದಕ್ಕಾಗಿ ಅವರು ಅನೇಕ ಪ್ರಾಣಿಗಳ ಚರ್ಮದಿಂದ ಈ ಆಯುಧಗಳನ್ನು ಬಿಗಿಯಾಗಿ ಸುತ್ತಿ ಇಡುತ್ತಾರೆ. ಹುಲಿ, ಸಿಂಹ, ಆನೆ, ಜಿಂಕೆ, ಕಾಡೆಮ್ಮೆ - ಇತ್ಯಾದಿ ಎಲ್ಲಾ ಪ್ರಾಣಿಗಳ ಚರ್ಮಗಳನ್ನು ಬಳಸಿ ಅವರು ಬಯಲಿನಲ್ಲಿಟ್ಟ ತಮ್ಮ ಆಯುಧಗಳನ್ನು ಕಾಪಾಡಿಕೊಳ್ಳುತ್ತಾರೆ. ಈ ತಂತ್ರಜ್ಞಾನ ಎಷ್ಟು ವಿಶೇಷವಾಗಿದೆಯೆಂದರೆ, ಒಂದು ವರ್ಷದ ನಂತರ ಅವುಗಳನ್ನು ಯಾವುದೇ ತೊಂದರೆಯಿಲ್ಲದಂತೆ ಬಳಸಿ ಅರ್ಜುನ ಗೋಗ್ರಹಣ ಯುದ್ಧವನ್ನು ಮಾಡುತ್ತಾನೆ. ಆ ಆಯುಧಗಳು ಅವರು ಬಚ್ಚಿಟ್ಟ ದಿನದಲ್ಲಿದ್ದಂತೆಯೇ ಫಳಫಳನೆ ಹೊಳೆಯುತ್ತಿರುತ್ತವೆ.

ಆರು ಜನರೂ ತಾವು ಈ ಹಿಂದೆ ಪಾಂಡವರ ಇಂದ್ರಪ್ರಸ್ಥದಲ್ಲಿ ಕೆಲಸ ಮಾಡುತ್ತಿದ್ದೆವೆಂದು ಹೇಳಿಕೊಳ್ಳುವುದು ಇನ್ನೊಂದು ವಿಶೇಷವಾಗಿದೆ. ಹನ್ನೆರಡು ವರ್ಷಗಳ ಹಿಂದೆಯೇ ಪಾಂಡವರು ವನವಾಸಕ್ಕೆ ತೆರಳಿದ ಸುದ್ದಿ ವಿರಾಟನಗರದಲ್ಲಿ ಎಲ್ಲರಿಗೂ ಗೊತ್ತು. ಆ ಹನ್ನೆರಡು ವರ್ಷ ಅದೇನು ಮಾಡುತ್ತಿದ್ದಿರಿ ಎಂದು ಪುಣ್ಯಕ್ಕೆ ಯಾರೂ ಅವರನ್ನು ಕೇಳುವದಿಲ್ಲ. ಬಹುಶಃ ತಮ್ಮ ಹಿಂದಿನ ವೃತ್ತಿಯ ಸ್ಥಳವಾದ ಇಂದ್ರಪ್ರಸ್ಥದ ಆಗುಹೋಗುಗಳ ಬಗ್ಗೆ ಏನಾದರೂ ಕೇಳಿದರೆ, ನಿರರ್ಗಳವಾಗಿ ಹೇಳಲು ಸಾಧ್ಯವಾಗುತ್ತದೆಂಬುದು ಅವರ ಉದ್ದೇಶವಾಗಿರಬೇಕು. ಅಥವಾ ಬೇರೆ ಯಾರಾದರೂ ರಾಜರ ಹೆಸರನ್ನು ಹೇಳಿದರೆ, ಅವರ ಬಳಿಗೆ ವಿರಾಟನು ತನ್ನ ದೂತರನ್ನು ಕಳುಹಿಸಿ ವಿಚಾರಣೆ ಮಾಡುವ ಸಾಧ್ಯತೆಗಳಿಗೂ ಇವರು ಹೆದರಿರಬೇಕು.

ವನವಾಸದ ಕಾಲದಲ್ಲಿ ಒಮ್ಮೆ ಬೃಹದಶ್ವನು ಹೇಳಿದ ನಳ-ದಮಯಂತಿಯರ ಕತೆ ಪಾಂಡವರ ಈ ವೃತ್ತಿಗಳ ಆಯ್ಕೆಯ ಮೇಲೆ ಪ್ರಭಾವ ಬೀರಿರಬೇಕೆನ್ನಿಸುತ್ತದೆ. ತಮ್ಮಂತೆಯೇ ಜೂಜಾಟದ ಕ್ಷಣಿಕ ಸುಖದಲ್ಲಿ ಮೈಮರೆತು, ಇಡೀ ಸಾಮ್ರಾಜ್ಯವನ್ನೇ ಕಳೆದುಕೊಂಡು, ವನವಾಸದಲ್ಲಿ ಕಷ್ಟವನ್ನು ಅನುಭವಿಸಿದ ನಳ-ದಮಯಂತಿಯರ ಕತೆ ಪಾಂಡವರ ಕತೆಯನ್ನೇ ಹೋಲುತ್ತದೆ. ಅತ್ಯಂತ ರೂಪವತಿಯಾದ ದಮಯಂತಿಯೂ ಕಾಮುಕನೊಬ್ಬನ ಕಣ್ಣಿಗೆ ಬಿದ್ದು ಹೇಗೋ ತಪ್ಪಿಸಿಕೊಳ್ಳುತ್ತಾಳೆ. ಕೊನೆಗೆ ಚೇದಿ ದೇಶದ ರಾಜನ ಅಂತಃಪುರದಲ್ಲಿ ಪರಿಚಾರಿಕೆಯಾಗಿ ಕೆಲಸ ಮಾಡುತ್ತಾಳೆ. ಅದೇ ರೀತಿ ನಳನು ಋತುಪರ್ಣನ ಅರಮನೆಯಲ್ಲಿ ಅಶ್ವಹೃದಯವಿದ್ಯೆ ಬಲ್ಲವನಾಗಿಯೂ, ಋತುಪರ್ಣನೊಡನೆ ಪಗಡೆ ಆಟವನ್ನು ಆಡುವವನಾಗಿಯೂ ಅಜ್ಞಾತನಾಗಿ ಕಾಲ ಕಳೆಯುತ್ತಾನೆ. ಜೊತೆಗೆ ನಳನು ಅತ್ಯಂತ ಒಳ್ಳೆಯ ಅಡುಗೆಯವನಾಗಿದ್ದನೆಂಬ ನಂಬಿಕೆಯಿದೆ. ('ನಳಪಾಕ'ದ ವಿವರ ಮಹಾಭಾರತದಲ್ಲಿ ಸಿಗುವದಿಲ್ಲ) ಈ ರೀತಿಯಾಗಿ ನಳ-ದಮಯಂತಿ ಕತೆಯ ಪ್ರಸಂಗಗಳು ಪಾಂಡವರ ವೃತ್ತಿಯ ಆಯ್ಕೆಯಲ್ಲಿಯೂ ನಾವು ಕಾಣಬಹುದಾಗಿದೆ.

ಮಹಾಭಾರತ ಮೂಲತಃ ಕ್ಷತ್ರಿಯರ ಕತೆ. ಕ್ಷತ್ರಿಯರ ಬದುಕಿನ ವೈಭವ, ನೋವು, ನಲಿವು, ಹತಾಶೆಗಳನ್ನೇ ಇದು ಹೆಚ್ಚಾಗಿ ವಿವರಿಸುತ್ತದೆ. ಇಲ್ಲಿ ಇತರ ವರ್ಣದವರ ಬದುಕಿನ ವಿವರಗಳು ಹೆಚ್ಚಾಗಿ ಕಂಡು ಬರುವದಿಲ್ಲ. ಆದರೆ ಅಪರೂಪಕ್ಕೆ ಅಂತಹ ಕೆಲವು ವಿವರಗಳು ವಿರಾಟಪರ್ವದಲ್ಲಿ ಸಿಗುತ್ತವೆ. ಪಾಂಡವರು ತಮ್ಮ ಕ್ಷತ್ರಿಯತ್ವವನ್ನು ಕಳೆದುಕೊಂಡು ಸಾಮಾನ್ಯ ಜನರಾಗಿ ವಿರಾಟನ ಅಂತಃಪುರವನ್ನು ಸೇರಿದ ನಂತರದ ಅವರ ಬದುಕಿನ ವಿವರಗಳ ಬಹು ಪುಟ್ಟ ಉಪಪರ್ವವೊಂದಿದೆ; ಇದಕ್ಕೆ 'ಸಮಯಪಾಲನ ಪರ್ವ' ಎಂದು ಹೆಸರು. ಅದರ ಹಲವು ವಿವರಗಳು ಗಮನಾರ್ಹವಾಗಿವೆ.

ಧರ್ಮರಾಯನು ಪಗಡೆಯ ಆಟದಲ್ಲಿ ಈ ಹಿಂದೆ ಶಕುನಿಯ ಜೊತೆಯಲ್ಲಿ ಮೋಸದಿಂದಾಗಿ ಸೋಲನ್ನು ಕಂಡಿದ್ದರೂ, ಅವನಿಗೆ ಆ ಆಟದಲ್ಲಿ ಸಾಕಷ್ಟು ಪರಿಣತಿಯಿತ್ತು. ಆದ್ದರಿಂದ ವಿರಾಟನ ಜೊತೆಯಲ್ಲಿಯೂ, ಆಸ್ಥಾನದಲ್ಲಿದ್ದ ಹಲವಾರು ಶ್ರೀಮಂತರ ಜೊತೆಯಲ್ಲಿಯೂ ಆಟವಾಡಿ ಹಣವನ್ನು ಗೆಲ್ಲುತ್ತಿದ್ದ. ಈ ರೀತಿ ಗಳಿಸಿದ ಹಣವನ್ನು ಅವನು ಯಾರಿಗೂ ತಿಳಿಯದಂತೆ ತನ್ನ ತಮ್ಮಂದಿರಿಗೆ ಮತ್ತು ಪತ್ನಿಗೆ ಕಳುಹಿಸಿ ಕೊಡುತ್ತಿದ್ದ. ಅದೇ ರೀತಿ ಭೀಮಸೇನನು ವಿರಾಟನಿಗೆ ಹೆಚ್ಚು ಹೆಚ್ಚು ಬಡಿಸಿ, ಅವನು ತಿನ್ನದೇ ಮಿಗಿಸಿಟ್ಟ ಪದಾರ್ಥಗಳನ್ನು ವಿಕ್ರಯ ಮಾಡುವೆನೆಂದು ಸುಳ್ಳುಸುಳ್ಳೇ ಹೇಳಿ, ಆ ಆಹಾರಗಳನ್ನು ತನ್ನ ತಮ್ಮಂದಿರಿಗೂ ಮತ್ತು ಪತ್ನಿಗೂ ಕಳುಹಿಸಿಕೊಡುತ್ತಿದ್ದ. ಅದೇ ರೀತಿ ಅರ್ಜುನನು ಅಂತಃಪುರದಲ್ಲಿ ರಾಜಸ್ತ್ರೀಯರಿಂದ ಸಿಕ್ಕ ಹಳೆಯ ವಸ್ತ್ರ-ಒಡವೆಗಳನ್ನೂ, ನಕುಲನು ತನ್ನ ರಥಚಾತುರ್ಯ ಪ್ರದರ್ಶನದಿಂದ ಪಡೆದ ಕಾಣಿಕೆಗಳನ್ನೂ, ಸಹದೇವ ತನ್ನ ಗೋಶಾಲೆಯಿಂದ ಕದ್ದ ಹಾಲು ಮೊಸರು ತುಪ್ಪಗಳನ್ನೂ - ಯಾರಿಗೂ ಗೊತ್ತಾಗದಂತೆ ಸಹೋದರರಿಗೆ ತಲುಪಿಸುತ್ತಿದ್ದರು. ದ್ರೌಪದಿ ಮಾತ್ರ ಕದ್ದು ಮುಚ್ಚಿ ತನ್ನ ಗಂಡಂದಿರನ್ನು ಆಗೊಮ್ಮೆ ಈಗೊಮ್ಮೆ ನೋಡಿ ಸಂತೋಷ ಪಡುತ್ತಿದ್ದಳು. ಈ ಎಲ್ಲಾ ವಿವರಗಳು ಜನಸಾಮಾನ್ಯರ ಬದುಕಿನ ದೈನಂದಿನ ಸಂಗತಿಗಳಾಗಿರಬೇಕೆನ್ನಿಸುತ್ತವೆ. ಧರ್ಮಾಧರ್ಮದ ಕೂದಲು ಸೀಳುವಿಕೆಯ ತರ್ಕಗಳಿಲ್ಲದ ಈ ಪುಟ್ಟ ವಿವರಗಳು, ಆ ಕಾರಣಕ್ಕಾಗಿಯೇ ಮಹಾಭಾರತದಲ್ಲಿ ಖುಷಿಯನ್ನು ನೀಡುತ್ತವೆ.

ಇದೇ ರೀತಿಯಲ್ಲಿ ಹತ್ತು ತಿಂಗಳು ಯಾವುದೇ ಮುಖ್ಯ ತೊಂದರೆಯಿಲ್ಲದೆ ಬದುಕು ನಡೆದು ಬಿಡುತ್ತದೆ. ದೈಹಿಕ ಕಷ್ಟವನ್ನು ಪಾಂಡವರು ಅನುಭವಿಸಿದರೂ, ಮಾನಸಿಕವಾಗಿ ಈ ಹೊತ್ತಿನಲ್ಲಿ ನೆಮ್ಮದಿಯಿಂದಲೇ ಇದ್ದರು. ಆದರೆ ದ್ರೌಪದಿಯ ಅದೃಷ್ಟ ಕೆಟ್ಟದ್ದು. ಎಷ್ಟೇ ಪುರುಷರ ಕಣ್ಣಿಗೆ ಬೀಳದಂತೆ ಜಾಗ್ರತೆ ವಹಿಸಿದರೂ, ಒಮ್ಮೆ ಅಕಸ್ಮಾತ್ತಾಗಿ ಕಾಮುಕ ಕೀಚಕನ ಕಣ್ಣಿಗೆ ಬಿದ್ದು ಬಿಡುತ್ತಾಳೆ. ಒಂದೇ

ನೋಟಕ್ಕೆ ಕೀಚಕ ಪರವಶನಾಗಿ ಬಿಡುತ್ತಾನೆ. ದ್ರೌಪದಿಯ ಸೌಂದರ್ಯವೇ ಅಂತಹದು! ಅವಳು ತನ್ನ ಅಗೋಚರ ಗಂಧರ್ವ ಪತಿಯರ ವಿಷಯ ಹೇಳಿ ಎಷ್ಟೇ ಹೆದರಿಸಲು ನೋಡಿದರೂ, ವೀರನಾದ ಕೀಚಕ ಬೆದರುವದಿಲ್ಲ. ಅವಳ ಆ ಆಕರ್ಷಣೆ ರುದ್ರರಮಣೀಯ ಸಂಗತಿಯಾಗಿ, ಅವನನ್ನೇ ಆಹುತಿ ತೆಗೆದುಕೊಳ್ಳುವ ಕತೆ ನಮಗೆಲ್ಲಾ ಗೊತ್ತಿರುವಂತಹದ್ದೇ ಆಗಿದೆ.

ಕೀಚಕ ಅತ್ಯಂತ ಸುಂದರನಾದ ತರುಣನಾಗಿದ್ದ. ವಯಸ್ಸಿನಲ್ಲಿ ದ್ರೌಪದಿಗಿಂತಲೂ ತುಂಬಾ ಚಿಕ್ಕವನಿರಬೇಕು. ಅತ್ಯಂತ ಸೊಗಸಾಗಿ ಅಲಂಕಾರ ಮಾಡಿಕೊಳ್ಳುವ ಕಲೆ ಅವನಿಗೆ ಗೊತ್ತಿತ್ತು. ಅವನಿಗೆ ತನ್ನ ಸೌಂದರ್ಯದ ಬಗ್ಗೆ ಎಂತಹ ಹೆಮ್ಮೆ ಇತ್ತೆಂದರೆ, ತನ್ನನ್ನು ಕಂಡ ಹೆಣ್ಣು ಯಾವಳೇ ಆಗಿರಲಿ, ಆಕೆಯಲ್ಲಿ ಕಾಮದ ಬಯಕೆ ಮೂಡಲೇ ಬೇಕು ಎಂದು ನಂಬಿದ್ದ. ಆ ರೀತಿಯಲ್ಲಿ ತನ್ನ ಮನೆಯ ತುಂಬಾ ರಾಣಿಯರನ್ನು ಮಾಡಿಕೊಂಡಿದ್ದ. ದ್ರೌಪದಿಯೂ ಅದೇ ತರಹ ತನಗೆ ಮರುಳಾಗುತ್ತಾಳೆಂದು ನಂಬಿದ. ಅವಳು ನಿರಾಕರಣೆ ಮಾಡಲು ಶುರುವಿಟ್ಟ ತಕ್ಷಣ ಅವನ ಕಾಮೋದ್ರೇಕ ಇನ್ನಷ್ಟು ಹೆಚ್ಚಾಗಿರಬೇಕು. ಅವಳ ವಿಷಯದಲ್ಲಿ ಅವನ ಬಯಕೆ ಕೇವಲ ಹೆಣ್ಣನ್ನು ಅನುಭವಿಸುವ ಸುಖಕ್ಕೆ ಸೀಮಿತವಾಗುವದಿಲ್ಲ, ಅವಳನ್ನು ಮದುವೆಯಾಗಿ, ತನ್ನ ಅರ್ಧ ರಾಜ್ಯವನ್ನು ಅವಳಿಗೆ ಕೊಟ್ಟು, ತನ್ನೆಲ್ಲಾ ರಾಣಿಯರನ್ನು ಅವಳಿಗೆ ದಾಸಿಯರನ್ನಾಗಿ ಮಾಡಿ, ತಾನೇ ಅವಳಿಗೆ ದಾಸನಾಗಿಬಿಡುತ್ತೇನೆಂದು ಹೇಳುತ್ತಾನೆ. ಆ ಪ್ರಮಾಣದಲ್ಲಿ ದ್ರೌಪದಿಯ ರೂಪ ಅವನನ್ನು ಮರುಳು ಮಾಡುತ್ತದೆ.

ಕೀಚಕ ಪರಾಕ್ರಮಿಯೂ ಹೌದು. ಭೀಮನ ಬಲಕ್ಕೆ ಸಮನಾದವನು ಎಂದು ಹಲವಾರು ಕಡೆ ಉಲ್ಲೇಖವಿದೆ. ಇಡೀ ವಿರಾಟರಾಜ್ಯವನ್ನು ತನ್ನ ಕೈವಶದಲ್ಲಿ ಇಟ್ಟುಕೊಂಡಿದ್ದರಿಂದ ಅವನ ಮದವೂ ಹೆಚ್ಚಾಗಿತ್ತು. ಆದ್ದರಿಂದಲೇ ಕಾಮದ ಕೋರಿಕೆಯನ್ನು ತಿರಸ್ಕರಿಸಿದ ದ್ರೌಪದಿಯ ಕೇಶವನ್ನು ಹಿಡಿದು, ವಿರಾಟನ ಸಭೆಗೆ ಎಳೆದು ತಂದು, ನೆಲಕ್ಕೆ ಕೆಡವಿ, ಕಾಲಿನಿಂದ ಒದ್ದು, ಅವಳ ತುಟಿ ಒಡೆದು ರಕ್ತ ಬರುವಂತಹ ಉದ್ಧಟತನವನ್ನು ತೋರಿಸುತ್ತಾನೆ. ಇದು ದುರ್ಯೋಧನನ ಸಭೆಯಲ್ಲಿ ದುಶ್ಯಾಸನನಿಂದ ನಡೆದಂತಹ ಅವಮಾನದ ಮರುಕಳಿಕೆಯೇ ಆಗಿದೆ. ಆ ಹೊತ್ತಿನಲ್ಲಿಯೂ ಧೈರ್ಯಗೆಡದ ದ್ರೌಪದಿ ಧರ್ಮದ ಪ್ರಶ್ನೆಗಳನ್ನು ವಿರಾಟನಿಗೆ ಎಸೆದು, ಅವನು ಗೌರವಾನ್ವಿತ ರಾಜನೂ ಅಲ್ಲ, ಆ ಸಭೆ ಗೌರವಾನ್ವಿತ ಸಭೆಯೇ ಅಲ್ಲ ಎಂದು ಹೇಳುವುದು ಅತ್ಯಂತ ಧೈರ್ಯದ ಸಂಗತಿಯಾಗಿದೆ.

ಕೀಚಕನ ಸಂಹಾರಕ್ಕಾಗಿ ದ್ರೌಪದಿ ಧರ್ಮರಾಯನ ಬಳಿಯೂ ಹೋಗುವದಿಲ್ಲ, ಅರ್ಜುನನ ಬಳಿಯೂ ಹೋಗುವದಿಲ್ಲ; ನೇರವಾಗಿ ಭೀಮನ ಬಳಿಗೆ ಬಂದು ಬೇಡಿಕೊಳ್ಳುತ್ತಾಳೆ. ಈ ವೇಳೆಗಾಗಲೇ ಅವಳಿಗೆ ಅವರಿಬ್ಬರ ಮೇಲೂ ಪ್ರೀತಿ–

ಅಭಿಮಾನಗಳು ಇಲ್ಲದಂತಾಗಿದ್ದವೆಂಬುದು ಪತ್ತೆಯಾಗುತ್ತದೆ. ವಿರಾಟನ ಸಭೆಯಲ್ಲಿ ಕೀಚಕನಿಂದ ಅವಮಾನಿತಳಾದ ದ್ರೌಪದಿಯನ್ನು ರಕ್ಷಿಸಲು ಭೀಮನು ಉತ್ಸಾಹ ತೋರಿಸಿದಾಗ, ಅವನನ್ನು ತನ್ನ ಅಣ್ಣನ ಅಧಿಕಾರದಿಂದ ಧರ್ಮರಾಯ ತಡೆದದ್ದನ್ನು ಅವಳು ಗಮನಿಸುತ್ತಾಳೆ. ಮತ್ತೇನೋ ಅವಳು ಧರ್ಮದ ಪ್ರಶ್ನೆಯನ್ನು ಕೇಳಲು ಹೋದಾಗ, ಧರ್ಮರಾಯ ಆಡುವ ಮಾತುಗಳು ಅತ್ಯಂತ ಕ್ರೂರವಾಗಿವೆ. "ರಾಜಸಭೆಯಲ್ಲಿ ಪಗಡೆಯಾಡುತ್ತಿರುವ ನಮಗೆಲ್ಲಾ ನೀನು ಅಡ್ಡಿಯನ್ನು ಮಾಡುತ್ತಿರುವೆ. ಆದ್ದರಿಂದ ನೀನು ನನಗೆ ನಟುವರ ಹೆಂಗಸಿನಂತೆ ತೋರುತ್ತಿರುವೆ" ಎಂದುಬಿಡುತ್ತಾನೆ. ಇದು ದ್ರೌಪದಿಯ ಹೃದಯವನ್ನೇ ಕಲುಕಿ ಬಿಡುತ್ತದೆ. ಅಂದೇ ಅವಳು ಧರ್ಮರಾಯನ ಮೇಲಿನ ಎಲ್ಲ ಪ್ರೀತಿ ಅಭಿಮಾನಗಳನ್ನೂ ಕಳೆದುಕೊಂಡು ಬಿಡುತ್ತಾಳೆ. ಹೆಂಡತಿಯ ಮಾನ ಸಂರಕ್ಷಣೆಗಿಂತಲೂ ತನ್ನ ಪಗಡೆಯ ಆಟ ಮುಖ್ಯವೆನ್ನುವ ಯಾವ ಗಂಡನನ್ನು ತಾನೇ ಮಹಿಳೆ ಕ್ಷಮಿಸಿಯಾಳು? ಅದೂ ದ್ರೌಪದಿಯಂತಹ ಬೆಂಕಿಯ ಮಗಳು ಸುಮ್ಮನಿದ್ದಾಳೆಯೆ? ಅವನಿಗೆ ಮುಖಕ್ಕೆ ಹೊಡೆದಂತೆ ಹೇಳುತ್ತಾಳೆ. "ನೀನು ಹೇಳುವುದು ನಿಜ. ನಾನು ನಟಿಯ ಹೆಂಡತಿಯೇ ಅಹುದು. ಅಲ್ಲದೆ, ನನ್ನ ಪತಿಗಳಲ್ಲಿ ಎಲ್ಲರಿಗಿಂತ ಹಿರಿಯವನೊಬ್ಬನು ಜೂಜಾಡುವದರಲ್ಲಿ ನಿರತನು. ಆದ್ದರಿಂದ ನಾನು ನಟನ ಮತ್ತು ಜೂಜುಗಾರನ ಹೆಂಡತಿಯೆಂಬುದೂ ನಿಜವು" ಎಂದು ಹೇಳಿ, ಅಳುತ್ತಾ ಅಲ್ಲಿಂದ ಸುದೇಷ್ಣೆಯ ಅಂತಃಪುರಕ್ಕೆ ಹೋಗಿಬಿಡುತ್ತಾಳೆ. ಅಂದಿನಿಂದ ಅವನನ್ನು ಜೂಜುಕೋರ, ಹೇಡಿ ಎಂದೆಲ್ಲಾ ಕರೆಯಲು ಪ್ರಾರಂಭಿಸುತ್ತಾಳೆ. ಈ ಘಟನೆ ಧರ್ಮರಾಯನ ವ್ಯಕ್ತಿತ್ವವನ್ನೇ ಮಣ್ಣುಪಾಲು ಮಾಡುತ್ತದೆ. ಅದನ್ನು ಸ್ವಲ್ಪವಾದರೂ ಎತ್ತಿಹಿಡಿಯಬೇಕೆಂಬ ಉದ್ದೇಶದಿಂದ ಮುಂದೆ ಒಂದು ದೃಶ್ಯದಲ್ಲಿ ವಿರಾಟನು ದಾಳದಿಂದ ಅವನ ಹಣೆಗೆ ಹೊಡೆದನೆಂದೂ, ಅವನ ರಕ್ತದ ಒಂದು ಹನಿ ನೆಲಕ್ಕೆ ಬಿದ್ದರೂ ವಿರಾಟನ ದೇಶ ನಾಶವಾಗುತ್ತದೆಂದೂ, ಅದಕ್ಕಾಗಿ ದ್ರೌಪದಿ ತನ್ನ ಸೀರೆಯ ಸೆರಗನ್ನೇ ಬಳಸಿ ಆ ರಕ್ತಸ್ರಾವವನ್ನು ತಡೆದಳೆಂದೂ ಯಾರೋ ಒಂದು ಪ್ರಕ್ಷೇಪವನ್ನು ಸೇರಿಸಿದ್ದಾರೆ.

ಹಲವಾರು ಹೆಣ್ಣುಗಳ ಬೆನ್ನ ಹಿಂದೆ ಬಿದ್ದು, ದ್ರೌಪದಿಯನ್ನು ಕಡೆಗಣಿಸಿದ ಅರ್ಜುನನ ಮೇಲೂ ಅವಳಿಗೆ ಅಂತಹ ಪ್ರೀತಿ-ನಂಬಿಕೆಗಳು ಇಲ್ಲ. ಆದ್ದರಿಂದ ಅವನ ಬಳಿಯೂ ಅವಳು ಸಹಾಯಕ್ಕೆ ಹೋಗುವದಿಲ್ಲ. ಕೀಚಕ ಮತ್ತು ಉಪಕೀಚಕರ ವಧೆಯಾದ ಮೇಲೆ ಅರ್ಜುನನನ್ನು ನಾಟ್ಯಶಾಲೆಯಲ್ಲಿ ಭೇಟಿಯಾದಾಗ ಅವಳಾಡುವ ಮಾತುಗಳಿಂದಲೇ ಅವಳ ಮನೋಭಾವ ತಿಳಿಯುತ್ತದೆ. ಅವಳನ್ನು ಕಂಡಾಗ ಅರ್ಜುನನು "ನೀನು ಹೇಗೆ ತಪ್ಪಿಸಿಕೊಂಡು ಬಂದೆ? ಆ ಪಾಪಿಗಳು ಹೇಗೆ ಕೊಲ್ಲಲ್ಪಟ್ಟರು?" ಎಂದು ಕೇಳುತ್ತಾನೆ. ಅದಕ್ಕೆ ದ್ರೌಪದಿಯು ಅತ್ಯಂತ ವ್ಯಂಗ್ಯದಿಂದ

"ಓ ಬೃಹನ್ನಳೆ! ನಿನಗೆ ಸೈರಂಧ್ರಿಯಾದ ನನ್ನ ವಿಚಾರವೇಕೆ? ಈಗ ನನ್ನಿಂದ ನಿನಗಾಗಬೇಕಾದ ಕಾರ್ಯವೇನಿದೆ? ಎಲೆ ಕಲ್ಯಾಣಿ! ನೀನು ಕನ್ಯಾಂತಃಪುರದಲ್ಲಿ ಯಾವಾಗಲೂ ಸುಖವಾಗಿ ಇದ್ದುಕೊಂಡಿರತಕ್ಕವಳು. ಸೈರಂಧ್ರಿಯು ಅನುಭವಿಸುವ ದುಃಖಕ್ಕೆ ನಿನಗೇನೂ ಸಂಬಂಧವಿರುವದಿಲ್ಲ. ಇಲ್ಲಿ ಸುಖವಾಗಿರತಕ್ಕ ನಿನಗೆ ಅಂತಹ ದುಃಖವೇನೂ ಬರುವಹಾಗಿಲ್ಲ" ಎಂದು ಹೇಳಿ ಬಿಡುತ್ತಾಳೆ. ಅರ್ಜುನನ ಮೇಲಿದ್ದ ಎಲ್ಲ ಬಗೆಯ ಸಿಟ್ಟನ್ನೂ ದ್ರೌಪದಿ ಈ ಮಾತಿನ ಮೂಲಕ ಕಾರಿಕೊಂಡಂತೆ ಕಾಣುತ್ತದೆ. ಅಂದಿನಿಂದ ಅವಳು ಅರ್ಜುನನನ್ನೂ ಅಂತಹ ಗೌರವದಿಂದ ಕಾಣುವದಿಲ್ಲ. ಅವಳಿಗೆ ಭೀಮನೊಬ್ಬನೇ ಪತಿ. ಅವನೊಬ್ಬನೆ ಅವಳ ಕಷ್ಟವನ್ನು ಅರ್ಥ ಮಾಡಿಕೊಳ್ಳಬಲ್ಲವನು. ನಕುಲ–ಸಹದೇವರನ್ನು ಪತಿಯೆನ್ನುವ ಭಾವಕ್ಕಿಂತಲೂ ಹೆಚ್ಚಾಗಿ ಮಕ್ಕಳೆನ್ನುವಂತೆಯೇ ಅವಳು ಮಹಾಭಾರತದುದ್ದಕ್ಕೂ ಕಂಡಿದ್ದಾಳೆ.

ಮಹಾಭಾರತದಲ್ಲಿ ನಮಗೆ ಅತ್ಯಂತ ಇಷ್ಟವಾಗುವುದು ಧರ್ಮರಾಯನ ಧರ್ಮಶಕ್ತಿಯೂ ಅಲ್ಲ, ಭೀಮನ ಬಾಹುಶಕ್ತಿಯೂ ಅಲ್ಲ, ಅರ್ಜುನನ ಧನುರ್ಶಕ್ತಿಯೂ ಅಲ್ಲ; ಅದೇನಿದ್ದರೂ ದ್ರೌಪದಿಯ ಸ್ತ್ರೀಶಕ್ತಿ. ಎಲ್ಲ ರೂಢಿಗಳನ್ನು ಮುರಿಯುವಂತೆ ದ್ರೌಪದಿ ನಡೆದುಕೊಳ್ಳುತ್ತಾಳಲ್ಲ, ಅದೇ ಕಾರಣಕ್ಕಾಗಿ ಆಕೆ ನಮ್ಮ ಮೇಲೆ ರಾಮಾಯಣದ ಸೀತೆಗಿಂತಲೂ ಹೆಚ್ಚಿನ ಪ್ರಭಾವವನ್ನು ಬೀರುತ್ತಾಳೆ. ವ್ಯಾಸರು ರೂಢಿಗತವಾಗಿ 'ಬಾಲ್ಯದಲ್ಲಿ ತಂದೆ, ಯೌವನದಲ್ಲಿ ಗಂಡ, ಮುಪ್ಪಿನಲ್ಲಿ ಮಗನ ಆಶ್ರಯ... ಸ್ತ್ರೀಗೆ ಸ್ವಾತಂತ್ರ್ಯವಿಲ್ಲ' ಎಂದೆಲ್ಲಾ ಸ್ತ್ರೀಯರ ಬಗ್ಗೆ ಹೇಳುತ್ತಾರಾದರೂ, ಅದನ್ನೆಲ್ಲಾ ಅವರೇ ತಮ್ಮ ಮಹಾಕಾವ್ಯದಲ್ಲಿ ಮೀರಿಬಿಡುತ್ತಾರೆ. ಕೀಚಕನ ಸಂಹಾರವಾದ ಮೇಲೆ ದ್ರೌಪದಿಯು ವರ್ತಿಸುವ ರೀತಿಯಿಂದಲೇ ಅದು ತಿಳಿದುಬಿಡುತ್ತದೆ.

ಕೀಚಕನನ್ನು ಕೊಂದು, ಒಂದು ಮಾಂಸದ ಮುದ್ದೆಯಂತೆ ಮಾಡಿದ ಭೀಮಸೇನ, ಸೀದಾ ತನ್ನ ಅಡುಗೆಯ ಮನೆಗೆ ತೆರಳಿ, ಸ್ನಾನ ಮಾಡಿ, ಚಂದನ ಲೇಪಿಸಿಕೊಂಡು, ಮಡಿ ಬಟ್ಟೆ ತೊಟ್ಟು, ಊಟ ಮಾಡಿ, ಲಕ್ಷಣವಾಗಿ ಗೊರಕೆ ಹೊಡೆದು ಮಲಗಿಬಿಡುತ್ತಾನೆ! ಅಂತಹ ದೊಡ್ಡ ಕೊಲೆ ಮಾಡಿದ ಮೇಲೂ ಅಷ್ಟೊಂದು ನಿರಾಳವಾಗಿ ನಿದ್ದೆ ಮಾಡುವ ಭೀಮನ ಮನಸ್ಸು ಅದೆಷ್ಟು ಪ್ರಶಾಂತವಾಗಿರಬೇಡ? ಅಸೂಯೆಯಾಗುತ್ತದೆ. ದ್ರೌಪದಿಯೂ ಅದೇ ರೀತಿ ಮನೆಗೆ ಹೋಗಿ ಮಲಗಿಕೊಂಡಿದ್ದರೆ ಅವಳಿಗೆ ಯಾವುದೇ ಸಮಸ್ಯೆಯೂ ಬರುತ್ತಿರಲಿಲ್ಲ. ಆದರೆ ಆಕೆ ಅಸಾಧ್ಯ ಹೆಣ್ಣು, ಅಗ್ನಿಪುತ್ರಿ. ಇಡೀ ಊರಿನವರನ್ನೆಲ್ಲಾ ಎಬ್ಬಿಸಿ ಕರೆದುಕೊಂಡು ಬಂದು, ಅದು ಹೇಗೆ ತನ್ನ ಅಗೋಚರ ಗಂಧರ್ವಪತಿಗಳು ಕೀಚಕನನ್ನು ಕೊಂದು ಹಾಕಿದ್ದಾರೆ ನೋಡಿ ಎಂದು ತೋರಿಸುತ್ತಾಳೆ. ಅಂತಹ ಘೋರ ರೌದ್ರ ಕೊಲೆಯನ್ನು

ಮರೆಯಲ್ಲಿ ನಿಂತು ನೋಡಿದರೂ ಒಂದಿಷ್ಟೂ ಭಯಪಡದೆ, ಆ ಮಾಂಸದ ಮುದ್ದೆಯನ್ನು ಎಲ್ಲರಿಗೂ ತೋರಿಸಿ ಸಂಭ್ರಮ ಪಡುವ ದ್ರೌಪದಿ ನಿಜಕ್ಕೂ ನಮ್ಮ ಮೆಚ್ಚುಗೆಯನ್ನು ಗಳಿಸಿಬಿಡುತ್ತಾಳೆ. ಮುಂದೆ ಉಪಕೀಚಕರಿಂದ ಅವಳು ತೊಂದರೆ ಅನುಭವಿಸುವಾಗ ಅನುಕಂಪಕ್ಕೂ ಪಾತ್ರಳಾಗುತ್ತಾಳೆ.

ಕೀಚಕನ ದುರ್ನಡತೆಯ ಬಗ್ಗೆ ಎಷ್ಟೇ ಕೋಪ ನಮಗಿದ್ದರೂ, ಅವನು ಸತ್ತಾಗ ಸ್ವಲ್ಪ ಅನುಕಂಪವಾಗುತ್ತದೆ. ತಾವು ಬಯಸಿದ ಹೆಣ್ಣನ್ನು ಪಡೆಯಲು ಹವಣಿಸುವ ಎಲ್ಲ ಪುರುಷರಂತೆ ಅವನೂ ದ್ರೌಪದಿಯ ಹಿಂದೆ ಬಿದ್ದಿದ್ದ. ತರುಣ ವಯಸ್ಸು, ಸುರಸುಂದರಾಂಗ, ಮಹಾ ಪರಾಕ್ರಮಿ, ಜೊತೆಗೆ ಸಾಕಷ್ಟು ಹಣವನ್ನು ಸಂಪಾದಿಸಿದ ಅಹಂಕಾರ, ಸೈರಂಧ್ರಿಯಂತಹ ಸುಂದರಳಾದ ಅರಮನೆಯಲ್ಲಿರುವ ಒಂಟಿ ಹೆಣ್ಣು – ಅವನನ್ನು ಆ ತರಹ ಮಾಡಲು ಪ್ರಚೋದಿಸಿರಬೇಕು. ಅವನು ಮೆಚ್ಚುಗೆಯಾಗುವುದು ಏಕೆಂದರೆ, ಕೇವಲ ದ್ರೌಪದಿಯೊಡನೆ ಸಮಾಗಮದ ಆಸೆಯನ್ನು ತೋರದೆ, ಅವಳನ್ನು ಮದುವೆಯಾಗಲು, ಅವಳಿಗೆ ಅರ್ಧ ರಾಜ್ಯ ಕೊಡಲು ಮುಂದೆ ಬರುತ್ತಾನೆ. ಆದರೆ ಹೆಣ್ಣಿನ ದೇಹಸುಖದ ನಿರೀಕ್ಷೆಯಲ್ಲಿ ಬಂದ ಕೀಚಕನನ್ನು, ಯಾವುದೇ ಸುಳಿವು ಕೊಡದೆ ಭೀಮ ಅನಿರೀಕ್ಷಿತವಾಗಿ ಹೊಡೆದು ಕೊಂದು ಹಾಕುತ್ತಾನೆ. ಯುದ್ಧಕ್ಕೆ ತೊಡಗಲು ಬೇಕಾದ ಮನಸ್ಥಿತಿಯೇ ಬೇರೆ. ಅದನ್ನು ಪಡೆದುಕೊಳ್ಳಲು ಹಲವು ನಿಮಿಷಗಳಾದರೂ ಬೇಕಾಗುತ್ತದೆ. ಆದರೂ ಕೀಚಕ ಎಂತಹ ಪರಾಕ್ರಮಿಯೆಂದರೆ ಈ ಅನಿರೀಕ್ಷಿತ ಆಕ್ರಮಣವನ್ನೂ ಅವನು ಹಲವು ಗಂಟೆಗಳ ಕಾಲ ಧೈರ್ಯವಾಗಿ ಎದುರಿಸಿ, ಕೊನೆಗೆ ಅಸು ನೀಗುತ್ತಾನೆ. ಹಿಂದೆ ಹಿಡಿಂಬನನ್ನಾಗಲಿ, ಬಕನನ್ನಾಗಲಿ ಭೀಮ ಕ್ಷಣಾರ್ಧದಲ್ಲಿ ಕೊಂದು ಮುಗಿಸಿದ್ದ ಎನ್ನುವದನ್ನು ನೆನಪಿಸಿಕೊಂಡರೆ ಕೀಚಕನ ಸಾಮರ್ಥ್ಯ ನಮಗೆ ಮನದಟ್ಟಾಗುತ್ತದೆ. ಸೂತಕುಲದಲ್ಲಿ ಜನಿಸಿದ್ದರೂ, ಮಹಾವೀರನಂತೆ ಹೋರಾಡಿ ಮಡಿಯುವ ಕೀಚಕ ಸ್ವಲ್ಪ ಮಟ್ಟಿಗೆ ಇಷ್ಟವಾಗುತ್ತಾನೆ. ಆದರೆ ಅದೇನೇ ಅನುಕಂಪ ಅವನ ಮೇಲೆ ನಮಗಿದ್ದರೂ, ಮದುವೆಯಾದ ಹೆಣ್ಣನ್ನು ಬಯಸುವುದು, ಅವಳು ಬೇಡವೆಂದರೂ ಬಲವಂತ ಮಾಡುವುದು ಅಧರ್ಮವಾಗುತ್ತದೆ. ಆದ್ದರಿಂದ ಮೋಸದಿಂದಲಾದರೂ ಭೀಮ ಅವನನ್ನು ಕೊಲೆ ಮಾಡಿದ್ದು ಧರ್ಮಪರವೆಂದೇ ಅನ್ನಿಸಿ ಸಂತೋಷವಾಗುತ್ತದೆ.

ಕೀಚಕನ 105 ಜನ ತಮ್ಮಂದಿರಾದ ಉಪಕೀಚಕರು ನಡೆಸುವ ಒಂದು ಕ್ರೂರ ವರ್ತನೆ ನಮಗೆ ಮತ್ತೊಮ್ಮೆ ಸತೀಸಹಗಮನ ಪದ್ಧತಿ ಆ ಕಾಲದಲ್ಲಿ ಜಾರಿಯಲ್ಲಿರಬೇಕೆಂಬ ಅನುಮಾನವನ್ನು ತರುತ್ತದೆ. ಈ ಮೊದಲು ಮಾದ್ರಿ ತನ್ನ ಗಂಡ ಪಾಂಡುವಿನ ಜೊತೆಯಲ್ಲಿ ಸಹಗಮನ ಮಾಡಿದ ಕತೆಯನ್ನು ಆದಿಪರ್ವದಲ್ಲಿ

ಓದಿದ್ದೇವೆ. ಅದೇ ಪರ್ವದಲ್ಲಿ ಅಗ್ನಿಗೆ ತನ್ನನ್ನು ಅರ್ಪಿಸಿಕೊಳ್ಳುವ ಅಂಬೆಯ ಕತೆಯೂ ಒಂದು ರೀತಿಯಲ್ಲಿ ಸಹಗಮನದ ಪ್ರಭಾವದಂತೆಯೇ ಕಾಣುತ್ತದೆ. ಆದರೆ ಇಲ್ಲಿ ಉಪಕೀಚಕರು ದ್ರೌಪದಿಯನ್ನು ಕೀಚಕನ ಶವಕ್ಕೆ ಕಟ್ಟಿ, ಅವಳು ಎಷ್ಟೇ ದುಃಖದಿಂದ ಕೂಗಿಕೊಳ್ಳುತ್ತಿದ್ದರೂ ಬಿಡದೆ, ಅವಳನ್ನು ಕೀಚಕನ ಶವದ ಜೊತೆಯಲ್ಲಿ ಸುಡಲು ಹೊರಡುವ ಕೃತ್ಯ ಮಾತ್ರ ಸಂಪೂರ್ಣವಾಗಿ ಆ ದುಷ್ಟ ಪದ್ಧತಿಯ ಮತ್ತೊಂದು ನಿರೂಪಣೆಯಾಗಿಯೇ ತೋರುತ್ತದೆ. ಕೀಚಕ ಅವಳನ್ನು ಮದುವೆಯಾಗಲು ಬಯಸಿದ್ದ, ಆದರೆ ಹೇಗೋ ಸತ್ತ. ಆದ್ದರಿಂದ ಅವಳನ್ನು ಅವನ ಹೆಂಡತಿಯೆಂಬಂತೆ ಚಿತೆಯಲ್ಲಿ ಅವನ ಹೆಣದ ಜೊತೆಗೆ ಸುಟ್ಟರೆ, ಅವನ ಆತ್ಮಕ್ಕೆ ಅವಳ ದೇಹ ಸಿಗಬಹುದೆಂಬುದು ಅವರ ಲೆಕ್ಕಾಚಾರ. ಮತ್ತೊಮ್ಮೆ ಭೀಮಸೇನನು ದ್ರೌಪದಿಯ ಸಹಾಯಕ್ಕೆ ಬರುತ್ತಾನೆ. ಎಲ್ಲ ಉಪಕೀಚಕರನ್ನು ಸಂಹರಿಸುತ್ತಾನೆ. ದ್ರೌಪದಿ ಬಚಾವಾಗುತ್ತಾಳೆ. ಧರ್ಮರಾಯ, ಅರ್ಜುನ, ನಕುಲ, ಸಹದೇವ – ಯಾರೂ ಅವಳ ಪಾಲಿಗಿಲ್ಲ. ಅವಳ ನಂಬಿಕೆಯೇನಿದ್ದರೂ ಅದು ಕೇವಲ ಭೀಮನ ಮೇಲೆ ಎಂಬುದು ಮತ್ತೊಮ್ಮೆ ನಿರೂಪಿತವಾಗುತ್ತದೆ.

ಕೀಚಕನ ಸಂಹಾರದ ಕತೆಯನ್ನು ಕೇಳಿದ ನಂತರ, ಆ ಮೂಲಕವಾಗಿ ಪಾಂಡವರು ವಿರಾಟನಗರದಲ್ಲಿಯೇ ಇರಬೇಕೆಂದು ಗ್ರಹಿಸುವ ದುರ್ಯೋಧನನ ತರ್ಕ ನಮಗೆ ಇಷ್ಟವಾಗುತ್ತದೆ. ಅತ್ಯಂತ ಸರಳವಾಗಿ ಅದನ್ನವನು ಹಿರಿಯರ ಮುಂದೆ ಮಂಡಿಸುತ್ತಾನೆ. ಬಲರಾಮ, ಶಲ್ಯ, ಕೀಚಕ ಮತ್ತು ಭೀಮ – ಈ ನಾಲ್ವರು ಸಮಾನ ಬಲರು. ಬಲರಾಮ ಮತ್ತು ಶಲ್ಯರು ಕೀಚಕನನ್ನು ಕೊಂದಿಲ್ಲವೆಂದ ಮೇಲೆ, ಆ ಕೆಲಸ ಭೀಮನಿಂದಲೇ ಆಗಿರಬೇಕು. ಆದ್ದರಿಂದ ಪಾಂಡವರು ವಿರಾಟನಗರದಲ್ಲಿಯೇ ಅಡಗಿಕೊಂಡಿದ್ದಾರೆ ಎಂದು ತಕ್ಷಣ ಗ್ರಹಿಸಿಬಿಡುತ್ತಾನೆ. ಯಾವ ಕಾರಣಕ್ಕಾಗಿ ಪಾಂಡವರು ಕ್ಷತ್ರಿಯರಾಗಿ ಗುರುತಿಸಿಕೊಂಡು ಸೇನೆಯನ್ನು ಸೇರಲು ಹಿಂಜರಿದಿದ್ದರೋ, ಅದೇ ಕಾರಣಕ್ಕಾಗಿಯೇ ದುರ್ಯೋಧನ ಅವರ ಇರವನ್ನು ಗುರುತಿಸುತ್ತಾನೆ ಎಂಬುದು ಸೋಜಿಗದ ವಿಷಯವಾಗಿದೆ. ತನ್ನ ಅನುಮಾನವನ್ನು ಗಟ್ಟಿಯಾಗಿ ನಂಬಿದ ದುರ್ಯೋಧನ ವಿರಾಟನಗರದ ಮೇಲೆ ಮಾಡುವ ಆಕ್ರಮಣದ ಯೋಜನೆಯೂ ವಿಶೇಷವಾಗಿದೆ. ಹೇಗೂ ಕೀಚಕ ಸತ್ತಿರುವದರಿಂದ ವಿರಾಟರು ದುರ್ಬಲರಾಗಿದ್ದಾರೆ. ಆದ್ದರಿಂದ ಮೊದಲು ವಿರಾಟನಗರದ ಒಂದು ದಿಕ್ಕಿನಲ್ಲಿ ಅವರ ಪ್ರಮುಖ ವೈರಿಯಾದ ತ್ರಿಗರ್ತದ ರಾಜ ಸುಶರ್ಮನನ್ನು ಆಕ್ರಮಣ ಮಾಡಲು ಕಳುಹಿಸಿಕೊಡುವುದು, ಅದೇ ಹೊತ್ತಿನಲ್ಲಿ ಇನ್ನೊಂದು ದಿಕ್ಕಿನಿಂದ ತಾವು ಕುರುಗಳು ದೊಡ್ಡ ಸೈನ್ಯದೊಡನೆ ಆಕ್ರಮಣ ಮಾಡುವುದು ಎಂದು ತಯಾರಿ ಮಾಡುವ ಅವನ ಯುದ್ಧ ಚತುರತೆ ನಮಗೆ ವಿಶಿಷ್ಟವಾಗಿದೆ.

ತ್ರಿಗರ್ತದ ಸುಶರ್ಮನನ್ನು ಎದುರಿಸಲು ವಿರಾಟನ ಜೊತೆಯಲ್ಲಿ ಹೊರಡುವ ಧರ್ಮರಾಯ, ತಮ್ಮ ಜೊತೆಯಲ್ಲಿ ಭೀಮ, ನಕುಲ ಮತ್ತು ಸಹದೇವರನ್ನು ಕರೆದುಕೊಂಡು ಹೋಗುತ್ತಾನೆ. ಆದರೆ ಅರ್ಜುನನನ್ನು ಯಾಕೆ ಅಂತಃಪುರದಲ್ಲಿಯೇ ಬಿಟ್ಟು ಹೋದ ಎಂಬುದು ತಿಳಿಯುವದಿಲ್ಲ. ಬಹುಶಃ ದುರ್ಯೋಧನನ ಮನಸ್ಸನ್ನು ಬಲ್ಲ ಧರ್ಮರಾಯನಿಗೆ ಮುಂಚೆಯೇ ಅವನ ಯುದ್ಧ ಯೋಜನೆಯ ಅನುಮಾನ ಬಂದಿರಬಹುದೆ? ಅಥವಾ ಶಿಖಂಡಿಯೊಬ್ಬನನ್ನು ತನ್ನೊಡನೆ ಕರೆದುಕೊಂಡು ಹೋಗೋಣ ಎಂದು ವಿರಾಟನನ್ನು ಒಪ್ಪಿಸುವುದು ಕಷ್ಟವಾಗಬಹುದೆಂದು ಹಿಂಜರಿದನೆ? ಅಥವಾ ತಾವು ನಾಲ್ವರು ಇಲ್ಲದ ಹೊತ್ತಿನಲ್ಲಿ ದ್ರೌಪದಿಯ ರಕ್ಷಣೆಗೆಂದು ಯಾರಾದರೂ ಒಬ್ಬರು ಅಂತಃಪುರದಲ್ಲಿರಲಿ ಎಂದು ಆಲೋಚಿಸಿದನೆ? ಇದು ಯಾವುದೂ ನಮಗೆ ಗೊತ್ತಾಗುವದಿಲ್ಲ.

ವ್ಯಾಸರ ಯುದ್ಧದ ವರ್ಣನೆ ವಿಪರೀತ ಉತ್ಪ್ರೇಕ್ಷೆಯಿಂದ ಕೂಡಿದ್ದು, ವಾಸ್ತವವೆಂದು ನಂಬಲು ಸಾಧ್ಯವಾಗುವದಿಲ್ಲ. ಹೆಚ್ಚು ಕಡಿಮೆ ಎಲ್ಲ ಯುದ್ಧಗಳ ವರ್ಣನೆಗಳೂ ಒಂದೇ ತರಹವಿದ್ದು, ಕೆಲವೊಮ್ಮೆ ಓದಲು ಬೇಸರ ಹುಟ್ಟಿಸುತ್ತದೆ. ಕಾಡಿನಲ್ಲಿ ಆಶ್ರಮ ಮಾಡಿಕೊಂಡಿದ್ದ ವ್ಯಾಸರಿಗೆ ಯುದ್ಧದ ಅನುಭವವಿಲ್ಲದಿರುವುದು ಇಂತಹ ಉತ್ಪ್ರೇಕ್ಷೆಯ ಭಾಷೆಯನ್ನು ಬಳಸುವದಕ್ಕೆ ಕಾರಣವಾಗಿರಬಹುದು. ಅಥವಾ ಕ್ಷತ್ರಿಯರನ್ನು ಮೆಚ್ಚಿಸಲೆಂದೇ ಬರೆದ ಇಂತಹ ಮಹಾಕಾವ್ಯದಲ್ಲಿ ಅವರಿಗೆ ಬಹುಪ್ರಿಯವಾದ ಯುದ್ಧದ ಸಂಗತಿಗಳನ್ನು ಬೇಕೆಂದೇ ರೋಚಕವಾಗಿರಲೆಂದು ರಮ್ಯ ಭಾಷೆಯನ್ನು ಬಳಸಿರಬಹುದು. ಓದುಗರಿಗೂ ಯುದ್ಧದ ವೀರೋತ್ಸಾಹಗಳು ರೋಚಕ ಸಂಗತಿಗಳಲ್ಲವೆ! ಒಟ್ಟಾರೆ ಅರ್ಜುನನು ಕುರುಗಳೊಡನೆ ಮಾಡುವ ಯುದ್ಧದ ವಿವರಗಳಲ್ಲಿ ಅಂತಹ ಆಸಕ್ತಿ ಮೂಡುವದಿಲ್ಲ. ಏಕಾಂಗಿಯಾಗಿ ಅವನು ಸಾವಿರಾರು ಜನರ ಜೊತೆಗೆ ನಿಜಕ್ಕೂ ಯುದ್ಧ ಮಾಡಿದನೆ ಎಂದು ಅನುಮಾನವಾಗುತ್ತದೆ. ಆದರೆ ಅಪರೂಪಕ್ಕೆಂಬಂತೆ ಈ ಕಥನ ಭಾಗದಲ್ಲಿ ಉತ್ತರ ಕುಮಾರನ ಮೂಲಕ ಹಾಸ್ಯರಸವನ್ನು ಉಕ್ಕಿಸುವ ವ್ಯಾಸರ ಮನೋಧರ್ಮ ಪ್ರಿಯವಾಗುತ್ತದೆ.

ಆದರೆ ಯುದ್ಧಕ್ಕೂ ಮುಂಚೆ ಕೌರವರಲ್ಲಿ ನಡೆಯುವ ಒಂದು ಚರ್ಚೆ ನಮ್ಮ ವಿಶೇಷ ಗಮನವನ್ನು ಸೆಳೆಯುತ್ತದೆ. ಪ್ರಥಮ ಬಾರಿ ಭೀಷ್ಮ, ದ್ರೋಣ ಮತ್ತು ಕೃಪರು, ತಮ್ಮ ಮೊಮ್ಮಗನಿಗೆ ಸಮಾನನಾದ ಅರ್ಜುನನ ಮೇಲೆ ಯುದ್ಧ ಮಾಡುವ ಹೊತ್ತದು. ಅದು ಹೇಗೆ ತಾನೆ ಅವರಿಗೆ ಯುದ್ಧ ಮಾಡಲು ಮನಸ್ಸು ಬಂದೀತು? ಆದ್ದರಿಂದ ದ್ರೋಣಾಚಾರ್ಯರು ನಿರುತ್ಸಾಹದ ಮಾತನ್ನಾಡಿ ವಾಪಾಸು ಹೋಗಿ ಬಿಡೋಣ ಎಂದು ಸಲಹೆ ಕೊಡುತ್ತಾರೆ. ಆದರೆ ಕರ್ಣನಿಗೆ ಅವರ ಮಾತುಗಳು ಇಷ್ಟವಾಗುವದಿಲ್ಲ. ಸಿಟ್ಟಿಗೆದ್ದ ಕರ್ಣ "ನಾನೊಬ್ಬನೇ ಅರ್ಜುನನನ್ನು ಸಂಹರಿಸಲು

ಸಾಕು, ನೀವೆಲ್ಲಾ ಬೇಕಿದ್ದರೆ ಹೊರಟು ಹೋಗಿ" ಎಂದು ಕೊಚ್ಚಿಕೊಳ್ಳುತ್ತಾನೆ. ಈಗಾಗಲೇ ಹಲವಾರು ಬಾರಿ ಅರ್ಜುನನಿಂದ ಸೋತು ಶರಣಾಗಿರುವ ಕರ್ಣ, ಇಂತಹ ಬೇಜವಾಬ್ದಾರಿಯ ಮಾತುಗಳನ್ನು ಹೇಳಿದಾಗ ಕೃಪನಿಗೆ ಸಿಟ್ಟು ಬರುತ್ತದೆ. "ರಥಕಾರನೊಬ್ಬನು ತಾನು ಬಹಳ ಶ್ರಮಪಟ್ಟು ರಥವನ್ನು ಮಾಡಿದೆನೆಂದೂ, ಅದರಿಂದ ನಿಜವಾಗಿ ಜಯವುಂಟಾಗುವದೆಂದೂ ಹೇಳಿದ ಮಾತ್ರಕ್ಕೆ ವಿವೇಕಿಗಳಾದವರು ಅದನ್ನು ನಂಬಬಹುದೆ?" ಎಂದು ಅವನ ಮನಸ್ಸನ್ನು ಚುಚ್ಚುತ್ತಾನೆ. 'ರಥಕಾರ' ಎಂದು ಇಲ್ಲಿ ರೂಪಕವಾಗಿ ಬಳಸಿದ್ದರೂ, ಅದು ಕರ್ಣನನ್ನು ಸೂತಪುತ್ರನೆಂದು ಅವಹೇಳನ ಮಾಡುವದಕ್ಕೂ ಮತ್ತು ಅವನನ್ನು ಅವಿವೇಕಿ ಎಂದು ಜರೆಯುವದಕ್ಕೂ ಬಳಸಿಕೊಂಡಿದ್ದೆಂದು ತಿಳಿಯುತ್ತದೆ. ಅದೂ ಸಾಲದೆಂಬಂತೆ ಅರ್ಜುನನ ಪರಾಕ್ರಮಗಳನ್ನು ಇನ್ನಿಲ್ಲದಂತೆ ಬಣ್ಣಿಸುತ್ತಾನೆ. ಕರ್ಣನಿಗೆ ಸಿಟ್ಟು ತಲೆಗೇರುತ್ತದೆ. ಅವನು ಕೃಪನನ್ನು ಮತ್ತವನ ಬ್ರಾಹ್ಮಣ ಜಾತಿಯನ್ನೂ ಜರೆಯುತ್ತಾನೆ. "ಓ ಬ್ರಾಹ್ಮಣಾ, ದೈರ್ಯವಿಲ್ಲದ ನಿಮ್ಮಂತಹವರಿಗೆ ಯುದ್ಧದ ಉಸಾಬರಿಯೇಕೆ? ಆ ತಂದೆ-ಮಕ್ಕಳನ್ನೂ (ದ್ರೋಣ ಮತ್ತು ಅಶ್ವತ್ಥಾಮ) ಕರೆದುಕೊಂಡು ಎಲ್ಲಿಯಾದರೂ ಭಿಕ್ಷೆಗೆ ಹೋಗು! ಕೂಗಿದ ಕಡೆಗೆ ಹೋಗಿ ಪುಷ್ಕಳವಾಗಿ ಭೋಜನ ಮಾಡು" ಎಂದು ಲೇವಡಿ ಮಾಡುತ್ತಾನೆ. ಕರ್ಣನ ಈ ಮಾತಿಗೆ ಸಿಟ್ಟಿಗೇಳುವವನು ಕರ್ಣ-ದುರ್ಯೋಧನನ ಪ್ರಿಯಮಿತ್ರನಾದ ಅಶ್ವತ್ಥಾಮ! "ಎಲೆ ಕರ್ಣಾ! ಬ್ರಾಹ್ಮಣರು ಅನೇಕ ಧರ್ಮಶಾಸ್ತ್ರಗಳನ್ನು ಓದಿರುವುದೇನೋ ನಿಶ್ಚಯವೇ. ಆ ಶಾಸ್ತ್ರಗಳಲ್ಲಿ ಎಲ್ಲಿಯಾದರೂ ಜೂಜಾಟದಿಂದ ಶತ್ರುರಾಜರನ್ನು ಜಯಿಸಬಹುದೆಂದು ಹೇಳಿದೆಯೇನು?" ಎಂದು ಜರೆದು ಇಡೀ ದುಷ್ಟ ಚತುಷ್ಟಯರ ಮೇಲೆ ತನ್ನ ಸಿಟ್ಟನ್ನು ತೋರಿಸಿಕೊಳ್ಳುತ್ತಾನೆ. ಅಂದರೆ ಜೂಜಿನ ಮೂಲಕ ರಾಜ್ಯವನ್ನು ದಕ್ಕಿಸಿಕೊಂಡ ಸಂಗತಿ ಅಶ್ವತ್ಥಾಮನಿಗೂ ಒಪ್ಪಿಗೆಯಾಗಿರಲಿಲ್ಲವೆಂಬುದು ತಿಳಿಯುತ್ತದೆ. ಇದು ಈ ಹದಿಮೂರು ವರ್ಷದ ನಂತರ ಹರಳುಗಟ್ಟಿದ ಆಲೋಚನೆಯೋ, ಅಥವಾ ದ್ಯೂತಸಭೆಯಲ್ಲಿಯೇ ಅವನಿಗೆ ಹಾಗನ್ನಿಸಿತ್ತೋ, ಅಥವಾ ಈಗ ತಮ್ಮ ಬ್ರಾಹ್ಮಣ ಕುಲವನ್ನು ಸೂತನೊಬ್ಬ ಜರೆದನೆಂಬ ಕಾರಣಕ್ಕೆ ಹಾಗೆ ಅಕ್ಕಸದಿಂದ ಮಾತಾಡಿದನೋ ತಿಳಿಯುವದಿಲ್ಲ. ಆದರೆ ಈಗಾಗಲೇ ಜೂಜಾಡಿ ರಾಜ್ಯ ಗೆದ್ದ ಬಗ್ಗೆ ಕೌರವರಲ್ಲಿ ಒಡುಕು ಮೂಡಿತ್ತೆನ್ನುವುದು ಅರ್ಥವಾಗುತ್ತದೆ.

ನಿಜಕ್ಕೂ ವನವಾಸದ ಕಾಲ ಮುಗಿಯಿತೆ ಅಥವಾ ಇಲ್ಲವೇ ಎಂಬ ವಿಷಯದಲ್ಲಿ ಗೊಂದಲದ ಮಾತುಕತೆಗಳಿವೆ. ದುರ್ಯೋಧನನು "ವನವಾಸ ಕಾಲ ಇನ್ನೂ ಮುಗಿದೇ ಇಲ್ಲ; ನಾವು ಅದಕ್ಕೂ ಮುಂಚೆಯೇ ಪಾಂಡವರನ್ನು ಗುರುತಿಸಿಬಿಟ್ಟಿದ್ದೇವೆ. ಆದ್ದರಿಂದ ಅವರು ಮತ್ತೆ ಹನ್ನೆರಡು ವರ್ಷ ವನವಾಸಕ್ಕೆ

ಹೋಗಬೇಕು" ಎಂದು ಹಟ ಹಿಡಿಯುತ್ತಾನೆ. ಆದರೆ ಭೀಷ್ಮ ಅದನ್ನು ಒಪ್ಪುವದಿಲ್ಲ. ಅವನ ಪ್ರಕಾರ ಈ ಹದಿಮೂರು ವರ್ಷಗಳಲ್ಲಿ ನಾಲ್ಕು ತಿಂಗಳು ಮತ್ತು ಹನ್ನೆರಡು ದಿನಗಳ ಅಧಿಕಮಾಸವು ಬಂದಿದೆ. ಈ ಅಧಿಕ ಮಾಸವನ್ನು ನಾವು ಪರಿಗಣಿಸಲೇ ಬಾರದು. ಆದ್ದರಿಂದ ಅವರ ವನವಾಸದ ಅವಧಿ ಮುಗಿದು ಹೋಗಿದೆ ಎಂದು ವಾದಿಸುತ್ತಾನೆ. ಅದೇ ವಾದವನ್ನು ಧರ್ಮರಾಯನೂ ಹೇಳುತ್ತಾನೆ. ಅದು ಯಾಕೆ ಅಧಿಕ ಮಾಸವನ್ನು ಕಾಲಗಣನೆಯಲ್ಲಿ ಪರಿಗಣಿಸಬಾರದು? ಎಂಬ ನಮ್ಮ ಅನುಮಾನಕ್ಕೆ ಎಲ್ಲಿಯೂ ಉತ್ತರ ಸಿಗುವದಿಲ್ಲ. ದುರ್ಯೋಧನ ಮತ್ತು ಭೀಷ್ಮ ಬೇರೆ ಬೇರೆ ಕಾಲಮಾನ ಪದ್ಧತಿಯನ್ನು ಪರಿಗಣಿಸುತ್ತಿದ್ದರೆ? ಅದೂ ಒಪ್ಪತಕ್ಕ ತರ್ಕವಲ್ಲ. ಇಬ್ಬರೂ ಒಂದೇ ವಂಶದವರು, ಒಂದೇ ಅರಮನೆಯಲ್ಲಿ ಬಾಳಿದವರು. ಕಾಲದ ಲೆಕ್ಕಾಚಾರದಂತಹ ಸರಳ ಗಣಿತದಲ್ಲಿ ಅವರು ಭಿನ್ನವಾಗಿರಲು ಹೇಗೆ ಸಾಧ್ಯ? ಒಂದೋ ಪಾಂಡವರನ್ನು ರಕ್ಷಿಸುವ ಸಲುವಾಗಿ ಭೀಷ್ಮ ಇಂತಹ ಹೊಸತೇ ಆದ ಕಾಲಮಾನ ಲೆಕ್ಕಾಚಾರದ ಆಧಾರದಿಂದ ವಾದಿಸಿರಬೇಕು ಅಥವಾ ಪಾಂಡವರು ಇನ್ನಷ್ಟು ವರ್ಷ ವನವಾಸದಲ್ಲಿರಲಿ ಎಂಬ ದುರಾಸೆಯಿಂದ ದುರ್ಯೋಧನ ಬೇರೆಯೇ ಒಂದು ಕಾಲಮಾನ ಪದ್ಧತಿ ಅನುಸರಿಸುವ ಹುನ್ನಾರ ಮಾಡಿರಬೇಕು. ಆದರೆ ಯಾರೂ ದುರ್ಯೋಧನನ ಕಾಲದ ಲೆಕ್ಕಾಚಾರವನ್ನು ಗಣನೆಗೆ ತೆಗೆದುಕೊಳ್ಳುವದಿಲ್ಲ. ಪಾಂಡವರ ಅಜ್ಞಾತವಾಸ ಮುಗಿದು ಹೋಗುತ್ತದೆ.

ವಿರಾಟಪರ್ವದ ಕತೆ ಇನ್ನು ಹೆಚ್ಚೇನೂ ಇಲ್ಲ. ಏಕಾಂಗಿಯಾಗಿ ಅರ್ಜುನ ಕೌರವರ ಸೈನ್ಯದ ಮೇಲೆ ಗೆಲುವನ್ನು ಸಾಧಿಸುತ್ತಾನೆ. ಯಾವುದೇ ಮಹತ್ವದ ಸಾವು-ನೋವುಗಳಿಲ್ಲದಂತೆ (ಕರ್ಣನ ತಮ್ಮನೊಬ್ಬ ಮಾತ್ರ ಸಾಯುತ್ತಾನೆ) ಎಲ್ಲರನ್ನೂ ತನ್ನ ಸಾಮರ್ಥ್ಯದಿಂದ ಹಿಮ್ಮೆಟ್ಟಿಸಿ, 'ಗೋಧನ'ವನ್ನು ರಕ್ಷಿಸುತ್ತಾನೆ. ಸಮಸ್ತ ಕೌರವ ಪ್ರಮುಖರಿರುವ ಈ ಒಂದು ದಿನದ ಯುದ್ಧವನ್ನು ಗೆಲ್ಲುವ ಅರ್ಜುನನ ಸಾಹಸ, ಮುಂಬರುವ ಕುರುಕ್ಷೇತ್ರ ಯುದ್ಧದ ಫಲಿತಾಂಶದ ಮುನ್ನುಡಿಯಂತೆ ಕಾಣುತ್ತದೆ. ನಂತರ ವಿರಾಟನಿಗೆ ಎಲ್ಲಾ ವಿವರಗಳು ತಿಳಿದು, ಅಭಿಮನ್ಯು-ಉತ್ತರೆಯ ವಿವಾಹದಲ್ಲಿ ಈ ಪರ್ವ ಮುಕ್ತಾಯವಾಗುತ್ತದೆ.

ನಿಸ್ಸಂಶಯವಾಗಿ ಭಾರತದಲ್ಲಿ 'ವಿರಾಟಪರ್ವ' ಅತ್ಯಂತ ಜನಪ್ರಿಯ ಕಥಾಭಾಗವಾಗಿದೆ. ಸರ್ವೇಸಾಮಾನ್ಯವಾಗಿ ಮಹಾಭಾರತದ ಪ್ರವಚನ ಮಾಡಿಸಿದರೆ, ವಿರಾಟಪರ್ವವನ್ನೇ ಹೆಚ್ಚಾಗಿ ಜನರು ಆಯ್ಕೆ ಮಾಡಿಕೊಳ್ಳುತ್ತಾರೆ. ಅದಕ್ಕೆ ಕಾರಣಗಳನ್ನು ಸುಲಭವಾಗಿ ಗುರುತಿಸಬಹುದು. ಇದು ಅಷ್ಟೇನೂ ದೊಡ್ಡ ಕಥಾಭಾಗವಲ್ಲ. ಮೂಲಕತೆಯ ರಸಾಸ್ವಾದನೆಗೆ ಭಂಗ ಬರುವಂತೆ ಈ ಪರ್ವದಲ್ಲಿ ಯಾವುದೇ ಉಪಕತೆಗಳಿಲ್ಲ; ವೈಶಂಪಾಯನನು ಜನಮೇಜಯನಿಗೆ ಹೇಳುವುದು

ಬಿಟ್ಟರೆ ಮತ್ತೊಬ್ಬ ಉಪಕಥನಕಾರ ಇಲ್ಲಿ ಬರುವದಿಲ್ಲ. ನಾವು ನವರಸಗಳೆಂದು ಗುರುತಿಸುವ ಎಲ್ಲಾ ಒಂಬತ್ತು ರಸಗಳು ಈ ಪರ್ವದಲ್ಲಿವೆ: ಹಾಸ್ಯ (ಉತ್ತರ ಕುಮಾರ ಚರಿತ್ರೆ), ಶೃಂಗಾರ (ಸೈರಂಧ್ರಿಯ ರೂಪದ ವರ್ಣನೆ ಮತ್ತು ಭೀಮನನ್ನು ರಾತ್ರಿಯ ಸರಿಹೊತ್ತಿನಲ್ಲಿ ಭೇಟಿಯಾಗಲು ಹೋದ ದ್ರೌಪದಿಯ ಪ್ರಸಂಗ), ಭೀಭತ್ಸ (ಕೀಚಕನನ್ನು ಕೊಂದ ನಂತರ ಅವನನ್ನು ಮಾಂಸದ ಮುದ್ದೆಯಾಗಿಸುವ ಭೀಮನ ವರ್ತನೆ), ರೌದ್ರ (ಕೀಚಕ ಮತ್ತು ಉಪಕೀಚಕರ ಸಂಹಾರ), ಶಾಂತ (ಇದು ಮೂಲರಸ. ಇತರ ಎಂಟು ರಸಗಳನ್ನು ಅನುಭವಿಸಲು ಸಿದ್ಧಗೊಂಡ ಮನುಷ್ಯನ ಸ್ಥಿತಿ. ಅಂತಹ ಸಿದ್ಧತೆಯ ವಿವರಗಳು ಪಾಂಡವರ ನಿತ್ಯಜೀವನದ ವರ್ಣನೆಯಲ್ಲಿ ಬಂದಿವೆ), ವೀರ (ಅರ್ಜುನನು ಏಕಾಂಗಿಯಾಗಿ ಕೌರವರೊಡನೆ ಮಾಡುವ ಯುದ್ಧ), ಭಯ (ಕೀಚಕನ ಚಟ್ಟದ ಜೊತೆಗೆ ಸುಡಲೆಂದು ಕಟ್ಟಿದ ಜೀವಂತ ದ್ರೌಪದಿಯ ಕೂಗಾಟ), ಕರುಣಾ (ಕೀಚಕನಿಂದ ಸಭೆಯಲ್ಲಿ ಅವಮಾನಗೊಂಡ ದ್ರೌಪದಿಯ ಅಳಲು), ಅದ್ಭುತ (ಇಡೀ ಒಂದು ವರ್ಷಗಳ ಕಾಲ ಯಾರಿಗೂ ತಿಳಿಯದಂತೆ ಬದುಕುವ ಪಾಂಡವರ ಯೋಜನೆ) – ಹೀಗೆ ಎಲ್ಲ ರಸಗಳು ಭರಪೂರವಾಗಿ ತುಂಬಿ ತುಳುಕುತ್ತವೆ. ಆದರೆ ಭಾರತೀಯರಾದ ನಮಗೆ ಕಥನವೊಂದು ಪ್ರಿಯವಾಗಲು ಈ ನವರಸಗಳ ಜೊತೆಗೆ ಮತ್ತೊಂದು ಮಹತ್ವದ ರಸ ಬೇಕು; ಅದು 'ಭಕ್ತಿರಸ'. ಇದೊಂದು ಮನುಷ್ಯ ರೂಢಿಸಿಕೊಂಡ ರಸವೇ ಹೊರತು, ಮೂಲರಸವಲ್ಲ. ಆದರೆ ಈ ರಸಕ್ಕೆ ಮಾತ್ರ ಈ ಪರ್ವದಲ್ಲಿ ಅವಕಾಶವಿಲ್ಲ. ಏಕೆಂದರೆ ಭಕ್ತಿಯನ್ನು ಸ್ರವಿಸಲು ಬೇಕಾದ ಬಹುಮುಖ್ಯ ಪಾತ್ರಧಾರಿ ಕೃಷ್ಣನಿಗೆ ಈ ಪರ್ವದಲ್ಲಿ ಎಳ್ಳಷ್ಟೂ ಪ್ರವೇಶವಿಲ್ಲ. ಕೊನೆಯಲ್ಲಿ ಅಭಿಮನ್ಯು-ಉತ್ತರೆಯ ಮದುವೆಗಾಗಿ ಉಪಪ್ಲಾವ್ಯ ನಗರಕ್ಕೆ ಅವನು ಬಲರಾಮನೊಡಗೂಡಿ ಬರುತ್ತಾನೆಂಬುದನ್ನು ಬಿಟ್ಟರೆ ಅವನ ಹೆಸರು ಎಲ್ಲೂ ಬರುವದಿಲ್ಲ. ಬಹುಶಃ ಅವನಿಗೂ ಇವರ ಅಜ್ಞಾತವಾಸದ ವಿವರಗಳು ಗೊತ್ತಿರಲಿಲ್ಲವೆಂದೇ ಅನ್ನಿಸುತ್ತದೆ. ದ್ರೌಪದಿ ಎಷ್ಟೇ ಕಷ್ಟದಲ್ಲಿದ್ದರೂ ಕೃಷ್ಣನನ್ನು ನೆನೆಯುವದಿಲ್ಲ. ಗೋಗ್ರಹಣದ ಮಹತ್ವದ ಯುದ್ಧದಲ್ಲಿಯೂ ಅರ್ಜುನ ತನ್ನ ಪ್ರಿಯಮಿತ್ರನನ್ನು ನೆನೆಯುವದಿಲ್ಲ. ಆ ಕಾರಣದಿಂದಾಗಿ ಮಾನವಾತೀತ ಸಂಗತಿಗಳಿಲ್ಲದ ಈ ವಿರಾಟಪರ್ವ, ಒಂದು ಒಳ್ಳೆಯ ಸಾಮಾಜಿಕ ಸಿನಿಮಾವನ್ನು ನೋಡಿದಂತಹ ಅದ್ಭುತ ಅನುಭವವನ್ನು ಕೊಡುತ್ತದೆ. ಮತ್ತೆ ಮತ್ತೆ ವಿರಾಟಪರ್ವವನ್ನು ಕೇಳುವಂತೆ ಮಾಡುತ್ತದೆ. ಆದರೆ ಭಕ್ತಿರಸವಿಲ್ಲದ ಕಥಾನಕದ ಮರುಶ್ರವಣಕ್ಕೆ ಹಿರಿಯರನ್ನು ಒಪ್ಪಿಸುವುದು ಹೇಗೆ? ಯಾರೋ ಜಾಣರು ಸೊಗಸಾದ ಉಪಾಯವನ್ನು ಅದಕ್ಕೆ ಕಂಡು ಹಿಡಿದುಬಿಟ್ಟಿದ್ದಾರೆ. ವಿರಾಟಪರ್ವವನ್ನು ಓದಿದರೆ ಮಳೆ ಬರುತ್ತದೆ ಎಂಬ ನಂಬಿಕೆಯನ್ನು ಜನಪದದಲ್ಲಿ

ಹರಿಯಬಿಟ್ಟಿದ್ದಾರೆ. ಜನರಿಗೆ 'ಮಳೆ' ಎಂಬುದು 'ಭಕ್ತಿರಸ'ಕ್ಕಿಂತಲೂ ಮುಖ್ಯವಾದದ್ದು. ಆದ್ದರಿಂದ ಅವರಿಗೆ ಮತ್ತೆ ಮತ್ತೆ ವಿರಾಟಪರ್ವವನ್ನು ಕೇಳಿ ಆನಂದಿಸುವ ಒಂದು ಕಳ್ಳ ನೆಪ ಸಿಕ್ಕಿಬಿಟ್ಟಿದೆ! ವಿರಾಟಪರ್ವ ಎಂತಹ ಆಕರ್ಷಕ ಕತೆಯೆಂದರೆ, ಮಳೆ ಬರದಿದ್ದಾಗ ಮಳೆ ಬರಲೆಂದು ಓದಿದರೂ ಸೊಗಸಾಗಿರುತ್ತದೆ ಅಥವಾ ಮಳೆ ಹೆಚ್ಚು ಬಂದಾಗ ಅದು ನಿಲ್ಲಲೆಂದು ಓದಿದರೂ ಸೊಗಸಾಗಿರುತ್ತದೆ.

ಗ್ರಂಥ ಋಣ:

1. ವ್ಯಾಸಮಹರ್ಷಿ ಪ್ರಣೀತ ಶ್ರೀಮಹಾಭಾರತವು – ಪಂಡಿತ ದೇವಶಿಖಾಮಣಿ ಅಳಸಿಂಗರಾಚಾರ್ಯ
2. ಕುಮಾರವ್ಯಾಸ ಮಹಾಕವಿಯ ಕರ್ಣಾಟ ಭಾರತ ಕಥಾಮಂಜರಿ (ಸಂ. ಕುವೆಂಪು ಮತ್ತು ಮಾಸ್ತಿ ವೆಂಕಟೇಶ ಅಯ್ಯಂಗಾರ್)
3. ಯುಗಾಂತ – ಇರಾವತಿ ಕರ್ವೆ
4. ಪರ್ವ – ಎಸ್.ಎಲ್. ಭೈರಪ್ಪ

21ನೇ ಸೆಪ್ಟಂಬರ್ 2013

ಶಿಖಂಡಿ ಎಂಬ ಅಸ್ತ್ರ

'ಶಿಖಂಡಿ' ಎಂದರೆ ನರ್ತಿಸುವ ನವಿಲಿನ ಗರಿಗಳ ಪ್ರಭಾವಳಿಯಂತಹ ಕೇಶಾಲಂಕಾರ ಎಂಬ ಅರ್ಥವಿದೆ. ಕೆಲವೊಮ್ಮೆ ನೇರವಾಗಿ ನವಿಲನ್ನೇ ಶಿಖಂಡಿ ಎಂದು ಕರೆಯುತ್ತಾರೆ. ಆದ್ದರಿಂದಲೇ ವಿಷ್ಣು ಸಹಸ್ರನಾಮದಲ್ಲೂ, ಶಿವನ ಸಹಸ್ರನಾಮಾವಳಿಯಲ್ಲೂ 'ಶಿಖಂಡಿ' ಎಂಬ ಹೆಸರನ್ನೂ ನೋಡಬಹುದು. ಆದರೆ ಮೂಲ ಅರ್ಥವನ್ನು ಕಳೆದುಕೊಂಡ 'ಶಿಖಂಡಿ' ಎಂಬ ಹೆಸರು ಈ ದಿನಗಳಲ್ಲಿ ಕೇವಲ ಲೈಂಗಿಕ ಅಲ್ಪಸಂಖ್ಯಾತ ಸಮುದಾಯದವರನ್ನು ಕರೆಯುವದಕ್ಕೆ ಸೀಮಿತವಾಗಿದೆ. ಅದರಲ್ಲಿಯೂ ಗಂಡಾಗಿ ಹುಟ್ಟಿ, ಹೆಣ್ಣಾಗಿ ಲಿಂಗಪರಿವರ್ತನೆಗೊಂಡ ವ್ಯಕ್ತಿಗಳನ್ನು ಮತ್ತು ಹೆಣ್ಣಿನೊಡನೆ ಕೂಡಲು ಸಾಧ್ಯವಾಗದ ಗಂಡನ್ನು ಲೇವಡಿಯಾಗಿ ಕರೆಯಲೆಂದೇ ಈ ಪದವನ್ನು ಬಳಸುವದನ್ನು ಕಾಣುತ್ತೇವೆ. ನಮ್ಮ ಜನಪ್ರಿಯ ಸಿನಿಮಾ ಬಭ್ರುವಾಹನದ ಹಾಡಿನಲ್ಲಿಯೂ 'ಶಿಖಂಡೀ...' ಎಂದು ದೀರ್ಘವಾಗಿ ನಾಯಕ ಹೇಳುವಾಗಲೂ ಅರ್ಜುನನ ಬೃಹನ್ನಳೆಯ ಸ್ಥಿತಿಯನ್ನು ವ್ಯಂಗ್ಯ ಮಾಡುವುದೇ ಅದರ ಉದ್ದೇಶವಾಗಿತ್ತು ಎನ್ನುವುದನ್ನು ನಾವು ಗಮನಿಸಬಹುದು. ಮೂಲಾರ್ಥದಲ್ಲಿ ಬಹುರಮ್ಯ ಸಂಗತಿಯೊಂದನ್ನು ಹೇಳುವ ಪದವೊಂದು, ಕಾಲಕ್ರಮೇಣ ವಿಕ್ಷಿಪ್ತ ಸಂಗತಿಯನ್ನು ಧ್ವನಿಸುವಂತೆ ಭಿನ್ನಾರ್ಥ ಪಡೆದುಕೊಳ್ಳುವುದು

ಭಾಷಾಜಗತ್ತಿನ ವಿಸ್ಮಯದ ಸಂಗತಿಯೇ ಆಗಿದೆ. ಅದಕ್ಕೆಲ್ಲಾ ಮೂಲಕಾರಣವಾಗಿ ಮಹಾಭಾರತದ ದ್ರುಪದನ ಮಗ ಶಿಖಂಡಿಯ ಜನಪ್ರಿಯ ಕತೆಯ ಹಿನ್ನೆಲೆಯಿದೆ.

ಶಿಖಂಡಿಯ ಕತೆಗೆ ತಳಕು ಹಾಕಿಕೊಂಡೇ ಭೀಷ್ಮ ಮತ್ತು ಅಂಬೆಯರ ಕತೆಯೂ ಸೇರಿಕೊಳ್ಳುತ್ತದೆ. ಇವರಿಬ್ಬರ ಬದುಕಿನ ಹಿನ್ನೆಲೆಯಲ್ಲಿಯೇ ಶಿಖಂಡಿಯ ಬದುಕಿನ ಅಸ್ತಿತ್ವವಿದೆ. ಅವರನ್ನು ಬಿಟ್ಟು ಸ್ವತಂತ್ರವಾಗಿ ಶಿಖಂಡಿಗೆ ಯಾವ ಸ್ಥಾನವೂ ಮಹಾಭಾರತದ ಕತೆಯಲ್ಲಿ ಇಲ್ಲ. ಹೆಣ್ಣಿನ ಸಹವಾಸವನ್ನೆಲ್ಲಾ ಏನೇನೋ ಕ್ಷುಲ್ಲಕ ಕಾರಣಗಳನ್ನು ನೀಡಿ ನಿರಾಕರಿಸಿದ ಭೀಷ್ಮ ಮತ್ತು ಗಂಡಿನ ಸಾನ್ನಿಧ್ಯಕ್ಕಾಗಿ ಇನ್ನಿಲ್ಲದಂತೆ ಹಪಹಪಿಸಿ ಅದು ದಕ್ಕದೆ ಅತೃಪ್ತಿಯಲ್ಲಿ ಅಸುನೀಗಿದ ಅಂಬೆ – ಎರಡು ವಿರುದ್ಧ ಧ್ರುವಗಳ ಕಥನದ ಕೊಂಡಿಯಾಗಿ ಶಿಖಂಡಿ ಬಂದು ನಿಲ್ಲುತ್ತಾನೆ. ನಮ್ಮದೇ ಒಂದು ಸ್ವತಂತ್ರ ಕಥನವಿಲ್ಲದೆ, ಮತ್ತೊಬ್ಬರ ವ್ಯಸನಗಳ ಕತೆಗೆ ಕಾರಣವಾಗಿ ಬದುಕುವುದು ಬಹು ಅವಮಾನದ ಸಂಗತಿಯಾಗಿದೆ. ಅಂತಹ ಅವಮಾನವನ್ನು ಶಿಖಂಡಿ ಬದುಕಿನುದ್ದಕ್ಕೂ ಅನುಭವಿಸುತ್ತಾನೆ. ಲೈಂಗಿಕ ಅಲ್ಪಸಂಖ್ಯಾತ ಸಮುದಾಯದ ಜನರೆಲ್ಲರೂ ಅಂತಹ ಅವಮಾನವನ್ನು ಎಲ್ಲ ದೇಶ-ಕಾಲಗಳಲ್ಲೂ ಅನುಭವಿಸುತ್ತಾರೆ ಎನ್ನುವುದು ಬದುಕಿನ ಕಹಿಸತ್ಯವೇ ಆಗಿದೆ.

ಭೀಷ್ಮನ ಹೆಣ್ಣಿನ ನಿರಾಕರಣೆಯ ಸ್ವಭಾವ ತರ್ಕಕ್ಕೆ ದಕ್ಕುವುದು ಕಷ್ಟ. ಪ್ರಾಯಕ್ಕೆ ಬಂದ ಕ್ಷತ್ರಿಯ ಕುಮಾರನೊಬ್ಬ ಹಠ ಹಿಡಿದವನಂತೆ ಹೆಣ್ಣಿನ ಸಂಪರ್ಕವನ್ನು ನಿರಾಕರಿಸುತ್ತಲೇ ಹೋಗುವದನ್ನು ಹೇಗೆ ಅರ್ಥಮಾಡಿಕೊಳ್ಳುವುದೋ ತಿಳಿಯುವದಿಲ್ಲ. ಈತನಿಗೆ ಯೌವನ ಮಿಸುಕಾಡುತ್ತಿರುವಾಗ, ಅವರಪ್ಪ ಶಂತನುವಿಗೆ ಹೊಸಹೆಣ್ಣಿನ ಹಂಬಲ ಶುರುವಾಗಿ ಖಿನ್ನತೆ ಆವರಿಸುತ್ತದೆ. ಮೊದಲ ಹೆಂಡತಿಯಲ್ಲಿ ಅಂತಹ ಸುಖವನ್ನೇನೂ ಶಂತನು ಕಂಡಿರುವದಿಲ್ಲ. ಗಂಗೆಯೆಂಬ ಹೆಸರಿನ ಆ ಹಟಮಾರಿ ಹೆಣ್ಣು, ಕ್ಷುಲ್ಲಕ ನೆಪವೊಡ್ಡಿ ಯಾವತ್ತೋ ಮನೆ ಬಿಟ್ಟು ಹೋಗಿರುತ್ತಾಳೆ. ಜೊತೆಗೆ ಮಗು ದೇವವ್ರತನನ್ನೂ (ಭೀಷ್ಮನ ಮೂಲ ಹೆಸರು) ತನ್ನೊಡನೆ ಕರೆದುಕೊಂಡು ಹೋಗಿ, ಹದಿನೈದು ವರ್ಷ ಅವನನ್ನು ತಂದೆಯಿಂದ ದೂರವಿರಿಸಿ ಸಾಕುತ್ತಾಳೆ. ಒಂಟಿಯಾಗಿ ಬದುಕುವ ಶಂತನುವಿಗೆ ಆಗಿನ್ನೂ ನಲವತ್ತು ವರ್ಷ ವಯಸ್ಸು. ಈ ನಡುವಯಸ್ಸಿನ ಹೊತ್ತಿನಲ್ಲಿ ಹೊಸ ಹೆಣ್ಣಿಗೆ ಹಂಬಲಿಸುವ ಅವನ ಸ್ವಭಾವ ಅತ್ಯಂತ ಸಹಜವಾದದ್ದೇ ಆಗಿದೆ. ಆದರೆ ಅವನ ಈ ಹೆಣ್ಣಿನ ಹುಚ್ಚಿಗೆ ವಿಪರೀತವಾಗಿ ವರ್ತಿಸುವ ಭೀಷ್ಮನ ಸ್ವಭಾವ ಅವನ ವಯಸ್ಸಿಗೆ ಮೀರಿದ್ದಾಗಿದೆ.

ಆ ಹೊತ್ತಿಗೆ ಭೀಷ್ಮನಿಗೆ ವಯಸ್ಸು ಇಪ್ಪತ್ತೂ ದಾಟಿರಲಿಕ್ಕಿಲ್ಲ. ಆಗಲೇ ಯುವರಾಜ್ಯಾಭಿಷೇಕವೂ ನಡೆದಿದೆ. ಸುಮಾರು ಹದಿನೈದು ವರ್ಷಗಳ ಕಾಲ ಅವನಮ್ಮ ಗಂಗೆಯ ಜೊತೆಯಲ್ಲಿಯೇ ಬದುಕಿದ ಭೀಷ್ಮ, ಅನಂತರದ ನಾಲ್ಕು ವರ್ಷಗಳ ಕಾಲ ಮಾತ್ರ ಅವರಪ್ಪ ಶಂತನುವಿನ ಜೊತೆಯಲ್ಲಿ ವಾಸ ಮಾಡುತ್ತಾನೆ. ಈ ಹೊತ್ತಿನಲ್ಲಿಯೇ ಶಂತುನುವಿಗೆ ದಾಶರಾಜನ ಮಗಳು ಸತ್ಯವತಿ ಕಣ್ಣಿಗೆ ಬಿದ್ದು, ಪ್ರೇಮಾಂಕುರ ಮೂಡಿ, ಆಕೆಯನ್ನು ಪಡೆಯಲು ಒದ್ದಾಡಿ ಸೋತಿರುತ್ತಾನೆ. ದಾಶರಾಜನ ರಾಜ್ಯದ ದಾಹ ಅಡ್ಡ ಬಂದು, ಮಗ ಭೀಷ್ಮನಿಗೆ ಅನ್ಯಾಯ ಮಾಡುವ ಮನಸ್ಸಿಲ್ಲದೆಯೂ, ಎದೆಯನ್ನು ಹೊಕ್ಕ ಹೆಣ್ಣನ್ನು ಪಡೆಯಲಾಗದೆಯೂ ಖಿನ್ನತೆಗೆ ಜಾರಿರುತ್ತಾನೆ. ಗಂಗೆ ದೂರವಾಗಿ ಇಪ್ಪತ್ತು ವರ್ಷವಾದರೂ, ತನ್ನ ಮಗನ ಸಲುವಾಗಿ ಮತ್ತೊಂದು ಮದುವೆಯಾಗದೆ ಉಳಿದ ಶಂತನುವಿನ ಪುತ್ರಪ್ರೀತಿ ಪ್ರಶ್ನಾತೀತವಾಗಿದೆ.

"ನಾನು ರಾಜ್ಯಭೋಗವನ್ನೂ, ಸ್ತ್ರೀಭೋಗವನ್ನೂ ಪೂರ್ಣವಾಗಿ ಬಿಟ್ಟಿರುವೆನು. ಇದು ಸತ್ಯವು" ಎಂದು ದಾಶರಾಜನ ಮುಂದೆ ಪ್ರತಿಜ್ಞೆ ಮಾಡುವ ಭೀಷ್ಮ, ಅಪ್ಪನಿಗೇ ಹೆಣ್ಣು ತರುವ ಸಾಹಸವನ್ನು ಮೆರೆಯುತ್ತಾನೆ. ರಾಜ್ಯದ ಜನರಿಂದ ಅದಕ್ಕಾಗಿ 'ಭೀಷ್ಮ' ಎನ್ನುವ ಬಿರುದನ್ನೂ, ಅಪ್ಪನಿಂದ 'ಇಚ್ಛಾಮರಣ'ದ ವರವನ್ನೂ ಪಡೆಯುತ್ತಾನೆ. ಆದರೆ ಕೊಟ್ಟ ಮಾತಿಗೆ ತಕ್ಕಂತೆ ಸ್ತ್ರೀಭೋಗವನ್ನು ಜೀವನಪೂರ್ತಿ ನಿರಾಕರಿಸಿದರೂ, ರಾಜ್ಯಭೋಗವನ್ನು ಭೀಷ್ಮ ಸಾಯುವವರೆಗೂ ಬಿಡುವದಿಲ್ಲ. ಕುರುವಂಶದಲ್ಲಿ ಎಷ್ಟೇ ಅನ್ಯಾಯಗಳು ನಡೆದರೂ, ಅರಮನೆಯ ಸುಖದ ಸುಪ್ಪತ್ತಿಗೆಯನ್ನು ತೊರೆಯುವದಿಲ್ಲ. ತನ್ನ ಕಣ್ಣೆದುರಿಗೇ ದ್ರೌಪದಿಯ ಅವಮಾನ ನಡೆದು, ಪಾಂಡುವಿನ ಮಕ್ಕಳು ಅರಣ್ಯ ಸೇರಿದರೂ ತನ್ನ ರಾಜ್ಯಸುಖವನ್ನು ಬಿಟ್ಟುಕೊಡುವದಿಲ್ಲ. ಆದರೆ ಆ ಬಗ್ಗೆ ಅವನಿಗೆ ಪಶ್ಚಾತ್ತಾಪವಿದೆ. ತನ್ನ ಹಂಗಿನ ಕೂಳಿನ ಆಸೆಯಿಂದಾಗಿ ಅಧರ್ಮದ ಪಕ್ಷದ ಪರವಾಗಿ ಹೋರಾಡಬೇಕಾದ ತನ್ನ ಅಸಹಾಯಕತೆಯನ್ನು ಕುರುಕ್ಷೇತ್ರದ ಯುದ್ಧದ ಆರಂಭದಲ್ಲಿ ಧರ್ಮರಾಯನ ಮುಂದೆ ತೋಡಿಕೊಳ್ಳುತ್ತಾನೆ. ಇನ್ನೂ ಹಲವು ಸಂದರ್ಭಗಳಲ್ಲಿ ಆ ಪಶ್ಚಾತ್ತಾಪದ ಮಾತುಗಳನ್ನು ಅವನು ನಿಸ್ಸಂಕೋಚದಿಂದ ಆಡುತ್ತಾನೆ.

ಆದರೆ ಸ್ತ್ರೀಭೋಗವನ್ನು ನಿರಾಕರಿಸಿದ್ದರಿಂದಾಗಿ ತನಗುಂಟಾದ ಸಂಕಟವನ್ನು ಎಲ್ಲಿಯೂ ಭೀಷ್ಮ ತೋಡಿಕೊಳ್ಳುವದಿಲ್ಲ. ಇಡೀ ಬದುಕಿನಲ್ಲಿ ಹೆಣ್ಣೊಡನೆ ಬೆರೆಯಲು ಸಾಧ್ಯವಾಗದ ಗಂಡು, ಸಾಕಷ್ಟು ಬಾರಿ ತನ್ನ ಪರಿಸ್ಥಿತಿಗೆ ನಿಟ್ಟುಸಿರು ಬಿಡುತ್ತಾನೆ ಅಥವಾ ಖಿನ್ನತೆಗೂ ಜಾರುತ್ತಾನೆ. ಲಜ್ಜೆಯ ಎಲ್ಲೆಯನ್ನು ಮೀರಿ ಎಲ್ಲ ರೀತಿಯಿಂದಲೂ ಹೆಣ್ಣಿನ ಸಂಗವನ್ನು ಪಡೆಯಲು ಹಾತೊರೆಯುತ್ತಾನೆ. ಆದರೆ ಭೀಷ್ಮನಿಗೆ ಅಂತಹ ಸಂಕಟ

ಒದಗಿದ್ದೇ ಕಾಣುವದಿಲ್ಲ. ಆ ನಷ್ಟದ ಕುರಿತು ಅವನು ಎಲ್ಲಿಯೂ ಮಾತನಾಡುವದಿಲ್ಲ. ಅದಕ್ಕೆ ವಿರುದ್ಧವಾಗಿ ಸ್ತ್ರೀಭೋಗದ ಸುಖ ತಾನಾಗಿ ಒದಗಿ ಬಂದರೂ ಅದನ್ನು ಆವೇಶದಿಂದ ನಿರಾಕರಿಸುತ್ತಾನೆ. ತನ್ನ ಇಬ್ಬರು ತಮ್ಮಂದಿರಾದ ಚಿತ್ರಾಂಗದ ಮತ್ತು ವಿಚಿತ್ರವೀರ್ಯರು ಸತ್ತು, ವಂಶ ನಿಂತುಹೋಗುವ ಸಂದರ್ಭದಲ್ಲಿ ಸತ್ಯವತಿ ಭೀಷ್ಮನನ್ನು ನಿಯೋಗಕ್ಕೆ ಸಿದ್ಧವಾಗಲು ಬೇಡಿಕೊಳ್ಳುತ್ತಾಳೆ. ಹಳೆಯ ಕಟ್ಟಳೆಗಳನ್ನು ನೆನಪಿಸಲು ಈಗ ದಾಶರಥ ರಾಜನೂ ಇಲ್ಲ. ಪ್ರತಿಜ್ಞೆಗೆ ಕಾರಣಳಾದ ಸತ್ಯವತಿಯೇ ವಂಶದ ಮುಂದುವರಿಕೆಗಾಗಿ ಮಗನನ್ನು ಬೇಡಿಕೊಳ್ಳುತ್ತಿದ್ದಾಳೆ. ಆದರೆ ಭೀಷ್ಮ ಹಠ ಹಿಡಿಯುತ್ತಾನೆ. ಹೆಣ್ಣಿನ ಸಂಗವನ್ನು ನಿರಾಕರಿಸುತ್ತಾನೆ. ನಿಯೋಗಕ್ಕೆ ಬೇರೆ ಗಂಡನ್ನು ಹುಡುಕಲು ಹೇಳುತ್ತಾನೆ. ಒಟ್ಟಾರೆಯಾಗಿ ಅವನ ವ್ಯಕ್ತಿತ್ವದಲ್ಲಿ ಹೆಣ್ಣಿನ ಬಗ್ಗೆ ಆಸಕ್ತಿಯೇ ಇರಲಿಲ್ಲವೆನ್ನುವುದು ಅರ್ಥವಾಗುತ್ತದೆ. ಒಂದು ರೀತಿಯಲ್ಲಿ ಅವನಿಗೆ ಸ್ತ್ರೀಯೆಂದರೆ ಬೇಡದ ವಸ್ತು, ಒಲ್ಲದ ಸಂಗತಿ. ಅದಕ್ಕಾಗಿ ಪ್ರತಿಜ್ಞೆಯ ನೆಪವೂ ಅವನ ಸಹಾಯಕ್ಕೆ ದಕ್ಕುತ್ತದೆ. ಹುಟ್ಟಿದ ಎಲ್ಲಾ ಮಕ್ಕಳನ್ನೂ ಕೊಂದು, ಗಂಡನಿಂದಲೂ ದೂರವಾದ ಅಮ್ಮನನ್ನು ನೋಡಿ ಇವನಿಗೆ ಇಂತಹ ಸ್ತ್ರೀದ್ವೇಷ ಹುಟ್ಟಿತೆ? ಅಥವಾ ಅವನದು ಕಾಮದಲ್ಲಿಯೇ ಆಸಕ್ತಿಯಿಲ್ಲದಂತಹ ಎಸೆಕ್ಶುಯಲ್ (asexual) ವ್ಯಕ್ತಿತ್ವವೆ?

ಹೆಣ್ಣನ್ನು ಅನುಭವಿಸುವ ಆಸಕ್ತಿ ಭೀಷ್ಮನಿಗೆ ಇರದಿದ್ದರೂ, ಕುರುವಂಶದ ಹೆಂಗಸರಿಗೆ ಗಂಡನ್ನು ತಂದು ಸೇರಿಸುವ ಮತ್ತು ಗಂಡಿಗೆ ಹೆಣ್ಣನ್ನು ತಂದು ಜೋಡಿಸುವ ಹುಮ್ಮಸ್ಸು ಅವನಿಗಿತ್ತು. ತನ್ನ ತಂದೆಗೇ ಹೆಣ್ಣು ತಂದವನು, ತಮ್ಮಂದಿರು ಮತ್ತು ಅವರ ಮಕ್ಕಳಿಗೆ ಹೆಣ್ಣು ತಾರದೆ ಇದ್ದಾನೆಯೆ? ತನ್ನ ಮತ್ತು ವಂಶದ ಹಿರಿತನವನ್ನು ಬಳಸಿಕೊಂಡು ಮನಸೋ ಇಚ್ಛೆ ಹೆಣ್ಣು ಗಂಡಿನ ಸಂಬಂಧ ಜೋಡಿಸುತ್ತಾನೆ. ಹಾಗೆ ಜೋಡಿಸಿದ ಬದುಕುಗಳು ಯಾವುವೂ ಸುಖ ಕಾಣುವದಿಲ್ಲ. ಅವರ ಬದುಕು ಹಾಳಾದರೂ ಪಾಪಪ್ರಜ್ಞೆ ಇಲ್ಲದಂತೆ ಭೀಷ್ಮ ಬಾಳಿರುವುದು ಕಾಣಿಸುತ್ತದೆ. ಮೈಯೆಲ್ಲಾ ಬಿಳುಪಾಗಿರುವ ಪಾಂಡುರಾಜನಿಗೆ ಕುಂತಿಯನ್ನು ತರುತ್ತಾನೆ. ಅವಳೂ ಸಾಕಾಗಲಿಲ್ಲ ಎನ್ನುವಂತೆ ಹಣವನ್ನು ಕೊಟ್ಟು ಮದ್ರ ದೇಶದಿಂದ ಮಾದ್ರಿಯನ್ನೂ ತರುತ್ತಾನೆ. ಇಬ್ಬರೂ ವೀರ್ಯವಂತ ಗಂಡಿನ ಸಾನ್ನಿಧ್ಯವಿಲ್ಲದೆ ಅತೃಪ್ತಿಯ ನಿಟ್ಟುಸಿರು ಬಿಡುತ್ತಲೇ ಬದುಕು ಸಾಗಿಸುತ್ತಾರೆ. ಕುರುಡ ಧೃತರಾಷ್ಟ್ರನಿಗೆ ಆರ್ಯಾವರ್ತದಲ್ಲಿ ಹೆಣ್ಣು ಸಿಗುವುದಿಲ್ಲ ಎಂಬುದನ್ನು ಅರ್ಥ ಮಾಡಿಕೊಂಡು, ದೂರದ ಗಾಂಧಾರದ ಬಡರಾಜನ ಬಳಿಗೆ ಹೋಗಿ, ಹಣದ ಆಸೆಯನ್ನು ತೋರಿಸಿ, ಹುಡುಗನಿಗೆ ಕಣ್ಣಿಲ್ಲವೆಂಬ ಸತ್ಯವನ್ನೂ ತಿಳಿಸದೆ ಗಾಂಧಾರಿಯನ್ನು ತಂದು ಬಿಡುತ್ತಾನೆ. ಅವಳ ಜೊತೆಯಲ್ಲಿ ಆಕೆಯ ಹತ್ತು ಜನ ತಂಗಿಯರನ್ನೂ ಕರೆತಂದು ಧೃತರಾಷ್ಟ್ರನಿಗೆ ಜೋಡಿಸುತ್ತಾನೆ. ಇಡೀ ಕುರುವಂಶದಲ್ಲೇ ಒಡುಕು ಮೂಡಿಸಿದ

ಶಕುನಿಯೂ ಈ ಮದುವೆಯ ನೆಪದಿಂದ ಹಸ್ತಿನಾವತಿಯನ್ನು ಸೇರಿಕೊಳ್ಳುತ್ತಾನೆ. ಬದುಕಿನುದ್ದಕ್ಕೂ ಕಣ್ಣಿಗೆ ಬಟ್ಟೆ ಕಟ್ಟಿಕೊಂಡು ಬಾಳುವ ಗಾಂಧಾರಿಯೂ ಅಂತಹ ಸುಖವನ್ನು ಪಡೆಯಲಿಲ್ಲ. ಇವರಷ್ಟೇ ಅಲ್ಲದೆ ಹಿಂದೆ ಕಾಶೀರಾಜನ ಮೂವರು ಕುವರಿಯರನ್ನೂ ಭೀಷ್ಮ ಹಾರಿಸಿಕೊಂಡು ಬಂದಿರುತ್ತಾನೆ. ಆ ಮೂವರ ಬಾಳೂ ನಾಶವಾಗುತ್ತದೆ. ಅಪ್ಪನಿಗೆಂದು ಬ್ರಹ್ಮಚರ್ಯದ ಶಪಥ ಮಾಡಿ ತಂದ ಸತ್ಯವತಿಯೂ ಅಂತಹ ಸುಖವನ್ನೇನೂ ಕಾಣುವದಿಲ್ಲ. ಮುಪ್ಪಿನ ಗಂಡನಿಂದ ಎರಡು ದುರ್ಬಲ ಮಕ್ಕಳು ಮಾತ್ರ ಅವಳಿಗೆ ದಕ್ಕುತ್ತವೆ. ಭೀಷ್ಮನಿಂದಾಗಿ ಬದುಕು ನರಕಗೊಂಡ ಹೆಂಗಸರ ಪಡೆಯೇ ಮಹಾಭಾರತದಲ್ಲಿದೆ.

ವಿಚಿತ್ರವೀರ್ಯ ತೀರಿಕೊಂಡ ಮೇಲೆ, ಆತನ ಇಬ್ಬರು ಪತ್ನಿಯರಿಗೆ ನಿಯೋಗ ಮಾಡಿಸುವ ಸಂದರ್ಭ ಬಹು ವಿಶೇಷವಾದದ್ದಾಗಿದೆ. ತನ್ನ ಪ್ರತಿಜ್ಞೆಯ ನೆಪ ಮಾಡಿ ಭೀಷ್ಮನು ಅಂಬಿಕೆ ಮತ್ತು ಅಂಬಾಲಿಕೆಯರಿಗೆ ಸ್ವಯಂ ವೀರ್ಯದಾನ ಮಾಡುವದನ್ನು ನಿರಾಕರಿಸುತ್ತಾನೆ. ಈ ನಿರಾಕರಣವನ್ನು ವೈಯಕ್ತಿಕ ಆಯ್ಕೆಯ ಸ್ವಾತಂತ್ರ್ಯದ ಮಾನದಂಡದಲ್ಲಿ ಒಪ್ಪಿಕೊಳ್ಳಬಹುದು. ಆದರೆ ಅದಕ್ಕೆ ಪರ್ಯಾಯವಾಗಿ ಅತ್ಯಂತ ಕುರೂಪನಾದ ವ್ಯಾಸನನ್ನು ಕರೆತರಬೇಕೆನ್ನುವ ಸತ್ಯವತಿಯ ಸಲಹೆಗೆ ಅವನೂ ಶಾಮೀಲಾಗಿದ್ದು ಒಪ್ಪಿಕೊಳ್ಳುವುದು ಕಷ್ಟ. ಭೀಷ್ಮನೇ ಈ ವೇಳೆಗಾಗಲೇ ಮುದುಕನಾಗಿದ್ದಾನೆ. ಅವನಿಗೆ ಅಣ್ಣನಾಗುವ ಈ ವ್ಯಾಸ ಇನ್ನೂ ಒಂದೈದು ವರ್ಷ ದೊಡ್ಡವನೇ ಆಗಿರಬೇಕು. ಅಂತಹ ಮುದುಕ ಮತ್ತು ಕುರೂಪ ಗಂಡಸಿನ ಮೂಲಕ ನಿಯೋಗವನ್ನು ನಡೆಸುವ ಅಮಾನವೀಯ ಕೆಲಸಕ್ಕೆ ಭೀಷ್ಮ ಕೈ ಜೋಡಿಸುತ್ತಾನೆ. ಹೆಣ್ಣಿನ ಬಯಕೆಯ ಸಂಕಟದ ಅರ್ಥವೇ ಅವನಿಗಾಗುವದಿಲ್ಲ. ವಂಶದ ಉಳಿವಿಗಾಗಿ ಒಳ್ಳೆಯ ಸಂತತಿ ಬೇಕೆಂದರೆ, ಸುಂದರನಾದ ಮತ್ತು ವೀರ್ಯವಂತನಾದ ಬ್ರಾಹ್ಮಣ ಅಥವಾ ಕ್ಷತ್ರಿಯ ಯುವಕನೊಬ್ಬನ ಅವಶ್ಯಕತೆ ಇತ್ತು. ರೋಗಿಷ್ಟನಾದ ವಿಚಿತ್ರವೀರ್ಯನಿಂದಲೂ ಸುಖ ಕಾಣದ ಈ ಇಬ್ಬರು ರಾಣಿಯರು, ವ್ಯಾಸನನ್ನು ವಂಶದ ಉದ್ಧಾರಕ್ಕಾಗಿ ಸ್ವೀಕರಿಸಬೇಕಾದ ನಿಯೋಗದ ಸಂದರ್ಭ ಅತ್ಯಂತ ಹೇವರಿಕೆಯನ್ನು ತರಿಸುವಂತಹದ್ದಾಗಿದೆ. ವ್ಯಾಸನು ಕೆಂಪು ಕಣ್ಣುಗಳನ್ನೂ, ವಿಕಾರವಾದ ಕಪ್ಪು ಮೈಯನ್ನೂ ಹೊಂದಿರುತ್ತಾನೆ. ಅವನ ಮೈ ಬಡವಾಗಿ, ಒರಟಾಗಿ ಇರುತ್ತದೆ. ಅವನ ಕೂದಲೆಲ್ಲಾ ಜಡೆಗಟ್ಟಿ, ಹಳದಿ ಬಣ್ಣಕ್ಕೆ ತಿರುಗಿ, ಮೈಮೇಲೆಲ್ಲಾ ಹರಡಿಕೊಂಡಿರುತ್ತವೆ. ಇಡೀ ನಿಯೋಗದ ಸನ್ನಿವೇಶವೇ ವಿಕೃತವಾಗಿದ್ದರೂ, ಒಂದು ವಿಶೇಷ ಸಂಗತಿ ಇಲ್ಲಿದೆ. ಮಹಾಭಾರತವನ್ನು ಬರೆದವನು ವ್ಯಾಸಮುನಿಯಲ್ಲವೆ? ತನ್ನ ಕುರೂಪವನ್ನು ಯಾವ ಲೇಖಕ ಇಷ್ಟೊಂದು ವಿಕೃತವಾಗಿ ವರ್ಣಿಸಿಕೊಳ್ಳಬಲ್ಲ? ನಿಸ್ಸಂಶಯವಾಗಿ ವ್ಯಾಸರ ಬರವಣಿಗೆಯ ಪ್ರಾಮಾಣಿಕತೆ ಅಪರೂಪವಾದದ್ದು.

ಮದುವೆಗೆ ಮುಂಚೆಯೇ ಕನ್ಯೆಯೊಬ್ಬಳ ಅಕ್ರಮ ಸಂಬಂಧದಿಂದಾಗಿ ತಾನು ಹುಟ್ಟಿದ್ದು ಎಂದು ನಿರ್ಭಿಡೆಯಿಂದ ಹೇಳಿಕೊಳ್ಳುವುದೂ ಈ ಪ್ರಾಮಾಣಿಕತೆಯ ಮತ್ತೊಂದು ರೂಪವೇ ಆಗಿದೆ.

ಈ ವಿಕೃತ ನಿಯೋಗಕ್ಕೆ ಪ್ರತಿಫಲವಾಗಿ ಮುಂದೆ ಹುಟ್ಟುವ ಮಕ್ಕಳು ಯಾರೂ ಕ್ಷತ್ರಿಯ ಕುಲಕ್ಕೆ ಯೋಗ್ಯವಾದಂತಹವರಾಗಿರಲಿಲ್ಲ. ಅಂಬಿಕೆ ಮತ್ತು ಅಂಬಾಲಿಕೆಯರು ಕುರೂಪಿ ವ್ಯಾಸನನ್ನು ನೋಡಿ ಹೆದರಿದ್ದೇ ದುರ್ಬಲ ಸಂತಾನಕ್ಕೆ ಕಾರಣವಾಯ್ತು ಎನ್ನುವ ಸಮಜಾಯಿಷಿ ಮಾತುಗಳನ್ನು ಮಹಾಭಾರತವು ಓದುಗನಿಗೆ ಒದಗಿಸಿದರೂ, ದಿಟ್ಟವಾಗಿ ವ್ಯಾಸನನ್ನು ಎದುರಿಸಿದ ಸೂತ ಹೆಂಗಸಿಗೂ ಕ್ಷತ್ರಿಯ ಕುಲಕ್ಕೆ ಯೋಗ್ಯನಾದ ವೀರ್ಯವಂತ ಮಗ ಹುಟ್ಟಲಿಲ್ಲ ಎನ್ನುವದನ್ನು ನಾವು ಗಮನಿಸಬೇಕು. ವಿದುರನ ವ್ಯಕ್ತಿತ್ವವೇನಿದ್ದರೂ ಬ್ರಾಹ್ಮಣ ಸ್ವಭಾವಕ್ಕೆ ಹತ್ತಿರವಾದಂತಹದ್ದು. ಕುರುಕ್ಷೇತ್ರ ಯುದ್ಧ ನಡೆಯುತ್ತಿದ್ದರೂ, ಹಸ್ತಿನಾವತಿಯಲ್ಲಿಯೇ ಉಳಿದು ನೀತಿ ಬೋಧನೆ ಮಾಡುವ ವಿದುರ, ಕ್ಷತ್ರಿಯ ಕುಲಕ್ಕೆ ಹೊಂದುವಂತಹವನಾಗಿರಲಿಲ್ಲ. ಅಂಬಿಕೆ ಮತ್ತು ಅಂಬಾಲಿಕೆಯರೂ ಧೈರ್ಯದಿಂದ ವ್ಯಾಸನನ್ನು ಸ್ವೀಕರಿಸಿದ್ದರೂ ಮತ್ತೊಂದಿಬ್ಬರು ವಿದುರ ಪಂಡಿತರೇ ಹುಟ್ಟುತ್ತಿದ್ದರೇನೋ!

ಒಟ್ಟಾರೆಯಾಗಿ ಗಂಡು-ಹೆಣ್ಣಿನ ಸಮಾಗಮಕ್ಕೆ ಬೇಕಾದ ಮೂಲಭೂತ ಅವಶ್ಯಕತೆಗಳ ಅರಿವಿಲ್ಲದಂತೆ ಭೀಷ್ಮ ಸಂಬಂಧಗಳನ್ನು ತನ್ನ ಅಧಿಕಾರದಿಂದಲೇ ಬೆಸೆಯುವ ಒರಟುತನವನ್ನು ತೋರಿಸುತ್ತಾನೆ. ಆ ಕಾರಣದಿಂದ ಹಲವಾರು ಹೆಂಗಸರು ನೋವನ್ನು ಉಣ್ಣುತ್ತಾರೆ. ನೊಂದ ಹೆಂಗಸರ ನಿಟ್ಟುಸಿರು ಸುಮ್ಮನೆ ಬಿಡುತ್ತದೆಯೆ? ಒಳಗೇ ಪಾಪಪ್ರಜ್ಞೆ ಅವನನ್ನು ಸುಡುತ್ತಲೇ ಹೋಗುತ್ತದೆ. ಹೆಣ್ಣೆಂದರೆ ಹೆದರಿಕೊಳ್ಳುವ 'ಫೋಬಿಯಾ' ಭೀಷ್ಮನಲ್ಲಿ ಸದ್ದಿಲ್ಲದೆ ಬೆಳೆದುಕೊಂಡಿರಬೇಕು. ಅದರಲ್ಲಿಯೂ ಲಿಂಗಪರಿವರ್ತಿತಗೊಂಡ ಶಿಖಂಡಿಯನ್ನು ಕಂಡರಂತೂ ತಾ ಮಾಡಿದ ಪಾಪಗಳ ರಾಶಿಯೇ ಕಣ್ಣಮುಂದೆ ಹರಡಿದಂತಾಗಿ, ಎಂದೂ ಹೆಣ್ಣಿನ ಸುಖ ಕಾಣದ ತಾನೂ ಶಿಖಂಡಿಯ ಮತ್ತೊಂದು ರೂಪವೋ ಎಂಬ ಕಳವಳವಾಗಿ ಹೆದರಿಕೊಳ್ಳುತ್ತಿರಬೇಕು. ಒಂದು ರೀತಿಯಲ್ಲಿ 'ಟ್ರಾನ್ಸ್‌ಫೋಬಿಯಾ' ಅವನಲ್ಲಿ ಬೆಳೆದಿರಬೇಕು. ಶಿಖಂಡಿಯಂತಹ ವ್ಯಕ್ತಿ ಕಣ್ಣೆದುರು ಬಂದರೆ ಬಿಲ್ಲನ್ನು ಹಿಡಿದು ನಿಲ್ಲುವದಕ್ಕೂ ಸಾಧ್ಯವಿಲ್ಲದಂತಹ ಪಾಪಪ್ರಜ್ಞೆ ಅವನಲ್ಲಿ ಗೂಡು ಕಟ್ಟಿತ್ತು. ಸಂದರ್ಭ ಸಿಕ್ಕಾಗಲೆಲ್ಲವೂ ತಾನು ಯುದ್ಧದಲ್ಲಿ ಶಿಖಂಡಿಯ ಎದುರು ಶಸ್ತ್ರಸನ್ಯಾಸ ತೆಗೆದುಕೊಳ್ಳುವ ಸಂಗತಿಯನ್ನು ಅವನು ಹೇಳುತ್ತಲೇ ಹೋಗುತ್ತಾನೆ. ನಾಟ್ಯ ಕಲಿಸುವ ಸ್ತ್ರೀವೇಷದ ಬೃಹನ್ನಳೆಯನ್ನು ಗೋಗ್ರಹಣದ ಯುದ್ಧದಲ್ಲಿ ಎದುರಿಸುವದಕ್ಕೆ ಭೀಷ್ಮನಿಗೆ ಯಾವ ಸಮಸ್ಯೆಯೂ ಇರಲಿಲ್ಲ. ಆದರೆ ಶಿಖಂಡಿಯನ್ನು ಎದುರಿಸಲು

ಭಯ! ಆ ಸಮಸ್ಯೆಯ ಸಂಪೂರ್ಣ ಅರಿವಿದ್ದ ಅಂಬೆ ಅದರ ಉಪಯೋಗವನ್ನು ಪಡೆದುಕೊಂಡು ಭೀಷ್ಮನ ಮೇಲೆ ತನ್ನ ಸೇಡನ್ನು ತೀರಿಸಿಕೊಂಡಳು.

ಅಂಬೆಯ ಬದುಕಿನ ಒದ್ದಾಟ ಎಂತಹವರ ಮನಸ್ಸನ್ನೂ ಕಲಕುವಂತೆ ಮಾಡುತ್ತದೆ. ಇವಳ ಬದುಕಿನ ಘಟನೆಗಳು ಆ ದಿನಗಳ ಸಮಾಜದಲ್ಲಿದ್ದ ಹೆಣ್ಣಿನ ಅಸುರಕ್ಷತೆಯ ಭೀಕರತೆಯನ್ನು ತೆರೆದಿಡುತ್ತವೆ. ಅಂತಃಪುರದಲ್ಲಿ ಸುಖವಾಗಿ ಬೆಳೆದಿದ್ದ ಈ ಕಾಶೀರಾಜ್ಯದ ರಾಜಕುವರಿ, ಒಂದು ದಿನ ಇದ್ದಕ್ಕಿದ್ದಂತೆ ಬೀದಿಪಾಲಾಗಿಬಿಡುತ್ತಾಳೆ. ಸ್ವಯಂವರದಲ್ಲಿ ಸಂತೋಷದಿಂದ ಇಬ್ಬರು ತಂಗಿಯರ ಜೊತೆ ಭಾಗವಹಿಸಿದ ಈಕೆಯನ್ನು ಭೀಷ್ಮ ಕದ್ದು ಹಸ್ತನಾವತಿಗೆ ಸಾಗಿಸುತ್ತಾನೆ. ಆದರೆ ಈಕೆ ಸೌಭಲ ರಾಜ್ಯದ ರಾಜ ಸಾಲ್ವನನ್ನು ಮದುವೆಯಾಗುತ್ತೇನೆಂದು ಕೇಳಿಕೊಂಡ ಕಾರಣಕ್ಕೆ ಆಕೆಯನ್ನು ಬಿಟ್ಟು ಬಿಡುತ್ತಾನೆ. ಅವಳಲ್ಲದೆ ಇನ್ನೂ ಇಬ್ಬರು ಹುಡುಗಿಯರು ತಮ್ಮನಿಗೆ ದಕ್ಕಿದ್ದರಿಂದ ಅಂತಹ ನಿರ್ಧಾರ ಭೀಷ್ಮನಿಗೆ ಸುಲಭದ್ದಾಗಿತ್ತು. ತನ್ನ ಯೌವನ ಸಹಜ ಆಸೆಯಿಂದ ಅಂಬೆ ತನ್ನ ಸಖಿಯರೊಡಗೂಡಿ ಸಾಲ್ವನ ಬಳಿ ಹೋಗುತ್ತಾಳೆ. ಆದರೆ ತಾನು ಭೀಷ್ಮನಿಗೆ ಸೋತ ಕಾರಣವನ್ನು ಹೇಳಿ ಸಾಲ್ವನೂ ಅಂಬೆಯನ್ನು ನಿರಾಕರಿಸುತ್ತಾನೆ. ಮತ್ತೆ ಭೀಷ್ಮನ ಬಳಿಗೆ ಹೋದರೆ, ಅವನು ತನ್ನ ಬ್ರಹ್ಮಚರ್ಯದ ನೆಪ ಹೇಳಿ ಅವಳನ್ನು ಸಾಗ ಹಾಕುತ್ತಾನೆ. ಪುರುಷಾಹಂಕಾರಗಳ ಮಧ್ಯೆ ನಲುಗುವ ಅಂಬೆಯ ಸ್ಥಿತಿ ಬಹುಮಟ್ಟಿಗೆ ಮಹಾಭಾರತದ ಎಲ್ಲ ಸ್ತ್ರೀಯರ ಸ್ಥಿತಿಯ ಚಿತ್ರಣವೇ ಆಗಿದೆ. ಮೋಸದಿಂದ ಕುರುಡನನ್ನು ಮದುವೆಯಾದ ಗಾಂಧಾರಿ, ಐದು ಜನರನ್ನು ಬಲವಂತವಾಗಿ ಒಪ್ಪಿಕೊಳ್ಳಬೇಕಾದ ದ್ರೌಪದಿ, ಅಣ್ಣ ಭೀಷ್ಮನ ದೇಹಬಲಕ್ಕೆ ಸೆರೆಸಿಕ್ಕು ಆತನ ರೋಗಿಷ್ಟ ತಮ್ಮನನ್ನು ಕಟ್ಟಿಕೊಂಡ ಅಂಬಿಕೆ-ಅಂಬಾಲಿಕೆ – ಗಂಡಿನ ದೌರ್ಜನ್ಯಕ್ಕೆ ಬಲಿಯಾದ ಈ ಎಲ್ಲಾ ಹೆಣ್ಣಿನ ಸ್ಥಿತಿಯೂ ಅಂಬೆಯ ಸ್ಥಿತಿಗಿಂತ ಬೇರೆಯೇನೂ ಅಲ್ಲ. ತಮಗೆ ಒದಗಿದ ಸ್ಥಿತಿಯನ್ನು ವಿರೋಧಿಸಿದ್ದರೆ ಅವರೂ ಬೀದಿಗೆ ಬೀಳುತ್ತಿದ್ದರು. ಆದರೆ ಹಲ್ಲುಕಚ್ಚಿ ಅನ್ಯಾಯವನ್ನು ಸಹಿಸಿಕೊಂಡಿದ್ದರಿಂದ ಅಂತಃಪುರದಲ್ಲಿ ಉಳಿದುಕೊಂಡರು. ಆದರೆ ಅಂಬೆ ಸಿಡಿದಳು, ಆದ್ದರಿಂದ ಬೀದಿಗೆ ಬಿದ್ದಳು – ಅಷ್ಟೇ ವ್ಯತ್ಯಾಸ! ಇಂತಹ ಕಷ್ಟದ ಸಮಯದಲ್ಲಿ ಅಂಬೆಯೇಕೆ ತನ್ನ ಅಪ್ಪನ ಮನೆಗೆ ಹಿಂತಿರುಗಲಿಲ್ಲ ಎಂಬ ಪ್ರಶ್ನೆ ಏಳುತ್ತದೆ. ಭೀಷ್ಮ ಮತ್ತು ಸಾಲ್ವರ ನಡುವೆ ಆರು ವರ್ಷಗಳ ಕಾಲ ಅಲ್ಲಿಂದಿಲ್ಲಿಗೆ ಓಡಾಡುವ ಅಂಬೆ ತನ್ನ ಅಪ್ಪನ ಮನೆಗೆ ತಿರುಗಿ ಹೋಗಿ ಸುಖವಾಗಿ ಬಾಳಬಹುದಿತ್ತಲ್ಲವೆ? ಎನ್ನುವ

ಅನುಮಾನವಾಗುತ್ತದೆ. ಆದರೆ ಮಹಾಭಾರತದ ಕಾಲದಲ್ಲಿ ಮದುವೆಯಾದ ಹೆಣ್ಣು ಅಥವಾ ಸ್ವಯಂವರದಲ್ಲಿ ಕದ್ದುಕೊಂಡು ಒಯ್ದ ಹೆಣ್ಣು ಯಾವತ್ತೂ ಮತ್ತೆ ತವರಿಗೆ ಮರಳುವ ಸಂಪ್ರದಾಯವಿರಲಿಲ್ಲ. ಒಮ್ಮೆ ಹುಟ್ಟಿದ ಮನೆಯ ಹೊಸ್ತಿಲನ್ನು ದಾಟಿದ ಮೇಲೆ, ಮತ್ತೆ ಹಿಂತಿರುಗಿ ಬರುವುದು ಅವಮಾನದ ಸಂಗತಿಯಾಗಿತ್ತು, ಅಧರ್ಮವಾಗಿತ್ತು. ಸುಮ್ಮನೆ ತವರಿನ ಸುಖಕ್ಕಾಗಿ ಆಗೊಮ್ಮೆ ಈಗೊಮ್ಮೆ ಹುಟ್ಟಿದೂರಿಗೆ ಹೋಗುವ ಪದ್ಧತಿಯೂ ಆಗಿರಲಿಲ್ಲ. ಆದ್ದರಿಂದಲೇ ಗಾಂಧಾರಿ, ದ್ರೌಪದಿ, ಅಂಬಿಕೆ–ಅಂಬಾಲಿಕೆ, ಮಾದ್ರಿ, ಕುಂತಿ – ಯಾರೂ ಮದುವೆಯ ನಂತರ ತವರಿಗೆ ಹಿಂತಿರುಗುವುದಿಲ್ಲ. ಎಷ್ಟೇ ಕಷ್ಟಗಳು ಎದುರಾದರೂ ತುಟಿಕಚ್ಚಿ ಸಹಿಸಿಕೊಳ್ಳುತ್ತಾರೆ. ಅಂತಹ ತಿರುಗು ಹೆಜ್ಜೆಯನ್ನು ಸಮಾಜ ಸಹಿಸುತ್ತಿರಲಿಲ್ಲ. ಆದ್ದರಿಂದಲೇ ಅಂಬೆ ಬೇರೆ ದಾರಿಯಿಲ್ಲದೆ ರಾಜ್ಯದಿಂದ ರಾಜ್ಯಕ್ಕೆ ಅಂಡಲೆಯುತ್ತಾ, ತನ್ನನ್ನು ಸ್ವೀಕರಿಸುವ ಗಂಡಿಗಾಗಿ ಹುಡುಕಾಡುತ್ತಾಳೆ. ಆಕೆಯ ತಂದೆಯೂ ತನ್ನ ಮಗಳ ಸಲುವಾಗಿ ಪರಿತಪಿಸುವದಿಲ್ಲ. ಅವಳನ್ನು ಮನೆಗೆ ವಾಪಾಸು ಬಾ ಎಂದು ಕರೆಯುವದಿಲ್ಲ. ಸರಿಯಾದ ನೆಲೆಯಿಲ್ಲದೆ, ಕಾಡು–ಮೇಡುಗಳನ್ನು ಏಕಾಂಗಿಯಾಗಿ ಅಲೆಯುತ್ತಾ, ಯಾರುಯಾರೋ ತಪಸ್ವಿಗಳ ಜೊತೆ ನಿಸ್ಸಾರವಾಗಿ ಜೀವನ ಸವೆಸುತ್ತಾ, ಮೈಯೆಲ್ಲಾ ಕೃಶವಾದರೂ ಬೇರೆ ದಾರಿಕಾಣದೆ ಅಂಬೆ ಅಲೆಯುತ್ತಾಳೆ. ಕೊನೆಗೆ ಯಾವ ಅನ್ವೇಷಣೆಯೂ ಫಲ ನೀಡದೆ, ತಾನೇ ಚಿತೆಯನ್ನು ಹೂಡಿ, ಅದರಲ್ಲಿ ಪ್ರವೇಶ ಮಾಡುವ ಅಂಬೆಯ ಬದುಕು ಬಹು ಕಾರುಣ್ಯದ್ದಾಗಿದೆ.

ಅಂಬೆಯ ಸಿಟ್ಟು ಅವಳನ್ನು ನಿರಾಕರಿಸಿದ ಸಾಲ್ವ ರಾಜನ ಮೇಲಿಲ್ಲ, ಆತನಲ್ಲಿ ಅವಳು ಯಾವ ಅಧರ್ಮವನ್ನೂ ಕಾಣುವುದಿಲ್ಲ. ತಾನು ಬದುಕಿನಲ್ಲಿ ಎಷ್ಟೇ ಕಷ್ಟಪಟ್ಟರೂ, ಆತನ ಮೇಲೆ ಎಂದೂ ಕಹಿ ಕಾರುವುದಿಲ್ಲ. ಸ್ವಯಂವರದಲ್ಲಿ ಆತನನ್ನೇ ವರಿಸಬೇಕೆಂದು ಅವಳು ಮನಸ್ಸಿನಲ್ಲಿ ಈ ಹಿಂದೆ ನಿರ್ಧರಿಸಿದ್ದಳು. ಅವಳ ತಂದೆಯಾದ ಕಾಶೀರಾಜನಿಗೂ ಆ ಆಯ್ಕೆಯ ಬಗ್ಗೆ ಒಪ್ಪಿಗೆಯಿತ್ತು. ಸಾಲ್ವನಿಗೂ ಅವಳ ಮೇಲೆ ಪ್ರೀತಿಯಿತ್ತು. ಭೀಷ್ಮನು ಮೂರೂ ಕನ್ಯೆಯರನ್ನು ಸ್ವಯಂವರದಲ್ಲಿ ಕದ್ದು ಒಯ್ಯುವಾಗ ಈ ಸೌಬಲ ದೇಶದ ರಾಜ ಸಾಲ್ವನು ತನ್ನ ಶಕ್ತಿ ಮೀರಿ ಯುದ್ಧ ಮಾಡುತ್ತಾನೆ. ಆದರೆ ಭೀಷ್ಮನಿಗೆ ಸೆರೆಸಿಕ್ಕುತ್ತಾನೆ. ಕೊನೆಗೆ ಭೀಷ್ಮನು ಕೃಪೆಯನ್ನು ತೋರಿ ಅವನನ್ನು ಬಿಟ್ಟುಬಿಡುತ್ತಾನೆ. ಹಸ್ತಿನಾವತಿ ತಲುಪಿದ ನಂತರ ಅಂಬೆ ತನಗೆ ಸಾಲ್ವನ ಮೇಲಿರುವ ಪ್ರೀತಿಯನ್ನು ಅರುಹಿ, ಭೀಷ್ಮನಿಂದ ಬಿಡುಗಡೆ ಹೊಂದಿ, ಸಂತೋಷದಿಂದ ಸಖಿಯರೊಡಗೂಡಿ ಸಾಲ್ವನ ಬಳಿ ಹೋಗುತ್ತಾಳೆ. ಆದರೆ ಸಾಲ್ವ ಆಕೆಯನ್ನು ನಿರಾಕರಿಸುತ್ತಾನೆ. "ಭೀಷ್ಮನು ಅಷ್ಟು ಮಂದಿ ರಾಜರ ಮುಂದೆ ನನ್ನನ್ನು ಸೋಲಿಸಿ, ನಿನ್ನನ್ನು ತನ್ನ ವಶಮಾಡಿಕೊಂಡನು. ಬೇರೊಬ್ಬನು ಗೆದ್ದು

ವಶಮಾಡಿಕೊಂಡು, ತನ್ನ ಮನೆಗೂ ಸಾಗಿಸಿಟ್ಟು, ಆಮೇಲೆ ತನ್ನ ಮನೆಯಿಂದ ಹಿಂತಿರುಗಿ ಕಳುಹಿಸಿದ ಸ್ತ್ರೀಯರನ್ನು ನಾನು ಅಂಗೀಕರಿಸಬಹುದೆ?" ಎಂದು ಪ್ರಶ್ನಿಸುತ್ತಾನೆ. ಅವನ ನಿರಾಕರಣೆಯ ಬಗ್ಗೆ ಅಂಬೆಗೆ ಅಂತಹ ಬೇಸರವಿಲ್ಲ, ಸಿಟ್ಟಿಲ್ಲ. ಒಂದು ರೀತಿಯಲ್ಲಿ ಅದು ಸಹಜವೆನ್ನುವಂತೆಯೇ ಆಕೆ ಸ್ವೀಕರಿಸುತ್ತಾಳೆ.

ಆದರೆ ಭೀಷ್ಮನ ವರ್ತನೆ ಆಕೆಗೆ ಅಧರ್ಮವಾಗಿ ಕಾಣುತ್ತದೆ. ಅದಕ್ಕೆ ತಕ್ಕ ಕಾರಣವೂ ಇದೆ. ಆ ಕಾಲದಲ್ಲಿ ಹಲವಾರು ವಿವಾಹ ಪದ್ಧತಿಗಳಿದ್ದವಲ್ಲವೆ? ಅದರಲ್ಲಿ ರಾಕ್ಷಸ ವಿವಾಹಪದ್ಧತಿಯೂ ಒಂದು. ತನ್ನ ಮನಸ್ಸಿಗೆ ಇಷ್ಟವಾದ ಹೆಣ್ಣನ್ನು ಸ್ವಯಂವರ ಮಂಟಪದಿಂದಲೋ, ಬೇರೆ ಯಾವುದೋ ರೀತಿಯಿಂದಲೋ ಬಲಾತ್ಕಾರದಿಂದ ಕದ್ದುಕೊಂಡು ಹೋಗಿ, ಅವಳ ಮನಸ್ಸನ್ನು ಒಪ್ಪಿಸಿ ಮದುವೆಯಾಗುವುದೇ ಈ ರಾಕ್ಷಸ ವಿವಾಹ ಪದ್ಧತಿಯ ಕ್ರಮ. ಕ್ಷತ್ರಿಯ ವೀರರಿಗೆ ಇದೇ ಅತ್ಯಂತ ಶ್ರೇಷ್ಟವಾದ ಮದುವೆಯೆಂದು ಧರ್ಮಶಾಸ್ತ್ರ ಹೇಳುತ್ತದೆ. ಆ ಕಾರಣಕ್ಕಾಗಿಯೇ ಹಿಂದೆ ಸೀತೆಯನ್ನು ರಾವಣ ಕದ್ದೊಯ್ದದ್ದು ಮತ್ತು ಮುಂದೆ ದ್ರೌಪದಿಯನ್ನು ಸ್ವಯಂವರ ಮಂಟಪದಿಂದ ಅಪಹರಿಸಲು ದುರ್ಯೋಧನ-ಕರ್ಣರು ಪ್ರಯತ್ನಿಸಿದ್ದು ಎನ್ನುವದನ್ನು ಅರ್ಥ ಮಾಡಿಕೊಳ್ಳಬಹುದು. ಆದರೆ ತನಗೆ ಬೇಕಾದ ಹೆಣ್ಣನ್ನು ಕ್ಷತ್ರಿಯ ವೀರನೊಬ್ಬ ಸ್ವತಃ ಕದಿಯಬಹುದೇ ಹೊರತು, ಬೇರೊಬ್ಬರಿಗಾಗಿ ಹೆಣ್ಣನ್ನು ಕದ್ದು ಒಯ್ಯುವಂತಿಲ್ಲ. ಆದ್ದರಿಂದಲೇ ಭೀಷ್ಮನು ತನ್ನನ್ನು ಅಪಹರಣ ಮಾಡಿದ್ದು ಅಧರ್ಮ ಎಂದು ಅಂಬೆ ಪಟ್ಟು ಹಿಡಿಯುತ್ತಾಳೆ. ಭೀಷ್ಮನಿಗೆ ಆಗ ಮದುವೆಯ ವಯಸ್ಸೂ ಅಲ್ಲ. ಅವನು ಸ್ವಯಂವರದಲ್ಲಿ ಕುಳಿತಿದ್ದಾಗ "ಈ ಮುದುಕನೇಕೆ ಇಲ್ಲಿಗೆ ಬಂದ?" ಎಂದು ಎಲ್ಲ ರಾಜರೂ ಅಚ್ಚರಿ ಪಡುತ್ತಾರೆ. ಈ ಮೂರೂ ಕನ್ಯೆಯರು ಅವನ ಕಡೆ ನೋಡದೆಯೇ ಮುನ್ನಡೆಯುತ್ತಾರೆ. ತನಗೆ ಸ್ವತಃ ಮದುವೆಯಲ್ಲಿ ಆಸಕ್ತಿಯಿಲ್ಲದಿದ್ದರೂ, ಕನ್ಯೆಯರು ತನ್ನನ್ನು ನಿರಾಕರಿಸಿ ಮುಂದೆ ನಡೆದದ್ದು ಭೀಷ್ಮನ ಅಹಂಕಾರವನ್ನು ಬಡಿದೆಬ್ಬಿಸುತ್ತದೆ. ತಕ್ಷಣವೇ ತನ್ನ ಸೈನ್ಯ ಬಲವನ್ನು ಬಳಸಿಕೊಂಡು ಈ ಕನ್ಯೆಯರನ್ನು ಕದ್ದೊಯ್ದು, ತನ್ನ ರೋಗಿಷ್ಟ ತಮ್ಮ ವಿಚಿತ್ರವೀರ್ಯನಿಗೆ ಅರ್ಪಣೆ ಮಾಡುತ್ತಾನೆ.

ಸಾಲ್ವನಿಂದ ತಿರಸ್ಕೃತಗೊಂಡ ಅಂಬೆ ಮತ್ತೆ ಭೀಷ್ಮನ ಬಳಿ ಬಂದು, "ನನ್ನನ್ನು ಅಪಹರಿಸಿಕೊಂಡು ತಂದವನು ನೀನು. ಆ ಕಾರಣವಾಗಿ ನೀನೇ ನನ್ನನ್ನು ಮದುವೆಯಾಗು, ಅದೇ ಧರ್ಮ" ಎಂದು ಹಠ ಹಿಡಿಯುತ್ತಾಳೆ. ವಿಚಿತ್ರವೀರ್ಯನಿಗೆ ಇಬ್ಬರು ಹೆಂಡಿರನ್ನು ಸಂಭಾಳಿಸುವುದೇ ದೊಡ್ಡ ಸಂಗತಿಯಾದ್ದರಿಂದ ಈಕೆಯ ವಿಷಯಕ್ಕೆ ಆಸೆ ಪಡುವದಿಲ್ಲ. ಭೀಷ್ಮನು ಈ ವೇಳೆಗೆ ಮುದುಕನಾಗಿದ್ದರೂ, ಅವನು ದೈಹಿಕ ಬಲವನ್ನು ಉಪಯೋಗಿಸಿ ತನ್ನನ್ನು ಕದ್ದು ತಂದಿದ್ದರಿಂದ

ಅವನನ್ನೇ ವರಿಸಲು ಸಿದ್ಧವಾಗುವುದು ಅಂಬೆಯ ಉದಾರ ಗುಣವನ್ನೂ ಮತ್ತು ಆಕೆಯ ಅಸಹಾಯಕತೆಯನ್ನೂ ತೋರಿಸುತ್ತದೆ. ಆದರೆ ಭೀಷ್ಮ ನಿರಾಕರಿಸುತ್ತಾನೆ. ಯೌವನದಲ್ಲೇ ಹೆಣ್ಣನ್ನು ನಿರಾಕರಿಸಿದವ ಈ ಮುಪ್ಪಿನಲ್ಲಿ ಹೇಗೆ ಸ್ವೀಕರಿಸಿಯಾನು? ಅಂಬೆ ಆರು ವರ್ಷಗಳ ಕಾಲ ಈ ಇಬ್ಬರು ಗಂಡಸರ ಮಧ್ಯೆ ಕಾಲ್ಚೆಂಡಿನಂತೆ ಓಡಾಡುತ್ತಾಳೆ. ಮೂಲತಃ ಬಹುಸುಂದರಿಯಾದ ಈ ಕನ್ಯೆ ವರಿಸಲು ಪುರುಷನೊಬ್ಬ ಸಿಗದೆ ಒದ್ದಾಡುವ ಪರಿಸ್ಥಿತಿ ಅತ್ಯಂತ ಕರುಣಾಜನಕವಾಗಿದೆ.

ಮುಂದೆ ಅಂಬೆ ತನಗಾದ ಅನ್ಯಾಯಕ್ಕೆ ಕಂಗೆಟ್ಟು ಹನ್ನೆರಡು ವರ್ಷ ತಪಸ್ಸು ಮಾಡಿ, ಕುಮಾರಸ್ವಾಮಿಯಿಂದ ಒಂದು ಕಮಲದ ಹಾರವನ್ನು ವರವಾಗಿ ಪಡೆಯುವ ಕತೆಯೊಂದಿದೆ. ಆ ಹಾರವನ್ನು ಯಾರು ಧರಿಸುವರೋ ಅವರು ಭೀಷ್ಮನ ಮರಣಕ್ಕೆ ಕಾರಣವಾಗುತ್ತಾನೆ ಎಂಬ ಅಭಯವನ್ನು ಕುಮಾರಸ್ವಾಮಿ ಕೊಡುತ್ತಾನೆ. ಅನಂತರ ಆ ಹಾರವನ್ನು ಹಿಡಿದುಕೊಂಡ ಅಂಬೆ ರಾಜ್ಯ ರಾಜ್ಯಕ್ಕೂ ಅಲೆದು ಯಾರಾದರೂ ಅದನ್ನು ಧರಿಸಿರೆಂದು ಬೇಡಿಕೊಳ್ಳುತ್ತಾಳೆ. ಕೆಲವು ಮಹಾಭಾರತಗಳಲ್ಲಿ ಈ ಹೂವಿನ ಹಾರದ ವ್ಯಾಖ್ಯಾನವಿಲ್ಲ. ಬಹುಶಃ ರೂಪಕವಾಗಿ ಈ ಹೂವಿನ ಹಾರದ ಕತೆ ಹುಟ್ಟಿಕೊಂಡಿರಬಹುದು. ಬಹುಶಃ ಅಂಬೆ ತನ್ನನ್ನು ಮದುವೆಯಾಗೆಂದು ಹಲವಾರು ರಾಜರ ಹತ್ತಿರ ಹೋಗಿ ಬೇಡಿಕೊಂಡಿರಬೇಕು ಅನ್ನಿಸುತ್ತದೆ. ಆದರೆ ಈಗಾಗಲೇ ಭೀಷ್ಮ ಮತ್ತು ಕುರುವಂಶ ಸಾಕಷ್ಟು ಪ್ರಸಿದ್ಧಿಯನ್ನು ಹೊಂದಿತ್ತು. ಯಾರಾದರೂ ಅಂಬೆಯನ್ನು ವರಿಸುವದೆಂದರೆ ಅದು ನೇರವಾಗಿ ಭೀಷ್ಮ ಮತ್ತು ಕುರುವಂಶದ ದ್ವೇಷವನ್ನು ಕಟ್ಟಿಕೊಂಡಂತೆಯೇ ಸರಿ. ಆದ್ದರಿಂದ ಎಲ್ಲರೂ ನಿರಾಕರಿಸಿದರು. ಕೊನೆಗೆ ಆ ಕಾಲದ ಬಹು ಬಲಿಷ್ಠ ರಾಜನಾದ ದ್ರುಪದನೂ ಕುರುವಂಶದ ಜೊತೆಗೆ ದ್ವೇಷವನ್ನು ಕಟ್ಟಿಕೊಳ್ಳಲು ನಿರಾಕರಿಸಿದ್ದರಿಂದ, ಅಂಬೆ ಬೇರೆ ದಾರಿ ಕಾಣದೆ ಕಂಗಾಲಾಗುತ್ತಾಳೆ. ದ್ರುಪದನಿಗಿಂತಲೂ ಬಲಿಷ್ಠ ರಾಜ ಗೊತ್ತಿಲ್ಲದ ಕಾರಣ ತನ್ನ ಹಾರವನ್ನು ರಾಜಸಭೆಯಲ್ಲಿಯೇ ಎಸೆದು ಹೋಗಿ, ಆತ್ಮಹತ್ಯೆ ಮಾಡಿಕೊಳ್ಳುತ್ತಾಳೆ; ಅತೃಪ್ತಿಯಲ್ಲಿಯೇ ಬದುಕನ್ನು ಕೊನೆಗೊಳಿಸಿಕೊಳ್ಳುತ್ತಾಳೆ. ತನ್ನದಲ್ಲದ ತಪ್ಪಿಗೆ ಅನಾಥೆಯಾಗಿ ಇಡೀ ಬದುಕನ್ನು ಅತೃಪ್ತಿಯಲ್ಲಿ ಬಾಳಿದ ಅಂಬೆಯ ಕತೆ ಸಮಾಜದ ಕ್ರೌರ್ಯಕ್ಕೆ ಹಿಡಿದ ಕನ್ನಡಿಯಾಗಿದೆ. ಆದರೆ ವಿಚಿತ್ರವೆಂದರೆ ಮಹಾಭಾರತದಲ್ಲಿ ಆಕೆಯನ್ನು ಹಠಮಾರಿ ಹೆಣ್ಣೆಂದೂ, ತನ್ನ ವಕ್ರಬುದ್ಧಿಯ ಕಾರಣದಿಂದ ಕೈಯಾರೆ ಬದುಕನ್ನು ಹಾಳು ಮಾಡಿಕೊಂಡವಳೆಂದೂ ಜರೆಯಲಾಗಿದೆ. ಅಂಬೆ ಭೀಷ್ಮನ ಬಳಿ ಬೇಡಿದ್ದು ಒಂದಿಷ್ಟು ಬದುಕಿನ ಸ್ವಾತಂತ್ರ್ಯ. ಅದೇ ಅವಳ ತಪ್ಪೆನ್ನುವ ಸಮಾಜದ ಪುರುಷ ಪ್ರಧಾನ ನೀತಿ ಜುಗುಪ್ಸೆ ಹುಟ್ಟಿಸುವಂತಹದ್ದಾಗಿದೆ. ಅಂಬೆ ಮತ್ತು ಭೀಷ್ಮರ ಜಗಳವು ಅಂಬೆಯ ಸಾವಿನೊಂದಿಗೆ ತನ್ನ ಅರ್ಥವನ್ನು ಕಳೆದುಕೊಳ್ಳುವ ಹೊತ್ತಿನಲ್ಲಿ

ಶಿಖಂಡಿಯ ಪಾತ್ರಪ್ರವೇಶ ಮಹಾಭಾರತದಲ್ಲಿ ಕಾಣುತ್ತದೆ. ಮತ್ತೊಂದು ರೀತಿಯಲ್ಲಿ ಈ ಜಗಳ ಮುಂದುವರೆಯುತ್ತದೆ. ಒಂದು ರೀತಿಯಲ್ಲಿ ಶಿಖಂಡಿಯ ಮೂಲಕ ಅಂಬೆಯು ಮರುಜನ್ಮ ತಾಳಿದಳೇನೋ ಎಂಬ ನಂಬಿಕೆ ಬರುತ್ತದೆ.

ಅಂಬೆಯು ಪರಶುರಾಮನ ಸಹಾಯವನ್ನು ಪಡೆದು ಭೀಷ್ಮನನ್ನು ಸಂಹರಿಸಲು ಪ್ರಯತ್ನಿಸಿ ಸೋತುಹೋದ ಕತೆಯೊಂದು ಉದ್ಯೋಗಪರ್ವದಲ್ಲಿದೆ. ಈ ಕತೆಯನ್ನು ಭೀಷ್ಮನೇ ದುರ್ಯೋಧನನಿಗೆ ಹೇಳುತ್ತಾನೆ. ಸ್ವಲ್ಪ ಸೂಕ್ಷ್ಮವಾಗಿ ಗಮನಿಸಿದರೆ ಈ ಕತೆ ಪ್ರಕ್ಷೇಪವಾಗಿಯೇ ಕಾಣುತ್ತದೆ. ಕೃತಯುಗದ ಈ ಪರಶುರಾಮನು, ತ್ರೇತಾಯುಗದಲ್ಲಿಯೇ ಮತ್ತೊಬ್ಬ ರಾಮನಿಗೆ ಶರಣಾಗಿ, ತನ್ನ ಅವತಾರ ಇಲ್ಲಿಗೆ ಕೊನೆಯಾಯ್ತು ಎಂದು ಕಣ್ಮರೆಯಾದವನು; ಈ ದ್ವಾಪರಯುಗದಲ್ಲಿ ಮತ್ತೇಕೆ ಅನಿರೀಕ್ಷಿತವಾಗಿ ಬಂದ ಎಂದು ಅಚ್ಚರಿಯಾಗುತ್ತದೆ. ಜಮದಗ್ನಿಯ ಮಗನಾದ ರಾಮನು ಇನ್ನೊಂದು ಸಂದರ್ಭದಲ್ಲಿಯೂ ಮಹಾಭಾರತದಲ್ಲಿ ಹೀಗೇ ಅಚಾನಕ್ಕಾಗಿ ಕಾಣಿಸಿಕೊಳ್ಳುತ್ತಾನೆ. ಕರ್ಣನು ಅವನ ಹತ್ತಿರ ಬ್ರಾಹ್ಮಣನೆಂದು ಸುಳ್ಳು ಹೇಳಿ ಶಿಷ್ಯತ್ವ ಮಾಡಿದ್ದಾಗಿಯೂ, ಅದು ಹೇಗೋ ಪರಶುರಾಮನಿಗೆ ಗೊತ್ತಾಗಿ ಅವನಿಗೆ ಶಾಪ ಕೊಟ್ಟಿದ್ದಾಗಿಯೂ ಕತೆಯಿದೆ. ಕರ್ಣನ ಬಗ್ಗೆ ಅನುಕಂಪ ಮೂಡಿಸಲೆಂದೇ ಈ ಪರಶುರಾಮನ ಶಾಪದ ಕತೆಯನ್ನು ಹೆಣೆದಿರುವುದು ಮೇಲುನೋಟಕ್ಕೆ ತಿಳಿಯುತ್ತದೆ. ಯಾವತ್ತೂ ದ್ರೋಣನ ಬಳಿಯಲ್ಲಿಯೇ ಶಿಷ್ಯತ್ವವನ್ನು ಮಾಡುವ ಕರ್ಣ, ಯಾತಕ್ಕಾಗಿ ಮತ್ತೊಬ್ಬ ಗುರುವನ್ನು ಹುಡುಕಿಕೊಂಡು ಹೋಗಬೇಕಾಗಿ ಬಂತು ಎಂಬ ತರ್ಕಕ್ಕೆ ಮಹಾಭಾರತದಲ್ಲಿ ಯಾವ ಸಮಾಧಾನವೂ ದಕ್ಕುವದಿಲ್ಲ. ಅಂತಹದೇ ಮತ್ತೊಂದು ಕಾರಣಕ್ಕಾಗಿ ಭೀಷ್ಮ ಮತ್ತು ಪರಶುರಾಮರ ಯುದ್ಧದ ಕತೆಯೂ ಸದ್ದಿಲ್ಲದೆ ಸೇರಿಕೊಂಡಿದೆ.

ಕೌರವರ ಸೈನ್ಯದ ಅಧಿಪತಿಯಾಗುವ ಭೀಷ್ಮ, ತನ್ನ ಪೌರುಷವನ್ನು ಹೇಳಿಕೊಳ್ಳುವದಕ್ಕೆ ಈ ಪರಶುರಾಮನ ಪ್ರಕ್ಷೇಪದ ಕತೆ ಸೇರಿಸಿದನೇನೋ ಎನ್ನಿಸುತ್ತದೆ. ಪಿತಾಮಹ ಭೀಷ್ಮ ಕುರುಕ್ಷೇತ್ರಕ್ಕೂ ಮೊದಲು ಯುದ್ಧ ಮಾಡಿ ಸಾಹಸವನ್ನು ಮೆರೆದದ್ದು ತುಂಬಾ ಕಡಿಮೆ. ಕಾಶೀರಾಜನ ಸ್ವಯಂವರದಲ್ಲಿ ಪುಡಿರಾಜರನ್ನು ಸೋಲಿಸಿ ಮೂವರು ಬಾಲಿಕೆಯರನ್ನು ಕದ್ದು ತರುವ ಸಂಗತಿ ಬಿಟ್ಟರೆ ಬೇರೆ ಯಾವ ಯುದ್ಧ ಸಾಹಸಗಳೂ ಕಾಣುವುದಿಲ್ಲ. ಮಗ ಪಾಂಡುರಾಜ ಹಲವಾರು ಯುದ್ಧಗಳನ್ನು ಮಾಡಿದರೂ, ಇವನು ಕೈಜೋಡಿಸುವದಿಲ್ಲ. ಮೊಮ್ಮಕ್ಕಳಾದ ಪಾಂಡವರು ರಾಜಸೂಯ ಯಾಗಕ್ಕೆಂದು ಇಡೀ ದೇಶವನ್ನು ಸುತ್ತಾಡಿದರೂ ಇವನು ಅದರಲ್ಲಿ ಭಾಗವಹಿಸುವದಿಲ್ಲ. ಆದರೆ ಮುಪ್ಪಿನಲ್ಲಿ ಕೌರವ ಸೇನಾಧಿಪತ್ಯವನ್ನು ವಹಿಸುವ ಈ ಹಿರಿಯನಿಗೆ ಒಂದಿಷ್ಟಾದರೂ ಯುದ್ಧದ

ಹಿನ್ನೆಲೆ ಅವಶ್ಯಕ ಎನ್ನುವ ಕಾರಣಕ್ಕೆ, ಈ ಪರಶುರಾಮನ ಯುದ್ಧದ ಕತೆಯನ್ನು ಬಲವಂತದಿಂದ ಸೇರಿಸಿದಂತೆ ಕಾಣುತ್ತದೆ. ಕುರುಕ್ಷೇತ್ರ ಕದನಕ್ಕೂ ಆರು ತಿಂಗಳು ಮುಂಚೆ ನಡೆದ ಗೋಗ್ರಹಣದಲ್ಲಿಯೂ ಭೀಷ್ಮ ಭಾಗವಹಿಸಿದರೂ, ಅರ್ಜುನ ಅವನನ್ನು ಸೋಲಿಸಿ ಓಡಿಸುತ್ತಾನೆ. ಸಣ್ಣ ಪುಟ್ಟ ಯುದ್ಧಗಳು ಆಗಾಗ ನಡೆದರೂ, ಅವುಗಳಲ್ಲಿಯೂ ಭೀಷ್ಮ ಭಾಗವಹಿಸುವದಿಲ್ಲ. ಕ್ಷತ್ರಿಯ ಘನತೆಗೆ ತಕ್ಕಂತೆ ದೊಡ್ಡ ಯಾಗಗಳನ್ನೂ ಅವನು ಮಾಡಿದ ಉದಾಹರಣೆಗಳು ಇಲ್ಲ. ಮೊಮ್ಮಕ್ಕಳಾದ ಪಾಂಡವರು ರಾಜಸೂಯ ಯಾಗ ಮಾಡಿ, ಜಾಣತನದಿಂದ ಕೃಷ್ಣನಿಗೆ ಪ್ರಥಮ ಅರ್ಘ್ಯವನ್ನು ನೀಡಿದರೂ, ಇಡೀ ಆರ್ಯಾವರ್ತಕ್ಕೇ ಹಿರಿಯನಾದ ಭೀಷ್ಮ ಬೇಸರ ಮಾಡಿಕೊಳ್ಳುವದಿಲ್ಲ. ಮುಂದೆ ಕುರುಕ್ಷೇತ್ರದ ಮೊದಲ ಹತ್ತು ದಿನಗಳ ಅಧಿಪತ್ಯವನ್ನು ಅವನು ನಿರ್ವಹಿಸಿದರೂ, ಯಾವುದೇ ಮಹತ್ವದ ಜಯವು ಕೌರವರಿಗೆ ದಕ್ಕುವದಿಲ್ಲ. ಒಟ್ಟಾರೆ ಭೀಷ್ಮ ಇಡೀ ಮಹಾಭಾರತದಲ್ಲಿ ಎಲ್ಲಿಯೂ ತನ್ನ ಯುದ್ಧಕೌಶಲ್ಯವನ್ನು ವಿಶೇಷವಾಗಿ ಪ್ರದರ್ಶಿಸಿದ ಸಂಗತಿಗಳು ಕಾಣಿಸುವದಿಲ್ಲ.

ಶಿಖಂಡಿನಿಯು ದ್ರುಪದನ ಮೊದಲ ಮಗಳು. ಧೃಷ್ಟದ್ಯುಮ್ನ ಮತ್ತು ದ್ರೌಪದಿಯರು ಹುಟ್ಟುವದಕ್ಕೆ ಮುಂಚೆಯೇ ಶಿವನ ವರಪ್ರಸಾದದಿಂದ ಜನಿಸಿದವಳು. ಆದರೆ ಇವಳ ಮೇಲೆ ದ್ರುಪದನಿಗೆ ಅಂತಹ ಪ್ರೀತಿ ಹುಟ್ಟುವದಿಲ್ಲ. ಗಂಡು ಮಗು ಬೇಕು ಎಂದು ಬಯಸಿದ್ದರಿಂದ, ಈ ಹೆಣ್ಣು ಮಗುವನ್ನು ಸ್ವೀಕರಿಸುವುದು ದ್ರುಪದ ದಂಪತಿಗೆ ಸಾಧ್ಯವಾಗುವದಿಲ್ಲ. ಎಲ್ಲ ಕಾಲದಲ್ಲಿಯೂ ಭಾರತದಲ್ಲಿ ಗಂಡು ಮಗುವೇ ಬೇಕೆನ್ನುವ ತಂದೆ-ತಾಯಿಯರು ಇದ್ದರೆನ್ನುವುದು ಕಹಿಯಾದ ಸತ್ಯ. ಹೆಣ್ಣು ಮಗುವೆಂಬ ಸತ್ಯವನ್ನು ಒಪ್ಪಿಕೊಳ್ಳದೆ, ಈ ಮಗುವನ್ನು ಗಂಡಂತೆಯೇ ಬೆಳೆಸುತ್ತಾರೆ. ಅವರಿಬ್ಬರಿಗೆ ಹೊರತುಪಡಿಸಿದರೆ, ಇಡೀ ರಾಜ್ಯದಲ್ಲಿ ಎಲ್ಲರೂ ಈ ಮಗುವನ್ನು ಗಂಡು ಎಂದೇ ಭಾವಿಸಿರುತ್ತಾರೆ. ಗಂಡು ಮಗುವಿಗೆ ಮಾಡಬೇಕಾದ ಜಾತಕರ್ಮಾದಿಗಳನ್ನೆಲ್ಲಾ ಈ ಶಿಖಂಡಿನಿಗೆ ಮಾಡುತ್ತಾರೆ. ದ್ರೋಣರ ಬಳಿ ಕಳುಹಿಸಿ ಆಕೆಗೆ ಸಮಸ್ತ ವಿದ್ಯೆಯನ್ನೂ ಕಲಿಸುತ್ತಾರೆ. ಬರೀ ಗಂಡು ಹುಡುಗನ ವೇಷವನ್ನೇ ಧರಿಸಿದ ಈ ಶಿಖಂಡಿನಿಯಲ್ಲಿ, ಯೌವನ ಬಂದಂತೆಯೇ ಹೆಣ್ಣಿನ ಅವಯವಗಳು ಸ್ಪಷ್ಟವಾಗಿ ಕಾಣಿಸಲಾರಂಭಿಸುತ್ತವೆ. ದ್ರುಪದನಿಗೆ ಪರಿಸ್ಥಿತಿಯನ್ನು ನಿಭಾಯಿಸಲು ಕಷ್ಟವಾಗಿ, ಈ ಮಗುವೆ ಕಿರಿಕಿರಿಯೆನ್ನಿಸಲಾರಂಭಿಸುತ್ತದೆ. ಆದರೂ ಹಠ ಬಿಡದಂತೆ ಶಿಖಂಡಿನಿಗೆ ದಶಾರ್ಣರಾಜ ಹಿರಣ್ಯವರ್ಮನ ಮಗಳೊಡನೆ ಮೋಸದ ಮದುವೆ

ಮಾಡಿಬಿಡುತ್ತಾನೆ. ಇಡೀ ಜಗತ್ತಿಗೇ ತನ್ನ ಹೆಣ್ತನವನ್ನು ಮರೆಮಾಚಿದರೂ, ಖಾಸಾ ಹೆಂಡತಿಗೆ ಅದನ್ನು ಹೇಗೆ ಮರೆಮಾಚಲು ಸಾಧ್ಯ? ದಶಾರ್ಣ ರಾಜಕುಮಾರಿಗೆ ರಹಸ್ಯ ಗೊತ್ತಾಗುತ್ತದೆ. ಅವಳು ಕಂಗಾಲಾಗುತ್ತಾಳೆ. ತನ್ನಪ್ಪನಿಗೆ ಸುದ್ದಿ ಮುಟ್ಟಿಸುತ್ತಾಳೆ. ಹಿರಣ್ಯವರ್ಮ ಕೆಂಡಾಮಂಡಲವಾಗುತ್ತಾನೆ. ದ್ರುಪದನ ಮೇಲೆ ಯುದ್ಧಕ್ಕೆ ಬರುವದಾಗಿ ಹೇಳಿ ಕಳುಹಿಸುತ್ತಾನೆ.

ಈ ಸಂದರ್ಭದಲ್ಲಿ ಶಿಖಂಡಿನಿಯ ಮನಸ್ಥಿತಿಯನ್ನು ನಾವು ಅರ್ಥ ಮಾಡಿಕೊಳ್ಳಬೇಕು. ತಂದೆ-ತಾಯಿಯ ಕೈಗೊಂಬೆಯಾಗಿ, ತನ್ನ ಹೆಣ್ತನಕ್ಕೆ ವಿರುದ್ಧವಾಗಿ ಗಂಡಿನಂತೆ ಬೆಳೆಯಬೇಕಾದ ಸ್ಥಿತಿ ಯಾವ ಮಗುವಿಗೂ ಸಂತೋಷ ಕೊಡುವಂತಹದ್ದಲ್ಲ. ಆರಂಭದ ಹಂತದಲ್ಲಿ ಮಗುವೊಂದು ಗಂಡಿನ ದಿರಿಸನ್ನು ಹೇಗೋ ಧರಿಸಿಕೊಂಡು ದಿನದೂಡಬಹುದು. ಆದರೆ ಜಾತಕರ್ಮಗಳನ್ನು ಮಾಡಿಕೊಂಡು, ಕೊನೆಗೆ ಮತ್ತೊಂದು ಹೆಣ್ಣನ್ನು ಮದುವೆಯಾಗಿ, ಅವಳ ಎದುರಿನಲ್ಲಿ ಅವಮಾನಗೊಳ್ಳುವ ಸ್ಥಿತಿಯನ್ನು ಶಿಖಂಡಿನಿ ಎದುರಿಸುತ್ತಾಳೆ. ದಶಾರ್ಣ ರಾಜಕುಮಾರಿ ಇಡೀ ರಾಜ್ಯಕ್ಕೆ ಕಹಿಸತ್ಯವನ್ನು ಬಯಲು ಮಾಡಿ ಶಿಖಂಡಿನಿಯ ಬದುಕನ್ನೇ ಕಠೋರ ಮಾಡಿಬಿಡುತ್ತಾಳೆ. ಈ ಎಲ್ಲಾ ಪರಿಸ್ಥಿತಿಗಳಿಂದ ಯಾವ ತರಹದ ಒತ್ತಡವನ್ನು ಶಿಖಂಡಿನಿ ಅನುಭವಿಸಿರಬೇಕು? ಬಾಲ್ಯದಿಂದ ಗಂಡಿನಂತೆ ಬೆಳೆದ ಕಾರಣಕ್ಕೇ ಅವಳಿಗೆ ಗಂಡಾಗಿ ಪರಿವರ್ತನೆಗೊಳ್ಳುವ ಹಂಬಲ ಉಂಟಾಯಿತೆ? ತನ್ನ ಹೆಣ್ತನವನ್ನು ಸಾಬೀತುಗೊಳಿಸಿಕೊಂಡು ಹೆಣ್ಣಿನಂತೆ ಬಾಳುವ ಧೈರ್ಯ ಮತ್ತು ಅಗತ್ಯಗಳು ಆಕೆಗೆ ಇರಲಿಲ್ಲವೆ? ಹೆಣ್ಣು ಅಥವಾ ಗಂಡಿನ ಗುಣಗಳು ನಾವು ಧರಿಸುವ ವಸ್ತ್ರ, ಮಾಡುವ ಕರ್ಮ, ಸಮಾಜದ ನಂಬಿಕೆಗಳಿಂದ ಬದಲಾಗುತ್ತವೆಯೆ? ಯಾವುದೂ ತಿಳಿಯುವದಿಲ್ಲ. ಆದರೆ ಹೆಣ್ಣೊಬ್ಬಳಿಗೆ ಗಂಡಾಗುವ ಅದಮ್ಯ ಬಯಕೆ ಆಗೂ ಇತ್ತೆಂಬುದು ಮಾತ್ರ ಜ್ವಲಂತ ಸತ್ಯವಾಗಿದೆ.

ಈ ಹೊತ್ತಿನಲ್ಲಿಯೇ ಶಿಖಂಡಿನಿಯ ಕಣ್ಣಿಗೆ ಒಮ್ಮೆ ರಾಜಸಭೆಯಲ್ಲಿ ಅಂಬೆಯು ಒಗೆದ ಕಮಲದ ಹೂವಿನ ಹಾರ ಗೋಚರಿಸುತ್ತದೆ. ಆರಂಭದ ದಿನಗಳಲ್ಲಿ ಈ ಹಾರವನ್ನು ಯಾರೂ ತೆಗೆದುಕೊಳ್ಳದಂತೆ ದ್ರುಪದನು ಎಚ್ಚರ ವಹಿಸಿದ್ದರೂ, ಅನಂತರದ ದಿನಗಳಲ್ಲಿ ಅಸಡ್ಡೆಯನ್ನು ತಾಳಿರುತ್ತಾನೆ. ಈ ಶಿಖಂಡಿನಿ ಲಕ್ಷಣವಾಗಿ ಅದನ್ನು ಎತ್ತಿ ತನ್ನ ಕೊರಳಲ್ಲಿ ಧರಿಸಿ ಬಿಡುತ್ತಾಳೆ. ಗಂಡಾಗಿ ಪರಿವರ್ತನೆಗೊಳ್ಳುವ ತುಡಿತವನ್ನೇ ರೂಪಕವಾಗಿ ಈ ಕಮಲದ ಹಾರವನ್ನು ಧರಿಸುವ ನೆಪದಲ್ಲಿ ಹೇಳಿರಬೇಕು. ತಂದೆ-ತಾಯಿಯ ಇಷ್ಟಾನಿಷ್ಟಗಳು ಹೇಗೆ ಮಕ್ಕಳ ಬದುಕಿಗೆ ಮುಳ್ಳಾಗುತ್ತವೆ ಎನ್ನುವದಕ್ಕೆ ಈ ಘಟನೆ ಬೆಳಕು ಚೆಲ್ಲುತ್ತದೆ. ದ್ರುಪದ ದಂಪತಿಯ ಗಂಡು ಮಗುವಿನ ಬಯಕೆಯ ಸಂಕಟಗಳೇ ಪ್ರಧಾನವಾಗಿ ಮಹಾಭಾರತದಲ್ಲಿ

ವ್ಯಕ್ತವಾಗಿದ್ದರೂ, ಬಲವಂತದಿಂದ ಗಂಡಿನಂತೆ ಬೆಳೆಯಬೇಕಾದ ಶಿಖಂಡಿನಿಯ ಸಂಕಟಗಳು ಪ್ರತ್ಯೇಕವಾಗಿ ದಾಖಲಾಗಿಲ್ಲ. ಕುರುವಂಶದವರ ಬಗ್ಗೆ ಬಹಳ ಭಯವನ್ನು ಇಟ್ಟುಕೊಂಡಿದ್ದ ದ್ರುಪದ, ತನ್ನ ಮಗಳು ಕಮಲದ ಹಾರವನ್ನು ಧರಿಸಿದ್ದನ್ನು ಕಂಡು ಕಂಗಾಲಾಗುತ್ತಾನೆ. ಅದೇ ನೆಪವನ್ನು ಮಾಡಿಕೊಂಡು, ಹಾರ ಧರಿಸಿದ ಶಿಖಂಡಿನಿಯನ್ನು ಮನೆಯಿಂದ ಹೊರಹಾಕುತ್ತಾನೆ. ತನ್ನದೇ ತಪ್ಪುಗಳಿಂದಾಗಿ ಶಿಖಂಡಿನಿ ಈ ಅವಸ್ಥೆಯನ್ನು ತಲುಪಿರುವುದು ಗೊತ್ತಿದ್ದರೂ, ಆಕೆಯ ಮೇಲೇ ತಪ್ಪು ಹೊರಿಸುವ ದ್ರುಪದನ ವರ್ತನೆ ಅತ್ಯಂತ ಅಮಾನವೀಯವಾಗಿದೆ.

ಈ ಶಿಖಂಡಿನಿಯು ಮುಂದೆ ಗಂಗಾತೀರದಲ್ಲಿ ತಪಸ್ಸು ಮಾಡುತ್ತಿದ್ದ ಋಷೀಕನೆಂಬ ಬ್ರಹ್ಮರ್ಷಿಯ ಸೇವೆ ಮಾಡುತ್ತಾಳೆ. ಆತನ ಅಣತಿಯಂತೆ ಆಕೆಯು ಗಂಗಾದ್ವಾರದಲ್ಲಿ ನಡೆಯುವ ವಿಭಜನ ಎನ್ನುವ ಉತ್ಸವದಲ್ಲಿ ಭಾಗವಹಿಸುತ್ತಾಳೆ. ಇಲ್ಲಿ ಇಬ್ಬರು ಅನ್ಯೋನ್ಯ ಗಂಧರ್ವರು ಬಂದಿರುತ್ತಾರೆ. ಅದರಲ್ಲಿ ಒಬ್ಬನ ಹೆಸರು ತುಂಬುರ. ಈತನಿಗೆ ಹೆಣ್ಣಾಗಬೇಕೆಂಬ ಇಚ್ಛೆಯಿರುತ್ತದೆ. ಆದರೆ ಯಾವ ಕಾರಣಕ್ಕೆ ಇವನಿಗೆ ಹೆಣ್ಣಾಗಬೇಕೆನ್ನಿಸುತ್ತದೆ? ತನ್ನ ಜೊತೆಯ ಇನ್ನೊಬ್ಬ ಗಂಧರ್ವನೊಡನೆ ಇವನು ಹೆಂಡತಿಯಂತೆ ಬಾಳುತ್ತಿರುತ್ತಾನೆಯೆ? ಇವರಿಬ್ಬರೂ ಸಲಿಂಗಕಾಮಿಗಳೆ? ಇತ್ಯಾದಿ ವಿವರಗಳು ನಮಗೆ ದಕ್ಕುವದಿಲ್ಲ. ಶಿಖಂಡಿನಿಯ ಪರಿಚಯವಾದ ಮೇಲೆ, ಆಕೆಯಲ್ಲಿ ತನ್ನ ಹೆಣ್ಣಾಗುವ ಬಯಕೆಯನ್ನು ಹೇಳಿಕೊಳ್ಳುತ್ತಾನೆ. ಶಿಖಂಡಿನಿ ಆತನ ಬಯಕೆಗೆ ಸ್ಪಂದಿಸಿ, ತನ್ನ ಹೆಣ್ತನವನ್ನು ಅವನಿಗೆ ನೀಡಿ, ಆತನ ಪುರುಷತ್ವವನ್ನು ತಾನು ಸ್ವೀಕರಿಸುತ್ತಾಳೆ. ಅದಕ್ಕೆ ತಕ್ಕಂತೆ ತನ್ನ ಹೆಸರನ್ನು ಶಿಖಂಡಿನಿ ಎನ್ನುವದರ ಬದಲು ಶಿಖಂಡಿ ಎಂದು ಮಾಡಿಕೊಳ್ಳುತ್ತಾಳೆ. ತುಂಬುರು ಗಂಧರ್ವನಿಗೆ ತಾನು ಹೆಣ್ಣಾದದ್ದಕ್ಕೆ ವಿಪರೀತ ಸಂತೋಷವಾಗಿ ಗೆಳೆಯನೊಂದಿಗೆ ಹಿಂತಿರುಗುತ್ತಾನೆ. ಅದೇ ಕಾರಣಕ್ಕಾಗಿ ಶಿಖಂಡಿಯೂ ಸಂತೋಷಗೊಂಡು ತನ್ನ ರಾಜ್ಯಕ್ಕೆ ಹಿಂತಿರುಗುತ್ತಾನೆ.

ಇವರಿಬ್ಬರೂ ಅದು ಯಾವ ರೀತಿಯಲ್ಲಿ ಲಿಂಗ ಬದಲಾವಣೆ ಹೊಂದಿದರು? ಅಂತಹ ಬದಲಾವಣೆಗೆ ಆಗ ಇದ್ದ ಕ್ರಮಗಳೇನು? ಸಮಾಜ ಇವರನ್ನು ಹೇಗೆ ಸ್ವೀಕರಿಸುತ್ತಿತ್ತು? ಯಾವ ವಿವರಗಳೂ ನಮಗೆ ಮಹಾಭಾರತದಲ್ಲಿ ದಕ್ಕುವದಿಲ್ಲ. ಆದರೆ ಲಿಂಗ ಬದಲಾವಣೆಯ ತುಮುಲ ಮತ್ತು ಅದು ಕೈಗೂಡಿದಾಗ ಸಂತೋಷಗೊಳ್ಳುವ ಜೀವಗಳು ಆಗಲೂ ಇದ್ದವೆಂಬುದನ್ನು ಅತ್ಯಂತ ಸ್ಪಷ್ಟವಾಗಿ ನಮ್ಮ ಧಾರ್ಮಿಕ ಗ್ರಂಥದಲ್ಲಿ ದಾಖಲಿಸಲಾಗಿದೆ. ಈ ವಿವರಗಳನ್ನು ವೇದವ್ಯಾಸರು ಯಾವ ಮುಜುಗರ, ಮೈಲಿಗೆಯೂ ಇಲ್ಲದಂತೆ ದಾಖಲಿಸಿದ್ದಾರೆ ಎನ್ನುವದನ್ನು ನಾವು ಗಮನಿಸಬೇಕು. ಭಿನ್ನಲೈಂಗಿಕತೆ ನಮ್ಮ ಸಂಸ್ಕೃತಿಯೇ ಅಲ್ಲ, ಪಾಶ್ಚಿಮಾತ್ಯರಿಂದ ಬಂದಿದ್ದು ಎಂದು ವಾದಿಸುವ ಭಾರತೀಯರಿಗೆ, ವೇದವ್ಯಾಸರು ಸಾವಿರಾರು

ವರ್ಷಗಳ ಹಿಂದೆಯೇ ಉತ್ತರವನ್ನು ಕೊಟ್ಟಿದ್ದಾರೆ ಎಂಬುದು ಬಹುಹೆಮ್ಮೆಯ ಸಂಗತಿಯೇ ಆಗಿದೆ.

ಶಿಖಂಡಿನಿಯು ಲಿಂಗಪರಿವರ್ತನೆಗೊಂಡ ಮತ್ತೊಂದು ಕತೆಯೂ ಮಹಾಭಾರತದಲ್ಲಿದೆ. ತಂದೆ-ತಾಯಿಯರು ದಶಾರ್ಣ ರಾಜನಿಂದ ಅಪಾಯವನ್ನು ಎದುರಿಸುತ್ತಿರುವ ಸ್ಥಿತಿಯನ್ನು ಅರ್ಥಮಾಡಿಕೊಂಡ ಶಿಖಂಡಿನಿ ಆತ್ಮಹತ್ಯೆಯ ಯೋಚನೆ ಮಾಡುತ್ತಾಳೆ. ಆ ಕಾರಣದಿಂದ ಒಂದು ದೊಡ್ಡ ಅರಣ್ಯಕ್ಕೆ ಹೋಗಿ ಉಪವಾಸ ಮಾಡಲು ಶುರುವಿಡುತ್ತಾಳೆ. ಈ ಕಾಡು ಕುಬೇರನ ಅನುಚರನಾದ 'ಸ್ಥೂಣಾಕರ್ಣ' ಎನ್ನುವ ಮೃದುವಾಗಿ ಮಾತನಾಡುವ ಯಕ್ಷನಿಗೆ ಸೇರಿದ್ದು. ಅವನೊಮ್ಮೆ ಈಕೆಯನ್ನು ಭೇಟಿಯಾಗಿ ಅವಳ ಸಮಸ್ಯೆಯನ್ನು ಅರ್ಥ ಮಾಡಿಕೊಳ್ಳುತ್ತಾನೆ. ಅವಳ ಪರಿಸ್ಥಿತಿಗೆ ಮರುಕಗೊಂಡು ತನ್ನ ಪುರುಷತ್ವವನ್ನು ಆಕೆಗೆ ನೀಡಿ, ಆಕೆಯ ಸ್ತ್ರೀತ್ವವನ್ನು ತಾನು ತೆಗೆದುಕೊಳ್ಳುತ್ತಾನೆ. ಆದರೆ ಈ ಬದಲಾವಣೆ ಕೇವಲ ತಾತ್ಕಾಲಿಕವೆಂದೂ, ದಶಾರ್ಣರಾಜನ ವೈರವನ್ನು ಉಪಶಮನ ಮಾಡುವದಕ್ಕೆ ಮಾತ್ರವೆಂದೂ ಹೇಳಿಕಳುಹಿಸುತ್ತಾನೆ. ಅದಕ್ಕೆ ಒಪ್ಪಿದ ಶಿಖಂಡಿ ತನ್ನ ರಾಜ್ಯಕ್ಕೆ ಮರಳುತ್ತಾನೆ. ಆದರೆ ಇದೇ ಹೊತ್ತಿನಲ್ಲಿ ಆ ಕಾಡಿಗೆ ಕುಬೇರನ ಆಗಮನವಾಗುತ್ತದೆ. ತನ್ನ ಅನುಚರನಾದ ಸ್ಥೂಣಾಕರ್ಣನು ಪುರುಷತ್ವವನ್ನು ತೊರೆದು ಹೆಣ್ಣಾಗಿರುವದನ್ನು ಕಂಡು ಕುಬೇರ ಕೋಪಗೊಳ್ಳುತ್ತಾನೆ. ಆ ಕೃತ್ಯವನ್ನು ಸಹಿಸದೆ ಅವನಿಗೆ ಶಾಪ ಕೊಡುತ್ತಾನೆ. ಆ ಶಾಪದಂತೆ ಸ್ಥೂಣಾಕರ್ಣ ಮತ್ತೆಂದೂ ಗಂಡಾಗಲು ಸಾಧ್ಯವಾಗುವದಿಲ್ಲ. ಹಲವು ದಿನಗಳ ನಂತರ ಶಿಖಂಡಿಯು ಮಾತಿಗೆ ತಪ್ಪದಂತೆ, ತನ್ನ ಪುರುಷತ್ವವನ್ನು ತಿರುಗಿ ಕೊಡಲು ಅಲ್ಲಿಗೆ ಬಂದರೂ, ಸ್ಥೂಣಾಕರ್ಣನಿಗೆ ಪುರುಷತ್ವವನ್ನು ತಿರುಗಿ ತೆಗೆದುಕೊಳ್ಳಲು ಸಾಧ್ಯವಾಗುವದಿಲ್ಲ. ತನ್ನ ಅಸಹಾಯಕತೆಯನ್ನು ತಿಳಿಸುತ್ತಾನೆ. ಆದರೆ ಅವನ ಶಾಪ ಶಿಖಂಡಿಗೆ ವರವಾಗಿ ಪರಿಣಮಿಸುತ್ತದೆ. ಅವನು ಸಂತೋಷದಿಂದ ಪಾಂಚಾಲಕ್ಕೆ ಮರಳುತ್ತಾನೆ.

ತುಂಬುರನ ಕತೆಯೂ, ಸ್ಥೂಣಾಕರ್ಣನ ಕತೆಯೂ ಮಹಾಭಾರತದಲ್ಲಿ ಕಂಡುಬಂದರೂ, ಒಟ್ಟಾರೆಯಾಗಿ ಇವರಿಬ್ಬರೂ ಗಂಧರ್ವ ಅಥವಾ ಯಕ್ಷ ಜನಾಂಗಕ್ಕೆ ಸೇರಿದವರೆಂಬುದನ್ನು ನಾವು ಗಮನಿಸಬೇಕು. ಸಾಮಾನ್ಯವಾಗಿ ಹಾಡು, ಶೃಂಗಾರ, ನೃತ್ಯಗಳಲ್ಲಿಯೇ ನಿರತರಾಗಿರುವ ಗಂಧರ್ವ ಜನರಲ್ಲಿ ಲಿಂಗಪರಿವರ್ತನೆಯ ಆಸೆಗಳೂ, ಅದಕ್ಕೆ ಬೇಕಾದ ಕ್ರಿಯೆಗಳೂ ಇದ್ದವೆಂದು ಊಹಿಸಬಹುದಾಗಿದೆ. ಮುಂದೆ ಅರ್ಜುನನೂ ಚಿತ್ರಸೇನ ಎಂಬ ಗಂಧರ್ವನಿಂದ ನೃತ್ಯವನ್ನು ಕಲಿತುಕೊಂಡು, ಅದನ್ನು ವಿರಾಟನಗರದಲ್ಲಿ ಬಳಸಿಕೊಂಡ ಎಂಬ ವಿಶ್ಲೇಷಣೆಯನ್ನೂ ಕೆಲವರು ಮಾಡುತ್ತಾರೆ. ಆದರೆ ಕುಬೇರನು ಕೋಪಗೊಂಡಿದ್ದು ಮಾತ್ರ ವಿಶಿಷ್ಟ ಸಂಗತಿಯಾಗಿದೆ. ಅಂದರೆ

ಗಂಡೊಬ್ಬ ಹೆಣ್ಣಾಗಿ ಬದಲಾವಣೆ ಹೊಂದಿದ್ದು ಕೆಲವರಿಗೆ ಶಾಪ ಕೊಡುವಷ್ಟು ಸಿಟ್ಟಿನ ಸಂಗತಿಯಾಗಿರಬೇಕು ಎನ್ನಿಸುತ್ತದೆ.

ಶಿಖಂಡಿಯು ಪಾಂಚಾಲಕ್ಕೆ ಹಿಂತಿರುಗುವಾಗ ಪರಿಸ್ಥಿತಿಯು ಅತ್ಯಂತ ವಿಷಮ ಸ್ಥಿತಿಯನ್ನು ತಲುಪಿರುತ್ತದೆ. ದಶಾರ್ಣ ರಾಜನಿಗೆ ದ್ರುಪದನ ಮೇಲೆ ಸಿಟ್ಟು ಕಡಿಮೆಯಾಗಿರುವದಿಲ್ಲ. ಶಿಖಂಡಿ ಹೆಣ್ಣೇ ಆಗಿದ್ದು, ದ್ರುಪದನು ಮೋಸ ಮಾಡಿ ತನ್ನ ಮಗಳ ಬಾಳನ್ನು ಹಾಳುಮಾಡಿದ್ದು ಸತ್ಯವೇ ಆದರೆ, ಯುದ್ಧ ಹೂಡಿ ದ್ರುಪದನನ್ನು ಕೊಲ್ಲುವ ಬೆದರಿಕೆಯನ್ನು ಹಾಕುತ್ತಾನೆ. ಹಲವಾರು ದೂತರ ಮೂಲಕ ಅಂತಹ ಬೆದರಿಕೆಯ ಮಾತನ್ನು ಹೇಳಿ ಕಳುಹಿಸುತ್ತಾನೆ. ಸೈನ್ಯಬಲದಿಂದ ದ್ರುಪದನಿಗಿಂತಲೂ ಹಿರಣ್ಯವರ್ಮ ಹೆಚ್ಚು ಶಕ್ತಿಯುತನಾಗಿರುತ್ತಾನೆ. ದ್ರುಪದನಿಗೆ ಒಳಗೊಳಗೇ ಭಯ. ಆದರೆ ಇದೇ ಹೊತ್ತಿಗೆ ಶಿಖಂಡಿ ಪಾಂಚಾಲಕ್ಕೆ ಹಿಂತಿರುಗಿ, ಅಪ್ಪನನ್ನು ಕಂಡು, ನಡೆದ ಸಂಗತಿಯನ್ನೆಲ್ಲಾ ಅರುಹುತ್ತಾನೆ. ದ್ರುಪದನಿಗೆ ಸಂತೋಷವಾಗಿ ಮಗನನ್ನು ಬರ ಮಾಡಿಕೊಳ್ಳುತ್ತಾನೆ. ಶಿಖಂಡಿ ತನ್ನ ಹೆಂಡತಿಯನ್ನು ದೈಹಿಕವಾಗಿ ಸಂತೃಪ್ತಿಗೊಳಿಸುತ್ತಾನೆ. ಇವೆಲ್ಲವೂ ದ್ರುಪದನಿಗೆ ಧೈರ್ಯ ಕೊಡುತ್ತದೆ. ಅವನೇ ದೂತರನ್ನು ದಶಾರ್ಣ ರಾಜನ ಬಳಿ ಕಳುಹಿಸಿ, ತನ್ನ ಮಗನ ಪುರುಷತ್ವವನ್ನು ಪರೀಕ್ಷಿಸಬಹುದೆಂದು ವಿನಂತಿಸಿಕೊಳ್ಳುತ್ತಾನೆ. ದಶಾರ್ಣ ರಾಜ ಕೆಲವು ಸುಂದರ ಹೆಂಗಸರನ್ನು ಪಾಂಚಾಲಕ್ಕೆ ಕಳುಹಿಸುತ್ತಾನೆ. ಅವರು ಶಿಖಂಡಿಯ ವಸ್ತ್ರಗಳನ್ನು ಕಳಚಿ ಪರೀಕ್ಷಿಸಿ, ಆತನು ಗಂಡೆಂದು ನಿರ್ಧರಿಸುತ್ತಾರೆ (ವಿರಾಟನಗರದಲ್ಲಿ ಇಂತಹದೇ ಒಂದು ಪರೀಕ್ಷೆಯನ್ನು ಅರ್ಜುನನ ಮೇಲೆ ನಡೆಸಿದ ಹೆಂಗಸರು ಅವನನ್ನು ಗಂಡಲ್ಲವೆಂದು ನಿರ್ಧರಿಸಿ, ಉತ್ತರೆಗೆ ನಾಟ್ಯಗುರು ಆಗಬಹುದೆಂಬ ವರದಿಯನ್ನು ವಿರಾಟರಾಜನಿಗೆ ಕೊಡುವದನ್ನು ಇಲ್ಲಿ ಜ್ಞಾಪಿಸಿಕೊಳ್ಳಬಹುದು). ದಶಾರ್ಣರಾಜ ಸಮಾಧಾನಗೊಳ್ಳುತ್ತಾನೆ. ಈ ವೇಳೆಗಾಗಲೇ ಶಿಖಂಡಿ ಹಲವಾರು ಯುದ್ಧ ತಂತ್ರಗಳನ್ನು ಅಭ್ಯಾಸ ಮಾಡಿ ಕರಗತ ಮಾಡಿಕೊಂಡಿರುತ್ತಾನೆ. ಬೇರೆಯದೇ ಊರಿನಲ್ಲಿ ತನ್ನ ಹೆಂಡತಿಯೊಡನೆ ಬಾಳುತ್ತಾನೆ. ತನ್ನ ಅನುಚರನಾದ ಸ್ಥೂಣಾಕರ್ಣ ಪುರುಷತ್ವವನ್ನು ತೊರೆದು ಹೆಣ್ಣಾಗಿದ್ದು ಕುಬೇರನಿಗೆ ಸಿಟ್ಟು ತರಿಸಿದರೂ, ತನ್ನ ಮಗಳು ಹೆಣ್ತನವನ್ನು ತೊರೆದು ಗಂಡಾಗಿದ್ದು ದ್ರುಪದನಿಗೆ ಸಂತೋಷ ತಂದಿತೆನ್ನುವ ವ್ಯತ್ಯಾಸವನ್ನು ನಾವು ಗಮನಿಸಬೇಕು.

ಇಷ್ಟೆಲ್ಲಾ ಆದರೂ ದ್ರುಪದನಿಗೆ ತನ್ನ ಮಗ ಶಿಖಂಡಿಯ ಮೇಲೆ ಅಂತಹ ಅಭಿಮಾನವೂ ಇಲ್ಲ, ಪ್ರೀತಿಯೂ ಅಲ್ಲ. ಅವನನ್ನು ತನ್ನ ಮಗನೆಂದು ಹೆಮ್ಮೆಯಿಂದ ಹೇಳಿಕೊಳ್ಳುವ ಸಂದರ್ಭವೂ ಎಲ್ಲಿಯೂ ಕಾಣಿಸುವುದಿಲ್ಲ. ಇದಕ್ಕೆ ಪುರಾವೆಯಾಗಿ ದ್ರೋಣರ ಶಿಷ್ಯರು ದ್ರುಪದನ ಮೇಲೆ ಆಕ್ರಮಣ ಮಾಡಿದ ಸನ್ನಿವೇಶವನ್ನು

ಗಮನಿಸಬಹುದು. ಗುರುದಕ್ಷಿಣೆಯಾಗಿ ತನ್ನ ಗೆಳೆಯ ದ್ರುಪದನನ್ನು ಹಿಡಿದು ತರಬೇಕೆಂದು ದ್ರೋಣ ತನ್ನ ಶಿಷ್ಯರಿಗೆ ಅಪ್ಪಣೆ ಕೊಡುತ್ತಾನಲ್ಲವೆ? ಮೊದಲಿಗೆ ದುರ್ಯೋಧನ, ದುಶ್ಯಾಸನ, ಕರ್ಣರು ದ್ರುಪದನ ಮೇಲೆ ಯುದ್ಧ ಮಾಡಿದರೂ ಸೋತು ಬರಿಗೈಯಲ್ಲಿ ಓಡಿ ಹೋಗುತ್ತಾರೆ. ಆದರೆ ಪರಾಕ್ರಮಿ ಅರ್ಜುನ ಮತ್ತು ಅವನ ಸಹೋದರರು ಯುದ್ಧ ಮಾಡಿ ದ್ರುಪದನನ್ನು ಹಗ್ಗದಲ್ಲಿ ಬಿಗಿದು ಗುರುವಿನ ಮುಂದೆ ತಂದು ಒಗೆಯುತ್ತಾರೆ. ದ್ರೋಣನು ಗೆಳೆಯನ ಮೇಲೆ ಸೇಡು ತೀರಿಸಿಕೊಳ್ಳಲು ದ್ರುಪದನ ಅರ್ಧ ರಾಜ್ಯವನ್ನು ಕಸಿದುಕೊಂಡು, ಇನ್ನರ್ಧವನ್ನು ಅವನಿಗೇ ಬಿಟ್ಟು, ತಾವಿಬ್ಬರೂ ಈಗ ಸಮವೆಂದು ಹೇಳಿ ಅವಮಾನ ಮಾಡಿ ಕಳುಹಿಸುತ್ತಾನೆ. ದ್ರುಪದನು ದ್ರೋಣನ ಮೇಲೆ ಸೇಡಿನ ಕಿಡಿಯನ್ನೂ, ಅರ್ಜುನನ ಮೇಲೆ ಪ್ರೇಮದ ಕಿಡಿಯನ್ನೂ ಮೂಡಿಸಿಕೊಂಡು ರಾಜ್ಯಕ್ಕೆ ವಾಪಾಸಾಗುತ್ತಾನೆ. ಈ ಯುದ್ಧದಲ್ಲಿ ಶಿಖಂಡಿಯ ಪ್ರಸ್ತಾಪವೇ ಬರುವದಿಲ್ಲ. ದ್ರೋಣನಲ್ಲಿಯೇ ಶಿಷ್ಯತ್ವ ಗಳಿಸಿದ ಕಾರಣದಿಂದ ಶಿಖಂಡಿಯು ಗುರುವಿಗೆ ಎದುರಾಗಿ ಯುದ್ಧ ಮಾಡಲಿಲ್ಲವೆ? ಅಥವಾ ಈ ಹೊತ್ತಿನಲ್ಲಿ ಅವನು ತನ್ನ ಲಿಂಗಪರಿವರ್ತನೆಯ ಉದ್ದೇಶದಿಂದ ಅನ್ಯ ದೇಶಗಳನ್ನು ಅಲೆಯುತ್ತಿದ್ದನೆ? ನಿಖರವಾದ ವಿವರಗಳು ತಿಳಿಯುವದಿಲ್ಲ. ಆದರೆ ರಾಜ್ಯಕ್ಕೆ ವಾಪಾಸಾದ ದ್ರುಪದ ಮಾತ್ರ ತನಗೊಬ್ಬ ಮಗನಿದ್ದಾನೆ ಎನ್ನುವದನ್ನೇ ಮರೆತವನಂತೆ ವರ್ತಿಸುತ್ತಾನೆ. ಎಲ್ಲ ರೀತಿಯಿಂದಲೂ ಶಿಖಂಡಿಯನ್ನು ಮರೆತು ಹೊಸ ಮಕ್ಕಳು ಬೇಕೆಂದು ಒದ್ದಾಡುತ್ತಾನೆ. ತನ್ನ ಆಸೆಗೆ ತಕ್ಕಂತೆ ಯಾಜ ಮತ್ತು ಉಪಯಾಜ ಎಂಬ ಇಬ್ಬರು ಬ್ರಾಹ್ಮಣರ ಮೂಲಕ ಯಜ್ಞವೊಂದನ್ನು ಮಾಡಿಸಿ, ಮಕ್ಕಳನ್ನು ಪಡೆದುಕೊಳ್ಳುತ್ತಾನೆ. ಈ ಯಜ್ಞದಲ್ಲಿಯೇ ಧೃಷ್ಟದ್ಯುಮ್ನ ಮತ್ತು ದ್ರೌಪದಿ ಹುಟ್ಟುತ್ತಾರೆ. ಒಬ್ಬನು ದ್ರುಪದನ ಸಿಟ್ಟಿಗೆ ಕಾರಣನಾದ ದ್ರೋಣನನ್ನು ಸಂಹರಿಸುವದಕ್ಕೆಂದೂ, ಮತ್ತೊಬ್ಬಳು ದ್ರುಪದನ ಪ್ರೀತಿಯನ್ನು ಗೆದ್ದ ಅರ್ಜುನನ ಮಡದಿಯಾಗುವದಕ್ಕೆಂದೂ ಪಡೆದ ಮಕ್ಕಳಿವರು. ಇಂತಹ ಮಕ್ಕಳನ್ನು ಪಡೆಯುವದಕ್ಕೆ ದ್ರುಪದನ ಹೆಂಡತಿ ಕೌಸಲಿ (ಸೌತ್ರಾಮಣಿ ಎಂಬ ಹೆಸರೂ ಈಕೆಗಿದೆ) ಅಷ್ಟಾಗಿ ಆಸಕ್ತಿ ತೋರಿಸುವದಿಲ್ಲ. ಋತ್ವಿಕರು ಹೇಳಿದಂತೆ ನಡೆಯಲು ಈಕೆ ಅಸಡ್ಡೆಯನ್ನು ತೋರಿಸುತ್ತಾಳೆ. ಈ ಅಸಡ್ಡೆ ಯಾವ ಕಾರಣಕ್ಕಾಗಿ ಉಂಟಾಯಿತು? ಈಗಾಗಲೇ ಶಿಖಂಡಿ ಎಂಬ ಮಗನು ತನಗಿರುವದರಿಂದ, ಮತ್ತೆ ಮಕ್ಕಳೇಕೆಂಬ ಸಿಟ್ಟು ಆಕೆಗಿತ್ತೆ? ದ್ರುಪದನಿಗೆ ಪ್ರೀತಿಯಿರದಿದ್ದರೂ ಲಿಂಗಪರಿವರ್ತನೆ ಮಾಡಿಕೊಂಡ ತನ್ನ ಮಗ ಶಿಖಂಡಿಯ ಮೇಲೆ ಆಕೆಯ ತಾಯಿಕರುಳು ಮಿಡಿಯುತ್ತಿತ್ತೆ? ಅಥವಾ ಯಜ್ಞವೆಂದು ಕಥನದಲ್ಲಿ ಹೇಳಿದ್ದರೂ, ಇದು ಕೌಸಲಿಗೆ ನಿಯೋಗದ ಸಂದರ್ಭವಾಗಿತ್ತೆ? ಯಾವುದಕ್ಕೂ ವಿವರಗಳು ಕಂಡು ಬರುವದಿಲ್ಲ.

ಒಂದೇ ತಂದೆ-ತಾಯಿಯರ ಮಕ್ಕಳಾದರೂ, ದ್ರೌಪದಿ ಮತ್ತು ಧೃಷ್ಟದ್ಯುಮ್ನರಿಗೆ ಮಹಾಭಾರತದಲ್ಲಿ ಸಿಕ್ಕಷ್ಟು ಮಹತ್ವ ಶಿಖಂಡಿಗೆ ಸಿಕ್ಕಂತೆ ಕಾಣುವದಿಲ್ಲ. ಪಾಂಚಾಲ ರಾಜ್ಯದ ಹಿರಿಯ ಮಗನಾದರೂ ಅವನು ಹಿನ್ನೆಲೆಯಲ್ಲೇ ಉಳಿಯುತ್ತಾನೆ. ಕುರುಕ್ಷೇತ್ರ ಯುದ್ಧದಲ್ಲಿ ಭೀಷ್ಮನಿಗೆ ಎದುರು ನಿಂತು, ಅವನು ಅಸ್ತ್ರಸನ್ಯಾಸ ತೆಗೆದುಕೊಂಡಾಗ, ಅಧರ್ಮದಿಂದ ಅರ್ಜುನನು ಬಾಣಗಳನ್ನು ಬಿಟ್ಟು ಅವನ ಸಾವಿಗೆ ಕಾರಣವಾಗುವದಕ್ಕಷ್ಟೇ ಶಿಖಂಡಿಯ ಪಾತ್ರ ಸೀಮಿತವಾಗುತ್ತದೆ. ಭೀಷ್ಮ ಸತ್ತ ನಂತರವೂ ಸಾಕಷ್ಟು ವೀರರನ್ನು ಅವನು ಯುದ್ಧದಲ್ಲಿ ಎದುರಿಸುತ್ತಾನೆ. ಕೃಪಾಚಾರ್ಯ, ಕೃತವರ್ಮ ಮತ್ತು ಕರ್ಣನನ್ನು ಯುದ್ಧದಲ್ಲಿ ಎದುರಿಸಿ ಹೋರಾಡುವ ವಿವರಗಳಿವೆ. ಎಲ್ಲಿಯೂ ಅವನ ಶೌರ್ಯ, ಪರಾಕ್ರಮಗಳ ಬಗ್ಗೆ ಕುಹಕದ ಮಾತುಗಳು ಕೇಳಿ ಬರುವದಿಲ್ಲ. ನಮ್ಮ ಜನಪ್ರಿಯ ಸಿನಿಮಾ, ಧಾರಾವಾಹಿಗಳಂತೆ ಅವನೇನೂ ಹೆಣ್ಣಿನಂತೆ ವರ್ತಿಸುವ ಗಂಡೆಂದು ಎಲ್ಲಿಯೂ ಹೇಳಲಾಗಿಲ್ಲ. ಯುದ್ಧದ ಆರಂಭಕ್ಕೆ ಮುಂಚೆ ಭೀಷ್ಮನು ಪಾಂಡವರ ಸೈನ್ಯದ ಮಹತ್ವದ ಯೋಧರನ್ನು ಹೆಸರಿಸುತ್ತಾ ಶಿಖಂಡಿಯನ್ನು ರಥಾಗ್ರಣಿ ಎಂದು ಹೇಳುತ್ತಾನೆ. ಅದೇ ರೀತಿ ಅರ್ಜುನನೂ ತಮ್ಮ ಸೈನ್ಯದ ವಿವರವನ್ನು ಅಣ್ಣ ಧರ್ಮರಾಯನಿಗೆ ಹೇಳುವಾಗಲೂ ಶಿಖಂಡಿಯನ್ನು ಮಹಾರಥಿ ಎಂದು ವಿಂಗಡಿಸುತ್ತಾನೆ. ಶಿಖಂಡಿಯನ್ನು ಬಳಸಿಕೊಂಡಿದ್ದರಿಂದಲೇ ತಟಸ್ಥವಾಗಿ ಹೋಗಿದ್ದ ಕುರುಕ್ಷೇತ್ರ ಯುದ್ಧ ಮುಂದುವರೆಯುತ್ತದೆ ಮತ್ತು ಪಾಂಡವರಿಗೆ ಜಯವನ್ನು ತಂದುಕೊಡುತ್ತದೆ. ಹದಿನೆಂಟು ದಿನದ ಯುದ್ಧದಲ್ಲಿ ಪ್ರಮುಖ ಯೋಧರೆಲ್ಲಾ ಸತ್ತರೂ, ಶಿಖಂಡಿ ಮಾತ್ರ ಬದುಕಿ ಉಳಿದಿರುತ್ತಾನೆ ಎನ್ನುವುದನ್ನು ನಾವು ಗಮನಿಸಬೇಕು. ಹದಿನೆಂಟನೆಯ ದಿನದ ರಾತ್ರಿ ಅಧರ್ಮದಿಂದ ಪಾಂಡವರ ಶಿಬಿರವನ್ನು ಹೊಕ್ಕ ಅಶ್ವತ್ಥಾಮ, ನಿದ್ದೆ ಮಾಡುತ್ತಿದ್ದ ಎಲ್ಲ ಯೋಧರಿಗೂ ಹೆಚ್ಚಿನ ಅವಕಾಶವನ್ನು ಕೊಡದೆ ಕೊಚ್ಚಿ ಹಾಕುತ್ತಾನೆ. ಆಗ ಶಿಖಂಡಿಯೂ ಎರಡು ತುಂಡಾಗಿ ಹೋಗುತ್ತಾನೆ. ಭೀಷ್ಮನನ್ನು ಕೊಲ್ಲಬೇಕೆಂಬ ಅಂಬೆಯ ಪ್ರತಿಜ್ಞೆಯೇನೋ ತೀರುತ್ತದೆ. ಆದರೆ ಈ ಎಲ್ಲಾ ಸಂಗತಿಗಳು ನಿಜಕ್ಕೂ ಶಿಖಂಡಿಗೆ ಒಳಿತನ್ನು ತಂದುಕೊಟ್ಟವೆ? ಅವನಿಗೆ ಸಮಾಜದಲ್ಲಿ ಗೌರವವನ್ನು ತಂದವೆ? ಊಹೂಂ, ತಂದೆ-ತಾಯಿಯೂ ಸೇರಿದಂತೆ ಯಾರೂ ಈತನ ಬದುಕಿನ ಬಗ್ಗೆ ಅಷ್ಟಾಗಿ ಕಾಳಜಿ ವಹಿಸಿದ ವಿವರಗಳು ಮಹಾಭಾರತದಲ್ಲಿ ಇಲ್ಲ. ಶಿಖಂಡಿಯು ಕೇವಲ ಭೀಷ್ಮನನ್ನು ಕೊಲ್ಲುವದಕ್ಕೆ ಅರ್ಜುನನು ಬಳಸುವ ಅಸ್ತ್ರವಾಗಿ ಉಪಯೋಗಿಸಲ್ಪಡುತ್ತಾನೆ.

ಹೆಣ್ಣಾಗಿ ಹುಟ್ಟಿ, ಗಂಡಾಗಿ ಲಿಂಗ ಪರಿವರ್ತನೆಗೊಂಡು, ತನ್ನ ಶಕ್ತಿಮೀರಿ ಹೋರಾಡಿ, ಕೊನೆಗೆ ದುರಂತದ ಅಂತ್ಯವನ್ನು ಕಾಣುವ ಶಿಖಂಡಿಯು ನಮ್ಮ ಮನಸ್ಸಿನಲ್ಲಿ ಸ್ಥಿರವಾಗಿ ಉಳಿಯುತ್ತಾನೆ. ತನ್ನ ಸ್ಥಿತಿಗೆ ಅವನು ಎಂದೂ

ಗೋಳಾಡುವದಿಲ್ಲ, ಯಾರನ್ನೂ ದೂಷಿಸುವದಿಲ್ಲ. ಮನೆಯಿಂದ ಹೊರಹಾಕಲ್ಪಟ್ಟರೂ ತನ್ನ ಬದುಕನ್ನು ಸರಿಪಡಿಸಿಕೊಳ್ಳಲು ಒದ್ದಾಡುತ್ತಾನೆ, ಅದರಲ್ಲಿ ಯಶಸ್ವಿಯೂ ಆಗುತ್ತಾನೆ. ಈ ಯಶಸ್ಸು ಅವನ ಅಹಂಕಾರವನ್ನು ಹೆಚ್ಚಿಸುವದಿಲ್ಲ. ಮತ್ತೆ ತಂದೆಯ ಮನೆಗೇ ಬರುತ್ತಾನೆ. ಅಲ್ಲಿಯೇ ಹೊಂದಾಣಿಕೆ ಮಾಡಿಕೊಂಡು ಬದುಕುತ್ತಾನೆ. ತನ್ನ ತಮ್ಮ ಧೃಷ್ಟದ್ಯುಮ್ನ ಮತ್ತು ದ್ರೌಪದಿಯರು ವೈಭವದಿಂದ ಮದುವೆಯಾಗಿ ಮಕ್ಕಳನ್ನು ಪಡೆದರೂ, ಶಿಖಂಡಿಗೆ ಮಕ್ಕಳಿರುವ ಹಾಗೆ ಕಾಣುವದಿಲ್ಲ. ಅವರು ಯಾರೂ ಕುರುಕ್ಷೇತ್ರ ಯುದ್ಧದಲ್ಲಿ ಭಾಗವಹಿಸಿದ ವಿವರಗಳೂ ಇಲ್ಲ. ಅಶ್ವತ್ಥಾಮನ ಅಕೃತ್ಯದಿಂದ ಸಾವುಗಳಾದಾಗ, ಪಾಂಡವರು ತಮ್ಮ ಮಕ್ಕಳಿಗೆ ದುಃಖಿಸುವ, ಸೈನ್ಯಾಧಿಪತಿ ಧೃಷ್ಟದ್ಯುಮ್ನನ ಸಾವಿಗೆ ಕಣ್ಣೀರಿಡುವ ವಿವರಗಳಿದ್ದರೂ, ಎರಡು ತುಂಡಾಗಿ ಬಿದ್ದ ಶಿಖಂಡಿಯ ಸಾವಿಗೆ ಯಾರೂ ಅಳುವುದಿಲ್ಲ. ಬಹುಸಂಖ್ಯಾತರ ಮಧ್ಯದಲ್ಲಿ ಅಲ್ಪಸಂಖ್ಯಾತರಿಗೆ ಯಾವತ್ತೂ ಗೌರವವಿರುವುದಿಲ್ಲ, ಅವರ ಪ್ರೀತಿಯೂ ದಕ್ಕುವುದಿಲ್ಲ. ಶಿಖಂಡಿಯ ಸಾವಿಗೆ ದುಃಖಿಸಲು ಅಲ್ಲಿ ಮತ್ತೊಬ್ಬ ಶಿಖಂಡಿಯೂ ಇರುವುದಿಲ್ಲ. ಬಹುಸಂಖ್ಯಾತರ ಅಪ್ಪಣೆಯಂತೆ ತಗ್ಗಿ-ಬಗ್ಗಿ ನಡೆಯುವದಷ್ಟೇ ಅಲ್ಪಸಂಖ್ಯಾತರ ಏಕೈಕ ದಾರಿಯಾಗಿರುತ್ತದೆ. ಎಲ್ಲ ದೇಶ-ಕಾಲಗಳಲ್ಲೂ ನಿರಂತರವಾಗಿ ನಡೆಯುವ ಈ ಅನ್ಯಾಯಕ್ಕೆ ಧ್ವನಿ ಎತ್ತುವವರು ಯಾರು?

ಗ್ರಂಥ ಋಣ:

1. ವ್ಯಾಸಮಹರ್ಷಿ ಪ್ರಣೀತ ಶ್ರೀಮಹಾಭಾರತವು – ಪಂಡಿತ ದೇವಶಿಖಾಮಣಿ ಅಳಸಿಂಗರಾಚಾರ್ಯ
2. ಯುಗಾಂತ – ಇರಾವತಿ ಕರ್ವೆ
3. ಪರ್ವ – ಎಸ್.ಎಲ್. ಭೈರಪ್ಪ
4. "Shikhandi and other tales they don't tell you" – ದೇವದತ್ ಪಾಟ್ಣಾಯಕ್

14ನೇ ಮಾರ್ಚ್ 2015

ಭಕ್ತಿಯ ಕಡಲೊಳು ಕ್ರೌರ್ಯದ ಅಲೆ

ಚಿಕ್ಕಂದಿನಲ್ಲಿ ನಮ್ಮ ಮನೆಯಲ್ಲಿ ಭಕ್ತಿಪ್ರಧಾನ ಸಿನಿಮಾಗಳಿಗೆ ತುಂಬಾ ಮಹತ್ವವನ್ನು ಕೊಡುತ್ತಿದ್ದರು. ಯಾವುದೇ ಭಕ್ತಿಪ್ರಧಾನ ಸಿನಿಮಾ ಬಂದರೂ ತಪ್ಪದೆ ಕಳುಹಿಸುತ್ತಿದ್ದರು. ಚೆನ್ನಾಗಿದೆಯೆಂದರೆ ಎರಡನೆಯ ಬಾರಿಯೂ ಹೋಗುತ್ತಿದ್ದೆವು. ಶಾಲೆಯಲ್ಲಿಯೂ ಭಕ್ತಿಪ್ರಧಾನ ಸಿನಿಮಾಗಳ ಪ್ರಶಂಸೆ ನಡೆಯುತ್ತಿತ್ತು. ಹಾಗೆ ನೋಡಿದರೆ ಸಾಮಾಜಿಕ ಸಿನಿಮಾಗಳಿಗೆ ನಮ್ಮನ್ನು ಕಳುಹಿಸಲು ಹಿಂಜರಿಯುತ್ತಿದ್ದರು. "ಪ್ರೀತಿ-ಪ್ರೇಮ ಅಂತ ಹುಚ್ಚುಚ್ಚಾರೆ ಇರ್ತಾವೆ, ಸಣ್ಣ ವಯಸ್ಸಿಗೆ ಬೇಡ" ಅಂತ ಅಡ್ಡಿ ಮಾಡುತ್ತಿದ್ದುದೇ ಜಾಸ್ತಿ. "ಭಕ್ತ ಕುಂಬಾರ", "ಭಕ್ತ ಸಿರಿಯಾಳ", "ಭಕ್ತ ಕನಕದಾಸ", "ಸತ್ಯ ಹರಿಶ್ಚಂದ್ರ" ಇತ್ಯಾದಿಗಳನ್ನು ಹಲವಾರು ಬಾರಿ ನೋಡಿದ್ದೇನೆ.

ಅಂತಹ ಸಿನಿಮಾಗಳಲ್ಲಿ ಸೊಗಸಾದ ಹಾಡುಗಳೂ ಇರುತ್ತಿದ್ದವು. ಅವುಗಳು ಸಾಕಷ್ಟು ಜನಪ್ರಿಯ ಗೀತೆಗಳಾದ್ದರಿಂದ, ರೇಡಿಯೋ ಮೂಲಕ ಕಿವಿಯ ಮೇಲೆ ಆಗಾಗ ಬೀಳುತ್ತಿದ್ದವು. ಅಂತಹ ಹಾಡುಗಳನ್ನು ದೇವಸ್ಥಾನದಲ್ಲಿಯೂ, ದೇವತಾಪೂಜೆಯ ಹೊತ್ತಿನಲ್ಲಿಯೂ ಹೇಳುವ ಸಂಪ್ರದಾಯವಿತ್ತು. ಇತರ ಸಾಮಾಜಿಕ ಸಿನಿಮಾಗಳಲ್ಲಿಯೂ ಕೆಲವೊಮ್ಮೆ ಒಳ್ಳೆಯ ಭಕ್ತಿಗೀತೆಯಿದ್ದರೆ, ಅದನ್ನು ಜನರು ನಿತ್ಯ ಬದುಕಿನಲ್ಲಿಯೂ ಬಳಸಿಕೊಳ್ಳುತ್ತಿದ್ದರು. ಸತ್ಯನಾರಾಯಣ

ಪೂಜೆಯಾದರೆ ಹೇಳುವ ಏಕೈಕ ಗೀತೆಯಾಗಿ "ಕಾಪಾಡು ಶ್ರೀಸತ್ಯನಾರಾಯಣ" ಆಗಿತ್ತು. ಯಾವ ದಾಸವರೇಣ್ಯರೂ ಸತ್ಯನಾರಾಯಣ ಸ್ವಾಮಿಯ ಹೆಸರನ್ನು ಎತ್ತಿಲ್ಲವಾದ್ದರಿಂದ ನಮಗೆ ಈ ಸಿನಿಮಾ ಹಾಡು ಬಹುಮುಖ್ಯವಾಗಿತ್ತು. ಅದೇ ರೀತಿ ದತ್ತಾತ್ರೇಯನ ಪೂಜೆಯನ್ನು ಮಾಡುವವರ ಮನೆಯಲ್ಲಿ "ತ್ರಿಮೂರ್ತಿರೂಪ ದತ್ತಾತ್ರೇಯ" ಎಂಬ ಹಾಡನ್ನು ಸುಶ್ರಾವ್ಯವಾಗಿ ಹೇಳುತ್ತಿದ್ದರು.

ಈ ಹೊತ್ತಿನಲ್ಲಿ ಒಮ್ಮೆ ಈ ಭಕ್ತಿಪ್ರಧಾನ ಸಿನಿಮಾಗಳನ್ನು ಅವಲೋಕಿಸಿದರೆ ಅವು ನಿಜಕ್ಕೂ ಮಕ್ಕಳು ನೋಡಬಹುದಾದ ಚಿತ್ರಗಳಾಗಿದ್ದವೆ ಎಂದು ನನಗೆ ಅನುಮಾನವಾಗುತ್ತದೆ. ಈ ಭಕ್ತಿಯ ಸಿನಿಮಾಗಳಲ್ಲಿ ಅದು ಹೇಗೋ ವಿಪರೀತವಾದ ಕ್ರೌರ್ಯ ಸೇರಿಕೊಂಡಿರುತ್ತಿತ್ತು. ಅವುಗಳಲ್ಲಿನ ಕ್ರೌರ್ಯದ ದೃಶ್ಯಗಳನ್ನು ಗಮನಿಸಿದರೆ ಈಗಲೂ ನನ್ನ ಮೈ ನಡುಗುತ್ತದೆ. ಅಂದ ಮೇಲೆ ಆ ಎಳೆಯ ವಯಸ್ಸಿನಲ್ಲಿ ಅಂತಹ ಕ್ರೌರ್ಯವನ್ನು ಭಕ್ತಿಯ ನೆಪದಲ್ಲಿ ನೋಡುವ ಅವಶ್ಯಕತೆಯಿತ್ತೆ ಎಂದು ನನಗೆ ಅನುಮಾನವಾಗುತ್ತದೆ. ಭಕ್ತ ಕುಂಬಾರ ಸಿನಿಮಾವನ್ನೇ ಉದಾಹರಣೆಯಾಗಿ ತೆಗೆದುಕೊಳ್ಳಿ. ಜೀವಂತ ಎಳೆಯ ಮಗುವನ್ನು ಗೋರಾ ಕುಂಬಾರ ಕಾಲಿನಲ್ಲಿ ತುಳಿದು, ಮಡಿಕೆ ಮಾಡುವ ಜೇಡಿ ಮಣ್ಣಿನೊಡನೆ ಸೇರಿಸಿ ಬಿಡುತ್ತಾನೆ. ಈ ದೃಶ್ಯವನ್ನು ಲಕ್ಷಣವಾಗಿ ಹಲವಾರು ನಿಮಿಷಗಳ ಕಾಲ ತೋರಿಸುತ್ತಲೇ ಹೋಗುತ್ತಾರೆ. ಕಾಲಿಗೆ ಸಿಕ್ಕಿ ಬೀಳುವ ಮಗನೂ ಗೊತ್ತಾಗದಂತಹ ಭಕ್ತಿ ನಿಜಕ್ಕೂ ಇರಬೇಕೆ? ಅದು ಆರೋಗ್ಯಕರವೆ? ಭಗವಂತನಿಗಿಂತಲೂ ಎಳೆಯ ಮಗುವನ್ನು ಹೆಚ್ಚು ಜತನದಿಂದ ನೋಡಿಕೊಳ್ಳಬೇಕಲ್ಲವೆ? ಇಂತಹ ಯಾವ ಪ್ರಶ್ನೆಗಳೂ ನನಗೆ ಆ ಹೊತ್ತಿನಲ್ಲಿ ಮೂಡುವುದು ಸಾಧ್ಯವಿರುತ್ತಿರಲಿಲ್ಲ. ಹಿರಿಯರೂ ಹೀಗೆ ಪ್ರಶ್ನಿಸಿದ್ದನ್ನು ನಾನು ಕಂಡಿಲ್ಲ. ಆದರೆ ಎಲ್ಲೆಯಿಲ್ಲದ ಕ್ರೌರ್ಯವಂತೂ ಈ ಭಕ್ತಿ ಸಿನಿಮಾಗಳಲ್ಲಿ ಮುಂದುವರೆಯುತ್ತಿತ್ತು. ಭಕ್ತ ಕುಂಬಾರ ಸಿನಿಮಾದ ಕ್ರೌರ್ಯ ಇಲ್ಲಿಗೇ ನಿಲ್ಲುವದಿಲ್ಲ. ಯಾವುದೋ ಹೊತ್ತಿನಲ್ಲಿ ಹೆಂಡತಿಯರಿಬ್ಬರು ತನ್ನ ಕೈ ಮುಟ್ಟಿದರೆಂಬ ಕಾರಣಕ್ಕೆ ಎರಡೂ ಕೈಗಳನ್ನು ಕಡಿದುಕೊಂಡು ಬಿಡುತ್ತಾನೆ. ಹಸಿ ಹಸಿ ರಕ್ತವನ್ನು ಹರಿಸುತ್ತಾ ತನ್ನೆರಡೂ ಮೊಂಡು ಕೈಗಳನ್ನು ತೋರಿಸುತ್ತಾ 'ವಿಠ್ಠಲಾ, ಎಲ್ಲಾ ನಿನ್ನಿಚ್ಛೆ' ಎನ್ನುವ ದೃಶ್ಯ ಈಗ ನೆನೆಸಿಕೊಂಡರೆ ಹೆದರಿಕೆಯಾಗುತ್ತದೆ.

ಆದರೆ ಒಂದು ಸಮಾಧಾನದ ಸಂಗತಿಯೆಂದರೆ ಎಲ್ಲರಿಗೂ ಈ ಕ್ರೌರ್ಯ ತಾತ್ಕಾಲಿಕ ಎನ್ನುವ ಅಂಶ ಗೊತ್ತಿರುತ್ತಿತ್ತು. ಮುಂದೆ ಅದು ಹೇಗೋ ಭಗವಂತ ಪ್ರತ್ಯಕ್ಷನಾಗಿ ಸತ್ತ ಮಗುವನ್ನೂ ಬದುಕಿಸುತ್ತಾನೆಂದೂ, ಕಡಿದ ಕೈಗಳನ್ನೂ ಚಿಗುರಿಸುತ್ತಾನೆಂದೂ ನಮಗೆ ತಿಳಿದಿರುತ್ತಿತ್ತು. ಒಂದು ವೇಳೆ ಅಚಾನಕ್ಕಾಗಿ ಸಿನಿಮಾದ ಮಧ್ಯದಲ್ಲಿಯೇ ಕರೆಂಟ್ ಹೋದರೂ, ಮರುದಿನದ ಶೋನಲ್ಲಿಯಾದರೂ

ಭಗವಂತ ಪ್ರತ್ಯಕ್ಷನಾಗಿ ಎಲ್ಲ ಕಷ್ಟವನ್ನೂ ಪರಿಹರಿಸುತ್ತಾನೆ ಎನ್ನುವುದು ನಮಗೆ ಗೊತ್ತಿರುತ್ತಿತ್ತು. ಆದ್ದರಿಂದಲೇ ಮನಸ್ಸಿಗೆ ಸ್ವಲ್ಪ ಧೈರ್ಯವಿರುತ್ತಿತ್ತು. ಆದರೂ ಅಂತಹ ಕ್ರೌರ್ಯದ ದೃಶ್ಯವನ್ನು ನೋಡುತ್ತಾ ಅರಗಿಸಿಕೊಳ್ಳುವುದು ಹೇಗೆ? ಜೀವದೊಳಗೆ ಆಗುತ್ತಿರುವ ಹತ್ತಿಕ್ಕದ ನಡುಕವನ್ನು ಹತೋಟಿಗೆ ತರುವುದು ಹೇಗೆ? ಅದಕ್ಕೊಂದು ಚಿಕ್ಕ ಪರಿಹಾರವಿತ್ತು. ನಮ್ಮ ಅಕ್ಕ–ಪಕ್ಕ ಕುಳಿತವರು ನಮ್ಮವರಲ್ಲದಿದ್ದರೂ ಅವರಿಗೆ "ಮುಂದೆ ದೇವರು ಎಲ್ಲ ಸರಿ ಮಾಡ್ತಾನೆ... ಎಲ್ಲ ಸರಿ ಮಾಡ್ತಾನೆ..." ಎಂದು ಹೇಳುತ್ತಿದ್ದೆವು. ಅವರಿಗೆ ಸಮಾಧಾನ ಮಾಡುವದಕ್ಕಿಂತಲೂ ನಾವು ನಿರಾಳವಾಗುತ್ತಿದ್ದುದು ಮುಖ್ಯವಾಗಿರುತ್ತಿತ್ತು. ಪುಣ್ಯವಶಾತ್ ಕತೆಯ ಅಂತ್ಯ ಗೊತ್ತಾದದ್ದಕ್ಕೆ ಯಾರಿಗೂ ಬೇಸರವೇನೂ ಆಗುತ್ತಿರಲಿಲ್ಲ.

ಮಗುವಿನ ಸಾವು ಅಥವಾ ಕೊಲೆಯೇ ಕ್ರೌರ್ಯದ ಪರಾಕಾಷ್ಠೆ ಇರಬೇಕು. ಆದ್ದರಿಂದಲೇ ಬಹಳಷ್ಟು ಭಕ್ತಿಪ್ರಧಾನ ಸಿನಿಮಾಗಳಲ್ಲಿ ಮತ್ತೆ ಮತ್ತೆ ಮಗುವನ್ನು ಕುಂಟುನೆಪದಲ್ಲಿ ಸಾಯಿಸುವ ಸಂದರ್ಭಗಳು ಮೂಡಿ ಬರುತ್ತವೆ. 'ಭಕ್ತ ಸಿರಿಯಾಳ' ಸಿನಿಮಾದ ಕತೆಯನ್ನೊಮ್ಮೆ ಜ್ಞಾಪಿಸಿಕೊಳ್ಳಿ. ಮಗುವನ್ನು ಕೈಯಾರೆ ಕೊಂದು, ಅವನ ಶಿರವನ್ನು ಒರಳಿನಲ್ಲಿ ಹಾಕಿ ಒನಕೆಯಿಂದ ಜಜ್ಜಿ, ಅದರ ಆಂಬೊಡೆಯನ್ನು ಮಾಡಿ ಭಿಕ್ಷುಕನ ರೂಪದಲ್ಲಿ ಬಂದ ಶಿವನಿಗೆ ಬಡಿಸಲಾಗುತ್ತದೆ! ಸ್ವಲ್ಪ ಮಟ್ಟಿಗೆ ಸತ್ಯ ಹರಿಶ್ಚಂದ್ರ ಕತೆ ವಾಸಿ, ಮಗು ಲೋಹಿತಾಶ್ವ ಹಾವು ಕಡಿದು ಸರಳವಾಗಿ ಸಾಯುತ್ತಾನೆ. ಭಕ್ತ ಪ್ರಹ್ಲಾದನಂತೂ ಹಲವು ಸೃಜನಶೀಲ ಕ್ರಮದಲ್ಲಿ ಸಾವಿನ ದವಡೆಗೆ ಹೋಗಿಬಂದು ಬದುಕಿ ಉಳಿಯುವುದು ಅವನ ಪುಣ್ಯಕ್ಕಿಂತಲೂ ಹೆಚ್ಚಾಗಿ ಪ್ರೇಕ್ಷಕರ ಪುಣ್ಯವೆಂದೇ ನನಗನ್ನಿಸುತ್ತದೆ. ರಾಘವೇಂದ್ರ ವೈಭವದಲ್ಲಂತೂ ಪುಟ್ಟ ಮಗುವೊಂದು ಮಾವಿನಹಣ್ಣಿನ ರಸಾಯನ ಪಾತ್ರೆಯಲ್ಲಿ ಬಿದ್ದು ಅಸು ನೀಗುತ್ತದೆ.

ಇಂತಹ ಕತೆಗಳು ಮಗುವಿನ ಮೇಲೆ ಎಂತಹ ಭೀಕರ ಪರಿಣಾಮವನ್ನು ಬೀರಬಹುದು ಎನ್ನುವದಕ್ಕೆ ನನ್ನದೇ ಬಾಲ್ಯದ ಒಂದು ಉದಾಹರಣೆಯನ್ನು ಕೊಡಬಲ್ಲೆ. 'ಭಕ್ತ ಸಿರಿಯಾಳ' ಸಿನಿಮಾ ನೋಡಿ ಬಂದ ಮೇಲೆ, ಅಪ್ಪ–ಅಮ್ಮ ಸೇರಿ ಮಗನ ತಲೆಯನ್ನು ಒನಕೆಯಿಂದ ಜಜ್ಜಿ ಆಂಬೊಡೆ ಮಾಡುವ ಸಂಗತಿ ನನ್ನನ್ನು ವಿಪರೀತವಾಗಿ ಹೆದರಿಸಿತ್ತು. ನಮ್ಮಪ್ಪ–ಅಮ್ಮರೂ ಶಿವನ ಮೇಲೆ ಸಾಕಷ್ಟು ಭಕ್ತಿಯನ್ನು ಇಟ್ಟುಕೊಂಡಿದ್ದರು. ದಿನನಿತ್ಯ ತಪ್ಪದೆ ಶಿವಾಲಯಕ್ಕೆ ಹೋಗಿ ತುಪ್ಪದ ದೀಪ ಹಚ್ಚುತ್ತಿದ್ದರು. ಇವರ ಭಕ್ತಿಗೆ ಮೆಚ್ಚಿ ನಮ್ಮ ಮನೆಗೂ ಶಿವ ಭಿಕ್ಷೆಗೆ ಬಂದು ನನ್ನ ತಲೆಯ ಆಂಬೊಡೆ ಕೇಳಿದರೆ ಗತಿಯೇನು ಎಂಬ ಹೆದರಿಕೆ ನನ್ನನ್ನು ಆವರಿಸಿಕೊಂಡು ಬಿಟ್ಟಿತ್ತು. ಮನೆಯಲ್ಲಿ ಅಕ್ಕನೂ ಇದ್ದಳಾದರೂ, ಸಿನಿಮಾದಲ್ಲಿ ಶಿವನು ಜಾಣನಾದ ಗಂಡು ಹುಡುಗನ ತಲೆಯನ್ನೇ ಬೇಡುತ್ತಾನೆ; ನಮ್ಮಕ್ಕ ಶಾಲೆಯಲ್ಲಿ ಅಷ್ಟೇನೂ ಒಳ್ಳೆಯ

ಅಂಕ ತೆಗೆಯುತ್ತಿರಲಿಲ್ಲವಾದ್ದರಿಂದ ಆಕೆಯ ತಲೆಯ ಆಂಬೊಡೆ ಕೇಳಲಿಕ್ಕಿಲ್ಲವೆಂದು ನನಗನ್ನಿಸಿತ್ತು. ಸಿನಿಮಾದಲ್ಲಿ ಈಶ್ವರನು ಕೊನೆಯಲ್ಲಿ ಸಿರಿಯಾಳ ದಂಪತಿಯ ಭಕ್ತಿಗೆ ಮೆಚ್ಚಿ ಪ್ರತ್ಯಕ್ಷನಾಗಿ ಮಗುವನ್ನು ಬದುಕಿಸಿಕೊಡುತ್ತಾನಾದರೂ, ನಮ್ಮ ಅಪ್ಪ-ಅಮ್ಮರ ಭಕ್ತಿಯ ಬಗ್ಗೆ ನನಗೆ ಅಂತಹ ಭರವಸೆಗಳೇನೂ ಇರಲಿಲ್ಲ. ಏಕಾದಶಿ ದಿನ ಒಮ್ಮೊಮ್ಮೆ ಅಪ್ಪ ಊಟ ಮಾಡಿಬಿಡುತ್ತಿದ್ದ. ತಲೆ ನೋವು ಬಂದಿದೆ ಎಂಬ ನೆಪವೊಡ್ಡಿ ಅಮ್ಮ ಒಂದೊಂದು ಸಲ ಪೂಜೆ ಮಾಡುವದಕ್ಕೂ ಮುಂಚೆ ಕಾಫಿ ಕುಡಿದು ಬಿಡುತ್ತಿದ್ದಳು. ಇಂತಹವರ ಭಕ್ತಿಯ ಮೇಲೆ ಯಾವ ಭರವಸೆಯನ್ನಿಟ್ಟು ತಲೆ ಒಡ್ಡುವುದು? ನಾನು ಪ್ರತಿನಿತ್ಯ ಶಿವನ ದೇವಾಲಯಕ್ಕೆ ಹೋಗಿ "ದಯವಿಟ್ಟು ನಮ್ಮ ಮನೆಗೆ ಭಿಕ್ಷೆಗೆ ಬರಬೇಡ, ಬೇಕಿದ್ದರೆ ಪಕ್ಕದ ಮನೆಗೆ ಹೋಗು" ಎಂದು ಭಕ್ತಿಯಿಂದ ಬೇಡಿಕೊಳ್ಳಲಾರಂಭಿಸಿದೆ. ನನ್ನ ದುರಾದೃಷ್ಟಕ್ಕೆ ಪಕ್ಕದ ಮನೆಯ ಎರಡೂ ಹುಡುಗರು ಶಾಲೆಯಲ್ಲಿ ದಡ್ಡರಿದ್ದರು. ಯಾಕೋ ಯಾವುದೂ ಸರಿ ಹೊಂದದೆ ಹೆದರಿಕೆ ಹೆಚ್ಚಾಗಿ ನನಗೆ ಕೆಟ್ಟ ಕನಸುಗಳು ಬೀಳಲಾರಂಭಿಸಿದವು. ಒಂದು ರಾತ್ರಿ ಭಯಾನಕವಾದ ಕನಸೊಂದು ಬಿದ್ದು, ಎಚ್ಚರವಾಗಿ ಅಳುತ್ತಾ ಕೂತುಬಿಟ್ಟೆ. ಅಮ್ಮನಿಗೂ ಎಚ್ಚರವಾಯ್ತು. ಏನಾಯ್ತೆಂದು ವಿಚಾರಿಸಿದಳು. ಆಕೆಗೆ ಎಲ್ಲವನ್ನೂ ಹೇಳಿಬಿಟ್ಟೆ. ಅಮ್ಮನಿಗೆ ಅರ್ಥವಾಯ್ತು. ನನ್ನ ಬೆನ್ನು ಸವರಿ "ನೋಡಪ್ಪಾ ರಾಜ, ಶಿವ ಅಲ್ಲ, ಅವರಪ್ಪ ಬಂದ್ರೂ ನಿನ್ನ ಕೂದಲು ಕೊಂಕೋದಕ್ಕೆ ನಾನು ಬಿಡಲ್ಲ. ಮುಂದಕ್ಕೆ ಹೋಗು ಅಂತ ದಬಾಯಿಸಿ ಅಟ್ಟಿ ಬಿಡ್ತೀನಿ" ಎಂದು ಧೈರ್ಯ ತುಂಬಿದಳು. ಅಂದಿನಿಂದ ನನ್ನ ಹೆದರಿಕೆ ಮಾಯವಾಯ್ತು.

ಒಟ್ಟಾರೆಯಾಗಿ ಭಕ್ತಿಪ್ರಧಾನ ಕತೆಗಳಲ್ಲಿ ಹಸಿಹಸಿ ಕ್ರೌರ್ಯ ಮತ್ತೆ ಮತ್ತೆ ಮರುಕಳಿಸುತ್ತದೆ. ತಾಯಿ ರೇಣುಕೆಯ ತಲೆಯನ್ನೇ ಕತ್ತರಿಸುವ ಪರಶುರಾಮ, ತಂದೆ ಅರ್ಜುನನ ಶಿರವನ್ನೇ ಛೇದಿಸುವ ಬಭ್ರುವಾಹನ, ತನ್ನ ಕಣ್ಣುಗಳನ್ನೇ ಬಾಣದ ಮೊನಚಿಂದ ಕಿತ್ತು ಹೊರಗಿಡುವ ಕಣ್ಣಪ್ಪ - ಒಂದೇ, ಎರಡೆ! ಯಾವ ಕತೆಯನ್ನು ತೆಗೆದುಕೊಂಡರೂ ದಿಕ್ಕೆಡಿಸುವಂತಹ ಕ್ರೌರ್ಯ. ವಿಶೇಷವೆಂದರೆ ಯಾವುದೇ ಸೆನ್ಸಾರ್ ಮಂಡಳಿಯೂ ಇದನ್ನು ಕ್ರೌರ್ಯವೆಂದು ಪರಿಗಣಿಸದೆ, ಸಮಾಜದ ಎಲ್ಲ ವರ್ಗದ ಜನಗಳ ವೀಕ್ಷಣೆಗೆ ಅನುಮತಿ ನೀಡುತ್ತಿದ್ದುದು. ಬಹುಶಃ ಭಕ್ತಿಯ ಅಬ್ಬರದ ಸ್ವರದಲ್ಲಿ ಈ ಕ್ರೌರ್ಯದ ಧ್ವನಿ ಅಡಗಿ ಹೋಗುತ್ತಿತ್ತು ಅನ್ನಿಸುತ್ತದೆ. ಸೆನ್ಸಾರ್ ಮಂಡಳಿಗೆ ಅಥವಾ ಭಕ್ತಿಯಿಂದ ಈ ಚಿತ್ರಗಳನ್ನು ನೋಡುತ್ತಿದ್ದ ಪ್ರೇಕ್ಷಕ ವರ್ಗಕ್ಕೆ ಇದು ಸಮಸ್ಯೆಯೇ ಆಗುತ್ತಿರಲಿಲ್ಲವೇನೋ!

ಭಕ್ತಿಯ ಜೊತೆ ಕ್ರೌರ್ಯ ಯಾಕೆ ತಳಕು ಹಾಕಿಕೊಂಡಿದೆ? ಇದು ಮೂಲಭೂತ ಪ್ರಶ್ನೆ. ಇದು ಕೇವಲ ಹಿಂದೂ ಧರ್ಮದ ಭಕ್ತಿಯ ಕತೆಗಳಿಗೆ

ಮಾತ್ರ ಸೀಮಿತವಲ್ಲವೆನ್ನಿಸುತ್ತದೆ. ಇಸ್ಲಾಂ ಮತ್ತು ಕ್ರಿಶ್ಚಿಯನ್ ಧರ್ಮಗಳಲ್ಲೂ ಇಂತಹ ಕ್ರೌರ್ಯದಿಂದ ಕೂಡಿದ ಭಕ್ತಿಯ ಕತೆಗಳಿವೆಯೆಂದು ಬಲ್ಲವರು ಹೇಳುತ್ತಾರೆ. ಕ್ರೌರ್ಯವಿಲ್ಲದ ಭಕ್ತಿಯ ಕಥನ ಸಪ್ಪೆಯಾಗಿ ಬಿಡುತ್ತದೆಯೆ? ಭಗವಂತನ ಮಹಿಮೆಯ ಗಾಢತೆಯನ್ನು ಪ್ರೇಕ್ಷಕನಿಗೆ ತಲುಪಿಸುವಲ್ಲಿ ಕ್ರೌರ್ಯ ಮಹತ್ವದ ಪಾತ್ರ ವಹಿಸುತ್ತದೆಯೆ? ಕ್ರೌರ್ಯದ ತಂತ್ರದಿಂದ ಭಕ್ತರ ಮಧ್ಯೆ ಭಯವನ್ನು ಬಿತ್ತುವುದು ಈ ಕತೆಗಳ ಉದ್ದೇಶವೆ? ಅಥವಾ ಬದುಕಿನಲ್ಲಿ ಬಹಳಷ್ಟು ಕ್ರೌರ್ಯರೂಪದ ಕಷ್ಟಗಳನ್ನು ಎದುರಿಸುವ ಭಕ್ತನಿಗೆ, ತನ್ನ ಕಷ್ಟಗಳೂ ಭಕ್ತಿಯ ಮಾರ್ಗದ ಮೂಲಕ ಒಂದು ದಿನ ಪರಿಹಾರವಾಗುತ್ತವೆಂಬ ಆಶಾಕಿರಣ ಮೂಡಿಸುತ್ತವೆಯೆ? ಬಹುಶಃ ಇವೆಲ್ಲವೂ ಸತ್ಯವಾಗಿರಬಹುದು. ಹಿರಿಯರು ಇದನ್ನೆಲ್ಲಾ ಒಂದು ರೀತಿಯಲ್ಲಿ ಅರ್ಥ ಮಾಡಿಕೊಂಡು ಭಕ್ತಿ ಕಥನಕ್ಕೂ, ವಾಸ್ತವ ಜೀವನಕ್ಕೂ ಇರುವ ಅಂತರವನ್ನು ತಿಳಿದುಕೊಂಡಿರುತ್ತಾರಾದ್ದರಿಂದ ಅವರಿಗೆ ಅದು ಅಷ್ಟೊಂದು ಬಾಧಿಸುವದಿಲ್ಲ. ಆದರೆ ಅಂತಹ ಆಲೋಚನಾ ಶಕ್ತಿಯೇ ಇಲ್ಲದ ಮಕ್ಕಳ ಮೇಲೆ ಈ ತರಹದ ಕತೆಗಳು ಯಾವ ಪ್ರಭಾವವನ್ನು ಬೀರುತ್ತವೆ ಎಂದು ನನಗೆ ಕಳವಳವಾಗುತ್ತದೆ.

ಸರಳವಾದ ಭಕ್ತಿಯ ಬಗ್ಗೆ ಜನರಿಗೆ ಯಾವತ್ತೂ ಆಕರ್ಷಣೆ ಕಡಿಮೆಯೆನ್ನಿಸುತ್ತೆ. ಸುಮ್ಮನೆ ಯಾರೋ ಪೂಜೆ ಮಾಡುವದನ್ನೋ, ಜಪ ಮಾಡುವದನ್ನೋ ನೋಡಲು ಯಾರಿಗೂ ಉತ್ಸಾಹ ಮೂಡುವದಿಲ್ಲ. ಅದೇ ದೇವರ ಹೆಸರಿನಲ್ಲಿ ಬೆಂಕಿಯಲ್ಲಿ ಓಡಾಡುವ ಭಕ್ತನ ಆವೇಶವನ್ನು ಜ್ಞಾಪಿಸಿಕೊಳ್ಳಿ, ಮುಳ್ಳಿನ ಹಾವುಗೆಯ ಮೇಲೆ ನಿಲ್ಲುವದನ್ನು ಕಲ್ಪಿಸಿಕೊಳ್ಳಿ, ಬೆನ್ನಿನ ಚರ್ಮಕ್ಕೆ ಕೊಕ್ಕೆ ಹಾಕಿಕೊಂಡು ರಥವನ್ನು ಎಳೆಯುವ ಸಂದರ್ಭ ಊಹಿಸಿಕೊಳ್ಳಿ – ಅಂತಹ ಕಡೆಯಲ್ಲಿ ಖಂಡಿತವಾಗಿಯೂ ಜನಜಂಗುಳಿ ಸೇರುತ್ತದೆ. ಭಕ್ತಿಯಲ್ಲಿ ದೇಹದಂಡನೆಯ ಸಂಗತಿ ಪ್ರಧಾನವಾಗಿ ಸೇರಿಕೊಂಡಿದೆ ಎಂಬುದನ್ನು ಗಮನಿಸಬಹುದು. ನಮಸ್ಕಾರ ಹಾಕುವುದು, ದಿಂಡು ಉರುಳಿಸುವುದು, ಉಪವಾಸ ಮಾಡುವುದು, ಕೈ ಸುಟ್ಟುಕೊಂಡು ಆರತಿ ಮಾಡುವುದು – ಒಟ್ಟಾರೆಯಾಗಿ ದೇಹದಂಡನೆ ಭಕ್ತಿಯಲ್ಲಿ ಯಥೇಚ್ಛವಾಗಿ ಕಂಡು ಬರುತ್ತದೆ. ಒಂದು ರೀತಿ ಆಲೋಚಿಸಿದರೆ ದೇಹದಂಡನೆ ಆರೋಗ್ಯಕ್ಕೆ ಒಳ್ಳೆಯದೇ ಅನ್ನಿಸುತ್ತದೆ. ಆದರೆ ಅದು ಯಾವಾಗ ಕ್ರೌರ್ಯದ ರೂಪವನ್ನು ಹಿಡಿಯುತ್ತದೆಯೋ, ಅದರ ಹದ ತಪ್ಪುತ್ತದೆ. ತನಗೇನಾದರೂ ಬೇಕು ಎಂದೆನಿಸಿದಾಗ ಚಂಡಿ ಹಿಡಿದು ಅಳುವ ಮಗುವಿನಂತೆ ಭಕ್ತಿಯಲ್ಲಿ ಕ್ರೌರ್ಯ ಕಂಡು ಬರುತ್ತದೆ. ಸುಲಭವಾಗಿ ಕೇಳಿದ್ದನ್ನು ಕೊಡದ ಭಗವಂತನಿಗೆ ಮೆಣಸಿನಕಾಯಿ ಹೊಗೆಯನ್ನೂ ಹಾಕುವ ಸಂಪ್ರದಾಯ ಕೆಲವು ಭಕ್ತರಲ್ಲಿ ಇದೆ.

ಹಾಗಂತ ನಾನು ನಾಸ್ತಿಕ ಮನುಷ್ಯನೇನೂ ಅಲ್ಲ. ನನಗೆ ಭಕ್ತಿರಸವು ನಿಸ್ಸಂಶಯವಾಗಿ ಹೆಚ್ಚು ಇಷ್ಟವಾಗುತ್ತದೆ. ಯಾರಾದರೂ ಸುಶ್ರಾವ್ಯವಾಗಿ ದಾಸರ ಕೀರ್ತನೆಯನ್ನು ಹಾಡಿದರೆ ಈಗಲೂ ಮೈಮರೆಯುತ್ತೇನೆ. ಹಿಮಾಲಯದ ಕಣಿವೆಗಳಲ್ಲಿ ಅಡ್ಡಾಡುವಾಗ ಭಗವಂತನ ಕ್ಷೇತ್ರದಲ್ಲಿಯೇ ಇದ್ದೇನೆ ಎಂಬ ಭಾವ ಆವರಿಸಿಬಿಡುತ್ತದೆ. ನೂರಾರು ಜನರು ಮಸೀದಿಯಲ್ಲಿ ಮೊಣಕಾಲು ಬಗ್ಗಿಸಿ ಪ್ರಾರ್ಥನೆ ಮಾಡುವಾಗ ನನ್ನ ಮೈಯಲ್ಲಿ ರೋಮಾಂಚನವಾಗುತ್ತದೆ. ನನ್ನ ಕೈ ಮೀರಿದ ಕಷ್ಟಗಳು ಎದುರಾದಾಗ ನನ್ನದೇ ಆದ ಭಗವಂತನ ಮೊರೆ ಹೋಗುತ್ತೇನೆ. ಆದರೆ ಭಕ್ತಿಯೇನಿದ್ದರೂ ನನಗೆ ಸಾತ್ವಿಕ ರೂಪದಲ್ಲಿ ಇಷ್ಟವಾಗುತ್ತದೆಯೇ ಹೊರತು, ಈ ವೀರರಸದಲ್ಲಿ ಅಲ್ಲ. ಭಕ್ತಿಯೇನಿದ್ದರೂ ಮನಸ್ಸನ್ನು ಅರಳಿಸುವ ಸಂಗತಿಯೇ ಹೊರತು, ಹೆದರಿಕೆಯಲ್ಲಿ ಕುಬ್ಜಗೊಳಿಸುವಂತಹದ್ದಲ್ಲ. ಭಕ್ತಿಯ ಫಲಶ್ರುತಿ ಸಂತೋಷವೇ ಹೊರತು, ಭಯವಲ್ಲ. ದೇವರ ಪ್ರಸಾದವನ್ನು ಸ್ವೀಕರಿಸಿದರೆ ಒಳ್ಳೆಯದಾಗುತ್ತದೆ ಎಂದು ಹೇಳದೆ, ತಿರಸ್ಕರಿಸಿದರೆ ಸಕಲ ದಾರಿದ್ರ್ಯವೂ ನಿನಗೆ ವಕ್ಕರಿಸುತ್ತದೆ ಎಂದು ಹೆದರಿಸುವುದೇ ಭಕ್ತಿಕತೆಗಳ ಮೂಲ ಆಶಯವಾಗಿದೆ.

ನಮ್ಮೂರಿನ ಗಂಡಿ ನರಸಿಂಹಸ್ವಾಮಿ ದೇವಸ್ಥಾನದ ಜಾತ್ರೆಗೆ ಸ್ಥೂಲಕಾಯದ ಹೆಂಗಸೊಬ್ಬಳು ತಪ್ಪದೆ ಬರುತ್ತಿದ್ದಳು. ಗೋದಿ ಬಿಳುಪಿನ ಮೈಬಣ್ಣದ, ಹಣೆಗೆ ಇಷ್ಟುದ್ದದ ಕುಂಕುಮವನ್ನೂ ಮತ್ತು ಗಲ್ಲದ ತುಂಬಾ ಅರಿಷಿಣವನ್ನೂ ಹಚ್ಚುವ, ದಟ್ಟ ಹಸಿರು ಇಲಕಲ್ ಸೀರೆಯನ್ನು ಉಟ್ಟಿರುತ್ತಿದ್ದ ಈಕೆ ಮೈನವಿರೇಳಿಸುವಂತೆ ಹಾಡುಗಳನ್ನು ಹಾಡುತ್ತಿದ್ದಳು. ಆದರೆ ಅರ್ಚಕರು ದೇವರಿಗೆ ಮಂಗಳಾರತಿ ಮಾಡಿ ಭಗಭಗನೆ ಉರಿಯುವ ಹತ್ತಾರು ಬತ್ತಿಗಳ ಹಿತ್ತಾಳೆಯ ತಟ್ಟೆಯನ್ನು ಆಕೆಯ ಮುಂದೆ ಹಿಡಿದರೆ, ಗಪ್ಪನೆ ಅದಿಷ್ಟೂ ಉರಿಯುವ ಬತ್ತಿಗಳನ್ನು ಬಾಯಲ್ಲಿ ಹಾಕಿಕೊಂಡು ಜಗಿದು ನುಂಗಿ, ಕಣ್ಣು ಮುಚ್ಚಿಕೊಂಡು ನೆಲಕ್ಕೆ ಕುಸಿಯುತ್ತಿದ್ದಳು. ಸುತ್ತ–ಮುತ್ತಲಿದ್ದವರೆಲ್ಲಾ ಭಕ್ತಿಯಿಂದ ಈಕೆಗೆ ಕೈಮುಗಿಯುತ್ತಿದ್ದರು. ಈಕೆ ನಮ್ಮಮ್ಮನ ಗೆಳತಿಯಾಗಿದ್ದಳು. ನನ್ನ ಮೇಲೆ ವಿಶೇಷ ಪ್ರೀತಿಯಿತ್ತು. ಆದರೆ ಈಕೆ ಎಲ್ಲಿಯೇ ಕಂಡರೂ ನಾನು ಹೆದರಿಕೊಳ್ಳುತ್ತಿದ್ದೆ. ಇನ್ನಿಲ್ಲದ ಅಕ್ಕರೆಯಿಂದ ಆಕೆ "ಬಾರೋ ರಾಜ, ನನ್ನ ಹತ್ತಿರ ಬಾರೋ" ಎಂದು ಪ್ರೀತಿಯಿಂದ ಕರೆದರೂ ಹೋಗುತ್ತಿರಲಿಲ್ಲ. ನಮ್ಮ ಭಕ್ತಿಯ ಆವೇಶ ಮನುಷ್ಯರ ನಡುವಿನ ಪ್ರೀತಿಯನ್ನು ಹೆಚ್ಚಿಸುವಂತಹದಾಗಿರಬೇಕೆ ಹೊರತು ಹೆದರಿಕೆಯ ಕಂದರವನ್ನಲ್ಲ.

ಇತ್ತೀಚಿನ ದಿನಗಳಲ್ಲಿ ಭಕ್ತಿಪ್ರಧಾನ ಸಿನಿಮಾಗಳು ಕಡಿಮೆಯಾಗಿವೆ. ಜನರಲ್ಲಿ ಭಕ್ತಿ ಕಡಿಮೆಯಾಗಿದೆಯೋ, ಅಂತಹ ಸಿನಿಮಾಗಳನ್ನು ಮಾಡಲು ಬಂಡವಾಳ ಸಿಗುತ್ತಿಲ್ಲವೋ ಗೊತ್ತಿಲ್ಲ – ಒಟ್ಟಾರೆಯಾಗಿ ಅವುಗಳ ದಾಂಧಲೆ ಕಡಿಮೆಯಾಗಿದೆ.

ಆದರೆ ಸಿನಿಮಾಗಳಲ್ಲಿ ಕ್ರೌರ್ಯ ಮಾತ್ರ ಹಾಗೇ ಉಳಿದುಕೊಂಡುಬಿಟ್ಟಿದೆ. ಭಕ್ತಿಯ ಸಿನಿಮಾಗಳಲ್ಲಿ ಕ್ರೌರ್ಯದ ಪರಿಣಾಮಗಳನ್ನು ಪರಿಹರಿಸಲು ಕೊನೆಯಲ್ಲಿ ಭಗವಂತನಾದರೂ ಬರುತ್ತಿದ್ದ, ಆದರೆ ಮಚ್ಚು-ಲಾಂಗುಗಳನ್ನು ಹಿಡಿದುಕೊಂಡು ರುಂಡ ಚಂಡಾಡುವ ನಮ್ಮ ಹೊಸ ಸಿನಿಮಾ ಕತೆಗಳಲ್ಲಿ ಅಂತಹ ಆಶಾಭಾವನೆಯನ್ನೂ ಇಟ್ಟುಕೊಳ್ಳುವಂತಿಲ್ಲ. ತಮ್ಮ ಏರಿಯಾದ ರೌಡಿಯೊಬ್ಬ ಲಾಂಗನ್ನು ಹಿಡಿದುಕೊಂಡು ಬಂದು ತಮ್ಮಪ್ಪನ ತಲೆಯನ್ನು ತೆಗೆಯುತ್ತಾನೆ ಎಂದು ಮಗುವೊಂದು ಹೆದರಿಕೊಂಡರೆ, ಅದಕ್ಕೆ ಸಮಾಧಾನ ಮಾಡುವ ಯಾವ ಮಾತುಗಳನ್ನೂ ಈಗಿನ ತಾಯಿ ಹೇಳಲು ಸಾಧ್ಯವಿಲ್ಲ. ಸೆನ್ಸಾರ್ ಮಂಡಳಿಯವರು ಯಾವತ್ತಿನಂತೆ ಇಂತಹ ಸಿನಿಮಾಗಳಿಗೆ ಅನುಮತಿ ಕೊಡುತ್ತಿದ್ದಾರೆ, ಮಕ್ಕಳಾದಿಯಾಗಿ ಹಿರಿಯರು ವೀಕ್ಷಿಸುತ್ತಿದ್ದಾರೆ. ಯಾವುದೋ ಒಂದು ಚುಂಬನದ ದೃಶ್ಯಕ್ಕೆ ನಾವು ತಲೆ ಕೆಡಿಸಿಕೊಳ್ಳುವಷ್ಟು ರುಂಡ ಚೆಂಡಾಡುವ ಕ್ರೌರ್ಯದ ದೃಶ್ಯಕ್ಕೆ ತಲೆಕೆಡಿಸಿಕೊಳ್ಳುವದಿಲ್ಲ. ನಾನಂತೂ ಕ್ರೌರ್ಯಕ್ಕೆ ಹೆದರಿದಷ್ಟು ಕಾಮದ ದೃಶ್ಯಗಳಿಗೆ ಹೆದರುವದಿಲ್ಲ.

21ನೇ ಫೆಬ್ರವರಿ 2015

ಯಾರೂ ಮುಖ್ಯರಲ್ಲ, ಯಾರೂ ಅಮುಖ್ಯರಲ್ಲ

ಮಾರ್ಕಂಡೇಯ ಋಷಿಯ ಕತೆ ನಿಮಗೆಲ್ಲಾ ಗೊತ್ತು. ಮಹಾಶಿವಭಕ್ತನಾದ ಈ ಬಾಲಕ, ತನ್ನ ಹನ್ನೆರಡರ ವಯಸ್ಸಿನಲ್ಲಿ, ಅಂತಕನು ಹಗ್ಗ ಹಿಡಿದು ಬಂದು ನಿಂತಾಗ, ಶಿವಲಿಂಗವನ್ನು ತಬ್ಬಿಕೊಂಡು ಲಯಕರ್ತನಿಗೆ ಮೊರೆಯಿಡುತ್ತಾನೆ. ಯಮನು ಹಾಕಿದ ಹಗ್ಗದ ಕುಣಿಕೆಗೆ ಶಿವಲಿಂಗವೂ ಸೇರಿ, ಶಿವನ ಸಿಟ್ಟು ಯಮನ ಮೇಲೆ ಹರಿಯುತ್ತದೆ. ಯಮಧರ್ಮರಾಯ ಶಿವನ ಸಿಟ್ಟಿಗೆ ಸೋತು ಓಡಿ ಹೋಗುತ್ತಾನೆ. ಕೊನೆಗೆ ಶಾಂತನಾದ ಶಿವನು ಬಾಲಕನ ಭಕ್ತಿಗೆ ಬೆರಗಾಗಿ, ಚಿರಂಜೀವತ್ವದ ವರವನ್ನು ಕೊಟ್ಟು ಅದೃಶ್ಯನಾಗುತ್ತಾನೆ. ಇದೊಂದು ರೋಚಕ ಅಂತ್ಯವಿರುವ ಭಕ್ತಿಪಂಥದ ಕತೆ. ವಿಶೇಷವೆಂದರೆ ನನಗೆ ಈ ಕತೆಯ ಅಂತ್ಯಕ್ಕಿಂತಲೂ ಹೆಚ್ಚಾಗಿ, ಅದರ ಆರಂಭ ಇತ್ತೀಚಿನ ದಿನಗಳಲ್ಲಿ ಬಹಳ ಕಾಡುತ್ತಿದೆ. ಅದರ ಕುರಿತಾಗಿ ಒಂದಿಷ್ಟು ವಿವರಗಳನ್ನು ಈ ಪ್ರಬಂಧದಲ್ಲಿ ಚರ್ಚಿಸಿದ್ದೇನೆ.

ಮಾರ್ಕಂಡೇಯನ ತಂದೆಯ ಹೆಸರು ಮೃಕಂಡು. ತಾಯಿಯ ಹೆಸರು ಮರುದ್ವತಿ. ಬಹಳ ಕಾಲ ಇಬ್ಬರಿಗೂ ಮಕ್ಕಳಾಗದ್ದರಿಂದ, ಶಿವನನ್ನು ಬಹುವಾಗಿ ಪ್ರಾರ್ಥಿಸುತ್ತಾರೆ. ಇವರ ತಪಕ್ಕೆ ಒಲಿದ ಈಶ್ವರ ಮಗುವನ್ನು ದಯಪಾಲಿಸುವದಕ್ಕೆ ಮುಂಚೆ "ನಿಮಗೆ ನೂರು ವರ್ಷ ಬದುಕಿರುವ ದಡ್ಡ ಮಗ ಬೇಕೆ ಅಥವಾ ಹನ್ನೆರಡು

ವರ್ಷ ಬದುಕಿರುವ ಜಾಣ ಮಗು ಬೇಕೆ?" ಎಂದು ಶರತ್ತನ್ನು ಹಾಕುತ್ತಾನೆ. ಅದಕ್ಕೆ ಮೃಕಂಡು ಮುನಿ ಹೆಚ್ಚು ತಲೆಕೆಡಿಸಿಕೊಳ್ಳದೆ, ಅತ್ಯಂತ ಸಹಜತೆಯಿಂದ "ಹನ್ನೆರಡು ವರ್ಷ ಮಾತ್ರ ಬದುಕಿರುವ ಜಾಣ ಮಗುವೇ ಆಗಲಿ" ಎಂದು ಹೇಳುತ್ತಾನೆ. ಜೀವಕ್ಕಿಂತಲೂ ಜ್ಞಾನವೇ ಶ್ರೇಷ್ಠವೆಂದು ನಿರ್ಧರಿಸಿದ ಮೃಕಂಡುವಿನ ಆಯ್ಕೆ ನನ್ನನ್ನು ಕಂಗೆಡಿಸುತ್ತದೆ. ಕೇವಲ ಗುಣ ಮತ್ತು ದೋಷಗಳ ಆಯ್ಕೆ ಬಂದಾಗ, ಮನುಷ್ಯ ಸಹಜವಾಗಿಯೇ 'ಗುಣ'ದತ್ತ ವಾಲುತ್ತಾನೆ. ಆದರೆ ಇವೆರಡೂ ಆಯ್ಕೆಯ ಜೊತೆಗೆ ಆಯುಷ್ಯವನ್ನೂ ಸೇರಿಸಿದ್ದರಿಂದ, ಈ ಸಂದರ್ಭ ಸಂಕೀರ್ಣವಾಗಿದೆ.

ಮನುಷ್ಯನ ದಡ್ಡತನ ಅಷ್ಟು ಕೆಟ್ಟದ್ದೆ? ದಡ್ಡನಾದವನು ನೂರು ವರ್ಷ ಬದುಕಿರುವದಕ್ಕಿಂತಲೂ, ಜಾಣನಾದವನು ಹನ್ನೆರಡು ವರ್ಷ ಬದುಕುವುದು ಹೆಚ್ಚು ಮಹತ್ವ ಎನ್ನುವುದು ಎಷ್ಟು ಸರಿ? ನನಗಂತೂ ಇದೊಂದು ಅಮಾನುಷವಾದ ಆಯ್ಕೆಯಾಗಿ ಕಾಣಿಸುತ್ತದೆ. ಶಿವ "ದಡ್ಡಮಗು" ಎಂದನೇ ಹೊರತು, "ಕ್ರೂರಮಗು" ಎಂದು ಹೇಳಲಿಲ್ಲ ಅಲ್ಲವೆ? ಹಿಂಸೆಯನ್ನು ಯಾವುದೇ ಬಗೆಯಲ್ಲಿ ಪ್ರೋತ್ಸಾಹಿಸುವ ಮನುಷ್ಯನನ್ನು ನಾನು ನಖಶಿಖಾಂತವಾಗಿ ವಿರೋಧಿಸುತ್ತೇನೆ. ಅಂತಹವರು ಆದಷ್ಟು ಕಡಿಮೆ ಈ ಜಗದಲ್ಲಿ ಹುಟ್ಟಲಿ ಎಂದು ಪ್ರಾರ್ಥಿಸೋಣ. ಆದರೆ ದಡ್ಡತನದಲ್ಲಿ ಯಾವ ಕೇಡಿದೆ? ಬದುಕಿನಲ್ಲಿ ಏನೇನೋ ಕಾರಣಕ್ಕಾಗಿ ನಾವು ಜಾಣರೋ ಅಥವಾ ದಡ್ಡರೋ ಆಗಿರುತ್ತೇವೆ. ಜಾಣರಾಗುವದರಲ್ಲಿ ನಮ್ಮ ಶ್ರಮವೂ ಬಹುಮುಖ್ಯ ಆಗಿರುತ್ತದಾದರೂ, ನಾವು ಬೆಳೆದ ಪರಿಸರ ಮತ್ತು ಒದಗಿದ ಅವಕಾಶಗಳು ಅದಕ್ಕೂ ಹೆಚ್ಚಾಗಿ ನಮ್ಮ ಬೌದ್ಧಿಕತೆಯನ್ನು ರೂಪಿಸುವದರಲ್ಲಿ ಬಹುಮಹತ್ವದ ಕಾರ್ಯ ನಿರ್ವಹಿಸುತ್ತವೆ. ಶಾಲೆಯಲ್ಲಿ ಸರಿಯಾಗಿ ಗಣಿತವನ್ನೋ ಅಥವಾ ಇಂಗ್ಲೀಷನ್ನೋ ಬೋಧಿಸುವ ಮಾಸ್ತರರೊಬ್ಬರು ನಮಗೆ ದಕ್ಕದೆ ದಡ್ಡರಾಗಿರುವ ಸಾಧ್ಯತೆಯಿದೆ. ನಮ್ಮ ಊರಿನಲ್ಲಿ ವಿಪರೀತ ನೀರಿನ ಸಮಸ್ಯೆಯಿದ್ದು ಇಡೀ ಬಾಲ್ಯವನ್ನೆಲ್ಲಾ ಮೈಲುಗಟ್ಟಲೆ ದೂರದಿಂದ ರಣಬಿಸಿಲಿನಲ್ಲಿ ನೀರನ್ನು ಹೊತ್ತು ತರುವುದರಲ್ಲಿಯೇ ಸವೆಸಿದ ಕಾರಣಕ್ಕಾಗಿ ನಾವು ಎಲ್ಲೋ ದೂರ ಉಳಿದುಬಿಟ್ಟಿರುತ್ತೇವೆ. ಮಲತಾಯಿಯೊಬ್ಬಳು ಮಗುವನ್ನು ವಿಪರೀತ ಕಾಡಿ, ಅದಕ್ಕೆ ಓದು-ಬರಹಕ್ಕೆ ಅವಕಾಶಕೊಡದಂತೆ ಕೆಲಸವನ್ನು ಹೇರಿರುವದರಿಂದ ಮಗುವಿನ ಬೌದ್ಧಿಕ ಬೆಳವಣಿಗೆ ಸರಿಯಾಗಿ ಆಗಿರದೇ ಇರಬಹುದು. ಸಜ್ಜನರ ಸಹವಾಸ ಸಿಗದೇ ಹೋದಾಗಲೂ ನಮ್ಮ ಬುದ್ಧಿಶಕ್ತಿ ಮಣ್ಣಿನಲ್ಲಡಗಿದ ವಜ್ರದಂತೆ ಮುಚ್ಚಿಹೋಗಿಬಿಟ್ಟಿರುತ್ತದೆ. ಹೀಗೆಲ್ಲಾ ಇರುವಾಗ, ಮನುಷ್ಯನೊಬ್ಬ ದಡ್ಡನೆಂದ ತಕ್ಷಣ ಅದಕ್ಕೆ ಪೂರ್ತಿಯಾಗಿ ಅವನನ್ನೇ ಜವಾಬ್ದಾರಿಯಾಗಿ ಮಾಡಿ, ಅವನನ್ನು ತಿರಸ್ಕರಿಸುವುದು ಯಾವ ನ್ಯಾಯ? ಈ ಜಗತ್ತಿನಲ್ಲಿ ಬಹುವಾಗಿ ಹಾನಿಯಾಗಿರುವುದು ಅತಿಜಾಣರಾದ ಕ್ರೂರಿಗಳಿಂದಲೇ

ಹೊರತು, ನಿಷ್ಪಾಪಿ ದಡ್ಡ ಜನರಿಂದಂತೂ ಖಂಡಿತಾ ಅಲ್ಲ. ನನಗೆ ದಡ್ಡ ಜನರ ಕುರಿತು ಯಾವ ಅಸಹನೆಯೂ ಇಲ್ಲ. ದಡ್ಡತನದ ಜೊತೆಯಲ್ಲಿ ಸಾಮಾನ್ಯವಾಗಿ ಮುಗ್ಧತೆಯೂ ಸೇರಿಕೊಂಡಿರುವುದನ್ನು ನಾನು ಕಂಡಿದ್ದೇನೆ. ಅದು ಬಹಳಷ್ಟು ಸಲ ನನಗೆ ಸುಂದರವಾಗಿಯೇ ಕಂಡಿದೆ.

ಜ್ಞಾನಮಾರ್ಗವೇ ಸುಖದ ರಾಜಮಾರ್ಗ ಎಂದು ನಮ್ಮ ಆಧ್ಯಾತ್ಮ ಹೇಳುತ್ತದೆ. ಎಲ್ಲ ಸುಖಗಳಿಗಿಂತಲೂ ಪರಮಸುಖ ಕೇವಲ ಜ್ಞಾನಾರ್ಜನೆಯಿಂದಲೇ ದೊರಕುತ್ತದೆ ಎಂಬುದು ಸತ್ಯವೇ ಆಗಿರಬಹುದು. ಆದರೆ ಕೇವಲ ಸುಖವೇ ಎಲ್ಲ ಸಮಸ್ಯೆಗಳಿಗೂ ಪರಿಹಾರವೇನೂ ಅಲ್ಲ. ವೈಯಕ್ತಿಕ ಸುಖಕ್ಕೂ, ಸಮಾಜದ ಒಳಿತಿಗೂ ಬಹಳ ಅಂತರವಿದೆ. ನಮ್ಮ ಜ್ಞಾನ ಹೆಚ್ಚಿದಂತೆಲ್ಲಾ ನಮ್ಮ ಸಹನಶೀಲತೆಯೂ ಹೆಚ್ಚಬೇಕು, ಕ್ಷಮಾಗುಣವೂ ಹೆಚ್ಚಬೇಕು. ಆದ್ದರಿಂದಲೇ ಜ್ಞಾನಿಗಳು ಹೆಚ್ಚಿರುವ ಸಮಾಜ ನೆಮ್ಮದಿಯಿಂದ ಕೂಡಿರಬೇಕು. ಆದರೆ ಗಳಿಸಿದ ಜ್ಞಾನವು ನಮ್ಮ ಅಹಂಕಾರವನ್ನು ಹೆಚ್ಚಿಸಿದರೆ ಒಳ್ಳೆಯದಕ್ಕಿಂತಲೂ ಹಾನಿಯೇ ಹೆಚ್ಚಾಗುತ್ತದೆ. ಅದು ಸಮಾಜದಲ್ಲಿ ಸುಳಿಗಳನ್ನು ಸೃಷ್ಟಿಸಿ ಆಹುತಿಗಳನ್ನು ಬೇಡುತ್ತದೆ.

ನಮ್ಮ ಕಣ್ಣೆದುರಿನಲ್ಲೇ ನಾವು ಬೆಳೆಸಿದ ಮಗುವನ್ನು ಕಳೆದುಕೊಂಡು ನೋವನ್ನು ಅನುಭವಿಸುವಾಗ, ಆ ಮಗು ಜಾಣನೋ ಅಥವಾ ದಡ್ಡನೋ ಎಂಬ ಸಂಗತಿ ನಮ್ಮ ನೋವಿನ ತೀಕ್ಷ್ಣತೆಯನ್ನು ಹೆಚ್ಚು ಅಥವಾ ಕಡಿಮೆ ಮಾಡುತ್ತದೆಯೆ? ಖಂಡಿತಾ ಇಲ್ಲ. ವಯಸ್ಸಿನಲ್ಲಿ ನಮಗಿಂತಲೂ ಚಿಕ್ಕವರಾದ, ನಾವೇ ಬೆಳೆಸಿದ ಸಸಿಯೊಂದು ನಮ್ಮ ಮುಂದೆಯೇ ಕಮರಿ ಹೋಗುವ ನೋವು ಪ್ರತಿಯೊಬ್ಬರಿಗೂ ನಿಸ್ಸಂಶಯವಾಗಿ ನೋವನ್ನು ತರುತ್ತದೆ. ನಾವು ಮಗುವನ್ನು ಬೆಳೆಸಿದ ಪರಿಯಲ್ಲಿ ಎಷ್ಟು ಪ್ರೀತಿಯನ್ನು ಕೊಟ್ಟು ಎಷ್ಟನ್ನು ಪಡೆದೆವೆನ್ನುವುದು ನಮ್ಮ ನೋವನ್ನು ನಿರ್ಧರಿಸುತ್ತದೆ. ಪ್ರೀತಿಯ ನೀರನ್ನು ಹನಿಸಿದಂತೆಲ್ಲಾ ವೃಕ್ಷವೊಂದು ಬೃಹತ್ತಾಗಿ ಬೆಳೆಯುತ್ತದೆ. ಅಂತಹ ಬೃಹತ್ ವೃಕ್ಷವೊಂದನ್ನು ಯಾವುದೋ ನೆಪಕ್ಕಾಗಿ ಕಡಿಯುವದಕ್ಕೆ ಹೊರಟಾಗ, ಮರ ದೊಡ್ಡದಿದ್ದಷ್ಟೂ ದುಃಖ ಜಾಸ್ತಿಯಾಗುತ್ತದೆ.

ಹಾಗಿರುವಾಗ ಮೃಕಂಡು ಮುನಿ ಅಂತಹ ಬೇಡಿಕೆಯನ್ನೇಕೆ ಇತ್ತ? ಅಷ್ಟೆಲ್ಲಾ ಉಗ್ರ ತಪಸ್ಸನ್ನು ಮಾಡಿ, ಅದಕ್ಕೆ ಪ್ರತಿಫಲವಾಗಿ ಕೇವಲ ಹನ್ನೆರಡು ವರ್ಷ ಬಾಳುವ ಮಗುವಿಗಾಗಿ ಏಕೆ ಹಾತೊರೆದ? ಅದಕ್ಕೂ ಕಾರಣವನ್ನು ಬಹುಮಟ್ಟಿಗೆ ಊಹಿಸಬಹುದಾಗಿದೆ. ಮೃಕಂಡು ಮುನಿ ಒಬ್ಬ ವಿದ್ವಾಂಸ. ಆ ಕಾಲಘಟ್ಟದ ಮಹಾಜಾಣರಲ್ಲಿ ಒಬ್ಬನಾಗಿರಬೇಕು. ಮನುಷ್ಯನೊಬ್ಬ ಜ್ಞಾನವನ್ನು ಗಳಿಸಿದಂತೆಲ್ಲಾ, ಜಾಣತನವನ್ನು ಬಹುವಾಗಿ ಗೌರವಿಸುವ, ಅದನ್ನು ಶ್ರೇಷ್ಠವೆಂದು ಕಾಣುವ ಮನೋಭಾವ ಅವನಲ್ಲಿ ಬೆಳೆಯುತ್ತದೆ. ಅದಕ್ಕೆ ಪೂರಕವಾಗಿ ದಡ್ಡತನವನ್ನು

ಹೀನಾಯವಾಗಿ ಕಾಣುವ ಸ್ವಭಾವವೂ ಅವನಲ್ಲಿ ಸೇರಿಕೊಳ್ಳುತ್ತದೆ. ಇದೊಂದು ರೀತಿಯಲ್ಲಿ ಶ್ರೇಷ್ಠತೆಯ ವ್ಯಸನವೂ ಹೌದು. ಮತ್ತೊಂದು ರೀತಿಯಲ್ಲಿ ಜ್ಞಾನದ ಅಹಂಕಾರವೂ ಹೌದು. ಅಂತಹ ಬೌದ್ಧಿಕ ವ್ಯಸನ ಮೃಕಂಡುವಿನಲ್ಲಿರಬೇಕು ಅನ್ನಿಸುತ್ತದೆ. ಆದ್ದರಿಂದಲೇ ಸಮಾಜದಲ್ಲಿ ದಡ್ಡಮಗುವಿನ ತಂದೆಯಾಗಿ ಗುರುತಿಸಿಕೊಳ್ಳುವ ಅವಮಾನವನ್ನು ಅವನು ಸಹಿಸಲಾರದವನಾಗಿದ್ದ. ಮಗನೊಬ್ಬ ದಡ್ಡನಾದರೆ ಶಾಲೆಯ ಮಾಸ್ತರರು ವಿಪರೀತವಾಗಿ ಸಂಕಟವನ್ನು ಮತ್ತು ಅವಮಾನವನ್ನೂ ಅನುಭವಿಸುತ್ತಾರಲ್ಲಾ, ಅಂತಹದೇ ಭಯ ಅವನನ್ನು ಕಾಡಿರಬೇಕು. ಆ ಭವಿಷ್ಯವನ್ನು ಊಹಿಸಿಕೊಂಡೇ ಅವನು ತನ್ನ ಆಯ್ಕೆಯನ್ನು ತತ್‌ಕ್ಷಣವೇ ನಿರ್ಧರಿಸಿಬಿಟ್ಟ. ಒಂದು ಡಜನ್ ಬಾಳೆಹಣ್ಣು ಕೊಳ್ಳುವಂತೆ, ಮಗನಿಗೆ ಒಂದು ಡಜನ್ ವರ್ಷಗಳ ಆಯುಷ್ಯವನ್ನು ತನ್ನ ತಪಸ್ಸಿಗೆ ಪ್ರತಿಫಲವಾಗಿ ಕೊಂಡುಕೊಂಡ.

ಈ ಸಂದರ್ಭದ ಮತ್ತೊಂದು ವಿಶೇಷವೇನು ಗೊತ್ತೆ? ಆಯ್ಕೆಯನ್ನು ಮಾಡಿದವನು ಮೃಕಂಡು ಮುನಿಯೇ ಹೊರತು, ಅವನ ಪತ್ನಿ ಮರುದ್ವತಿಯಲ್ಲ. ಅವಳ ಅಭಿಪ್ರಾಯವೇನೆಂದು ಆತ ಕೇಳಿರಬಹುದು ಎಂದು ಕತೆಯಲ್ಲಂತೂ ತೋರುವದಿಲ್ಲ. ತಾಯಿಯಾದವಳು ಬಹುಶಃ ಇಂತಹ ದುಷ್ಟ ಆಯ್ಕೆ ಮಾಡುತ್ತಿರಲಿಲ್ಲವೆನ್ನುವುದು ನನ್ನ ಊಹೆ. ಆಕೆಗೆ ಮಗುವೊಂದು ಜೀವಂತವಾಗಿರುವುದು ಪ್ರಥಮ ಆದ್ಯತೆಯಾಗುತ್ತದೆ. ಅನಂತರ ಅದರ ಜಾಣತನ ಅಥವಾ ದಡ್ಡತನಗಳ ಸಮಸ್ಯೆಯನ್ನು ಎತ್ತಿಕೊಳ್ಳುತ್ತಾಳೆ. ತನ್ನ ಕಣ್ಣೆದುರಿನಲ್ಲೇ ಮಗುವಿನ ಸಾವನ್ನು ಯಾವ ತಾಯಿಯೂ ಬೇಡಿಕೊಳ್ಳಲಾರಳು. ವೈಧವ್ಯಕ್ಕಿಂತಲೂ ಪುತ್ರಶೋಕ (ಅಥವಾ ಪುತ್ರಿಶೋಕ) ದೊಡ್ಡದು. ಕಾಡುವ ಗಂಡ ಸತ್ತರೆ ಹೆಣ್ಣೊಬ್ಬಳು ನೆಮ್ಮದಿಯ ನಿಟ್ಟುಸಿರು ಬಿಡಬಹುದು. ಆದರೆ ಎಷ್ಟೇ ಕಾಡುವ ಮಗನು ಸತ್ತರೂ, ಒಂದೆರಡು ಹನಿ ಕಣ್ಣೀರು ಹಾಕುತ್ತಾಳೆ. ಹೊತ್ತು-ಹೆತ್ತ ಸಾಹಸ ಸಣ್ಣದಲ್ಲ. ಮಗುವಿನ ದಡ್ಡತನಕ್ಕೆ ಆಕೆ ಕೊರಗಬಹುದು, ಭಗವಂತನನ್ನು ಶಪಿಸಬಹುದು, ಮಗುವನ್ನೂ ಬೈಯಬಹುದು; ಆದರೆ ಅದಕ್ಕೆ ಪ್ರತಿಯಾಗಿ ಮಗುವಿನ ಜೀವವನ್ನು ಆಕೆಯೆಂದೂ ಬೇಡಲಾರಳು.

ಇದನ್ನು ಮತ್ತೊಂದು ಆಯಾಮದಿಂದಲೂ ನೋಡಬಹುದೆನ್ನಿಸುತ್ತದೆ. ಮಗುವಿನ ವಯಸ್ಸನ್ನು ನಿರ್ಧರಿಸುವ ಹಕ್ಕು ತಂದೆ-ತಾಯಿಗಿದೆಯೆ? ಹಡೆದ ಮಾತ್ರಕ್ಕೆ ಹಣೆಬರಹವನ್ನು ಬರೆಯಲಾದೀತೆ? ಯಾವುದೋ ಗಂಡು, ಯಾವುದೋ ಹೆಣ್ಣಿನೊಡನೆ ನಡೆಸುವ ಸಮಾಗಮದಿಂದಾಗಿಯೇ ಮಗುವೊಂದು ಜನಿಸುವುದರಿಂದ, ಅದಕ್ಕೆ ವಂಶವಾಹಿನಿಯು ಅವರಿಂದಲೇ ದಕ್ಕುತ್ತದೆನ್ನುವುದು

ಸತ್ಯ. ಏನೇ ಆದರೂ ಮಗುವಿಗೆ ತಂದೆ-ತಾಯಿಯರನ್ನು ಆಯ್ಕೆ ಮಾಡಿಕೊಳ್ಳುವ ಹಕ್ಕಿಲ್ಲ. ಆದ್ದರಿಂದ ಸ್ವಲ್ಪಮಟ್ಟಿಗೆ ವಂಶವಾಹಿನಿಗಳು ಮಗುವಿನ ಆಯಸ್ಸಿನ ಭಾಗಶಃ ಮಿತಿಯನ್ನು ಪೂರ್ವನಿರ್ಧರಿಸುತ್ತವೆ. ಆದರೆ ಪ್ರತಿಯೊಂದು ಜೀವಕ್ಕೂ ಆ ಪೂರ್ವನಿರ್ಧಾರಿತ ಗಡಿಯನ್ನು ದಾಟುವ ಅಥವಾ ದಾಟದೇ ಉಳಿಯುವ ಶಕ್ತಿಯನ್ನು ತನ್ನ ಬದುಕುವ ಕ್ರಮದಿಂದ ಬದಲಾಯಿಸಿಕೊಳ್ಳುವ ಅವಕಾಶವಿರುತ್ತದೆ. ತನ್ನ ನಿತ್ಯ ಜೀವನದಲ್ಲಿ ಮಾಡುವ ವ್ಯಾಯಾಮ, ಸೇವಿಸುವ ಆಹಾರ, ಕುಡಿಯುವ ನೀರು, ಉಸಿರಾಡುವ ಗಾಳಿ, ಮನಸ್ಸನ್ನು ಆರೋಗ್ಯವಾಗಿ ಕಾದಿಟ್ಟುಕೊಳ್ಳುವ ರೀತಿ – ಎಲ್ಲವೂ ಅವನ ಅಂತಿಮ ಗಳಿಗೆಯನ್ನು ಮುಂದೂಡುತ್ತಲೇ ಹೋಗುತ್ತವೆ. ಒಂದೇ ತಂದೆ-ತಾಯಿಯ ಮಕ್ಕಳಾದರೂ, ಅವರ ಆಯುಷ್ಯಗಳು ಬಹು ವಿಭಿನ್ನವಾಗಿರುವದನ್ನು ನಾವು ಕಂಡಿದ್ದೇವೆ. ಹಾಗಿದ್ದ ಮೇಲೆ ಮೃಕಂಡು ಮತ್ತು ಮರುದ್ವತಿ ದಂಪತಿ ಅದು ಹೇಗೆ ಮಗುವಿನ ಆಯುಷ್ಯವನ್ನು ಕರಾರುವಾಕ್ಕಾಗಿ ಹನ್ನೆರಡು ಎಂದು ನಿರ್ಧರಿಸುವ ಅನೈಸರ್ಗಿಕ ಕಾರ್ಯಕ್ಕೆ ಮುಂದಾದರು? ಅದನ್ನು ವಿರೋಧಿಸಲೆಂದೇ ಇರಬೇಕು, ಮಾರ್ಕಂಡೇಯ ತನ್ನ ಹನ್ನೆರಡು ವರ್ಷಗಳ ಆಯುಷ್ಯವನ್ನು ತನ್ನ ಭಕ್ತಿಯ ಶಕ್ತಿಯಿಂದ ಅಸೀಮಗೊಳಿಸಿಕೊಂಡು, ಅಪ್ಪ-ಅಮ್ಮನಿಗೆ ತಮ್ಮ ತಪ್ಪನ್ನು ನಿರೂಪಿಸಿಬಿಟ್ಟ.

ತಂದೆ-ತಾಯಿಗಳೇ ಮಗುವಿನ ವಯಸ್ಸನ್ನು ನಿರ್ಧರಿಸುವುದು ಅನೈಸರ್ಗಿಕವೆಂದಾದ ಮೇಲೆ, ಅದನ್ನು ಸರಕಾರ ಅಥವಾ ನ್ಯಾಯಾಂಗ ನಿರ್ಧರಿಸಬಹುದೆ? ಈ ಕಾರಣಕ್ಕಾಗಿಯೇ ನನಗೆ ಉರಿಶಿಕ್ಷೆಯಲ್ಲಿ ನಂಬಿಕೆಯೇ ಬರುವುದಿಲ್ಲ. ವ್ಯಕ್ತಿಯೊಬ್ಬನ ಕ್ರೌರ್ಯವನ್ನು ಹತೋಟಿಯಲ್ಲಿಡಲು ನಾವು ಅವನಿಗೆ ಏನು ಬೇಕಾದರೂ ಶಿಕ್ಷೆಯನ್ನು ಕೊಡಬಹುದು, ಆದರೆ ಪೂರ್ತಿ ಜೀವವನ್ನೇ ತೆಗೆದುಬಿಡುವ ಸಂಗತಿ ನನಗೆ ಜೀರ್ಣಿಸಿಕೊಳ್ಳಲು ಕಷ್ಟವಾಗುತ್ತದೆ. ಆದರೆ ಈ ಅಭಿಪ್ರಾಯವನ್ನು ವಿರೋಧಿಸುವವರ ತರ್ಕವನ್ನು ಸುಲಭವಾಗಿ ಅಲ್ಲಗಳೆಯುವಂತಿಲ್ಲ. ಯಾವಾಗ ಜೀವತೆಗೆಯುವ ಅಧಿಕಾರವನ್ನು ಸರಕಾರ ಅಥವಾ ನ್ಯಾಯಾಂಗ ಕಳೆದುಕೊಳ್ಳುತ್ತದೆಯೋ ಆಗ ಸಮಾಜದಲ್ಲಿ ಕ್ರೌರ್ಯ ಹೆಚ್ಚಾಗುತ್ತದೆ ಎನ್ನುತ್ತಾರೆ. ಅಂದರೆ ಜೀವಕ್ಕೆ ಅಪಾಯವಿಲ್ಲ ಎನ್ನುವ ಸತ್ಯ ಗೊತ್ತಾಗುತ್ತಲೇ ವ್ಯಕ್ತಿಯೊಬ್ಬ ಎಂತಹ ದುಷ್ಟತನಕ್ಕೂ ಅಂಜದೆ ಮುಂದಡಿಯಿಡುತ್ತಾನೆ ಎನ್ನುವುದು ಈ ತರ್ಕದ ಹಿಂದಿನ ಆಲೋಚನೆಯಾಗಿದೆ. ಆದರೆ ನನಗೆ ಈ ಮಾತಿನಲ್ಲಿ ಸ್ವಲ್ಪ ಅಪನಂಬಿಕೆಯಿದೆ. ಮನುಷ್ಯನಿಗೆ ಹೆದರಿಕೆಯಾಗುವುದು ಕೇವಲ ಜೀವ ತೆಗೆಯುವ ಶಿಕ್ಷೆಯೊಂದರಿಂದ ಮಾತ್ರವೆ? ಚಿಕ್ಕಂದಿನಲ್ಲಿ ನಮ್ಮ ಗಣಿತದ ಮಾಸ್ತರರು ಬೆತ್ತದಿಂದ ಅಂಗೈಯ ಗಣ್ಣುಗಳಿಗೆ ಹೊಡೆಯುತ್ತಾರೆಂಬ ಹೆದರಿಕೆಯಿಂದಲೇ ನಾವು ಅವರು

ಕೊಟ್ಟ ಹೋಂವರ್ಕ್ ಯಾವತ್ತೂ ತಪ್ಪಿಸುತ್ತಿರಲಿಲ್ಲವಲ್ಲವೆ? ಅಂತಹ ಚಿಕ್ಕ ಶಿಕ್ಷೆಯೇ ಆ ಮಟ್ಟಿನ ಭಯವನ್ನು ಹುಟ್ಟಿಸುತ್ತದೆಂದರೆ, ಜೈಲಿನಲ್ಲಿ ಕೊಡುವ ಇತರ ಶಿಕ್ಷೆಗಳಿಗೆ ಆ ಶಕ್ತಿಯಿಲ್ಲವೆ?

ಜಾಣತನವನ್ನು ಮತ್ತು ದಡ್ಡತನವನ್ನು ದ್ವೇಷಿಸುವ ಅಥವಾ ವೈಭವೀಕರಿಸುವ ಸಮಾಜಗಳೆರಡೂ ಅನಾರೋಗ್ಯಕರವಾಗಿರುತ್ತವೆ, ಕ್ರೌರ್ಯದಿಂದ ಕೂಡಿರುತ್ತವೆ. ಇದಕ್ಕೆ ಇತಿಹಾಸದಲ್ಲಿಯೇ ಬಹುತೇಕ ಉದಾಹರಣೆಗಳು ನಮಗೆ ದಕ್ಕುತ್ತವೆ. ಜರ್ಮನ್‌ನ ಸರ್ವಾಧಿಕಾರಿ ಹಿಟ್ಲರನ ಕಾಲವನ್ನೇ ತೆಗೆದುಕೊಳ್ಳೋಣ. ಯಹೂದಿಗಳು ಬಹುತೇಕ ಜಾಣ ಜನರಾಗಿದ್ದರು. ಅವರಿಗದು ತಮ್ಮ ವಂಶವಾಹಿನಿಗಳಿಂದ ದಕ್ಕಿತ್ತೋ ಅಥವಾ ಬದುಕಿನ ಸಂಸ್ಕಾರದಿಂದ ದಕ್ಕಿತ್ತೋ ಹೇಳುವುದು ಕಷ್ಟ. ಬಹುಶಃ ಎರಡರ ಕೊಡುಗೆಯೂ ಇರಬಹುದು. ವಾಣಿಜ್ಯದಲ್ಲಿ ಬಹಳ ಯಶಸ್ಸನ್ನು ಕಂಡಿದ್ದ ಇವರು ಹಣವಂತರಾಗಿದ್ದರು, ಸ್ಥಿತಿವಂತ ಬದುಕನ್ನು ನಡೆಸುತ್ತಿದ್ದರು. ಸರಕಾರದ ಬಹು ಉತ್ತಮ ಸ್ಥಾನಗಳನ್ನು ಇವರು ಹೊಂದಿದ್ದರು. ಆದರೆ ಸಮಾಜದಲ್ಲಿ ಇವರು ಅಲ್ಪಸಂಖ್ಯಾತರಾಗಿದ್ದರು. ಆ ಕಾರಣದಿಂದಾಗಿಯೇ ಬಹುಸಂಖ್ಯಾತರಾಗಿದ್ದ ಜನಸಾಮಾನ್ಯ ನಾಜಿಗಳು ಇವರ ಯಶಸ್ಸನ್ನು ದ್ವೇಷಿಸಿದ್ದು ಸಹಜವಾಗಿತ್ತು. ಆದರೆ ಸರ್ವಾಧಿಕಾರವನ್ನು ಪಡೆದುಕೊಂಡ ಹಿಟ್ಲರ್ ಕೂಡಾ ಅದೇ ಹಾದಿಯನ್ನು ಹಿಡಿದದ್ದು ಎಂತಹ ವಿನಾಶಕ್ಕೆ ದಾರಿಮಾಡಿಕೊಟ್ಟಿತು ಎನ್ನುವುದನ್ನು ನಾವು ಕಂಡಿದ್ದೇವೆ. ಜಾಣತನವನ್ನು ದ್ವೇಷಿಸಬಹುದೇ ಹೊರತು ಅದನ್ನು ಕಿತ್ತುಕೊಳ್ಳುವುದು ಸಾಧ್ಯವಿಲ್ಲವೆನ್ನುವದಕ್ಕೆ ಹಿಟ್ಲರ್ ಸಾರ್ವಕಾಲಿಕ ಉದಾಹರಣೆಯಾಗಿ ಜಗತ್ತಿನಲ್ಲಿ ನಿಂತುಬಿಟ್ಟ.

ಅದೇ ರೀತಿ ಭಾರತದಲ್ಲಿ ವರ್ಣಾಶ್ರಮ ಆಧಾರಿತ ವರ್ಗೀಕರಣದಿಂದಾಗಿ, ಉನ್ನತ ವರ್ಣದವರು ದಲಿತರ ದಡ್ಡತನವನ್ನು ಹೀನಾಯವಾಗಿ ಕಂಡ ಕಾರಣದಿಂದಾಗಿಯೇ ನಡೆದ ಅನಾಹುತಗಳು ಇಂದಿಗೂ ಮುಗಿದಂತೆ ಕಾಣುವದಿಲ್ಲ. ಉನ್ನತ ವರ್ಣದವರೆಲ್ಲರೂ ತಾವು ಜಾಣರೆಂದು ಭಾವಿಸಿ, ಕೆಳಗಿನವರನ್ನು ಕೀಳಾಗಿ ಕಂಡಿದ್ದು ಯಾವ ಬಗೆಯ ಸಂಕಟಗಳನ್ನು ತಂದಿಟ್ಟು ಸಮಾಜವನ್ನು ಸುಕ್ಕುಗಟ್ಟಿಸಿವೆಯೆಂದರೆ, ಈವತ್ತಿಗೂ ಆ ಸುಕ್ಕನ್ನು ಬಿಡಿಸಲಾಗದೆ ಒದ್ದಾಡುತ್ತಿದ್ದೇವೆ. ದ್ವೇಷಿಸುವ ಗುಣವನ್ನು ಬೆಳೆಸಿಕೊಂಡವರ ಕೈಗೆ ಅಧಿಕಾರ ದಕ್ಕಿದರಂತೂ ತೀರಿತು, ಕಪಿಗೆ ಕಳ್ಳು ಕುಡಿಸಿದಂತೆಯೇ ಸರಿ. ಪ್ರೀತಿ ಮರೆಯಾದ ಸಮಾಜದಲ್ಲಿ ಬದುಕುವುದು ಬಹುಘೋರ ಸಂಗತಿಯಾಗಿರುತ್ತದೆ.

ಜೀವಕ್ಕೆ ಪ್ರಥಮ ಆದ್ಯತೆ ನೀಡಿ, ಜಾಣತನಕ್ಕೆ ಎರಡನೆಯ ಸ್ಥಾನವನ್ನು ಕೊಟ್ಟಾಗಲೇ ಸಮಾಜ ಸಹನೀಯವಾಗುತ್ತದೆ. ಅದರಲ್ಲೂ ಬಹುಸಂಖ್ಯಾತರಾಗಿರುವ ಜನರು

ಪ್ರೀತಿಸುವ ಗುಣವನ್ನು ಬೆಳೆಸಿಕೊಳ್ಳುವುದು ಮತ್ತು ಕ್ಷಮಿಸುವ ಮನೋಧರ್ಮವನ್ನು ರೂಢಿಸಿಕೊಳ್ಳುವುದು ಅತ್ಯಂತ ಮುಖ್ಯವಾಗಿರುತ್ತದೆ. ಸಾಮಾನ್ಯವಾಗಿ ಯಾವುದೇ ಸಮಾಜವೇ ಆಗಿರಲಿ, ಆಳುವ ಅಧಿಕಾರಿಗಳು ಭಾಗಶಃ ಬಹುಸಂಖ್ಯಾತ ಸಮುದಾಯದವರೇ ಆಗಿರುತ್ತಾರೆ. ಅವರಲ್ಲಿ ಪ್ರೀತಿ ಕುಗ್ಗಿ, ದ್ವೇಷದ ದಳ್ಳುರಿ ಹೆಚ್ಚಾದರೆ ತೀರಿತು. ಇಡೀ ಸಮುದಾಯ ಉರಿಯಲ್ಲಿ ಸುಟ್ಟು ಕರಕಲಾಗುತ್ತದೆ. ನಮ್ಮ ಭಾರತದಲ್ಲಿಯೇ ಬಹಳಷ್ಟು ರಾಜರು, ರಾಜಕೀಯ ವ್ಯಕ್ತಿಗಳು ಇದನ್ನು ನಮ್ಮ ಕಣ್ಣ ಮುಂದೆಯೇ ತೋರಿಸಿ ಹೋಗಿದ್ದಾರೆ.

ಜಾಣತನವೆನ್ನುವುದು ಪ್ರಶಂಸೆಯನ್ನು ಬಯಸುತ್ತದೆ. ಪ್ರೋತ್ಸಾಹವನ್ನು ಬೇಡುತ್ತದೆ. ಅಂತಹ ಸದ್ಗುಣಗಳಿಲ್ಲದೆ ಯಾವುದೇ ಸಮಾಜವೂ ಪ್ರಗತಿಪರವಾಗಲಾರದು. ಯಾವುದೇ ದೇಶವೂ ಉದ್ಧಾರವಾಗಲಾರದು. ಬೌದ್ಧಿಕತೆಯನ್ನು ನಿರ್ಲಕ್ಷ್ಯ ಮಾಡಿ ಹತ್ತಿಕ್ಕಿದರೆ ಅದು ಆ ಸಮಾಜದಲ್ಲಿ ನಶಿಸಿ ಹೋಗುತ್ತದೆ ಅಥವಾ ಬೇರೊಂದು ಉತ್ತಮ ಸಮಾಜವನ್ನು ಹುಡುಕಿಕೊಂಡು ವಲಸೆ ಹೋಗುತ್ತದೆ. ಆದರೆ ಪ್ರಶಂಸೆ, ಪ್ರೋತ್ಸಾಹಗಳ ಸ್ಥಾನದಲ್ಲಿ ವೈಭವೀಕರಣ ಸ್ಥಾಪಿತಗೊಂಡು, ದಡ್ಡತನವನ್ನು ಹೀನಾಯವಾಗಿ ಕಾಣುವ ಹಂತಕ್ಕೆ ಹೋದರೆ ಎಲ್ಲವೂ ಕೆಡುತ್ತದೆ. ಎಲ್ಲಾ ಸಮಾಜದಲ್ಲೂ ಯಾವುದೋ ವಿಂಗಡನೆಯಿಂದಾಗಿ ಬಹುಸಂಖ್ಯಾತರು ಮತ್ತು ಅಲ್ಪಸಂಖ್ಯಾತರು ಸೃಷ್ಟಿಯಾಗುತ್ತಾರಲ್ಲವೆ? ಅಂತಹ ಸಮಾಜದಲ್ಲಿ ಬಹುಸಂಖ್ಯಾತರು ಜಾಣರು, ಸಹನಶೀಲರು, ಸೂಕ್ಷ್ಮತೆಯುಳ್ಳವರೂ ಆಗಿದ್ದರೆ ಸಾಕು; ರಾಮರಾಜ್ಯವೆನ್ನುವುದು ಬೇರೇನೂ ಅಲ್ಲ.

ನಮ್ಮ ಅಪಾರ್ಟ್‌ಮೆಂಟ್ ಮಧ್ಯದಲ್ಲಿ ಸಾಕಷ್ಟು ಬಯಲಿದೆ. ಈ ಬಯಲಿನಲ್ಲಿ ಪ್ರತಿನಿತ್ಯ ಬೆಳಿಗ್ಗೆ ಐದು ಗಂಟೆಯಿಂದಲೇ ಜನರು ವಾಕಿಂಗ್ ಮಾಡಲು ಶುರುಮಾಡುತ್ತಾರೆ. ಅಪಾರ್ಟ್‌ಮೆಂಟ್‌ನಲ್ಲಿ ಬಹುತೇಕ ಸಾಫ್ಟ್‌ವೇರ್ ಕಂಪನಿಗಳಲ್ಲಿ ಕೆಲಸ ಮಾಡುವ ಆಧುನಿಕ ಜನರಿದ್ದರೂ, ಅವರ ತಂದೆ-ತಾಯಿಗಳೆಲ್ಲರೂ ನಮ್ಮ ಹಿಂದಿನ ತಲೆಮಾರಿನವರೇ ಆಗಿದ್ದಾರೆ. ಹೆಚ್ಚಾಗಿ ಈ ಹಿರಿಯ ಜೀವಗಳೇ ಬೆಳಿಗ್ಗೆ ವಾಕಿಂಗಿಗೆ ಬರುತ್ತಾರೆ. ಅವರು ಅರ್ಧ ವಾಕಿಂಗ್ ಮುಗಿಸುವ ಹೊತ್ತಿಗೆ ಮೂಡಣದಲ್ಲಿ ಸೂರ್ಯದೇವ ಮೇಲೇಳುತ್ತಾ ಬರುತ್ತಾನೆ. ಹೊನ್ನಿನ ಬಣ್ಣದಲ್ಲಿ ಮಿರಮಿರನೆ ಮಿಂಚುವ ಈತನು ಕಣ್ಣಿಗೆ ಗೋಚರಿಸಿದ ತಕ್ಷಣ ಈ ಹಿರಿಯ ಜೀವಗಳು ವಾಕಿಂಗ್ ಮಾಡುವುದನ್ನು ಕ್ಷಣಕಾಲ ನಿಲ್ಲಿಸಿ, ಭಕ್ತಿಯಿಂದ ಸೂರ್ಯದೇವನಿಗೆ ಕೈಮುಗಿದು "ಬದುಕಿನಲ್ಲಿ ಮತ್ತೊಂದು ದಿನದ ಆಯುಷ್ಯವನ್ನು ಕೊಟ್ಟೆಯೋ ಪರಮಾತ್ಮ. ಇದೋ ನಿನಗೆ ನನ್ನ ವಂದನೆ" ಎಂದು ಮನಸ್ಸಲ್ಲಿ ಧ್ಯಾನಿಸಿ, ಪರವಶರಾಗಿ, ಮತ್ತೆ ತಮ್ಮ ವಾಕಿಂಗನ್ನು ಮುಂದುವರೆಸುತ್ತಾರೆ. ಅವರು ದಡ್ಡರೋ,

ಜ್ಞಾನರೋ, ಯಶಸ್ವಿಗಳೋ, ಸೋತವರೋ, ನೊಂದವರೋ, ನಲಿದವರೋ, ಬಡವರೋ, ಶ್ರೀಮಂತರೋ, ಉನ್ನತ ಕುಲದವರೋ, ಕೀಳು ಕುಲದವರೋ, ಕನ್ನಡದವರೋ, ಹೊರನಾಡಿನವರೋ – ಯಾವುದೂ ಗೊತ್ತಿಲ್ಲದಿದ್ದರೂ, ಒಂದು ದಿನ ಆಯುಷ್ಯವನ್ನು ಹೆಚ್ಚಿಸಿದ್ದಕ್ಕಾಗಿ ಭಗವಂತನಿಗೆ ಧನ್ಯವಾದಗಳನ್ನು ಅರ್ಪಿಸುವ ರೀತಿ ನನಗೆ ಜಗತ್ತಿನ ಅತ್ಯಂತ ಸುಂದರ ದೃಶ್ಯಗಳಲ್ಲಿ ಒಂದೆಂದು ತೋರುತ್ತದೆ. ಈ ಹಿರಿಯರ ಮುಂದೆ ಶಿವನು ಪ್ರತ್ಯಕ್ಷನಾಗಿ "ಹನ್ನೆರಡು ವರ್ಷದ ಜಾಣ ಮಗನೋ, ನೂರು ವರ್ಷದ ದಡ್ಡ ಮಗನೋ" ಎಂಬ ಆಯ್ಕೆಯನ್ನು ಒಡ್ಡಿದರೆ, ಖಂಡಿತವಾಗಿಯೂ ಮೃಕಂಡು ಮುನಿ ಮಾಡಿದ ತಪ್ಪನ್ನು ಇವರು ಮಾಡಲಿಕ್ಕಿಲ್ಲ ಎಂದು ನನಗನ್ನಿಸುತ್ತದೆ.

27ನೇ ಏಪ್ರಿಲ್ 2016

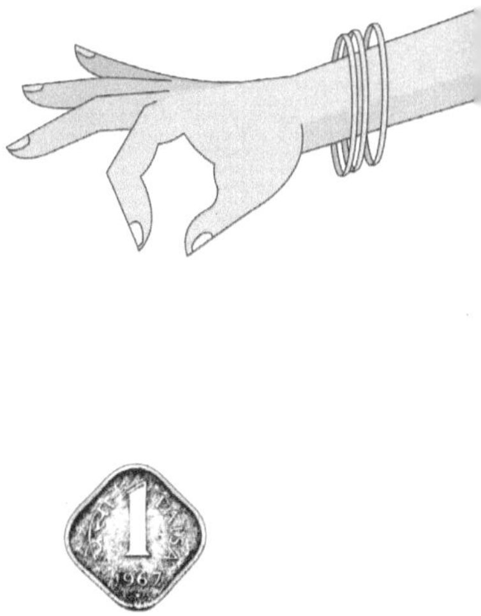

ಐದನೆಯ ಪೈಸೆ

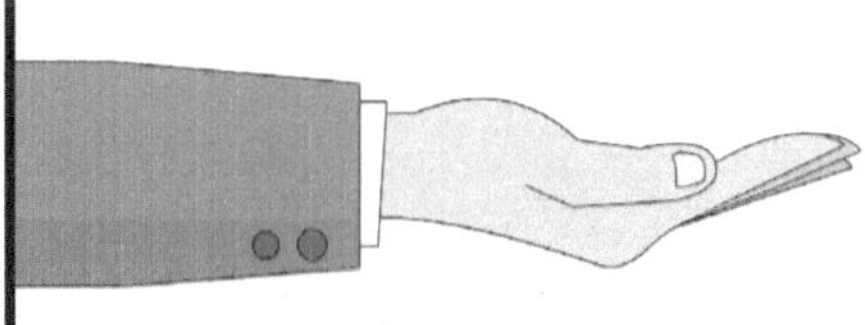

ನೀರಿಲ್ಲದ ಹಾಲಿಲ್ಲ

ನನ್ನ ಸಾಹಿತ್ಯದ ಹಿರಿಯ ಗೆಳೆಯರೊಬ್ಬರು ದಿವಂಗತ ಕೀರ್ತಿನಾಥ ಕುರ್ತಕೋಟಿಯವರೊಡನೆ ಒಡನಾಡಿದ್ದಾರೆ. ಅವರು ಒಂದು ಘಟನೆಯನ್ನು ನನ್ನೊಡನೆ ಹಂಚಿಕೊಂಡರು. ಒಮ್ಮೆ ಸಂಜೆಯ ಇಳಿಹೊತ್ತಿನಲ್ಲಿ ಸುಮ್ಮನೆ ಅವರನ್ನು ಕೆಣಕುವ ಕಾರಣದಿಂದ "ಸಾರ್, ನೀವು ಇಷ್ಟೆಲ್ಲಾ ವಿಮರ್ಶೆ ಅಂತ ಒದ್ದಾಡ್ತೀರ. ಅದು ನಿಮಗೆ ಏನು ಕೊಟ್ಟದೆ?" ಎಂದು ಕೇಳಿದರಂತೆ. ಆ ಪ್ರಶ್ನೆಗೆ ಹೆಚ್ಚಿಗೆ ತಡವರಿಸದೆ ಕೀರ್ತಿನಾಥ ಕುರ್ತಕೋಟಿಯವರು ಹೀಗೆ ಉತ್ತರಿಸಿದರಂತೆ. "ನೋಡಪ್ಪಾ ತಮ್ಮಾ, ಸಾಮಾನ್ಯ ಜನರು ಒಂದು ಪುಸ್ತಕ ಓದಿದ್ರೆ ಅದು 'ಚೆನ್ನಾಗದೆ' ಅಂತಾನೋ ಇಲ್ಲಾಂತಂದ್ರೆ 'ಚೆನ್ನಾಗಿಲ್ಲ' ಅಂತಾನೋ ಹೇಳ್ತಾರೆ. ಆದರೆ ಈ 'ಚೆನ್ನಾಗದೆ' ಮತ್ತು 'ಚೆನ್ನಾಗಿಲ್ಲ' ಅನ್ನೋ ಎರಡು ಸ್ಥಾನಗಳ ಮಧ್ಯ ಒಂದು ಉದ್ದಾನುದ್ದ ದಾರಿ ಅದೆ. ಆ ದಾರಿನಾಗೆ ನಡೆಯೋದಕ್ಕೆ ನಂಗೆ ಬರ್ತದೆ. ಆ ದಾರಿಯ ಮಧ್ಯದಲ್ಲಿ ಎಲ್ಲಿ ಬೇಕಂದ್ರೂ ನಿಂತುಗೊಳ್ಳೋ ಶಕ್ತಿಯನ್ನ ನಂಗೆ ವಿಮರ್ಶೆಯ ಪರಿಭಾಷೆ ಕೊಟ್ಟದೆ. ಅದೇ ನನ್ನ ಶಕ್ತಿ" ಅಂದರಂತೆ. ಇವರ ಉತ್ತರವನ್ನು ಕೇವಲ ಸಾಹಿತ್ಯಲೋಕಕ್ಕೆ ಮಾತ್ರ ಸೀಮಿತಗೊಳಿಸಬೇಕೆಂದೇನೂ ಇಲ್ಲ. ನಮ್ಮ ಬದುಕಿನ ಎಲ್ಲಾ ಸಂಗತಿಗಳನ್ನು ತುಲನೆ

ಮಾಡುವಾಗ, ನಾವು ಇತ್ತೀಚೆಗೆ ವಿಮರ್ಶಾಶಕ್ತಿಯನ್ನು ಕಳೆದುಕೊಂಡಿದ್ದೇವೇನೋ ಎಂದು ನನಗೆ ಅನುಮಾನವಾಗುತ್ತದೆ. ಎಡಕ್ಕೊಂದು ಮತ್ತು ಬಲಕ್ಕೊಂದು ಭಾವಿಗಳನ್ನು ತೋಡಿಕೊಂಡು, ಅಲ್ಲಿಯೋ ಅಥವಾ ಇಲ್ಲಿಯೋ ಆಳದಲ್ಲಿ ಸೇರಿಕೊಂಡು ಹೊರಬರಲಾಗದ ಕೂಪಮಂಡೂಕಗಳಾಗಿದ್ದೇವೆ. ನಮ್ಮ ಭಾವಿಯೇ ದೊಡ್ಡದೆಂದೂ, ಶ್ರೇಷ್ಠವೆಂದೂ ಗಲಾಟೆ ಮಾಡತೊಡಗಿದ್ದೇವೆ. ಜಗತ್ತಿನೆಲ್ಲೆಡೆ ಸ್ವಚ್ಛಂದವಾಗಿ ಓಡಾಡಬೇಕಾದ ಸಾಹಿತ್ಯ ಸರಸ್ವತಿಯನ್ನು ಬಲವಂತವಾಗಿ ನಮ್ಮ ಕೂಪಗಳೆಡೆ ಎಳೆದುಕೊಂಡು, ಉಸಿರುಗಟ್ಟಿಸಿ ಸಾಯಿಸುವ ಕ್ರೌರ್ಯಕ್ಕೆ ಸಿದ್ಧರಾಗಿದ್ದೇವೆ. ಕಂಪ್ಯೂಟರ್ ಪರಿಭಾಷೆಯಲ್ಲಿ ಹೇಳಬೇಕೆಂದರೆ ನಮ್ಮ ಮನಸ್ಸನ್ನು ಡಿಜಿಟಲ್ ಮಾಡಿಕೊಂಡಿದ್ದೇವೆ. ಇಲ್ಲಾ 'ಸೊನ್ನೆ' ಅಥವಾ 'ಒಂದು' – ಇವೆರಡರ ಹೊರತಾಗಿ ಮತ್ತೆ ಯಾವ ವಿಮರ್ಶಾತ್ಮಕ ನಿರ್ಣಯವನ್ನು ತೆಗೆದುಕೊಳ್ಳಲೂ ನಮಗೆ ಸಾಧ್ಯವಾಗುತ್ತಿಲ್ಲ. ಕುರ್ತಕೋಟಿಯವರು ಹೇಳಿದಂತಹ ವಿಮರ್ಶೆಯೆಂಬ ಅನಲಾಗ್ ದಾರಿಯಲ್ಲಿ ನಡೆಯುವುದಕ್ಕೆ ನಮಗೆ ಬರುತ್ತಿಲ್ಲ. ಜೊತೆಗೆ ಈ ಧ್ರುವಗಳನ್ನು ರಾಷ್ಟ್ರದ ಒಂದೊಂದು ರಾಜಕೀಯ ಪಕ್ಷಕ್ಕೆ ಸೇರಿಸಿಬಿಟ್ಟು, ನಮ್ಮನ್ನು ಆ ಪಕ್ಷದ ವಕ್ತಾರರೆಂದು ಭಾವಿಸಿಕೊಂಡ ಮೇಲಂತೂ ಪೂರ್ತಿ ವಿವೇಚನಾ ಶಕ್ತಿಯನ್ನು ಕಳೆದುಕೊಂಡುಬಿಟ್ಟಿದ್ದೇವೆ. ಸಾಹಿತಿಗಳಾಗುವ ಬದಲು ರಾಜಕೀಯ ಚೇಲಾಗಳಾಗಲು ಹೊರಟಿದ್ದೇವೆ. ನಮ್ಮನಮ್ಮೊಳಗೆ ನಡೆಯಬೇಕಾದ ಒಡನಾಟಗಳನ್ನೂ ನಿಲ್ಲಿಸಿಬಿಟ್ಟು, ಬಹಿಷ್ಕಾರ ಸಂಸ್ಕೃತಿಯನ್ನು ರೂಢಿಸಿಕೊಳ್ಳುತ್ತಿದ್ದೇವೆ. ಭಾರತದಲ್ಲಿ ಕಳೆದ ಎರಡು ದಶಕದಲ್ಲಿ ಪವಾಡದಂತೆ ಜರುಗಿ ಹೋದ ಡಿಜಿಟಲ್ ರೆವಲ್ಯೂಷನ್ ವಿಚಾರದಲ್ಲಿಯೂ ನಮ್ಮ ನಿಲುವು ಧ್ರುವಕ್ಕೆ ಅಂಟಿಕೊಳ್ಳುವದಕ್ಕಿಂತಲೂ ಬೇರೆಯಾಗಿಲ್ಲ.

ತೊಂಬತ್ತರ ದಶಕದ ಆರಂಭದಲ್ಲಿ ಅದೀಗ ತಾನೆ ಡಿಜಿಟಲ್ ಜಗತ್ತು ಹೊಸ ಹೆದ್ದಾರಿಯಲ್ಲಿ ಅಂಬೆಗಾಲಿಕ್ಕಿಕೊಂಡು ನಡೆಯಲು ಶುರು ಮಾಡಿತ್ತು. ನಾನಾಗ ಭಾರತೀಯ ವಿಜ್ಞಾನ ಕೇಂದ್ರದಲ್ಲಿ (IISc) ಸ್ನಾತಕೋತ್ತರ ಪದವಿಯನ್ನು ಮಾಡುತ್ತಿದ್ದೆ. ಆ ಹೊತ್ತಿನಲ್ಲಿ ನನ್ನ ಇಂಜಿನಿಯರಿಂಗ್ ಗೆಳೆಯನೊಬ್ಬ ದೊಡ್ಡ ಸಾಫ್ಟ್‌ವೇರ್ ಕಂಪನಿಯೊಂದರಲ್ಲಿ ಕೆಲಸ ಮಾಡುತ್ತಿದ್ದ. ಅವನೊಂದು ಸಂಜೆ ಕರೆ ಮಾಡಿ "ಇಂಟರ್‌ನೆಟ್ ಅಂತ ಹೊಸ ತಂತ್ರಜ್ಞಾನ ಬಂದಿದೆ; ಅದು ವಿಶೇಷವಾಗಿದೆ. ಸಂಜೆ ಆಫೀಸಿಗೆ ಬಾ. ತೋರಿಸ್ತೀನಿ" ಅಂತ ಹೇಳಿದ. ನಾನಿನ್ನೂ ವಿದ್ಯಾರ್ಥಿಯಾಗಿದ್ದರಿಂದ ಸಂಜೆಯ ಹೊತ್ತು ವಿಫುಲವಾಗಿ ಸಮಯವಿರುತ್ತಿತ್ತು. ಜೊತೆಗೆ ಆ ದಶಕದಲ್ಲಿ ಯಾವ ಟ್ರಾಫಿಕ್ ಕಾಟವೂ ಇರಲಿಲ್ಲ. ಸೀದಾ ಅವನಲ್ಲಿಗೆ ಹೋದೆ. ಆಗಿನ್ನೂ ಕಪ್ಪು ಬಿಳುಪು ಅಕ್ಷರಗಳು ಮಾತ್ರ ಕಂಪ್ಯೂಟರ್ ಪರದೆಯಲ್ಲಿ ಲಭ್ಯವಿದ್ದವು. ಚಿತ್ರಗಳಾಗಲಿ, ಧ್ವನಿಯಾಗಲಿ, ಬಣ್ಣವಾಗಲಿ – ಇನ್ನೂ ಬಹುತೇಕ ಬಂದಿರಲಿಲ್ಲ.

ಅಂತಹ ಹೊತ್ತಿನಲ್ಲಿ ನನಗವನು ಇಂಟರ್‌ನೆಟ್ ಪರಿಚಯಿಸಿ "ಜಗತ್ತಿನಲ್ಲಿ ನಿನಗೆ ಪ್ರಿಯವಾದ ಯಾವ ಸಂಗತಿಯನ್ನಾದರೂ ಇದರಲ್ಲಿ ಹುಡುಕಬಹುದು" ಅಂತ ಹೇಳಿ ಕೀಬೋರ್ಡ್ ಕೊಟ್ಟಿದ್ದ. ನನಗೆ ರೋಮಾಂಚನವಾಗಿತ್ತು. ಜಗತ್ತಿನ ಯಾವ ಸಂಗತಿಯನ್ನಾದರೂ ಒಂದು ಪುಟ್ಟ ಕಂಪ್ಯೂಟರ್ ಪರದೆಯಲ್ಲಿ ನೋಡಲು ಹೇಗೆ ಸಾಧ್ಯ? ಇದು ನಿಜವೆ? ಕಣ್ಕಟ್ಟೆ? ಎಂದು ಅನುಮಾನವಾಗಿತ್ತು. ನಡುಗುವ ಕೈಗಳಿಂದ ಕೀಬೋರ್ಡು ತೆಗೆದುಕೊಂಡು "K... A... N... N... A... D... A" ಎಂದು ಟೈಪಿಸಿ, ಶೋಧಕ ಯಂತ್ರಕ್ಕೆ ಅದನ್ನು ಹುಡುಕಲು ಹೇಳಿದ್ದೆ. ನನ್ನ ಶೋಧಕ ಪದವನ್ನು ಗಮನಿಸಿದ ಗೆಳೆಯ ಗಲಿಬಿಲಿಯಾದ. "ಏಯ್‌ಯ್! ಏನೇನೋ ಹುಡುಕಿದ್ರೆ ಸಿಗಲ್ಲ ಮಾರಾಯ!" ಅಂತ ಅನುಮಾನದಲ್ಲಿ ಹೇಳಿದ. ಆದರೂ ಫಲಿತಾಂಶಕ್ಕೆ ಕಾದು ನೋಡುವ ಕುತೂಹಲ ಇಬ್ಬರಿಗೂ ಇತ್ತು. ಆಗ ಶೋಧಕ ಯಂತ್ರ ಫಲಿತಾಂಶ ನೀಡಲು ಬಹಳ ಸಮಯ ತೆಗೆದುಕೊಳ್ಳುತ್ತಿತ್ತು. ಡಬಗುಟ್ಟುವ ಎದೆಬಡಿತದೊಂದಿಗೆ ನಾವಿಬ್ಬರೂ ಕಾದೆವು. ಅರ್ಧ ನಿಮಿಷದ ನಂತರ ನಾಲ್ಕು ಫಲಿತಾಂಶಗಳು ಪರದೆಯ ಮೇಲೆ ಬಿತ್ತರಗೊಂಡವು. ಆ ನಾಲ್ಕರಲ್ಲೂ "KANNADA" ಎಂಬ ಪದವಿತ್ತು. ನಾವಿಬ್ಬರೂ ಅದೆಷ್ಟು ರೋಮಾಂಚನಗೊಂಡೆವೆಂದರೆ "ಹೇ..." ಎಂದು ದೊಡ್ಡ ಧ್ವನಿಯಲ್ಲಿ ಕಿರುಚಿ, ಹೈಫೈವ್ ಚಪ್ಪಾಳೆ ತಟ್ಟಿದ್ದೆವು. ಆ ಸಂತೋಷದ ಉನ್ಮಾದದಲ್ಲಿ ನಾನು "ಈ ಅಕ್ಷರಗಳೂ ಕನ್ನಡದಲ್ಲೇ ಇದ್ದರೆ ಎಷ್ಟು ಚೆನ್ನಾಗಿರುತ್ತಲ್ವಾ?" ಎಂದು ಗೆಳೆಯನಿಗೆ ಹೇಳಿದ್ದೆ. ಆಗವನು ಸಿಟ್ಟಿಗೆದ್ದು "ಅತಿ ಆಸೆ ಒಳ್ಳೆದಲ್ಲ ನೋಡು" ಎಂದಿದ್ದ.

ಈಗ "KANNADA" ಪದವನ್ನು ಗೂಗಲಿಸಿದರೆ ಮೂವತ್ತೇಳು ಸೆಕೆಂಡಿನಲ್ಲಿ ಇಪ್ಪತ್ತೊಂದೂವರೆ ಕೋಟಿ ಫಲಿತಾಂಶಗಳೂ, ಅದನ್ನೇ ಕನ್ನಡದ ಅಕ್ಷರದಲ್ಲಿ "ಕನ್ನಡ" ಎಂದು ಗೂಗಲಿಸಿದರೆ ಮೂವತ್ಮೂರು ಸೆಕೆಂಡಿನಲ್ಲಿ ಎಂಬತ್ತಾರು ಕೋಟಿ ಫಲಿತಾಂಶಗಳು ನಮಗೆ ದಕ್ಕುತ್ತವೆ. ಕನ್ನಡಿಗನಾಗಿ ನನಗೆ ಇದಂತೂ ಸಂತೋಷ ಕೊಡುವ ಮತ್ತು ಹೆಮ್ಮೆ ಪಡುವ ಸಂಗತಿಯಾಗಿದೆ. ಆದರೆ ನನ್ನ ದಾಹ ದೊಡ್ಡದು. ಕನ್ನಡ ತಾಯಿಯ ಮರಿ-ಮರಿ-ಮರಿ... ಮೊಮ್ಮಗನ ವಯಸ್ಸಿನ ಇಂಗ್ಲೀಷ್ ಭಾಷೆಯ "English" ಎಂಬ ಪದಕ್ಕೆ ಎಂಟುನೂರಾ ಐವತ್ತು ಕೋಟಿ ಫಲಿತಾಂಶಗಳು ಮೂಡಿಬರುವುದು ನನಗೆ ಅಷ್ಟು ಸುಲಭವಾಗಿ ಜೀರ್ಣಿಸಿಕೊಳ್ಳಲಾಗುವದಿಲ್ಲ. ಮುಂದೊಂದು ದಿನ ಅದನ್ನೂ ನಾವು ಹಿಂದಿಕ್ಕುತ್ತೇವೆ ಎನ್ನುವ ಆಸೆಬುರುಕ ನಿರೀಕ್ಷೆ ನನ್ನದು! ಹಾಗಂತ ಇಂಟರ್‌ನೆಟ್ ಸಾಧನೆಯ ಬಗ್ಗೆ ಹೆಮ್ಮೆಯಿಂದ ಬೀಗಲು ತೊಡಗಿದರೆ ನಾನೂ ಎಡ-ಬಲ ಕೂಪಗಳ ಮಂಡೂಕನಾದೇನು! ಅದರ ಲಾಭ ಮತ್ತು ಪ್ರಮಾದಗಳ ಎರಡು ವಿಭಿನ್ನ ಘಟನೆಗಳನ್ನು ನಿಮಗೆ ಹೇಳಿದರೆ ನನ್ನ ಈ ಮಾತು ಅರ್ಥವಾದೀತು.

ಬಳ್ಳಾರಿ ಜಿಲ್ಲೆಯ ಚಿಕ್ಕ ಊರಲ್ಲಿ ಬೆಳೆದು ಬಂದವನು ನಾನು. ಸಂಕೋಚದ ಮೂಟೆಯೇ ನನ್ನ ಹೆಗಲ ಮೇಲಿತ್ತು. ಅದೂ ಆಧುನಿಕ ಸಂಗತಿಗಳ ವಿಷಯ ಬಂದರಂತೂ ನನಗೇನೂ ಗೊತ್ತಿಲ್ಲವೆಂಬ ಪೂರ್ವಗ್ರಹ ನನ್ನನ್ನು ಹಿಡಿಯಷ್ಟು ಮಾಡಿ ಹಿಂಸಿಸುತ್ತಿತ್ತು. ಅಂತಹ ಸಂಗತಿಗಳಲ್ಲಿ ಪಾಶ್ಚಿಮಾತ್ಯ ಶೌಚಾಲಯವನ್ನು ಹೇಗೆ ಬಳಸಬೇಕೆಂಬುದೂ ಒಂದು. ಚಿಕ್ಕಂದಿನಿಂದಿಲೂ ಭಾರತೀಯ ಪದ್ಧತಿಯ ಶೌಚಾಲಯವನ್ನು ಬಳಸಿದವನು ನಾನು. ಹಲವಾರು ಬಾರಿ ಬಯಲು ಶೌಚಾಲಯವನ್ನೂ ಬಳಸಿ ಅಭ್ಯಾಸವಿತ್ತು. ಆದರೆ ಪಾಶ್ಚಿಮಾತ್ಯ ಶೈಲಿಯ ಕಮೋಡ್ ನನಗೆ ಅಭ್ಯಾಸವಿರಲಿಲ್ಲ. ಕೇವಲ ದೂರದೂರಿಗೆ ರೈಲಿನಲ್ಲಿ ಪ್ರಯಾಣಿಸುವಾಗ ಮಾತ್ರ ಅದನ್ನು ಕುತೂಹಲದಿಂದ ಗಮನಿಸಿದ್ದೆ. ಅದೇನೆಂದು ತಿಳಿಯದೆ ಗಲಿಬಿಲಿಗೊಂಡು, ಭಾರತೀಯ ಮಾದರಿಯ ಶೌಚಾಲಯದಲ್ಲಿಯೇ ಹೋಗಿ ಕಾರ್ಯ ಮುಗಿಸಿ ಬರುತ್ತಿದ್ದೆ. ಆ ದಿನಗಳಲ್ಲಿ ರೈಲುಗಳಲ್ಲಿ ಸೂಕ್ಷ್ಮವಾಗಿ ಗಮನಿಸಿದರೆ ಭಾರತೀಯ ಮಾದರಿಯ ಶೌಚಾಲಯಗಳಿಗಿಂತಲೂ, ಪಾಶ್ಚಿಮಾತ್ಯ ಮಾದರಿಯ ಶೌಚಾಲಯಗಳು ಹೆಚ್ಚು ಸ್ವಚ್ಛವಾಗಿರುತ್ತಿದ್ದವು. ನನ್ನಂತೆಯೇ ಇತರ ಪ್ರಯಾಣಿಕರ ಮನೋಭಾವವೂ ಇದ್ದಿತೆನ್ನುವದಕ್ಕೆ ಅದು ಸಾಕ್ಷಿಯೆನ್ನಿಸುತ್ತದೆ. ಆದರೆ ಕಾಲ ಸರಿದಂತೆಲ್ಲಾ ಈ ಕಮೋಡ್ ಎನ್ನುವುದು ಮತ್ತೆ ಮತ್ತೆ ಬದುಕಿನಲ್ಲಿ ಬರಲಾರಂಭಿಸಿತು. ಕಾರ್ಪೋರೇಟ್ ಪ್ರಪಂಚದಲ್ಲಿ, ಪಂಚತಾರಾ ಹೋಟೆಲುಗಳಲ್ಲಿ, ಹೊರದೇಶಗಳಲ್ಲಿ – ಎಲ್ಲಿ ಹೋದರೂ ಅದನ್ನು ಬಳಸುವ ಪ್ರಮೇಯ ಬರುತ್ತಿತ್ತು. ನನ್ನ ಸಾಮಾನ್ಯಜ್ಞಾನದಿಂದ ಅದರ ಮೇಲೆ ಕೂತು ಕಾರ್ಯಮುಗಿಸಬೇಕೆಂದು ತಿಳಿಯುತ್ತಿತ್ತು. ಆದರೆ ಅದರ ಮೇಲೆ ಮತ್ತು ಮೇಲಿನ ಮುಚ್ಚಳದ ಮಧ್ಯದಲ್ಲಿ ಒಂದು ರಂಧ್ರದ ಪ್ಲೇಟ್ ಇದೆಯಲ್ಲವೆ? ಇದರ ಉದ್ದೇಶವೇನು? ಅದನ್ನು ಹೇಗೆ ಬಳಸಬೇಕು? ಮೂತ್ರ ಹೊಯ್ಯುವಾಗ ಒಂದು ರೀತಿ, ಮಲ ವಿಸರ್ಜನೆಗೆ ಒಂದು ರೀತಿ ಇರಬಹುದು. ಆದರೆ ಯಾವುದಕ್ಕೆ ಯಾವುದು? ಈ ತರಹದ ಗೊಂದಲಗಳು ನನ್ನನ್ನು ಬಹುದಿನಗಳ ಕಾಲ ಕಾಡಿದವು. ಯಾರನ್ನಾದರೂ ಕೇಳಿ ಬಗೆಹರಿಸಿಕೊಳ್ಳಬಹುದಿತ್ತು. ಆದರೆ ನನ್ನ ಸಂಕೋಚ ಪ್ರವೃತ್ತಿಯಿಂದಾಗಿ "ಅಷ್ಟೂ ಗೊತ್ತಿಲ್ವಾ? ಇಷ್ಟು ದಿನ ಹೆಂಗೆ ಬಳಸಿದೆ?" ಎಂದು ಸ್ನೇಹಿತರೆಲ್ಲಿ ಗೇಲಿ ಮಾಡಿಬಿಡುತ್ತಾರೋ ಎಂಬ ಭಯದಿಂದ ಅಂತಹ ಸುಲಭದ ಕೆಲಸವನ್ನು ಮಾಡಲಿಲ್ಲ. ಕೊನೆಗೆ ನನ್ನ ಸಹಾಯಕ್ಕೆ ಬಂದಿದ್ದು ಇಂಟರ್‌ನೆಟ್! ನಂಬುತ್ತೀರೋ ಬಿಡುತ್ತೀರೋ, ಇಂಗ್ಲೆಂಡಿನಲ್ಲಿ ಒಮ್ಮೆ ನಡುರಾತ್ರಿ ಎಚ್ಚರವಾದಾಗ ನನಗೆ ಈ ಐಡಿಯಾ ಹೊಳೆದು, ತಕ್ಷಣವೇ ಲಾಗಿನ್‌ಆಗಿ, ನನ್ನ ಸಮಸ್ಯೆಗೆ ಪರಿಹಾರ ಕಂಡುಕೊಂಡಿದ್ದೆ. ಬಹುದಿನಗಳಿಂದ ಕಾಡಿದ್ದ ಅಂತರಂಗದ ಪ್ರಶ್ನೆಗೆ ಪರಿಹಾರ ಸಿಕ್ಕಿ "ಯುರೇಕಾ..."

ಎಂದು ಕೂಗುವಂತಹ ಸಂತೋಷವಾಗಿತ್ತು. ಅಂದಿನಿಂದ ಇಂಟರ್‌ನೆಟ್ ನನ್ನ ಆಪ್ತಸ್ನೇಹಿತನಾಗಿಬಿಟ್ಟ. ಖಾಸಗಿ ಸಂಗತಿಯನ್ನು ಹೇಳಿಕೊಳ್ಳುವ ಚಡ್ಡಿ ದೋಸ್ತ್ ಆದ. ತಮಾಷೆಯ ಸಂಗತಿಯೆಂದರೆ ಈಗ ಅಂತಹ ಸಂಕೋಚದ ಪೊರೆಯನ್ನು ಕಳಚಿಕೊಂಡಿದ್ದೇನೆ. ಕತೆಗಾರನಾದ ನನಗೆ ಅದು ಒಳ್ಳೆಯದೋ, ಕೆಟ್ಟದ್ದೋ ಗೊತ್ತಿಲ್ಲ. ಆದರೆ ಮೊನ್ನೆ ಖರೀದಿಸಿದ ಮನೆಯ ಎರಡೂ ಶೌಚಾಲಯದಲ್ಲಿ ಕಡ್ಡಾಯವಾಗಿ ಪಾಶ್ಚಿಮಾತ್ಯ ಶೈಲಿಯ ಕಮೋಡ್ ಇರಬೇಕೆಂದು ಮೇಸ್ತ್ರಿಗೆ ಹೇಳಿ ಬಂದಿದ್ದೇನೆ. ನನ್ನ ಬದುಕಿನ ಬದಲಾವಣೆಯಲ್ಲೂ ಎಲ್ಲೋ ಡಿಜಿಟಲ್ ರೆವಲ್ಯೂಷನ್ ಬಹಳ ಪ್ರಭಾವ ಬೀರಿದೆ ಎನ್ನಿಸುತ್ತದೆ.

ಹಾಗಂತ ಎಲ್ಲ ಸಮಸ್ಯೆಗಳಿಗೂ ಇಂಟರ್‌ನೆಟ್‌ನಲ್ಲಿ ಪರಿಹಾರವಿದೆ ಎಂದುಕೊಂಡ ನನ್ನ ಮೂರ್ಖತನವೂ ಒಮ್ಮೆ ಬಯಲಿಗೆ ಬಿತ್ತು. ನನಗೆ ಇಪ್ಪತ್ತರ ವಯಸ್ಸಿನಿಂದಲೂ ವಿಪರೀತವಾದ ತಲೆನೋವಿನ ಸಮಸ್ಯೆಯಿತ್ತು. ಯಾವುದೋ ಅನಿರೀಕ್ಷಿತ ದಿನವೊಂದು ಆ ಅನಾರೋಗ್ಯ ವಕ್ಕರಿಸಿದರೆ, ಮೂರು ನಾಲ್ಕು ದಿನ ನನ್ನನ್ನು ಹಿಂಡಿ ಹಿಪ್ಪೆ ಮಾಡುತ್ತಿತ್ತು. ಮಾತ್ರೆ ತೆಗೆದುಕೊಂಡರೆ ಒಂದು ದಿನದಲ್ಲಿ ಕಡಿಮೆಯಾಗುತ್ತಿತ್ತಾದರೂ, ಶೀಘ್ರದಲ್ಲಿಯೇ ಮತ್ತೆ ವಕ್ಕರಿಸುತ್ತಿತ್ತು. ಆ ಭಯಕ್ಕೆ ಮಾತ್ರೆ ತೆಗೆದುಕೊಳ್ಳದೆ ಆ ನೋವನ್ನು ಮೂರು ನಾಲ್ಕು ದಿನ ಅನುಭವಿಸುತ್ತಿದ್ದೆ. ಆ ಹೊತ್ತಿನಲ್ಲಿ ನನಗೆ ಬೆಳಕನ್ನು ನೋಡಲಾಗುತ್ತಿರಲಿಲ್ಲ, ಯಾರೊಡನೆಯೂ ಮಾತನಾಡಲಾಗುತ್ತಿರಲಿಲ್ಲ, ಓದಲು–ಬರಯಲು, ಕಲಸ ಮಾಡಲು – ಊಹೂಂ, ಯಾವುದೂ ಸಾಧ್ಯವಾಗುತ್ತಿರಲಿಲ್ಲ. ಊಟ–ತಿಂಡಿಯೂ ಬೇಡವೆನ್ನಿಸುತ್ತಿತ್ತು. ಸುಮ್ಮನೆ ನನ್ನ ಪಾಡಿಗೆ ನಾನು ತಲೆಗೆ ಬಿಗಿಯಾಗಿ ಟವೆಲೊಂದನ್ನು ಕಟ್ಟಿಕೊಂಡು ನೋವನ್ನು ಅನುಭವಿಸುತ್ತಿದ್ದೆ. ಸುಮಾರು ಏಳು ವರ್ಷಗಳ ಕಾಲ ಆಗಾಗ ಅಪ್ಪಳಿಸುವ ಈ ಹಿಂಸೆಯನ್ನು ನಾನು ಅನುಭವಿಸಿದ್ದೇನೆ. ಶೌಚಾಲಯದ ಪರಿಹಾರ ಗೊತ್ತಾದ ತಕ್ಷಣ, ನನ್ನ ಈ ಸಾಫ್ಟ್‌ವೇರ್ ಕೌಶಲ್ಯದ ಮನಸ್ಸು ತಲೆನೋವಿಗೂ ಅಲ್ಲಿಯೇ ಪರಿಹಾರ ಕಂಡುಹಿಡಿಯಲು ಹುರಿದುಂಬಿಸಿತು. ಹುಡುಕಿದರೆ ನೂರಾರು ಲೇಖನಗಳು, ರೋಗಿಗಳ ಟಿಪ್ಪಣಿಗಳು, ವೈದ್ಯರ ಪುಕ್ಕಟೆ ಸಲಹೆಗಳು ಸಿಕ್ಕವು! ಒಂದರ ನಂತರ ಒಂದನ್ನು ಓದುತ್ತಾ ಹೋದಂತೆ ನನಗೆ ಭಯವಾಗತೊಡಗಿತು. ನನ್ನ ಸಮಸ್ಯೆಯ ವಿವರಗಳನ್ನು ದಾಖಲಿಸಿ, ಇಂಟರ್‌ನೆಟ್ ವೈದ್ಯನನ್ನು ಏನಿರಬಹುದು ಎಂದು ಪ್ರಶ್ನಿಸಿದರೆ, ಖಂಡಿತವಾಗಿಯೂ ಇದು ಮಸ್ತಿಷ್ಕದ ಕ್ಯಾನ್ಸರ್ ಎಂದು ಹೇಳಿಬಿಟ್ಟ! ನನಗೆ ಕೈಕಾಲಲ್ಲೆಲ್ಲಾ ನಡುಕ ಶುರುವಾಯ್ತು. ಮತ್ತೆ ಮತ್ತೆ ಓದಿದಂತೆಲ್ಲಾ ಅದು ಕ್ಯಾನ್ಸರ್ ಎಂಬುದರಲ್ಲಿ ಅನುಮಾನವೇ ಇಲ್ಲ ಎಂದು ನನಗೆ ಸ್ಪಷ್ಟವಾಗತೊಡಗಿತು. ಭಾರತಕ್ಕೆ ಓಡಿ ಬಂದೆ.

ತಾಯ್ನಾಡಲ್ಲಿ ಪಾದವೂರಿದ ದಿನವೇ ಡಾಕ್ಟರರ ಬಳಿ ಓಡಿಹೋದೆ. ಅವರು ಹತ್ತಾರು ಪರೀಕ್ಷೆ ಮಾಡಿ, ಏನೇನೋ ಪ್ರಶ್ನೆಗಳನ್ನು ಕೇಳಿದರು. ನಾನು ಮಾತಿನ ಮಧ್ಯದಲ್ಲಿ "ಡಾಕ್ಟರ್, ಇದು ಬ್ರೇನ್‌ಟ್ಯೂಮರ್ ಇರಬಹುದಾ?" ಎಂದು ಕೇಳಿದೆ. ಕಣ್ಣುಗಳನ್ನು ಏರಿಸಿದ ಡಾಕ್ಟರು "ಯಾರ್‍ರೀ ನಿಮಗೆ ಇದನ್ನು ಹೇಳಿದ್ದು?" ಎಂದು ಜಬರಿಸಿ ಕೇಳಿದರು. ಭಯಗೊಂಡ ನಾನು "ಇಂಟರ್‌ನೆಟ್ ಡಾಕ್ಟರ್" ಎಂದೆ. ಸಿಟ್ಟಿಗೆದ್ದ ಆ ಡಾಕ್ಟರು ನನ್ನ ಫೈಲನ್ನು ಟೇಬಲ್ಲಿಗೆ ಅಪ್ಪಳಿಸಿ, ಎರಡೂ ಕೈಗಳನ್ನು ಸದ್ದು ಬರುವಂತೆ ಜೋಡಿಸಿ "ಹಳ್ಳಿ ಜನರಿಗೆ ಚಿಕಿತ್ಸೆ ಕೊಡಬಹುದು ಕಣ್ರೀ... ಈ ಸಾಫ್ಟ್‌ವೇರ್ ಹುಡುಗರಿಗೆ ಟ್ರೀಟ್ ಮಾಡೋಕೆ ನನ್ನ ಕೈಲೆ ಆಗಲ್ಲ... ಕಂಡಕಂಡಿದ್ದೆಲ್ಲಾ ಓದಿ ತಲೆ ಕೆಡಿಸಿಕೊಳ್ತೀರ... ನಾವು ಮಾಡೋ ಕೆಲಸ ನೀವ್ಯಾಕ್ರಿ ಮಾಡ್ಲಿಕ್ಕೆ ಹೋಗ್ತೀರ? ಅನಾರೋಗ್ಯ ಬಂದ್ರೆ ತೆಪ್ಪಗೆ ನಮ್ಮ ಹತ್ತಿರ ಬರೋಕೆ ಆಗಲ್ವಾ? ನಾವೇನಾದ್ರೂ ನಿಮ್ಮ ತರಹ ಮೆಡಿಕಲ್ ಸಾಫ್ಟ್‌ವೇರ್ ಪ್ರೋಗ್ರಾಮಿಂಗ್ ಮಾಡ್ತೀವಾ? ಏಳು ವರ್ಷದಿಂದ ತಲೆನೋವಿಂದ ಒದ್ದಾಡ್ತಾ ಇದೀನಿ ಅಂತೀರ. ಬ್ರೇನ್‌ಟ್ಯೂಮರ್ ಬಂದಿದ್ರೆ ಆರು ತಿಂಗಳಿಗೆ ನೆಗೆದು ಮೇಲೆ ಹೋಗಿರ್ತಿದ್ರಿ. ಯಾವ ಲೋಕದ ಪ್ರಾಣಿಗಳು ಕಣ್ರಿ ನೀವು..." ಎಂದು ಎಲ್ಲಾ ಸಾಫ್ಟ್‌ವೇರ್ ಜನರ ಕೋಪವನ್ನು ಶೇಖರಿಸಿ ನನ್ನ ಮೇಲೆ ಪ್ರಯೋಗಿಸಿದರು. ಡಾಕ್ಟರರು ಸಿಟ್ಟಾಗಿದ್ದರೂ, ನನ್ನ ತಲೆನೋವು ಕ್ಯಾನ್ಸರ್‌ಅಲ್ಲವೆಂಬ ಸತ್ಯ ತಿಳಿದು ನನಗೆ ಸಂತೋಷವೇ ಆಗಿತ್ತು. ಸಾಫ್ಟ್‌ವೇರ್ ಎಂಬ ಹಿರಣ್ಯಕಶಿಪುವಿನ ಮೇಲೆ ಆ ಡಾಕ್ಟರರ ನರಸಿಂಹ ಅವತಾರವನ್ನು ನೋಡಿ ಮುಸಿಮುಸಿ ನಕ್ಕಿದ್ದೆ.

ನೀರಿಲ್ಲದ ಯಾವ ಹಾಲೂ ಇಲ್ಲ. ಹಸುವಿನ ಕೆಚ್ಚಲಿನ ಹಾಲಿನಲ್ಲೂ ನೀರಿನಂಶ ಇದ್ದೇ ಇರುತ್ತದೆ. ತಾಯಿಯ ಮೊಲೆ ಹಾಲಿನಲ್ಲೂ ನೀರಿನಂಶವಿರುತ್ತದೆ. ಹಂಸವಾಗಿ ಹಾಲನ್ನು ನೀರಿನಿಂದ ಬೇರ್ಪಡಿಸಿಕೊಳ್ಳುವ ಕಲೆಯನ್ನು ಕರಗತಗೊಳಿಸಿಕೊಳ್ಳದಿದ್ದರೆ ನಾವು ಸಿನಿಕರಾಗುತ್ತೇವೆ. ನಮಗೆ ಹಾಲೂ ದಕ್ಕುವದಿಲ್ಲ, ನೀರೂ ದಕ್ಕುವದಿಲ್ಲ. ಈ ಕಾಲದ ತುರ್ತು ಅಗತ್ಯವೇ ಹಾಲು–ನೀರಿನ ಬೇರ್ಪಡಿಕೆಯೆಂದು ನಾನು ಭಾವಿಸುತ್ತೇನೆ. ಯಾವುದನ್ನೂ ಪೂರ್ತಿ ಕಪ್ಪು–ಬಿಳುಪಾಗಿಸಲು ಸಾಧ್ಯವಿಲ್ಲದಂತಹ ಸಂಕೀರ್ಣ ಸ್ಥಿತಿಯಲ್ಲಿ ನಾವಿಂದು ಬದುಕುತ್ತಿದ್ದೇವೆ. ಉದಾಹರಣೆಗೆ ಹಲವು ವರ್ಷಗಳ ಕೆಳಗೆ ಬಂದ, ಹಿರಿಯ ನಾಟಕಕಾರ ಪ್ರಸನ್ನ ಅವರ "ಯಂತ್ರಗಳನ್ನು ಕಳಚೋಣ ಬನ್ನಿ" ಎಂಬ ವೈಚಾರಿಕ ಕೃತಿಯನ್ನೇ ತೆಗೆದುಕೊಳ್ಳೋಣ. ನುಡಿದಂತೆ ನಡೆವ ಬೆರಳೆಣಿಕೆಯ ಪ್ರಾಮಾಣಿಕರಲ್ಲಿ ಪ್ರಸನ್ನ ಅವರೂ ಒಬ್ಬರೆಂದು ನನಗೆ ಅವರ ಬಗ್ಗೆ ಬಹಳ ಗೌರವವಿದೆ. ಅವರ ಈ ಪುಸ್ತಕವನ್ನು ಸಂತೋಷದಿಂದ ಓದಿದ್ದೇನೆ. ಅವರ ಕಳಕಳಿ ಮತ್ತು ಕಾಳಜಿಗಳು ನನಗೆ ಅರ್ಥವಾಗುತ್ತವೆ. ಬಹಳಷ್ಟು ಕನ್ನಡ ಓದುಗರು ಈ ಪುಸ್ತಕವನ್ನು ಅಭಿಮಾನದಿಂದ ಬರ ಮಾಡಿಕೊಂಡಿದ್ದಾರೆ.

ಸೊಗಸಾದ ಮುಖಪುಟ ಮತ್ತು ಒಳಪುಟಗಳಿಂದ ಈ ಪುಸ್ತಕವನ್ನು ಅತ್ಯಂತ ಓರಣವಾಗಿ ಪ್ರಕಟಿಸಲಾಗಿತ್ತು.

ಸುಮ್ಮನೆ ಕುತೂಹಲಕ್ಕೆ ಈ ಸುಂದರ ಪುಸ್ತಕವೊಂದು ಓದುಗನ ಕೈಸೇರಲು ಅದೆಷ್ಟು ಯಂತ್ರಗಳು ಕೆಲಸ ಮಾಡಿರಬಹುದು ಎಂದು ಲೆಕ್ಕ ಹಾಕೋಣ. ಪುಸ್ತಕದ ಒಳಪುಟ ಮತ್ತು ಹೊರಪುಟಕ್ಕೆ ಬಳಸಲಾದ ಕಾಗದವನ್ನು ತಯಾರಿಸಲು ಮತ್ತು ಅವನ್ನು ಮುದ್ರಣಾಲಯಕ್ಕೆ ರವಾನಿಸಲು ಅದೆಷ್ಟು ಯಂತ್ರಗಳು ಬೇಕು? ಒಳಪುಟಗಳ ಕಪ್ಪು ಅಕ್ಷರವನ್ನು ಮುದ್ರಿಸಲು ಎಷ್ಟು ಯಂತ್ರಗಳು ಬೇಕು? ಹೊರ ಪುಟದ ನಾಲ್ಕು ಬಣ್ಣಗಳನ್ನು ತಯಾರಿಸಲು ಎಷ್ಟು ಯಂತ್ರಗಳು ಬೇಕು? ಒಳಪುಟ ಮತ್ತು ಹೊರಪುಟಗಳನ್ನು ವಿನ್ಯಾಸ ಮಾಡಲು ಬಳಸಿದ ಕಂಪ್ಯೂಟರ್‌ಗಳು ಎಷ್ಟು? ಈ ವಿನ್ಯಾಸಕ್ಕೆ ಸಾಮಾನ್ಯವಾಗಿ ಬಳಸುವ ಸಾಫ್ಟ್‌ವೇರ್‌ಗಳಾದ ಫೋಟೋಶಾಪ್, ಕೋರಲ್‌ಡ್ರಾ, ಪೇಜ್‌ಮೇಕರ್, ಇನ್‌ಡಿಜೈನ್, ಕನ್ನಡ ಫಾಂಟ್ ಇತ್ಯಾದಿ ಸಾಫ್ಟ್‌ವೇರ್‌ಗಳನ್ನು ತಯಾರಿಸಲು ಎಷ್ಟು ಕಂಪ್ಯೂಟರ್‌ಗಳು ಬೇಕು? ಅವುಗಳನ್ನು ಕಂಪ್ಯೂಟರ್‌ನಲ್ಲಿ ಓಡಿಸಲು ಬೇಕೇ ಬೇಕಾದ ಆಪರೇಟಿಂಗ್ ಸಿಸ್ಟಂ ತಯಾರಿಸಲು ಎಷ್ಟು ಕಂಪ್ಯೂಟರ್ ಯಂತ್ರಗಳು ಬೇಕು? ಕೊನೆಗೆ ಮುದ್ರಣದ ಪ್ಲೇಟ್ಗಳನ್ನು ಮಾಡಲು, ಮುದ್ರಿಸಲು, ಮುದ್ರಿತ ಹಾಳೆಗಳನ್ನು ಮಡಿಸಲು, ಮಡಿಸಿದ ಹಾಳೆಗಳನ್ನು ಕತ್ತರಿಸಲು, ನಂತರ ಮುಖಪುಟವನ್ನು ಒಳಪುಟಕ್ಕೆ ಬೈಂಡಿಂಗ್ ಮಾಡಲು, ಬೈಂಡಿಂಗ್‌ಗೆ ಬೇಕಾದ ಅಂಟನ್ನು ತಯಾರಿಸಲು – ಎಷ್ಟೆಲ್ಲಾ ಯಂತ್ರಗಳು ಬೇಕು? ಕೊನೆಗೆ ಮುದ್ರಿತ ಪುಸ್ತಕವನ್ನು ನಿಮ್ಮ ಊರಿನ ಅಂಗಡಿಗಳಿಗೆ ತಲುಪಿಸಲು ಎಷ್ಟು ಲಾರಿ, ಬಸ್ಸು, ಸೈಕಲ್‌ಗಳು ಕೆಲಸ ಮಾಡಿರಬೇಕು? ಎಲ್ಲವನ್ನೂ ಲೆಕ್ಕ ಹಾಕಿದರೆ ಏನಿಲ್ಲವೆಂದರೂ ಸುಮಾರು ಒಂದೆರಡು ಕೋಟಿ ಯಂತ್ರಗಳಾದರೂ ಅವಿರತವಾಗಿ ಕೆಲಸ ಮಾಡಿ "ಯಂತ್ರಗಳನ್ನು ಕಳಚೋಣ ಬನ್ನಿ" ಎನ್ನುವ ಸುಂದರ ಪುಸ್ತಕವೊಂದು ನಿಮ್ಮ ಕೈಸೇರುವಂತೆ ಮಾಡಿರುತ್ತವೆ. ತಮಾಷೆಯಾಗಿ ಈ ಅಸಂಗತವನ್ನು ವಿವರಿಸಬೇಕೆಂದರೆ, ಒಂದು ಸೊಗಸಾದ ವೈಜ್ಞಾನಿಕ ಥ್ರಿಲ್ಲರ್ ಸಿನಿಮಾವನ್ನು ಈ ವಿಷಯದ ಮೂಲಕ ಮಾಡಬಹುದು. ಈ ಕೋಟ್ಯಾಂತರ ಯಂತ್ರಗಳಿಗೆ ಜೀವ ಬಂದು, ಅವೆಲ್ಲವೂ ಸಂಘಟನೆ ಮಾಡಿಕೊಂಡು, ಹೆಗ್ಗೋಡಿನಲ್ಲಿರುವ ಪ್ರಸನ್ನ ಅವರ ಮನೆಯ ಮುಂದೆ ಹೋಗಿ ಚಳುವಳಿ ಮಾಡುವ ಸನ್ನಿವೇಶವನ್ನು ಈ ಸಿನಿಮಾದಲ್ಲಿ ತೋರಿಸಬಹುದು! ಈ ಹಿಂದೆ ಇಂತಹ ಯಾವ ಯಂತ್ರಗಳೂ ಇಲ್ಲದಿದ್ದಾಗ ಕೃತಿಯೊಂದು ಕೇವಲ ನೂರು ಓದುಗರ ಕೈ ಸೇರಲು, ಅತ್ತಿಮಬ್ಬೆಯಂತಹ ದಾನಿಗೆ ಲೇಖಕ ಶರಣಾಗಬೇಕಿತ್ತು ಎನ್ನುವದನ್ನು ನಾವು ಮರೆಯುವಂತಿಲ್ಲ. ಅದೂ ಧಾರ್ಮಿಕ ಕೃತಿಯಾದರೆ

ದಾನಿಗಳು ಸಿಕ್ಕಾರೆಯೆ ಹೊರತು ಲೌಕಿಕ ಕೃತಿಗೆ ಯಾರೂ ಮುಂದೆ ಬರುವದಿಲ್ಲ. ಆದರೆ ಈಗ ಯಾವ ಬಂಡವಾಳಶಾಹಿಯ ಮುಲಾಜಿಲ್ಲದೆ ಲೇಖಕನೊಬ್ಬ ತನ್ನ ಆಲೋಚನೆಗಳನ್ನು ಓದುಗರ ಕೈಗೊಪ್ಪಿಸುವ ಪರಿಸ್ಥಿತಿ ಒಳ್ಳೆಯದೋ ಅಥವಾ ಕೆಟ್ಟದ್ದೋ! ಆಗಲೇ ಹೇಳಿದೆನಲ್ಲ, ನೀರಿಲ್ಲದ ಯಾವ ಹಾಲೂ ಇಲ್ಲ. ಆದ್ದರಿಂದ ಸಾರಾಸಗಟಾಗಿ ಈ ಪುಸ್ತಕವನ್ನು ನಿರಾಕರಿಸುವುದರಿಂದ ನಷ್ಟ ನಮಗೇ ಹೊರತು ಲೇಖಕರಿಗಲ್ಲ; ಅಥವಾ ಸಂಪೂರ್ಣವಾಗಿ ಒಪ್ಪಿಕೊಂಡರೂ ಅದೇ ಪರಿಸ್ಥಿತಿ.

ಡಿಜಿಟಲ್ ಕ್ರಾಂತಿಯೆಂಬುದು ಏನೇನೋ ಬದಲಾವಣೆಗಳನ್ನು ಮಾಡಿಬಿಟ್ಟಿದೆ ಅಂದರೂ, ಪ್ರಾಂತೀಯ ವಿಷಯದಲ್ಲಿ ಅಂತಹ ದೊಡ್ಡ ಅನುಕೂಲಗಳನ್ನು ಮಾಡಿಕೊಂಡಿದ್ದೇವೆ ಎಂದು ನನಗನ್ನಿಸುವದಿಲ್ಲ. ಇತ್ತೀಚೆಗೆ 'ರೇಡಿಯೋ ಕ್ಯಾಬ್ ಸರ್ವೀಸ್' ಶುರುವಾಗಿದೆಯಲ್ಲವೆ? ಯಾರೊಡನೆಯೂ ಮಾತನಾಡದೆ, ನಮ್ಮ ಮೊಬೈಲ್‌ಗಳಿಂದಲೇ ನಿಂತ ಸ್ಥಳಕ್ಕೆ ಟ್ಯಾಕ್ಸಿಯೊಂದು ಬಂದು ನಿಲ್ಲುವಂತೆ ಮಾಡಬಹುದು. ಜೊತೆಗೆ ನಾವು ಯಾವ ದಾರಿಯಲ್ಲಿ ಸಾಗುತ್ತಿದ್ದೇವೆ ಎನ್ನುವುದನ್ನು ಮೊಬೈಲ್‌ನಲ್ಲಿಯೇ ಚಲನಚಿತ್ರ ರೂಪದಲ್ಲಿ ನೋಡಬಹುದು. ಇಂತಹ ಟ್ಯಾಕ್ಸಿಗಳು ಈ ಸದ್ಯ ಎಲ್ಲಿವೆ, ಗ್ರಾಹಕರನ್ನು ಎತ್ತ ಒಯ್ಯುತ್ತಿವೆ ಎನ್ನುವದನ್ನು ನಿಯಂತ್ರಕರು ಕೊಠಡಿಯಿಂದ ಗಮನಿಸಬಹುದು. ಈ ತರಹದ ಟ್ಯಾಕ್ಸಿಗಳನ್ನು ನಡೆಸುವ ಡ್ರೈವರ್‌ಗಳೆಲ್ಲರೂ ಹೆಚ್ಚು ಕಡಿಮೆ ನಮ್ಮ ಕನ್ನಡದವರೇ ಆಗಿದ್ದಾರೆ. ಮಂಡ್ಯ, ಚಾಮರಾಜ ನಗರ, ತುಮಕೂರು, ಕೋಲಾರ – ಇತ್ಯಾದಿ ಕಡೆಗಳಿಂದ ಬಂದ ಹುಡುಗರಿವರು. ಹತ್ತನೇ ತರಗತಿಗಿಂತಲೂ ಹೆಚ್ಚಿನ ವಿದ್ಯಾಭ್ಯಾಸ ಇವರಿಗೆ ಇರುವುದು ಕಡಿಮೆ. ಕೆಲವರು ಪದವಿಯನ್ನು ಗಳಿಸಿದ್ದಾರಾದರೂ ಇಂಗ್ಲೀಷ್ ಭಾಷೆಯ ಮೇಲೆ ಹತೋಟಿಯಿರುವದಿಲ್ಲ. ಚಾಲಕರಿಗೆಂದೇ ರೇಡಿಯೋ ಕ್ಯಾಬ್ ಕಂಪನಿಯವರು ಅವರ ಮೊಬೈಲಿನಲ್ಲಿ ಒಂದು ಆಪ್ ಹಾಕಿ ಕೊಟ್ಟಿದ್ದಾರೆ. ಅದು ಸೇರಬೇಕಾದ ಸ್ಥಳಕ್ಕೆ ಯಾವ ರಸ್ತೆಯ ಮೂಲಕ ಸಾಗಿದರೆ ಒಳ್ಳೆಯದು ಎನ್ನುವದನ್ನು ಸೂಕ್ತವಾಗಿ ತಿಳಿಸುತ್ತದೆ. ಟ್ರಾಫಿಕ್‌ಜಾಮ್ ಆಗಿದ್ದರೆ, ರಸ್ತೆ ರಿಪೇರಿಯಾಗುತ್ತಿದ್ದರೆ, ದೂರಾಲೋಚನೆ ಮಾಡಿ ಹೊಸ ರಸ್ತೆಯಲ್ಲಿ ನಿಮ್ಮನ್ನು ಸಾಗಿಸುವ ಸುರಕ್ಷತಾ ಜಾಣ್ಮೆ ಅದಕ್ಕಿದೆ. ಆದರೆ ತಮಾಷೆಯ ವಿಷಯವೆಂದರೆ ಅದೆಲ್ಲವೂ ಇಂಗ್ಲೀಷ್‌ಮಯ! ಅದೂ ಭಾರತೀಯ ಇಂಗ್ಲೀಷ್ ಕೂಡಾ ಅಲ್ಲ, ಯಾವುದೋ ಅಮೆರಿಕನ್ ಉಚ್ಚಾರಣೆಯ ಇಂಗ್ಲೀಷ್‌ನಲ್ಲಿ ಕಾಣದ ಸುಂದರಿಯೊಬ್ಬಳು ದಾರಿದೀಪ ಬೀರುತ್ತಾ ಹೋಗುತ್ತಾಳೆ. ಹತ್ತನೇ ತರಗತಿ ಓದಿದ ನಮ್ಮ ಕನ್ನಡದ ಚಾಲಕರು ಏನು ಮಾಡಬೇಕು ಹೇಳಿ? ಮೊನ್ನೆ ಇಂತಹದೇ ಟ್ಯಾಕ್ಸಿಯಲ್ಲಿ ಹೋಗುವಾಗ, "ಸಾರ್, ಈಯಮ್ಮ ವಸಿ ಕನ್ನಡದಾಗೆ ಮಾತಾಡಾ ಹಂಗೆ ಸೆಟ್‌ಅಪ್ ಮಾಡಿಕೊಡ್ರಿ ಸಾರ್... ಏನು ಒದರಾಡ್ತಾಳೋ ಗೊತ್ತಾಗಂಗಿಲ್ಲ" ಎಂದು

ಚಾಲಕನೊಬ್ಬ ನನ್ನನ್ನು ಅವಲತ್ತುಕೊಂಡಿದ್ದ. ಮೂಲ ಸಾಫ್ಟ್‌ವೇರಿನಲ್ಲಿ ಅಂತಹ ಸೌಲಭ್ಯಗಳನ್ನು ಅಳವಡಿಸದೆ, ಕನ್ನಡದಲ್ಲಿ ಅದನ್ನು ಮಾಡಿಕೊಡುವುದಾದರೂ ಹೇಗೆ? "ಅದು ಸಾಧ್ಯವಿಲ್ಲಪ್ಪ" ಎಂದು ಬೇಸರದಿಂದ ಕೈಚೆಲ್ಲಿದ್ದೆ. ಆ ಸಾಫ್ಟ್‌ವೇರ್ ಬಳಸುವವರ ಭಾಷೆಯನ್ನೇ ಗಮನದಲ್ಲಿಟ್ಟುಕೊಳ್ಳದೆ, ಇಂಗ್ಲಿಷ್ ಭಾಷೆಯ ದಬ್ಬಾಳಿಕೆಯನ್ನು ನಮ್ಮ ಮೇಲೆ ಮಾಡುತ್ತಿದ್ದಾರೆ. ಹೋಗಲಿ ಬಿಡಿ, ಇಂದಲ್ಲಾ ನಾಳೆ ಅದು ಕನ್ನಡದಲ್ಲಿ ಬಂದೀತು. ರೇಡಿಯೋ ಕ್ಯಾಬ್ ಬಳಸುವವರಿಗಂತೂ ಈಗ ಹೆಚ್ಚಿನ ಅನುಕೂಲ, ಸುರಕ್ಷತೆ ದಕ್ಕಿದೆ ಎನ್ನುವುದು ಸತ್ಯದ ಮಾತು. ಈ ಹಿಂದೆ ಟ್ಯಾಕ್ಸಿ ಬಳಸುವುದು, ಅದೂ ಬೆಂಗಳೂರಿನಲ್ಲಿ, ಅಂತಹ ಸುಲಭದ ಸಂಗತಿಯಂತೂ ಆಗಿರಲಿಲ್ಲ. ಹಾಗಂತ ಇಷ್ಟನ್ನೇ ಹೇಳಿ ಸುಮ್ಮನಾಗಿಬಿಟ್ಟರೆ ನಾನು ಕಣ್ಮುಚ್ಚಿಕೊಂಡು ಯಾವುದೋ ಒಂದು ಬಾವಿಯಲ್ಲಿ ಬಿದ್ದಂತೆಯೇ ಸರಿ. ಅದಕ್ಕೆ ಪೂರಕವಾಗಿ ಇನ್ನೊಂದು ಸಂಗತಿಯನ್ನು ಹೇಳಲೇಬೇಕು.

ನನ್ನ ಖಾಸಾ ಗೆಳೆಯನ ತಂದೆ-ತಾಯಿಯರಿಗೀಗ ಸುಮಾರು ಎಂಬತ್ತರ ವಯಸ್ಸು. ನನ್ನ ಮನೆಯ ಹತ್ತಿರವೇ ಇದ್ದಾರೆ. ಅವರ ಏಕೈಕ ಪುತ್ರನಾದ ನನ್ನ ಗೆಳೆಯ ಈಗ ಅಮೆರಿಕೆಯಲ್ಲಿ ಸಂಸಾರ ಸಮೇತ ನೆಲೆಸಿದ್ದಾನೆ. ಎರಡು ಮೂರು ವರ್ಷಕ್ಕೊಮ್ಮೆ ಭಾರತಕ್ಕೆ ಬಂದು, ಅಪ್ಪ-ಅಮ್ಮನ ಜೊತೆಗೆ ಎರಡು ವಾರವಿದ್ದು ಹೋಗುತ್ತಾನೆ. ಅಪ್ಪ-ಅಮ್ಮನನ್ನು ಸುಖವಾಗಿಡಲು ಒಂದು ಸೊಗಸಾದ ಮನೆಯನ್ನು ಕಟ್ಟಿಕೊಟ್ಟು, ಬ್ಯಾಂಕ್‌ಖಾತೆಯಲ್ಲಿ ಸಾಕಷ್ಟು ಹಣವನ್ನು ಇಟ್ಟು ಹೋಗಿದ್ದಾನೆ. ಇವರು ಊರಿನಲ್ಲಿ ಎಲ್ಲೇ ಓಡಾಡಿದರೂ ಟ್ಯಾಕ್ಸಿ ಬಳಸುವುದು ವಾಡಿಕೆ. ಆಟೋದಲ್ಲಿ ಓಡಾಡಿದರೆ ಬೆನ್ನು ನೋವು ಬರುತ್ತದೆ. ವಾರಕ್ಕೆ ಒಮ್ಮೆಯೋ ಅಥವಾ ಎರಡು ಬಾರಿಯೋ ಇವರು ಮನೆ ಬಿಟ್ಟು ಹೊರಡುತ್ತಾರಾದ್ದರಿಂದ ಕಾರು ಮತ್ತು ಡ್ರೈವರನ್ನು ಇಟ್ಟುಕೊಳ್ಳುವುದು ಸರಿ ಹೋಗುವದಿಲ್ಲ. ಆದರೆ ನಾಲ್ಕೈದು ಟ್ಯಾಕ್ಸಿ ಸೇವೆಯ ನಂಬರುಗಳನ್ನು, ತಮ್ಮ ಹಳೆಯ ಮಾಸಿದ ಡೈರಿಯಲ್ಲಿ ಬರೆದುಕೊಂಡು, ಬೇಕೆಂದಾಗ ಅವರಿಗೆ ತಮ್ಮ ಲ್ಯಾಂಡ್‌ಲೈನ್ ಮೂಲಕ ಕರೆ ಮಾಡಿ ಸೇವೆಯನ್ನು ಪಡೆಯುತ್ತಿದ್ದರು. ಇವರಿಗೆ ಮೊಬೈಲ್ ಫೋನ್ ಬಳಸಲು ಬರುವದಿಲ್ಲ; ಇಂಟರ್‌ನೆಟ್ ಅಂತೂ ಕೇಳಲೇಬೇಡಿ. ಹೊಸ ವಿದ್ಯೆಯನ್ನು ಕಲಿಯುವ ವಯಸ್ಸೂ ಅವರದಲ್ಲ. ಈಗ ಒಂದೊಂದಾಗಿ ಟ್ಯಾಕ್ಸಿ ಕಂಪನಿಗಳೆಲ್ಲಾ ಮೊಬೈಲ್ ಆಪ್ ಮೂಲಕವೇ ತಮ್ಮ ಸೇವೆಯನ್ನು ಪಡೆಯಬೇಕೆಂಬ ನಿರ್ಬಂಧನೆ ಹೇರಿ, ನೇರವಾಗಿ ಕರೆ ಮಾಡುವ ನಂಬರನ್ನು ಹಿಂಪಡೆದುಬಿಟ್ಟಿವೆ. ಈಗ ಈ ಹಿರಿಯ ದಂಪತಿಯ ಅವಸ್ಥೆಯನ್ನು ನನ್ನಿಂದ ನೋಡಲಾಗುತ್ತಿಲ್ಲ. ಪ್ರತಿ ಬಾರಿ ಹೊರಗೆ ಹೋಗಬೇಕೆಂದರೂ ಯಾರಾದರೂ ಸ್ಮಾರ್ಟ್‌ಫೋನ್ ಬಳಸುವವರನ್ನು

ಅವಲಂಬಿಸಬೇಕು. ಅವರನ್ನು ಗೋಗರೆದು ಸಹಾಯ ಪಡೆಯಬೇಕು. ಯಾರಾದರೂ ಎಷ್ಟು ಬಾರಿ ಎಂದು ಸಹಾಯ ಮಾಡುತ್ತಾರೆ? ಈಗವರ ಸ್ಥಿತಿ ರೆಕ್ಕೆ ಕತ್ತರಿಸಿದ ಹಕ್ಕಿಯಂತಾಗಿಬಿಟ್ಟಿದೆ. ರೈಲ್ವೇ ರಿಜರ್ವೇಷನ್ನು, ಗ್ಯಾಸ್ ಸಿಲಿಂಡರ್ ಬುಕ್ಕಿಂಗು, ಸಿನಿಮಾ, ನಾಟಕ, ಕೊನೆಗೆ ದೇವಸ್ಥಾನದಲ್ಲಿ ಏನಾದರೂ ಸೇವೆ ಮಾಡಿಸಬೇಕೆಂದರೂ ಮೊಬೈಲ್ ಬಳಸುವ ಸಾಮರ್ಥ್ಯ ಇರಲೇಬೇಕು. ಇಲ್ಲವೆಂದರೆ ಪಡಬಾರದ ಕಷ್ಟ ಪಡಬೇಕಾಗುತ್ತದೆ. ಅವರ ಮನೆಗೆ ಹೋದಾಗ "ವಯಸ್ಸಾದವರು ಈ ದೇಶದಾಗೆ ಇರಬಾರದೋ ನಮ್ಮಪ್ಪಾ" ಎಂದು ದುಃಖದಿಂದ ಹೇಳಿಕೊಂಡಾಗ, ನಾನು ಅಪರಾಧಿ ಪ್ರಜ್ಞೆಯಿಂದ ಒದ್ದಾಡುತ್ತೇನೆ. ಕೆಲವು ದಶಕಗಳ ಹಿಂದೆ ನಮ್ಮ ಅಕ್ಷರಸ್ಥ ಯುವಕರು ಎಲ್ಲಾ ಸವಲತ್ತುಗಳನ್ನು ಸುಲಭವಾಗಿ ಪಡೆದುಕೊಂಡು, ಅನಕ್ಷರಸ್ಥ ಹಿರಿಯರು ಒದ್ದಾಡುತ್ತಿದ್ದರಲ್ಲವೆ? ಅಂತಹದೇ ಪರಿಸ್ಥಿತಿ ಮತ್ತೊಂದು ರೂಪದಲ್ಲಿ ಇಂದು ಕಾಣುತ್ತಿದೆ.

ನಾನು ಎಲ್‌ಜಿಬಿಟಿ (ಲೆಸ್ಬಿಯನ್, ಗೇ, ಬೈಸೆಕ್ಷುಯಲ್ ಮತ್ತು ಟ್ರಾನ್ಸ್‌ಜೆಂಡರ್) ಸಮುದಾಯದೊಡನೆ ಒಡನಾಡುತ್ತೇನೆ. ಅದರಲ್ಲೂ ಗೇ ಸಮುದಾಯದೊಂದಿಗೆ ಬಹು ಆತ್ಮೀಯನಾಗಿದ್ದೇನೆ. ಕಳೆದ ಇಪ್ಪತ್ತು ವರ್ಷದ ಹಿಂದೆ ಪರಿಸ್ಥಿತಿ ಹೇಗಿತ್ತು ಎನ್ನುವದನ್ನು ಕಣ್ಣಾರೆ ಕಂಡಿದ್ದೇನೆ, ಅನುಭವಿಸಿದ್ದೇನೆ. ಇಡೀ ಸಮಾಜವೇ ಅವರನ್ನು ಅಪರಾಧಿ ಸ್ಥಾನದಲ್ಲಿ ನಿಲ್ಲಿಸಿ ನೋಡುತ್ತಿತ್ತು. ಆ ವಿಷಯದ ಕುರಿತು ಮಾತನಾಡುವುದೇ ವರ್ಜ್ಯವಾಗಿತ್ತು. ಆದ್ದರಿಂದ ಅವರಿಗೆ ಯಾರ ಮುಂದೆ ತಮ್ಮ ನೋವುಗಳನ್ನು ಹೇಳಿಕೊಳ್ಳಬೇಕು? ಯಾರು ನನ್ನನ್ನು ಅರ್ಥ ಮಾಡಿಕೊಳ್ಳಬಲ್ಲರು? ಎಲ್ಲಿ ನನ್ನ ಜೊತೆಗಾರನನ್ನು ಹುಡುಕಿಕೊಳ್ಳಬೇಕು? ನನ್ನದು ಇದು ಎಂತಹ ಸ್ಥಿತಿ? ಇದಕ್ಕೇನು ಹೆಸರು? ಇದರಲ್ಲಿ ನಾ ಮಾಡಿದ ತಪ್ಪೇನು? ಊಹೂಂ... ಯಾವುದಕ್ಕೂ ಯಾರಿಗೂ ಉತ್ತರವಿರಲಿಲ್ಲ. ಇಂಗ್ಲೀಷ್ ಬಲ್ಲವರಿಗೆ ಕಷ್ಟ ಪಟ್ಟರೆ ಸ್ವಲ್ಪ ಮಟ್ಟಿಗೆ ಮಾಹಿತಿಯಾದರೂ ಸಿಗುತ್ತಿತ್ತು. ಕೇವಲ ಕನ್ನಡ ಬಲ್ಲವರ ಸ್ಥಿತಿಯಂತೂ ಅಧೋಗತಿಯಲ್ಲಿತ್ತು. ಕನ್ನಡ ಮುದ್ರಣ ಮಾಧ್ಯಮದಲ್ಲಾಗಲಿ, ಶಾಲಾ ಪಠ್ಯಗಳಲ್ಲಾಗಲಿ, ಗುರು-ಹಿರಿಯರ ಬಳಿಯಾಗಲಿ – ಎಲ್ಲಿಯೂ ಮಾಹಿತಿ ಸಿಗದೆ ಮಕ್ಕಳು ತತ್ತರಿಸಿ ಹೋಗಿದ್ದರು. ಅದೇ ಕಾರಣಕ್ಕಾಗಿ ಮಾನಸಿಕ ರೋಗಕ್ಕೆ ಸಿಕ್ಕಿ ಸಾವಿರಾರು ಯುವಕರು ತಮ್ಮ ಬದುಕನ್ನು ಕೊನೆಗಾಣಿಸಿಕೊಂಡಿದ್ದಾರೆ. ಅದರ ಲೆಕ್ಕವೂ ನಮಗೆ ಇಂದು ದಕ್ಕುವದಿಲ್ಲ. ಆ ಹೊತ್ತಿನ ಭೇದದ ಬದುಕಿನ ಸ್ಥಿತಿ ಹೀನಾಯವಾದದ್ದಾಗಿತ್ತು.

ಆದರೆ ಈ ದಿನ ಪರಿಸ್ಥಿತಿ ಅಷ್ಟೊಂದು ಕ್ರೂರವಾಗಿಲ್ಲ. ಗೇ ಹುಡುಗರು ಹದಿನೆಂಟು ದಾಟುವದರಲ್ಲೇ ಧೈರ್ಯದಿಂದ ತಮ್ಮ ಲೈಂಗಿಕತೆಯನ್ನು ಅರ್ಥ ಮಾಡಿಕೊಂಡು,

ಅದನ್ನು ಒಪ್ಪಿಕೊಳ್ಳುವುದು ಕಂಡರೆ ಅಚ್ಚರಿಯಾಗುತ್ತದೆ. ತಮಗೆ ಸರಿಹೊಂದುವ ಜೊತೆಗಾರರನ್ನು ಉತ್ಸಾಹದಿಂದ ಹುಡುಕಿಕೊಳ್ಳುತ್ತಿದ್ದಾರೆ, ತಾನು ಮದುವೆಯಾಗಿ ಒಂದು ಹೆಣ್ಣಿನ ಬದುಕನ್ನು ಹಾಳು ಮಾಡಲಾರೆ ಎಂದು ಪ್ರಾಮಾಣಿಕವಾಗಿ ಹೇಳುತ್ತಿದ್ದಾರೆ. ಮಾನಸಿಕವಾಗಿ ಬಹುತೇಕ ಗೇ ಜನರು, ಅದರಲ್ಲೂ ನಗರದಲ್ಲಿ ಬದುಕುವವರು, ಸದೃಢವಾಗಿಯೇ ಇದ್ದಾರೆ. ಹಾಗಂತ ಈ ಇಪ್ಪತ್ತು ವರ್ಷದ ಅಂತರದಲ್ಲಿ ಸಮಾಜದೊಳಗೆ ಈ ವಿಷಯದಲ್ಲಿ ಅಂತಹ ಬದಲಾವಣೆಯೇನೂ ಆಗಿಲ್ಲ. ಸೆಕ್ಷನ್ 377 ಅಂದಿನಂತೆ ಇಂದೂ ಇದೆ. ಗೇ ಜನರ ಶೇಕಡಾ ಪ್ರಮಾಣ ಇದ್ದಕ್ಕಿದ್ದಂತೆಯೇ ಹೆಚ್ಚಾಗುವುದು ಅಥವಾ ಕಡಿಮೆಯಾಗುವುದು ಸಾಧ್ಯವೂ ಇಲ್ಲ. ಹಾಗಿದ್ದರೆ ಬದಲಾದದ್ದೇನು? ನಿಸ್ಸಂಶಯವಾಗಿ ಅದು ಡಿಜಿಟಲ್ ಕ್ರಾಂತಿ! ಸಮಾಜ, ಶಿಕ್ಷಣ, ಸರಕಾರ, ಗುರು–ಹಿರಿಯರು ಕೊಡದ ಸಮಾಧಾನವನ್ನು, ಪರಿಹಾರವನ್ನು, ನ್ಯಾಯವನ್ನು ಅವರಿಗೆ ಇಂಟರ್‌ನೆಟ್ ಕೊಟ್ಟಿತು. ಅವರ ನಿಜವಾದ ಸ್ಥಿತಿಯೇನು, ಅದನ್ನು ಹೇಗೆ ನಿಭಾಯಿಸಬೇಕು, ಅದರ ಅನುಕೂಲ–ಅನಾನುಕೂಲಗಳೇನು – ಎಲ್ಲವನ್ನೂ ವಿಫುಲವಾಗಿ ಬರೆದು ವಿವರಿಸಿ ಧೈರ್ಯ ತುಂಬಿತು. ಜಗತ್ತಿನಾದ್ಯಾಂತ ಇರುವ ಗೇ ಸಮುದಾಯದವರು ಮತ್ತು ಮಾನವೀಯತೆಯಲ್ಲಿ ನಂಬಿಕೆ ಇರುವ ಶ್ರೀ ಸಾಮಾನ್ಯರು, ಈ ಅಲ್ಪಸಂಖ್ಯಾತ ಗುಂಪಿಗೆ ಸಹಾಯ ಮಾಡುವ ನಿಟ್ಟಿನಲ್ಲಿ ರಾಶಿರಾಶಿ ಅನುಭವ, ಸಲಹೆ, ಸಮಾಧಾನಗಳನ್ನು ಇಂಟರ್‌ನೆಟ್ ಮುಖಾಂತರ ಹಂಚಿಕೊಂಡರು. ಪಾಕಿಸ್ತಾನದ ಯಾವುದೋ ಹಳ್ಳಿಯೊಂದರಲ್ಲಿ ತನ್ನ ಕೋಣೆಯಲ್ಲಿ ಕಂಗಲಾಗಿ ಕುಳಿತ ಗೇ ಬಾಲಕ, ಇಂಟರ್ನೆಟ್ನಲ್ಲಿ ಲಾಗಿನ್ ಮಾಡಿಕೊಂಡರೆ ಸಾಕು, ಭಾರತದ ಮೂಲೆಯಲ್ಲಿರುವ ಮತ್ತೊಬ್ಬ ಅಂತಹದೇ ಹುಡುಗನೊಡನೆ ತನ್ನ ನೋವನ್ನು ತೋಡಿಕೊಂಡು ಸಮಾಧಾನ ಪಡುವ ಅವಕಾಶ ನಮ್ಮ ಮುಂದಿದೆ. ದೇಶಗಳೆರಡು ಕಚ್ಚಾಡಿ ಹೋರಾಡುತ್ತಿದ್ದರೂ, ಸಾಮಾನ್ಯ ಮನುಷ್ಯರು ತಮ್ಮ ಬದುಕಿನ ನೆಮ್ಮದಿಗಾಗಿ ಅಂತಹ ಎಲ್ಲಾ ಗಡಿಗಳನ್ನು ದಾಟಿ ಸಮಾನ ಮನಸ್ಕರನ್ನು ತಲುಪುವ ಅವಕಾಶವನ್ನು ಇಂಟರ್ನೆಟ್ ನಮಗಿಂದು ಕೊಟ್ಟಿದೆ. ಮೊಬೈಲ್ ಆಪ್ ಬಳಸಿಕೊಂಡು ತನ್ನ ಸುತ್ತಮುತ್ತಲೇ ವಾಸಿಸುತ್ತಿರುವ ಜೊತೆಗಾರರನ್ನು ಹುಡುಕಿಕೊಳ್ಳುವ, ಸಮಾನ ಮನಸ್ಕರ ಜೊತೆ ಹರಟೆ ಹೊಡೆಯುವ, ಪಾರ್ಟಿ ಮಾಡುವ, ಪ್ರವಾಸ ಮಾಡುವ – ಎಲ್ಲ ಸಂಗತಿಗಳೂ ಇಂದು ಸಾಧ್ಯವಾಗಿವೆ. ಶೋಷಣೆಗೆ, ಅವಜ್ಞೆಗೆ ಒಳಗಾಗಿದ್ದ ಅಲ್ಪಸಂಖ್ಯಾತ ಸಮುದಾಯವೊಂದು ಇಂದು ಚೇತರಿಸಿಕೊಂಡು ತಲೆ ಎತ್ತುತ್ತಿದೆ ಎಂದರೆ ಅದಕ್ಕೆ ಡಿಜಟಲ್ ರೆವಲ್ಯೂಷನ್ ಕಾರಣವೆನ್ನದೆ ಬೇರೆ ದಾರಿಯೇ ಇಲ್ಲ. ಕಂಪ್ಯೂಟರ್, ಮೊಬೈಲ್ ಮತ್ತು ಇಂಟರ್‌ನೆಟ್ ಎಂಬ ತ್ರಿವಳಿಗಳು ಈ ಕ್ರಾಂತಿಯ ಹರಿಕಾರರಾಗಿದ್ದಾರೆ.

ಆದರೆ ಮತ್ತೊಂದು ಮುಖವನ್ನೂ ನೋಡೋಣ. "ಎಸ್‌ಎಸ್‌ಎಲ್‌ಸಿಯಲ್ಲಿ ಎಂಬತ್ತೈದು ಪರ್ಸೆಂಟ್ ಮಾರ್ಕ್ಸ್ ತೊಗೊಂಡಿದ್ದ ರೀ ನಮ್ಮ ಹುಡುಗ. ಅದಕ್ಕೆ ಖುಷಿಯಾಗಿ ಅವರಪ್ಪ ಕಂಪ್ಯೂಟರ್ ಮತ್ತು ಇಂಟರ್‌ನೆಟ್ ಉಡುಗೊರೆ ಕೊಡಿಸಿದ್ರು. ವೀಡಿಯೋ ಪಾರ್ಲರ್ ಮನೀಗೆ ಬಂದಂಗಾಯ್ತು. ಈಗ ಪಿಯುಸಿಯಲ್ಲಿ ಫೇಲ್ ಆಗಿ ಕೂತಾನೆ", "ಗಂಡ-ಹೆಂಡತಿ ಗೂಡಿನಾಗಿರೋ ಹಕ್ಕಿ ಹಂಗೆ ಸಂತೋಷವಾಗಿದ್ರು. ಆಕಿ ಹುಟ್ಟಿದ ಹಬ್ಬಕ್ಕೆ ಗಂಡ ಮೊಬೈಲ್ ಕೊಡಿಸಿದ. ಈವಾಗ ಡೈವರ್ಸ್‌ಗೆ ಅರ್ಜಿ ಹಾಕ್ಯಾರೆ. ಯಾರೋ ಮಲೆಯಾಳಿ ಮುಂಡೆಗಂಡ ಅಂತೆ. ಎರಡು ತಿಂಗಳ ಕೆಳಗೆ ಫೇಸ್‌ಬುಕ್‌ನಲ್ಲಿ ಫ್ರೆಂಡ್ ರಿಕ್ವೆಸ್ಟ್ ಕಳಿಸಿದ್ದನಂತೆ", "ಗಂಡ ಸತ್ತು ಇನ್ನಾ ತಿಂಗಳು ಆಗಿಲ್ಲಾರ್ರೀ. ಆಗಲೇ ಪ್ರೊಫೈಲ್ ಫೋಟೋ ಚೇಂಜ್ ಮಾಡ್ಯಾಳೆ", "ವ್ಯಾಕರಣ, ಸ್ಪೆಲ್ಲಿಂಗು, ಗುಂಡನೆಯ ಅಕ್ಷರ ಬರೆಯೋದು - ಇಂಥಾವೆಲ್ಲಾ ಯಾಕೆ ಕಲಿಸಬೇಕು ಹೇಳ್ರಿ? ಇವೆಲ್ಲವನ್ನಾ ನೋಡಿಕೊಳ್ಳೋದಕ್ಕೆ ಕಂಪ್ಯೂಟರ್‌ಇದ್ದೇ ಇರುತ್ತಲ್ಲಾ?" - ಇಂತಹ ಮಾತುಗಳನ್ನು ಬಹಳ ಕೇಳಿಸಿಕೊಳ್ಳುತ್ತಿದ್ದೇವೆ. ಸಮಾಜದಲ್ಲಿ ಈ ಆಧುನಿಕ ಡಿಜಿಟಲ್ ಗಜೆಟ್‌ಗಳು ಯಾವ್ಯಾವ ರೀತಿಯಲ್ಲಿ ನಮ್ಮನ್ನು ಆಕ್ರಮಿಸಿಕೊಂಡು ಬಿಟ್ಟಿವೆ ಎಂದು ನೆನೆದರೆ ಅಚ್ಚರಿಯಾಗುತ್ತದೆ, ಭಯವೂ ಆಗುತ್ತದೆ. ಯೌವನದ ಹುಡುಗರು ಇವುಗಳ ಬಳಕೆಯಿಂದ ವ್ಯಸನಿಗಳಾಗುತ್ತಿದ್ದಾರೆ, ಕುಲಗೆಟ್ಟು ಹೋಗುತ್ತಿದ್ದಾರೆ ಎನ್ನುವ ಆತಂಕದ ಮಾತುಗಳು ಸಮಾಜದಿಂದ ಕೇಳಿ ಬರುತ್ತಲೇ ಇವೆ. ಆ ಕಾರಣದಿಂದಾಗಿ ಅವುಗಳನ್ನು ಕಿಡಿಗಣ್ಣಿಂದ ನೋಡುವುದು ಸಾಮಾನ್ಯವಾಗಿದೆ. ಆದರೆ ಅದೇ ಸಮಾಜ "ನಮ್ಮ ಮೊಮ್ಮಗಗೆ ಇನ್ನೂ ಒಂದೂವರೆ ವರ್ಷ ಕೂಡಾ ಆಗಿಲ್ಲ. ಆಗಲೇ ಮೊಬೈಲ್ ಆಪರೇಟ್ ಮಾಡಿ, ಅವರಪ್ಪಗೆ ಫೋನ್ ಕಾಲ್ ಮಾಡ್ತಾನೆ ಕಣ್ರೀ. ಈಗಿನ ಕಾಲದ ಹುಡುಗ್ರು ಭಾಳ ಚುರುಕು", "ನಮ್ಮ ಮಗಳ ಮದುವೀಗೆ ಈ ಸಲ ಕ್ಯಾಂಡಿಡ್ ಕ್ಯಾಮೆರಾ ಬಳಸಿದ್ವಿ, ಫೋಟೋಗಳು ದೃಷ್ಟಿ ಬರೋ ಹಂಗೆ ಬಂದಾವೆ. ರೊಕ್ಕ ಹೋದ್ರೂ ಚಿಂತೆ ಇಲ್ಲ, ಸೊಗಸಾಗಿ ಆಲ್ಬಂ ಮಾಡಿಕೊಟ್ಟಾನೆ", "ನಮ್ಮ ಹುಡುಗಗೆ ಹೆಣ್ಣು ಸಿಗದೇ ಒದ್ದಾಡಿದ್ವಿ. ಆಮೇಲೆ ಶಾದಿ ಡಾಟ್‌ಕಾಂನಲ್ಲಿ ಒಳ್ಳೆ ಸಂಬಂಧ ಸಿಕ್ತು", "ಒಳ್ಳೆ ಪುರೋಹಿತರು. ಮುಂಚೆ ಯಾರೂ ಕೇಳೋರೇ ಇರಲಿಲ್ಲ. ಆಮೇಲಕ್ಕೆ ಒಂದು ವೆಬ್‌ಸೈಟ್ ಮಾಡಿಸ್ಕೊಂಡ್ರು ನೋಡಿ, ಈಗ ಕೈತುಂಬಾ ಕೆಲಸ", "ವೆಂಕಟರಮಣನ ಮೂರ್ತಿಯನ್ನ ಕಂಪ್ಯೂಟರ್ ಬಳಸಿ ಕೆತ್ತಿದಾರಂತೆ. ಅದಕ್ಕೇ ಅಷ್ಟು ಸುಂದರವಾಗಿದೆ" - ಇತ್ಯಾದಿ ನುಡಿಮುತ್ತುಗಳನ್ನೂ ಉದುರಿಸುವದನ್ನು ನಾವು ಕಾಣುತ್ತೇವೆ. ಡಿಜಿಟಲ್ ಜಗದ ಸವಲತ್ತುಗಳನ್ನು ಪ್ರತಿಯೊಬ್ಬರೂ, ಅದನ್ನು ವಿರೋಧಿಸುವವರೂ ಸೇರಿದಂತೆ ಎಲ್ಲರೂ, ಸವಿಯುತ್ತೇವೆ. ಆದರೆ ಅದರಿಂದ ಉದ್ಭವವಾದ ಸಮಸ್ಯೆಗಳನ್ನು ಎದುರಿಸುವಾಗ ಮಾತ್ರ ತಪ್ಪನ್ನು ನಮ್ಮ

ಕಡೆಯಲ್ಲಿ ಕಂಡುಕೊಳ್ಳದೆ, ಪೂರ್ತಿಯಾಗಿ ಡಿಜಿಟಲ್ ಕ್ರಾಂತಿಯ ಮೇಲೆ ಹಾಕಿ ಕಳಂಕರಹಿತರಾಗಲು ಪ್ರಯತ್ನಿಸುತ್ತೇವೆ. ಛಂದದ ಮೊಬೈಲ್‌ಗಳು ನಮಗೆ ಬೇಕು, ನಾಲ್ಕು ಬಣ್ಣದ ಮುಖಪುಟದ ಪಳಪಳ ಹೊಳೆಯುವ ಪುಸ್ತಕ ನಮ್ಮದಾಗಿರಬೇಕು, ಪುಸ್ತಕ ಬಿಡುಗಡೆ ಕಾರ್ಯಕ್ರಮದಲ್ಲಿ ಬಣ್ಣಬಣ್ಣದ ಬ್ಯಾನರ್‌ಬೇಕು, ಲೇಖಕರನ್ನು ಪ್ರಸಿದ್ಧರು ಹೊಗಳುವ ವೀಡಿಯೋ ತೋರಿಸಬೇಕು, ನಮ್ಮ ಮಕ್ಕಳು ದೊಡ್ಡ ಸಾಫ್ಟ್‌ವೇರ್ ಕಂಪನಿಯಲ್ಲಿ ಕೆಲಸ ಮಾಡಬೇಕು, ಮಗಳಿಗೆ ಸಾಫ್ಟ್‌ವೇರ್ ಅಳಿಯನೇ ಬೇಕು – ಎಲ್ಲವೂ ಸರಿ. ಆದರೆ ವೇದಿಕೆಯನ್ನೇರಿದ ತಕ್ಷಣ ಅದರ ವಿರುದ್ಧ ಧ್ವನಿ ಎತ್ತುವ ಆಷಾಢಭೂತಿತನವನ್ನು ಮಾತ್ರ ನಿಲ್ಲಿಸಿಲ್ಲ. ಯುಗಾದಿಯಂದು ಬೇವು-ಬೆಲ್ಲವನ್ನು ಸವಿಯುವ ಸಂಸ್ಕೃತಿ ನಮ್ಮದೆಂದು ಮರೆತುಬಿಡುತ್ತೇವೆ.

ಐದಾರು ವರ್ಷಗಳ ಕೆಳಗೆ, ಈ ಡಿಜಿಟಲ್ ರೆವೆಲ್ಯೂಷನ್ ಎನ್ನುವುದು ಕೇವಲ ನಗರದ, ಉನ್ನತ ವರ್ಗದವರ ಶೋಕಿ ಎನ್ನುವ ನಿಲುವನ್ನು ಬಹುತೇಕ ಬುದ್ಧಿವಂತರು ತೆಗೆದುಕೊಳ್ಳುತ್ತಿದ್ದರು. ಹಳ್ಳಿಯಲ್ಲಿ ಹೊಲದಲ್ಲಿ ಕೆಲಸ ಮಾಡುವ ರೈತನಿಗೋ, ಕೆಂಪು ಬಸ್ಸಿನಲ್ಲಿ ಪ್ರಯಾಣಿಸುವ ಕನ್ನಡ ಮಾಸ್ತರರಿಗೋ ಇವೆಲ್ಲಾ ಸಂಬಂಧ ಪಟ್ಟಿದ್ದಲ್ಲ ಎಂದು ಬಹುವಿಶ್ವಾಸದಿಂದ ಹೇಳುವ ಜನರನ್ನು ನಾನು ಕಂಡಿದ್ದೇನೆ. ಆದರೆ ಸದ್ಯದ ಪರಿಸ್ಥಿತಿಯನ್ನು ಎರಡು ಉದಾಹರಣೆ ಸಮೇತ ವಿವರಿಸಿದರೆ ಹೇಗೆ ಡಿಜಿಟಲ್ ಕ್ರಾಂತಿ ನಮ್ಮನ್ನೆಲ್ಲಾ ಸುತ್ತುವರೆದಿದೆ ಎನ್ನುವುದು ಅರ್ಥವಾಗುತ್ತದೆ. ಅಮೆಜಾನ್ ಮತ್ತು ಫ್ಲಿಪ್‌ಕಾರ್ಟ್ ಎನ್ನುವ ಎರಡು ದೈತ್ಯ ರೀಟೇಲ್ ಕಂಪನಿಗಳು ಪ್ರಾರಂಭವಾದಾಗ ಅವುಗಳ ಉದ್ದೇಶ ಕೇವಲ ಪುಸ್ತಕಗಳನ್ನು ಮಾರಾಟ ಮಾಡುವದಾಗಿತ್ತು. ಕೆಲವೇ ದಿನಗಳಲ್ಲಿ ಅದು ಲಾಭದಾಯಕವಲ್ಲ ಎಂದು ಅರ್ಥ ಮಾಡಿಕೊಂಡ ಅವು, ಕಸಪೊರಕೆಯಿಂದ ಹಿಡಿದು ವಜ್ರದ ಆಭರಣದ ತನಕ ಆನ್ಲೈನ್ನಲ್ಲಿ ಮಾರಲು ಶುರುವಿಟ್ಟವು. ಆರಂಭದಲ್ಲಿ ಬೆಂಗಳೂರು ನಗರವನ್ನು ಹೊರತುಪಡಿಸಿದರೆ ಬೇರಲ್ಲೂ ಅವು ವಸ್ತುಗಳನ್ನು ಮಾರಾಟ ಮಾಡುತ್ತಿರಲಿಲ್ಲ. ಅದೂ ಕ್ರೆಡಿಟ್ ಅಥವಾ ಡೆಬಿಟ್ ಕಾರ್ಡ್ ಇಲ್ಲದವರಿಗೆ ಅಲ್ಲಿ ಪ್ರವೇಶವೇ ಇರಲಿಲ್ಲ. ಆದರೆ ಈ ರೀಟೇಲ್ ಕಂಪನಿಗಳು ವಸ್ತುಗಳನ್ನು ಅತ್ಯಂತ ಕಡಿಮೆ ಬೆಲೆಗೆ ಮಾರಾಟ ಮಾಡುವ ವಿಚಾರ ಗೊತ್ತಾಗಿದ್ದೇ ಪುಟ್ಟ ಊರಿನಲ್ಲಿದ್ದ ನನ್ನ ಬಂಧುಗಳು ನನಗೆ ಫೋನ್ ಮಾಡಿ, ಅವರಿಗಾಗಿ ವಸ್ತುಗಳನ್ನು ಕೊಂಡುಕೊಳ್ಳಲು ಬೇಡಿಕೊಳ್ಳುತ್ತಿದ್ದರು. ಆದರೆ ಈಗಿನ ಸ್ಥಿತಿಯೇ ಬೇರೆ! ವಸ್ತುಗಳನ್ನು ಮನೆ ಬಾಗಿಲಿಗೆ ತರಿಸಿಕೊಂಡು ಅನಂತರ ಹಣ ಕೊಡಬಹುದು (ಕ್ಯಾಷ್ ಆನ್ ಡೆಲಿವರಿ) ಎಂದು ಮಾಡಿದ್ದೇ, ಇಡೀ ದೇಶಕ್ಕೆ ದೇಶವೇ ಅವುಗಳಿಂದ ಸಾಮಾನುಗಳನ್ನು ಖರೀದಿಸುತ್ತಿದೆ. ಹೊಸಪೇಟೆಯಂತಹ

ಚಿಕ್ಕ ಪಟ್ಟಣದಲ್ಲಿಯೂ ಪ್ರತಿದಿನ ಈ ಕಂಪನಿಗಳಿಂದ ಬಂದು ಬೀಳುವ ವಸ್ತುಗಳ ರಾಶಿಯನ್ನು ಕಂಡು ನಾನು ಗಾಬರಿಯಾಗಿದ್ದೇನೆ.

ಇನ್ನೊಂದು ಉದಾಹರಣೆಯಾಗಿ ನಾನು 'ನ್ಯೂಸ್‌ಹಂಟ್' ಎನ್ನುವ, ಇ-ಪುಸ್ತಕಗಳನ್ನು ಮೊಬೈಲ್‌ನಲ್ಲಿಯೇ ಮಾರಾಟ ಮಾಡುವ ಕಂಪನಿಯ ಅನುಭವವನ್ನು ಉಲ್ಲೇಖಿಸಬಲ್ಲೆ. ಅದರಲ್ಲಿ ನೌಕರಿ ಮಾಡುವವರೊಬ್ಬರು ಇದನ್ನು ನನ್ನೊಡನೆ ಹಂಚಿಕೊಂಡರು. ಇತ್ತೀಚೆಗೆ ಅವರು ಒಂದು ಲಾಟರಿ ಯೋಜನೆಯನ್ನು ಘೋಷಿಸಿದ್ದರಂತೆ; ತಿಂಗಳಲ್ಲಿ ಅವರ ಆಪ್‌ನಲ್ಲಿ ಕನ್ನಡ ಪುಸ್ತಕಗಳನ್ನು ಕೊಳ್ಳುವ ಮೂವರು ಲಕ್ಕಿ ವಿಜೇತರನ್ನು ಆಯ್ಕೆ ಮಾಡಿ, ಅವರಿಗೆ ಉಡುಗೊರೆ ಕೊಡುವ ಯೋಜನೆ ಅದಾಗಿತ್ತು. ಕೊಟ್ಟ ಮಾತಿಗೆ ತಕ್ಕಂತೆ ಅವರು ಮೂವರು ಲಕ್ಕಿ ವಿಜೇತರನ್ನು ಆಯ್ಕೆ ಮಾಡಿದರು. ತಮಾಷೆಯೇನು ಗೊತ್ತೆ? ಈ ಲಕ್ಕಿ ವಿಜೇತರು ಇರುವ ಸ್ಥಳ ಅದೆಂತಹ ಕುಗ್ರಾಮಗಳೆಂದರೆ ಅಲ್ಲಿಗೆ ಯಾವ ಕೊರಿಯರ್ ಮತ್ತು ಸ್ಪೀಡ್‌ಪೋಸ್ಟ್ ಸೇವೆ ಇರಲಿಲ್ಲವಂತೆ. ಕನಿಷ್ಠ ಅಂಚೆ ಕಛೇರಿಯೂ ಹತ್ತಿರದಲ್ಲಿಯೇ ಇರಲಿಲ್ಲವಂತೆ. ಕೊನೆಗೆ ಅವರೊಡನೆ ಮಾತನಾಡಿ, ಅವರ ಹತ್ತಿರದ ಪಟ್ಟಣದ ಬೇರೊಂದು ವಿಳಾಸವನ್ನು ಪಡೆದು, ಉಡುಗೊರೆಯನ್ನು ಕಳುಹಿಸಿಕೊಡಬೇಕಾಯ್ತಂತೆ! ಆದರೆ ಆ ಮೂರೂ ಜನ ಓದುಗರು ವಿಪರೀತವಾಗಿ ಕನ್ನಡ ಪುಸ್ತಕಗಳನ್ನು ಅವರ ಆಪ್‌ನಿಂದ ಕೊಳ್ಳುವ ವಿವರ ಕಂಪನಿಯ ಡೇಟಾಬೇಸ್‌ನಲ್ಲಿ ಇದ್ದಿತಂತೆ. ಅಂದ ಮೇಲೆ ಡಿಜಿಟಲ್ ಎನ್ನುವುದು ನಗರದ ಉನ್ನತ ವರ್ಗದ ಜನರಿಗೆ ಸಂಬಂಧಿಸಿದ್ದು ಎನ್ನುವುದು ಹುಸಿ ಮಾತಲ್ಲವೆ?

ಡಿಜಿಟಲ್‌ಕ್ರಾಂತಿ ಏನೆಲ್ಲಾ ರೀತಿಯಿಂದ ಆವರಿಸಿದೆ ಎಂದರೂ, ಜನಸಾಮಾನ್ಯರು ಇದನ್ನು ನೇರವಾಗಿ ಕಾಣುವುದು ಮೊಬೈಲ್ ಮೂಲಕವೇ ಆಗಿದೆ. ಮನೆಯಲ್ಲಿ ಯಾರಾದರೂ ಸತ್ತರೆ ಆ ಸುದ್ದಿಯನ್ನು ದೂರದೂರಿಗೆ ತಲುಪಿಸಲು ಊರಿನ ಯಾರೋ ಫೋನುಳ್ಳ ಶ್ರೀಮಂತರ ಮನೆ ಬಾಗಿಲಲ್ಲಿ ಭಿಕ್ಷುಕನಂತೆ ನಿಂತು ಕಾದ ಅನುಭವ ನನಗಿನ್ನೂ ಮರೆತಿಲ್ಲ. ಒಂದು ಲ್ಯಾಂಡ್‌ಲೈನ್ ಹಾಕಿಸಿಕೊಳ್ಳಲು ದುಡ್ಡು ಕೊಟ್ಟು ಅರ್ಜಿ ಹಾಕಿದರೆ, ವರ್ಷಗಟ್ಟಲೆ ಕಾಯಿಸಿ ಸತಾಯಿಸಿದ ದೂರವಾಣಿ ಇಲಾಖೆಯ ಕಾಠಿಣ್ಯತೆಯೂ ನೆನಪಿನಿಂದ ಮಾಸಿಲ್ಲ. ಅಂತಹ ಕಹಿ ಅನುಭವವನ್ನು ಉಂಡ ಭಾರತೀಯನಿಗೆ, ಕ್ಷಣಾರ್ಧದಲ್ಲಿ ಫೋನೊಂದು ಕರದಲ್ಲಿ ಬಂದು ಪ್ರತಿಷ್ಠಾಪನೆಯಾಗುವ ಮಾಯಾಲೋಕ ಕ್ಷಿಪ್ರವಾಗಿ ಆಕರ್ಷಿಸಿದ್ದು ಅತ್ಯಂತ ಸಹಜವೇ ಆಗಿದೆ. ಆರಂಭದಲ್ಲಿ ಫೋನ್ ಎನ್ನುವುದು ಬರೀ ಸಂಭಾಷಣೆಗಾಗಿ ಇರುವ ಸಾಧನವೆಂದಾಗಿತ್ತು. ಈಗ ಧ್ವನಿ (voice) ಗಿಂತಲೂ ದತ್ತವು (data) ಮುಖ್ಯವಾದ ಕಾಲಘಟ್ಟ. ಮೊಬೈಲ್ ಇರುವುದು ಸಂಭಾಷಣೆಗಿಂತಲೂ ಹೆಚ್ಚಾಗಿ ವಾಟ್ಸಪ್, ಫೇಸ್‌ಬುಕ್, ಯುಟ್ಯೂಬ್,

ಗೇಮ್ಸ್, ಆನ್ಲೈನ್ ಮಾರಾಟ, ಇಂಟರ್‌ನೆಟ್‌ಗಳಿಗೆ ಎನ್ನುವಂತಾಗಿದೆ. ಸಂಭಾಷಣೆ ಆಗೊಮ್ಮೆ ಈಗೊಮ್ಮೆ ಮಾಡಿದರೆ ಹೆಚ್ಚು.

ಆದರೆ ಮಕ್ಕಳ ಕುರಿತ ಅಪ್ಪ-ಅಮ್ಮರ ಆತಂಕವೂ ಸಹಜವಾದದ್ದಾಗಿದೆ. ಜಗವನ್ನು ಬಿಟ್ಟಗಣ್ಣಿಂದ ನೋಡಿ ಮನಸ್ಸು ಹೃದಯವನ್ನು ತುಂಬಿಕೊಳ್ಳುವ ವಯಸ್ಸಿನಲ್ಲಿ ಈ ಮಕ್ಕಳು ದಿನದ ಎಲ್ಲಾ ಹೊತ್ತು ಮೊಬೈಲ್ ಪರದೆಯಲ್ಲಿ ಮುಳುಗಿ ಹೋದರೆ ಗತಿಯೇನು? ವಾಸ್ತವ ಜಗತ್ತನ್ನು ಬಿಟ್ಟು ಮಿಥ್ಯಾಲೋಕದಲ್ಲಿ ಮುಳುಗಿಹೋದರೆ ಬೆಳವಣಿಗೆಯಾಗುವದಾದರೂ ಹೇಗೆ? ವಾಸ್ತವದಲ್ಲಿ ದಕ್ಕದ ಧೈರ್ಯ ಮಿಥ್ಯಾಲೋಕದಲ್ಲಿ ದಕ್ಕುತ್ತದೆ. ಹುಡುಗಿಯೊಬ್ಬಳಿಗೆ ಮುಖತಾ "ಐ ಲವ್ ಯು" ಎಂದು ಹೇಳಲು ವರ್ಷಗಟ್ಟಲೆ ಕಾಯುವ ಹುಡುಗ, ವಾಟ್ಸ್‌ಪ್‌ನಲ್ಲಿ ಐದು ನಿಮಿಷದಲ್ಲಿ ಹೇಳಿ ಬಿಡುತ್ತಾನೆ. ಕಂಡು ಒಡನಾಡದ ಜನರನ್ನು ಕೇವಲ ಅವರ ಝುಗಮಗಿಸುವ ಫೋಟೋ, ಬಣ್ಣದ ಮಾತುಗಳಿಗೆ ಸೋತು, ತನ್ನ ಜನರೆಂದು ಮಕ್ಕಳು ತಪ್ಪು ತಿಳಿದುಕೊಳ್ಳುವ ವಿಫುಲ ಅವಕಾಶಗಳು ಈ ಡಿಜಿಟಲ್ ಲೋಕ ತೆರೆದಿಟ್ಟಿದೆ. ಸಾಮಾಜಿಕ ಜಾಲತಾಣಗಳ ಹಲವಾರು ಅನುಕೂಲಗಳ ಮಾತೇನೇ ಇರಲಿ, ಕೆಟ್ಟದ್ದಕ್ಕೇ ಮಕ್ಕಳು ಆಕರ್ಷಣೆ ಹೊಂದುತ್ತಿದ್ದಾರಲ್ಲವೆ? ಇಂಟರ್‌ನೆಟ್ ತೆರೆದರೆ ಸಾಕು, "ಸುಲಭವಾಗಿ ಸಾಯುವುದು ಹೇಗೆ?", "ಮತ್ತೊಬ್ಬರಿಗೆ ಸುಳಿವು ನೀಡದಂತೆ ಕೊಲೆ ಮಾಡುವುದು ಹೇಗೆ?", "ವೇಶ್ಯೆಯಾಗುವದರಿಂದ ಸಿಗುವ ಲಾಭಗಳು", "ಬಂಡುಕೋರನಾಗುವುದು ಹೇಗೆ?" – ಇತ್ಯಾದಿ ವಿಷಯಗಳು ಯಥೇಚ್ಛವಾಗಿ ಜಾಲಾಟದಲ್ಲಿ ಸಿಗುತ್ತಿವೆ. ಅಶ್ಲೀಲ ಚಿತ್ರಗಳ ರಾಶಿಯೇ ಅಲ್ಲಿದೆ. ಇವೆಲ್ಲವೂ ಮುಕ್ತವಾಗಿ ಬೆರಳ ತುದಿಯಲ್ಲಿ ಮಕ್ಕಳಿಗೆ ಸಿಗುತ್ತಿರುವದರಿಂದಲೋ ಏನೋ, ಈಗಿನ ಮಕ್ಕಳು ಬಹುಬೇಗನೆ ಪ್ರಬುದ್ಧರಾಗಿ ಬಿಡುತ್ತಿದ್ದಾರೆ. ಬಾಲ್ಯದ ಸೊಗಸಾದ ಮುಗ್ಧತೆ ಕಣ್ಣು ಮುಚ್ಚಿ ತೆರೆಯುವದರಲ್ಲಿ ಮರೆಯಾಗುತ್ತಿದೆ. ಇಂತಹ ಬದಲಾವಣೆ ಮುಂದೆ ಯಾವ ಅನರ್ಥಕ್ಕೆ ದಾರಿ ಮಾಡಿಕೊಡಲಿದೆ? ಹೊಸ ಸಮಾಜದ ಸವಾಲುಗಳೇನು? ಅವನ್ನು ತಿದ್ದುವುದು ಸಾಧ್ಯವೆ? ಎಂಬೆಲ್ಲಾ ಆತಂಕಗಳು ಪಾಲಕರನ್ನು ಕಾಡುತ್ತವೆ. ಆದರೂ ಒಂದು ನಿಟ್ಟಿನಲ್ಲಿ ಗಮನಿಸಿದಾಗ ವಿಪರೀತ ಆತಂಕ ಒಳ್ಳೆಯದಲ್ಲವೆನ್ನಿಸುತ್ತದೆ. ಇಂಟರ್‌ನೆಟ್‌ನಲ್ಲಿ ಪೋಲಿ ಸಿನಿಮಾಗಳನ್ನು ನೋಡುವುದು, ನಮ್ಮ ಕನ್ನಡದ ಮಚ್ಚು-ಲಾಂಗು ಸಿನಿಮಾಗಳನ್ನು ನೋಡುವದಕ್ಕಿಂತಲೂ ಹೆಚ್ಚು ಆರೋಗ್ಯಕರವೆಂದು ನನಗನ್ನಿಸುತ್ತದೆ. ಕ್ರೌರ್ಯಕ್ಕಿಂತಲೂ ಕಾಮವನ್ನು ವೀಕ್ಷಿಸುವುದು ಕಡಿಮೆ ಪ್ರಮಾದಕರ ಎಂಬುದು ನನ್ನ ಊಹೆ.

ವ್ಯಸನಗಳು ಎಲ್ಲಾ ಕಾಲಕ್ಕೂ ಇದ್ದವು. ಪುರಾತನದಲ್ಲಿ ಸನ್ಯಾಸದ ವ್ಯಸನ. ಒಂದಾನೊಂದು ಕಾಲದಲ್ಲಿ ಯಕ್ಷಗಾನ, ನಾಟಕ, ಬಯಲಾಟಗಳ ವ್ಯಸನ.

ಅನಂತರ ಸಿನಿಮಾಗಳ ವ್ಯಸನ. ಮುಂದೆ ಪುಸ್ತಕಗಳ ವ್ಯಸನ. ಅನಂತರ ಟಿವಿ ವ್ಯಸನ. ಈಗ ಡಿಜಿಟಲ್ ಗ್ಯಾಜೆಟ್‌ಗಳ ವ್ಯಸನ. ಎಲ್ಲಾ ಕಾಲಕ್ಕೂ ವ್ಯಸನಗಳಿಂದ ಉದ್ಧಾರವಾದವರಿಗಿಂತಲೂ ಹಾಳಾದವರೇ ಹೆಚ್ಚು ಸಿಕ್ಕುತ್ತಾರೆ. ಹಳೆಯ ವ್ಯಸನಗಳು ಇಂದಿನ ಹೊಸ ಪೀಳಿಗೆಯ ಆಕರ್ಷಣೆ ಕಳೆದುಕೊಂಡಿವೆ. ಬಿಳಿಯ ತಲೆಯವರಿಗೆ ಹೊಸ ವ್ಯಸನಗಳು ಅತ್ಯಂತ ಅಪಾಯಕಾರಿಯಾಗಿ ಕಾಣುತ್ತಿವೆ. "ನಮ್ಮ ಕಾಲದ ಬಾಲ್ಯ ತುಂಬಾ ಚೆನ್ನಾಗಿತ್ತು. ಈಗಿನ ಮಕ್ಕಳಿಗೆ ಆರೋಗ್ಯಕರ ಬಾಲ್ಯವೇ ಇಲ್ಲ" ಎಂದು ನೀವು ಹೇಳುತ್ತೀರೆಂದರೆ, ನಿಮಗೆ ವಯಸ್ಸಾಗಿ ಮುಪ್ಪು ಬಂದಿದೆ ಎಂದೇ ಅರ್ಥ. ಬಾಲ್ಯವೆನ್ನುವುದು ಮಗುವಿನ ಆಂತರಿಕ ಉತ್ಸಾಹಕ್ಕೆ ಸಂಬಂಧಿಸಿದ್ದೇ ಹೊರತು, ಬಾಹ್ಯಸಂಗತಿಗಳಿಗಲ್ಲ. ಆದ್ದರಿಂದಲೇ ಅಮೆರಿಕಾದ ಮಗುವೂ, ಆಫ್ರಿಕಾದ ಮಗುವೂ ಮತ್ತು ಭಾರತದ ಮಗುವೂ ಸೊಗಸಾದ ಬಾಲ್ಯವನ್ನು ಅನುಭವಿಸಿರುವ ಸಾಧ್ಯತೆ ಇದೆ. ಬಾಲ್ಯದ ಸೌಂದರ್ಯವು ಲಿಂಗ, ಜಾತಿ, ಅಂತಸ್ತು, ದೇಶ, ಕಾಲದ ಗಡಿಯನ್ನು ಮೀರಿದ್ದು. ಆದರೆ ಈ ಎಲ್ಲಾ ವ್ಯಸನಗಳು ತಾತ್ಕಾಲಿಕವೆಂದೇ ನನ್ನ ನಂಬಿಕೆ. ಕ್ರಮೇಣ ಆಕರ್ಷಣೆಯನ್ನು ಕಳೆದುಕೊಳ್ಳುತ್ತವೆ. ಇಂಗ್ಲೆಂಡ್ ಮತ್ತು ಅಮೆರಿಕಾ ದೇಶದಲ್ಲಿ ಇತ್ತೀಚೆಗೆ ಟಿವಿ ವ್ಯಾಮೋಹ ಮುಗಿದು ಹೋಗಿ, ಮಕ್ಕಳು ಪುಸ್ತಕಗಳನ್ನು ಹೆಚ್ಚಾಗಿ ಓದುತ್ತಿರುವುದು ಕಂಡುಬರುತ್ತದೆ. ಜೊತೆಗೆ ಈ ಡಿಜಿಟಲ್ ವ್ಯಸನಗಳು ಕುಡಿತ, ಧೂಮಪಾನದಷ್ಟು ಮಾರಕ ವ್ಯಸನಗಳೇನೂ ಅಲ್ಲ.

ತಂತ್ರಜ್ಞಾನ ಎನ್ನುವುದು ಬೆಂಕಿಯಿದ್ದಂತೆ. ಕಿಡಿಯೊಂದು ತಾಕಬಾರದ ಜಾಗವನ್ನು ತಾಕಿದರೆ ಅನಾಹುತವಾಗುತ್ತದೆ. ಹಾಗಂತ ಬೆಂಕಿಯನ್ನು ನಿರಾಕರಿಸಿ ಬದುಕಲಾಗುವದಿಲ್ಲ. ಮಗುವಿಗೆ ಬೆಂಕಿಯನ್ನು ಬಳಸುವದನ್ನೂ ಮತ್ತು ಅದನ್ನು ಅಪಾಯವಾಗದ ಹಾಗೆ ದೂರವಿಡುವದನ್ನು ಕಲಿಸುತ್ತೀವಲ್ಲವೆ? ತಂತ್ರಜ್ಞಾನವೂ ಅಷ್ಟೇ! ಅಂತಹ ತಿಳುವಳಿಕೆಯನ್ನು ಹೇಳಿಕೊಡುವ ಜವಾಬ್ದಾರಿ ಪೋಷಕರದ್ದು, ಸಮಾಜದ್ದು ಮತ್ತು ಸರ್ಕಾರದ್ದು. ನಮ್ಮ ಅಸಡ್ಡೆಯನ್ನೂ, ಬೇಜವಾಬ್ದಾರಿಯನ್ನೂ ತಂತ್ರಜ್ಞಾನದ ಮೇಲೆ ಹೇರಿ ನಾವು ನುಣುಚಿಕೊಳ್ಳುವಂತಿಲ್ಲ. ಮೇರಿ ಕ್ಯೂರಿಯಂತಹ ಮಹಾತಪಸ್ವಿನಿಯ ತಪಃಶಕ್ತಿಯನ್ನು ನಾವು ವರವಾಗಿ ವಿನಿಯೋಗಿಸುತ್ತೇವೋ ಅಥವಾ ಶಾಪವೆಂದು ಅನುಭವಿಸುತ್ತೀವೋ ಎನ್ನುವ ಸಂಗತಿಯು ನಮ್ಮ ಭವಿಷ್ಯವನ್ನು ನಿರ್ಧರಿಸುತ್ತದೆ.

10ನೇ ಮಾರ್ಚ್ 2016

ಯುವಜನತೆ ಮತ್ತು ಸಿನಿಮಾ

ಸುಮಾರು ಎರಡು ವರ್ಷದ ಕೆಳಗೆ ನಾನೊಂದು ಸಿನಿಮಾ ನಿರ್ಮಾಣಕ್ಕೆ ಸಂಬಂಧಿಸಿದ ಕಮ್ಮಟದಲ್ಲಿ ಶಿಬಿರಾರ್ಥಿಯಾಗಿ ಭಾಗವಹಿಸಿದ್ದೆ. ಚೆನ್ನೈನಲ್ಲಿರುವ ಐಐಟಿ ಆವರಣದಲ್ಲಿ ಹತ್ತು ದಿನಗಳ ಕಾಲ ಅದನ್ನು ಅಚ್ಚುಕಟ್ಟಾಗಿ ಆಯೋಜಿಸಲಾಗಿತ್ತು. ಪ್ರತಿ ದಿನ ಸಂಜೆ ಒಂದು ಸಿನಿಮಾವನ್ನು ನೋಡುವ ಮತ್ತು ಮರುದಿನ ಆ ಸಿನಿಮಾದ ನಿರ್ದೇಶಕರ ಜೊತೆ ಮುಕ್ತವಾಗಿ ಸಂವಾದವನ್ನು ಮಾಡುವ ಅವಕಾಶವನ್ನು ಆಯೋಜಕರು ಕಲ್ಪಿಸಿಕೊಟ್ಟಿದ್ದರು. ಆ ನಿಟ್ಟಿನಲ್ಲಿ ನಮಗೆ 'ಆಡುಕ್ಕಳಂ' (ಅಖಾಡ) ಎನ್ನುವ ತಮಿಳು ಸಿನಿಮಾವನ್ನು ತೋರಿಸಿದರು. ಆರು ರಾಷ್ಟ್ರಪ್ರಶಸ್ತಿಗಳನ್ನು ತನ್ನದಾಗಿಸಿಕೊಂಡಿದ್ದ ಈ ಸಿನಿಮಾ ಶಿಬಿರಾರ್ಥಿಗಳ ಕುತೂಹಲವನ್ನು ಕೆರಳಿಸಿತ್ತು. ತಮಿಳಿನ ಪ್ರಸಿದ್ಧ ನಟ ಧನುಷ್‌ಗೆ ಶ್ರೇಷ್ಠ ನಟ ಪ್ರಶಸ್ತಿಯನ್ನು ಗಳಿಸಿಕೊಟ್ಟಿದ್ದಲ್ಲದೆ, ಅದರ ನಿರ್ದೇಶಕ ವೆಟ್ರಿಮಾರನ್‌ಗೆ ಶ್ರೇಷ್ಠ ನಿರ್ದೇಶಕ ಪ್ರಶಸ್ತಿಯೂ ಸಿಕ್ಕಿತ್ತು. ವೆಟ್ರಿಮಾರನ್ ಜೊತೆ ಮುಕ್ತ ಸಂವಾದದಲ್ಲಿ ನಾವೆಲ್ಲಾ ಅತ್ಯಂತ ಉತ್ಸಾಹದಿಂದ ಭಾಗವಹಿಸಿದ್ದೆವು.

ಕಡಲೂರು ಎನ್ನುವ ಸಣ್ಣ ಹಳ್ಳಿಯಲ್ಲಿ ಹುಟ್ಟಿ ಬೆಳೆದ ವೆಟ್ರಿಮಾರನ್, ಯಾವುದೇ ಒಣಪ್ರತಿಷ್ಠೆಗಳಿಲ್ಲದೆ ಅತ್ಯಂತ ಪ್ರಾಮಾಣಿಕವಾಗಿ ನಮ್ಮೊಡನೆ ಮಾತನಾಡುತ್ತಾ ತಮ್ಮ

ಅನುಭವವನ್ನು ಹಂಚಿಕೊಂಡರು. ಅವರಿಗಿನ್ನೂ ಆಗ 36 ವರ್ಷ. ನಮ್ಮದೇ ಗೆಳೆಯನೊಬ್ಬ ದೊಡ್ಡ ಸಾಧನೆಯನ್ನು ಮಾಡಿ, ಈಗ ಅವೆಲ್ಲವನ್ನೂ ಮರೆತು ನಮ್ಮೊಡನೆ ಮೊದಲಿನಂತೆಯೇ ಹರಟೆ ಹೊಡೆಯುತ್ತಿದ್ದಾನೇನೋ ಎಂಬ ಭಾವ ನನಗೆ ಬಂದಿತ್ತು. ಆ ಹೊತ್ತಿನಲ್ಲಿ ನಾನೊಂದು ಪ್ರಶ್ನೆ ಕೇಳಿದೆ.

"ಇತ್ತೀಚಿನ ದಿನಗಳಲ್ಲಿ, ತಮಿಳಿನಲ್ಲಿ ವಿಭಿನ್ನ ಬಗೆಯ ಸಿನಿಮಾಗಳು ಪುಂಖಾನುಪುಂಖವಾಗಿ ಮೂಡಿ ಬರುತ್ತಿವೆ. ಹೊಸ ಹೊಸ ಯುವ ನಿರ್ದೇಶಕರು ತಮ್ಮ ಮೊದಲ ಪ್ರಯತ್ನದಲ್ಲಿಯೇ ಅಚ್ಚರಿ ಮೂಡಿಸುವಷ್ಟು ಸೊಗಸಾದ ಸಿನಿಮಾಗಳನ್ನು ನೀಡಿದ್ದಾರೆ. ದಿಢೀರನೆ ಆದ ಈ ಬದಲಾವಣೆಗೆ ಕಾರಣವೇನು?"

ಈ ಪ್ರಶ್ನೆಗೆ ಒಂದಿಷ್ಟೂ ಹಿಂಜರಿಯದೆ ವೆಟ್ರಿಮಾರನ್ ಕೊಟ್ಟ ಉತ್ತರ ಮಾತ್ರ ನನ್ನನ್ನು ಕಕ್ಕಾಬಿಕ್ಕಿಯಾಗಿಸಿತ್ತು. "ಕಾಳಸಂತೆಯಲ್ಲಿ ಯಥೇಚ್ಛವಾಗಿ ಎಲ್ಲರಿಗೂ ಲಭ್ಯವಾಗುತ್ತಿರುವ ಪೈರೇಟೆಡ್ ಡಿವಿಡಿಗಳು!" ಅಂತ ಯಾವುದೇ ಮುಜುಗರವಿಲ್ಲದೆ ವೆಟ್ರಿಮಾರನ್ ವೇದಿಕೆಯ ಮೇಲೆ ಹೇಳಿದಾಗ, ಇಡೀ ಸಭಾಂಗಣ ನಿಶ್ಯಬ್ಧವಾಗಿತ್ತು. ತನ್ನ ಮಾತಿನ ಒಟ್ಟಾರೆ ಅರ್ಥವನ್ನು ವೆಟ್ರಿಮಾರನ್ ವಿವರಿಸಲಾರಂಭಿಸಿದರು. ಅವರ ಮಾತುಗಳ ಒಟ್ಟು ಸಾರಾಂಶ ಈ ಕೆಳಗಿನಂತಿತ್ತು.

"ಇಷ್ಟು ದಿನ ಜಗತ್ತಿನ ಶ್ರೇಷ್ಠ ಸಿನಿಮಾಗಳ ವೀಕ್ಷಣೆ ನನ್ನಂತಹ ಹಳ್ಳಿಯ ಹುಡುಗರಿಗೆ ಲಭ್ಯವೇ ಇರಲಿಲ್ಲ. ಹಳ್ಳಿಯವರ ಮಾತು ಬಿಡಿ, ನಗರದವರಿಗೂ ಸುಲಭವಾಗಿ ಲಭ್ಯವಿರಲಿಲ್ಲ. ಕೇವಲ ಕೆಲವೇ ಪ್ರತಿಷ್ಠಿತ ಸಿನಿಮಾ ಕಲಿಕೆಯ ಕೇಂದ್ರಗಳಲ್ಲಿ ಮಾತ್ರ ಅವುಗಳನ್ನು ವಿದ್ಯಾರ್ಥಿಗಳಿಗೆ ತೋರಿಸುತ್ತಿದ್ದರು. ನಮ್ಮಂತಹ ಹಳ್ಳಿಯ ಹುಡುಗರು ಬರೀ ತಮಿಳು, ಹಿಂದಿ ಸಿನಿಮಾಗಳನ್ನು ನೋಡಿಕೊಂಡು, ಅವನ್ನೇ ಮಹತ್ವದ ಸಿನಿಮಾಗಳೆಂದು ಕಲ್ಪಿಸಿಕೊಂಡು ಬಾಳುತ್ತಿದ್ದೆವು. ಅಥವಾ ಯಾವಾಗಲೋ ಒಮ್ಮೆ ದೂರದರ್ಶನದಲ್ಲಿ ತೋರಿಸುವ ಭಾರತದ ಆರ್ಟ್ ಸಿನಿಮಾಗಳನ್ನೇ ಒಲ್ಲದ ಮನಸ್ಸಿನಿಂದ ಶ್ರೇಷ್ಠವೆಂದು ಒಪ್ಪಿಕೊಳ್ಳುವ ಒತ್ತಾಯದ ಪರಿಸ್ಥಿತಿಯಿತ್ತು. ಯಾವಾಗ ಡಿಜಿಟಲ್ ರೆವಲ್ಯೂಷನ್ ಶುರುವಾಯಿತೋ, ಆಗ ಇಂತಹ ಪೈರೇಟಡ್ ಡಿವಿಡಿಗಳು ನಮಗೆ ಅತ್ಯಂತ ಕಡಿಮೆ ಬೆಲೆಯಲ್ಲಿ ಲಭ್ಯವಾಗಲು ಪ್ರಾರಂಭವಾಯ್ತು. ಮೊದಲಿಗೆ ಮಲೇಶಿಯಾದಿಂದ ಬರುತ್ತಿದ್ದವು; ಇಂಟರ್‌ನೆಟ್ ಬಳಕೆ ಹೆಚ್ಚಾದಂತೆಲ್ಲಾ ಇಲ್ಲಿಯೇ ಸಿಗಲಾರಂಭಿಸಿದವು. ಅಗ್ಗದ ಬೆಲೆಯಲ್ಲಿ ಟಿವಿ ಮತ್ತು ಡಿವಿಡಿ ಪ್ಲೇಯರ್‌ಗಳನ್ನು ನಾವು ಕೊಂಡುಕೊಂಡೆವು. ಎಲ್ಲಾ ಭಾಷೆಯ ಸಿನಿಮಾಗಳನ್ನು ಸುಲಭವಾಗಿ ನೋಡಲು ಇಂಗ್ಲೀಷಿನಲ್ಲಿ ಉಪಶೀರ್ಷಿಕೆಗಳ ಸೌಲಭ್ಯ ದೊರೆಯಿತು. ಯಾವಾಗ ನಾವು ಜಗತ್ತಿನ ಅದ್ಭುತ ಸಿನಿಮಾಗಳನ್ನು ನೋಡಲು ಪ್ರಾರಂಭ ಮಾಡಿದೆವೋ, ಆಗ ಸಿನಿಮಾದ ಬಗ್ಗೆ ಇದ್ದ ಪರಿಕಲ್ಪನೆಯೇ ಬದಲಾಗಿ ಹೋಯ್ತು. ಬೆಕ್ಕಸ ಬೆರಗಾಗಿ

ಸಿನಿಮಾಗಳನ್ನು ಒಂದರ ಮೇಲೊಂದರಂತೆ ನೋಡಲು ಶುರುವಿಟ್ಟುಕೊಂಡೆವು. ಅದರ ಫಲವೇ ಈಗ ತಮಿಳಿನಲ್ಲಿ ಹೊಸ ಬಗೆಯ ಸಿನಿಮಾಗಳು ಬರುತ್ತಿರುವುದು. ನನ್ನಂತೆಯೇ ಹಳ್ಳಿಯಿಂದ ಬಂದ ಹಲವಾರು ಹುಡುಗರು ಇಂತಹ ಡಿವಿಡಿಗಳನ್ನು ನೋಡಿಯೇ ನಿರ್ದೇಶನವನ್ನು ಕರಗತ ಮಾಡಿಕೊಂಡಿದ್ದಾರೆ. ಅವರೆಲ್ಲಾ ಈಗ ತಮಿಳಿನಲ್ಲಿ ಮಹತ್ವದ ಸಿನಿಮಾಗಳನ್ನು ನಿರ್ಮಿಸಿದ್ದಾರೆ. ಒಳ್ಳೆಯ ಸಿನಿಮಾ ನೋಡುವದಕ್ಕೆ ಅವಕಾಶವೇ ಇಲ್ಲದಂತಿದ್ದ ಸಂಕುಚಿತ ವಾತಾವರಣವೇ ಈ ಹಿಂದೆ ನಮ್ಮಂತಹ ಪ್ರತಿಭೆಗಳು ಕಮರಿ ಹೋಗುವದಕ್ಕೆ ಕಾರಣವಾಗಿತ್ತು. ಜಗತ್ತಿಗೆ ನಾವು ಸಂಪೂರ್ಣವಾಗಿ ತೆರೆದುಕೊಳ್ಳದೆ ನಮ್ಮ ಪ್ರತಿಭೆಯನ್ನು ಕಂಡುಕೊಳ್ಳುವದಕ್ಕೆ ಸಾಧ್ಯವಿಲ್ಲ"

ಇಡೀ ಸಭೆಯಲ್ಲಿ ಈ ಮಾತುಗಳಿಗೆ ಭರ್ಜರಿ ಕರತಾಡನವಾಯ್ತು. ವೆಟ್ರಿಮಾರನ್ ಮಾತುಗಳನ್ನು ಯಾವುದೇ ಸಂಶಯವಿಲ್ಲದಂತೆ ನಾನೂ ಒಪ್ಪಿಕೊಂಡೆ. ಅದಕ್ಕೆ ನನ್ನದೇ ಆದ ಹಿನ್ನೆಲೆಯ ಕಾರಣವೂ ಇತ್ತು. ಬಳ್ಳಾರಿ ಜಿಲ್ಲೆಯವನಾದ ನನಗೆ ಸಹಜವಾಗಿ ಸಿನಿಮಾದ ಹುಚ್ಚಿತ್ತು. ಆದರೆ ನಾನು ನೋಡಿದ ಸಿನಿಮಾಗಳೆಲ್ಲಾ ಬರೀ ಕನ್ನಡ, ತೆಲುಗು ಮತ್ತು ಅಪರೂಪಕ್ಕೆ ಬಾಲಿವುಡ್ ಸಿನಿಮಾಗಳಾಗಿದ್ದವು. ಹಾಲಿವುಡ್ ಸಿನಿಮಾಗಳನ್ನು ನಾನು ನೋಡಿದ್ದೂ ತುಂಬಾ ಕಡಿಮೆ. ಆ ಸಿನಿಮಾಗಳ ಇಂಗ್ಲೀಷಿನ ಉಚ್ಚಾರ ನನಗೆ ಅರ್ಥವಾಗುತ್ತಿರಲಿಲ್ಲ. ಕೆಟ್ಟ ಸಿನಿಮಾಗಳನ್ನೇ ಮತ್ತೆ ಮತ್ತೆ ನೋಡಿ ನನ್ನ ಸಿನಿಮಾದ ಅಭಿರುಚಿ ಹದಗೆಟ್ಟು ಹೋಗಿತ್ತು. ಆಗ ನನಗೊಂದು ಅಪರೂಪದ ಅವಕಾಶ ಒದಗಿ ಬಂತು. ಸಾಫ್ಟ್‌ವೇರ್ ಕಂಪನಿಯಲ್ಲಿ ಕೆಲಸ ಮಾಡುತ್ತಿದ್ದೆನಾದ ಕಾರಣ, ಇಂಗ್ಲೆಂಡಿಗೆ ಹೋಗಬೇಕಾಗಿ ಬಂತು. ಅಲ್ಲಿ ನಾನು ಬಹಳ ವರ್ಷಗಳ ಕಾಲ ಇದ್ದೆ. ಆ ದೇಶದಲ್ಲಿ ಆಫೀಸಿನ ಕೆಲಸ ಮುಗಿಸಿದ ಮೇಲೆ ನನಗೆ ಯಥೇಚ್ಛವಾಗಿ ಬಿಡುವಿರುತ್ತಿತ್ತು. ನಾನಿದ್ದ ಊರಿನಲ್ಲಿ ಯಾವುದೇ ಭಾರತೀಯ ಗೆಳೆಯರು ನನಗೆ ಇರಲಿಲ್ಲ. ಕರ್ನಾಟಕದಿಂದ ಒಯ್ದಿದ್ದ ಕನ್ನಡ ಪುಸ್ತಕಗಳನ್ನೆಲ್ಲಾ ಎರಡು ಮೂರು ಬಾರಿ ಓದಿಬಿಟ್ಟೆ. ಮತ್ತೇನು ಮಾಡುವುದು? ತಮಾಷೆಯೆಂದರೆ ತಂತ್ರಜ್ಞಾನದಲ್ಲಿ ಸ್ನಾತಕೋತ್ತರ ಪದವಿಯನ್ನು ಪಡೆದಿದ್ದರೂ, ಕನ್ನಡ ಮಾಧ್ಯಮದಲ್ಲಿ ಓದಿದ ನನಗೆ ಇಂಗ್ಲೀಷ್ ಕಾದಂಬರಿಗಳನ್ನು ನಿರರ್ಗಳವಾಗಿ ಓದಲು ಬರುತ್ತಿರಲಿಲ್ಲ. (ಈಗಲೂ ಕನ್ನಡದಷ್ಟು ಸುಲಲಿತವಾಗಿ ಇಂಗ್ಲೀಷ್ ಪುಸ್ತಕವನ್ನು ಓದಲಾರೆ) ಕನ್ನಡದಲ್ಲಿ ಹಿರಿಯ ಲೇಖಕರೆಲ್ಲಾ ಕಾಮು, ಕಾಫ್ಕ, ಮಾರ್ಕ್ವೆಜ್ ಇತ್ಯಾದಿ ಹೆಸರಿನ ಲೇಖಕರನ್ನು ತಮ್ಮ ವಿಮರ್ಶೆ, ಮಾತುಗಳಲ್ಲಿ ಪದೇ ಪದೇ ಹೇಳುತ್ತಿದ್ದರಾದರೂ, ಆ ಪುಸ್ತಕಗಳನ್ನು ತಂದು ಓದಲು ಪ್ರಯತ್ನಿಸಿ ಸೋತು ಹೋಗಿದ್ದೆ. ಆ ವೇಳೆಗಾಗಲೇ ನಾನು ಕತೆ ಬರೆಯುವದನ್ನು ರೂಢಿಸಿಕೊಂಡಿದ್ದೆ. ಒಂದು ಕಥಾಸಂಕಲನವನ್ನೂ ಪ್ರಕಟಿಸಿದ್ದೆ.

ಆದ್ದರಿಂದ ನನ್ನ ಸೃಜನಶೀಲ ಹಸಿವು ಇದ್ದೇ ಇತ್ತು. ಆ ಹೊತ್ತಿನಲ್ಲಿಯೇ ಅಚಾನಕ್ಕಾಗಿ ನನಗೆ ಜಗತ್ತಿನ ಸಿನಿಮಾಗಳ ಪರಿಚಯವಾಯ್ತು!

ಇಂಗ್ಲೆಂಡಿನಲ್ಲಿ ಪ್ರತಿಯೊಂದು ಹಳ್ಳಿಯಲ್ಲಿಯೂ ಒಳ್ಳೆಯ ಬ್ರಿಟೀಷ್ ಲೈಬ್ರರಿಗಳಿವೆ. ಅಲ್ಲಿ ಕೇವಲ ಪುಸ್ತಕಗಳೊಂದೇ ಅಲ್ಲದೆ, ಜಗತ್ತಿನ ಶ್ರೇಷ್ಠ ಸಿನಿಮಾಗಳ ಡಿವಿಡಿಗಳು ಲಭ್ಯವಿರುತ್ತವೆ. ನಾನಿದ್ದ ಊರಿನ ಗ್ರಂಥಾಲಯದಿಂದ ಡಿವಿಡಿಗಳನ್ನು ಒಂದೊಂದಾಗಿ ತಂದು ಮನೆಯಲ್ಲಿ ನೋಡಲಾರಂಭಿಸಿದೆ. ಸರಳವಾದ ಇಂಗ್ಲೀಷಿನ ಉಪಶೀರ್ಷಿಕೆಗಳನ್ನು ಓದುತ್ತಾ ಸಿನಿಮಾ ನೋಡುವದನ್ನು ಅಭ್ಯಾಸ ಮಾಡಿಕೊಂಡೆ. ಈ ಇಂಗ್ಲೀಷ್ ಉಪಶೀರ್ಷಿಕೆಗಳು ಹಾಲಿವುಡ್ ಸಿನಿಮಾ ನೋಡುವದಕ್ಕೂ ನನಗೆ ಸಹಾಯ ಮಾಡಿದವು. ಫ್ರೆಂಚ್, ಚೈನಾ, ಜಪಾನ್, ಸ್ಪೇನ್, ಇಟಾಲಿ, ಇರಾನ್, ಬ್ರೆಜಿಲ್, ಬ್ರಿಟೀಷ್, ಕೊರಿಯನ್ ಅಂತೆಲ್ಲಾ ಜಗತ್ತಿನ ಅಪರೂಪದ ಸಿನಿಮಾಗಳನ್ನು ನೋಡಿ ಬೆರಗಾಗುತ್ತಾ ಹೋದೆ. ಒಂದು ಒಳ್ಳೆಯ ಸಿನಿಮಾ ನೋಡುವುದಕ್ಕೂ, ಒಂದು ಒಳ್ಳೆಯ ಪುಸ್ತಕ ಓದುವುದಕ್ಕೂ ಅಂತಹ ವ್ಯತ್ಯಾಸವೇನೂ ಇಲ್ಲ. ಎರಡೂ ತಮ್ಮದೇ ರೀತಿಯಲ್ಲಿ ನಮಗೆ ಕಥನವನ್ನು ಉಣಬಡಿಸುತ್ತವೆ. ಒಮ್ಮೆ ಸಿನಿಮಾ ನೋಡುವ ರುಚಿ ಹತ್ತಿದ್ದೇ, ನನ್ನ ಸಿನಿಮಾದ ಹಸಿವು ನೂರ್ಮಡಿಯಾಯ್ತು. ನಾನು ಅಲ್ಲಿದ್ದ ನಾಲ್ಕೈದು ವರ್ಷಗಳಲ್ಲಿ ಸಾವಿರಾರು ಸಿನಿಮಾಗಳನ್ನು ನೋಡಿ ಬಿಟ್ಟೆ. ಪ್ರತಿನಿತ್ಯ ಎರಡು-ಮೂರು ಸಿನಿಮಾಗಳನ್ನು ನೋಡುವ ಹವ್ಯಾಸವನ್ನು ಬೆಳೆಸಿಕೊಂಡಿದ್ದೆ.

ಈ ತರಹ ಸಾವಿರಾರು ಸಿನಿಮಾಗಳನ್ನು ನೋಡಿದ್ದರಿಂದಾಗಿ ನಾನು ಯೋಚಿಸಿಯೇ ಇರದಂತಹ ರೀತಿಯಲ್ಲಿ ಅದು ನನ್ನ ಮೇಲೆ ಪ್ರಭಾವ ಬೀರಲಾರಂಭಿಸಿತು. ನಾನು ಯಾವತ್ತೂ ಸಿನಿಮಾ ನಿರ್ದೇಶಕನಾಗಬೇಕೆಂದು ಕನಸು ಕಂಡವನಲ್ಲ; ಅಥವಾ ನಟನೆ, ಸಂಗೀತ, ಸಿನಿಮಾಟೋಗ್ರಫಿಗಳೂ ನನ್ನ ಆಸಕ್ತಿಯ ಕ್ಷೇತ್ರಗಳಾಗಿರಲಿಲ್ಲ. ಸ್ಪಷ್ಟವಾಗಿ ಕತೆ ಬರೆಯುವುದೇ ನನ್ನ ಪ್ರಿಯವಾದ ಹವ್ಯಾಸವೆಂದು ನನಗೆ ಗೊತ್ತಿತ್ತು. ವಿಶೇಷವೆಂದರೆ ದಿನದಿಂದ ದಿನಕ್ಕೆ ನನಗೆ ಹೊಸಹೊಸ ರೀತಿಯಲ್ಲಿ ಕತೆ ಬರೆಯುವದಕ್ಕೆ ಹುಮ್ಮಸ್ಸು ಬರಲಾರಂಭಿಸಿತು! ಕಥನ ತಂತ್ರ, ಪಾತ್ರ ಸೃಷ್ಟಿ, ವಸ್ತುವಿನ ಆಯ್ಕೆ, ನಿರ್ವಹಣೆ, ಮಾತಿನ ಸೂಕ್ಷ್ಮತೆ - ಎಲ್ಲವನ್ನೂ ನನಗೆ ಈ ಜಗತ್ತಿನ ಅಪರೂಪದ ಸಿನಿಮಾಗಳು ಕಲಿಸಿಕೊಡಲಾರಂಭಿಸಿದ್ದವು. ಅವುಗಳ ಪ್ರಭಾವ ನನ್ನ ಮೇಲೆ ಎಷ್ಟಿತ್ತೆಂದರೆ, ನಾನು ಇಂಗ್ಲೆಂಡಿನಿಂದ ವಾಪಸ್ಸು ಬರುವ ವೇಳೆಗಾಗಲೇ ಸುಮಾರು ಮೂರು ಪುಸ್ತಕಗಳಾಗುವಷ್ಟು ಕತೆ-ಪ್ರಬಂಧಗಳನ್ನು ಬರೆದುಬಿಟ್ಟಿದ್ದೆ!

ಯಾವುದೇ ಒಂದು ಸೃಜನಶೀಲ ಪ್ರಕಾರ ಕೇವಲ ಆ ಪ್ರಕಾರವನ್ನು ಅಭ್ಯಾಸ ಮಾಡುವ ಜನರ ಮೇಲೆ ಮಾತ್ರ ಪ್ರಭಾವ ಬೀರುವದಿಲ್ಲ. ಇತರ ಪ್ರಕಾರಗಳಲ್ಲಿ

ಕೃಷಿ ಮಾಡುತ್ತಿರುವವರ ಮೇಲೂ ಅವು ದಟ್ಟವಾಗಿ ಪ್ರಭಾವ ಬೀರುತ್ತವೆ. ಒಳ್ಳೆಯ ಸಿನಿಮಾ ನೋಡುವದರಿಂದ ನಾವು ಒಳ್ಳೆಯ ಸಾಹಿತಿಯೋ, ಸಂಗೀತಗಾರನೋ, ಛಾಯಾಗ್ರಾಹಕನೋ, ಚಿತ್ರಕಾರನೋ – ಕೊನೆಗೂ ಏನೂ ಇಲ್ಲದಿದ್ದರೆ ಒಳ್ಳೆಯ ಮನುಷ್ಯನೋ ಆಗುವ ಸಾಧ್ಯತೆಗಳಿರುತ್ತವೆ. ಅದೇ ರೀತಿ ಸಾಹಿತ್ಯವು ಇತರ ಕಸುಬುದಾರರ ಮೇಲೆ ತನ್ನದೇ ರೀತಿಯಲ್ಲಿ ಪ್ರಭಾವ ಬೀರುವ ಸಾಧ್ಯತೆಗಳಿರುತ್ತವೆ. ಕಲಾಪ್ರಪಂಚದ ನೂರಾರು ಬಣ್ಣದ ಎಳೆಗಳು ಹೇಗೆ ಹೇಗೋ ಜೋಡಿಯಾಗಿ ಹೊಸ ಚಿತ್ತಾರದ ನೇಯ್ಗೆಯನ್ನು ಮೂಡಿಸುತ್ತಲೇ ಇರುತ್ತವೆ.

ಈ ಹೊತ್ತಿನಲ್ಲಿ ಸಾವಧಾನದಿಂದ ಯೋಚಿಸಿದಾಗ ಸಿನಿಮಾಗಳು ನನ್ನ ಕಥೆಗಾರಿಕೆಯ ಮೇಲೆ ಮಾಡಿದ ಪ್ರಭಾವ ಅತ್ಯಂತ ಸಹಜವಾದದ್ದೆಂದು ಅನ್ನಿಸುತ್ತದೆ. ನಿಸ್ಸಂಶಯವಾಗಿ ನನ್ನ ಸಾಹಿತ್ಯ ರಚನೆಗೆ ಸಾಹಿತ್ಯದ ಓದಿಗಿಂತಲೂ ಜಗತ್ತಿನ ಶ್ರೇಷ್ಠ ಸಿನಿಮಾಗಳ ವೀಕ್ಷಣೆ ಹೆಚ್ಚಿನ ಪ್ರಭಾವ ಬೀರಿ ಪ್ರೋತ್ಸಾಹ ನೀಡಿದೆ ಎಂದು ಅನ್ನಿಸುತ್ತಿರುತ್ತದೆ. ಯಾರಾದರೂ ಓದುಗರು 'ನಿಮ್ಮ ಕತೆ ಓದಿದ್ರೆ ಒಳ್ಳೆಯ ಸಿನಿಮಾ ನೋಡಿದಂತೆ ಆಗ್ತದೆ' ಅಂತಂದರೆ ನನಗೆ ಸಂತೋಷವೇ ಆಗುತ್ತದೆ. ಆದರೆ ನನಗೆ ದೊರೆತಂತಹ ಅವಕಾಶ ನಮ್ಮ ಹಳ್ಳಿಯ ಎಷ್ಟು ಹುಡುಗರಿಗೆ ದೊರೆಯಬಹುದು ಎಂದು ಯೋಚಿಸಿದಾಗ ವಿಷಾದವಾಗುತ್ತದೆ. ಯಾವುದೇ ಅನುಮಾನವಿಲ್ಲದಂತೆ ಭಾರತದಲ್ಲಿ ಪುಸ್ತಕ ಓದುವವರಿಗಿಂತಲೂ ಸಿನಿಮಾ ನೋಡುವವರ ಸಂಖ್ಯೆ ಜಾಸ್ತಿ. ಆದರೆ ಒಳ್ಳೆಯ ಪುಸ್ತಕ ಸಿಗುವಷ್ಟು ಸುಲಭವಾಗಿ ಒಳ್ಳೆಯ ಸಿನಿಮಾ ಅವರಿಗೆ ದಕ್ಕುವದಿಲ್ಲ. ತಾಲೂಕು ಕೇಂದ್ರಗಳಲ್ಲಿ ಒಂದು ಗ್ರಂಥಾಲಯವೆಂದು ಮಾಡಿಕೊಂಡು ಒಳ್ಳೆಯ ಪುಸ್ತಕಗಳು ಲಭ್ಯವಾಗುವಂತೆ ಮಾಡಿದ್ದೇವೆ. (ಅದು ಎಷ್ಟರ ಮಟ್ಟಿಗೆ ಯಶಸ್ವಿಯಾಗಿ ಮಾಡಿದ್ದೇವೆಂಬುದು ಬೇರೆಯ ವಿಷಯ) ಆದರೆ ಬಯಸಿದ ಸಿನಿಮಾವನ್ನು ನೋಡುವುದು ಸುಲಭವಲ್ಲ. ಆದ್ದರಿಂದ ಪ್ರತಿ ಶಾಲಾ–ಕಾಲೇಜು, ತಾಲೂಕು ಕೇಂದ್ರಗಳಲ್ಲಿ ಜಗತ್ತಿನ ಶ್ರೇಷ್ಠ ಸಿನಿಮಾಗಳು ದೊರೆಯುವ ಡಿವಿಡಿ ಗ್ರಂಥಾಲಯಗಳು ಬೇಕೆಂದು ನನಗನ್ನಿಸುತ್ತದೆ. ಆ ಡಿವಿಡಿಗಳಿಗೆ ಕಡ್ಡಾಯವಾಗಿ ಕನ್ನಡದಲ್ಲಿ ಉಪಶೀರ್ಷಿಕೆಗಳು ಲಭ್ಯವಾಗುವಂತೆ ಇರಬೇಕು. ತಂತ್ರಜ್ಞಾನ ವಿಶೇಷವಾಗಿ ಬೆಳೆದಿರುವ ಈ ದಿನಗಳಲ್ಲಿ ಜಗತ್ತಿನ ಸಿನಿಮಾವೊಂದಕ್ಕೆ ಕನ್ನಡದಲ್ಲಿ ಉಪಶೀರ್ಷಿಕೆ ಮಾಡಿಕೊಳ್ಳುವುದು ಅಂತಹ ಕಷ್ಟದ ಕೆಲಸವೇನೂ ಅಲ್ಲ. ಅದನ್ನು ಹೇಗೆ ಮಾಡಬಹುದೆನ್ನುವ ವಿವರಗಳು ಈಗಾಗಲೇ ಯುಟ್ಯೂಬಿನಲ್ಲಿ ಲಭ್ಯವಿವೆ.

ಒಳ್ಳೆಯ ಸಿನಿಮಾಗಳನ್ನು ಕನ್ನಡದ ಉಪಶೀರ್ಷಿಕೆಯೊಂದಿಗೆ ನೋಡುವ ಸೌಲಭ್ಯ ನಮ್ಮ ಮಕ್ಕಳಿಗೆ ದೊರೆತರೆ ಸಾಕು. ಕೆಲವೇ ವರ್ಷಗಳಲ್ಲಿ ನಮ್ಮ ದೇಶದ ಸೃಜನಶೀಲ ಚೇತನದಲ್ಲಿ ದೊಡ್ಡ ಕ್ರಾಂತಿಯೊಂದನ್ನು ಕಾಣಲು ಸಾಧ್ಯವಾಗುತ್ತದೆ.

ನಾವು ಊಹಿಸಲೂ ಸಾಧ್ಯವಿಲ್ಲದ ರೀತಿಯಲ್ಲಿ ಹೊಸ ಪ್ರತಿಭೆಗಳು ನಮ್ಮ ನಾಡಿನಲ್ಲಿ ಮೂಡುತ್ತವೆ. ಕೇವಲ ಕನ್ನಡ ಸಿನಿಮಾಗಳಿಗೆ ಮಾತ್ರ ಸೀಮಿತರಾಗಿರೋಣ ಎನ್ನುವ ಸಂಕುಚಿತ ಮನೋಭಾವವನ್ನು ನಾವಿಂದು ತೊರೆಯಬೇಕಿದೆ. ಸಂಕುಚಿತ ಮನೋಭಾವ ಬೇಗನೆ ಕ್ಷೀಣಿಸುತ್ತದೆ, ವಿಶಾಲ ಮನೋಭಾವ ದಿನದಿಂದ ದಿನಕ್ಕೆ ಸಮಾಜವನ್ನು ಶಕ್ತಿಯುತವಾಗಿ ಬೆಳೆಸುತ್ತದೆ.

ಇತ್ತೀಚಿನ ದಿನಗಳಲ್ಲಿ ಒಳ್ಳೆಯ ಸಿನಿಮಾಗಳು ಯಾವುದೋ ರೀತಿಯಲ್ಲಿ ನಮ್ಮ ಹುಡುಗರಿಗೆ ಲಭ್ಯವಾಗುತ್ತಿರುವುದು ಕಂಡು ಬರುತ್ತದೆ. ಇಂಟರ್ನೆಟ್, ಪೈರೇಟೆಡ್ ಡಿವಿಡಿ, ಫಿಲ್ಮ್‌ಫೆಸ್ಟಿವಲ್, ಅಂಗಡಿಯಲ್ಲಿ ಕೊಂಡ ಮೂಲ ಆವೃತ್ತಿಯ ಡಿವಿಡಿ – ಯಾವುದೋ ರೂಪದಲ್ಲಿ ನಗರದ ಹುಡುಗರಂತೂ ಸಿನಿಮಾ ಹುಚ್ಚನ್ನು ಹಚ್ಚಿಕೊಳ್ಳುತ್ತಿದ್ದಾರೆ. ಜಗತ್ತಿನ ಸಿನಿಮಾಗಳ ಬಗ್ಗೆ ಉತ್ಸಾಹದ ಚರ್ಚೆ, ಲೇಖನ ಇತ್ಯಾದಿಗಳನ್ನು ಸಾಮಾಜಿಕ ಜಾಲ ತಾಣಗಳಲ್ಲಿ ಕಾಣಬಹುದಾಗಿದೆ. ಕನ್ನಡ ಸಿನಿಮಾದಲ್ಲಿ ತೊಡಗಿಸಿಕೊಂಡಿರುವ ಹಲವಾರು ಹೊಸ ಹುಡುಗರು ನನ್ನ ಪುಸ್ತಕಗಳನ್ನು ಓದುತ್ತಾರೆ. ಅವರು ಮನೆಗೆ ಬಂದಾಗ ಅತ್ಯಂತ ಉತ್ಸಾಹದಿಂದ ಬೇರೆ ಬೇರೆ ದೇಶಗಳ ಸಿನಿಮಾಗಳ ಬಗ್ಗೆ ಮಾತನಾಡುತ್ತಾರೆ. ಆಗ ನನಗೆ ಅತ್ಯಂತ ಸಂತೋಷವಾಗುತ್ತದೆ. ಬೆಂಗಳೂರಿನಲ್ಲಿ ನಡೆಯುವ ಫಿಲ್ಮ್ ಫೆಸ್ಟಿವಲ್‌ನಲ್ಲಂತೂ ಹರೆಯದ ಹುಡುಗರು ಉತ್ಸಾಹದಿಂದ ಭಾಗವಹಿಸುತ್ತಾರೆ. ನಮ್ಮ ಸಾಹಿತ್ಯ ಸಮಾರಂಭಗಳಲ್ಲಿ ಹೊಸ ಹುಡುಗರಿಲ್ಲದೆ ನಾವು ಕಂಗಾಲಾಗುತ್ತೇವಾದರೂ, ಫಿಲ್ಮ್‌ಫೆಸ್ಟಿವಲ್‌ನಲ್ಲಿ ಅಂತಹ ಸಮಸ್ಯೆಯೇ ಇಲ್ಲ; ಅವರ ದೊಡ್ಡ ದಂಡೇ ಅಲ್ಲಿ ನೆರೆದಿರುತ್ತದೆ. ಇಷ್ಟೆಲ್ಲಾ ರೀತಿಯಿಂದ ಜಗತ್ತಿಗೆ ತೆರೆದುಕೊಳ್ಳುತ್ತಿರುವ ಈ ಹೊಸ ಹುಡುಗರು ಮುಂದೆ ಏನಾದರೂ ದೊಡ್ಡದನ್ನು ಖಂಡಿತಾ ಸಾಧಿಸುತ್ತಾರೆಂಬ ನಂಬಿಕೆ ನನಗೆ ಬರುತ್ತದೆ. ಈಗಾಗಲೇ ಅದರ ಹೊಳಹುಗಳು ನನಗೆ ಕಾಣಿಸುತ್ತಿವೆ.

ಆ ದಿನಕ್ಕಾಗಿ ಬಹು ನಿರೀಕ್ಷೆಯಿಂದ ಕಾಯುತ್ತೇನೆ.

ಸೂಚನೆ: ಒಬ್ಬ ಕತೆಗಾರನಾಗಿ ನಾನು ಖಂಡಿತವಾಗಿಯೂ ಸಿನಿಮಾದ ಪೈರಸಿಯನ್ನು ಈ ಲೇಖನದಲ್ಲಿ ಪ್ರೋತ್ಸಾಹಿದ್ದೇನೆಂದು ದಯವಿಟ್ಟು ಅಪಾರ್ಥ ಮಾಡಿಕೊಳ್ಳಬೇಡಿ. ಯಾವತ್ತಿಗೂ ನಾನು ಕಲಾಜಗತ್ತಿನ ಪೈರಸಿಯನ್ನು ವಿರೋಧಿಸುತ್ತೇನೆ. ಆದರೆ ಬೇರೆ ಯಾವ ರೀತಿಯಿಂದಲೂ ಒಳ್ಳೆಯ ಕಲಾಕೃತಿಗಳು ದಕ್ಕದ ಹೊತ್ತಿನಲ್ಲಿ, ಹೀಗಾದರೂ ಅವು ನಮ್ಮವರಿಗೆ ನೋಡಲು ಸಿಕ್ಕವಲ್ಲ ಎಂಬ ಸಮಾಧಾನ ಮಾತ್ರ ನನ್ನದಾಗಿದೆ.

23ನೇ ಅಕ್ಟೋಬರ್ 2013

ಭಗವಂತನ ಸೃಷ್ಟಿಯಲ್ಲಿ ಸೀಮೆಗಳಿಲ್ಲ

ನಾನು ಒಂದೆರಡು ವರ್ಷದ ಕೆಳಗೆ ತಾಂಜಾನಿಯಾ ದೇಶದಲ್ಲಿರುವ ಕಿಲಿಮಂಜಾರೋ ಎಂಬ ಜ್ವಾಲಾಮುಖಿ ಪರ್ವತದ ಆರೋಹಣವನ್ನು ಮಾಡಿದೆ. ಅದು ಸುಮಾರು 6 ದಿನಗಳ ಚಾರಣವಾಗಿತ್ತು. ಆಗ ನನಗೆ ಸ್ಕಾಟ್ ಎನ್ನುವ ಬ್ರಿಟಿಷ್ ಹುಡುಗನ ಪರಿಚಯವಾಗಿತ್ತು. ಸಣ್ಣಗೆ ಚಿಗುರು ಮೀಸೆ ಮೂಡುತ್ತಿರುವ ಹದಿನೆಂಟರ ವಯಸ್ಸಿನ ಯುವಕನವನು. ಸಾಮಾನ್ಯವಾಗಿ ಮೂರು ದಿನಗಳಲ್ಲಿ ಎಲ್ಲಾ ಚಾರಣಿಗರೂ ಸ್ನೇಹಿತರಾಗಿ ಬಿಡುತ್ತಾರೆ. ಹತ್ತುವ ಬೆಟ್ಟದ ದಾರಿ ಕಠಿಣವಾದಷ್ಟೂ ಸ್ನೇಹ ಬೇಗನೆ ಮೂಡುತ್ತದೆ.

ಮೂರನೆಯ ದಿನ ರಾತ್ರಿ ಊಟಕ್ಕೆ ಅವನು ನನಗೆ ಎದುರಾಗಿ ಕುಳಿತಿದ್ದ. ನಾನು ಈಗಾಗಲೇ ಸಾಕಷ್ಟು ವರ್ಷ ಅವನ ದೇಶದಲ್ಲಿ ವಾಸ ಮಾಡಿದವನೆಂಬ ಕಾರಣದಿಂದ ಅವನು ಸಂಕೋಚವಿಲ್ಲದಂತೆ ನನ್ನೊಡನೆ ಬ್ರಿಟಿಷ್ ಉಚ್ಚಾರದಲ್ಲಿ ಮಾತನಾಡಲು ಶುರುಮಾಡಿದ್ದ. ಇದ್ದಕ್ಕಿದ್ದಂತೆ ನನಗೊಂದು ಪ್ರಶ್ನೆಯನ್ನು ಅವನು ಕೇಳಿ ಗಲಿಬಿಲಿಗೊಳಿಸಿಬಿಟ್ಟ; ಈ ಪರ್ವತವನ್ನು ನೀವು ಯಾವ ಕಾರಣಕ್ಕಾಗಿ ಹತ್ತುತ್ತಿದ್ದೀರಿ? ಎಂಬ ಅವನ ಪ್ರಶ್ನೆಗೆ ನನಗೆ ಹೇಗೆ ಉತ್ತರ ಕೊಡಬೇಕೋ ಗೊತ್ತಾಗಿರಲಿಲ್ಲ. ಚಾರಣದ ನನ್ನ ಆಸಕ್ತಿ, ಗೆಳೆಯನೊಬ್ಬ ಆ ಪರ್ವತದ ಬಗ್ಗೆ ನನ್ನಲ್ಲಿ

ಮೂಡಿಸಿದ ಕುತೂಹಲ, ನನ್ನ ಆರೋಗ್ಯದ ಕಾಳಜಿ – ಹೀಗೆ ಏನೇನೋ ಹೇಳಲು ಹೋದೆನಾದರೂ ಯಾವುದೂ ಕರಾರುವಾಕ್ಕಾದ ಉತ್ತರವಾಗಿರಲಿಲ್ಲ. ಉತ್ತರ ತಿಳಿಯದಾದಾಗ ಎದುರು ಕುಳಿತವರಿಗೆ ಅದೇ ಪ್ರಶ್ನೆಯನ್ನು ಕೇಳಿ ಬಿಡುವುದು ಕ್ಷೇಮಕರ. ಆದ್ದರಿಂದ ನಾನು ಸರಿಯಾದ ಉತ್ತರವನ್ನು ಕೊಡುವ ಗೋಜಿಗೆ ಹೋಗದೆ ಅವನಿಗೇ ಆ ಪ್ರಶ್ನೆಯನ್ನು ತಿರುಗಿ ಕೇಳಿಬಿಟ್ಟೆ. ಆದರೆ ಅವನಲ್ಲಿ ಅದಕ್ಕೆ ಖಚಿತವಾದ ಉತ್ತರವಿತ್ತು ಮತ್ತು ಅದು ಅತ್ಯಂತ ವಿಶೇಷವಾಗಿತ್ತು.

"ನಾನು ಇದೀಗ ತಾನೆ ಪದವಿಪೂರ್ವ ವಿದ್ಯಾಭ್ಯಾಸವನ್ನು ಮುಗಿಸಿದ್ದೇನೆ. ಪದವಿಗೆ ಐಚ್ಛಿಕ ವಿಷಯವನ್ನು ಆಯ್ಕೆ ಮಾಡಿಕೊಳ್ಳಬೇಕು. ಭೂಗೋಳ ಶಾಸ್ತ್ರ ನನ್ನ ಇಷ್ಟದ ವಿಷಯ. ಆದರೆ ನನ್ನಪ್ಪ ತಕ್ಷಣವೇ ಪದವಿಗೆ ಸೇರಿ ಆ ವಿಷಯವನ್ನು ಓದುವದು ಬೇಡವೆಂದು ಹೇಳಿದ್ದಾನೆ. ಅದಕ್ಕೆ ಮುಂಚೆ ಒಂದು ವರ್ಷ ಇಡೀ ಭೂಮಿಯನ್ನು ಸುತ್ತಿಕೊಂಡು ಬಂದರೆ, ನನಗೆ ಈ ಭೂಮಿಯ ಪರಿಸರದ ಜ್ಞಾನ ಬರುತ್ತದೆ. ಅನಂತರ ಪದವಿಯಲ್ಲಿ ಭೂಗೋಳವನ್ನು ಅಭ್ಯಾಸ ಮಾಡುವಾಗ ನನಗೆ ಆ ವಿಷಯದಲ್ಲಿ ಆಸಕ್ತಿ ಮತ್ತು ಪ್ರೀತಿ ಮೂಡುತ್ತದೆ ಎಂದು ಹೇಳಿದ. ಆದ್ದರಿಂದ ಒಂದು ವರ್ಷ ನನ್ನ ವಿದ್ಯಾಭ್ಯಾಸವನ್ನು ನಿಲ್ಲಿಸಿ, ಜಗತ್ತನ್ನು ಸುತ್ತುತ್ತಿದ್ದೇನೆ. ನಮ್ಮ ಯುರೋಪನ್ನು ಈಗಾಗಲೇ ನೋಡಿದ್ದೇನೆ. ಉತ್ತರ ಮತ್ತು ದಕ್ಷಿಣ ಅಮೇರಿಕಾ ಖಂಡಗಳನ್ನು ಕಳೆದೆರಡು ತಿಂಗಳಿನಲ್ಲಿ ಮುಗಿಸಿದೆ. ಈಗ ಆಫ್ರಿಕಾ ಖಂಡದ ಸರದಿ. ನಿಮ್ಮ ಭಾರತಕ್ಕೂ ಬಂದು ಹಿಮಾಲಯ ಮತ್ತು ಪಶ್ಚಿಮಘಟ್ಟವನ್ನು ನೋಡುವ ಯೋಜನೆಯಿದೆ"

ಇವನ ಉತ್ತರ ನನ್ನನ್ನು ಹಲವಾರು ದಿನಗಳ ಕಾಲ ಕಾಡಿತು. ಮಗನನ್ನು ಭೂಪ್ರದಕ್ಷಿಣೆ ಮಾಡಿಸುವ ಶ್ರೀಮಂತ ಅಪ್ಪನನ್ನು ಪಡೆದ ಹುಡುಗನ ಉಸಾಬರಿ ಎಂದು ಆ ವಿಷಯವನ್ನು ನಿರ್ಲಕ್ಷ್ಯ ಮಾಡುವಂತಹದ್ದಾಗಿರಲಿಲ್ಲ. ಅದು ಶ್ರೀಮಂತಿಕೆಗೆ ಸಂಬಂಧಿಸಿದ ಸಂಗತಿಯಾಗಿರಲಿಲ್ಲ. ಓದುವ ವಿಷಯದಲ್ಲಿ ಪ್ರೀತಿ ಮೂಡಬೇಕೆಂದರೆ, ಅದರ ಭೌತಿಕ ವಿವರಗಳು ಹೃದಯಕ್ಕೆ ಯಾವುದೋ ರೀತಿಯಿಂದ ಹತ್ತಿರವಾಗಿರಬೇಕು ಎನ್ನುವ ಆ ಕಾಣದ ಅಪ್ಪನ ದೃಷ್ಟಿಕೋನ ನನ್ನನ್ನು ಬೆರಗುಗೊಳಿಸಿತ್ತು. ಆತನ ನಿರ್ಧಾರ ಖಂಡಿತವಾಗಿಯೂ ಅವನ ಮಗನನ್ನು ಒಳ್ಳೆಯ ಓದಿಗೆ ಸಿದ್ಧಪಡಿಸುತ್ತೆಂಬುದರಲ್ಲಿ ನನಗೆ ಯಾವುದೇ ಅನುಮಾನವಿರಲಿಲ್ಲ. ಭಾರತದಲ್ಲಿ ಎಷ್ಟು ಜನ ಶ್ರೀಮಂತರು ಇಂತಹ ನಿರ್ಧಾರ ತೆಗೆದುಕೊಳ್ಳುತ್ತಿರಬಹುದು ಎಂದು ಅನುಮಾನವೂ ಆಗಿತ್ತು.

ಆಗಲೇ ನನಗೆ ನನ್ನ ದೂರದ ಸಂಬಂಧಿ ಗೋದಾವರಿ ನೆನಪಾಗಿದ್ದು. ಆಕೆಗೆ ಅದೇನು ಮಾಡಿದರೂ ಗಣಿತದಲ್ಲಿ ಆಸಕ್ತಿಯೇ ಮೂಡಲಿಲ್ಲ. ಬೆಳಿಗ್ಗೆಯ ಹೊತ್ತು

ಮಲ್ಲಿಗೆ ಬಳ್ಳಿಗಳಿಂದ ನೂರಾರು ಹೂ ಕೀಳುವ, ಅವುಗಳನ್ನು ಮಾಲೆ ಮಾಡುವ, ಚೀಲಗಟ್ಟಲೆ ಅಕ್ಕಿಯ ಒಂದೊಂದೇ ಕಾಳನ್ನು ನೋಡಿ ಕಸವನ್ನು ಆರಿಸುವ, ರಾತ್ರಿಯ ಹೊತ್ತು ಅಂಗಳದಲ್ಲಿ ಮಲಗಿ ನಕ್ಷತ್ರಗಳನ್ನು ಎಣಿಸುತ್ತಾ ನಿದ್ದೆ ಹೋಗುವ ಅಗಣಿತ ಬದುಕಿನಲ್ಲಿ ಬೆಳೆದ ಅವಳಿಗೆ ಈ ಶಿಕ್ಷಣ ಜಗತ್ತಿನ ಸೀಮಿತ ಚೌಕಟ್ಟಿನ ಗಣಿತ ಎಂಬ ಸಂಗತಿ ಪಥ್ಯವಾಗಲೇ ಇಲ್ಲ. ಇನ್ನಿಲ್ಲದಂತೆ ಅದರಲ್ಲಿ ಫೇಲಾಗುತ್ತಿದ್ದಳು. ಅವಳು ಗಣಿತದ ಬಗ್ಗೆ ಕೇಳುತ್ತಿದ್ದ ಮುಗ್ಧ ಪ್ರಶ್ನೆಗಳು ವಿಚಿತ್ರವಾಗಿರುತ್ತಿದ್ದವು. ಯಾವುದೋ ನೀರಿನ ತೊಟ್ಟಿಯ ತಳದಲ್ಲಿ ಒಂದು ತೂತಾಗಿದೆ, ಅದರಿಂದ ನೀರು ಪೋಲಾಗುತ್ತಿದೆ. ಆದರೆ ಅದಕ್ಕೆ ಒಂದು ನಲ್ಲಿಯಿಂದ ನೀರು ಏಕಪ್ರಕಾರವಾಗಿ ಸುರಿಯುತ್ತಿದೆ. ಹಾಗಿದ್ದರೆ ಎಷ್ಟು ಗಂಟೆಗೆ ತೊಟ್ಟಿ ತುಂಬುತ್ತದೆ ಎಂಬ ಅಪ್ಪಟ ಗಣಿತದ ಪ್ರಶ್ನೆ ಅವಳನ್ನು ಕಂಗೆಡಿಸುತ್ತಿತ್ತು. ಬಳ್ಳಾರಿ ಸೀಮೆಯಲ್ಲಿ ಬೆಳೆದ ಅವಳಿಗೆ ತೊಟ್ಟಿ ತುಂಬುವದೆಂದರೆ ಒಂದು ಹಬ್ಬದ ಸಂಭ್ರಮ ನೀಡುವ ಸಂಗತಿಯಾಗಿತ್ತು. ಜೊತೆಗೆ ಸೋರುವ ತೊಟ್ಟಿಯನ್ನು ಕಲ್ಪಿಸಿಕೊಳ್ಳುವುದೂ ಅವಳಿಗೆ ಅಸಾಧ್ಯವಾಗಿತ್ತು. ಒಂದು ಚಿಕ್ಕ ತೂತಾದರೂ ತಕ್ಷಣ ಅದಕ್ಕೆ ಮೇಣ ಮೆತ್ತಿ ನೀರು ಸೋರುವದನ್ನು ನಿಲ್ಲಿಸಬೇಕೆಂಬ ಬದುಕಿನ ಪಾಠವನ್ನು ಅವಳು ಕಲಿತಿದ್ದಳು. ಹಾಗಿದ್ದಾಗ ಈ ಗಣಿತ ಮಾಸ್ತರರ ತೊಟ್ಟಿಯ ಸೊಟ್ಟ ಪ್ರಶ್ನೆಗೆ ಉತ್ತರಿಸುವದಾದರೂ ಹೇಗೆ? ಸೋರುವ ತೊಟ್ಟಿಯನ್ನು ನೋಡುತ್ತಾ ಲೆಕ್ಕ ಮಾಡುವವನು ಜಾಣ ಹೇಗಾದಾನು? ಬರೀ ಅಂಕೆ-ಸಂಖ್ಯೆಗಳ ಸಂಗತಿ ಬದುಕಿಗೆ ಹತ್ತಿರವಾಗುವ ಬಗೆ ಹೇಗೆ?

ಹೃದಯಕ್ಕೆ ವೇದ್ಯವಾಗದೆ ಯಾವುದೂ ಮೆದುಳನ್ನು ಸೇರಲಾರದು. ಈ ಸಂಗತಿಯನ್ನು ಬದುಕು ಮತ್ತೆ ಮತ್ತೆ ನಮಗೆ ಕಲಿಸುತ್ತಲೇ ಇರುತ್ತದೆ. ನಮ್ಮ ಊರಿಗೆ ವಿಶ್ವಪ್ರಸಿದ್ಧ ಹಂಪಿ ಕ್ಷೇತ್ರ ತುಂಬಾ ಹತ್ತಿರದಲ್ಲಿತ್ತು. ಪ್ರತಿ ವರ್ಷ ಮಾಸ್ತರರು ನಮಗೆ ಮತ್ತೊಂದು ಪ್ರವಾಸ ಕ್ಷೇತ್ರದ ಆಯ್ಕೆಯೇ ಇಲ್ಲವೆನ್ನುವಂತೆ ಇಲ್ಲಿಗೆ ಕರೆದುಕೊಂಡು ಹೋಗುತ್ತಿದ್ದರು. ಯಾಕಾದರೂ ಈ ಕ್ಷೇತ್ರ ಇಷ್ಟು ಹತ್ತಿರದಲ್ಲಿದೆಯೋ ಎಂಬ ಕಿರಿಕಿರಿ ನಮಗಾಗುತ್ತಿತ್ತು. ಬೇಲೂರು, ಹಳೆಬೀಡು, ಮೈಸೂರು ನೋಡಬೇಕೆಂಬ ಆಸೆ ನಮ್ಮದು. ಆದರೆ ಅವು ದೂರದಲ್ಲಿದ್ದವು. ಆದ್ದರಿಂದ ಹಾಳುಹಂಪಿಯೇ ಗತಿ! ಇದೂ ಸಾಲದೆಂಬಂತೆ ಬಂಧು-ಬಳಗದಲ್ಲಿ ಯಾರೇ ಸತ್ತರೂ ಹಂಪಿಯ ತುಂಗಭದ್ರಾ ನದಿಯ ತೀರದಲ್ಲಿಯೇ ಧರ್ಮೋದಕ, ಕಾಗೆ ಪಿಂಡ, ಅಳುವುದು, ಕರೆಯುವುದು ಎಲ್ಲಾ! ಹಂಪಿಯ ಬೀದಿಗಳಲ್ಲಿ ಮುತ್ತು-ರತ್ನಗಳನ್ನು ಸೇರಿನಲ್ಲಿ ಅಳತೆ ಮಾಡಿ ಮಾರುತ್ತಿದ್ದರೆಂದು ಮಾಸ್ತರರು ಕಣ್ಣಿನಲ್ಲಿ ಬೆರಗು ತುಂಬಿಕೊಂಡು ಹೇಳಿದರೂ ನಮಗೆ ಅದೇನೂ ಮಹತ್ವದ್ದೆಂದು ಕಂಡಿರಲಿಲ್ಲ. ಮುತ್ತು-ರತ್ನಗಳೆಂದರೇನೆಂದು ಜೀವನದಲ್ಲಿಯೇ ಕಂಡಿರದ ನಾವು, ಅವುಗಳನ್ನು ಸೇರಿನಲ್ಲಿ ಅಳೆದರೇನು;

ಗೋಣಿಚೀಲದಲ್ಲಿ ತುಂಬಿದರೇನು ಎಂಬಂತೆ ನಿರ್ಲಕ್ಷ್ಯ ತೋರಿಸುತ್ತಿದ್ದೆವು. ಇನ್ನು ಕೃಷ್ಣದೇವರಾಯ ಭಾರತದ ಎಷ್ಟೆಲ್ಲಾ ಭೂಭಾಗವನ್ನು ಆಕ್ರಮಿಸಿದ್ದ ಎಂದು ಇತಿಹಾಸದ ಮಾಸ್ತರರು ಭಾರತ ಭೂಪಟದಲ್ಲಿ ತೋರಿಸಿದರೆ, ನಮಗೆ ಅದರ ವಿಸ್ತಾರದ ಕಲ್ಪನೆ ಮೂಡುವುದಾದರೂ ಹೇಗೆ? ಬಳ್ಳಾರಿ ಜಿಲ್ಲೆ ಬಿಟ್ಟು ಹೊರಗೆ ಹೋದವರು ನಾವಲ್ಲ. ಏನೇ ಪಾಠ–ಪ್ರವಚನಗಳಲ್ಲಿ ಓದಿದರೂ ನನಗೆ ಹಂಪಿ ಹೃದಯಕ್ಕೆ ಹತ್ತಿರವಾಗಿರಲಿಲ್ಲ.

ಆದರೆ ಅಮ್ಮ ಒಮ್ಮೆ ಹಂಪಿಯ ಬಗ್ಗೆ ನನ್ನಲ್ಲಿ ಇನ್ನಿಲ್ಲದಂತಹ ಪ್ರೀತಿ ಹುಟ್ಟಿಸಿಬಿಟ್ಟಳು. ಆಕೆ ಪ್ರತಿನಿತ್ಯ ಬೆಳಿಗ್ಗೆ ಐದು ಗಂಟೆಗೆ ಎದ್ದು ದಾಸರ ಪದಗಳನ್ನು ಸುಶ್ರಾವ್ಯವಾಗಿ ಹಾಡುತ್ತಿದ್ದಳು. ಕಾಫಿ ಮಾಡುವಾಗ ಸೀಮೆಎಣ್ಣೆಯ ಸ್ಟೌವಿನ ಸದ್ದಿನ ಜೊತೆಗೆ ಅಮ್ಮನ ದಾಸವಾಣಿ ನಮ್ಮನ್ನು ಎಬ್ಬಿಸುತ್ತಿತ್ತು. ಹಬ್ಬ ಹರಿದಿನಗಳಲ್ಲಿ ಅಮ್ಮ ಹಲವಾರು ದಾಸರ ಕೀರ್ತನೆಗಳನ್ನು ಇಡೀ ದಿನ ಹೇಳುತ್ತಿದ್ದಳು. ಸದ್ದಿಲ್ಲದಂತೆ ನನ್ನ ಮೈಮನಸ್ಸಿನಲ್ಲಿ ದಾಸವಾಣಿ ಬೆರೆತುಕೊಂಡಿತ್ತು. ನನಗೆ ನೂರಾರು ದಾಸ ಕೀರ್ತನೆಗಳು ಬಾಯಿಗೆ ಬರುತ್ತಿದ್ದವು. ಒಮ್ಮೆ ಹಂಪಿಗೆ ಹೋದಾಗ ಯಾವುದೋ ಮಂಟಪದಲ್ಲಿ ಊಟ ಮಾಡಿ, ಅಲ್ಲಿಯೇ ನದಿಯ ನೀರನ್ನು ಕುಡಿದು, ಮಧ್ಯಾಹ್ನದ ಬಿಸಿಲಿಗೆ ಸುಸ್ತಾಗಿ ಅಡ್ಡವಾದೆವು. ಆಗ ನಾನು ಕುಳಿತಿದ್ದ ಕಡೆಯೇ ನೆಲಕ್ಕೆ ಒರಗಿದೆ. ಅಮ್ಮ ತಕ್ಷಣ 'ಆ ಕಡೀಗೆ ಕಾಲು ಮಾಡಬೇಡ. ಅದು ಪುರಂದರ ದಾಸರು ಕೂಡುತ್ತಿದ್ದ ಕಂಬ' ಎಂದಳು. 'ಯಾವ ಪುರಂದರ ದಾಸರು?' ಎಂದು ಕೇಳಿದ್ದೆ. 'ಮತ್ತಿನ್ನಾರು? ನಾನು ದಿನಾ ಬೆಳಿಗ್ಗೆ ಹಾಡು ಹೇಳಲ್ಲೇನು, ಆ ಮಹಾನುಭಾವ ಕೂಡುತ್ತಿದ್ದ ಮಂಟಪ ಇದು' ಎಂದಳು. 'ಆತ ಈ ಊರಾಗೆ ಇದ್ದನಾ?' ಎಂದು ಮುಗ್ಧವಾಗಿ ಕೇಳಿದ್ದೆ. 'ಹೂಂ ಮತ್ತೆ. ಇದೇ ಊರಾಗೆ ಪುರಂದರ ದಾಸರು, ಕನಕ ದಾಸರು, ವ್ಯಾಸರಾಯರು ಎಲ್ಲಾ ಓಡಾಡಿರೋದು. ಅವರ ಪಾದಧೂಳಿ ಇನ್ನೂ ಈ ಊರಿನ ಮಣ್ಣಿನಾಗೆ ಬೆರತುಕೊಂಡಿರ್ತದೆ' ಎಂದು ಖಚಿತವಾಗಿ ಹೇಳಿದ್ದಳು. ಅವಳ ಆ ಮಾತು ನನಗೆ ಹಂಪಿಯ ಬಗ್ಗೆ ಪ್ರೀತಿ ಮೂಡಿಸಲು ಸಾಕಾಗಿತ್ತು. ಹಗೂರಕ್ಕೆ ಒಮ್ಮೆ ಪುರಂದರ ದಾಸರ ಕಂಬವನ್ನು ಸ್ಪರ್ಶಿಸಿದ್ದೆ. ಮೈ ರೋಮಾಂಚನಗೊಂಡಿತ್ತು. ವಯಸ್ಸು ಪಕ್ವವಾದಂತೆ ವಿಜಯನಗರದ ವೈಭವ, ಹಂಪಿಯ ಪ್ರಕೃತಿ ಸೌಂದರ್ಯಗಳೆಲ್ಲವೂ ನನ್ನಲ್ಲಿ ಇನ್ನಿಲ್ಲದ ಬೆರಗನ್ನು ಮೂಡಿಸಿದ್ದರೂ, ಅದು ಪುರಂದರ ದಾಸರು ಓಡಾಡಿದ ಊರೆನ್ನುವ ಸಂಗತಿ ಮೂಡಿಸಿದಂತಹ ಪ್ರೀತಿ–ಅಭಿಮಾನಕ್ಕೆ ಸಮಾನವಾದದ್ದಲ್ಲ. ಈಗಲೂ ಅಲ್ಲಿ ಯಾವುದೋ ದೊಡ್ಡ ಕಲ್ಲಿಗೆ ಕಿವಿಯಿಟ್ಟೆನೆಂದರೆ, ಪುರಂದರ ದಾಸರು ಸಣ್ಣಗೆ ತಂಬೂರಿ ಮೀಟಿದ ಸದ್ದು ನನಗೆ ಕೇಳಿಸುತ್ತದೆ.

ಪ್ರೀತಿಗೆ ದಕ್ಕುವ ವಿದ್ಯೆ, ಜಾಣತನಕ್ಕೆ ದಕ್ಕಲಾರದು. ಆದ್ದರಿಂದಲೇ ದಲಿತನೊಬ್ಬ ಅಂಬೇಡ್ಕರರ ಜೀವನ ಚರಿತ್ರೆಯನ್ನು ತನ್ನದಾಗಿಸಿಕೊಳ್ಳುವದಕ್ಕೂ, ದಲಿತೇತರ ಬುದ್ಧಿಜೀವಿಯೊಬ್ಬ ಅದನ್ನು ಅರಗಿಸಿಕೊಳ್ಳುವದಕ್ಕೂ ಅಜಗಜಾಂತರ ವ್ಯತ್ಯಾಸವಿದೆ. ವ್ಯಾಪಾರಿ ಕುಟುಂಬದ ಮಕ್ಕಳು ಕಾಲೇಜಿನಲ್ಲಿ ಅಭ್ಯಾಸ ಮಾಡುವದಕ್ಕೂ ಮೊದಲೇ ಅಕೌಂಟೆನ್ಸಿ ರಕ್ತಗತ ಮಾಡಿಕೊಂಡುಬಿಡುತ್ತವೆ. ಯಾವುದೇ ಕಷ್ಟವಿಲ್ಲದೆ ಮಾತೃಭಾಷೆಯನ್ನು ಕರತಲಾಮಲಕ ಮಾಡಿಕೊಂಡ ನಾವು, ಅಂತಹದೇ ಮತ್ತೊಂದು ಭಾಷೆ ಇಂಗ್ಲೀಷ್ ಕಲಿಯಲು ಹರಸಾಹಸಪಡುತ್ತೇವೆ. ಮಹಾಭಾರತ ನಮಗೆ ಅರ್ಥವಾದಷ್ಟು ಬೇಗನೆ, ಗ್ರೀಕ್ ಪುರಾಣ ದಕ್ಕುವದಿಲ್ಲ. ವಿದ್ಯೆಯನ್ನು ತನ್ನದೆಂದುಕೊಂಡ ಗಳಿಗೆಯೇ ನಿಜವಾದ ಅಕ್ಷರಾಭ್ಯಾಸ ಪ್ರಾರಂಭವಾಗುತ್ತದೆ. ಅಲ್ಲಿಯವರೆಗೆ ಏನಿದ್ದರೂ ಬರೀ ದೈಹಿಕ ಮತ್ತು ಮಾನಸಿಕ ಕಸರತ್ತು.

ಆದರೆ ಬದುಕು ಅಷ್ಟು ಸುಲಭವಲ್ಲ. ನಾವು ಪ್ರೀತಿಸುವದಷ್ಟನ್ನೇ ಅಭ್ಯಾಸ ಮಾಡುವ ಸೌಭಾಗ್ಯ ಅದೆಷ್ಟು ಜನರಿಗಿದೆ? ಬಯಸಿದ ಅಡುಗೆಯನ್ನೇ ಮಾಡಿಕೊಂಡು ಉಣ್ಣುವ ಭಾಗ್ಯವಂತರು ಎಷ್ಟು ಜನರಿದ್ದಾರೆ? ಆಕರ್ಷಕವೆನಿಸಿದ ದುಂಬಿಯನ್ನೇ ಪಡೆಯುವ ಹೂಗಳು ಈ ಭೂಮಿಯಲ್ಲಿ ಎಷ್ಟಿದ್ದಾವು? ಕೊನೆಗೂ ನಮ್ಮದಲ್ಲದ್ದನ್ನು ದಕ್ಕಿಸಿಕೊಳ್ಳಲು ಹೆಣಗಾಡುತ್ತಲೇ ಬದುಕುವುದು ವಾಸ್ತವದ ಕಹಿಸತ್ಯವಾಗಿದೆ. ಅದನ್ನೇ ದಾಸರು 'ಹೊಟ್ಟೆಗಾಗಿ, ಗೇಣು ಬಟ್ಟೆಗಾಗಿ' ಎಂದು ಸರಳ ಕನ್ನಡದಲ್ಲಿ ಹೇಳಿರುವುದು. ನಮ್ಮ ಪ್ರೀತಿಯ ಸಂಗತಿಗಳನ್ನು ಗಳಿಸಿಕೊಳ್ಳುವದಕ್ಕಾಗಿ, ಅಪ್ರಿಯವಾದ ದಂಧೆಗಳನ್ನು ಮಾಡುತ್ತಲೇ ಹೋಗುತ್ತೇವೆ. ದೂರದಲ್ಲಿ ಎಲ್ಲೋ ಕಾಣುವ ಸುಂದರ ಕ್ಷಿತಿಜವನ್ನು ಹಿಡಿಯುವ ನಿರೀಕ್ಷೆಯಲ್ಲಿ ಓಡುತ್ತಲೇ ಇರುತ್ತೇವೆ.

ಹಾಗಂತ ಬದುಕು ಅಷ್ಟೊಂದು ನಿರಾಶಾದಾಯಕವೇನೂ ಅಲ್ಲ. ತಮ್ಮದಲ್ಲದ್ದರಲ್ಲಿ ಸಾಧನೆ ಮಾಡಿದ ಅನೇಕ ಮಹನೀಯರು ನಮ್ಮ ಕಣ್ಣ ಮುಂದಿದ್ದಾರೆ. ಜರ್ಮನಿಯಿಂದ ಬಂದ ಕಿಟಲ್ ಕನ್ನಡದ ಮೊದಲ ನಿಘಂಟು ರಚಿಸಿದ್ದು ಹೇಗೆ? ವೃತ್ತಿಯಿಂದ ಬೇಡನಾದ ವಾಲ್ಮೀಕಿ ರಾಮಾಯಣ ರಚಿಸಿದ್ದು ಹೇಗೆ? ಶಾಲೆಯಿಂದ ದಡ್ಡನೆಂದು ಹೊರದಬ್ಬಿಸಿಕೊಂಡ ನ್ಯೂಟನ್ ಇಡೀ ಜಗತ್ತು ಬೆರಗಾಗುವ ವಿಜ್ಞಾನದ ಸತ್ಯಗಳನ್ನು ತೋರಿಸಿಕೊಟ್ಟಿದ್ದು ಹೇಗೆ? ಅಲ್ಬೇನಿಯಾದ ವ್ಯಾಪಾರಿ ಕುಟುಂಬದ ಮದರ್ ತೆರೇಸಾ ಭಾರತದ ತಬ್ಬಲಿಗಳನ್ನು ತಬ್ಬಿಕೊಂಡಿದ್ದು ಹೇಗೆ?

ಪ್ರೀತಿಯನ್ನು ಸೀಮಾತೀತಗೊಳಿಸಿಕೊಳ್ಳದೆ ನಮ್ಮದಲ್ಲದ್ದನ್ನು ದಕ್ಕಿಸಿಕೊಳ್ಳಲು ಸಾಧ್ಯವಿಲ್ಲ. ನಮ್ಮ ಪ್ರೀತಿಯ ಸೀಮೆಯನ್ನು ಸಂಕುಚಿತಗೊಳಿಸಿದಷ್ಟೂ ನಮ್ಮ ವಿದ್ಯಾರ್ಜನೆಯೂ, ಸಾಧನೆಯೂ ಸೀಮೆ ದಾಟದ ಸಂಕುಚಿತ ಮಟ್ಟದಲ್ಲಿಯೇ ಇರುತ್ತದೆ. ನಮ್ಮದೇ ಒಂದು ಕಾಲ್ಪನಿಕ ಸೀಮೆ ರಚಿಸಿಕೊಂಡು ನಮ್ಮವರಿಗಾಗಿ

ಹೋರಾಡುತ್ತೇವೆ. ಅದು ಧರ್ಮದ ಸೀಮೆಯಾಗಿರಬಹುದು, ದೇಶದ ಸೀಮೆಯಾಗಿರಬಹುದು, ಭಾಷೆಯ ಸೀಮೆಯಾಗಿರಬಹುದು, ಸಿರಿತನದ ಸೀಮೆಯಾಗಿರಬಹುದು, ವಿದ್ಯೆಯ ಸೀಮೆಯಾಗಿರಬಹುದು. ಇಂತಹ ಸೀಮೆಗಳು ಕೆಲವೊಮ್ಮೆ ವಿನಾಶಕಾರಿಯಾಗುವ ಸಾಧ್ಯತೆಯೂ ಇರುತ್ತದೆ. ನಮ್ಮದಲ್ಲದ್ದನ್ನು ದ್ವೇಷಿಸಲು ಪ್ರಾರಂಭಿಸುತ್ತೇವೆ. ಎಲ್ಲ ಯುದ್ಧಗಳಿಗೂ ಕಾರಣ ನಮ್ಮ ಪ್ರೀತಿಯ ಸೀಮೆಗೆ ಹಾಕಿಕೊಂಡ ಸಂಕುಚಿತ ಗಡಿರೇಖೆಗಳೇ ಆಗಿವೆ. ಭೂಪಟವನ್ನು ಸೃಷ್ಟಿಸಿದ್ದು ಮಾನವನೇ ಹೊರತು ದೇವರಲ್ಲ. ಭಗವಂತನ ಸೃಷ್ಟಿಯಲ್ಲಿ ಸೀಮೆಗಳಿಲ್ಲ. ಅಲ್ಲಿ ಎಲ್ಲವೂ ನಮ್ಮದು, ಎಲ್ಲರೂ ನಮ್ಮವರು, ಎಲ್ಲ ಸೃಷ್ಟಿಯೂ ನಮಗಾಗಿ, ನಮ್ಮ ಸೃಷ್ಟಿಯೂ ಎಲ್ಲರಿಗಾಗಿ. ಕುವೆಂಪು 'ವಿಶ್ವಮಾನವನಾಗು' ಎಂದಿದ್ದೇ ಅದೇ ಕಾರಣಕ್ಕಾಗಿ. ತ್ಯಾಗರಾಜರು 'ಎಂದರೋ ಮಹಾನುಭಾವುಲು, ಅಂದರಿಕಿ ವಂದನಮು' ಎಂದಿದ್ದೂ ಅದೇ ಕಾರಣಕ್ಕಾಗಿ. ಮಹಾತ್ಮ ಗಾಂಧಿ 'ದೇಶದ ಘನತೆಯನ್ನು ಅಲ್ಲಿಯ ಪ್ರಾಣಿಗಳನ್ನು ಹೇಗೆ ನೋಡಿಕೊಳ್ಳುತ್ತಾರೆ ಎನ್ನುವದರಿಂದ ಗುರುತಿಸಬಹುದು' ಎಂದು ಮನುಷ್ಯನ ಪ್ರೀತಿಯ ಸೀಮೆಯನ್ನು ಸರ್ವ ಜೀವಜಂತುಗಳಿಗೂ ವಿಸ್ತರಿಸಿದ್ದು ಅದೇ ಕಾರಣಕ್ಕಾಗಿ.

ನಮ್ಮ ಪ್ರೀತಿಯ ಸೀಮೆಯ ಬೇಲಿಗಳನ್ನು ಕಿತ್ತು ಬಿಸಾಕೋಣ.

17ನೇ ಅಕ್ಟೋಬರ್ 2013

ಅಸಮಾನತೆ ಮತ್ತು ಅನುಕರಣೆ

ಅದು 1990ರ ವರ್ಷ. ನನಗೆ ಪೂನಾದಲ್ಲಿರುವ ಪ್ರತಿಷ್ಠಿತ ದ್ವಿಚಕ್ರವಾಹನ ತಯಾರಿಕಾ ಸಂಸ್ಥೆಯಲ್ಲಿ ಮ್ಯಾನೇಜ್‌ಮೆಂಟ್ ಟ್ರೇನಿಯಾಗಿ ಕೆಲಸ ಸಿಕ್ಕಿತ್ತು. ನನ್ನಂತೆಯೇ ದೇಶದ ಪ್ರತಿಷ್ಠಿತ ಕಾಲೇಜುಗಳಿಂದ ಹಲವಾರು ಇಂಜಿನಿಯರುಗಳು ಈ ಕೆಲಸಕ್ಕೆ ಸೇರಿದ್ದರು. ಪರೆ ಕಳಚಿಕೊಂಡ ಹಾವಿನಂತೆ ಎಲ್ಲದರಲ್ಲಿಯೂ ನಮಗೆ ಉತ್ಸಾಹವಿತ್ತು. ಆರಂಭದ ಎರಡು ತಿಂಗಳ ಕಾಲ ನಮಗೆ ಕಂಪನಿಯ ವಿವಿಧ ವಿಭಾಗದ ವರಿಷ್ಟರು ಉಪನ್ಯಾಸ ನೀಡಿದರು. ಅವುಗಳಲ್ಲಿ ರಮಣನ್ ಎಂಬುವವರು "ಕ್ವಾಲಿಟಿ ಆಫ್ ಲೈಫ್" (ಜೀವನದ ಗುಣಮಟ್ಟ) ಎಂಬ ವಿಷಯದ ಕುರಿತು ಉಪನ್ಯಾಸ ನೀಡಿದರು. ಅವರು ಅದೀಗ ತಾನೆ ಹದಿನೈದು ದಿನಗಳ ಅಮೆರಿಕಾ ಪ್ರವಾಸ ಮುಗಿಸಿಕೊಂಡು ಬಂದಿದ್ದರು. ಆ ಕಾಲದಲ್ಲಿ ಅಮೆರಿಕಾ ಪ್ರವಾಸವೆನ್ನುವುದು ಬಹುಮನ್ನಣೆಯ ಸಂಗತಿಯಾಗಿತ್ತು. ಆದ್ದರಿಂದ ನಮಗೂ ಅವರ ಮೇಲೆ ವಿಶೇಷ ಅಭಿಮಾನ ಮೂಡಿತ್ತು. ಅವರೂ ಅದನ್ನು ಹೆಮ್ಮೆಯಿಂದ ಸ್ವೀಕರಿಸಿದ್ದರೆಂಬುದನ್ನು ಅವರ ಭಾಷಣದಲ್ಲಿ ನಾವುಗಳು ಗುರುತಿಸಬಹುದಾಗಿತ್ತು. ಪ್ರತಿ ನಿಮಿಷಕ್ಕೊಮ್ಮೆ ಅಮೆರಿಕಾದಲ್ಲಿ ಹಾಗೆ, ಅಮೆರಿಕಾದಲ್ಲಿ ಹೀಗೆ ಎಂದು ನಮಗೆ ಹೊಸ ಸಂಗತಿಗಳನ್ನು ಹೇಳುತ್ತಿದ್ದರು. ಅವರು ಹೇಳಿದ ಹಲವಾರು ಸಂಗತಿಗಳಲ್ಲಿ ಪ್ಲಾಸ್ಟಿಕ್ ಚೀಲಗಳ ಬಗ್ಗೆ ಅವರು ಹೇಳಿದ್ದು ಮಾತ್ರ ನಾನು ಎಂದೂ ಮರೆಯುವದಿಲ್ಲ.

"...ಅಮೆರಿಕಾದಲ್ಲಿ ನೀವು ಯಾವುದೇ ಅಂಗಡಿಗಳಿಗೆ ಹೋಗಿ ಏನೇ ಖರೀದಿಸಿದರೂ, ಅದನ್ನು ಸೊಗಸಾಗಿ ಒಂದು ಪ್ಲಾಸ್ಟಿಕ್ ಚೀಲದಲ್ಲಿ ಹಾಕಿ ಕೊಡುತ್ತಾರೆ.

ಕ್ವಾಲಿಟಿ ನಮ್ಮ ಬದುಕಿನ ಭಾಗವಾಗುವುದು ಅಂತಹ ಸಂಗತಿಗಳಿಂದಲೇ! ಅದೇ ನಮ್ಮ ಭಾರತದಲ್ಲಿ ನೋಡಿ, ಯಾವುದೇ ಕಿರಾಣಿ ಅಂಗಡಿಗೆ ಹೋದರೂ ಕೊಂಡ ದಿನಸಿಗಳನ್ನು ಹಳೆಯ ರದ್ದಿಪತ್ರಿಕೆಗಳಲ್ಲಿ ಕಟ್ಟಿ ಕೊಡುತ್ತಾರೆ. ನಾವೇ ಹೆಗಲಿಗೊಂದು ಚೀಲ ಹಾಕಿಕೊಂಡು ಹೋಗಿ ಅವನ್ನೆಲ್ಲಾ ತರಬಹುದೇ ಹೊರತು, ಹಾಯಾಗಿ ಕೈ ಬೀಸಿಕೊಂಡು ಹೋಗಿ ವ್ಯಾಪಾರ ಮಾಡಿಕೊಂಡು ಬರುವ ಅವಕಾಶ ಈ ದೇಶದಲ್ಲಿ ಇಲ್ಲವೇ ಇಲ್ಲ. ಒಂದು ಪುಟ್ಟ ಪ್ಲಾಸ್ಟಿಕ್ ಚೀಲಕ್ಕೆ ಹೆಚ್ಚೇನೂ ಖರ್ಚಾಗುವದಿಲ್ಲ. ಆದರೆ ನಮಗೆ ಅಂತಹ ಸೊಗಸಾದ ಆಲೋಚನೆಗಳಿಲ್ಲ. ಅವರನ್ನು ನೋಡಿ ನಾವು ಕಲಿಯುವುದೂ ಇಲ್ಲ. ಅವರಂತೆ ನಮ್ಮ ಬದುಕನ್ನು ರೂಪಿಸಿಕೊಳ್ಳುವುದು ಯಾವಾಗ? ನಮ್ಮ ದೇಶ ಯಾಕೆ ಇಂತಹ ಹೀನ ಸ್ಥಿತಿಯಲ್ಲಿದೆ ಎಂದು ನೆನೆದರೆ ದುಃಖವಾಗುತ್ತದೆ..."

ಆಗಲೇ 25 ವರ್ಷ ಆಯ್ತು. ನಮ್ಮ ದೇಶದ ದಿನಸಿ ಅಂಗಡಿಗಳಲ್ಲಿಯೂ ಪ್ಲಾಸ್ಟಿಕ್ ಚೀಲಗಳು ಬಂದು, ಇಡೀ ದೇಶಕ್ಕೆ ಒಂದು ದೊಡ್ಡ ತಲೆನೋವನ್ನು ಉಂಟು ಮಾಡಿರುವುದನ್ನು ಕಂಡಿದ್ದೂ ಆಯ್ತು. ಯಾವುದೇ ಪರಿಸರದ ಹಾನಿಯಿಲ್ಲದಂತೆ ಹೆಗಲಿಗೊಂದು ಚೀಲ ಹಾಕಿಕೊಂಡು ಹೋಗಿ, ರದ್ದಿ ಪತ್ರಿಕೆಯಲ್ಲಿ ಕಟ್ಟಿಕೊಟ್ಟ ದಿನಸಿಗಳನ್ನು ಖರೀದಿಸಿ ತರುವ ಸೊಗಸಾದ ಪರಿಸರ ಸ್ನೇಹಿ ಸ್ವಭಾವವನ್ನು ಕಳೆದುಕೊಂಡಿದ್ದಕ್ಕೆ ಹಪಹಪಿಸುತ್ತಿದ್ದೇವೆ. ಮತ್ತೆ ಅದೇ ಸ್ವಭಾವವನ್ನು ರೂಢಿಸಿಕೊಳ್ಳುವದಕ್ಕೆ ಹತಾಷೆಯ ಪ್ರಯತ್ನವನ್ನು ಒಂದಿಬ್ಬರು ಮಾಡುತ್ತಿರುವುದನ್ನು ನೋಡುತ್ತಿದ್ದೇವೆ.

ಈ 25 ವರ್ಷಗಳ ನಂತರ ರಮಣನ್ ಎಲ್ಲಿದ್ದಾರೆ ಮತ್ತು ಏನು ಮಾಡುತ್ತಿದ್ದಾರೆ ಎಂಬುದು ನನಗೆ ಗೊತ್ತಿಲ್ಲ. ಬಹುಶಃ ಅವರೂ ತಮ್ಮ ಅಂದಿನ ಮಾತುಗಳಿಗೆ ಈವತ್ತು ಮುಜುಗರ ಪಟ್ಟುಕೊಳ್ಳುತ್ತಿರಬಹುದು. ಇಷ್ಟೆಲ್ಲಾ ದೊಡ್ಡ ಅನಾಹುತದ ಕಲ್ಪನೆ ನನಗೆ ಗೊತ್ತೇ ಇರಲಿಲ್ಲ ಎಂದು ಕೈ ಹಿಸುಕಿಕೊಳ್ಳುತ್ತಿರಬಹುದು. ಆದರೆ ಒಂದು ಸಮಾಧಾನ ಮಾತ್ರ ಅವರಿಗೆ ಖಂಡಿತಾ ಇರುತ್ತದೆ. ಅಂದು ಅವರಾಡಿದ ಮಾತುಗಳಲ್ಲಿ ಪ್ರಾಮಾಣಿಕತೆಯಿತ್ತು. ಭಾರತದ ಜೀವನ ಮಟ್ಟ ಬದಲಾಗಬೇಕು ಎಂಬ ಕಾಳಜಿಯಿತ್ತು. ಎಲ್ಲಕ್ಕೂ ಹೆಚ್ಚಾಗಿ ಅಮೆರಿಕನ್ನರಂತೆ ನಾವಾಗಬೇಕೆಂಬ ಬಯಕೆಯಿತ್ತು. ನನಗೆ ನೆನಪಿರುವಂತೆ ಅಂದು ನಮಗೆಲ್ಲರಿಗೂ ಆ ಮಾತುಗಳು ತಟ್ಟಿದ್ದವು ಮತ್ತು ಸತ್ಯವೆಂದು ಅನ್ನಿಸಿದ್ದವು. ಪ್ಲಾಸ್ಟಿಕ್ ಚೀಲಗಳ ರಕ್ತಾಬೀಜಸುರ ದೈತ್ಯದ ಹಾವಳಿಯ ದೂರದೃಷ್ಟಿ ಅವರಿಗೆ ಇರಲಿಲ್ಲ, ನಮಗಂತೂ ಆ ಎಳೆವಯಸ್ಸಿಗೆ ಅದರ ಕಲ್ಪನೆಯೂ ಸಾಧ್ಯವಿರಲಿಲ್ಲ.

ಮತ್ತೆ ಮತ್ತೆ ಈ ಮಾತುಗಳು ನನ್ನನ್ನು ಕಾಡುತ್ತವೆ. ಅಂದು ನಿಜವಾಗಿಯೂ ನಡೆದ ಸಂಗತಿಯೇನು ಎಂದು ತುಂಬಾ ಬಾರಿ ಆಲೋಚಿಸುತ್ತೇನೆ. ಹಲವು

ಅಂಶಗಳು ನನಗೆ ಸ್ಪಷ್ಟವಾಗುತ್ತವೆ. ಅಮೆರಿಕದಲ್ಲಿನ ಝಗಮಗಿಸುವ ಜೀವನ ಕ್ರಮವನ್ನು ನೋಡಿ ಬಂದ ರಮಣನ್ ಅವರು ಮೋಡಿಗೊಳಗಾಗಿಬಿಟ್ಟಿದ್ದರು. ಅಮೆರಿಕನ್ನರ ಬದುಕಿನ ಮಟ್ಟ ನಮಗಿಂತಲೂ ಶ್ರೇಷ್ಠವಾದದ್ದು ಎಂದು ಮನಸ್ಸಿನಲ್ಲಿ ಒಪ್ಪಿಕೊಂಡುಬಿಟ್ಟಿದ್ದರು. ಅಮೆರಿಕನ್ನರ ಬದುಕಿನ ಪ್ರತಿಯೊಂದು ಸಂಗತಿಯೂ ಅವರಿಗೆ ಮಹತ್ವದ್ದಾಗಿ ಕಾಣುತ್ತಿತ್ತು. ನಮ್ಮ ಎಲ್ಲಾ ಜೀವನ ಪದ್ಧತಿಯು ಅವರಿಗೆ ಕ್ಷುಲ್ಲಕವಾಗಿ ಕಾಣುತ್ತಿತ್ತು, ಕೀಳರಿಮೆ ಹುಟ್ಟಿಸುತ್ತಿತ್ತು. ಅವರ ಸಮಾನ ನಾವಾಗಬೇಕೆಂದರೆ ಅವರನ್ನು ಅನುಕರಣೆ ಮಾಡುವುದೇ ಸರಿಯಾದ ಕ್ರಮವೆಂದು ಅವರಿಗನ್ನಿಸಿತ್ತು. ಆದ್ದರಿಂದಲೇ ಈ ಪ್ಲಾಸ್ಟಿಕ್ ಚೀಲಗಳ ಹಾನಿಕಾರಕ ಸಂಗತಿಯನ್ನು ಪ್ರಾಮಾಣಿಕವಾಗಿ ನಮ್ಮ ಮುಂದೆ ಇಟ್ಟಿದ್ದರು. ಅವರ ಮಾತು, ಆಶಯಗಳಲ್ಲಿ ಯಾವುದೇ ಕೃತಕತೆ, ಮೋಸ ಇರಲಿಲ್ಲ.

ಮೊನ್ನೆ ಡಾ. ಅಂಬೇಡ್ಕರ್‌ರವರ ಪ್ರಸಿದ್ಧ ಭಾಷಣದ ಹಸ್ತಪ್ರತಿ Annihilation of Caste (ಜಾತಿ ವಿನಾಶ) ಅನ್ನು ಓದುವಾಗ ಇಂತಹದೇ ಒಂದು ಸಂಗತಿ ನನ್ನ ಗಮನವನ್ನು ಸೆಳೆಯಿತು. ಲಾಹೋರಿನಲ್ಲಿ ನಡೆಯುವ ಒಂದು ಸಮ್ಮೇಳನದ ಅಧ್ಯಕ್ಷ ಭಾಷಣಕ್ಕಾಗಿ ಅವರು ಈ ಹಸ್ತಪ್ರತಿಯನ್ನು ಸಿದ್ಧಪಡಿಸಿಕೊಂಡಿದ್ದರು. ಈ ಹಸ್ತಪ್ರತಿಯನ್ನು ಮೊದಲೇ ಓದಿಕೊಂಡ ಸಮ್ಮೇಳನದ ಸಂಘಟಕರು ಅದರ ಮಾತುಗಳ ತೀವ್ರತೆಗೆ ಹೆದರಿ, ಸಮ್ಮೇಳನವನ್ನೇ ರದ್ದು ಪಡಿಸಿಬಿಟ್ಟರು. ಆದರೆ ಅಂಬೇಡ್ಕರ್‌ರವರು ತಾವು ಅತ್ಯಂತ ಶ್ರದ್ಧೆ ಮತ್ತು ಶ್ರಮ ವಹಿಸಿ ಸಿದ್ಧಪಡಿಸಿದ ಈ ಹಸ್ತಪ್ರತಿಯನ್ನು ಪುಸ್ತಕದ ರೂಪದಲ್ಲಿ ಹೊರ ತಂದುಬಿಟ್ಟರು. ಆ ಪುಸ್ತಕ ಬಹು ಪ್ರಖ್ಯಾತವಾಗಿದ್ದು, ಅದಕ್ಕೆ ಗಾಂಧೀಜಿಯವರು ತಮ್ಮ ಅಸಮಾಧಾನವನ್ನು ವ್ಯಕ್ತ ಪಡಿಸಿದ್ದು, ಅದಕ್ಕೆ ಅಂಬೇಡ್ಕರ್‌ರವರು ತೀಕ್ಷ್ಣ ಪ್ರತಿಕ್ರಿಯೆ ನೀಡಿದ್ದು ಈಗ ಇತಿಹಾಸ.

ಉನ್ನತ ಜಾತಿಯವರು ಹೇಗೆ ಕೆಳಜಾತಿಯವರು ಬದಲಾಗುವದನ್ನು ಸಹಿಸದೆ, ಅವರು ಇದ್ದಂತೆಯೇ ಇರುವಂತೆ ನೋಡಿಕೊಳ್ಳುತ್ತಾರೆಂಬುದಕ್ಕೆ ಹಲವಾರು ಉದಾಹರಣೆಗಳನ್ನು ಅಂಬೇಡ್ಕರ್ ಕೊಟ್ಟಿದ್ದಾರೆ. ಅಂತಹವುಗಳಲ್ಲಿ ಒಂದು ಮುಖ್ಯ ಉದಾಹರಣೆ 'ಪತರೆ ಪ್ರಭು' ಎಂಬ ಜಾತಿಯವರಲ್ಲಿ ನಡೆದ ಘಟನೆಯಾಗಿದೆ. ಮಹಾರಾಷ್ಟ್ರದ ಈ ಜಾತಿಯವರ ಸಮುದಾಯದಲ್ಲಿ ವಿಧವಾ ವಿವಾಹ ಬಹುಹಿಂದಿನಿಂದಲೂ ಜಾರಿಯಲ್ಲಿತ್ತು. ಆದರೆ ಆ ದಿನಗಳಲ್ಲಿ ಉನ್ನತ ಜಾತಿಯಲ್ಲಿದ್ದ ಅನೇಕರಲ್ಲಿ, ಬಹುಮುಖ್ಯವಾಗಿ ಬ್ರಾಹ್ಮಣರಲ್ಲಿ, ವಿಧವಾ ವಿವಾಹಕ್ಕೆ ಸಮ್ಮತಿಯಿರಲಿಲ್ಲ. ಅದನ್ನು ಗಮನಿಸಿದ ಈ ಸಮುದಾಯದ ಹಲವರಿಗೆ, ತಮ್ಮ ಈ ಸಂಪ್ರದಾಯ ಅತ್ಯಂತ ಕೀಳುಮಟ್ಟದ್ದು ಎಂದು ಅನ್ನಿಸಿಬಿಟ್ಟಿತು. ತಾವೂ ಉನ್ನತ ಜಾತಿಯವರಂತೆ ಆಗಬೇಕೆಂದು ಆಶಿಸಿ, ತಮ್ಮ ಜನಾಂಗದಲ್ಲಿಯೂ

ವಿಧವಾ ವಿವಾಹಕ್ಕೆ ನಿರ್ಬಂಧ ಹೇರಲಾರಂಭಿಸಿದರು. ಅವರ ಸಮುದಾಯದಲ್ಲಿ ಎರಡು ಗುಂಪುಗಳಾದವು - ಒಂದು ವಿಧವಾ ವಿವಾಹದ ಪರವಾಗಿಯೂ, ಮತ್ತೊಂದು ಅದರ ವಿರುದ್ಧವಾಗಿಯೂ ಮಾತಾಡಲಾರಂಭಿಸಿದವು. ನಿರ್ಧಾರಕ್ಕೆ ಬರಲು ಸಾಧ್ಯವಾಗದಾಯ್ತು. ಆ ದಿನಗಳಲ್ಲಿ ರಾಜ್ಯಭಾರ ಮಾಡುತ್ತಿದ್ದ ಉನ್ನತ ಕುಲದ ಪೇಶ್ವೆಗಳು ಮಧ್ಯ ಪ್ರವೇಶಿಸಿ, ವಿಧವಾ ವಿವಾಹದ ಪರವಾಗಿದ್ದ ಗುಂಪನ್ನೇ ಅನುಮೋದಿಸಿ, ಅದೇ ಹಳೆಯ ಪದ್ಧತಿ ಮುಂದುವರೆಯುವಂತೆ ನೋಡಿಕೊಂಡರು.

ಮೇಲಿನ ಎರಡು ಘಟನೆಗಳೂ ಮೇಲು ನೋಟಕ್ಕೆ ಒಂದೇ ರೀತಿಯಾಗಿ ಕಾಣುತ್ತವೆ. ಎರಡು ವಿಭಿನ್ನ ಪಂಗಡಗಳಿವೆ, ಒಂದು ಮತ್ತೊಂದನ್ನು ಶ್ರೇಷ್ಠವೆಂದು ಪರಿಭಾವಿಸಿದೆ ಮತ್ತು ಅವರಂತಾಗಲು ಆಶಿಸಿದೆ. ಅದಕ್ಕೆ ಸುಲಭ ಮಾರ್ಗವಾಗಿ ಅನುಕರಣೆಯನ್ನು ಅನುಸರಿಸಿವೆ. ಯಾವುದು ಸರಿ, ಯಾವುದು ತಪ್ಪು ಎನ್ನುವ ವಿವೇಚನೆ ಇಲ್ಲಿಲ್ಲ. ಆದರೆ ಈ ಎರಡರಲ್ಲಿಯೂ ಒಂದು ಮಹತ್ವದ ವ್ಯತ್ಯಾಸವಿದೆ. ಮೊದಲನೆಯ ಉದಾಹರಣೆಯಲ್ಲಿ ಆಯ್ಕೆಯ ಸ್ವಾತಂತ್ರ್ಯವಿದೆ. ಪ್ಲಾಸ್ಟಿಕ್ ಚೀಲವನ್ನು ಉಪಯೋಗಿಸುವುದು, ಬಿಡುವುದೂ ಭಾರತೀಯರಿಗೆ ಸಂಬಂಧಿಸಿದ ಸಂಗತಿಯಾಗಿದೆ. ಅಮೆರಿಕಾದವರು ಆ ಆಯ್ಕೆಯ ಮೇಲೆ ಯಾವುದೇ ಒತ್ತಡವನ್ನು ಹೇರುವಂತಿಲ್ಲ. ಆದರೆ ಎರಡನೆಯದರಲ್ಲಿ ಅಂತಹ ಯಾವುದೇ ಸ್ವಾತಂತ್ರ್ಯವೂ ಇಲ್ಲದಂತೆ ಒತ್ತಡ ಹೇರುವ ಪೇಶ್ವೆಗಳ ಹಿರಿತನವಿದೆ. ತಮ್ಮಂತೆ ಅವರಾಗಬಾರದೆನ್ನುವ ಮೋಸದ ಕುಯುಕ್ತಿಯೂ ಪೇಶ್ವೆಗಳಲ್ಲಿದೆ. ಮೊದಲನೆಯದು ಆಯ್ಕೆಯ ಸಮಸ್ಯೆಯಾದರೆ, ಎರಡನೆಯದು ಶೋಷಣೆಯ ಸಮಸ್ಯೆ.

ಅಂಬೇಡ್ಕರರು ಈ ಘಟನೆಯನ್ನು ನಮೂದಿಸುವದರ ಹಿಂದಿನ ಉದ್ದೇಶವೇನು? ಪೇಶ್ವೆಗಳ ನಿರ್ಧಾರದಿಂದ, ಅದು ದಬ್ಬಾಳಿಕೆಯಿಂದ ಕೂಡಿದ್ದರೂ, ಆ ಸಮುದಾಯಕ್ಕೆ ಒಳ್ಳೆಯದೇ ಆಯ್ತಲ್ಲವೆ? ಅದಕ್ಕೆ ಯಾಕೆ ಅವರು ತಲೆ ಕೆಡಿಸಿಕೊಳ್ಳಬೇಕು? ಇತ್ಯಾದಿ ಅನುಮಾನಗಳು ನಮಗೆ ಮೂಡುತ್ತವೆ. ಇವುಗಳಿಗೆಲ್ಲವಕ್ಕೂ ದೇವನೂರು ಮಹಾದೇವ ತಮ್ಮ ಅನುಭವದ ಮತ್ತೊಂದು ಘಟನೆಯನ್ನು 'ಎದೆಗೆ ಬಿದ್ದ ಅಕ್ಷರ'ದಲ್ಲಿ ನಮೂದಿಸುತ್ತಾ ಉತ್ತರಿಸುತ್ತಾರೆ.

ಬಹುದಿನಗಳ ಹಿಂದೆ ಹಳ್ಳಿಯೊಂದರಲ್ಲಿ ದಲಿತರಿಗೆ ಹೋಟೆಲ್ ಪ್ರವೇಶವಿಲ್ಲದ ಕಾರಣಕ್ಕೆ ಗಲಾಟೆಯಾಗಿ ಮಹಾದೇವ ಮತ್ತು ಶ್ರೀಕೃಷ್ಣ ಆಲನಹಳ್ಳಿಯವರು ಹೋಗಿರುತ್ತಾರೆ. ಆದರೆ ಆ ಹೋಟೆಲ್, ಜಗಲಿ ಮೇಲೆ ತೆಂಗಿನ ಗರಿ ಕಟ್ಟಿದ ಒಂದು ಕತ್ತಲು ತುಂಬಿದ ಜೋಪಡಿಯಾಗಿರುತ್ತದೆ. ಅಲ್ಲಿ ಹೇರಳವಾಗಿ ನೊಣಗಳು ಹಾರಾಡಿಕೊಂಡಿರುತ್ತವೆ. ಬಚ್ಚಲಿನ ನೀರು ಪಕ್ಕದಲ್ಲಿಯೇ ಹರಿಯುತ್ತಿದ್ದು, ಏನು ತಿನ್ನಬೇಕೆಂದರೂ ಮೂಗು ಮುಚ್ಚಿಕೊಳ್ಳುವ ಪರಿಸ್ಥಿತಿಯಿರುತ್ತದೆ. ಆದರೆ

ಆ ಹೋಟೆಲ್ ಪ್ರವೇಶಕ್ಕೆ ದಲಿತರು ಹೋರಾಡುತ್ತಿರುತ್ತಾರೆ. ಆ ದೃಶ್ಯವನ್ನು ನೋಡಿದ ಆಲನಹಳ್ಳಿಯವರು 'ಅಯ್ಯೋ ಮಾದೇವ, ಇಲ್ಲಿ ದಲಿತರು ಏನನ್ನೂ ತಿನ್ನದಿದ್ದರೇನೇ ಆರೋಗ್ಯವಲ್ಲವೆ?' ಎಂದು ಪ್ರಶ್ನಿಸುತ್ತಾರೆ. ಅದಕ್ಕೆ ಮಹಾದೇವ 'ಪ್ರವೇಶ ಕೇಳುತ್ತಿರುವುದು ಮನಸ್ಸಿನ ಒಳಕ್ಕೆ' ಎಂದು ಹೇಳುತ್ತಾರೆ.

ಬಹುಶಃ ಎಲ್ಲಾ ಸಮಾನತೆಯ ಹೋರಾಟ, ಒದ್ದಾಟಗಳೂ ಮತ್ತೊಂದು ಸಮುದಾಯದ ಮನಸ್ಸಿನ ಒಳಗಿನ ಪ್ರವೇಶಕ್ಕಾಗಿಯೇ ನಡೆಯುತ್ತವೆ. ಹೋಟೆಲ್ ಪ್ರವೇಶ, ಮಠ ಪ್ರವೇಶ, ಮಸೀದಿ ಪ್ರವೇಶಗಳೆಲ್ಲವೂ ಕೇವಲ ನೆಪಗಳಾಗಿರುತ್ತವೆ, ಬಾಹ್ಯ ಆಚರಣೆಗಳಾಗಿರುತ್ತವೆ. ಮತ್ತೊಬ್ಬರ ಮನಸ್ಸಿನಲ್ಲಿ ನಾವೂ ಸಮಾನರು ಎಂಬ ಅಂಶವನ್ನು ಮೂಡಿಸುವುದೇ ಈ ಎಲ್ಲಾ ಕೃತ್ಯಗಳ ಹಿಂದಿರುವ ಮುಖ್ಯ ಕಾಳಜಿಯಾಗಿದೆ. ಆದ್ದರಿಂದಲೇ 'ಬದಲಾವಣೆ'ಯೊಂದು ಅದನ್ನು ಆಶಿಸುತ್ತಿರುವ ಸಮುದಾಯಕ್ಕೆ ಕೆಡುಕನ್ನು ಮಾಡುತ್ತಿದ್ದರೂ, ಅದನ್ನು ಅನುಮೋದಿಸುವ ಎಲ್ಲರ ಕಾಳಜಿಯೂ ಬಹುಮುಖ್ಯವಾದದ್ದಾಗಿದೆ. ಪ್ಲಾಸ್ಟಿಕ್ ಚೀಲ ಬೇಕೆಂದು ಬಯಸುವ ಮ್ಯಾನೇಜರರು, ವಿಧವಾ ವಿವಾಹವನ್ನು ಕಡ್ಡಾಯಗೊಳಿಸಿದ ಪೇಶ್ವೆಗಳ ಮೇಲಿನ ಅಂಬೇಡ್ಕರರ ಸಿಟ್ಟು ಮತ್ತು ಕೊಳಕಾದ ಹೋಟೆಲಿನೊಳಕ್ಕೆ ದಲಿತರಿಗೆ ಪ್ರವೇಶ ಬೇಕೆನ್ನುವ ಮಹಾದೇವರ ಕಳಕಳಿಯೆಲ್ಲವೂ ನಮ್ಮ ಗೌರವವನ್ನು ಬಯಸುತ್ತವೆ. ನಾವಾಗಿಯೇ ಸ್ವತಂತ್ರವಾಗಿ ಮಾಡಿಕೊಂಡ ಬದಲಾವಣೆಯ ಫಲಾಫಲಗಳನ್ನು ಎದುರಿಸುವ, ಅದನ್ನು ಮತ್ತೆ ತಿದ್ದಿಕೊಳ್ಳುವ ಹೊಣೆ ನಮ್ಮೆಲ್ಲರಿಗೂ ಭವಿಷ್ಯದಲ್ಲಿ ಇದ್ದೇ ಇರುತ್ತದೆ. ಆದರೆ ಆಯ್ಕೆಗಳನ್ನೂ ಮಾಡಿಕೊಳ್ಳುವ ಸ್ವಾತಂತ್ರ್ಯವಿಲ್ಲದ ಸ್ಥಿತಿ ಶೋಷಣೆಯಾಗುತ್ತದೆ. ಅಂತಹ ಶೋಷಣೆಯ ವಿರುದ್ಧ ಧ್ವನಿಯೆತ್ತುವುದು ನಮ್ಮೆಲ್ಲರ ಜವಾಬ್ದಾರಿಯಾಗಿರುತ್ತದೆ.

'ಇರುವದೆಲ್ಲವ ಬಿಟ್ಟು ಇರದುದರೆಡೆಗೆ ತುಡಿವುದೆ ಜೀವನ' ಎಂದು ಅಡಿಗರು ವಿಷಾದದಿಂದ ಹೇಳಿದ್ದರೂ, ಇರದುದನ್ನು ನೆನೆವುದು ಅಂತಹ ಕೆಟ್ಟ ಸಂಗತಿಯೇನೂ ಅಲ್ಲ. ಆದರೆ ನೆನೆವ ಸಂಗತಿಯ ಅವಶ್ಯಕತೆ ನಮಗೆಷ್ಟಿದೆ, ಅದರ ಸಾಧಕ–ಬಾಧಕಗಳೇನು ಎಂದು ಆಲೋಚಿಸುವ ಶಕ್ತಿಯನ್ನು ನಾವು ಬೆಳೆಸಿಕೊಳ್ಳುವ ಅವಶ್ಯಕತೆ ಇರುತ್ತದೆ. ಕೆಲವೊಮ್ಮೆ ಅದು ನಮಗೆ ಆಗಲೇ ಹೊಳೆಯಬಹುದು, ಇಲ್ಲವಾದರೆ 'ಕೆಟ್ಟ ಮೇಲೆ ಬುದ್ಧಿ ಬಂತು' ಎನ್ನುವಂತೆ ಕಾಲ ಮೀರಿದ ಮೇಲೆಯೇ ಗೊತ್ತಾಗಬಹುದು. ಆದರೆ ಬದಲಾವಣೆಯ ಫಲಿತಾಂಶ ಮುಖ್ಯವಲ್ಲವೇ ಅಲ್ಲ. ಸಮಾನತೆಗಾಗಿ, ಹೊಸತನಕ್ಕಾಗಿ, ಉನ್ನತಿಗಾಗಿ ಬದಲಾವಣೆಯನ್ನು ಸದ್ಯದ ಪರಿಸ್ಥಿತಿಯಲ್ಲಿ ಬಯಸುವುದೇ ಬದುಕಿನ ಜೀವಂತಿಕೆಯ ಲಕ್ಷಣವಾಗಿದೆ.

29ನೇ ಸೆಪ್ಟಂಬರ್ 2014

ಪಹಾಡಿ ಹುಡುಗ

ನನ್ನ ಮಾನಸ ಸರೋವರದ ಚಾರಣದಲ್ಲಿ ಭೇಟಿಯಾದ ರಾಹುಲ್ ಎನ್ನುವ ಪಹಾಡಿ ಹುಡುಗನ ನೆನಪು ಇತ್ತೀಚಿನ ದಿನಗಳಲ್ಲಿ ನನ್ನನ್ನು ತುಂಬಾ ಕಾಡುತ್ತದೆ.

ನಮ್ಮ ಚಾರಣ ಆರಂಭವಾಗುವುದು ದ್ರಾಚುಲ ಎಂಬ ಪುಟ್ಟ ಊರಿನಿಂದ. ಇದು ನೇಪಾಳ ಮತ್ತು ಭಾರತದ ಗಡಿಯಲ್ಲಿರುವ ಊರು. 'ಮಹಾಕಾಳಿ' ಎನ್ನುವ ಆರ್ಭಟದ ನದಿಯೊಂದು ಈ ಊರನ್ನು ಇಬ್ಭಾಗಿಸಿ, ನೇಪಾಳ ಮತ್ತು ಭಾರತಕ್ಕೆ ಹಂಚಿದೆ. ಈ ಊರಿನಿಂದ ಸ್ವಲ್ಪ ದೂರದಲ್ಲಿರುವ ನಾರಾಯಣ ಆಶ್ರಮದಿಂದ ನಾವು ಮಹಾಕಾಳಿ ನದಿಯ ದಡದ ಗುಂಟ ನಡೆಯಲು ಪ್ರಾರಂಭಿಸುತ್ತೇವೆ. ಅತ್ಯಂತ ರಮಣೀಯವಾದ ಹಾಗೂ ಅಷ್ಟೇ ದುರ್ಗಮವಾದ ಹಿಮಾಲಯದ ತಪ್ಪಲಿನಲ್ಲಿ ನಡೆಯುವುದು ಸುಲಭದ ಕೆಲಸವೇನೂ ಅಲ್ಲ. ನಗರದ ಬದುಕನ್ನು ಸವಿದ ನಮ್ಮ ಸುಕುಮಾರ ದೇಹವನ್ನು ಹೇಗೋ ಕಷ್ಟಪಟ್ಟು ನಡೆಯಲು ಒಗ್ಗಿಸಬಹುದಾದರೂ, ನಮ್ಮ ಚಾರಣಕ್ಕೆ ಬೇಕಾದ ಸುಮಾರು ಹದಿನೈದು ಕೆಜಿಯಷ್ಟು ಲಗೇಜನ್ನು ಹೊತ್ತು ನಡೆಯಲು ಒಪ್ಪಿಸುವುದು ಸಾಧ್ಯವಿಲ್ಲದ ಮಾತು. ಆಗ ನಮ್ಮ ಚಾರಣವನ್ನು ಹಗುರಗೊಳಿಸಲೆಂದೇ ಹಲವಾರು ಪಹಾಡಿ ಹುಡುಗರು ಬರುತ್ತಾರೆ. ಆ ಬೆಟ್ಟ

ಗುಡ್ಡಗಳಲ್ಲಿಯೇ ಹುಟ್ಟಿ ಬೆಳೆದ ಈ ಹುಡುಗರಿಗೆ ನಮ್ಮ ಲಗೇಜನ್ನು ಹೊತ್ತು ನಡೆಯುವುದು ಮತ್ತು ನಮಗೆ ನಡೆಯಲು ಮಾರ್ಗದರ್ಶನ ಮಾಡುವುದು ಚೆನ್ನಾಗಿ ಗೊತ್ತು. ಅದಕ್ಕೆ ಪ್ರತಿಯಾಗಿ ನಾವು ಪ್ರತಿಯೊಬ್ಬರೂ ಇಂತಿಷ್ಟು ಹಣವನ್ನು ಕೊಡಬೇಕೆಂದು ಮುಂಚೆಯೇ ನಮಗೆ ತಿಳಿಸಿರುತ್ತಾರೆ. ಆ ಹುಡುಗರನ್ನು ಪೋರ್ಟರ್ (ಕೂಲಿ) ಎಂದು ಕರೆಯುತ್ತಾರೆ.

ನಾವು ಚಾರಣವನ್ನು ಶುರು ಮಾಡುವ ನಾರಾಯಣ ಆಶ್ರಮದ ಬೇಲಿಯ ಹೊರಗಿರುವ ಬಯಲಿನಲ್ಲಿ ನೂರಾರು ಪೋರ್ಟರ್‌ಗಳು ಜಮಾಯಿಸಿಬಿಟ್ಟಿರುತ್ತಾರೆ. ಎಲ್ಲರೂ 18 ರಿಂದ 25ರ ವಯಸ್ಸಿನ ಹುಡುಗರು. ನಾವು ಚಾರಣದಲ್ಲಿರುವವರು ಕೇವಲ 40 ರಿಂದ 50 ಜನ ಮಾತ್ರವಾಗಿರುತ್ತೇವೆ. ಆದ್ದರಿಂದ ಅವರು ಒಂದೇ ಸಮನೆ ಮುಗಿ ಬಿದ್ದು "ನನ್ನನ್ನು ನಿನ್ನ ಪೋರ್ಟರ್ ಆಗಿ ಆಯ್ಕೆ ಮಾಡಿಕೋ ಭಯ್ಯಾ... ನಿನ್ನನ್ನು ಚೆನ್ನಾಗಿ ನೋಡಿಕೊಳ್ಳುತ್ತೇನೆ... ನನಗೆ ತುಂಬಾ ಬಡತನವಿದೆ... ಹಣದ ಅವಶ್ಯಕತೆಯಿದೆ..." ಎಂದು ಒಂದೇ ಸಮನೆ ಕಿರಿಕಿರಿಯಾಗುವಷ್ಟು ನಮ್ಮನ್ನು ಗೋಗರೆಯುತ್ತಾರೆ. ಅವರ ಯಾವ ಹಿನ್ನೆಲೆಯೂ ಗೊತ್ತಿಲ್ಲದೆ, ಪೋರ್ಟರ್ ಆಗುವದಕ್ಕೆ ಬೇಕಾದ ಅರ್ಹತೆಯೇನು ಎಂಬ ಅರಿವಿಲ್ಲದೆ ನಾವು ಹೇಗೆ ಆಯ್ಕೆ ಮಾಡಿಕೊಳ್ಳಬೇಕು ಎಂಬ ಗೊಂದಲದಲ್ಲಿ ಮುಳುಗಿ ಹೋಗುತ್ತೇವೆ. ಯಾವುದೇ ರೀತಿಯಿಂದ ತಪ್ಪು ಆಯ್ಕೆ ಮಾಡಿದರೂ ಅದು ಮತ್ತೇನೋ ಅನಾಹುತಕ್ಕೆ ದಾರಿ ಮಾಡಿಕೊಟ್ಟರೆ ಆ ಕಾಣದ ಪರ್ವತಗಳಲ್ಲಿ ನಮ್ಮ ಗತಿಯೇನು ಎಂಬ ಭಯವೂ ನಮ್ಮಲ್ಲಿರುತ್ತದೆ. ಎಲ್ಲಕ್ಕೂ ಹೆಚ್ಚಾಗಿ ಹೀಗೆ ಮನುಷ್ಯರನ್ನು ದನ-ಕುರಿಗಳಂತೆ ಆಯ್ಕೆ ಮಾಡಿಕೊಳ್ಳುವ ಹೀನಾಯ ಪರಿಸ್ಥಿತಿಗೇ ನಾವು ತಲ್ಲಣಗೊಂಡಿರುತ್ತೇವೆ. ಹೇಗೋ ಒಬ್ಬರನ್ನು ಆಯ್ಕೆ ಮಾಡಿಕೊಂಡು ಚಾರಣ ಶುರು ಮಾಡಿದರೆ ಸಾಕೆಂಬ ರೇಜಿಗೆ ನಮಗೆ ಹುಟ್ಟಿಬಿಡುತ್ತದೆ. ಅದಕ್ಕೆ ಸರಿಯಾಗಿ ಹಿಮಾಲಯದ ಚಳಿ ನಮ್ಮ ದೇಹವನ್ನು ಕೊರೆಯುತ್ತಿರುತ್ತದೆ.

ನಾನು ಮೊದಲಿಗೆ ಯಾರೋ ಒಬ್ಬ ಹುಡುಗನನ್ನು ಆಯ್ಕೆ ಮಾಡಿಕೊಂಡೆ. ಸರಕಾರಿ ಅಧಿಕಾರಿಯ ಬಳಿ ಹೋಗಿ, ಅವನ ಹೆಸರನ್ನು ನನ್ನ ಹೆಸರಿನ ಜೊತೆಗೆ ನಮೂದಿಸಿದ ನಂತರವೇ ಚಾರಣವನ್ನು ಪ್ರಾರಂಭಿಸಬೇಕು. ನಮ್ಮ ಸುರಕ್ಷತೆಗಾಗಿ ಮಾಡಿದ ನಿಯಮವಿದು. ಆದ್ದರಿಂದ ಅವನನ್ನು ಅಧಿಕಾರಿಯ ಬಳಿ ಕರೆದುಕೊಂಡು ಹೋಗಿ ಹೆಸರನ್ನು ನಮೂದಿಸಲು ಕೋರಿಕೊಂಡೆ. ಆ ಅಧಿಕಾರಿ ವಿಚಿತ್ರ ಒರಟು ವ್ಯಕ್ತಿತ್ವದವನಾಗಿದ್ದ. ನನ್ನ ಪೋರ್ಟರ್‌ಗೆ 'ಬಾಯಿ ತೆಗಿ' ಎಂದು ಅಪ್ಪಣೆ ಮಾಡಿದ. ಅವನು ಹಿಂಜರಿದ. ಆಗ ಆ ಅಧಿಕಾರಿ ಇನ್ನಷ್ಟು ಕರ್ಕಶವಾಗಿ 'ಬಾಯಿ ತೆಗಿ' ಎಂದು ತನ್ನ ಕೈಯಲ್ಲಿದ್ದ ಬೆತ್ತದಿಂದ ನೆಲಕ್ಕೆ ರಪ್ಪನೆ ಬಡಿದ. ಆ ಹುಡುಗ ಈಗ

ಬೇರೆ ದಾರಿಯಿಲ್ಲದೆ ಬಾಯಿ ತೆಗೆದ. ಈ ಅಧಿಕಾರಿ ಅವನ ಬಾಯಿಯ ಬಳಿ ತನ್ನ ಮುಖವನ್ನು ಒಯ್ದು ಹೋಗಿ ವಾಸನೆ ನೋಡಿದ್ದೇ "ಮಾದರ್‌ಚೋತ್... ಕುಡಿದು ಬಂದಿದೀಯಾ? ನಡಿ ಆಚೆಗೆ... ನಡಿ ಆಚೆಗೆ..." ಎಂದು ಅವನ ಕತ್ತಿಗೆ ಕೈಹಾಕಿ ದೂಡಲಾರಂಭಿಸಿದ. ನನಗೆ ವಿಚಿತ್ರ ಕಂಪನ. "ಕುಡುಕನ್ನ ಆಯ್ಕೆ ಮಾಡಿಕೊಂಡಿದೀರಾ ಸಾಬ್... ನಿಮಗೆ ಅಷ್ಟೂ ಗೊತ್ತಾಗಲ್ವಾ?" ಎಂದು ನಾನೇ ತಪ್ಪು ಮಾಡಿಬಿಟ್ಟಿದ್ದೇನೆಂಬಂತೆ ನನ್ನ ಮೇಲೆ ಆ ಅಧಿಕಾರಿ ಎಗರಾಡಿದ. ಆದರೆ ಆ ಹುಡುಗ ಅಷ್ಟು ಸುಲಭವಾಗಿ ತನ್ನ ನಿರಾಕರಣೆಯನ್ನು ಒಪ್ಪಿಕೊಳ್ಳಲು ಸಿದ್ಧವಿರಲಿಲ್ಲ. ಆ ಅಧಿಕಾರಿಯ ಜೊತೆ ತನ್ನ ಮಾತೃಭಾಷೆಯಲ್ಲಿ ಜಗಳವಾಡಲಾರಂಭಿಸಿದ. ಅತ್ಯಂತ ಕೆಟ್ಟ ಬೈಗಳನ್ನು ಒಬ್ಬರಿಗೊಬ್ಬರು ಹೇಳಿಕೊಳ್ಳುತ್ತಿದ್ದಾರೆನ್ನುವದಷ್ಟೇ ನನಗೆ ಗೊತ್ತಾಗಿತ್ತು. ಆದರೆ ಆ ಮಾತುಗಳ ಸಾರಂಶವೇನೆಂದು ನನಗೆ ತಿಳಿಯಲಿಲ್ಲ. ಪಹಾಡಿಯ ಭಾಷೆ ಹಿಂದಿಯನ್ನು ಹೋಲುತ್ತದಾದರೂ ಪೂರ್ತಿಯಾಗಿ ತಿಳಿಯುವದಿಲ್ಲ. ಕೊನೆಗೆ ಆ ಹುಡುಗನನ್ನು ಬಲವಂತದಿಂದ ಬೇಲಿಯ ಹೊರಗೆ ದಬ್ಬಿದ ಅಧಿಕಾರಿ, ನನ್ನ ಬಳಿಗೆ ಬಂದು "ಇನ್ನೊಬ್ಬರನ್ನ ಆಯ್ಕೆ ಮಾಡಿಕೊಂಡು ಬನ್ನಿ. ನಿಮ್ಮ ಸುರಕ್ಷತೆ ನಮ್ಮ ಜವಾಬ್ದಾರಿ. ಏನಾದ್ರೂ ಆದ್ರೆ ಗತಿಯೇನು?" ಎಂದು ಹೇಳಿ ಮತ್ತೆ ತನ್ನ ಕೆಲಸದಲ್ಲಿ ಮುಳುಗಿ ಹೋದ. ಉಳಿದ ಯಾತ್ರಾರ್ಥಿಗಳು ತಮ್ಮ ಕೂಲಿಯ ಹೆಸರನ್ನು ನೊಂದಾಯಿಸಿಕೊಳ್ಳಲು ಅವನಿಗಾಗಿ ಕಾಯುತ್ತಿದ್ದರು. ನನಗೆ ಬೇರೆ ದಾರಿಯಿಲ್ಲದೆ ಮತ್ತೆ ನೂರಾರು ಹುಡುಗರು ಜಮಾಯಿಸಿದ್ದ ಬೇಲಿಯ ಬಳಿ ಬಂದೆ.

ಅಲ್ಲಿ ಉಳಿದ ಹುಡುಗರು ನಡೆದ ಸಂಗತಿಯನ್ನು ವೀಕ್ಷಿಸಿದ್ದರಾದ ಕಾರಣ ಈಗ ಮತ್ತೆ ನನಗೆ ಮುಗಿಬಿದ್ದರು. ತಿರಸ್ಕೃತಗೊಂಡ ಆ ಹುಡುಗ ನಿರಾಶೆಯಿಂದ ಗುಂಪಿನಿಂದ ಸ್ವಲ್ಪ ದೂರದಲ್ಲಿ ನಿಂತು ಬೀಡಿ ಸೇದುತ್ತಿದ್ದ. ನನಗೇಕೋ ಅವನನ್ನು ನೋಡಿ ಕರುಳು ಚುರ್ ಅಂತು. ಅವನ ಬಳಿ ಹೋಗಿ "ಸಾರಿ, ನಾನೇನೂ ಮಾಡೋಕೆ ಆಗಲ್ಲ" ಎಂದು ಹೇಳಿದೆ. ಅವನು ಬೆಳ್ಳಂಬೆಳಿಗ್ಗೆ ಕುಡಿದಿದ್ದಾನೆಂಬ ಸಂಗತಿಯೂ, ಯಾವತ್ತೂ ಕುಡಿಯದ ನನಗೆ ಸ್ವಲ್ಪ ಸಿಟ್ಟು ತಂದಿತ್ತು. ಅವನು ಒಂದು ದಮ್ಮೆಳೆದು "ಸಾಬ್, ಈ ಚಳಿಯಲ್ಲಿ ಒಂಚೂರು ಕುಡಿದ್ರೆ ತಪ್ಪು ಆಗ್ತದಾ? ಕುಡಿಲಾರದೆ ಈ ತರಹದ ಕತ್ತೆ ಕೆಲಸ ಯಾರಿಗಾದರೂ ಮಾಡೋದಕ್ಕೆ ಆಗುತ್ತಾ? ನೀನು ಹೋಗಿ ಆ ಸೂವರ್‌ನ ದಬಾಯಿಸು, ಎಲ್ಲಾ ಸರಿ ಹೋಗ್ತದೆ. ನೀನು ಪಟ್ಟು ಹಿಡಿದರೆ ಏನೂ ಮಾಡೋದಕ್ಕೆ ಅವನಿಗೆ ಸಾಧ್ಯ ಇಲ್ಲ" ಎಂದು ಬೇಡಿಕೊಂಡ. ನನಗೆ ಅಂತಹ ಧೈರ್ಯವಿರಲಿಲ್ಲವಾದ್ದರಿಂದ ಸುಮ್ಮನೆ ನಿಂತೆ. "ನಿಂಗೆ ನಿಜ ಏನು ಅಂತ ಗೊತ್ತಿಲ್ಲ ಸಾಬ್. ಆ ಸೂವರ್ ನಮ್ಮಮ್ಮನ ಮೇಲೆ ಕಣ್ಣು ಹಾಕ್ಯಾನೆ.

ನಾನು ಅದಕ್ಕೆ ಆಸ್ಪದ ಮಾಡಿಕೊಡ್ತಾ ಇಲ್ಲ. ಅದಕ್ಕೇ ಅವನಿಗೆ ನನ್ನ ಮೇಲೆ ಸಿಟ್ಟು, ಯಾವುದೇ ಯಾತ್ರಿಗೂ ನಾನು ಕೂಲಿ ಆಗದೇ ಇರೋ ಹಾಗೆ ನೋಡಿಕೊಳ್ತಾ ಇದ್ದಾನೆ. ನಂಗೀಗ ಅರ್ಜೆಂಟ್ ಹಣ ಬೇಕಾಗಿದೆ ಸಾಬ್. ನೀನು ಅವನನ್ನ ಒಪ್ಪಿಸು" ಎಂದು ಹನಿಗಣ್ಣಾದ. ಅವನ ಮಾತುಗಳು ನನಗೆ ಮೈಯಲ್ಲಿ ನಡುಕವನ್ನೇ ತಂದು, ಅದನ್ನು ನಿಭಾಯಿಸುವ ಧೈರ್ಯವಿಲ್ಲದೆ ಆ ಹುಡುಗನಿಂದ ದೂರಕ್ಕೆ ಬಿರು ನಡಿಗೆಯಲ್ಲಿ ಬಂದು ಬಿಟ್ಟೆ.

ಕೊನೆಗೆ ರಾಹುಲ್ ಎಂಬ ಹುಡುಗನನ್ನು ನಾನು ಪೋರ್ಟರ್ ಆಗಿ ಆಯ್ದುಕೊಂಡೆ. ತೆಳ್ಳಗೆ, ಬೆಳ್ಳಗೆ ಮತ್ತು ಸ್ವಲ್ಪ ಕುಳ್ಳಗೆ ಇದ್ದ ಈ ಹುಡುಗ ಸೂಟಿಯಾಗಿದ್ದ. ಯಾಕೋ ಇವನನ್ನು 'ಬಾಯಿ ತೆಗೆ' ಎಂದು ಆ ಅಧಿಕಾರಿ ಕೇಳಲಿಲ್ಲ. ಈ ಹುಡುಗ ನನ್ನೊಡನೆ ಹೆಚ್ಚು ಮಾತನಾಡುತ್ತಿರಲಿಲ್ಲ. ಬರೀ ಹಿಂದಿ ಹಾಡುಗಳನ್ನು ಗುನುಗಿಕೊಂಡಿರುತ್ತಿದ್ದ. "ಅಂತ್ಯಾಕ್ಷರಿ ಆಡೋಣ್ವಾ? ದಾರಿ ಬೇಗ ಸಾಗುತ್ತೆ..." ಎಂದು ಒಮ್ಮೆ ಕೇಳಿದ. ಕನ್ನಡ ಮತ್ತು ತೆಲುಗು ಸಿನಿಮಾ ಹಾಡುಗಳು ನನಗೆ ಗೊತ್ತೇ ಹೊರತು, ಹಿಂದಿ ಹಾಡುಗಳು ಗೊತ್ತಿಲ್ಲ. ಆದ್ದರಿಂದ ಬೇಡವೆಂದು ನಿರಾಕರಿಸಿದೆ. "ಜೈಸೆ ಆಪ್ ಚಾಹ್ತೆ" ಎಂದವನು ತೆಪ್ಪಗಾದ. ಅವನ ಹಿಂದಿ ನನಗೆ ಅಷ್ಟಾಗಿ ತಿಳಿಯುತ್ತಿರಲಿಲ್ಲ. ನನಗೋ ಸರಿಯಾಗಿ ಹಿಂದಿ ಮಾತನಾಡಲು ಬರುವದಿಲ್ಲ. ಆದ್ದರಿಂದ ಹೆಚ್ಚು ಮಾತಿಲ್ಲದೆ ನಮ್ಮ ಚಾರಣ ಸಾಗುತ್ತಿತ್ತು. ಯಾತ್ರಿಗಳ ಪ್ರತಿಯೊಬ್ಬರ ನಡಿಗೆಯ ವೇಗ ಬೇರೆ ಬೇರೆಯಾಗಿರುತ್ತದಾದ್ದರಿಂದ, ನಾವು ಬಹು ಬೇಗನೆ ಒಬ್ಬರೇ ಆಗಿ ಬಿಡುತ್ತೇವೆ. ಜೊತೆಯಲ್ಲಿ ನಮ್ಮ ಪೋರ್ಟರ್ ಇರುತ್ತಾನೆನ್ನುವುದು ಅತ್ಯಂತ ಅಭಯ ನೀಡುವ ಸಂಗತಿಯಾಗಿರುತ್ತದೆ. ಅವರು ಮಾತ್ರ ನಮ್ಮನ್ನು ಬಿಟ್ಟು ಕದಲುವಂತಿಲ್ಲ ಎಂಬ ನಿಯಮವಿರುತ್ತದೆ.

ಒಮ್ಮೆ ಅವನ ಬಳಿ ಸಹಜವಾಗಿ ನಾನು ಮೊದಲು ಆಯ್ಕೆ ಮಾಡಿದ ಹುಡುಗನ ಬಗ್ಗೆ ವಿಚಾರಿಸಿದೆ. ಅವನಿಗೆ ಎಲ್ಲಾ ಕೂಲಿ ಹುಡುಗರ ಪರಿಚಯವೂ ಇತ್ತು. "ಅವನು ಕೆಟ್ಟವನಾ?" ಎಂದು ನೇರವಾಗಿ ಹರಕು ಹಿಂದಿಯಲ್ಲಿ ಕೇಳಿದೆ. "ನಹೀ ಸಾಬ್" ಎಂದು ರಾಹುಲ್ ನಕ್ಕು ಬಿಟ್ಟ. "ಎಲ್ಲಾ ಹುಡುಗರು ಕುಡೀತಾರೆ ಅಲ್ವಾ ಸಾಬ್? ಆ ಅಧಿಕಾರಿ ಜೊತೆಗೆ ಅವನ ಸಂಬಂಧ ಸರಿಯಿಲ್ಲ. ಅದಕ್ಕೇ ಹಂಗಾಯ್ತು" ಎಂದು ಹೇಳಿ ಬಿಟ್ಟ. ನನಗೆ ಮತ್ತೊಂದು ಆತಂಕ ಶುರುವಾಯ್ತು. "ನೀನೂ ಕುಡೀತೀಯಾ?" ಎಂದು ಕೇಳಿದೆ. ಅವನಿಗೆ ಈಗ ನನ್ನ ಪ್ರಶ್ನೆಯ ಸೂಕ್ಷ್ಮತೆ ಅರ್ಥ ಆಯ್ತು. "ಇಲ್ಲ ಸಾಬ್... ನಂಗೆ ಅಂತಹ ಅಭ್ಯಾಸ ಇಲ್ಲ" ಎಂದು ಪ್ರಶ್ನೆಯನ್ನು ಜಾರಿಸಿ ಸ್ವಲ್ಪ ವೇಗವಾಗಿ ಮುಂದಕ್ಕೆ ನಡೆದು ಬಿಟ್ಟ. ಕುಡಿತದ ಬಗ್ಗೆ ನನಗೆ ಬೇಸರವಿಲ್ಲದಿದ್ದರೂ, ಈ ಅಪರಿಚಿತ ಹಿಮಾಲಯದ ತಪ್ಪಲಿನ ಪ್ರಪಾತದ ಅಂಚಿನ ರಸ್ತೆಗಳಲ್ಲಿ ಕುಡಿದ

ವ್ಯಕ್ತಿಯೊಬ್ಬನನ್ನು ನಂಬಿ ಚಾರಣ ಮಾಡುವುದು ಹೇಗಪ್ಪಾ ಎನ್ನುವುದು ನನ್ನ ಆತಂಕವಾಗಿತ್ತು. ಆದರೆ ಅದು ಅನಾವಶ್ಯಕ ಆತಂಕವೆನ್ನುವುದು ನನಗೆ ಒಂದೆರಡು ದಿನಗಳಲ್ಲಿಯೇ ಅರ್ಥವಾಯ್ತು. ಎಂತಹ ಕುಡಿತದ ಮತ್ತಿನಲ್ಲಿಯೂ ಆ ಹುಡುಗರು ತಮ್ಮ ಪಹಾಡಿಯಲ್ಲಿ ಸುಲಭವಾಗಿ ಸಂಚರಿಸುವಷ್ಟು ಆ ಪರ್ವತಗಳು ಅವರಿಗೆ ಸುಪರಿಚಿತ ಎನ್ನುವುದು ನನಗೆ ತಿಳಿದು ಹೋಯ್ತು. ಅವರಿಗೆ ಈ ಹಿಮವತ್ ಪರ್ವತಗಳು ಎಷ್ಟೊಂದು ಸಹಜವೆನ್ನುವದಕ್ಕೆ ಒಂದು ವಿಶೇಷ ಉದಾಹರಣೆಯನ್ನು ಗಮನಿಸಿದೆ. ಸಾಮಾನ್ಯವಾಗಿ ನಾವು ಉಳಿದುಕೊಂಡ ಬಿಡದಿಗಳಲ್ಲಿ ಯಾತ್ರಿಗಳಿಗೆ ಮಾತ್ರ ಶೌಚಾಲಯಗಳಿರುತ್ತವೆ. ಈ ಕೂಲಿ ಹುಡುಗರು ಅವನ್ನು ಬಳಸುವದಕ್ಕೆ ಬಿಡುವದಿಲ್ಲ. ಅವರು ಬಯಲಿನಲ್ಲಿಯೇ ಶೌಚಕ್ಕೆ ಹೋಗಬೇಕು. ತಮಾಷೆಯ ಸಂಗತಿಯೆಂದರೆ, ನಮಗೆ ನೋಡಿದರೆ ಭಯವಾಗಿ ಮೈಯಲ್ಲಿ ಕಂಪನವೇಳುವ ಈ ಮಹಾಕಾಳಿ ನದಿಯ ರುದ್ರಭಯಂಕರ ಪ್ರಪಾತಕ್ಕೆ ಇವರು ತಮ್ಮ ತಿಕವನ್ನು ಒಡ್ಡಿ ಕುಳಿತು, ಯಾವುದೇ ಅಂಜಿಕೆಯಿಲ್ಲದೆ ಬೆಳಗಿನ ಶೌಚವನ್ನು ಹಿಂದಿ ಸಿನಿಮಾ ಹಾಡನ್ನು ಗುನುಗುನಿಸುತ್ತಾ ಮುಗಿಸುತ್ತಾರೆ!

ದೂರದ ಒಂದು ಪರ್ವತದ ಹಚ್ಚ ಹಸುರಿನ ಮಧ್ಯದಲ್ಲಿರುವ ಬಿಳಿಯ ಚುಕ್ಕಿಯೊಂದನ್ನು ರಾಹುಲ್ ಆಗಾಗ ನನಗೆ ತೋರಿಸಿ "ಅದೇ ನನ್ನ ಮನೆ ಸಾಬ್... ನಮ್ಮಮ್ಮ ನನಗಾಗಿ ಕಾಯ್ತಾ ಇರ್ತಾಳೆ... ನಾಲ್ಕು ತಿಂಗಳಾಯ್ತು ಅಲ್ಲಿಗೆ ಹೋಗಿ... ನಿನ್ನನ್ನು ಟಿಬೆಟ್ ದಾರಿಯಲ್ಲಿ ತಲುಪಿಸಿ ಸೀದಾ ಮನೆಗೆ ಹೋಗಿ ಬಿಡ್ತೇನೆ..." ಎಂದು ಆಗಾಗ ಹೇಳುತ್ತಿದ್ದ. ಟಿಬೆಟ್‌ನೊಳಗೆ ಪ್ರವೇಶಿಸಲು ಈ ಹುಡುಗರಿಗೆ ಅನುಮತಿಯಿರುತ್ತಿರಲಿಲ್ಲ. ಅಲ್ಲಿಂದ ನಾವು ಟಿಬೆಟ್ ಜನರನ್ನು ಕೂಲಿಗಳನ್ನಾಗಿ ಮಾಡಿಕೊಂಡು ಚಾರಣವನ್ನು ಮುಂದುವರೆಸಬೇಕಿತ್ತು. ಮತ್ತೆ ನಾವು ಹದಿನೈದು ದಿನ ಬಿಟ್ಟು ಭಾರತಕ್ಕೆ ವಾಪಾಸಾದಾಗ ಇದೇ ಹುಡುಗರು ನಮ್ಮನ್ನು ಕಾಯುತ್ತಾ ಇರುತ್ತಾರೆ. ಅವರು ಬರುವುದು ತಪ್ಪಿಸಬಾರದೆನ್ನುವ ಕಾರಣಕ್ಕಾಗಿ ಅವರಿಗೆ ಒಪ್ಪಿಗೆಯಾದ ಹಣದಲ್ಲಿ ಬರೀ ಸ್ವಲ್ಪ ಹಣವನ್ನಷ್ಟೇ ಕೊಡಲು ಎಲ್ಲಾ ಯಾತ್ರಿಗಳಿಗೆ ಹೇಳಿಕೊಟ್ಟಿರುತ್ತಾರೆ.

ರಾಹುಲ್ ತೋರಿಸುವ ಆ ಬಿಳಿಯ ಚುಕ್ಕಿಯನ್ನು ನಾನು ಕಣ್ಣಲ್ಲಿ ಕಣ್ಣಿಟ್ಟು ನೋಡುತ್ತಿದ್ದೆ. ಅದು ಒಂದು ಮನೆ ಎಂದು ಒಪ್ಪುವುದೇ ಕಷ್ಟವಾಗುತ್ತಿತ್ತು. ಮಳೆಗಾಲದ ಆಕಾಶದಲ್ಲಿನ ನಕ್ಷತ್ರದಂತೆ ಅದು ಒಮ್ಮೆ ಕಂಡಂತಾಗಿ, ಮತ್ತೊಮ್ಮೆ ಮಾಯವಾಗಿ ಬಿಡುತ್ತಿತ್ತು. ವಿಶೇಷವೆಂದರೆ ದಿನಗಟ್ಟಲೆ ನಾವು ಚಾರಣ ಮಾಡಿದರೂ ಎಲ್ಲೋ ಒಂದು ಬೆಟ್ಟದ ಮೇಲೆ ನಿಂತಾಗ ನಮಗೆ ಅವನ ಮನೆ ಕಂಡುಬಿಡುತ್ತಿತ್ತು. ಅದು ಕಂಡ ತಕ್ಷಣ "ದೇಖ್ ಸಾಬ್ ದೇಖ್, ಮೇರಾ ಗರ್..." ಎಂದು ತೋರಿಸಿ,

“ನಮ್ಮಮ್ಮ ಈಗ ಊಟ ಮಾಡ್ತಿರ್ತಾಳೆ...”, “ನಮ್ಮಮ್ಮ ಈಗ ಬಟ್ಟೆ ಒಗೀತಾ ಇರ್ತಾಳೆ...” ಎಂದೆಲ್ಲಾ ಹೇಳುತ್ತಿದ್ದ. ಅವನು ಹತ್ತಾರು ಬಾರಿ ತೋರಿಸಿದ ನಂತರ ನನಗೂ ಆ ಬಿಳಿಯ ಚುಕ್ಕೆ ಅಭ್ಯಾಸವಾಗಿ ಹೋಯ್ತು. ಮತ್ತೆ ಅದು ಕಣ್ಣಿಗೆ ಬಿದ್ದರೆ ಸಾಕು, ನಾನೇ ರಾಹುಲ್‌ಗೆ ಅದನ್ನು ತೋರಿಸಿ “ನಿಮ್ಮನೆ... ನೋಡು, ನೋಡು...” ಎಂದು ಉತ್ಸಾಹದಿಂದ ಕಿರುಚುತ್ತಿದ್ದೆ. ಅಮ್ಮನ ಬಗ್ಗೆ ಅಷ್ಟೆಲ್ಲಾ ಮಾತನಾಡಿದ ರಾಹುಲ್, ಅಪ್ಪನ ಬಗ್ಗೆ ಯಾವ ಚಕಾರವನ್ನೂ ಎತ್ತುತ್ತಿರಲಿಲ್ಲ. ನಾನೆ ಒಮ್ಮೆ ಸಹಜವಾಗಿ “ನಿಮ್ಮಪ್ಪ ಏನು ಮಾಡ್ತಾರೆ?” ಎಂದು ಕೇಳಿದೆ. ಆ ಪ್ರಶ್ನೆ ಅವನಿಗೆ ರುಚಿಸಲಿಲ್ಲ. ಮುಖವನ್ನು ಕಹಿ ಮಾಡಿಕೊಂಡು “ವೊ ನಹಿ ಹೈ ಸಾಬ್” ಎಂದು ಖಾರವಾಗಿ ಹೇಳಿಬಿಟ್ಟ. ಮತ್ತೆ ಅಪ್ಪನ ಬಗ್ಗೆ ಕೇಳಿ ಅವನಿಗೆ ಬೇಸರ ತರಿಸುವ ಕೆಲಸವನ್ನು ನಾನು ಮಾಡಲಿಲ್ಲ.

ಒಂದು ದಿನ ರಾಹುಲ್ ನನಗೆ ಏನೋ ವಿವರಿಸಲು ಪ್ರಯತ್ನಿಸಿದ. ಆದರೆ ನನಗೆ ಅದು ಹಲವು ಅಪರಿಚಿತ ಹಿಂದಿ ಪದಗಳನ್ನು ಹೊಂದಿದ್ದರಿಂದ ನನಗೆ ಅರ್ಥವಾಗಲಿಲ್ಲ. ಬಹುಶಃ ಯಾವುದೋ ಒಂದು ಗಿಡಮೂಲಿಕೆ ದೂರದ ಬೆಟ್ಟದಲ್ಲಿ ಸಿಗುತ್ತದೆಂದೂ, ಅದು ಕಾಮವರ್ಧಕ ಸಸ್ಯವೆಂದೂ, ಅದನ್ನು ಕಿತ್ತು ತಂದು ಪರದೇಶದ ಕಂಪನಿಗಳಿಗೆ ಅಕ್ರಮವಾಗಿ ಮಾರಾಟ ಮಾಡಿ ಹಣ ಮಾಡುತ್ತೀವೆಂದು ಹೇಳಿದನೆಂದು ನನ್ನ ಊಹೆ. ಆದರೂ ಖಚಿತವಾಗಿ ತಿಳಿಯಲಿಲ್ಲ. ಇಂಗ್ಲೀಷಿನಲ್ಲಿ ಹೇಳು ಎಂದೆ. ಅವನು ತಿಣುಕಾಡಿದ, ಸಾಧ್ಯವಾಗಲಿಲ್ಲ. ಕೊನೆಗವನು ಸೋತು “ಒಂದು ಕೆಲಸ ಮಾಡು ಸಾಬ್, ಊರಿಗೆ ಹೋದ ಮೇಲೆ ಗೂಗಲ್‌ನಲ್ಲಿ ಸರ್ಚ್ ಮಾಡು. ವಿಕಿಪೀಡಿಯಾದಲ್ಲೂ ಸಾಕಷ್ಟು ಮಾಹಿತಿ ಇದೆ” ಅಂದ. ನನಗೆ ಅವನ ಉತ್ತರ ವಿಶೇಷವಾಗಿ ಕಂಡಿತು. ಈ ಪಹಾಡಿ ಹುಡುಗನಿಗೆ ಇಷ್ಟೆಲ್ಲಾ ಇಂಟರ್‌ನೆಟ್ ಬಗ್ಗೆ ಹೇಗೆ ಗೊತ್ತು ಎಂಬ ಅಚ್ಚರಿಯಾಯ್ತು. ಅವನನ್ನು ಕೇಳಿಯೂ ಬಿಟ್ಟೆ. ಅವನು ಯಾವುದೇ ಅಚ್ಚರಿಯನ್ನು ತೋರಿಸದೆ “ಕಂಪ್ಯೂಟರ್ ಸೈನ್ಸ್ ಇಂಜಿನಿಯರಿಂಗ್ ಮಾಡ್ತಾ ಇಲ್ವಾ? ಐದನೆ ಸೆಮಿಸ್ಟರ್ ಈಗ” ಎಂದು ಹೇಳಿದ. ನನಗೆ ಗಲಿಬಿಲಿಯಾಗಿ ಹೋಯ್ತು. “ನಿಂಗೆ ಇಂಗ್ಲೀಷ್ ಮಾತಾಡೋಕೆ ಬರಲ್ಲ, ಅದು ಹೇಗೆ ಇಂಜಿನಿಯರಿಂಗ್ ಓದ್ತಿದೀಯಾ? ಬರೀ ಸುಳ್ಳು” ಎಂದು ಅವನು ಮಾತನ್ನು ತಳ್ಳಿ ಹಾಕಿದೆ. “ಇಂಗ್ಲೀಷ್ ಮಾತಾಡೋಕೆ ಬರಲ್ಲ, ಪಹಾಡಿ ಹುಡುಗ ಅಲ್ವಾ ನಾನು? ಈಗ ಕಲಿತುಕೊಳ್ತಾ ಇದೀನಿ. ಪಾಠ ಮಾಡಿದ್ರೆ ಅರ್ಥ ಆಗುತ್ತೆ. ಪ್ರಶ್ನೆಗೆ ಉತ್ತರ ಬರೆಯೋಕೂ ಬರುತ್ತೆ” ಅಂತಂದ. ನಂಗ್ಯಾಕೋ ಇದು ವಿಚಿತ್ರವೆನ್ನಿಸಿತು. ಯಾವ ಯಾವ ಸಬ್ಜೆಕ್ಟ್‌ಗಳು ಈ ಸೆಮಿಸ್ಟರ್‌ನಲ್ಲಿವೆ ಎಂದು ಪತ್ತೆದಾರಿ ಕಾರ್ಯ ಶುರುವಿಟ್ಟೆ. ಸರಿಯಾಗಿಯೇ ಉತ್ತರ ಹೇಳಿದ. ನನಗೆ ಈ ವಾಸ್ತವವನ್ನು ಅರಗಿಸಿಕೊಳ್ಳುವದಕ್ಕೆ ಕಷ್ಟವಾಯ್ತು.

"ಆದರೂ ನನಗೆ ನಂಬಿಕೆ ಬರ್ತಿಲ್ಲ ರಾಹುಲ್" ಅಂದೆ. "ಯಾಕೆ ಸಾಬ್, ಇಂಗ್ಲೀಷ್ ಮಾತಾಡೋಕೆ ಬರಲಾರದವರು ಇಂಜಿನಿಯರಿಂಗ್ ಮಾಡಬಾರದಾ?" ಎಂದು ಪ್ರಶ್ನಿಸಿದ. ಆ ಪ್ರಶ್ನೆಗೆ ಯಾವ ಉತ್ತರವನ್ನು ಕೊಡಲಿ? ತೆಪ್ಪಗಾದೆ. ಮಾತನಾಡದೆ ಬಹಳ ಹೊತ್ತು ಅವನ ಜೊತೆ ಹೆಜ್ಜೆ ಹಾಕಿದೆ.

ಮಧ್ಯಾಹ್ನದ ಊಟ ಮುಗಿಸಿ ಮತ್ತೆ ಚಾರಣವನ್ನು ಮುಂದುವರೆಸಿದಾಗ ಇನ್ನೂ ಹುಳ ನನ್ನ ತಲೆಯನ್ನು ಕೊರೆಯುತ್ತಲೇ ಇತ್ತು. "ಇಂಜಿನಿಯರಿಂಗ್ ಮಾಡೋ ಹುಡುಗ ಈಗ ಕೂಲಿ ಕೆಲಸಕ್ಕೆ ಯಾಕೆ ಬಂದಿದೀಯಾ?" ಎಂದು ಕೇಳಿದೆ. ರಾಹುಲ್ ನಿಧಾನವಾಗಿ ವಿಷಯವನ್ನು ನನಗರ್ಥ ಮಾಡಿಸಲು ಪ್ರಾರಂಭ ಮಾಡಿದ. ಅಲ್ಲಿ ಕೂಲಿಗಾಗಿ ಬಂದ ಬಹಳಷ್ಟು ಜನರು ಇಂಜಿನಿಯರಿಂಗ್, ಡಿಗ್ರಿ ಇತ್ಯಾದಿ ಪದವಿಗಳಲ್ಲಿ ಓದುತ್ತಿರುವವರೇ ಅಂತೆ. ದೂರದ ನೈನಿತಾಲ್, ಡೆಹ್ರಾಡೂನ್‌ಗಳ ಕಾಲೇಜಿನಲ್ಲಿ ಕಲಿಯುತ್ತಾರೆ. ಆದರೆ ಎಲ್ಲರ ಮನೆಯಲ್ಲೂ ಕಿತ್ತು ತಿನ್ನುವ ಬಡತನ. ಅದರ ಅರಿವಿರುವ ಕಾಲೇಜಿನವರು, ಮಾನಸ ಸರೋವರದ ಚಾರಣದ ಮೂರು ತಿಂಗಳಿಗೆ ಸರಿಯಾಗಿ ಹೊಂದಿಕೆಯಾಗುವಂತೆ ಸೆಮಿಸ್ಟರ್ ರಜೆ ಕೊಡುತ್ತಾರೆ. ಆ ಹೊತ್ತಿನಲ್ಲಿ ಇವರು ಕೂಲಿ ಕೆಲಸ ಮಾಡಿ ತಮ್ಮ ಶುಲ್ಕ, ಪುಸ್ತಕ, ಬಟ್ಟೆ-ಬರೆ ಇತ್ಯಾದಿಗಳಿಗೆ ಬೇಕಾಗುವ ಹಣವನ್ನು ಸಂಪಾದಿಸುತ್ತಾರೆ. ಮನೆಗೂ ಸಹಾಯ ಮಾಡುವಷ್ಟು ಗಳಿಸುತ್ತಾರೆ. ಆದ್ದರಿಂದಲೇ ನಾಲ್ಕು ತಿಂಗಳಿನಿಂದ ರಾಹುಲ್ ತನ್ನ ತಾಯಿಯನ್ನು ನೋಡಲಾಗಿರಲಿಲ್ಲ. ಈಗ ಯಾತ್ರಿಗಳಿಂದ ಹಣ ಸಂಪಾದಿಸಿ, ಅದರಿಂದ ಅವಳಿಗೊಂದಿಷ್ಟು ಉಡುಗೊರೆಗಳನ್ನು ಖರೀದಿಸಿ, ಅವಳನ್ನು ಕಾಣಲು ಹೋಗುವ ಉತ್ಸಾಹದಲ್ಲಿದ್ದ.

ಅವನ ವಿವರಣೆಯಿಂದ ನಾನು ದಂಗಾಗಿ ಹೋದೆ. ಬಾಲ್ಯದಲ್ಲಿ ನಾನು ಕಷ್ಟಪಟ್ಟು ಓದಿದ್ದರ ಬಗ್ಗೆ ನನಗೆ ಒಳಗೊಳಗೇ ಅಭಿಮಾನವಿತ್ತು. ಅಪ್ಪನಿಗೆ ನನ್ನನ್ನು ಇಂಜಿನಿಯರಿಂಗ್ ಓದಿಸುವಷ್ಟು ಸಂಬಳ ಬರುತ್ತಿರಲಿಲ್ಲ. ಅವನ ತಿಂಗಳ ಸಂಬಳ ಬಿಟ್ಟರೆ ಬೇರೆ ಯಾವುದೇ ಆದಾಯವೂ ನಮಗಿರಲಿಲ್ಲ. ಸಾಲ ಮಾಡಲು ಅಪ್ಪನಿಗೆ ಭಯ. ನಾನು ಅದು ಹೇಗೋ ಸ್ಕಾಲರ್‌ಶಿಪ್‌ಗಳನ್ನು ಪಡೆದು ಓದಿದ್ದೆ. ಅದನ್ನೇ ವಿಶೇಷವೆನ್ನುವಂತೆ ಅವರಿವರ ಮುಂದೆ ಹೇಳಿಕೊಂಡು ಬೀಗುತ್ತಿದ್ದೆ. ಆದರೆ ಈಗ ರಾಹುಲ್‌ನ ಪರಿಸ್ಥಿತಿಯನ್ನು ಕಂಡ ಮೇಲೆ ನನ್ನ ಬಾಲ್ಯ ಯಾವುದೇ ಕಷ್ಟವನ್ನೂ ಕಂಡಿಲ್ಲವೆಂಬುದು ಅರ್ಥವಾಗಿ ಹೋಯ್ತು. ದೇಶ ಸುತ್ತಿದರೆ ಬರೀ ನಮ್ಮ ಬಡತನವೊಂದೇ ಅಲ್ಲ, ಸಿರಿತನವೂ ಏನೆಂದು ಅರ್ಥವಾಗುತ್ತದೆ.

ರಾಹುಲ್ ಮೇಲೆ ವಿಶೇಷ ಕಾಳಜಿ ಮೂಡಿ ಬಂತು. ಅಂದಿನಿಂದ ಅವನನ್ನು ಕಾಳಜಿಯಿಂದ, ಗೌರವದಿಂದ ಕಾಣಲಾರಂಭಿಸಿದೆ. ಅವನ ಕಾಲೇಜು, ಶಿಕ್ಷಣ,

ಮುಂದಿನ ಗುರಿ ಎಲ್ಲವನ್ನೂ ಕೇಳಿಸಿಕೊಂಡೆ. ಇಂಗ್ಲೀಷ್ ಚೆನ್ನಾಗಿ ಮಾತನಾಡಲು ಬರಬೇಕು, ಅಂದರೆ ಮಾತ್ರ ಕೆಲಸ ಸಿಗೋದು ಅಂತ ತಿಳಿ ಹೇಳಿದೆ. ಅದು ಅವನಿಗೆ ತಿಳಿದಿತ್ತಾದರೂ, ಏನೇ ಪ್ರಯತ್ನಿಸಿದರೂ ಅದು ಕಷ್ಟವಾಗುತ್ತಿದೆ ಎಂದು ಹೇಳಿದ. ನಾನು ಒಂದೆರಡು ಸಲಹೆಗಳನ್ನು ಕೊಟ್ಟು ಅದರಂತೆ ನಡೆದುಕೊಂಡರೆ ಬೇಗನೆ ಇಂಗ್ಲೀಷ್ ಬರುತ್ತದೆಂದು ತಿಳಿಸಿದೆ. ನಾನು ಸಾಫ್ಟ್‌ವೇರ್ ಜಗತ್ತಿನಲ್ಲಿಯೇ ಬಹಳ ವರ್ಷಗಳಿಂದ ಕೆಲಸ ಮಾಡುತ್ತಿರುವವನೆಂದು ಗೊತ್ತಾಗಿ, ಅವನು ಖುಷಿ ಪಟ್ಟ. ಇಂಜಿನಿಯರಿಂಗ್ ಮುಗಿಸಿದ ನಂತರ ಸೀದಾ ಬೆಂಗಳೂರಿಗೆ ಬಂದು ಬಿಡುತ್ತೇನೆ. ಏನಾದರೂ ಕೆಲಸ ಕೊಡಿಸುವೆಯಾ? ಎಂದು ಕೇಳಿದ. "ನೋಡೋಣ, ಆಗ ಫೋನ್ ಮಾಡು" ಎಂದು ಗೋಡೆಯ ಮೇಲೆ ದೀಪವಿಟ್ಟಿದ್ದೆ.

ಸರಿಯಾಗಿ ಒಂದೂವರೆ ವರ್ಷದ ನಂತರ ರಾಹುಲ್ ಫೋನ್ ಮಾಡಲಾರಂಭಿಸಿದ. ಅವನ ಇಂಜಿನಿಯರಿಂಗ್ ಮುಗಿದಿತ್ತು. ಮತ್ತದೇ ಹಿಂದಿ ಭಾಷೆಯಲ್ಲಿಯೇ ಅವನ ಮಾತು. ನನ್ನ ಹರಕು-ಮುರುಕು ಹಿಂದಿಯಲ್ಲಿ ಅವನಿಗುತ್ತರ. ತಾನು ತಕ್ಷಣವೇ ಹೊರಟು ಬರುವದಾಗಿ ಅವಸರ ಮಾಡಿದ. ನಾನು ಬೇಡವೆಂದು ತಿಳಿಸಿ, ಬಯೋಡೇಟಾ ಕಳುಹಿಸಿ ಕೊಡಲು ಹೇಳಿದೆ. ಅದರ ಆಧಾರವಾಗಿ ಅವನಿಗೆ ಒಂದೆರಡು ಟೆಲಿಫೋನ್ ಸಂದರ್ಶನ ಏರ್ಪಡಿಸಿದೆ. ಅವನಿಗೆ ಇಂಗ್ಲೀಷಿನಲ್ಲಿ ಮಾತನಾಡಲು ಬರುವದಿಲ್ಲವಾದ್ದರಿಂದ ಯಾರೂ ಆಸಕ್ತಿಯನ್ನು ತೋರಿಸಲಿಲ್ಲ. ನನಗೆ ಅವನಿಗೆ ಹೇಗೆ ಸಹಾಯ ಮಾಡಬೇಕೆಂದು ತೋಚಲಿಲ್ಲ. ಕೊನೆಗೆ ನಮ್ಮಲ್ಲಿ ಸಾಕಷ್ಟು ಕಾಲ್‌ಸೆಂಟರ್‌ಗಳಲ್ಲಿ ಹಿಂದಿ ಮಾತನಾಡುವವರು ಬೇಕಾಗುತ್ತಾರೆ ಎಂದು ನನಗೆ ಗೊತ್ತಿತ್ತು. ಅದಕ್ಕೆ ಸೇರುತ್ತೀಯ? ಎಂದು ಅವನನ್ನು ವಿಚಾರಿಸಿದೆ. "ಇಂಜಿನಿಯರಿಂಗ್ ಮಾಡಿ ಕಾಲ್ ಸೆಂಟರ್ ಹೇಗೆ ಸೇರಲಿ?" ಎಂದು ಅವನು ಅನುಮಾನ ವ್ಯಕ್ತ ಪಡಿಸಿದ. "ನಿನಗೆ ಇಂಗ್ಲೀಷ್ ಬರಲ್ಲ. ನಾನು ಏನು ಮಾಡಲಿ ಹೇಳು?" ಎಂದು ನಾನು ಸ್ವಲ್ಪ ಅಸಹನೆಯಿಂದಲೇ ದಬಾಯಿಸಿದೆ. ಅವನಿಗೆ ರೇಗಿತು. "ಸಾಬ್, ಇಂಗ್ಲೀಷ್ ಚೆನ್ನಾಗಿ ಬಂದಿದ್ರೆ ನಿನ್ನ ಹತ್ತಿರ ಯಾಕೆ ಸಹಾಯ ಹುಡುಕಿಕೊಂಡು ಬರ್ತಿದ್ದೆ? ನಾನೇ ಕೆಲಸ ಹುಡುಕಿಕೊಳ್ತಿದ್ದೆ" ಎಂದು ಪ್ರತಿಯುತ್ತರಿಸಿ ಫೋನ್ ಕಟ್ ಮಾಡಿದ.

ಈ ಮಾತಿನ ನಂತರ ಅವನು ಮತ್ತೆ ನನಗೆ ಕರೆ ಮಾಡಲಿಲ್ಲ. ನಾನು ಅವನಿಗೆ ಕರೆ ಮಾಡುವ ಉತ್ಸಾಹ ತೋರಿಸಲಿಲ್ಲ. ಆದರೆ ಆಗಾಗ ಅವನು ನೆನಪಾಗುತ್ತಾನೆ. ಒಂದು ಭಾಷೆ ನಮ್ಮೆಲ್ಲಾ ಸಾಮರ್ಥ್ಯಗಳನ್ನು ಅಳೆಯುವ ಮಾನದಂಡವಾದರೆ ಗತಿಯೇನು? ನನಗೆ ಈಗಲೂ ಈ ವಿಷಯ ಅರ್ಥವಾಗುವದಿಲ್ಲ.

19ನೇ ಮಾರ್ಚ 2014

ಹೊಸತು ಹೊಸತು

ನೀವು ಯಾರನ್ನೇ ಕೇಳಿ, ತಮ್ಮ ಬಾಲ್ಯ ಅತ್ಯಂತ ಸುಂದರವಾಗಿತ್ತು ಎಂದು ಹೇಳುತ್ತಾರೆ. ಆ ದಿನಗಳನ್ನು ಖುಷಿಯಿಂದ ನೆನಪಿಸಿಕೊಳ್ಳುತ್ತಾರೆ. ಆ ದಿನಗಳ ನೆನಪನ್ನು ಕೆದಕುವಂತಹ ಫೋಟೋಗಳು, ಗೆಳೆಯರು, ಆಟವಾಡಿದ ಹಳೆಯ ಆಟಿಗೆಗಳು ಸಿಕ್ಕರಂತೂ ಮುಗಿದೇ ಹೋಯ್ತು. ದಿನಗಟ್ಟಲೆ ಅವುಗಳ ಸನ್ನಿಧಿಯಲ್ಲಿ ಕಾಲ ಕಳೆಯಬಲ್ಲರು ಮತ್ತು ತಮ್ಮನ್ನು ತಾವು ಮರೆಯಬಲ್ಲರು. ಬಹುತೇಕ ಲೇಖಕರೂ ಅಷ್ಟೆ, ಬಾಲ್ಯದ ಸನ್ನಿವೇಶಗಳನ್ನು ಹುಮ್ಮಸ್ಸಿನಿಂದ ಬರೆಯುತ್ತಾರೆ. ಕಳೆದುಹೋದ ಬಾಲ್ಯದ ಬಗ್ಗೆ ವಿಷಾದಿಸುತ್ತಾರೆ. ಈ ಬಾಲ್ಯದ ಸೌಂದರ್ಯಕ್ಕೆ ಜಾತಿ, ಮತ, ವರ್ಗ, ದೇಶ, ಲಿಂಗ, ಭಾಷೆಗಳ ಬಂಧಗಳಿಲ್ಲ. ‘ಬಿಸಿಲಿನ ಧೂಳಿನ ಬಯಲಿನ’ ಬಳ್ಳಾರಿಯಲ್ಲಿ ಬಾಲ್ಯವನ್ನು ಕಳೆದವನ ಸಂಭ್ರಮಕ್ಕೂ, ‘ತಂಪಿನ ಇಂಪಿನ ತುಂಗೆಯ’ ತೀರ್ಥಹಳ್ಳಿಯಲ್ಲಿ ಬಾಲ್ಯ ಕಳೆದವನ ಸಡಗರಕ್ಕೂ ವ್ಯತ್ಯಾಸವಿಲ್ಲ. ಯಾವುದೂ ಹೆಚ್ಚಲ್ಲ, ಯಾವುದೂ ಕಡಿಮೆಯಲ್ಲ.

ಹಾಗಿದ್ದರೆ ಈ ಬಾಲ್ಯವೇಕೆ ಇಷ್ಟೊಂದು ಸುಂದರವಾಗಿರುತ್ತದೆ? ಒಮ್ಮೆ ಯೌವನ ದಾಟಿದೆವೆಂದರೆ ಏಕೆ ಜಗತ್ತು ಸ್ವಲ್ಪ ಸಪ್ಪೆಯಾಗಿ ಕಾಣುತ್ತದೆ? ಎಂಬ ಪ್ರಶ್ನೆಗಳಿಗೆ ಉತ್ತರ ಅಂತಹ ಕಠಿಣವೇನೂ ಅಲ್ಲ. ಹೊಸತರ ಅನ್ವೇಷಣೆ ಮತ್ತು

ಮುಕ್ತ ಮನಸ್ಸು ಬಾಲ್ಯವನ್ನು ಸುಂದರಗೊಳಿಸುತ್ತದೆ. ವಿಶ್ವವನ್ನು ಅರಿಯುವ ನಮ್ಮ ನಿರಂತರ ಅನ್ವೇಷಣೆಯಲ್ಲಿ ನಮಗೆ ದಿನದಿಂದ ದಿನಕ್ಕೆ ಹೊಸ ಹೊಸ ಸಂಗತಿಗಳು ಕಾಣುತ್ತಿರುತ್ತವೆ. ಹಾಗೆ ಕಂಡ ಸಂಗತಿಗಳನ್ನು ಯಾವ ಪೂರ್ವಾಗ್ರಹಗಳಿಲ್ಲದೆ ಸ್ವೀಕರಿಸುವ ಮುಕ್ತ ಮನಸ್ಸು ನಮಗಿರುತ್ತದೆ. ಜೊತೆಗೆ ಒಳ್ಳೆಯ ಆರೋಗ್ಯ, ಜವಾಬ್ದಾರಿಗಳಿಲ್ಲದ ಹಗುರತೆ ನಮ್ಮ ಬಾಲ್ಯವನ್ನು ರಸವತ್ತಾಗಿಸುತ್ತವೆ. ಕಂಡ ಸಂಗತಿಗಳೆಲ್ಲಾ ಸೊಗಸನ್ನು ಸೂಸುತ್ತವೆ. ಯಾವುದೂ ಮರೆಯದಂತೆ ನಮ್ಮ ಮನಸ್ಸಿನಲ್ಲಿ ಸ್ಥಿರವಾಗಿ ಶೇಖರಣೆಗೊಳ್ಳುತ್ತವೆ. ಬಾಲ್ಯ ಕಳೆದು ಯೌವನಕ್ಕೆ ಕಾಲಿಟ್ಟಾಗ ವಿಶ್ವ ಪರಿಚಯದ ಕುತೂಹಲ ಕಡಿಮೆಯಾದರೂ, ಪ್ರೀತಿಯ ಹೊಸ ಭಾವಗಳು ನಮ್ಮನ್ನು ಬೆಚ್ಚಗೆ ಕಾಪಾಡುತ್ತವೆ. ಎರಡು ಜೀವಗಳು ಒಂದಕ್ಕೊಂದು ಹಂಬಲಿಸುತ್ತಾ ಒಬ್ಬರಿಗೊಬ್ಬರು ಹೊಸ ಸುಂದರಲೋಕವನ್ನು ಅನ್ವೇಷಿಸುವ ಹರೆಯವೂ ಸುಂದರವಾದದ್ದು. ನಾವಿನ್ಯತೆಯಿಂದ ಕೂಡಿರುವಂತಹದ್ದು.

ಆದರೆ ಒಮ್ಮೆ ಯೌವನ ದಾಟಿದೆವೆಂದರೆ ತೀರಿತು, ಪೂರ್ವಗ್ರಹಗಳು ಮನಸ್ಸಿನಲ್ಲಿ ಕಿಟಕಿಯೂ ಇಲ್ಲದಂತೆ ಗೋಡೆ ಕಟ್ಟಲಾರಂಭಿಸುತ್ತವೆ. ಹೊಸತನ್ನು ಕಲಿಯುವ ಉತ್ಸಾಹ ಕುಗ್ಗಿ ಎಲ್ಲವೂ ಪರಿಚಿತ ಸಂಗತಿಗಳ ಪರಿಭ್ರಮಣ ಎನ್ನಿಸಲಾರಂಭಿಸುತ್ತದೆ. ಅನಾರೋಗ್ಯಗಳು ಹಗೂರಕ್ಕೆ ದೇಹ ಪ್ರವೇಶ ಮಾಡಲು ಶುರುವಿಟ್ಟರಂತೂ ಮುಗಿಯಿತು, ಎಲ್ಲವೂ ಬೇಡವೆನ್ನಿಸಲಾರಂಭಿಸುತ್ತದೆ. ಮತ್ತೆ ಮತ್ತೆ 'ಬಾಲ್ಯ ಅದೆಷ್ಟು ಸೊಗಸಾಗಿತ್ತು' ಎಂಬ ಕೈಜಾರಿದ ಕಾಲ ನೆನಪಾಗುತ್ತದೆ. ಜೊತೆಗೆ ಈಗಿನ ಮಕ್ಕಳನ್ನು ನೋಡಿ 'ನಮ್ಮ ಬಾಲ್ಯ ಇವುಗಳಿಗೆಲ್ಲಿ ದಕ್ಕೀತು?' ಎಂಬ ಅನುಕಂಪವೂ, ವಿಷಾದವೂ ನಮ್ಮಿಂದ ಆಗಿಂದಾಗ್ಗೆ ಮೂಡಲಾರಂಭಿಸುತ್ತದೆ. ಮತ್ತೊಂದು ರೀತಿಯಲ್ಲಿ ಹೇಳಬೇಕೆಂದರೆ, ಯಾವಾಗ ನಾವು ಈಗಿನ ಮಕ್ಕಳ ಬಾಲ್ಯದ ಬಗ್ಗೆ ಅನುಕಂಪ ಸೂಚಿಸಲು ಪ್ರಾರಂಭಿಸುತ್ತೇವೆಯೋ ಆಗ ನಮಗೆ 'ವಯಸ್ಸಾಯಿತು' ಎಂದರ್ಥ ಮಾಡಿಕೊಳ್ಳಬಹುದು.

ಬಾಲ್ಯದ ಸೌಂದರ್ಯ ಖಂಡಿತವಾಗಿಯೂ ಹೊರಗಿನ ಪ್ರಪಂಚದಿಂದ ಮೂಡುವಂತಹದಲ್ಲ. ನಮ್ಮೊಳಗಿನ ಪುಟಿಯುವ ಉತ್ಸಾಹದಿಂದ ಹೊರ ಪ್ರಪಂಚವನ್ನು ಸುಂದರಗೊಳಿಸುವ ಶಕ್ತಿ ಬಾಲ್ಯಕ್ಕಿರುತ್ತದೆ. ಆದ್ದರಿಂದಲೇ ಇಂದಿನ ಮಕ್ಕಳ ಬಾಲ್ಯಕ್ಕೂ, ಹಿಂದಿನ ನಮ್ಮ ಬಾಲ್ಯಕ್ಕೂ, ಅದಕ್ಕೂ ಹಿಂದಿನ ನಮ್ಮ ಹಿರಿಯರ ಬಾಲ್ಯಕ್ಕೂ – ಸಂತೋಷ, ಸಂಭ್ರಮ, ಸಡಗರಗಳೆಲ್ಲಾ ಒಂದೇ ಪ್ರಮಾಣದಲ್ಲಿರುತ್ತವೆ. ಅದು ಶ್ರೇಷ್ಠ, ಇದು ಕನಿಷ್ಟವೆನ್ನಿಸುವದಕ್ಕೆ ಕಾರಣ ನಮ್ಮ ವಯಸ್ಸು ಮತ್ತು ಮನಸ್ಸುಗಳೇ ಹೊರತು ಈ ನಿಷ್ಪಾಪಿ ಜಗತ್ತಲ್ಲ, ಗುಪ್ತಗಾಮಿನಿ ಕಾಲವೂ ಅಲ್ಲ. ಅದೇ ಕಾರಣಕ್ಕಾಗಿಯೋ ಏನೋ, ಬಾಲ್ಯದಲ್ಲಿ ಕಂಡ ಸೋಜಿಗದ ಸಂಗತಿಗಳು ಈಗಿನ

ಪ್ರೌಢ ಕಣ್ಣುಗಳಿಂದ ಮತ್ತೊಮ್ಮೆ ನೋಡಿದರೆ ಆ ಅನುಭವವನ್ನು ಕೊಡವದಿಲ್ಲ. ಬಾಲ್ಯದಲ್ಲಿ ಪ್ರಭಾವ ಬೀರಿದ ಸಿನಿಮಾ, ಸ್ವರ್ಗವೇ ಧರೆಗಿಳಿದು ಬಂದಂತೆ ಕಂಡ ಊರ ಜಾತ್ರೆ, ಬಹುದೊಡ್ಡ ಹೀರೋ ತರಹ ಕಂಡ ಮಾಸ್ತರು – ಊಹೂಂ, ಯಾವುದೂ ಮತ್ತೆ ನಮ್ಮ ಕಣ್ಣುಗಳಿಗೆ ಆ ಇಂದ್ರಜಾಲವನ್ನು ಸೃಷ್ಟಿಸಲಾರವು. ಉಳಿದವುಗಳ ಮಾತಂತಿರಲಿ, ಭಯ ಭಕ್ತಿಗಳನ್ನು ಮೂಡಿಸಿದ ದೇವರುಗಳೂ ಯಾಕೋ ಹೊಳಪು ಕಳೆದುಕೊಂಡು ತಬ್ಬಲಿಗಳಂತೆ ಕಂಡು ಬಿಡುತ್ತಾರೆ.

ಹಾಗಿದ್ದರೆ ಈ ಬಾಲ್ಯದ ಸೌಂದರ್ಯವನ್ನು ಕಡೆಯವರೆಗೂ ಉಳಿಸಿಕೊಳ್ಳಲಾಗುವದಿಲ್ಲವೆ? ಯುಗಾದಿ ಮರಳಿ ಬಂದರೂ ಹೊಸ ಹರುಷ ಅನುಭವಿಸಲು ಅಸಾಧ್ಯವೆ? ಆ ರಂಗು ರಂಗಿನ ದುನಿಯಾವನ್ನು ಮತ್ತೆ ಪಡೆಯುವುದು ಹೇಗೆ?

ಪ್ರಯತ್ನ ಪಟ್ಟರೆ ದೈಹಿಕವಾಗಿಯಲ್ಲದಿದ್ದರೂ ಮಾನಸಿಕವಾಗಿ ನಾವು ಸ್ವಲ್ಪವಾದರೂ ಮಗುವಾಗಿ ಉಳಿಯಬಹುದೆನ್ನಿಸುತ್ತದೆ. ಮೂರು ಮುಖ್ಯ ಸೂತ್ರಗಳನ್ನು ನಾವು ಪರಿಪಾಲಿಸಬೇಕೆನ್ನಿಸುತ್ತದೆ:

1. ನಿರಂತರವಾಗಿ ಹೊಸತರ ಹುಡುಕಾಟದಲ್ಲಿರುವುದು
2. ಎಲ್ಲವನ್ನೂ ತೆರೆದ ಮನಸ್ಸಿನಿಂದ ಸ್ವೀಕರಿಸುವುದು
3. ಆರೋಗ್ಯವನ್ನು ಜಾಗ್ರತೆಯಿಂದ ಕಾಪಾಡಿಕೊಳ್ಳುವುದು

ಒಮ್ಮೆ ಡಿಗ್ರಿ ಮುಗಿಸಿ, ಉದ್ಯೋಗ ದೊರಕಿಸಿಕೊಂಡು, ಮದುವೆಯಾಗಿ ಬಿಟ್ಟರೆ ತೀರಿತು – ಸೆಟಲ್ ಆಗಿ ಬಿಡುತ್ತೇವೆ! ನಾವು ಕಲಿಯುವ ಸಂಗತಿಗಳೆಲ್ಲಾ ಈ ಲೋಕದಲ್ಲಿ ಮುಗಿದು ಹೋದವೆಂಬಂತೆ ಬಹುಪಾಲು ಜನರು ಭಾವಿಸುತ್ತಾರೆ. ಹೊಸತನ್ನು ಕಲಿಯಲು ಇದ್ದ ಹೊರಗಿನ ಒತ್ತಡ ಮುಗಿದು, ಒಳಗಿನ ಒತ್ತಡ ಪ್ರಾರಂಭವಾಗುವ ಹೊತ್ತದು. ಆದರೆ ವಾಕ್ಯ ಆರಂಭಿಸುವದಕ್ಕೆ ಮುಂಚೆಯೇ ಪೂರ್ಣವಿರಾಮ ಹಾಕಿ ಬಿಡುತ್ತೇವೆ. ಹೊಸ ಗಳಿಕೆಗೆ ತೋರುವ ಆಸಕ್ತಿಯನ್ನು ಹೊಸ ಕಲಿಕೆಗೆ ತೋರುವದನ್ನು ಮರೆಯುತ್ತೇವೆ. 'ಸೆಟಲ್' ಆದ ಮೇಲೆ ಹೊಸದಾಗಿ ಏನನ್ನು ಕಲಿತಿದ್ದೇವೆ ಎಂದು ಒಮ್ಮೆ ಯೋಚಿಸಿದರೆ ಯಾವ ಉತ್ತರಗಳೂ ಸಿಗದೆ ಗಾಬರಿಯಾಗುತ್ತದೆ.

ಹೊಸತರ ಹುಡುಕಾಟ ಅಷ್ಟು ಸುಲಭದ್ದೇನೂ ಅಲ್ಲ. ಯೌವನ ಮುಗಿಯುವ ತನಕ ಯಥೇಚ್ಚವಾಗಿ ಬೇಡವೆಂದರೂ ಕಾಣುತ್ತಿದ್ದ ಹೊಸತುಗಳು ಈಗ ಅಷ್ಟು ಸುಲಭವಾಗಿ ದಕ್ಕುವದಿಲ್ಲ. ಹಾಗಂತ ಜಗತ್ತು ನಮಗೆ ಬಹುಪಾಲು

ಅರ್ಥವಾಗಿದೆ ಎಂದೇನೂ ಅಲ್ಲ. ಅದು ಕೋಟ್ಯಾಂತರ ವಿಸ್ಮಯಗಳ ಬೀಡು. ಆದರೆ ಅವನ್ನು ಕಾಣಲು ಈಗ ನಾವು ಸ್ವಲ್ಪಮಟ್ಟಿಗೆ ಶ್ರಮ ವಹಿಸಬೇಕಾಗುತ್ತದೆ. ಕಣ್ಣ ಮುಂದೆಯೇ ನಡೆಯುತ್ತಿರುವ ಹಲವಾರು ಕೌತುಕಗಳನ್ನು ಗಮನಿಸಲು ಸರಿಯಾದ ಮಾರ್ಗದರ್ಶನ, ವಿದ್ಯಾರ್ಜನೆಗೆ ಬೇಕಾದ ವಿನಯ ಮತ್ತು ಪಕ್ವ ಪರಿಸರದ ಅವಶ್ಯಕತೆಯಿರುತ್ತದೆ. ಇವುಗಳನ್ನು ಕಲೋಪಾಸನೆ (ಸಾಹಿತ್ಯ, ಸಂಗೀತ, ಚಿತ್ರಕಲೆ ಯಾವುದಾದರೂ ಆದೀತು), ಪ್ರವಾಸ, ಹೊಸ ಗೆಳೆಯರ ಸ್ನೇಹ, ಹೊಸ ಯೋಜನೆಗಳ ಅನುಷ್ಠಾನದಲ್ಲಿ ಭಾಗವಹಿಸುವಿಕೆ ಮುಂತಾದವುಗಳಿಂದ ಬಹುಮಟ್ಟಿಗೆ ಗಳಿಸಬಹುದಾಗಿದೆ. ಇಂತಹ ಹವ್ಯಾಸಗಳು ನಮ್ಮ ಹುರುಪನ್ನು ನಿತ್ಯನೂತನವನ್ನಾಗಿ ಇಡಬಲ್ಲವು. 'ಏನಾದರೂ ಮಾಡುತಿರು ಮಂಕುತಿಮ್ಮ' ಎಂದು ಡಿ.ವಿ.ಜಿ. ಹೇಳಿದ್ದು ಇದನ್ನೇ ಇರಬೇಕು. 'ದೇಶವನ್ನಾದರೂ ನೋಡು, ಕೋಶವನ್ನಾದರೂ ಓದು' ಎಂದಿದ್ದೂ ಇದಕ್ಕಾಗಿಯೇ ಇರಬೇಕು.

ಪ್ರವಾಸವೆಂದರೆ ನಾವು ಎಲ್ಲಿಯೋ ಅಮೇರಿಕಾ ದೇಶಕ್ಕೆ ಹೋಗಬೇಕು, ಪ್ಯಾರಿಸ್ಸಿನ ಐಫೆಲ್ ಟವರ್ ಕಾಣಬೇಕೆಂದೆಲ್ಲಾ ದುಬಾರಿಯಾಗಿ ಯೋಚಿಸುವುದು ಬೇಕಿಲ್ಲ. ಸರಿಯಾಗಿ ನಾವು ನಮ್ಮ ದೇಶವನ್ನು ಸುತ್ತಿದರೆ ಸಾಕು. ನಮ್ಮ ರಾಜ್ಯವನ್ನು ಪೂರ್ತಿ ನೋಡಲು ಹಲವು ಜನ್ಮ ಸಾಲದು. ಏನಿಲ್ಲವೆಂದರೂ ನಮ್ಮ ಜಿಲ್ಲೆಯ ಎಲ್ಲಾ ಊರುಗಳ ಪರಿಚಯ ಮಾಡಿಕೊಂಡರೂ ಸಾಕಾಗುತ್ತದೆ. ತಿರುಗುವ ಮನಸ್ಸು ಇದ್ದರಾಯ್ತು. ಗಿರಿ-ಬೆಟ್ಟಗಳನ್ನಾದರೂ ಸುತ್ತಿ, ಗುಡಿ-ಗುಂಡಾರಗಳನ್ನಾದರೂ ಸುತ್ತಿ, ಬಂಧು-ಬಳಗದವರೊಡನಾದರೂ ಒಡನಾಡಿ - ಹೇಗಾದರೂ ಆದೀತು. ಜಂಗಮರಾಗೋಣ.

ಹೊಸತರ ಹುಡುಕಾಟಕ್ಕಿಂತಲೂ ಕಷ್ಟವಾದದ್ದು ಹಳೆಯದರಲ್ಲೇ ಹೊಸತನ್ನು ಕಾಣುವದಾಗಿದೆ. ನಿತ್ಯ ಮೂಡುವ ಸೂರ್ಯೋದಯವನ್ನೇ ಹೊಸತಾಗಿ ಕಾಣುವುದು ಹೇಗೆ? ಮತ್ತೆ ಮತ್ತೆ ನೋಡಿದ ಅದೇ ಜಲಪಾತ ಯಾವತ್ತೂ ತನ್ನ ವಿಸ್ಮಯವನ್ನು ನಮಗೆ ನೀಡುವಂತೆ ಮಾಡುವುದು ಹೇಗೆ? ಅಮ್ಮನ ಅದೇ ಅನ್ನ, ರೊಟ್ಟಿ, ಸಾರು, ಪಲ್ಯಗಳಲ್ಲಿ ಹೊಸರುಚಿಯನ್ನು ಕಾಣುವುದು ಹೇಗೆ? ನಮ್ಮ ನಿತ್ಯದ ರೂಢಿಯನ್ನು ಪ್ರೀತಿಸದೆ ಈ ಶಕ್ತಿಯನ್ನು ಗಳಿಸುವುದು ಸಾಧ್ಯವಿಲ್ಲ. ಪ್ರೀತಿ ಎಲ್ಲಿ ಕಡಿಮೆಯಾಗುತ್ತದೆಯೋ ಅಲ್ಲಿ ಪ್ರಕೃತಿ, ವಸ್ತು, ಸಂಬಂಧ, ಭಕ್ತಿ - ಎಲ್ಲವೂ ಹೊಳಪು ಕಳೆದುಕೊಳ್ಳುತ್ತವೆ.

ಹೊಸತನ್ನು ಕಲಿಯುತ್ತಿರುವ ಜೀವ ಯಾವತ್ತೂ ತೆರೆದ ಮನಸ್ಸನ್ನು ಹೊಂದಿರುತ್ತದೆ. ಲೋಕದ ಸಕಲ ಸಂಗತಿಗಳನ್ನೂ ಕಾಲ, ದೇಶ, ವಯಸ್ಸು, ಲಿಂಗ, ಜಾತಿ, ವರ್ಗದ ತಾರತಮ್ಯವಿಲ್ಲದೆ ಗಮನಿಸಲು ಮತ್ತು ಸರಿಯೆನ್ನಿಸಿದ್ದನ್ನು

ಸ್ವೀಕರಿಸಲು ನಮಗೆ ಮುಕ್ತ ಮನಸ್ಸು ಬೇಕಾಗುತ್ತದೆ. ಇದು ಬಹು ಕಷ್ಟದ್ದು. ಬದುಕಿನುದ್ದಕ್ಕೂ ನಮ್ಮ ತಿಳುವಳಿಕೆಯೇ ಶ್ರೇಷ್ಠವೆಂಬ ಭಾವ ಅದು ಹೇಗೆ ನಮ್ಮನ್ನು ಆವರಿಸಿರುತ್ತದೆಂದರೆ, ಮತ್ತೊಂದನ್ನು ಅರಿಯುವದಕ್ಕೆ ಮುಂಚೆಯೇ ನಿರಾಕರಿಸಿ ಬಿಡುತ್ತೇವೆ. 'ನಮ್ಮದಲ್ಲದ್ದು' ನಮಗೆಂದೂ ಪ್ರಿಯವಾಗುವದಿಲ್ಲ. ತಿಳಿಯ ಹೇಳಲು ಬಂದವರನ್ನೂ ದ್ವೇಷಿಸುವಷ್ಟು 'ನಮ್ಮತನ'ದ ಗರ್ವದಿಂದ ಭುಸುಗುಟ್ಟುತ್ತಿರುತ್ತೇವೆ. ಬದುಕನ್ನು ಅದಮ್ಯವಾಗಿ ಪ್ರೀತಿಸಲು ಕಲಿಯದ ಹೊರತು ಹೊಸತನ್ನು ಸ್ವೀಕರಿಸುವ ವಿನಯ ನಮಗೆ ಬರುವದಿಲ್ಲ.

ಉತ್ತಮ ಆರೋಗ್ಯ ನಮ್ಮ ದೇಹವನ್ನಷ್ಟೇ ಅಲ್ಲ, ನಮ್ಮ ಚೇತನವನ್ನೂ ಕಾಪಾಡುತ್ತದೆ. ಆದರೆ ಆರೋಗ್ಯದ ಭಾಗ್ಯ ಒಂದಿಷ್ಟು ನಮ್ಮ ಕೈಯಲ್ಲಿದ್ದರೆ, ಉಳಿದದ್ದು ಭಗವಂತನಿಗೆ ಸೇರಿದ್ದು. ನಮ್ಮ ಕೈಲಾದದ್ದನ್ನು ತಪ್ಪದೆ ಮಾಡೋಣ. ಒಂದಿಷ್ಟು ನಡೆಯೋಣ, ಸಾಧ್ಯವಾದರೆ ಆಟ ಆಡೋಣ, ಮೈ ಬೆವರುವಂತೆ ಕೆಲಸ ಮಾಡೋಣ, ಉಣ್ಣುವದರಲ್ಲಿ ಮತ್ತು ತಿನ್ನುವದರಲ್ಲಿ ಮಿತಿಯನ್ನಿಟ್ಟುಕೊಳ್ಳೋಣ. 'ಇಷ್ಟು ದೊಡ್ಡವನಾದರೂ ಮಕ್ಕಳ ತರಹ ಆಟ ಆಡ್ತೀಯಲ್ಲ' ಎನ್ನುವ ಮಾತು ಆಗಾಗ ನಾವು ಕೇಳುತ್ತಿರುತ್ತೇವೆ. ವಯಸ್ಸಾದ ಮೇಲೆ ಆಟ ಆಡುವುದು ನಿಷೇಧವೆಂಬ ಭಾವ ನಮ್ಮಲ್ಲಿದೆ. ಆದರೆ ಹೊರದೇಶಗಳಲ್ಲಿ ಆಟಕ್ಕೂ, ವಯಸ್ಸಿಗೂ ಸಂಬಂಧವಿಲ್ಲ. ಎಲ್ಲ ವಯಸ್ಸಿನವರೂ ವಾರಕ್ಕೆ ಒಂದೆರಡು ದಿನವಾದರೂ ಜಿಮ್‌ಗೆ ಹೋಗಿ ಸಂತೋಷದಿಂದ ಆಡುವದನ್ನು ಕಾಣುತ್ತೇವೆ. ಆ ಸಂಸ್ಕೃತಿ ನಮ್ಮಲ್ಲೂ ಬರಬೇಕು. ಇತ್ತೀಚಿನ ದಿನಗಳಲ್ಲಿ ಜನರಲ್ಲಿ ಆರೋಗ್ಯದ ಬಗ್ಗೆ ಕಾಳಜಿ ಮೂಡುತ್ತಿದೆಯೆನ್ನುವುದು ಸಂತೋಷದ ಸಂಗತಿಯಾಗಿದೆ.

ಬದುಕನ್ನು ಸುಖಿಸಲು ಹಣ ಕೊಡುವುದು ಬೇಕಿಲ್ಲ. ಸಾವಿರಾರು ಸುಲಭೋಪಾಯಗಳನ್ನು ಆ ಸೃಷ್ಟಿಕರ್ತ ನಮಗೆ ಕೊಟ್ಟಿದ್ದಾನೆ. ಅರಳುವ ಹೂವನ್ನು ನೋಡೋಣ, ಸುರಿಯುವ ಮಳೆಯಲ್ಲಿ ನೆನೆಯೋಣ, ಉದಯಿಸುವ ರವಿಯನ್ನು ಕಣ್ತುಂಬಿಸಿಕೊಳ್ಳೋಣ, ಮತ್ತೊಬ್ಬರ ದುಃಖವನ್ನು ಕಡಿಮೆ ಮಾಡೋಣ, ಮಗದೊಬ್ಬರ ಸುಖವನ್ನು ಹೆಚ್ಚಿಸೋಣ, ಹಿರಿಯರನ್ನು ಗೌರವಿಸೋಣ, ಒಂದಿಷ್ಟು ಸಹಾಯ ಮಾಡೋಣ, ಒಂದಿಷ್ಟು ಸಹಾಯ ಪಡೆಯೋಣ, ಒಂಚೂರು ಕಡಿಮೆ ಗಳಿಸೋಣ, ನಮ್ಮ ಕುಟುಂಬಕ್ಕಾಗಿ ಒಂಚೂರು ಜಾಸ್ತಿ ಬಿಡುವು ಮಾಡಿಕೊಳ್ಳೋಣ, ಸ್ವಲ್ಪ ಕಾಲ ಸುಮ್ಮನೆ ಧ್ಯಾನಿಸೋಣ, ಸಾಧ್ಯವಾದಷ್ಟು ಎಲ್ಲರನ್ನೂ ಮತ್ತು ಎಲ್ಲವನ್ನೂ ಪ್ರೀತಿಸೋಣ.

ಹೊಸ ವರುಷ ನಮಗೆಲ್ಲಾ ಹರುಷವನ್ನು ತರಲಿ. ಹೊಸತು ಹೊಸತು ತರಲಿ.

28ನೇ ಡಿಸೆಂಬರ್ 2011

ಛಂದ ಪುಸ್ತಕ ಬಹುಮಾನ

ಪುಟ್ಟ ಪಾದದ ಗುರುತು - ಸುನಂದಾ ಪ್ರಕಾಶ ಕಡಮೆ - ₹ 130
ಈ ಕತೆಗಳ ಸಹವಾಸವೇ ಸಾಕು - ಅಲಕ ತೀರ್ಥಹಳ್ಳಿ - ₹ 60
ಹಟ್ಟಿಯೆಂಬ ಭೂಮಿಯ ತುಣುಕು - ಲೋಕೇಶ ಅಗಸನಕಟ್ಟೆ - ₹ 180
ಗೋಡೆಗೆ ಬರೆದ ನವಿಲು - ಸಂದೀಪ ನಾಯಕ - ₹ 60
ಮೊದಲ ಮಳೆಯ ಮಣ್ಣು - ಕಣಾದ ರಾಘವ - ₹ 140
ಆಟಿಕೆ - ಬಸವಣ್ಣೆಪ್ಪಾ ಕಂಬಾರ - ₹ 100
ಮಾಯಾಕೋಲಾಹಲ - ಮೌನೇಶ ಬಡಿಗೇರ - ₹ 165
ಕೇಪಿನ ಡಬ್ಬಿ - ಪದ್ಮನಾಭ ಭಟ್, ಶೇವ್ಕಾರ - ₹ 150
ಮನಸು ಅಭಿಸಾರಿಕೆ - ಶಾಂತಿ ಕೆ ಅಪ್ಪಣ್ಣ - ₹ 230
ದೇವರು ಕಚ್ಚಿದ ಸೇಬು - ದಯಾನಂದ - ₹ 140
ಧೂಪದ ಮಕ್ಕಳು - ಸ್ವಾಮಿ ಪೊನ್ನಾಚಿ - ₹ 130
ಡುಮಿಂಗ - ಶಶಿ ತರೀಕೆರೆ - ₹ 130
ಬಯಲರಸಿ ಹೊರಟವಳು - ಛಾಯಾ ಭಟ್ - ₹ 150
ಮಾಕೋನ ಏಕಾಂತ - ಕಾವ್ಯಾ ಕಡಮೆ - ₹ 130

ಕಥಾಸಂಕಲನ

ಶಕುಂತಲಾ - ಗುರುಪ್ರಸಾದ್ ಕಾಗಿನೆಲೆ - ₹ 80
ಜುಮುರು ಮಳೆ - ಸುಮಂಗಲಾ - ₹ 220
ಶಾಲಭಂಜಿಕೆ - ಡಾ. ಕೆ. ಎನ್. ಗಣೇಶಯ್ಯ - ₹ 180 (7ನೇ ಮುದ್ರಣ)
ಕಾರಂತಜ್ಜನಿಗೊಂದು ಪತ್ರ - ಸಚ್ಚಿದಾನಂದ ಹೆಗಡೆ - ₹ 150
ಹಕೂನ ಮಟಾಟ - ನಾಗರಾಜ ವಸ್ತಾರೆ - ₹ 80
ಕಾಲಿಟ್ಟಲ್ಲಿ ಕಾಲುದಾರಿ - ಸುಮಂಗಲಾ - ₹ 80
ಹುಲಿರಾಯ - ಕೀರ್ತಿರಾಜ್ - ₹ 80
ನಿರವಯವ - ನಾಗರಾಜ ವಸ್ತಾರೆ - ₹ 125
ಹನ್ನೊಂದನೇ ಅಡ್ಡರಸ್ತೆ - ಸುಮಂಗಲಾ - ₹ 170
ಗಾಳಿಗೆ ಮೆತ್ತಿದ ಬಣ್ಣ - ಕರ್ಕಿ ಕೃಷ್ಣಮೂರ್ತಿ - ₹ 180
ಕನ್ನಡಿ ಹರಳು - ಪದ್ಮನಾಭ ಭಟ್, ಶೇವ್ಕಾರ - ₹ 130
ಒಂದು ಚಿಟಿಕೆ ಮಣ್ಣು - ಲಕ್ಷ್ಮಣ ಬಾದಾಮಿ - ₹ 130
ಬಂಡಲ್ ಕತೆಗಳು - ಎಸ್ ಸುರೇಂದ್ರನಾಥ್ - ₹ 160
ದೇವರ ರಜಾ - ಗುರುಪ್ರಸಾದ್ ಕಾಗಿನೆಲೆ - ₹ 225 (2ನೇ ಮುದ್ರಣ)
ಕಟ್ಟು ಕತೆಗಳು - ಎಸ್ ಸುರೇಂದ್ರನಾಥ್ - ₹ 210
ಮಡಿಲು (ನೀಳ್ಗತೆ) - ನಾಗರಾಜ ವಸ್ತಾರೆ - ₹ 15
ತಿರಾಮಿಸು - ಶಶಿ ತರೀಕೆರೆ - ₹ 210
ತೊಟ್ಟು ಕ್ರಾಂತಿ - ಕಾವ್ಯಾ ಕಡಮೆ - ₹ 180

ಒಂದು ಬಾಗಿಲು ಮತ್ತು ಮೂರೂ ಚಿಲ್ಲರೆ ವರ್ಷಗಳು - ಶಾಂತಿ ಕೆ ಅಪ್ಪಣ್ಣ - ₹ 190

ಪ್ರಬಂಧ

ಪೂರ್ವ ಪಶ್ಚಿಮ - ಎಂ. ಆರ್. ದತ್ತಾತ್ರಿ - ₹ 80
ರಾಗಿಮುದ್ದೆ - ರಘುನಾಥ ಚ. ಹ. - ₹ 120
ಕುಟ್ಟವಲಕ್ಕಿ / ಗೊಜ್ಜವಲಕ್ಕಿ - ಪ್ರಶಾಂತ ಆಡೂರ - ₹ 170 / ₹ 170
ಕಿಲಿಮಂಜಾರೋ - ಪ್ರಶಾಂತ್ ಬೀಚಿ - ₹ 80
ಮಿಸಳ್ ಭಾಜಿ - ಭಾರತಿ ಬಿ ವಿ - ₹ 190
ನೀ ಮಾಯೆಯೊಳಗೋ... - ವಿಕ್ರಮ ಹತ್ವಾರ - ₹ 150
ಸಾವೆಂಬ ಲಹರಿ - ಗುರುಪ್ರಸಾದ ಕಾಗಿನೆಲೆ - ₹ 140
ವೈದ್ಯ, ಮತ್ತೊಬ್ಬ - ಗುರುಪ್ರಸಾದ ಕಾಗಿನೆಲೆ - ₹ 120
ಅಪ್ಪನ ರ್‍ಯಾಲೀಸ್ ಸೈಕಲ್ - ದರ್ಶನ್ ಜಯಣ್ಣ - ₹ 110
ಇಮೋಜಿ ಭಾಷೆ - ಕರ್ಕಿ ಕೃಷ್ಣಮೂರ್ತಿ - ₹ 150

ಅನುವಾದ

ದಿ ಚಾಯ್ಸ್ - ಈಡಿತ್ ಎವಾ ಎಗರ್ (ಜಯಶ್ರೀ ಭಟ್) - ₹ 280
ದೇಹವೇ ದೇಶ - ಗರಿಮಾ ಶ್ರೀವಾಸ್ತವ (ವಿಕ್ರಮ ವಿಸಾಜಿ) - ₹ 250
ಪರ್ಸೆಪೊಲಿಸ್- ಮಾರ್ಜಾನ್ ಸತ್ರಪಿ (ಪ್ರೀತಿ ನಾಗರಾಜ) - ₹ 395
ಗಾಳಿ ಪಳಗಿಸಿದ ಬಾಲಕ - ವಿಲಿಯಂ ಕಾಂಕ್ವಾಂಬಾ (ಕರುಣಾ ಬಿ ಎಸ್) - ₹ 320
ಅಮೋಸ್ ಫಾರ್ಚೂನ್ - ಎಲಿಝಬೆತ್ ಯೇಟ್ಸ್ (ಜಯಶ್ರೀ ಭಟ್) - ₹ 110
ನವ ಜೀವಗಳು - ವಿಲಿಯಂ ಡಾಲ್ರಿಂಪಲ್ (ನವೀನ ಗಂಗೋತ್ರಿ) - ₹ 250
ಮೈಕೆಲ್ ಕೆ - ಜೆ.ಎಂ. ಕುಟ್‌ಸೀ (ಸುನಿಲ್ ರಾವ್) - ₹ 170
ಲೇರಿಯೊಂಕ - ಹೆನ್ರಿ ಆರ್. ಓಲೆ ಕುಲೆಟ್ (ಪ್ರಶಾಂತ ಬೀಚಿ) - ₹ 140
ಅರೆಶತಮಾನದ ಮೌನ - ಯಾನ್ ರಫ್-ಓ'ಹರ್ನ್ (ಅರುಣ್) - ₹ 310
ಪರ್ವತದಲ್ಲಿ ಪವಾಡ - ನ್ಯಾಂಡೊ ಪರಾಡೊ (ಸಂಯುಕ್ತಾ ಪುಲಿಗಲ್) - ₹ 340
ಚಂದಿರ ಬೇಕೆಂದವನು - ಮಿಮಿ ಬೇರ್ಡ್ (ಪ್ರಜ್ಞಾ ಶಾಸ್ತ್ರಿ) - ₹ 180
ಬಂಡೂಲ - ವಿಕಿ ಕಾನ್‌ಸ್ಟಂಟೇನ್ ಕ್ರುಕ್ (ರಾಜ್ಯಶ್ರೀ ಕುಳಮರ್ವ) - ₹ 425
ರೆಬೆಲ್ ಸುಲ್ತಾನರು - ಮನು ಎಸ್ ಪಿಳ್ಳೈ (ಸಂಯುಕ್ತಾ ಪುಲಿಗಲ್) - ₹ 420
ಫಾಲೋಯಿಂಗ್ ಫಿಶ್ - ಸಮಂತ್ ಸುಬ್ರಮಣಿಯನ್ (ಸಹನಾ ಹೆಗಡೆ) - ₹ 280
ಜಗವ ಚುಂಬಿಸು - ಸುಬ್ರೊತೋ ಬಾಗ್ಚಿ (ವಂದನಾ ಪಿ ಸಿ) - ₹ 240
ಪರ್ದಾ ಅಂಡ್ ಪಾಲಿಗಮಿ - ಇಕ್ಬಾಲುನ್ನೀಸಾ ಹುಸೇನ್ (ದಾದಾಪೀರ್) - ₹ 380
ವಾಡಿವಾಸಲ್ - ಚಿ. ಸು. ಚೆಲ್ಲಪ್ಪ (ಸತ್ಯಕಿ) - ₹ 100
ನಾಲ್ಕನೇ ಎಕರೆ - ಶ್ರೀರಮಣ (ಅಜಯ್ ವರ್ಮಾ ಅಲ್ಲೂರಿ) - ₹ 100
ಮಾವೋನ ಕೊನೆಯ ನರ್ತಕ - ಲೀ ಶ್ವಿನ್‌ಶಿಂಗ್ (ಜಯಶ್ರೀ ಭಟ್) - ₹ 340
ಕೋಬಾಲ್ಟ್ ಬ್ಲೂ - ಸಚಿನ್ ಕುಂಡಲ್‌ಕರ್ (ಸಪ್ನಾ ಕಟ್ಟಿ) - ₹ 150

ವಿದ್ಯಾವಂತ ವೇಶ್ಯೆಯ ಆತ್ಮಕಥೆ - ಮಾನದಾ ದೇವಿ (ನಾಗ ಹುಬ್ಳಿ) - ₹ 240
ದಿ ಲೈಟ್‌ಹೌಸ್ ಫ್ಯಾಮಿಲಿ - ಫಿರಾತ್ ಸುನೇಲ್ (ಮಾಧುರಿ ಕುಲಕರ್ಣಿ) - ₹ 230
ನನ್ನ ತಂಗಿ ಈಡಾ - ಕಾರೊಲೀನ ವಾಲ್ (ಹರ್ಷ ರಘುರಾಮ್) - ₹ 260
ಸತ್ತವರ ಸೊಲ್ಲು - ಆಶುತೋಷ್ ಭಾರದ್ವಾಜ್ (ಕಾರ್ತಿಕ್ ಆರ್.) - ₹ 380

ವಸುಧೇಂದ್ರ

ಮನೀಷೆ - ಕತೆಗಳು - ₹ 120 (8ನೇ ಮುದ್ರಣ)
ಯುಗಾದಿ - ಕತೆಗಳು - ₹ 190 (9ನೇ ಮುದ್ರಣ)
ಚೇಳು - ಕತೆಗಳು - ₹ 120 (8ನೇ ಮುದ್ರಣ)
ಹಂಪಿ ಎಕ್ಸ್‌ಪ್ರೆಸ್ - ಕತೆಗಳು - ₹ 195 (10ನೇ ಮುದ್ರಣ)
ಮೋಹನಸ್ವಾಮಿ - ಕತೆಗಳು - ₹ 270 (8ನೇ ಮುದ್ರಣ)
ವಿಷಮ ಭಿನ್ನರಾಶಿ - ಕತೆಗಳು - ₹ 280 (5ನೇ ಮುದ್ರಣ)
ಕೋತಿಗಳು - ಪ್ರಬಂಧ - ₹ 120 (8ನೇ ಮುದ್ರಣ)
ನಮ್ಮಮ್ಮ ಅಂದ್ರೆ ನಂಗಿಷ್ಟ - ಪ್ರಬಂಧ - ₹ 100 (28ನೇ ಮುದ್ರಣ)
ರಕ್ಷಕ ಅನಾಥ - ಪ್ರಬಂಧ - ₹ 110 (5ನೇ ಮುದ್ರಣ)
ವರ್ಣಮಯ - ಪ್ರಬಂಧ - ₹ 225 (7ನೇ ಮುದ್ರಣ)
ಐದು ಪೈಸೆ ವರದಕ್ಷಿಣೆ - ಪ್ರಬಂಧ - ₹ 280 (6ನೇ ಮುದ್ರಣ)
ಹರಿಚಿತ್ತ ಸತ್ಯ - ಕಾದಂಬರಿ - ₹ 200 (6ನೇ ಮುದ್ರಣ)
ತೇಜೋ ತುಂಗಭದ್ರಾ - ಕಾದಂಬರಿ - ಉತ್ತಮ/ಸಾದಾ (₹ 500/₹ 450) (17ನೇ ಮುದ್ರಣ)
ಮಿಥುನ - ಶ್ರೀರಮಣರ ಕತೆಗಳು - ₹ 135 (8ನೇ ಮುದ್ರಣ)
ಎವರೆಸ್ಟ್ - ಜಾನ್ ಕ್ರಾಕೌರ್ - ₹ 420 (4ನೇ ಮುದ್ರಣ)
ರೇಷ್ಮೆ ಬಟ್ಟೆ - ಕಾದಂಬರಿ - ₹ 450

ಕಾದಂಬರಿ

ಎನ್ನ ಭವದ ಕೇಡು - ಎಸ್ ಸುರೇಂದ್ರನಾಥ್ - ₹ 75
ನ್ಯಾಸ - ಹರೀಶ ಹಾಗಲವಾಡಿ - ₹ 470
ಗುಣ - ಗುರುಪ್ರಸಾದ್ ಕಾಗಿನೆಲೆ - ₹ 150
ದ್ವೀಪವ ಬಯಸಿ - ಎಂ. ಆರ್. ದತ್ತಾತ್ರಿ - ₹ 320
ತಾರಾಬಾಯಿಯ ಪತ್ರ - ದತ್ತಾತ್ರಿ ಎಂ ಆರ್ - ₹ 160
ಅಗೆದಷ್ಟೂ ನಕ್ಷತ್ರ - ಸುಮಂಗಲಾ - ₹ 230
ಪ್ರಿಯೇ ಚಾರುಶೀಲೆ - ನಾಗರಾಜ ವಸ್ತಾರೆ - ₹ 380
ಋಷ್ಯಶೃಂಗ - ಹರೀಶ ಹಾಗಲವಾಡಿ - ₹ 160
ಅಂತು - ಪ್ರಕಾಶ ನಾಯಕ್ - ₹ 200
ಚುಕ್ಕಿ ಬೆಳಕಿನ ಜಾಡು - ಕರ್ಕಿ ಕೃಷ್ಣಮೂರ್ತಿ - ₹ 200
ದೀಪವಿರದ ದಾರಿಯಲ್ಲಿ - ಸುಶಾಂತ್ ಕೋಟ್ಯಾನ್ - ₹ 160

ದಾರಿ - ಕುಸುಮಾ ಆಯರಹಳ್ಳಿ - ₹ 395
ಬರೀ ಎರಡು ರೆಕ್ಕೆ - ಸುನಂದಾ ಪ್ರಕಾಶ ಕಡಮೆ - ₹ 260

ಕವಿತೆ

ಮದ್ಯಸಾರ - ಅಪಾರ - ₹ 90
ಪೂರ್ಣನ ಗರಿಗಳು - ಪೂರ್ಣಪ್ರಜ್ಞ - ₹ 70
ಹಲೋ ಹಲೋ ಚಂದಮಾಮ - ರಾಧೇಶ ತೋಳ್ಪಾಡಿ - ₹ 50

ಪದಚರಿತೆ

ಸರಿಗನ್ನಡಂ ಗೆಲ್ಗೆ - ಅಪಾರ - ₹ 390

ಭಂದ ಪುಸ್ತಕ

ಓದಿ ಓದಿ ಮರುಳಾಗಿ!

ಛಂದ ಪುಸ್ತಕ ಬಹುಮಾನ

ಹೊಸ ಕತೆಗಾರರನ್ನು ಗುರುತಿಸುವ ಸಲುವಾಗಿ ನಮ್ಮ ಪ್ರಕಾಶನ ಸಂಸ್ಥೆಯು ಕಳೆದ ಇಪ್ಪತ್ತು ವರ್ಷಗಳಿಂದ ಕತೆಗಳ ಹಸ್ತಪ್ರತಿ ಸ್ಪರ್ಧೆಯನ್ನು ನಡೆಸುತ್ತಾ ಬಂದಿದೆ. ಈವರೆಗೆ ಒಂದೂ ಕಥಾಸಂಕಲನವನ್ನು ಪ್ರಕಟಿಸದವರು ಈ ಸ್ಪರ್ಧೆಯಲ್ಲಿ ಭಾಗವಹಿಸಬಹುದು. ಇತರ ಪ್ರಕಾರಗಳಲ್ಲಿ ಒಂದೆರಡು ಪುಸ್ತಕಗಳನ್ನು ಪ್ರಕಟ ಮಾಡಿದವರೂ ಇದರಲ್ಲಿ ಭಾಗವಹಿಸುವ ಅವಕಾಶವಿರುತ್ತದೆ. ಮೊದಲ ಸುತ್ತಿನ ಆಯ್ಕೆಯನ್ನು ಪ್ರಕಾಶನದ ಸದಸ್ಯರು ಮಾಡಿ, ಕೊನೆಯ ಆಯ್ಕೆಗಾಗಿ ಸುಮಾರು ಹತ್ತು ಹಸ್ತಪ್ರತಿಗಳನ್ನು ನಾಡಿನ ಹಿರಿಯ ಸಾಹಿತಿಗಳಿಗೆ ಒಪ್ಪಿಸುತ್ತಾರೆ. ಆಯ್ಕೆಯಾದ ಹಸ್ತಪ್ರತಿಯನ್ನು ಪುಸ್ತಕ ರೂಪದಲ್ಲಿ ಪ್ರಕಟಿಸಿ, ಪ್ರಶಸ್ತಿ ಪತ್ರ, ಫಲಕ ಹಾಗೂ ನಲವತ್ತು ಸಾವಿರ ರೂಪಾಯಿ ಬಹುಮಾನವನ್ನು ನೀಡಲಾಗುತ್ತದೆ. ಈವರೆಗೂ ಈ ಸ್ಪರ್ಧೆಯಲ್ಲಿ ಬಹುಮಾನ ಪಡೆದವರ ವಿವರಗಳ ಪಟ್ಟಿಯನ್ನು ಮುಂದಿನ ಪುಟದಲ್ಲಿ ನೀಡಿದ್ದೇವೆ.

ಇವರಲ್ಲಿ ಮೌನೇಶ ಬಡಿಗೇರ, ಶಾಂತಿ ಕೆ ಅಪ್ಪಣ್ಣ, ಪದ್ಮನಾಭ ಭಟ್ ಶೇವ್ಕಾರ ಮತ್ತು ಸ್ವಾಮಿ ಪೊನ್ನಾಚಿ ಅವರಿಗೆ ಕೇಂದ್ರ ಸಾಹಿತ್ಯ ಅಕಾಡೆಮಿಯ ಯುವ ಪುರಸ್ಕಾರ ದೊರೆತಿದೆ. ವಿನಯಾ, ಶಾಂತಿ ಕೆ ಅಪ್ಪಣ್ಣ ಮತ್ತು ಪದ್ಮನಾಭ ಭಟ್ ಶೇವ್ಕಾರರ ಪುಸ್ತಕಗಳಿಗೆ ಕರ್ನಾಟಕ ಸಾಹಿತ್ಯ ಅಕಾಡೆಮಿಯ ಪುಸ್ತಕ ಬಹುಮಾನ ಅಥವಾ ದತ್ತಿ ಬಹುಮಾನಗಳು ಸಂದಿವೆ. ಇನ್ನೂ ಹಲವಾರು ನಾಡಿನ ಪ್ರಮುಖ ಪ್ರಶಸ್ತಿ ಮತ್ತು ಬಹುಮಾನಗಳೂ ಈ ಕೃತಿಗಳಿಗೆ ಲಭ್ಯವಾಗಿವೆ.

ನೀವು ಈ ಸ್ಪರ್ಧೆಯಲ್ಲಿ ಭಾಗವಹಿಸಬೇಕೆ? ಹಾಗಿದ್ದರೆ ನಮ್ಮ ಮುಂದಿನ ವರ್ಷದ ಸ್ಪರ್ಧೆಯ ಆಹ್ವಾನವನ್ನು ಖ್ಯಾತ ಕನ್ನಡ ನಿಯತಕಾಲಿಕೆಗಳಲ್ಲಿ ಅಥವಾ ಸಾಮಾಜಿಕ ಜಾಲತಾಣಗಳಲ್ಲಿ ನಿರೀಕ್ಷಿಸಿರಿ. ಹೆಚ್ಚಿನ ವಿವರಗಳಿಗೆ 98444 22782 ಗೆ ಸಂದೇಶ ಕಳುಹಿಸಿರಿ.

ಓದಿ ಓದಿ ಮರುಳಾಗಿ!

ಛಂದ ಪುಸ್ತಕ ಬಹುಮಾನ ಪಡೆದ ಕೃತಿಗಳು

ಕತೆಗಾರರು	ಕಥಾಸಂಕಲನ	ತೀರ್ಪುಗಾರರು
ಸುನಂದಾ ಕಡಮೆ	ಪುಟ್ಟ ಪಾದದ ಗುರುತು	ಅಶೋಕ ಹೆಗಡೆ/ ಸುಮಂಗಲಾ
ಅಲಕ ತೀರ್ಥಹಳ್ಳಿ	ಈ ಕತೆಗಳ ಸಹವಾಸವೇ ಸಾಕು	ಕೇಶವ ಮಳಗಿ/ ಸುಮಂಗಲಾ
ಲೋಕೇಶ ಅಗಸನಕಟ್ಟೆ	ಹಟ್ಟಿಯೆಂಬ ಭೂಮಿಯ ತುಣುಕು	ಬೊಳುವಾರು
ವಿನಯಾ	ಊರ ಒಳಗಣ ಬಯಲು	ನೇಮಿಚಂದ್ರ
ಸಂದೀಪ ನಾಯಕ	ಗೋಡೆಗೆ ಬರೆದ ನವಿಲು	ಅಮರೇಶ ನುಗಡೋಣಿ
ಕಣಾದ ರಾಘವ	ಮೊದಲ ಮಳೆಯ ಮಣ್ಣು	ಕೆ. ಸತ್ಯನಾರಾಯಣ
ಬಸವಣ್ಣೆಪ್ಪಾ ಕಂಬಾರ	ಆಟಿಕೆ	ಕುಂ. ವೀರಭದ್ರಪ್ಪ
ಮೌನೇಶ ಬಡಿಗೇರ	ಮಾಯಾಕೋಲಾಹಲ	ಓ.ಎಲ್.ಎನ್. ಸ್ವಾಮಿ
ಪದ್ಮನಾಭ ಭಟ್	ಕೇಪಿನ ಡಬ್ಬಿ	ಎಂ. ಎಸ್. ಆಶಾದೇವಿ
ಶಾಂತಿ ಕೆ ಅಪ್ಪಣ್ಣ	ಮನಸು ಅಭಿಸಾರಿಕೆ	ಎಚ್.ಎಸ್.ಆರ್
ದಯಾನಂದ	ದೇವರು ಕಚ್ಚಿದ ಸೇಬು	ನಾ. ಡಿಸೋಜಾ
ಸ್ವಾಮಿ ಪೊನ್ನಾಚಿ	ಧೂಪದ ಮಕ್ಕಳು	ಎಂ. ಎಸ್. ಶ್ರೀರಾಮ್
ಶಶಿ ತರೀಕೆರೆ	ಡುಮಿಂಗ	ಲಲಿತಾ ಸಿದ್ಧಬಸವಯ್ಯ
ಛಾಯಾ ಭಟ್	ಬಯಲರಸಿ ಹೊರಟವಳು	ತಾರಿಣಿ ಶುಭದಾಯಿನಿ
ಕಾವ್ಯಾ ಕಡಮೆ	ಮಾಕೋನ ಏಕಾಂತ	ಟಿ.ಪಿ. ಅಶೋಕ

www.ingramcontent.com/pod-product-compliance
Lightning Source LLC
LaVergne TN
LVHW090321051026
849518LV00005B/1839
* 9 7 8 8 1 9 4 9 2 6 2 3 8 *